AF809632

മംഗളോദയം

അനന്തപുരി
പുരവും പുരാവൃത്തവും
എസ്.പി. ഹരികുമാർ

തിരുവനന്തപുരം ജില്ലയിലെ 1951ൽ ജനനം.
കേരള സംസ്ഥാന വൈദ്യുത ബോർഡിന്റെ
ലയ്സൺ ഓഫീസർ, തിരുവിതാംകൂർ
ദേവസ്വം ബോർഡിന്റെ പബ്ലിക് റിലേഷൻസ് ഓഫീസർ
എന്നീ തസ്തികകളിൽ പ്രവർത്തിച്ചിട്ടുണ്ട്.
ആനുകാലിക പ്രസിദ്ധീകരണങ്ങളിൽ ലേഖനങ്ങളും
കഥകളും പ്രസിദ്ധീകരിച്ചിട്ടുണ്ട്.
ഭാര്യ: സുധ
മക്കൾ: ഹരിനാരായണൻ, വിഷ്ണു.
വിലാസം: ഹരിചന്ദനം, S.R.L.- A .12/5,
വലിയവിള ലൈൻ, ശാസ്തമംഗലം,
തിരുവനന്തപുരം, 10.
Email: harikumar7171@gmail.com
ഫോൺ9447343433

ചരിത്രം

അനന്തപുരി
പുരവും പുരാവൃത്തവും

എസ്.പി. ഹരികുമാർ

MANGALODAYAM
an imprint of GREEN BOOKS

MANGALODAYAM
an imprint of GREEN BOOKS
mangalodayam
an imprint of green books pvt. ltd
gb building, civil lane road, ayyanthole,
thrissur- 680 003, kerala, ph: +91 487-2381066, 2381039
website: www.greenbooksindia.com
e-mail: info@greenbooksindia.com

malayalam
ananthapuri
puravum puravruthavum
history
by
s.p. harikumar

published june 2021

cover design : k devapalan nair

branches:
thrissur 0487-2422515
thiruvananthapuram 0471-2335301
calicut 0495 4854662

isbn : 978-93-90429-00-4

GMGPL/036/2021

ഉള്ളടക്കം

ആമുഖം

തിരുവനന്തപുരം. തിരക്കേറിയ പാതകൾ, അന്താരാഷ്ട്ര വിമാനത്താവളം, ടെക്നോപാർക്ക്, ഞാൻ മീതേ ഞാൻ മീതേ എന്ന് മത്സരിച്ച് മാനത്തേക്ക് കുതിക്കുന്ന ഫ്ളാറ്റുകൾ. മറ്റെല്ലാ നഗരങ്ങളെയുംപോലെ ഇവയൊക്കെയാണ് ഇന്ന് തിരുവനന്ത പുരത്തിന്റെയും മുഖമുദ്രകൾ.

നാഗരികതയുടെ ഈ തിരക്കിനിടയിലും പൂർവ്വസംസ്കാര ത്തിന്റെ അടയാളങ്ങളായി തലയുയർത്തി നിൽക്കുന്ന ആരാ ധനാലയങ്ങളും കോട്ടകളും കൊട്ടാരക്കെട്ടുകളും കണ്ടും നാടിന്റെയും നാടുവാഴികളുടെയും കഥകൾ കേട്ടുമാണ് ഞാൻ വളർന്നത്. ഒരു ഗ്രാമത്തിന്റെ ചാരുതയോടെ ഞാൻ തിരുവനന്തപുരത്തെ കണ്ടിട്ടുണ്ട്. മായാത്ത അത്തരം ഓർമ്മ കളും ചിത്രങ്ങളുമാണ് അനന്തപുരത്തിന്റെ പുരാവൃത്തത്തി ലേക്ക് കടന്നുചെല്ലാൻ എന്നെ പ്രേരിപ്പിച്ചത്.

പ്രാചീനകൃതികളിൽ തിരുവാനന്തപുരം എന്നാണ് ഈ പുരത്തെ രേഖപ്പെടുത്തിയിട്ടുള്ളത്. ശ്രീപത്മനാഭന്റെ പുര മെന്നും അനന്തന്റെ (അനന്തനാഗം) പുരമെന്നും ആനന്ദം നൽകുന്ന നഗരം എന്ന അർത്ഥത്തിൽ സ്യാനന്ദൂരപുരമെന്നും തിരുവനന്തപുരത്തെ വ്യാഖ്യാനിച്ചുപോരുന്നു.

തിരുവനന്തപുരത്തിന്റെ ചരിത്രം എവിടെ തുടങ്ങുന്നു വെന്ന് കൃത്യമായി നിർണ്ണയിക്കുക വയ്യ. ശാസ്തമംഗലത്തു നിന്ന് ലഭിച്ചിട്ടുള്ള മഹാശിലാവശിഷ്ടങ്ങൾ നമ്മെ നയിക്കു ന്നത് ക്രിസ്തുവിന് മുൻപുള്ള ശിലായുഗസംസ്കാരത്തിലേ ക്കാണ്. മൃതദേഹങ്ങളുടെ സംസ്കാരത്തിന് ഉപയോഗിച്ച 'ചാടികൾ' ഭൂമിക്കടിയിൽ നിന്ന് കണ്ടെടുത്തതുകൊണ്ടാണത്രേ പൂജപ്പുരയ്ക്കടുത്തുള്ള ചാടിയറക്ക് ആ പേര് ലഭിച്ചത്. ശിലാ യുഗം മുതൽക്കുതന്നെ 'സുസ്ഥാപിതവും അഭിവൃദ്ധവുമായ'

ഒരു സാമൂഹികസംവിധാനം ഇവിടെ നിലനിന്നിരുന്നു എന്ന തിന് തെളിവുകൾ വേറെ വേണ്ട.

ഒൻപതാം നൂറ്റാണ്ടുമുതൽതന്നെ കാന്തളൂർശാല ഒരു സാംസ്കാരികകേന്ദ്രമെന്ന നിലയിൽ പ്രസിദ്ധിയാർജ്ജിച്ചി രുന്നല്ലോ. പാരീസിന് ഐഫൽ ടവർ, ലണ്ടന് ടവർ ഓഫ് ലണ്ടൻ, വാഷിംങ്ടണിന് വൈറ്റ്ഹൗസ് എന്നപോലെ തിരു വനന്തപുരത്തിന്റെ മുഖമുദ്രയായി വിളങ്ങിനിൽക്കുന്ന ശ്രീ പത്മനാഭസ്വാമിക്ഷേത്രവും ഇവിടത്തെ സാംസ്കാരികപ്പഴമ യ്ക്ക് സാക്ഷ്യംനിൽക്കുന്നു.

വാസ്തുശില്പരംഗത്ത് തിരുവിതാംകൂർ മഹാരാജാക്ക ന്മാർക്കുണ്ടായിരുന്ന താല്പര്യത്തിന്റെ തെളിവുകളാണ് നഗരത്തിൽ ഇന്നും തലയുയർത്തി നിൽക്കുന്ന മനോഹര സൗധങ്ങൾ. 1797ൽ തിരുവനന്തപുരത്ത് കോട്ടകൾ കെട്ടാൻ തുടങ്ങിയെങ്കിലും കാർത്തികതിരുനാളിന്റെ കാലത്താണ് തലസ്ഥാനം പൂർണ്ണമായി ഇവിടേക്ക് മാറ്റിയത്.

1809ൽ ബ്രിട്ടീഷ് സൈനികനായ കേണൽ വെൽഷ് അടുക്കും ചിട്ടയുമില്ലാത്തതും എന്നാൽ പ്രകൃതിരമണീയ വുമായ ഒരു പട്ടണമായാണ് തിരുവനന്തപുരത്തെ കണ്ടത്. കൂട്ടത്തിൽ രാജകൊട്ടാരത്തെ ചുറ്റി കുറെ നല്ല കെട്ടിടങ്ങളും അദ്ദേഹം കണ്ടു.

''ചന്ദ്രശാലാശതങ്ങളും ചാരുതരഹർമ്മ്യങ്ങളും
ചന്ദ്രികാചർച്ചിതങ്ങളാം പ്രാസാദങ്ങളും''

എന്ന് രാമപുരത്തുവാര്യർ വർണ്ണിച്ച മാളികകളെയാവാം വെൽഷ് കണ്ടത്. 1800കളുടെ മധ്യത്തിൽ നഗരത്തിലുണ്ടായ നിർമ്മിതികളെക്കുറിച്ച് ''ഈ സ്ഥാപനങ്ങൾ തിരുവനന്ത പുരത്തെ അജ്ഞാതമായ ഒരു ക്ഷേത്രനഗരത്തിന്റെ നിലയിൽ നിന്നും വിക്ടോറിയൻ ആശയങ്ങളോട് കൂടുതൽ അടുപ്പി ക്കുന്ന ഒന്നാക്കിമാറ്റി'' എന്നാണ് റോബിൻ ജെഫ്രി രേഖ പ്പെടുത്തിയിട്ടുള്ളത്.

വിവിധ സംസ്കാരങ്ങളുടെ സങ്കലനമാണ് ഇന്ന് തിരു വനന്തപുരത്തിന് അവകാശപ്പെടാനുള്ളതെന്ന് നമുക്കറിയാം. പല കാലങ്ങളിൽ പല ആവശ്യത്തിനായി നഗരത്തിൽ എത്തിയ വിരുന്നുകാരെല്ലാം വീട്ടുകാരായി മാറി. പത്മനാഭ പുരത്തുനിന്നുമെത്തിയ നാടുവാഴികളും അതിന്റെ തുടർച്ച യായെത്തിയ പരദേശബ്രാഹ്മണരും തഞ്ചാവൂർ മറാഠാക്കാരും പഠാൺകാരും വൈദേശികഭരണത്തിന്റെ ഭാഗമായെത്തിയ

ഇംഗ്ലീഷുകാരും മതപ്രചരണത്തിനെത്തിയ മിഷനറിമാരും ചില ഭാഗ്യാന്വേഷികളുമെല്ലാം ആ കൂട്ടത്തിലുണ്ട്. അവരുടെയൊക്കെ സംസ്കാരങ്ങൾ വേർതിരിച്ചെടുക്കാനാവാത്തവിധം ഇവിടുത്തെ സംസ്കാരവുമായി ഇണങ്ങിച്ചേർന്നു. കലയ്ക്കും സാഹിത്യത്തിനും വലിയ പ്രോത്സാഹനമാണ് തിരുവിതാംകൂർ രാജാക്കന്മാർ നൽകിയിരുന്നത്. പരദേശികളായ കുഞ്ചൻ നമ്പ്യാരും ഉണ്ണായിവാര്യരും രാമപുരത്തുവാര്യരും വടിവേലു നട്ടുവനും ഷഡ്ക്കാലഗോവിന്ദമാരാരുമൊക്കെ സാന്നിദ്ധ്യം കൊണ്ട് തിരുവനന്തപുരത്തെ ധന്യമാക്കി.

മറ്റ് പല ദേശങ്ങളിലുമെന്നപോലെ തിരുവനന്തപുരത്തിനും തനതായ ചില ശീലങ്ങളും ശീലുകളും മൊഴിവഴക്കങ്ങളുമുണ്ട്. അന്യദേശക്കാർക്ക് വിചിത്രമായി തോന്നാമെങ്കിലും നാട്ടുകാർ ഇന്നും അവയെ പൂർണ്ണമായി ഉപേക്ഷിച്ചിട്ടില്ല. സി.വി. രാമൻപിള്ളയുടെ നോവലുകളിൽ ഉപയോഗിച്ചിട്ടുള്ള തിരുവനന്തപുരം ഭാഷ മലയാളഭാഷാപണ്ഡിതന്മാർക്ക് ഇന്നും ഒരു പഠനവിഷയമാണ്. നഗരത്തിലെ 'വരുത്തർ'ക്കും 'ഇരുത്തർ'ക്കും ദൈനംദിനജീവിതത്തിന് ആവശ്യമായ സേവനങ്ങളും വിഭവങ്ങളുമൊരുക്കി കുറെ ആളുകൾ എന്നും ഇവിടെയുണ്ടായിരുന്നു. ഇവരുടെ സാന്നിദ്ധ്യംകൂടി അടയാളപ്പെടുത്തിയാലേ നഗരക്കാഴ്ചകൾ പൂർണ്ണമാവൂ.

കാലം ആർക്കുവേണ്ടിയും കാത്തുനിന്നില്ല. നഗരത്തിന്റെ ആകർഷണവലയത്തിലേക്ക് പുതിയ പുതിയ ആളുകൾ വന്നുകൊണ്ടിരുന്നു. അതിൽ നേടിയവരും നഷ്ടപ്പെട്ടവരുമുണ്ട്. പഴയതൊക്കെ ചരിത്രമായി. രാജഭരണം മാറി ജനായത്തഭരണം നിലവിൽ വന്നു. തിരുക്കൊച്ചി രൂപംകൊണ്ടപ്പോഴും കേരള സംസ്ഥാനം ഉടലെടുത്തപ്പോഴും തലസ്ഥാനം തിരുവനന്തപുരം തന്നെയായിരുന്നു.

നഗരത്തിന് പ്രകൃതി അനുഗ്രഹിച്ചു നൽകിയ ഭൂഷണങ്ങളും ആടയാഭരണങ്ങളും നാഗരികത കവർന്നെടുത്തു. കരമനയാറിന്റെയും കിള്ളിയാറിന്റെയും ആത്മാവു നഷ്ടപ്പെട്ടു. പാടങ്ങൾ പലതും നികന്നുപോയി. പല്ലക്കുകൾ കുതിരവണ്ടികൾക്കും കുതിരവണ്ടികൾ മോട്ടോർവാഹനങ്ങൾക്കും വഴിമാറി. ദേശസംസ്കാരത്തിന്റെ അടയാളങ്ങളായിരുന്ന നാലുകെട്ടുകളും എട്ടുകെട്ടുകളും കാവുകളും കുളങ്ങളും അന്യം നിന്നു. കുന്ന്, കുഴി, കാട്, വിള, മൂല, കോണം എന്നീ വാക്കുകളിൽ അവസാനിച്ചിരുന്ന പേരുകളുണ്ടായിരുന്ന പല സ്ഥലങ്ങളും നഗരങ്ങളായി. പുതിയ താമസക്കാർ ഇവിടത്തെ

ആദിമവാസികളുടെ മേൽ ആധിപത്യം സ്ഥാപിച്ചുതുടങ്ങിയതോടെ നഗരം അതിന്റെ പാരമ്പര്യയാഥാസ്ഥിതികത വലിച്ചെറിഞ്ഞു. പക്ഷേ നാട്ടുനന്മകൾ പൂർണ്ണമായി ഉപേക്ഷിച്ചതുമില്ല. തിരുവനന്തപുരം ആരും കൊതിക്കുന്ന ജനവാസകേന്ദ്രമായി ഇന്നും തുടരുന്നു. അങ്ങനെയുള്ള തിരുവനന്തപുരത്തിന്റെ പൂർവകാലത്തിലേക്കുള്ള ഒരെത്തിനോട്ടമാണ് ഈ കൃതി.

പുസ്തകത്തിന്റെ പശ്ചാത്തലം തിരുവനന്തപുരമാണെങ്കിലും വിഷയങ്ങൾ പലതാണ്. നഗരത്തിന്റെ ലഘുചരിത്രത്തോടൊപ്പം നഗരത്തെ ഊട്ടിവളർത്തിയ കരമനയാറിന്റെയും കിള്ളിയാറിന്റെയും സഞ്ചാരവഴികളിലൂടെയും അവയുടെ കരയിലുള്ള ഏലാകളിലൂടെയും ആരാധനാലയങ്ങളിലൂടെയും ഒരു അലസഗമനവുമുണ്ടിതിൽ. ചില അമ്മവീടുകളുടെയും അമ്മച്ചിമാരുടെയും കഥകൾക്കൊപ്പം, നഗരത്തെ അലങ്കരിക്കുന്ന ഏതാനും മാളികകൾ, നഗരജീവിതവുമായി ബന്ധപ്പെട്ട അല്പപ്രശസ്തരായ വ്യക്തികൾ, സംഭവങ്ങൾ, ശ്രദ്ധേയമായ ചില സ്ഥലങ്ങൾ എന്നിവയും വിവരണത്തിൽ ഉൾപ്പെടുത്തിയിട്ടുണ്ട്.

ഞാൻ ഈ നഗരത്തിന്റെ ഭാഗമായിട്ട് ആറരപ്പതിറ്റാണ്ടിലേറെയായി. ജനിച്ചതും വളർന്നതും ഈ നഗരത്തിൽത്തന്നെ. ബാല്യത്തിൽ അമ്മ പറഞ്ഞുതന്ന കഥകളിലേറെയും നഗരപ്പഴമകളാണ്. ഇവിടത്തെ നാട്ടുവഴികളിലൂടെയും വയൽവരമ്പുകളിലൂടെയും ഉത്സവപ്പറമ്പുകളിലൂടെയും എത്രയോ പ്രാവശ്യം നടന്നിരിക്കുന്നു. മുടിപ്പുരകളിലെ ഭദ്രകാളിപ്പാട്ടും കളമെഴുത്തും തമ്പുരാൻപാട്ടും പത്മനാഭസ്വാമിക്ഷേത്രത്തിലെ ഭീമൻകെട്ടും വേലകളിയും മുഹററത്തോടനുബന്ധിച്ചുള്ള കടുവകളിയും തീക്കുഴിച്ചാട്ടവും കൗതുകത്തോടെ നോക്കിക്കണ്ടു. ദ്രാവിഡസംസ്കാരത്തിന്റെ പ്രതീകങ്ങളായ ഇത്രയധികം മാടൻതമ്പുരാൻ ക്ഷേത്രങ്ങൾ അനന്തപുരിയിൽ എങ്ങനെയുണ്ടായി എന്ന് അത്ഭുതപ്പെട്ടിട്ടുണ്ട്. ആറാട്ടും മുറജപവും ലക്ഷദീപവുമെല്ലാം അതിശയത്തോടെ നോക്കിക്കണ്ടു. ദ്രാവിഡ കേരളീയ ശില്പവേലകളാൽ സമ്പന്നമായ ശ്രീപത്മനാഭസ്വാമിക്ഷേത്രത്തിലെ ശില്പങ്ങളും കേരളീയ വാസ്തുകലയുടെ ഉദാഹരണമായ കുതിരമാളികയും വിദേശിയും സ്വദേശിയുമായ നിർമ്മാണരീതികൾ കൂടിക്കലർന്ന ഇന്തോസാരസനിക് ശൈലിയിൽ നിർമ്മിച്ച നേപ്പിയർ മ്യൂസിയവുമൊക്കെ എനിക്ക് എത്ര കണ്ടാലും മതിവരാത്ത വാസ്തു

ശില്പ വിസ്മയങ്ങളാണ്. അങ്ങനെയുള്ള എന്റെ ദേശത്തിന്റെ പൂർവകഥകൾ അറിയാനുള്ള ശ്രമമാണ് ഈ പുസ്തകരചന യിൽ കലാശിച്ചത്.

അനന്തപുരിയുടെ ചരിത്രം പറയുന്ന ചെറുതും വലുതു മായ ധാരാളംകൃതികളുണ്ട്. വ്യത്യസ്തമായ രീതിയിൽ നഗരത്തെ നോക്കിക്കാണുക എന്നതാണ് എന്റെ ആഗ്രഹം. തിരുവനന്തപുരക്കാർക്ക് സുപരിചിതങ്ങളായ പല സംഭവ ങ്ങളും ഇതിൽ ഉൾപ്പെടുത്തിയിട്ടില്ല. ഒരു മഹാനഗരത്തിന്റെ പൂർവകാലം മുഴുവൻ ചികഞ്ഞെടുത്ത് ഒരു ചെറുപുസ്തക ത്തിൽ ഉൾക്കൊള്ളിക്കുവാൻ സാദ്ധ്യമല്ലല്ലോ. തിരുവനന്ത പുരത്തിന്റെ പൂർവ്വകാലത്തെക്കുറിച്ചറിയാൻ വായ്മൊഴി യായും വരമൊഴിയായും ലഭിച്ച വിവരങ്ങൾക്കൊപ്പം ഐതി ഹ്യങ്ങളെയും പുരാവൃത്തങ്ങളെയും പഴങ്കഥകളെയും കേട്ടു കേൾവികളെയും ആശ്രയിച്ചിട്ടുണ്ട്.

1900 കാലഘട്ടത്തിൽ ഗവൺമെന്റ് ഫോട്ടോഗ്രാഫറായി രുന്ന സഖറിയാസ് ഡിക്രൂസ് എടുത്ത ചില അപൂർവഫോട്ടോ കൾ ഈ പുസ്തകത്തിൽ ചേർത്തിട്ടുണ്ട്. പുസ്തകത്തിന് ആവശ്യമായ വിവരങ്ങൾ ശേഖരിക്കുന്നതിലും മറ്റും സഹാ യിച്ച സുമനസ്സുകൾ നിരവധിയാണ്. അവരിൽ ചിലരെ പ്രത്യേകം ഓർമ്മിക്കാതെവയ്യ. കുഞ്ഞായിരിക്കുമ്പോൾ തന്നെ പഴങ്കഥകളും പുരാവൃത്തങ്ങളും പറഞ്ഞുതന്ന അച്ഛൻ, അമ്മ, അഡ്വ.കെ. അയ്യപ്പൻപിള്ള, ഡോ.എം.ജി. ശശിഭൂഷൺ, ഡോ. എ.എം. ഉണ്ണികൃഷ്ണൻ, ഡോ. സാബു കോട്ടുക്കൽ, ഡോ. ബി. വിജയൻ, ശാരദാമണി, സഹധർമ്മിണി സുധ, മായാപരമേശ്വരൻ, പുരാരേഖാവകുപ്പ്, രചനയുടെയും പ്രസി ദ്ധീകരണത്തിന്റെയും ഓരോ ഘട്ടത്തിലും ഒപ്പംനിന്ന സുഹൃ ത്തുക്കളായ എം.രാജ്കുമാർ, ഗോപൻ ശാസ്തമംഗലം, ആർ ട്ടിസ്റ്റ് ദേവപാലൻ, അവതാരിക എഴുതിതന്ന് സഹായിച്ച പ്രശസ്ത ഹാസസാഹിത്യകാരനും മുൻ ചീഫ് സെക്രട്ടറി യുമായ സി.പി.നായർ സാർ എന്നിവരോട് വളരെയധികം നന്ദിയും കടപ്പാടുമുണ്ട്.

എസ്.പി.ഹരികുമാർ

തിരുവനന്തപുരം
12.12.1919

സമർപ്പണം

കുട്ടിക്കാലത്ത് നഗരപ്പഴമകളിലേക്ക്
എന്നെ ആകർഷിച്ച പരേതരായ
മാതാവ് കമലമ്മയ്ക്കും
പിതാവ് പരമേശ്വരൻ പിള്ളയ്ക്കും

അവതാരിക

ഹരികുമാറിന്റെ 'അനന്തപുരി: പുരവും പുരാവൃത്തവും' എന്ന പുസ്തകത്തെ ഏതു കള്ളിയിലാണ് കൊള്ളിക്കുക? സാമ്പ്രദായികമായ അർത്ഥത്തിൽ ഇതൊരു ചരിത്രഗ്രന്ഥമല്ല. ഹരി തീർച്ചയായും കാർലൈലിന്റെ സങ്കല്പത്തിലെ 'ധൂളിശുഷ്ക്ക ചരിത്രകാര'നുമല്ല. അനന്തപുരത്തെക്കുറിച്ചുള്ള ചരിത്ര വസ്തുതകളോ ചരിത്രാധിഷ്ഠിതമായ സമസ്യകളുടെ പ്രപഞ്ചനമോ വേണ്ടവർ, ചരിത്രകാരന്മാരെത്തന്നെ ആശ്രയിച്ചേ പറ്റൂ; ഇളങ്കുളവും ശ്രീധരമേനോനും ശങ്കുണ്ണിമേനോനും പദ്മനാഭമേനോനും മുതൽ ശിവശങ്കരൻനായരും ശശിഭൂഷണും വരെയുള്ള ചരിത്രപണ്ഡിതന്മാരെ. മറിച്ച്, ഏതെങ്കിലും വിനോദസഞ്ചാരക്കാരന്റെ അലസവും ഉപരിപ്ലവുമായ വായനയ്ക്കുവേണ്ടി തല്ലിക്കൂട്ടിയ, അർദ്ധസത്യങ്ങളും അബദ്ധങ്ങളും ഇക്കിളിപ്പെടുത്തുന്ന 'കൊട്ടാരരഹസ്യ'ങ്ങളുമൊക്കെ വാരിവലിച്ചു കയറ്റിയ, ഇന്ന് സുലഭമായ ടൂറിസ്റ്റ് ഗൈഡ് എന്ന ചാക്കുകെട്ടിന്റെ കള്ളിയിൽപ്പെടുത്താവുന്നതേയല്ല ഹരികുമാറിന്റെ പുസ്തകം. പിന്നെയോ? ചിരന്തനമായ വിശ്വാസമനുസരിച്ച്, തിരുവല്ലത്തു ശിരസ്സും തൃപ്പാദപുരത്തു തൃച്ചേവടികളുമായി, യോഗനിദ്രാലീനനായി പള്ളികൊള്ളുന്ന ആ പരമപുരുഷന്റെ, അനന്തപദ്മനാഭപ്പെരുമാളുടെ, തിരുനാമംകൊണ്ട് ധന്യമായ, ''പോകിപോകചയനാ!' കവിയെനക്കരുൾചെയ്യേ!'' എന്ന ഭക്തിവിനമ്രമായ മനീഷയോടെ പ്രാർത്ഥിച്ച അപരിചിതനായ ചീരാമനെന്ന രാമചരിതക്കാരനും

> ''കെടുമിട രാകമെല്ലാം കേശവാവെന്ന, നാളും
> കൊടുവിനൈ ചെയ്യും കുറ്റിതമർകളും കുരുകകില്ലാർ''
>
> (കേശവനെന്ന പേരൊന്നു ചൊല്ലിടുകിൽ
> ക്ലേശങ്ങളൊക്കെയും നാമാവശേഷമാം)

എന്നാരംഭിക്കുന്ന ഭക്തിസുരഭിലമായ പതിനൊന്നു പദ്യപുഷ്പങ്ങൾ 'നാലായിരം ദിവ്യപ്രബന്ധ'ത്തിൽ ഭഗവാനു നിവേദിച്ച

മഹാസിദ്ധനായ നമ്മാൾവാർ മുതൽ ഇങ്ങോട്ട്, ഉണ്ണുനീലി സന്ദേശവും ഭൃംഗസന്ദേശവും ശുകസന്ദേശവും ലളിതമധുരമായ 'അനന്തപുരവർണ്ണന'വും വരെ മുക്തകണ്ഠം വാഴ്ത്തുന്ന ആ സർവ്വാന്തര്യാമി അനുഗ്രഹിച്ചരുളുന്ന, പ്രാചീനമായ പുണ്യനഗരത്തെക്കുറിച്ചുള്ള ശ്ലഥമായ വിചിന്തനങ്ങളുടെ ഒരു സങ്കലനമാണ് ഹരികുമാറിന്റെ വാങ്മയമെന്ന് ഏകദേശമായി പ്പറയാം. തിരുവനന്തപുരത്തിന്റെ ചരിത്രത്തെപ്പറ്റി, അർവ്വാചീനരും അതീതരുമായ ചരിത്രപുരുഷന്മാരെപ്പറ്റി, ചരിത്രത്തിന്റെ ശേഷിപ്പുകളെപ്പറ്റി, സ്ഥലങ്ങളെയും സ്ഥലനാമങ്ങളെയും പറ്റിയുള്ള ലേഖകന്റെ സരസമായ പരാമർശങ്ങളുടെയും പരിചിന്തനങ്ങളുടെയും സമാഹാരം. (ചിരപ്രഥിതനായ സാഹിത്യപഞ്ചാനനനെ അനുകരിച്ച് 'ക്വാചിത്കമായും കാദാചിത്കമായും' ഉള്ള പരാമർശപ്രപഞ്ചം എന്നൊക്കെ 'കാകൻ പറന്നു പുനരണങ്ങൾ പോയവഴി' വാരിവലിച്ചെഴുതാൻ ധൈര്യം വരുന്നില്ല) ഒന്നു തീർച്ച: ആ മഹാക്ഷേത്രം കേന്ദ്രീകരിച്ചുമാത്രമേ അനന്തപുരിയുടെ ചരിത്രത്തെയും വികാസപരിണാമങ്ങളെയും പറ്റിയുള്ള ഏതൊരു പഠനത്തിനും നിലനില്പുള്ളൂ എന്നു ഖണ്ഡിതമായി പറയാം. ഹരിക്കാകട്ടെ, ആ അവബോധം ദൃഢമായിത്തന്നെ ഉണ്ടുതാനും.

ഒൻപതാം നൂറ്റാണ്ടിൽ ജീവിച്ചിരുന്നുവെന്നു കരുതപ്പെടുന്ന വൈഷ്ണവസിദ്ധനായ നമ്മാൾവാർ തൊട്ടിങ്ങോട്ടുള്ള അനന്തപുരത്തിന്റെ ചരിത്രകാരന്മാരെയും ചരിത്രത്തിന്റെ രാജവീഥികളെയും ഇടവഴികളെയുമൊക്കെ തൊട്ടുതലോടി, ഗ്രന്ഥകാരൻ തന്റെ ഉപാഖ്യാനം ആരംഭിക്കുന്നു. അന്നു ഹരിതാഭ നിറഞ്ഞുനിന്ന, അതിമനോഹരമായ, 'ശ്രീലാസ്യത്താലെഴുമഴകുദഞ്ചിച്ചു' ഒരു കൊച്ചു പട്ടണമായിരുന്നു തിരുവനന്തപുരം. ക്ഷേത്രത്തിനു വടക്കുകിഴക്കുണ്ടായിരുന്ന അങ്ങാടി 'അനന്തപുരവർണ്ണന'കാരന്റെ (14ാം ശതകം) സവിശേഷമായ ശ്രദ്ധയെ ആകർഷിച്ചു. അതിന്റെ ഉജ്ജ്വലവും ചൈതന്യവത്തുമായ ഒരു ചിത്രമാണു നമുക്ക് ലഭിക്കുന്നത്.

''കട്ടിൽ വട്ട കലൈപ്പട്ടു ചട്ടി വട്ടക കുട്ടകം
പൊത്തകം മുത്തു പത്തങ്ങൾ (?) കത്തി കത്തൂരി പത്തിരം
....
തലയും മുലയും തൂത്തുത്തമ്മെത്താളുമറന്നുടൻ
മിമ്പും പിമ്പും തഥാ കയ്യും മെയ്യും കാട്ടിപ്പകർന്നുടൻ
കലർന്നുപേശി മീൻവിൽക്കും ചെറുമിക്കൂട്ടവും കൊച്ചിൽ''

('ചെറുമീൻ കൂട്ടവും' എന്ന പട്ടം രാമചന്ദ്രൻനായരുടെ പാഠം തെറ്റു തന്നെ. പറയർ, പുലയർ, കുറവർ തുടങ്ങിയ

വരെ കുറിക്കാനാണ് 'ചെറുമർ' എന്ന പദം പണ്ടുമുതൽ പ്രയോഗിച്ചുപോന്നിട്ടുള്ളത്. ചെറുമന്റെ സ്ത്രീ ചെറുമി).

ശ്രീകണ്ഠേശ്വരനെയും കവി സാദരം അനുസ്മരിക്കുന്നു.

''കുമ്പിടാമരനെച്ചെന്റു തമ്പിരാനെപ്പുരാരിയെ
ആറുമമ്പിളിയും ചൂടി നീറുപൂയിന മായനെ''

എത്ര ഹൃദയാവർജ്ജകമായ ചിത്രം! 'അരൻ' ഹരൻതന്നെ.

'കാന്തിയും ചെൽവവും മിക്ക കാന്തളൂർ ചാല'യെയും ഹരി അനുസ്മരിക്കുന്നുണ്ട് (അത്രയല്ലേ കഴിയൂ. 'കാന്തളൂർ ശാല കലമറുത്തരുളി' എന്ന, ഇന്നും ദുരൂഹമായ പ്രയോഗത്തെപ്പറ്റിയുള്ള ലലാടംപചമായ ചിരന്തനസമസ്യ പരിഗണിക്കാനൊന്നും ഇവിടെ ഇടമില്ലല്ലോ.). ശതാബ്ദങ്ങൾക്കു മുമ്പുതന്നെ വികസിച്ചിരുന്ന 'കണ്ടുകൊണ്ടാൻതുറ' തുറമുഖവും മേക്കാമണ്ഡപത്തിൽ അരങ്ങേറിയ അതിക്രൂരവും നീതിരഹിതവുമായ നരമേധത്തിലും 'മൃതിയേക്കാൾ ഭയാനക'മായ മാനഹാനിയിലേക്കു വലിച്ചിഴയ്ക്കപ്പെട്ട അഭിജാതകളായ, നിർദോഷികളായ കാർത്ത്യായനിയമ്മമാരുടെയും ത്രിപുരസുന്ദരിക്കുഞ്ഞമ്മമാരുടെയും അതിദയനീയമായ ദുരന്തത്തിലും അവസാനിച്ച ഭീതിദമായ അധികാരമത്സരവുമൊക്കെ ലേഖകൻ പരാമർശിക്കുന്നുണ്ട്. നഗരത്തിന്റെ അനുപമരാമണീയകത്തിന്റെ ഒരു മുഖ്യഘടകമായ 'ലീലാസൗധപ്രകരം' അദ്ദേഹം വർണ്ണിക്കുന്നുണ്ട്. (കൊട്ടാരങ്ങളെയും അമ്മവീടുകളെയും കുറിച്ചുള്ള വർണ്ണനകൾ കുറേക്കൂടി സമഗ്രമായിരുന്നെങ്കിലെന്ന് ആശിച്ചുപോകുന്നു. എത്രയെത്ര വികാരനിർഭരമായ കഥകളാവും അവയ്ക്കു പറയാനുണ്ടാവുക.)

കുഞ്ചന്റെയും ഉണ്ണായിയുടെയും രാമപുരത്തുവാര്യരുടെയും 'സ്യാനന്ദൂരപുരവർണ്ണനങ്ങൾ' സ്വാഭാവികമായും വിശദമായ പരിഗണന നേടിയിരിക്കുന്നു. അവയുടെ ചരിത്രപരമായ പ്രാധാന്യവും സാംഗത്യവും ലേഖകൻ വിശദമാക്കുന്നുണ്ട്. കേരളകാളിദാസന്റെ 'മഹച്ചരിതം' സ്വാഭാവികമായും സവിശേഷമായ ചർച്ചയ്ക്ക് വിഷയീഭവിച്ചിരിക്കുന്നു. 'നരേന്ദ്രദ്വിഷ്ടത്വാ'ലും 'ദിഷ്ടക്കേടാ'ലും ആ മഹാപുരുഷൻ അനുഭവിക്കേണ്ടിവന്ന അപമാനവും യാതനയുമൊക്കെ ഹരികുമാർ വർണ്ണിക്കുന്നുണ്ട് (ക്ഷേത്രങ്ങളെക്കുറിച്ചുള്ള ചർച്ച കുറേക്കൂടി വിപുലമായിരുന്നെങ്കിലെന്ന് ആശിച്ചുപോകുന്നു). ശ്രീപദ്മനാഭസ്വാമിക്ഷേത്രത്തിനു പുറമേ അതിന്റെ ഒരു അഞ്ചുനാഴിക ചുറ്റളവിൽ ചരിത്രം സ്പന്ദിക്കുന്ന എത്രയെത്ര ദേവാലയങ്ങളാണ് തലസ്ഥാനത്തെ ഇന്നും ധന്യമാക്കുന്നത്.

മുസ്ലീങ്ങളുടെയും ക്രൈസ്തവരുടെയും ചരിത്രവും അവരുടെ ആരാധനാമന്ദിരങ്ങളും പരിഗണനയിൽ വരുന്നുണ്ട്. ശ്രീപദ്മനാഭന്റെ തിരുപ്പണികൾ ദീർഘമായ വിചാരണയ്ക്ക് വിഷയമാകുന്നു. (തൈക്കാട്ടില്ലത്തെ കേശവൻ വിഷ്ണുത്രാതൻ എന്ന മഹാപ്രതിഭാശാലിയെ മനസാ പ്രണമിക്കാതെ വയ്യ. ആ അഭിനവമയാചാര്യനാണല്ലോ ഇന്നു കാണുന്ന മഹാക്ഷേത്രവും കോട്ടമതിലുമൊക്കെ രൂപകല്പന ചെയ്തതും തിരുപ്പണികൾ പ്രഗല്ഭമായി പര്യവേക്ഷിച്ചതും. ആ ശില്പിവര്യന്റെ മൂലകുടുംബം കുന്നംകുളമാണെന്നു കരുതപ്പെടുന്നു. അഷ്ടവൈദ്യന്മാരിലെ തൃശ്ശൂർ തൈക്കാട്ടുമൂസ്സിനെയും എളേടത്തു തൈയ്ക്കാട്ടു മൂസ്സിനെയും സ്മരിക്കുക).

തലസ്ഥാനത്തിന്റെ തിലകക്കുറിയായ നേപ്പിയർ മ്യൂസിയം, സ്വാതി തിരുമനസ്സു പണികഴിപ്പിച്ച കുതിരമാളിക, അമ്മവീടുകൾ, അമ്മച്ചിമാർ, സുന്ദരവല്ലിയുടെ കദനകഥ, സ്വാതിയുടെ അകാലചരമം ഇവയൊക്കെ പരമാർശിക്കപ്പെടുന്നു. (വളരെയധികം വിജ്ഞാനപ്രദമായ അടിക്കുറിപ്പുകൾ പ്രത്യേക പ്രശംസയർഹിക്കുന്നു). തലസ്ഥാനത്തെ പഴയ ക്ലബ്ബുകൾ, അക്ഷരാർത്ഥത്തിൽ തന്നെ തലസ്ഥാനത്തിന്റെ ചിരന്തന സുകൃതമായ, വേദകല്പിതമായ 'ശതായുസ്സ്' എന്നേ പിന്നിട്ട, അഡ്വ. അയ്യപ്പൻപിള്ളയുടെ തെളിമയാർന്ന 'പുരാവൃത്ത പരാമർശ'ങ്ങൾ (തിരുവിതാംകൂറിന്റെ ആധുനിക ചരിത്രത്തിലെ സുദീർഘവും സുപ്രധാനവുമായ ഒരു കാലഘട്ടം ആ ധന്യാത്മാവിന് ഇന്നും നിഷ്പ്രയാസം ഓർത്തെടുക്കാൻ കഴിയുന്നു). ശ്രീമദ് വിവേകാനന്ദന്റെ തലസ്ഥാനസന്ദർശനം (അതിന്റെ 127-ാം വാർഷികം കഴിഞ്ഞ ദിവസമായിരുന്നു), രാമകൃഷ്ണപ്രസ്ഥാനവും അതിന്റെ സൂത്രധാരനായ ഡോ. രാമൻതമ്പി എന്ന പുണ്യാത്മാവും, 'വഞ്ചിഭൂമിപതേ'യും ഹനുമാൻപണ്ടാരവും, ആറാട്ട് എന്ന മഹോത്സവം, വലിയ ദിവാൻജി ജന്മംനൽകിയ ചാലക്കമ്പോളം, രസകരമായ മറ്റ് അനവധി പാർശ്വവീക്ഷണങ്ങൾ ഇവയൊക്കെ നമുക്ക് ലഭിക്കുന്ന പ്രാഭൃതങ്ങളിൽപ്പെടുന്നു. വളരെ വിപുലമായ ഒരു കാൻവാസാണു ഹരി ഏറ്റെടുത്തിരിക്കുന്നത്. അദ്ദേഹം രചിക്കുന്ന മിഴിവുറ്റ ചിത്രങ്ങളാകട്ടെ, ഈ ലേഖകനെപ്പോലെ ഈ മഹാനഗരത്തിന്റെ അനുക്രമമായ വളർച്ച ആഹ്ലാദത്തോടും അഭിമാനത്തോടും കൃതാർത്ഥതയോടും അനുസ്മരിക്കുന്ന വൃദ്ധജനങ്ങളെ ഏറെ ഗൃഹാതുരത്വവിധേയരാക്കുന്നതും.

അനന്തപുരിക്ക് പവിത്രതയും ധന്യതയുമണയ്ക്കുന്ന കരമനയാറിന്റെയും കിള്ളിയാറിന്റെയും കഥ വിസ്തരിച്ചു

തന്നെ ലേഖകൻ വർണ്ണിക്കുന്നുണ്ട്. ആ നദികളുടെ കരയ്ക്കുള്ള കാഴ്ചകളും അവയുടെ ചരിത്രവും രസനിഷ്യന്ദിയായ ശൈലിയിൽ അദ്ദേഹം കുറിക്കുന്നു. മുറജപം എന്ന അതിവിശിഷ്ടമായ ചടങ്ങ് വിശദമായ വിവരണത്തിന് പാത്രീഭവിക്കുന്നു. കിള്ളിയാറിന്റെ കരയിലെ മഹാശിലാസംസ്കാരം ചരിത്രഗവേഷകന്മാർക്ക് സവിശേഷമായ താല്പര്യമുളവാക്കുന്നതത്രെ. ഇവിടെ കണ്ടെത്തിയ നന്നങ്ങാടികൾ, മുതുമക്കത്താഴികൾ എന്നൊക്കെ സംജ്ഞകളുള്ള ശവസംസ്കാരഗർത്തങ്ങൾ അതിപ്രാചീനമായ ഒരു സംസ്കൃതിയിലേക്കു വിരൽചൂണ്ടുന്നു. കരമനയാറിന്റെയും കിള്ളിയാറിന്റെയും തീരത്തുള്ള ആരാധനാലയങ്ങൾ ലേഖകൻ വിശദമായി ചിത്രീകരിക്കുന്നു. പ്രത്യേകം ശ്ലാഘനീയമായത്, അവയുമായി ബന്ധപ്പെട്ട ചരിത്രവസ്തുക്കൾക്ക് അദ്ദേഹം ഊന്നൽ നൽകുന്നു എന്നതാണ്. വെറും ക്ഷേത്രമാഹാത്മ്യവും ഐതിഹ്യവും പുണ്യപുരാണവും കൊണ്ടു ചരിത്രാന്വേഷികൾക്കു കാര്യമൊന്നുമില്ലല്ലോ. ശാസ്തമംഗലം എഴുന്നള്ളത്ത് എന്ന, ഏറെക്കുറെ വിസ്മൃതമായ ചടങ്ങിനെക്കുറിച്ചും അദ്ദേഹം നിപുണമായി പ്രതിപാദിക്കുന്നുണ്ട്.

തലസ്ഥാനത്തെ അനേകം 'ഉച്ചിനിമാകാളി'മാരെ ലേഖകൻ പ്രത്യേകം പരിഗണിക്കുന്നു. 'ഉച്ചിനി' പദത്തിന്റെ നിരുക്തി വ്യക്തമല്ല. അതിന് പുരാണനഗരിയായ ഉജ്ജയിനിയുമായി എന്തെങ്കിലും ബന്ധമുണ്ടെന്നു തീർച്ചയില്ല. മറിച്ച്, ഡോ. ശശിഭൂഷൺ ചൂണ്ടിക്കാണിക്കുന്നതുപോലെ, ഉജ്ജയിനിയിലെ മഹാകാളി കേരളീയരുടെ ഭദ്രകാളിയല്ല. ഭദ്രകാളി ഇവിടെ ശിവന്റെ പുത്രിയാണെങ്കിൽ ഉത്തരേന്ത്യയിലെ കാളി, പാർവ്വതി തന്നെയാണ്. ശ്രീപത്മനാഭസ്വാമി ക്ഷേത്രത്തിന്റെ തിരുപ്പണിക്കു മധുര, തിരുനെൽവേലി തുടങ്ങിയ അയൽ നാടുകളിൽനിന്നു വന്നെത്തിയ ശിൽപ്പികൾ, വിദഗ്ദ്ധ തൊഴിലാളികൾ, അവിദ്ഗദ്ധരായ 'ചുമ്മാടു'പണിക്കാർ ഇവരെല്ലാം ഗ്രാമദേവതകളായ അമ്മനെയും പിള്ളയാരെയും (ഗണപതി) അനന്തപുരിയിലേക്കു തങ്ങളോടൊപ്പം കൊണ്ടുവന്നു. ഈ 'കുടിയേറ്റം' 19-ാം നൂറ്റാണ്ടിന്റെ മധ്യത്തിൽ, ഹജൂർകച്ചേരിയുടെ പണിയോടുകൂടി, ഉച്ചസ്ഥായിയിലെത്തി. ഇങ്ങനെ എത്തിയ ഉച്ചിനിമഹാകാളി അമ്മൻമാരും പിള്ളയാർമാരുമാണ് ഇന്നും ഇവിടത്തെ ജനങ്ങളിൽ അനുഗ്രഹം ചൊരിഞ്ഞുകൊണ്ട് (മുഖ്യമായും സെക്രട്ടറിയേറ്റിന്റെ ഒരു നാഴിക ചുറ്റളവിൽ) അധിവസിച്ചരുളുന്നത്.

മാടൻതമ്പുരാൻ ശതാബ്ദങ്ങൾക്കുമുമ്പ് 'ഇശക്കി (ശക്തി) യമ്മ'നോടൊത്തു തമിഴകത്തുനിന്നും എത്തിയതുതന്നെ.

മാടൻ, 'മഹാനടൻ' (ശിവൻ) ലോപിച്ചതാണെന്നു കരുതാൻ പ്രയാസം. തമിഴകത്തെ ഗ്രാമദേവതയായ മാടൻ, ക്ഷേത്ര പാലനാകാനാണ് സാധ്യത. എന്നും തലസ്ഥാനത്തെ സമൂഹ ജീവിതത്തിന്റെ ഒരു പ്രമുഖ ഘടകമായിരുന്നിട്ടുള്ള നായർ സമുദായത്തിന്റെ അധോഗതിയും (പ്രയോഗത്തിന് കടപ്പാട്: റോബിൻ ജഫ്റി) ലേഖകന്റെ ശ്രദ്ധയ്ക്ക് വിഷയീഭവിക്കുന്നുണ്ട്. കാലത്തിന്റെ ജംഘാലമായ, അനിരോധ്യമായ പ്രവാഹത്തിനെക്കുറിച്ച്, സമൂഹത്തിൽ അതിദ്രുതം സംഭവിച്ചു കൊണ്ടിരിക്കുന്ന പരിവർത്തനങ്ങളെക്കുറിച്ച്, അനിവാര്യമായും മാറ്റത്തിന് വിധേയമായ രാഷ്ട്രീയ, സാമൂഹിക മേഖലകളിലെ ശാക്തിക സന്തുലനത്തെക്കുറിച്ച്, വേണ്ടത്ര അവബോധം പുലർത്താത്തത്, ഒരു കാലത്ത് സമസ്ത മണ്ഡലങ്ങളിലും അസൂയാവഹമായ മേധാവിത്വം പുലർത്തിയിരുന്ന നായർ സമുദായത്തിനു വിനയായി. പഴയ പ്രതാപവും പ്രാധാന്യവും ഓർമ്മകളായി മാറി. 'പദ്മനാഭന്റെ പത്തുചക്രം' എന്ന ദൃഢമായ പരമ്പരാഗതമായ വിശ്വാസം അസംഗതമായി. അരനൂറ്റാണ്ടിലേറെക്കാലം അനന്തപുരിയുടെ അഭിമാനമായിരുന്ന, മഹാദേശികനും ബഹുവിഭവനുമായിരുന്ന ഗുപ്തൻ നായർ സാർ, ശരാശരി നായർ കാരണവർ അഭിരമിച്ചിരുന്ന ഈ സ്വപ്നലോകത്തെക്കുറിച്ചു നർമ്മമധുരമായി ഉപന്യസിക്കുന്നു: ''നായന്മാരിൽ ഭൂരിപക്ഷത്തിനുമുണ്ടായിരുന്നത് പട്ടാളസേവനത്തിന്റെ പൈതൃകമാണ്. എല്ലാവർക്കും പറയാനുള്ളത്, ഒരു സുബേദാരമ്മാവന്റെയോ ഒരു ജമേദാരപ്പൂപ്പന്റെയോ പ്രതാപകഥയാണ്. നല്ലൊരു കൊമ്പൻമീശയും വട്ടമൊപ്പിച്ചൊരു ചന്ദനപ്പൊട്ടുമുണ്ടെങ്കിൽ വലിപ്പം വഴിയേ വന്നു കയറിക്കൊള്ളുമെന്നായിരുന്നു മിക്കവരുടെയും ഭാവം. എന്നാൽ വമ്പും പ്രതാപവും മച്ചിൻപുറത്തുവച്ച് മിണ്ടാതിരിക്കേണ്ട കാലം വരുമെന്ന് അവരാരും കരുതിയില്ല.''

(ഈ ലേഖകൻ അരനൂറ്റാണ്ടു മുമ്പു തിരുവനന്തപുരം കളക്ടറായിരിക്കെ, ഡഫേദാരായിരുന്ന വലിയശാലക്കാരൻ മാർത്താണ്ഡപ്പിള്ളയെ ഓർമ്മവരുന്നു. സി.വി.യുടെ മാങ്കോയിക്കൽ കുറുപ്പിനെയോ, ചുള്ളിയിൽ ചടച്ചി മാർത്താണ്ഡപ്പിള്ളയെയോ അനുസ്മരിപ്പിക്കുന്ന ഒരു ദൃഢകായൻ. താൻ 'എട്ടാം പട്ടാള'ത്തിലെ അംഗമായിരുന്നുവെന്ന് സാഭിമാനം അയാൾ ഒന്നിലേറെത്തവണ 'കളക്ടറേമാനെ' ഓർമ്മിപ്പിച്ചിരുന്നു. എട്ടാം പട്ടാളം അന്നത്തെ 'ട്രാവൻകൂർ സ്റ്റേറ്റ് ഫോഴ്സസി'ന്റെ ഭാഗമായിരുന്നിരിക്കണം. വിഖ്യാതനായ മേജർ ജനറൽ പരമേശ്വരൻപിള്ള സശ്രദ്ധം വളർത്തിയെടുത്ത ആ സേനാവിഭാഗം

സ്വാതന്ത്ര്യാനന്തരം മദ്രാസ് റെജിമെന്റിന്റെ ഭാഗമായെന്നു തോന്നുന്നു.)

നായർമേധാവികളുടെ അസമീക്ഷ്യകാരിത്വത്തിന് അവർ അനിവാര്യമായും വലിയ വില നൽകേണ്ടിവന്നു. കഴിഞ്ഞ നൂറ്റാണ്ടിന്റെ ആദ്യദശകങ്ങളിൽത്തന്നെ കാറ്റു മാറി വീശിത്തുടങ്ങിയെന്ന് യാഥാർത്ഥ്യബോധമുള്ളവർക്കു മനസ്സിലായി. മതത്തിന്റെയും സമ്പത്തിന്റെയും ശക്തമായ പിൻബലത്തോടെ ഇതരവിഭാഗക്കാർ അധീശത്വം കൈയടക്കുന്നത് നായർ മാന്യന്മാർ നിസ്സഹായരായി നോക്കിനിൽക്കേണ്ടി വന്നതു സമീപകാലചരിത്രം.

അനന്തപുരിയുടെ സമൂഹജീവിതത്തെ നൂറ്റാണ്ടുകളായി ധന്യമാക്കിയ തമിഴ് ബ്രാഹ്മണ വിഭാഗത്തെ ലേഖകൻ വേണ്ടത്ര ശ്രദ്ധിച്ചിട്ടുണ്ടെന്നു തോന്നുന്നില്ല. കരമനയിലും ചെന്തിട്ടയിലും തെക്കേത്തെരുവിലും ശ്രീവരാഹത്തുമൊക്കെയുള്ള ഇടുങ്ങിയ ജീർണ്ണമായ അഗ്രഹാരങ്ങൾ എത്രയെത്ര പ്രതിഭാശാലികൾക്ക് ആവാസമൊരുക്കിയെന്നു പറയാൻ പ്രയാസം. ലളിതജീവിതത്തിന്റെ, അചഞ്ചലമായ ലക്ഷ്യബോധത്തിന്റെ, ആത്മവിശ്വാസത്തിന്റെ, നിസ്തുലമായ പരിശ്രമത്തിന്റെ, അന്യൂനമായ വിവേകത്തിന്റെ ഉജ്ജ്വല പ്രതീകങ്ങളായിരുന്ന അവരിൽ അത്യുന്നതസ്ഥാനത്തെത്തിയ ഭരണകർത്താക്കളുണ്ട്, പ്രഗല്ഭനിയമജ്ഞരും ന്യായാധിപന്മാരുമുണ്ട്, അനുഗൃഹീതരായിരുന്ന സംഗീതജ്ഞന്മാരുണ്ട്, പാണ്ഡിത്യത്തിന്റെ മൂർത്തരൂപമായിരുന്ന ഒട്ടനവധി അദ്ധ്യാപകവരേണ്യരുണ്ട്. അവർ എന്നും ഒരു ന്യൂനപക്ഷമായിരുന്നു. പക്ഷേ അസൂയാവഹമായ മേധാശക്തികൊണ്ടും സ്വഭാവദാർഢ്യംകൊണ്ടും കഠിനപരിശ്രമംകൊണ്ടും എല്ലാ പ്രതികൂലഘടകങ്ങളെയും അതിജീവിച്ചു ജീവിതവിജയം നേടാൻ തലസ്ഥാനത്തെ തമിഴ്ബ്രാഹ്മണ സമൂഹത്തിന് കഴിഞ്ഞു.

തലസ്ഥാനത്തെ ഭൂതകാലത്തെയും വർത്തമാനകാലത്തെയും പല പ്രശസ്ത വ്യക്തികളെയും കുറിച്ചുള്ള തൂലികാചിത്രങ്ങൾ ഈ പുസ്തകത്തെ കൂടുതൽ ആകർഷകമാക്കുന്നു. വിശ്രുതനായ പപ്പുപിള്ള ജഡ്ജി, ഡോ. രാമൻതമ്പി, സഹോദരൻ പദ്മനാഭൻതമ്പി (പിന്നീട് സ്വാമി പരേശാനന്ദ), ശസ്ത്രക്രിയാരംഗത്തെ കുലപതിയായിരുന്ന ഡോ.ആർ. കേശവൻനായർ, എം.കെ.കെ. നായർ എന്ന മേപ്പള്ളി കേശവപിള്ള കൃഷ്ണൻനായർ തുടങ്ങിയവർ മുതൽ, ആൽത്തറയമ്മയുടെ പരമഭക്തനായിരുന്ന വൈക്കത്തുകാരൻ 'ചായക്കട ഗോവിന്ദപ്പിള്ളമാമൻ'വരെ (ഒഫിഷ്യേറ്റിങ്ങ് ചീഫ് സെക്രട്ടറി

പദം വരെയെത്തിയ സി.പി.ഗോപാലപ്പണിക്കരുടെ വലല നായിട്ടാണത്രെ അദ്ദേഹം അനന്തപുരിയിലെത്തിയത്) ഹരികുമാറിന്റെ തൂലികയ്ക്ക് വിഷയീഭവിക്കുന്നുണ്ട്. തലസ്ഥാനത്തെ ഏറ്റവും 'ആഢ്യ'വും പ്രശസ്തവുമായ ഹൗസിങ്ങ് കോളനിയായ ജവാഹർനഗറായി രൂപപരിണാമം പ്രാപിച്ച പഴയ 'മരച്ചീനിവിള'യുടെയും എന്നും ആഭിജാത്യത്തിന്റെ പര്യായമായിരുന്ന ശാസ്തമംഗലത്തിന്റെയും പുരാവൃത്തം രസനീയം തന്നെ. ഇന്നു 'മേഷമണി'യായി (യാതൊരു നീതിമത്കരണവുമില്ലാതെ) പുനർനാമകരണം ചെയ്യപ്പെട്ട, ധർമ്മരാജാവിന്റെ കാലത്തു വന്നെത്തിയ ഐതിഹാസികമായ മേത്തൻമണിയും പഴയ തലമുറക്കാർ ഭയപ്പാടോടെ സ്മരിച്ചിരുന്ന 'നരിയടിച്ചാൻകോട്ട' എന്ന പടിഞ്ഞാറെ കോട്ടയുമൊക്കെ നമുക്ക് കൗതുകം പകരുന്നു (ഇവിടത്തെ 'നരി' കടുവയോ പുലിയോ ആണെന്ന് വ്യക്തം. 'നരിയടിച്ചാൻ' എന്ന വിശേഷണം ശ്രദ്ധിക്കണം. വെടിവച്ചാൻകോവിൽ, മുട്ടിടിച്ചാൻ പാറ (കുളച്ചൽ), അടുപ്പുകൂട്ടാൻപാറ, വില്ലടിച്ചാൻപാട്ട് എന്നിവയിലെ 'ആൻ' എന്ന ശബ്ദം പുരുഷവാചിയല്ല വന്നാൻ, പോയാൻ, നൽകിനാൻ ഇവയിലെപ്പോലെ. ഈ suffix-ന്റെ പൊരുൾ ചിന്തനീയമാണ്).

തിരുവിതാംകൂർ ചരിത്രത്തിലെ ദുരന്തകഥാപാത്രങ്ങളായ ജനറൽ കുമാരൻ തമ്പിയും പേഷ്ക്കാർ ഇരയിമ്മൻതമ്പിയും ലേഖകന്റെ പരിഗണനയ്ക്ക് വരുന്നുണ്ട്. അവർ നിമിത്തഭൂതന്മാരായ 'നരിയടിച്ചാൻ കോട്ട'യുടെ ചരിത്രത്തോടൊപ്പം. ഈ മഹാദുരന്തത്തിന്റെ 'വില്ലൻ', ദുർബ്ബലനായ ബാലരാമവർമ്മരാജാവിൽ അസാമാന്യമായ സ്വാധീനമുണ്ടായിരുന്ന സമ്പ്രതി കുഞ്ചുനീലൻപിള്ളയാണെന്നത്രെ പരമ്പരീണമായ വിശ്വാസം. അയാൾ ഒരു 'സിൻഡിക്കേറ്റി'ന്റെ തലവനായിരുന്നുവെന്നതു ശരിയാണ്. വലിയ കൊട്ടാരം വിചാരിപ്പുകാർ പപ്പുത്തമ്പി, വലിയ മേലെഴുത്തു മുത്തുപ്പിള്ള, പുള്ളിപ്പട്ടാളം വിചാരിപ്പുകാർ കൊച്ചുനാരായണപിള്ള, ചെല്ലംവക വിചാരിപ്പുകാർ അഹിവദനൻപിള്ള എന്നിവരായിരുന്നു മറ്റു 'സിൻഡിക്കേറ്റ'ംഗങ്ങൾ, പക്ഷേ തമ്പിമാരുടെ വധശിക്ഷയെ സംബന്ധിച്ചിടത്തോളം അയാളുടെ ഉത്തരവാദിത്വം പരിമിതമായിരുന്നുവെന്ന ചരിത്രപണ്ഡിതനായ കെ.ശിവശങ്കരൻനായർ വാദിക്കുന്നു. അദ്ദേഹം ഇങ്ങനെ തുടർന്നു പറയുന്നു. ഒന്നാമത് തമ്പിമാരുടെ നിയമനം തന്നെ ദിവാൻ കേശവദാസന്റെ ഒരു അധികാര ദുർവിനിയോഗമായിരുന്നു. വലിയപടത്തലവൻ മാർത്താണ്ഡൻ ചെമ്പകരാമനു കേണൽസ്ഥാനം മാത്രം

ഉണ്ടായിരുന്നപ്പോൾ ദിവാൻ 'ജനറൽ' എന്നൊരു പുതിയ തസ്തിക സൃഷ്ടിച്ച് അനുജൻ കുമാരൻതമ്പിയെ അതിൽ പ്രതിഷ്ഠിക്കുകയായിരുന്നു. വലിയ യജമാനൻ പദ്മനാഭൻ ചെമ്പകരാമനു മുകളിൽ അയാൾക്ക് സ്ഥാനം നൽകാനായിരുന്നു ഈ 'അകൃത്യം' ദിവാൻ ചെയ്തത്. തന്റെ ഭാഗിനേയനും യുവാവുമായ ഇരയിമ്മൻതമ്പിക്കുവേണ്ടി ദിവാൻ സൃഷ്ടിച്ചതാണ് 'പേഷ്ക്കാർ' എന്ന തസ്തിക. സർവ്വാധികാര്യക്കാരന്മാരെ മറികടന്നുള്ള നിയമനമായിരുന്നു അത്. തമ്പിമാർ രണ്ടുപേരും നിരന്തരമായി അവരുടെ സുഹൃത്തുക്കളായ ഈസ്റ്റിന്ത്യാ കമ്പനി മേധാവികൾക്കു പരാതി അയച്ചുകൊണ്ടിരുന്നു വേലുത്തമ്പി ദളവയെക്കുറിച്ചുപോലും. തമ്പിമാരുടെ മേൽ രാജദ്രോഹക്കുറ്റം സ്ഥാപിക്കാനും അവർക്ക് വധശിക്ഷ കല്പിച്ചു നൽകാനുള്ള രാജാനുജ്ഞ വാങ്ങാനും കുഞ്ചുനീലൻപിള്ള മാത്രമല്ല ഉത്സാഹിച്ചത്. ഈ നീചകൃത്യം നടക്കുന്നതിനു തൊട്ടുമുമ്പു ദുരൂഹമായി വേലുത്തമ്പിദളവ ആലപ്പുഴയ്ക്ക് സർക്കീട്ടു പോവുകയാണ് ചെയ്തത്. നിർദ്ദിഷ്ടമായ ശിക്ഷയെക്കുറിച്ച് അദ്ദേഹത്തിനറിയാമായിരുന്നുവെന്നും വേണമെങ്കിൽ അദ്ദേഹത്തിന് അത് ഒഴിവാക്കാമായിരുന്നുവെന്നും തന്റെ ഔദ്യോഗികമായ ഉദ്ഗതിക്ക് തമ്പിമാർ (അവർക്ക് കേശവദാസന്റെ പിൻമുറക്കാരെന്ന നിലയിൽ വമ്പിച്ച ജനപ്രീതി ഉണ്ടായിരുന്നു) വിഘാതമായേക്കുമെന്നുള്ള ആശങ്ക ഉത്കർഷേച്ഛുവായ ദളവയ്ക്കുണ്ടായിരുന്നുവെന്നും 'തിരുവിതാംകൂർചരിത്ര'ത്തിൽ ശങ്കുണ്ണിമേനോൻ സൂചിപ്പിക്കുന്നു. പക്ഷേ ഏറ്റവും ശക്തവും യുക്തിഭദ്രവുമായ വാദങ്ങൾ കുഞ്ചുനീലൻപിള്ളയ്ക്ക് അനുകൂലമായവ ശിവശങ്കരൻ നായരുടേതാണ് ('മാർത്താണ്ഡവർമ്മ മുതൽ മൺറോവരെ', 'അനന്തപുരി നൂറ്റാണ്ടുകളിലൂടെ'). തമ്പിമാരുടെ നിഷ്ഠൂരമായ വധത്തെക്കുറിച്ചുള്ള അത്യന്തം സ്തോഭജനകമായ ഒരു ചെറുകഥയാണ് യശഃശരീരനായ എൻ.പി.ചെല്ലപ്പൻ നായരുടെ 'ഒറ്റപ്പനമൂട്ടിലെ ഇരട്ടത്തലകൾ'.

സാമാന്യം ദീർഘിച്ചുപോയ ഈ ശാഖാചംക്രമണത്തിനു വായനക്കാരോടു മാപ്പു ചോദിക്കുന്നു.

ഈ 'മുന്നുരൈ' അവസാനിപ്പിക്കുന്നതിനുമുമ്പ് ഏറ്റവും സ്നേഹത്തോടെ ഹരികുമാറിനു ചില നിർദ്ദേശങ്ങൾ നൽകട്ടെ. ആധുനിക തിരുവിതാംകൂറിന്റെ സ്രഷ്ടാവായ ദിവാൻ സി.പി. രാമസ്വാമിഅയ്യർ എന്ന മഹാരഥന് കുറേക്കൂടി പ്രാധാന്യം നൽകാമായിരുന്നു. ഇതിലുള്ളതിലും കൂടുതൽ പ്രാമുഖ്യം തലസ്ഥാനത്തെ പൈതൃകമന്ദിരങ്ങൾക്കും പ്രതിമകൾക്കും

കൊടുക്കാമായിരുന്നുവെന്നു തോന്നുന്നു. ചരിത്രപരമായും സാംസ്കാരികമായും പ്രാധാന്യമുള്ള ചില പ്രദേശങ്ങളെ ഹരികുമാർ വിട്ടുകളഞ്ഞുവെന്ന് തോന്നുന്നു.

മഹാമനീഷിയായിരുന്ന ശ്വശുരന്റെയും (ഗുപ്തൻനായർ സാർ), പേരെടുത്ത ചരിത്രപണ്ഡിതനും ഗവേഷകനുമായ സ്യാലന്റെയും (ഡോ.ശശിഭൂഷൺ) വഴിയെ സാഹിത്യരംഗത്ത് പ്രവേശിച്ചിരിക്കുന്ന ഈ 'കന്നി അയ്യപ്പന്' ചരിത്രത്തോടു തീവ്രമായ ഔന്മുഖ്യമുണ്ട്, വികസ്വരമായ ഭാവനാസമ്പത്തുണ്ട്, സരളവും സ്വച്ഛവുമായ ഒരു ഗദ്യശൈലിയും കൈമുതലായുണ്ട്. ചരിത്രസംഭവങ്ങൾ വിശേഷിച്ചും ഒട്ടും മുഷിപ്പു തോന്നാത്തവിധം ആഖ്യാനം ചെയ്യാനുള്ള സിദ്ധിയുമുണ്ട്. ഒരു കന്നിക്കാരന് ഇത്രയൊക്കെ വിഭവങ്ങൾ ധാരാളം! ഹരികുമാറിന്റെ സാഹിത്യസപര്യയ്ക്കു ഞാൻ മംഗളം നേരുന്നു.

സി.പി. നായർ

തിരുവനന്തപുരം,
1-1-2020

അനന്തപുരവിശേഷങ്ങൾ

അനന്തപുരിയുടെ ഇന്നലെകൾ

ഗന്ധർവനഗരത്തിന്റെ ഭംഗിയോടുകൂടിയതും അളകാപുരിക്ക് തുല്യം വളർന്ന് ശോഭിക്കുന്നതുമായ നഗരിയായിരുന്നു അനന്തപുരി എന്ന് 'അനന്തപുരവർണ്ണനം' പറയുന്നു. 'സ്യാനന്ദൂരപുരാണസമുച്ചയ'വും 'ഉണ്ണുനീലിസന്ദേശ'വും 'അനന്തപുരവർണ്ണന'വുമൊക്കെ പാടിപുകഴ്ത്തിയ ക്ഷേത്രങ്ങളും തീർത്ഥങ്ങളും തുറമുഖങ്ങളും പാഠശാലകളും ഈ പുരിയ പ്രസിദ്ധമാക്കി. പുരാനഗരി, ക്ഷേത്രനഗരി, തുറമുഖനഗരി, സാംസ്കാരികനഗരി, തലസ്ഥാനനഗരി എന്നിങ്ങനെ എത്രയെത്ര വിശേഷണങ്ങളാണ് ഈ നഗരത്തെ പുണർന്നത്. ഇത്രയും വിശേഷണങ്ങൾക്ക് അർഹമായ മറ്റൊരു നഗരമുണ്ടെന്ന് തോന്നുന്നില്ല.

പുരാണങ്ങളും പുരാവൃത്തങ്ങളും പുരാതനകാവ്യങ്ങളുമൊക്കെ ചരിത്രനിർമ്മിതിക്കുള്ള ഉപാദാനങ്ങളാണ്. അവയുടെയൊക്കെ ഇടപെടലുകളില്ലാതെ ഒരു ചരിത്രവും പൂർണ്ണമാകുന്നില്ല. തിരുവനന്തപുരവും ഇതിൽനിന്ന് വ്യത്യസ്തമല്ല. വനസമാനമായിരുന്ന ഈ പ്രദേശത്ത് കോട്ടയ്ക്കകം മുതൽ ശംഖുമുഖം വരെ പുന്നമരക്കാടുകളായിരുന്നുവെന്ന് 9-ാം നൂറ്റാണ്ടിൽ ജീവിച്ചിരുന്നുവെന്നു കരുതപ്പെടുന്ന വൈഷ്ണവകവി നമ്മാഴ്വർ സാക്ഷ്യപ്പെടുത്തിയിട്ടുണ്ട്. ഉണ്ണുനീലിസന്ദേശത്തിൽ കവിയെ 'നൻമണം പൊഴിക്കുന്ന' പുന്നപ്പൂവിന്റെ സുഗന്ധം വശീകരിച്ചെങ്കിൽ, പത്മനാഭസ്വാമിക്ഷേത്രത്തിന്റെ കിഴക്കുഭാഗത്ത് ക്ഷേത്രത്തിലെ പൂജയ്ക്കുള്ള മുല്ലപ്പൂന്തോട്ടത്തിൽനിന്നു പ്രസരിച്ച പൂവിന്റെ ഗന്ധം അദ്ദേഹത്തിന്റെ വിരഹവേദനയുടെ തീവ്രത കൂട്ടുകയാണുണ്ടായത്. അന്ന് ക്ഷേത്രപരിസരം പൂങ്കാവനങ്ങളാൽ സുഗന്ധപൂരിതമായിരുന്നു. പത്മതീർത്ഥത്തിനു കിഴക്കുഭാഗം താമരക്കുളങ്ങളും അതിനുചുറ്റും ക്ഷേത്രാവശ്യത്തിനുള്ള പൂക്കൾ നട്ടുവളർത്തിയിരുന്ന പൂന്തോട്ടവുമായിരുന്നു.

പതിമൂന്നാം നൂറ്റാണ്ടിന്റെ അവസാനത്തിലോ പതിന്നാലാം നൂറ്റാണ്ടിന്റെ ആരംഭത്തിലോ രചിച്ചതെന്നു കരുതപ്പെടുന്ന 'അനന്തപുരവർണ്ണന'ത്തിൽ

ശ്രീപത്മനാഭസ്വാമിക്ഷേത്രത്തിനും അതിന്റെ ചുറ്റുവട്ടക്കാഴ്ചകൾക്കും കുറച്ചുകൂടി വ്യക്തതയുണ്ട്. അക്കാലത്തെ തീർത്ഥങ്ങളെക്കുറിച്ചുള്ള വിവരണം നമുക്കു ലഭിക്കുന്നത് പ്രസ്തുത കൃതിയിൽനിന്നാണ്.

ശ്രീവരാഹം ക്ഷേത്രത്തിനു പടിഞ്ഞാറുവശത്തുണ്ടായിരുന്ന നടക്കാവിനെക്കുറിച്ച് അത്യാകർഷകമായ പ്രകൃതിവർണ്ണനയാണ് ഈ കൃതിയിലുള്ളത്. അളിയും കിളിയും തമ്മിൽ കളമായി വളരുന്നതും ലതകൾ ചുറ്റിപ്പിണഞ്ഞുകിടക്കുന്നതും പൂവും കായും നിറഞ്ഞ് താഴുന്ന ശാഖകളോടുകൂടിയ വൃക്ഷങ്ങളും പൂന്തേനിനുവേണ്ടി പക്ഷികൾ പൂക്കൾ പിച്ചിച്ചീന്തുന്നതും ലതകളാകുന്ന പെണ്ണുങ്ങളും വൻമരങ്ങളാകുന്ന ഭർത്താക്കന്മാരും തമ്മിൽത്തമ്മിൽ ആശ്ലേഷിച്ചു നിൽക്കുന്നതുമായ പ്രകൃതിയുടെ ഹൃദയഹാരിയായ കാഴ്ചകളാണ് കവി നമുക്കു കാട്ടിത്തരുന്നത്.

700ൽപരം വർഷങ്ങൾക്കുമുൻപ് പത്മനാഭസ്വാമിക്ഷേത്രത്തിനു പുറത്ത് വടക്കുകിഴക്കുഭാഗത്തായി അളകാപുരിക്കു സമാനമായ ഒരങ്ങാടിയുണ്ടായിരുന്നത്രെ. ഇന്നത്തെ പഴവങ്ങാടിയാണ് ഈ പഴയ അങ്ങാടിയെന്നു കരുതാം. തുലിംഗർ, മാണ്ഡകർ, കലിംഗർ, ചോനകർ, പാണ്ടിനാടാന്മാർ, ചോഴിയർ തുടങ്ങിയവർ ഇവിടെ വിപണനത്തിനെത്താറുണ്ടായിരുന്നു. ചോനകർ (യവനർ), തുലിംഗർ (തുർക്കികൾ) തുടങ്ങിയവർ വിദേശികളാണ്. അങ്ങാടിയിൽ കച്ചവടത്തിനായി നിരത്തി വച്ചിട്ടുള്ള സാധനങ്ങളുടെ വിവരണവും ശ്രദ്ധേയമാണ്.

> "കട്ടിൽ വട്ടി കലൈപ്പട്ടു ചട്ടി വട്ടക ചട്ടുകം
> പൊത്തകം മുത്തുപത്തങ്ങൾ കത്തി കത്തൂരി പത്തിരം
> ഇപ്പി കുപ്പി തലൈത്തൊപ്പി അപ്പമുപ്പുനെരിപ്പട
> അണ്ടിപിണ്ടി..."

ഇങ്ങനെ പോകുന്നു അവയുടെ പട്ടിക.

അടുത്തുള്ള മീൻചന്തയെക്കുറിച്ചുള്ള വർണ്ണനയും രസാവഹമാണ്.

> "തലയും മുലയും തുള്ളത്തമ്മെത്താമു മറന്നുടൻ
> മിമ്പും പിമ്പും തഥാ കയ്യും മെയ്യും കാട്ടിപ്പകർന്നുടൻ
> കലർന്നുപേശി മീൻവിൽക്കും ചെറുമിക്കൂട്ടവും ക്വചിത്"

വിൽപ്പനയ്ക്കുള്ള മീനുകളുടെ പേരും വിൽക്കുന്നവരുടെ സംഭാഷണവും ആകർഷകവും ദീർഘവുമായി അവതരിപ്പിച്ചിട്ടുണ്ട്. ഉണ്ണുനീലിസന്ദേശത്തിലാകട്ടെ മീൻചന്തയുടെ പരാമർശം ഒറ്റശ്ലോകത്തിൽ ഒതുക്കിയിരിക്കുന്നു.

ഈ മണിപ്രവാളകൃതിയിലൂടെ അക്കാലത്തെ ജനങ്ങളുടെ പൊതുജീവിതരീതി, വ്യാപാരം, സംഭാഷണശൈലി, പുണ്യസ്ഥലങ്ങൾ, ഭാഷ തുടങ്ങിയവയെക്കൂടാതെ ഭക്ഷണക്രമം, വസ്ത്രധാരണസമ്പ്രദായം, ആഭരണം, സംഭാഷണവിഷയങ്ങൾ, വ്യാപാരസാധനങ്ങൾ എന്നിവയെ

ക്കുറിച്ചുമുള്ള വ്യക്തമായ ചിത്രവും നമുക്കു ലഭിക്കുന്നു. ചുരുക്കിപ്പറഞ്ഞാൽ പതിമൂന്നാം നൂറ്റാണ്ടിലെ തിരുവനന്തപുരത്തിന്റെ സാമാന്യം സമഗ്രമായ വർണ്ണനയാണിതെന്നു വ്യക്തം.

തിരുവനന്തപുരം പണ്ട് പ്രശസ്തമായ തുറമുഖനഗരമായിരുന്നുവെന്ന് നമുക്കറിയാം. 'കണ്ടുകൊണ്ടാൻതുറ' എന്നറിഞ്ഞിരുന്ന പൂന്തുറ, വലിയതുറ, പൂവാർ എന്നീ തുറകൾ പ്രാചീനതുറമുഖങ്ങളായിരുന്നല്ലോ. തുറമുഖം എന്ന നിലയിൽ വലിയതുറ പണ്ടേക്കുപണ്ടേ പ്രസിദ്ധമായിരുന്നു. വിഴിഞ്ഞത്തിനെക്കാൾ വലിയ തുറമുഖമായിരുന്നു ഇവിടം എന്നും പറയപ്പെടുന്നു. 1825ലാണ് വലിയതുറ പാലം പണികഴിപ്പിച്ചത്. അനന്തപുരവർണ്ണനത്തിൽ ഇവിടെ കച്ചവടത്തിനായെത്തിയ യവനരെയും തുർക്കികളെയുംകുറിച്ച് പരാമർശിച്ചിട്ടുണ്ട്. കൂടാതെ മരക്കലത്തിൽ (കപ്പൽ) വന്ന പലജാതി ചരക്കുകളുടെ വിൽപ്പനയ്ക്കായി നടക്കുന്നവരെക്കുറിച്ചുള്ള സൂചനകളിൽനിന്നും അന്ന് ഇവിടെ കച്ചവടക്കാർ കപ്പലിൽ ചരക്കുകൾ എത്തിച്ചിരുന്നുവെന്നു മനസ്സിലാക്കാം. പക്ഷേ, കപ്പൽ അടുത്തത് പൂന്തുറയിലോ വലിയതുറയിലോ കോവളത്തോ വിഴിഞ്ഞത്തോ എന്നു വ്യക്തമല്ല. ബി.സി. 1000-ാമാണ്ടിൽ 'ഓഫിർ' എന്നറിയപ്പെട്ടിരുന്ന പ്രാചീന തുറുമുഖം പൂവാർ ആണെന്ന് വിശ്വസിക്കുന്നു. ഇസ്രായേലിലെ സോളമൻചക്രവർത്തി തിരുവനന്തപുരത്തുനിന്ന് സ്വർണ്ണം, മയിൽ, കുരങ്ങ് തുടങ്ങിയവ കപ്പൽമാർഗ്ഗം കൊണ്ടുപോയതായി പറയപ്പെടുന്നു. ഒൻപതാം നൂറ്റാണ്ടിൽ ഇംഗ്ലീഷുകാരുടെ പണ്ടകശാല പൂന്തുറയിൽ സ്ഥാപിച്ചിരുന്നുവെങ്കിലും 1684ൽ ഉമയമ്മറാണിയുടെ കാലത്ത് ഇംഗ്ലീഷുകാരുടെ ശ്രദ്ധ വിഴിഞ്ഞത്തേക്കും അഞ്ചുതെങ്ങിലേക്കും തിരിഞ്ഞു. പനത്തുറ, പുത്തൻതുറ, തുമ്പത്തുറ, കൊച്ചുതുറ, വേളിത്തുറ, വെട്ടുകാടുതുറ എന്നീ തുറകളെക്കുറിച്ചും 926ലെ ചുരുണയിൽ പരാമർശമുണ്ട്.

തിരുവനന്തപുരത്തുനിന്ന് അഞ്ചു കി.മീ. മാത്രം ദൂരമുള്ള വലിയതുറ (റട്ടോറ) ആഭ്യന്തരവ്യാപാരത്തിനും ചരക്കുകളുടെ കയറ്റിറക്കത്തിനും വലിയ പങ്കു വഹിച്ചിരുന്നു. പുറംനാടുകളിൽനിന്നും പായ്ക്കപ്പലുകളിൽ ചരക്കുമായി വന്ന് പുറംകടലിൽ കിടക്കുകയും അവിടെനിന്ന് വള്ളങ്ങളിൽ ചരക്ക് കരയ്ക്കിറക്കുകയും ചെയ്തുപോന്നു.

ഒൻപതാം നൂറ്റാണ്ടിൽ തിരുവനന്തപുരം പ്രസിദ്ധമായ ഒരു സാംസ്കാരികകേന്ദ്രവുമായിരുന്നു. ശ്രീപത്മനാഭസ്വാമിക്ഷേത്രം, വലിയശാലക്ഷേത്രം, മിത്രാനന്ദപുരം, പാൽക്കുളങ്ങര, പഴയ ശ്രീകണ്ഠേശ്വരം, ശ്രീവരാഹം, തിരുവല്ലം, തുടങ്ങിയ ക്ഷേത്രങ്ങൾ അക്കാലത്ത് ഉണ്ടായിരുന്നതായി കാണുന്നു. ക്ഷേത്രങ്ങളോടനുബന്ധിച്ചായിരുന്നു പാഠശാലകളും കലാശാലകളും. ഒൻപതാം നൂറ്റാണ്ടായപ്പോഴേക്കും കാന്തളൂർശാലയുടെ പ്രശസ്തി നാടെങ്ങും വ്യാപിച്ചു.

എ.ഡി. 852 മുതൽ 885 വരെ ആയ് രാജാവായിരുന്ന കരുനന്തടക്കൻ പാർത്ഥിവപുരം ശാല സ്ഥാപിച്ചു. ഇതിനു മുൻപുതന്നെ തിരുവനന്തപുരം മതസാംസ്കാരികകേന്ദ്രമെന്ന നിലയിൽ പ്രസിദ്ധി നേടിയിരുന്നു എന്നു വേണം വിചാരിക്കാൻ.

തിരുവനന്തപുരം എന്ന സ്ഥലനാമത്തോടു ചേർന്നിരിക്കുന്ന സംജ്ഞകൾ അനന്തനും ആനന്ദനുമാണ്. അനന്തൻ ആദിശേഷനും ആനന്ദൻ മഹാവിഷ്ണുവുമാണല്ലോ. സ്ഥലനാമത്തെക്കുറിച്ചുള്ള ആദ്യപരാമർശം നമുക്കു ലഭിക്കുന്നത് നമ്മാഴ്വാറുടെ തിരുവായ്മൊഴിയിൽനിന്നാണെന്നു പ്രസിദ്ധം. അനന്തപുരം എന്നാണ് അദ്ദേഹം പ്രയോഗിച്ചിട്ടുള്ളത്. സംസ്കൃതഭാഷയിലെ 'ശ്രീ' നാട്ടുഭാഷയിലെത്തുമ്പോൾ 'തിരു' ആകുന്നു. അങ്ങനെ ശ്രീഅനന്തപുരം തിരുവനന്തപുരമായി. അനന്തപുരവർണ്ണനവും ഉണ്ണുനീലിസന്ദേശവും തിരുവനന്തപുരം എന്നു തന്നെയാണ് രേഖപ്പെടുത്തിയിട്ടുള്ളത്.

ബലാബലത്തിന്റെ രാഷ്ട്രീയം

ഗോത്രഭരണത്തിന്റെ തുടർച്ചയായി രാജഭരണം വന്നെങ്കിലും രാജപ്രതിനിധികളായ കോയിലധികാരികളുടെ മേൽനോട്ടത്തിൽ സാമന്തന്മാരായിരുന്നു നാടു ഭരിച്ചിരുന്നത്. 9-ാം നൂറ്റാണ്ടിന്റെ ആരംഭംവരെ തിരുവനന്തപുരവും അതിനു തെക്കുള്ള പ്രദേശങ്ങളും 'ആയ്' രാജ്യത്തിന്റെ ഭാഗമായിരുന്നല്ലോ. ആ കാലത്തു നടന്ന ചോളചേരയുദ്ധം നാട്ടിലെ സാമൂഹികസാമ്പത്തികരാഷ്ട്രീയരംഗങ്ങൾ അസ്ഥിരവും പ്രശ്നഭരിതവുമാക്കി. നമ്പൂതിരിമാരും അവരുടെ ഭൂമിയുടെ മേൽനോട്ടക്കാരായ നായന്മാരും വൻകിട ഭൂവുടമകളായി മാറുകയും രാജാധികാരത്തിനതീതമായി നിലകൊള്ളുകയും ചെയ്തു.

ദുർബലമായ നാടുവാഴിത്തവ്യവസ്ഥയിൽ ഓരോ ക്ഷേത്രത്തിനും അതിന്റെ അധികാരപരിധിക്കുള്ളിലുണ്ടായിരുന്ന വലിയ ദേശങ്ങൾ ഊരാളന്മാരുടെ ഭരണത്തിൻകീഴിലായിരുന്നു. ഈ പ്രദേശം 'സങ്കേതം' എന്നാണറിയപ്പെട്ടിരുന്നത്. ഒരു ഭരണത്തിനുള്ളിലെ മറ്റൊരു ഭരണകൂടം പോലെയാണ് സ്വന്തം ഭരണസ്ഥാപനങ്ങളോടുകൂടിയ ഈ സങ്കേതങ്ങൾ പ്രവർത്തിച്ചിരുന്നത്.

1050ൽ ക്ഷേത്രഭരണത്തിനായി തിരുവനന്തപുരം സഭയെന്ന പേരിൽ ഒരു ഊരാളസഭ ഉടലെടുത്തതായി പറയപ്പെടുന്നു. ശ്രീപത്മനാഭന് വരദാനമായി ലഭിച്ച ശ്രീപണ്ടാരഭൂമിയുടെ അധികാരം തങ്ങൾക്കാണ് എന്ന് എട്ടരയോഗക്കാർ വാദിച്ചു. വഞ്ചിയൂർ അത്തിയറ, കൊല്ലൂർ അത്തിയറ, നെയ്തൽശ്ശേരി, കൂപക്കര, കരുവ, മുട്ടുവിള എന്നിവിടങ്ങളിലെ പോറ്റിമാർ ശ്രീകാര്യം പോറ്റി സഭഞ്ജിതൻ എന്നിവരും അരയോഗമുള്ള രാജാവുമാണ് എട്ടരയോഗത്തിലുണ്ടായിരുന്നത്. ക്ഷേത്രം

വക നിലങ്ങളും വസ്തുക്കളും യോഗക്കാർ നിയന്ത്രിച്ചു. ഇവയുടെ മേൽനോട്ടമാകട്ടെ എട്ടുവീട്ടിൽപിള്ളമാർക്കും.[1]

14-ാം ശതകത്തിൽ വേണാടു രാജവംശം രണ്ടായി വിഭജിക്കപ്പെട്ടു. അതിലൊന്നാണ് കുന്നിന്മേൽശാഖ അഥവാ 'എളയടത്തുസ്വരൂപം'. കിളിമാനൂരിനടുത്തുള്ള 'കുന്നുമ്മേൽ' ആസ്ഥാനമാക്കിയ ഈ ശാഖയ്ക്ക് നെടുമങ്ങാടും കൊട്ടാരക്കരയും പത്തനാപുരത്തിന്റെയും ചെങ്കോട്ടയുടെയും ചില ഭാഗങ്ങളും ലഭിച്ചു. എളയടത്തുസ്വരൂപത്തിന്റെ ശാഖ പേരകത്താവഴി എന്നപേരിൽ നെടുമങ്ങാട്ട് താമസമാക്കി. സമുദ്രതീരമൊഴിച്ച് തിരുവനന്തപുരത്തിനു വടക്കുള്ള പ്രദേശങ്ങൾ പേരകത്തായ് വഴിയുടെ അധീനതയിലായിരുന്നു.

വഞ്ചിരാജവംശം വേണാടെന്നും കുന്നുമ്മേൽ എളയിടമെന്നും രണ്ടായി പിരിഞ്ഞശേഷം അവ ഓരോന്നും വീണ്ടും വിഭജിക്കപ്പെട്ടു. കൊല്ലവർഷം 600-ാമാണ്ടിനടുപ്പിച്ച് തൃപ്പാപ്പൂർമൂപ്പൻ തിരുവിതാംകോട്ട് ഒരു കൊട്ടാരം പണിയിച്ച് അവിടെ താമസമായി.

എ.ഡി. 16-ാം നൂറ്റാണ്ടിന്റെ തുടക്കത്തിലെ രാഷ്ട്രീയസാമൂഹികാന്തരീക്ഷത്തിലേക്കു വെളിച്ചം വീശുന്ന ഒരു നീട്ടിൽ ഇങ്ങനെ കാണുന്നു. തിരുവനന്തപുരത്ത് കോട്ടയ്ക്ക് നാലു മതിലുകൾക്കകത്ത് വാള്, പരിച, അമ്പ്, വില്ല് തുടങ്ങിയ ആയുധങ്ങൾ കൊണ്ടുനടക്കുന്നതുകണ്ടാൽ 'അടിച്ചുപറിച്ച് പെരുമാൾ' 'പണ്ടാരത്തിൽ ആക്കിക്കൊള്ളവും' എന്നും 'തിരുവനന്തപുരത്ത് കവലയ്ക്കും അകത്തും' അപരിചിതരെ ഒഴിവാക്കാനും ഉത്തരവുണ്ടായതായി കാണുന്നു.[2]

1677ൽ റീജന്റായി അധികാരമേറ്റ ഉമയമ്മറാണി ശത്രുഭയത്താൽ നെടുമങ്ങാട് കോയിക്കൽ കൊട്ടാരത്തിൽ താമസിച്ചാണ് രാജ്യഭരണം നടത്തിയിരുന്നത്. 1742ൽ ശക്തമായ തിരുവിതാംകൂർ കെട്ടിപ്പടുക്കുന്നതിന്റെ ഭാഗമായി എളയടത്തുസ്വരൂപം തിരുവിതാംകൂറിനോടു ചേർത്തതോടെ പേരകത്തായ്വഴിയുടെ ഭരണം അവസാനിച്ചു.

യോഗക്കാരുടെയും അവരുടെ സംഘടനകളുടെയും ശക്തി ക്രമേണ വർദ്ധിച്ചു. തിരുവനന്തപുരത്തുനിന്നു മുപ്പതുമൈൽ അകലെയുള്ള തിരുവിതാംകോടായിരുന്നു രാജാവിന്റെ ആസ്ഥാനം. രാജസ്ഥാനത്തിന്റെ നേരിട്ടുള്ള ഇടപെടലുകൾ തിരുവനന്തപുരത്ത് കുറവായിരുന്നു. ദേവസ്വത്തിന്റെ കീഴിലായിരുന്ന തിരുവനന്തപുരത്തിന്റെ ഭരണം എട്ടുവീട്ടിൽപ്പിള്ളമാരുടെയും യോഗക്കാരുടെയും സ്വേച്ഛാധിപത്യത്തിൻകീഴിലുമായി.

1. കുളത്തൂർ, കഴക്കൂട്ടം, ചെമ്പഴന്തി, കുടമൺ, പള്ളിച്ചൽ, വെങ്ങാനൂർ, രാമനാമമഠം, മാർത്താണ്ഡമഠം എന്നിങ്ങനെ ആറ് ഗ്രാമങ്ങളിലെയും രണ്ട് മഠങ്ങളിലെയും അധിപന്മാരാണ് എട്ടുവീട്ടിൽ പിള്ളമാർ. മാടമ്പിമാരുടെ എണ്ണം എട്ടല്ലെന്നും എട്ടുവീട്ടിൽപിള്ളമാർ എന്നത് വീരമാർത്താണ്ഡവിജയം ആട്ടക്കഥയിൽ കടന്നുകൂടിയ ഒരു പരാമർശം മാത്രമാണെന്നും കെ. ശിവശങ്കരൻനായർ വാദിക്കുന്നു.

2. കൊ.വ. 676 കുംഭം 7ലെ നീട്ട് - P.1, ചരിത്രരശ്മികൾ, സംസ്ഥാന ആർക്കൈവ്സ്

അനിഴംതിരുനാൾ മാർത്താണ്ഡവർമ്മ

ആദിത്യവർമ്മയുടെ കാലത്ത് (1672–1677) യോഗക്കാർ ക്ഷേത്രംവക വസ്തുക്കൾ എട്ടായി ഭാഗിച്ച് കരംപിരിക്കുന്നതിനും മറ്റുമായി ഓരോ ഭാഗവും ഓരോ മാടമ്പിമാരെ ഏല്പ്പിച്ചു. ഈ മാടമ്പിമാരാണ് പ്രസിദ്ധരായ എട്ടുവീട്ടിൽപിള്ളമാർ. അവരുടെ തറക്കൂട്ടങ്ങളും നാട്ടുക്കൂട്ടങ്ങളും രാജാക്കന്മാരുടെ അടിച്ചമർത്തലിൽനിന്നു നാടിനെ പരിരക്ഷിക്കുന്നുവെന്ന് അവർ വിശ്വസിച്ചു. തിരുവനന്തപുരത്ത് രാജകൊട്ടാരം പുനർനിർമ്മിക്കാനുള്ള രാജാവിന്റെ അഭിലാഷം സ്വാഭാവികമായും യോഗക്കാർക്കും ഈ മാടമ്പിമാർക്കും രുചിക്കുന്നതല്ലല്ലോ. ദേവസ്വത്തിന്റെ വരവുചെലവു കണക്കുകൾ സംബന്ധിച്ച് രാജാവ് നിഷ്ക്കർഷ കാണിക്കുകകൂടി ചെയ്തപ്പോൾ ഈ അമർഷം രൂക്ഷമാവുകയും ചെയ്തു.

യോഗക്കാരുടെയും പിള്ളമാരുടെയും ശക്തി തുടർന്നും വർദ്ധിക്കുകയാണുണ്ടായത്. ക്രമേണ അവർ രാജ്യാധികാരത്തെ ചോദ്യം

ചെയ്തുതുടങ്ങി. അരാജകത്വത്തിന്റെ വക്കോളമെത്തിച്ച അവസ്ഥയായിരുന്നു അത്. ശക്തരായ രാജാക്കന്മാർ പിൽക്കാലത്ത് അധികാരം കൈയേറ്റതോടെ ഉണ്ടായ അധികാര ത്തർക്കങ്ങൾ രക്തരൂഷിതമായ ആഭ്യന്തരലഹളകൾക്ക് വഴിയൊരുക്കിയെങ്കിലും മാർത്താണ്ഡവർമ്മ എട്ടുവീട്ടിൽപ്പിള്ളമാരെയും മാടമ്പിമാരെയും ഉന്മൂലനം ചെയ്യുന്നതായാണ് ചരിത്രം രേഖപ്പെടുത്തിയിട്ടുള്ളത്.

എട്ടുവീട്ടിൽപ്പിള്ളമാരുടേതായി അറിയപ്പെട്ടിരുന്ന കലാപങ്ങൾ പലപ്പോഴും യോഗക്കാരുടെ പ്രേരണയാൽ ഉണ്ടായവയായിരുന്നു. കലാപങ്ങൾ അമർച്ച ചെയ്യുമ്പോൾ കഴുവിലേറ്റപ്പെടുന്നതും നാടുകടത്തപ്പെടുന്നതും പക്ഷേ നായർമാടമ്പിമാരായിരുന്നുതാനും. ബ്രഹ്മഹത്യ പാപമായതിനാൽ യോഗക്കാർ സുരക്ഷിതരായിരുന്നു.

1729ൽ അനിഴംതിരുനാൾ മാർത്താണ്ഡവർമ്മ തിരുവിതാംകൂർ രാജാവായി സ്ഥാനാരോഹണം ചെയ്തു. 1733ൽ ഒരു ദിവസം മാർത്താണ്ഡവർമ്മ തിരുവനന്തപുരത്തുനിന്നു നാഗർകോവിലിലേക്കു പുറപ്പെട്ടത് വ്യക്തമായ പദ്ധതികളോടെയാണ്. തന്റെ പഴയ ശത്രുക്കളെയും അവർക്കു നേതൃത്വംകൊടുത്ത കുഞ്ചുത്തമ്പിമാരെയും വധിക്കാൻ രാമയ്യന്റെ നേതൃത്വത്തിൽ എല്ലാ തയ്യാറെടുപ്പുകളും കാലേക്കൂട്ടി കൈക്കൊണ്ടിരുന്നു. നാഗർകോവിലിലെ കൊട്ടാരത്തിൽ, മുൻരാജാവിന്റെ മകനെന്ന നിലയിൽ അനുവാദംകൂടാതെ മഹാരാജാവിനെ മുഖം കാണിക്കാൻ അവകാശമുണ്ടായിരുന്ന തമ്പിരാമൻ രാമനെ മുൻനിശ്ചയമനുസരിച്ച് പ്രകോപനമുണ്ടാക്കി കാവൽക്കാർ പുറകിൽനിന്ന് വെട്ടിക്കൊല്ലുകയാണുണ്ടായത്. ഇതിനു സാക്ഷിയായ സഹോദരൻ തമ്പി രാമൻ ആതിച്ചൻ മുകളിലത്തെ നിലയിലായിരുന്ന മാർത്താണ്ഡവർമ്മയുടെ അടുത്തേക്കു കുതിച്ചു. ലക്ഷ്യം തെറ്റിയ ആദ്യത്തെ വെട്ടിൽ നിന്ന് മഹാരാജാവു രക്ഷപ്പെടുകയും തമ്പിയെ കീഴ്പ്പെടുത്തി വധിക്കുകയും ചെയ്തു. (സി.വി. രാമൻപിള്ള മാർത്തണ്ഡവർമ്മ നോവലിൽ തമ്പിരാമന്മാർക്ക് പപ്പുതമ്പി, രാമൻതമ്പി എന്നീ പേരുകളാണ് നൽകിയിട്ടുള്ളത്). തുടർന്ന് തമ്പിമാരുടെ അനുയായികളെയും എട്ടുവീട്ടിൽപ്പിള്ളമാരെയും മുൻതീരുമാനമനുസരിച്ച് തടവിലാക്കി എന്നു പറയേണ്ടതില്ലല്ലോ. കൽക്കുളത്തിനടുത്തുള്ള മേക്കാമണ്ഡപം എന്ന സ്ഥലത്തുവച്ച് ഇവരെയെല്ലാം തൂക്കിലേറ്റി. പിള്ളമാരുടെ വംശനാശം ലക്ഷ്യമാക്കി അവരുടെ സ്ത്രീകളെയും കുട്ടികളെയും മുക്കുവർക്ക് ദാനം ചെയ്തതോടെ മാർത്താണ്ഡവർമ്മ തന്റെ രാജാധികാരം ഉറപ്പിച്ചു. മുൻകൂട്ടി തയ്യാറാക്കിയ പദ്ധതികൾ കൃത്യവും വിജയകരവുമായി നടപ്പാക്കിയത് രാമയ്യന്റെ ചാണക്യബുദ്ധിയാണ്.

മാർത്താണ്ഡവർമ്മയുടെ കാലത്ത് രാജ്യം കൂടുതൽ വടക്കോട്ടു വ്യാപിച്ചതോടെ തിരുവനന്തപുരത്തിന്റെ പ്രാധാന്യവും വർദ്ധിച്ചു. രാജാവിന് പലപ്പോഴും കൽക്കുളംവിട്ട് തിരുവനന്തപുരത്ത് താമസിക്കേണ്ടി

വന്നു. ഇന്നു കാണുന്ന ശ്രീപത്മനാഭസ്വാമി ക്ഷേത്രത്തിന്റെ ശില്പി അനിഴം തിരുനാൾ മാർത്താണ്ഡവർമ്മയാണെന്നു പറയാം. 1686ൽ തീപിടിച്ച ക്ഷേത്രത്തിന്റെ കേടുപാടുകൾ തീർത്തു. ക്ഷേത്രഗോപുരത്തിന്റെ പണിയാരംഭിച്ചെങ്കിലും അദ്ദേഹത്തിന്റെ കാലത്ത് അഞ്ചുനിലകൾ മാത്രമേ പൂർത്തിയാക്കാൻ കഴിഞ്ഞുള്ളു. പൊന്നിൻകൊടിമരം, ശ്രീബലിപ്പുര, ഒറ്റക്കൽമണ്ഡപം എന്നിവ നിർമ്മിച്ചു. മുറജപം, ലക്ഷദീപം തുടങ്ങിയ ചടങ്ങുകൾ ആരംഭിച്ചതും മാർത്താണ്ഡവർമ്മ തന്നെ. 1750 ജനുവരി 18ന് മാർത്താണ്ഡവർമ്മ രാജ്യം ശ്രീപത്മനാഭന് സമർപ്പിച്ചു.

ക്ഷേത്രനഗരി

കാടും പുഴയും നെൽപ്പാടങ്ങളും ചെറുകുന്നുകളും സമുദ്രതീരവുമൊക്കെച്ചേർന്ന് ശ്രീപത്മനാഭസ്വാമിക്ഷേത്രത്തിനുചുറ്റും വ്യാപിച്ചുകിടന്ന ഒരു ഗ്രാമമായിരുന്നു പഴയ തിരുവനന്തപുരം. സമുദ്രതീരത്തുനിന്നും അല്പം അകലെയുള്ള സമതലത്തിലായിരുന്നു പത്മനാഭസ്വാമി ക്ഷേത്രം. ചുറ്റും മറയും അടുക്കും ചിട്ടകളുമൊന്നുമില്ലാതെ കൂടിക്കിടന്ന പ്രദേശം. ക്ഷേത്രത്തിനുചുറ്റും കൊട്ടാരങ്ങളും കച്ചേരികളും ബ്രാഹ്മണരുടെ അഗ്രഹാരങ്ങളുമുണ്ടായിരുന്നു. കോട്ടയ്ക്കുള്ളിലേക്കുള്ള പ്രവേശനം സവർണ്ണഹിന്ദുക്കൾക്കു മാത്രം.

തിരുവനന്തപുരത്തെ കൊട്ടാരം കത്തിനശിച്ചതിനെത്തുടർന്ന് ആദിത്യവർമ്മ കിള്ളിയാറിന്റെ പടിഞ്ഞാറേക്കരയിൽ ഇളയരാജാവിനുവേണ്ടി പണികഴിപ്പിച്ച പുത്തൻകൊട്ടാരത്തിലേക്ക് താമസം മാറ്റി. കൊട്ടാരത്തിനുചുറ്റും കളിമണ്ണുകൊണ്ടു കെട്ടിയ മതിലാണ് പുത്തൻകോട്ട. കൊട്ടാരത്തിനുണ്ടായ തീപിടിത്തം രാജാവിനെതിരെയുള്ള വധശ്രമമാണെന്ന് കരുതിയിരുന്നു. പുത്തൻകോട്ടയിൽ മണ്ണുകൊണ്ട് ഉയർത്തിയുണ്ടാക്കിയ സ്ഥലത്തുനിന്നാൽ പത്മനാഭസ്വാമിക്ഷേത്രദർശനം തടസ്സംകൂടാതെ നടത്താമായിരുന്നു. 1680ൽ ഉമയമ്മറാണിയുടെ കാലത്ത് തിരുവിതാംകൂർ ആക്രമിച്ച മുഗൾസർദാർ മണക്കാട്ടാണ് താവളമടിച്ചത്. അന്ന് മണക്കാട് തിരുവനന്തപുരത്തിന്റെ പരിധിക്കുവെളിയിലായിരുന്നുവെന്ന് ഓർക്കണം.

ക്ഷേത്രത്തിനു പടിഞ്ഞാറുഭാഗത്ത് അക്കാലത്ത് നമ്പൂതിരിമാർ, പോറ്റിമാർ, തിരുമുൽപ്പാടന്മാർ, അമ്പലവാസികൾ, നായന്മാർ എന്നിവരായിരുന്നു വസിച്ചിരുന്നത്. പടിഞ്ഞാറുഭാഗത്തേക്ക് ഒരു രാജപാതയല്ലാതെ സഞ്ചാരയോഗ്യമായ മറ്റ് പാതകളൊന്നുമില്ലായിരുന്നു. ധാരാളം ഇടവഴികളുണ്ടായിരുന്നെങ്കിലും അവയൊക്കെ വൃത്തിഹീനങ്ങളും ഇടുങ്ങിയതുമായിരുന്നു. രാജവീഥി ഇരായപ്പെരുവഴിയെന്നും പ്രധാന റോഡുകൾ നാരായണപ്പെരുവഴിയെന്നും ഇടുങ്ങിയ ഇടവഴികൾ നടക്കാവുകൾ എന്നുമാണ് അറിയപ്പെട്ടിരുന്നത്. രാജകുടുംബത്തിന്റെ താമസം തിരുവനന്തപുരത്തു തന്നെയായിരുന്നെങ്കിലും നഗരത്തിനു

കൊട്ടിയമ്പലം

പത്മനാഭപുരത്തിന്റെ പ്രൗഢിയൊന്നുമുണ്ടായിരുന്നില്ല. സമീപപ്രദേശങ്ങളിലുണ്ടായിരുന്നതുപോലെയുള്ള വഴികളും കയ്യാലകളുമാണ് അന്ന് തിരുവനന്തപുരം കൊട്ടാരത്തിനും പത്മനാഭസ്വാമിക്ഷേത്രത്തിനുമുണ്ടായിരുന്നത്.

നാലുകെട്ട്

കൊട്ടിയമ്പലവും പൂമുഖവും തട്ടും നിരയും വ്യാളീവിഗ്രഹങ്ങൾ താങ്ങിയ പടികളും വാതിലിലെ ഇടങ്ങഴിപ്പൂട്ടും നടുമുറ്റവും ചുറ്റുവരാന്തയും വിഗ്രഹങ്ങൾ കൊത്തിയിട്ടുള്ള കൽത്തൂണുകളും പടിഞ്ഞാറു ഭാഗത്തായി അറപ്പുരയും കിഴക്കുവശത്ത് ചാവടിയും തെക്കുവശത്ത് തെക്കത് എന്നറിയപ്പെടുന്ന പരദേവതയുടെ സ്ഥാനവും കിണറും കുളവും ചുറ്റും കയ്യാലയുമൊക്കെച്ചേർന്ന നാലുകെട്ടുകളും എട്ടു കെട്ടുകളുമൊക്കെയായിരുന്നു അന്നത്തെ സമ്പന്നഭവനങ്ങൾ.

കോട്ടയ്ക്കു വെളിയിൽ കിഴക്ക് കരമനയാറുവരെയും പടിഞ്ഞാറ് സമുദ്രതീരംവരെയും പരന്നുകിടന്നിരുന്ന തെങ്ങിൻതോപ്പുകളോടു കൂടിയ പ്രദേശത്തായിരുന്നു നായർതറവാടുകളൊക്കെ. ബ്രാഹ്മണരായ ഉദ്യോഗസ്ഥന്മാരുടെ മഠങ്ങളും അമ്മവീടുകളും ഈ പ്രദേശത്തുണ്ടായിരുന്നു.

തിരുവിതാംകൂറായി വളർന്ന തൃപ്പാപ്പൂർസ്വരൂപത്തിന് സ്ഥിരമായ ഒരു തലസ്ഥാനം വേണമെന്ന കാര്യത്തിൽ അനിഴംതിരുനാൾ മാർത്താണ്ഡ വർമ്മയ്ക്ക് സംശയമുണ്ടായിരുന്നില്ല. കൽക്കുളം എന്നറിയപ്പെട്ടിരുന്ന പത്മനാഭപുരമാണ് പത്മനാഭദാസനായ അദ്ദേഹം തലസ്ഥാനമായി വിഭാവനം ചെയ്തത്. ഇതിലേക്കായി 1744ൽ കൽക്കുളംകൊട്ടാരം പുതുക്കിപ്പണിതു. ഉത്സവകാലങ്ങളിലും വിശേഷദിവസങ്ങളിലും ആസ്ഥാനം തിരുവനന്തപുരത്തായിരുന്നുവെങ്കിലും തലസ്ഥാനം സ്ഥിരമായി തിരുവനന്തപുരത്തു വേണമെന്നു തീരുമാനിച്ചത് കാർത്തികതിരുനാൾ

പത്മനാഭപുരം കൊട്ടാരം

രാമവർമ്മ മഹാരാജാവായിരുന്നു (1758–98). ക്ഷേത്രവും പരിസരവും ക്രമേണ ഭരണസിരാകേന്ദ്രമായി മാറി. തിരുവനന്തപുരത്തുവച്ച് നവ രാത്രി അടിയന്തിരവും ആരംഭിച്ചു.

ക്ഷേത്രത്തിന്റെയും അടുത്തുള്ള സ്ഥാപനങ്ങളുടെയും സുരക്ഷ യ്ക്കായി മാർത്താണ്ഡവർമ്മ 1741ൽ കോട്ടകൾ കെട്ടിയുറപ്പിക്കാൻ തുടങ്ങിയെങ്കിലും 1787 ധർമ്മരാജാവിന്റെ കാലത്താണ് കോട്ടയുടെ പണി പൂർത്തിയായത്. തൈക്കാട്ട് കേശവൻനമ്പൂതിരി കണക്കുകൾ തയ്യാറാക്കിയ കോട്ട കരിങ്കല്ലും ചെങ്കല്ലും മണ്ണുമുപയോഗിച്ചാണു നിർമ്മി ച്ചത്. കോട്ടയുടെ ചെലവിനാവശ്യമായ തുക തിരുവനന്തപുരം, നെയ്യാറ്റിൻ കര, നെടുമങ്ങാട്, ചിറയിൻകീഴ് എന്നീ താലൂക്കുകളിൽനിന്നു സമാഹരിച്ചു. 1756ൽ നശിച്ചുപോയ മൺകോട്ടയുടെ പണി തുടങ്ങി. വാനമിടാൻ തിരുമല, നെടുമങ്ങാട്, നെയ്യാറ്റിൻകര എന്നിവിടങ്ങളിൽനിന്നുവന്ന കല്ലു വലി ക്കുന്ന നായന്മാർക്ക് ഒറ്റപ്പറങ്കിമാമൂട്ടിൽ വച്ച് 'ധർമ്മത്തണ്ണി' നൽകുന്ന തിനും ഉപ്പിലിടാനായി മാങ്ങയും ഉപ്പും വാഴത്തടയും വാങ്ങിയതിനും തേവൻമാതേവനും ഊരാളി ഈച്ചുട്ടിക്കും ചെലവിനത്തിൽ 31 പറ നെല്ല് കൂലി നൽകിയതായും രേഖയുണ്ട്.[3] മൂന്നു മൺകോട്ടയ്ക്ക് വഞ്ചി യൂർ പടിഞ്ഞാറേക്കരി, പാതിരിക്കരി, ചെട്ടികുളങ്ങര, ചാലയ്ക്കടുത്ത് കുരിയാത്തി എന്നിവിടങ്ങളിൽനിന്നാണ് കളിമണ്ണു കൊണ്ടുവന്നത്. അങ്ങനെ ക്രമേണ ക്ഷേത്രനഗരം തലസ്ഥാനനഗരമാകാൻ തുടങ്ങി.

തലസ്ഥാനനഗരി

അന്ന് തിരുവനന്തപുരം ജനസാന്ദ്രത കുറഞ്ഞ നഗരമായിരുന്നു. 1893ലെ കാനേഷുമാരികണക്കനുസരിച്ച് ഇരുപത്തിയെണ്ണായിരമായി രുന്നു ഇവിടത്തെ ജനസംഖ്യ. തിരുവിതാംകൂറിന്റെ ആസ്ഥാനം പതി നെട്ടാം നൂറ്റാണ്ടിന്റെ അന്ത്യത്തിൽ തിരുവനന്തപുരത്തേക്കു മാറ്റിയപ്പോൾ രാജകുടുംബത്തോടു വിധേയത്വം കാണിച്ചിരുന്ന നായർകുടുംബാംഗ ങ്ങളും കൂടെപ്പോന്നു. തമ്പിവീടുകളും പാനപ്പിള്ള വീടുകളും കണക്ക് ചെമ്പകരാമന്മാരും അങ്ങനെയാണ് തിരുവനന്തപുരത്തെത്തിയത്. കുഞ്ചു ക്കൂട്ടം എന്നറിഞ്ഞിരുന്ന കാർത്തികതിരുനാളിന്റെ പ്രത്യേകസൈന്യത്തിൽ പ്പെട്ടവരും തിരുവനന്തപുരത്ത് സ്ഥിരതാമസമാക്കി. തിരുവനന്തപുരത്ത് പല ഭാഗങ്ങളിൽ കാണുന്ന കുഞ്ചുവീടുകൾ പഴയ കുഞ്ചുക്കൂട്ടക്കാരു ടേതാണ്. പുതിയതായി തിരുവനന്തപുരത്തെത്തിയവരിൽ ദിവാന്മാരും അമ്മവീട്ടുകാരും ജഡ്ജിമാരും ചീഫ് സെക്രട്ടറിമാരും ഉണ്ടായിരുന്നു.

മാർത്താണ്ഡവർമ്മയുടെ നാടുനീങ്ങലിനെത്തുടർന്ന് തിരുവിതാം കൂറിന്റെ ഭരണാധികാരിയായിരുന്ന കാർത്തികതിരുനാൾ അനുരഞ്ജനത്തിന്റെ വക്താവായിരുന്നു. ടിപ്പുവിന്റെ പിടിയിലമർന്ന മലബാറിൽനിന്നുവന്ന

3. കൊ.വ. 931ലെ നീട്ട് – പേജ്. 49, ചരിത്രരശ്മികൾ, സംസ്ഥാന ആർക്കൈവ്സ്

കാർത്തികതിരുനാൾ (ധർമ്മരാജാവ്)

അഭയാർത്ഥികൾക്ക് അദ്ദേഹം അഭയം നൽകി. ആപത്ഘട്ടത്തിൽ തിരുവിതാംകൂർ കീഴടക്കിയ നാട്ടുരാജ്യങ്ങളിലെ സൈനികരെ മാന്യമായ സ്ഥാനങ്ങൾ നൽകി സൈന്യത്തിൽ അണിനിരത്തി. ഇക്കാലത്ത് അദ്ദേഹം സ്ഥാനമാനങ്ങൾ നൽകി സ്വീകരിച്ച കായംകുളത്തെ നാലു പ്രഭുകുടുംബങ്ങളാണ് നാലുവീട്ടിൽ കുറുപ്പന്മാർ. അവരിൽ പ്രധാനികളായ മുണ്ടനാട്ട് കുറുപ്പന്മാരെ വലിയശാലയിലും ശാസ്തമംഗലത്തും പാർപ്പിച്ചു.

വേലുത്തമ്പിദളവയ്ക്കെതിരെയുള്ള സൈനികനീക്കത്തിനു നിയോഗിക്കപ്പെട്ടിരുന്ന ഒരു കമാൻഡറായിരുന്നു കേണൽ വെൽഷ്. ബ്രിട്ടീഷ് സൈനികനായിരുന്ന കേണൽ വെൽഷ് അദ്ദേഹത്തിന്റെ സൈനിക സ്മരണകളിൽ 1809 കാലഘട്ടത്തിലെ തിരുവനന്തപുരത്തെക്കുറിച്ച്

ഇങ്ങനെ എഴുതി: ''തിരുവിതാംകൂറിന്റെ തലസ്ഥാനവും മഹാരാജാവിന്റെ ആസ്ഥാനവുമായ തിരുവനന്തപുരം സമ്പൽസമൃദ്ധിയുടെ മോടികളൊന്നുമില്ലാത്ത, അടുക്കില്ലാത്ത ഒരു വലിയ പട്ടണമാണ്. കുറെ നല്ല വീടുകൾ ഇവിടെയുണ്ട്. ചുറ്റുമുള്ള സ്ഥലം മനോഹരവും പ്രകൃതിരമണീയവുമാണ്. പട്ടണത്തിന്റെ മദ്ധ്യത്തിലാണ് രാജാവിന്റെ കൊട്ടാരം. അതിനെച്ചുറ്റി കോട്ടകെട്ടുവാനുള്ള ഒരു ദയനീയശ്രമം നടന്നതിന്റെ ലക്ഷണമേയുള്ളു. എന്നാൽ അകത്തു ധാരാളം സ്ഥലമുണ്ട്. കൊട്ടാരം മാത്രമല്ല, പൊതു ആവശ്യത്തിനുള്ള വെടിക്കോപ്പുശാലയും കുതിരാലയവും യോദ്ധാക്കൾക്കു താമസിക്കാനുള്ള മുറികളും ക്ഷേത്രങ്ങളുമുണ്ട്. കാട്ടുജന്തുക്കളുള്ള ഒരു മൃഗശാലയുമുണ്ട്. മഹാരാജാവ് ഏതാണ്ട് ദുർബലദർശനനായിരുന്നതിനാൽ അദ്ദേഹത്തെ കാണാൻ ഞങ്ങൾ പോയില്ല.''

ക്ഷേത്രത്തിന്റെ വടക്കുപടിഞ്ഞാറുഭാഗത്ത് തെങ്ങുകൾ ഇടതൂർന്ന് വളർന്നുനിന്നിരുന്ന പേട്ടഗ്രാമത്തിലാണ് ചാന്നാന്മാരും ലത്തീൻകത്തോലിക്കരും താമസിച്ചിരുന്നത്. കോട്ടയിൽനിന്നു രണ്ടുമൈൽ വടക്കുമാറിയുള്ള ചരിഞ്ഞപ്രദേശത്ത് പട്ടാളപ്പാളയവും ആംഗ്ലിക്കൻസഭയുടെ പള്ളിയും, പിന്നെ പബ്ലിക്കാഫീസും കോളേജും ജനറൽ ആശുപത്രിയുമൊക്കെ ഒന്നൊന്നായി പ്രത്യക്ഷപ്പെട്ടു.

വടക്കുകിഴക്ക് കവടിയാർശാസ്തമംഗലം ഭാഗത്തുള്ള ആരോഗ്യപ്രദമായ കുന്നുകളിൽ രാജകുടുംബാംഗങ്ങളും യൂറോപ്യന്മാരും മാധവറാവു, രാമറാവു, നാണുപിള്ള, കോട്ടൺസായിപ്പ് തുടങ്ങിയ ഉയർന്ന ഉദ്യോഗസ്ഥരും വാസസ്ഥലങ്ങൾ കണ്ടെത്തി. കനകക്കുന്നുകൊട്ടാരം, കവടിയാർകൊട്ടാരം, വെള്ളയമ്പലംകൊട്ടാരം, മൻമോഹൻ ബംഗ്ലാവ്, ഗസ്റ്റ് ഹൗസ് തുടങ്ങിയ രാജകീയമന്ദിരങ്ങളും ഉദാരശിരോമണി പത്മനാഭറാവു നിർമ്മിച്ച ബംഗ്ലാവും ശങ്കരൻതമ്പി മകനുവേണ്ടി നിർമ്മിച്ച ദിൽക്കുഷ് എന്ന ബംഗ്ലാവും ഹിൽവ്യൂ, ഡയമണ്ട് ഹിൽ ബംഗ്ലാവ് എന്നീ പേരുകളിൽ ദിവാന്മാർ നിർമ്മിച്ച ബംഗ്ലാവുകളും പരുത്തിക്കുന്നിലെ കോട്ടൺഹിൽ ഹൗസും ഈ പ്രദേശത്തിന്റെ പ്രാധാന്യം വർദ്ധിപ്പിച്ചു.

വാസ്തുശില്പങ്ങൾ

അനുപമമായ ശില്പഭംഗിയോടെ പൂർവസ്മൃതികളുമായി തലയുയർത്തിനിൽക്കുന്ന ഇത്രയധികം മണിമന്ദിരങ്ങൾ തിരുവനന്തപുരത്തിന്റെ മാത്രം പ്രത്യേകതയാണ്. മയൂരസന്ദേശത്തിൽ കേരളവർമ്മ വലിയകോയിത്തമ്പുരാൻ തിരുവനന്തപുരത്തെ മാളികകളെ സന്ദേശവാഹകനായ മയിലിന്റെ സൗന്ദര്യത്തോട് ഉപമിക്കുന്നു.

''ശ്രീയുടെ ലാസ്യത്തോടെ അകത്തുവസിക്കുന്ന സുന്ദരിമാരുടെ മനോമുകുരത്താൽ ശോഭ വർദ്ധിച്ചും, അവരുടെ ആകർഷകമായ തലമുടി നിന്റെ പീലി പോലെ ശോഭിച്ചും നീലക്കല്ലിന്റെ ശോഭയുള്ള തളം

കണ്ടുകൊണ്ടേടത്തു കൊട്ടാരം

നിന്റെ കഴുത്തിന്റെ അഴകു വർദ്ധിപ്പിച്ചും അല്ലയോ മയിലേ, അവിടെ യുള്ള മേടകൾ നിന്നോട് സാമ്യമുള്ളവയായിരിക്കും.''

ഈ മാളികകളിൽ പലതും രാജഭരണകാലത്തിന്റെ അടയാളങ്ങളായി ഇന്നും ശേഷിക്കുന്നു. കലോപാസകരും പ്രജാവത്സലരുമായ മഹാരാജാ ക്കന്മാരാൽ സമർപ്പണബുദ്ധിയോടെ നിർമ്മിക്കപ്പെട്ട മനോഹരങ്ങളായ സൗധങ്ങളാൽ ഇന്നും ഈ നഗരം സമാലംകൃതമാണ്. മണിമന്ദിരങ്ങൾ നിർമ്മിക്കുമ്പോൾ അവ അർത്ഥത്തിന്റെ അക്ഷന്തവ്യമായ ദുർവ്യയമാ കരുത് എന്നും രൂപകല്പന തങ്ങളുടെ അംഗീകാരത്തോടെ വേണമെന്നും അവർക്കു നിർബന്ധമുണ്ടായിരുന്നു. ഇവിടെ പ്രൗഢിപ്രകടനമോ ധാരാളി ത്തമോ ഇല്ല. ശില്പഭദ്രതയുടെ ലളിതസൗന്ദര്യമാണ് നാം കാണുന്നത്. ''കോവിലകങ്ങളിൽനിന്നു കൊട്ടാരങ്ങളിലേക്കുള്ള മാറ്റം തിരുവിതാം കൂറിൽ സംഭവിച്ചത് പതിനാറാം നൂറ്റാണ്ടിലായിരുന്നു. പോർട്ടുഗീസു കാർ മട്ടാഞ്ചേരിയിൽ ഒരു കൊട്ടാരം 1552ൽ നിർമ്മിച്ചതോടെ അവിടെ ഈ മാറ്റം നേരത്തെ യാഥാർത്ഥ്യമായിക്കഴിഞ്ഞിരുന്നു. രാജാവിന്റെയും കുടുംബത്തിന്റെയും വാസസ്ഥലമാണ് കോവിലകം. കുറെക്കൂടി കൃത്യ മായിപ്പറഞ്ഞാൽ അമ്മത്തമ്പുരാക്കന്മാരുടെയും മക്കളുടെയും വാസ സ്ഥലം. യുദ്ധവും സഞ്ചാരവും പതിവായതിനാൽ രാജാക്കന്മാരുടെയും യുവരാജാക്കന്മാരുടെയും പാർപ്പിടങ്ങൾ പടവീടുകളിലായിരുന്നു. കോട്ട കൊത്തളങ്ങളാൽ ചുറ്റപ്പെട്ട ഈ പടവീടുകളാണ് ഒടുവിൽ കൊട്ടാര ങ്ങളാകുന്നത്. പത്മനാഭപുരത്തെ കൊട്ടാരമായിരുന്നു സഹ്യനു പടി ഞ്ഞാറുള്ള തിരുവിതാംകൂറിലെ ആദ്യത്തെ കൊട്ടാരം.''[4]

---

4. ഡോ. എം.ജി. ശശിഭൂഷൺ – അറിയപ്പെടാത്ത അനന്തപുരി.

ആദ്യകാലങ്ങളിൽ തനികേരളീയശൈലിയും പിൽക്കാലത്ത് പടിഞ്ഞാറൻ വാസ്തുശില്പശൈലിയും നമ്മുടെ തനതുരീതികളും തമ്മിൽ സമന്വയിപ്പിച്ച് നിർമ്മിച്ച മാളികകൾ പുതുമയുടെ സൗന്ദര്യവും പഴമയുടെ ഗാംഭീര്യവും നഷ്ടപ്പെടുത്താതെ ഇന്നും തലയുയർത്തിനിൽക്കുന്നു. കൊട്ടാരങ്ങളിൽ ഏറ്റവും പഴക്കമുള്ളത് 'ശ്രീപാദതീർത്ഥക്കര കണ്ടുകൊണ്ടേടത്തു കോയിക്കൽ' എന്നറിയപ്പെട്ടിരുന്ന ശ്രീപാദംകൊട്ടാരമാണ്. ശ്രീപത്മനാഭന്റെ പാദത്തോട് ചേർന്നുള്ള കൊട്ടാരത്തിലെ തീർത്ഥക്കുളത്തിൽ പത്മനാഭസ്വാമിയുടെ അഭിഷേകജലം വീഴുന്നതിനാലാണ് കൊട്ടാരത്തിന് ഈ പേരു ലഭിച്ചത്. ഈ കൊട്ടാരത്തിൽ പതിനാറും പതിനേഴും നൂറ്റാണ്ടുകളിൽ ക്ഷേത്രച്ചടങ്ങുകളിൽ പങ്കെടുക്കാനെത്തിയ രാജകുടുംബാംഗങ്ങൾ താമസിച്ചിരുന്നു. പിൽക്കാലത്ത് ആറ്റിങ്ങൽ റാണിമാരും കുടുംബാംഗങ്ങളും താമസിച്ചിരുന്നതും ഇവിടെത്തന്നെ.

അനന്തപുരവർണ്ണനത്തിൽ അയ്യപ്പന്റെ പ്രതിഷ്ഠയ്ക്കും അമ്പാടിക്കും (ഗോശാല) ഇടയിൽ കാണുന്ന 'കോട്ടകാരം' വേണാട്ടടികളുടെ കൊട്ടാരമായിരുന്നെന്നും ശ്രീപാദതീർത്ഥക്കര കണ്ടുകൊണ്ടാൻ കോയിക്കലും കുളത്തൂർവീട്ടിൽ കോയിക്കലും മറ്റും അക്കാലത്ത് തിരുവനന്തപുരത്തെ കൊട്ടാരങ്ങളായിരുന്നു എന്നും ശൂരനാട് കുഞ്ഞൻപിള്ള രേഖപ്പെടുത്തിയിട്ടുണ്ട്.

പത്മനാഭസ്വാമിക്ഷേത്രത്തിന്റെ തെക്കുകിഴക്കു ഭാഗത്തായാണ് നാടുവാഴുന്ന രാജാക്കന്മാരുടെ താമസത്തിനായുള്ള കൊട്ടാരങ്ങൾ പണികഴിപ്പിച്ചിട്ടുള്ളത്. ഈ കൊട്ടാരങ്ങൾ പൊതുവെ 'വലിയകൊട്ടാരം' എന്ന് അറിയപ്പെട്ടിരുന്നു. സ്വാതിതിരുനാൾ മുതൽ ശ്രീമൂലം തിരുനാൾ വരെയുള്ള രാജാക്കന്മാർ സ്വന്തം ഭരണകാലത്ത് മനോഹരസൗധങ്ങൾ നിർമ്മിച്ചു. മഹാരാജാവായി അഭിഷിക്തനാകുന്നതോടെ രാജാക്കന്മാർ വലിയ കൊട്ടാരസമുച്ചയത്തിലേക്ക് താമസം മാറുകയാണു പതിവ്. യുവരാജാക്കന്മാർക്കുവേണ്ടിയുള്ള കൊട്ടാരങ്ങൾ ഈ സമുച്ചയത്തിനു വെളിയിലാണ്.

1829 മുതൽ 1847 വരെ രാജ്യം ഭരിച്ച സ്വാതിതിരുനാൾ, കുതിരമാളിക എന്നറിയപ്പെടുന്ന പുത്തൻമാളികയും, 1860 മുതൽ 1880 വരെ ഭരിച്ച ആയില്യം തിരുനാൾ രംഗവിലാസം കൊട്ടാരവും, വിശാഖം തിരുനാൾ തന്റെ 1880 മുതൽ 1885 വരെയുള്ള ഭരണകാലത്ത് നിർമ്മിച്ച അനന്തവിലാസം കൊട്ടാരവും ശ്രീമൂലംതിരുനാൾ (1885–1924) കൃഷ്ണവിലാസം കൊട്ടാരവും പണികഴിപ്പിച്ചു.

വലിയകൊട്ടാരസമുച്ചയത്തിന്റെ വടക്കുഭാഗത്ത് നീളത്തിലുള്ള രണ്ടുനില കെട്ടിടമാണ് കരുവേലപ്പുരമാളിക. സ്വാതിതിരുനാളിന്റെ കാലം വരെ ഖജനാവ് പ്രവർത്തിച്ചിരുന്നത് ഇതിനു വടക്കുഭാഗത്തുള്ള കെട്ടിടത്തിലാണ്. 'കരുവലം' എന്ന വാക്കിനർത്ഥം ഖജനാവ് എന്നാണ്. ഖജനാവിലെ ഉദ്യോഗസ്ഥന്മാർ താമസിച്ചിരുന്ന മാളികയായിരുന്നു കരുവേലപ്പുരമാളിക.

കാലാകാലങ്ങളായി ജനങ്ങൾ അത്ഭുതത്തോടെ നോക്കിക്കാണുന്ന മേത്തൻമണി സ്ഥാപിച്ചിട്ടുള്ള 'മണിമേട' ഈ കെട്ടിടത്തിന്റെ ഭാഗം തന്നെ. ഈ നാഴികമണിയിൽ മഹാഗണിയിൽ കൊത്തുപണികളോടു കൂടി നിർമ്മിച്ച ഒരു മുസ്സൽമാന്റെ മുഖരൂപവും അതിനിരുവശത്തുമായി രണ്ട് ആട്ടിൻരൂപങ്ങളും ഘടിപ്പിച്ചിട്ടുണ്ട്. മണിശബ്ദം മുഴങ്ങുമ്പോൾ ആട്ടിൻകുട്ടികൾ മുഖരൂപത്തിന്റെ ഇരുവശത്തുമായി മുട്ടുന്നുവെന്ന താണ് ഇതിലെ കൗതുകം. കാർത്തികതിരുനാൾ മഹാരാജാവിന്റെ കാല ത്താണ് ഈ നാഴികമണി സ്ഥാപിച്ചത്. കൊട്ടാരത്തിന്റെ മണിമാളിക യിൽ നാഴികമണിക്കായി ചെമ്പുകൊണ്ടുള്ള വലിയ തകിടും മേത്തന്റെ തലയും തീർക്കുന്നതിന് 'ചെമ്പുപണിവിചാരിപ്പ്' മാതേവൻ കൃഷ്ണന്റെ പേരിൽ പണം മുതൽക്കൂട്ടിയതായുള്ള കൊ.വ. 946ലെ നീട്ട് വി.വി.കെ. വാലത്ത് ഉദ്ധരിച്ചുകാണുന്നു. ഡച്ച് സാങ്കേതികവിദ്യയിൽ പ്രാദേശിക ശില്പികൾ പണിതീർത്ത ഈ ഘടികാരം റാട്ടുകളുടെ സഹായത്തോടെ യാണു പ്രവർത്തിക്കുന്നത്. പത്മനാഭപുരംകൊട്ടാരത്തിലെ വലിയ ഘടി കാരം നിർമ്മിച്ച മണിമേസ്തിരിതന്നെയാണ് ഈ മണിയും നിർമ്മിച്ച തെന്നു കരുതുന്നു.

''വിശാലമായ ശാദ്വലഭൂമികളിൽ ആശ്രമവൃദ്ധന്മാരാൽ പരിസേവി തരായി നിൽക്കുന്ന ഇന്നത്തെ മന്ത്രിമന്ദിരങ്ങളിൽ പലതും ഒരുകാലത്ത് ഉദ്യോഗസ്ഥപ്രമുഖരായിരുന്ന വെള്ളക്കാരുടെ ഔദ്യോഗികവസതി കളായിരുന്നു. അകത്തു ചൂടേൽക്കാതിരിക്കത്തക്കവണ്ണം വീതിയേറിയ വരാന്തകൾ, ഏറെ പൊക്കമുള്ള മേൽക്കൂരകൾ ഇവയൊക്കെ ആ മന്ദിര ങ്ങളുടെ സവിശേഷതകളാണ്. വളരെക്കാലം റോസ്സിന്റെ ബംഗ്ലാവാ യിരുന്നതാണ് തൈക്കാട്ടെ റോസ് ഹൗസ് (Ross house). അത് ഒരു സ്പെല്ലിംഗ് മിസ്റ്റേക്കായിരിക്കുമെന്നു കരുതി ഒരു മന്ത്രിപുംഗവൻ 'Rose house' എന്ന് പേരുമാറ്റിക്കളഞ്ഞു. ആ മാറ്റത്തിൽ പ്രതിഷേധിച്ച് അവിടെ നിന്ന റോസാച്ചെടികൾ പോലും വാടിപ്പോയെന്നാണ് കേൾവി. തൊട്ട പ്പുറത്തു നിൽക്കുന്ന ബംഗ്ലാവ് സനാദു ആണ്. അതു കുബ്ലാഖാൻ താമസിച്ച കൊട്ടാരം നിന്ന സ്ഥലത്തിന്റെ പേരാണെന്ന് ഇംഗ്ലീഷ് കവി കോൾഡ്റിജ് നമുക്കു പറഞ്ഞുതരുന്നു. കോൾഡ്റിജ് എഴുതിയ 'കുബ്ലാ ഖാൻ' എന്ന കാവ്യം പ്രസിദ്ധമാണ്. കോൾഡ്റിജ് ഒരു സ്വപ്നത്തിലാ ണത്രെ കുബ്ലാഖാന്റെ കൊട്ടാരം കണ്ടത്. ആ ആംഗലകവിയുടെ ആരാ ധകനായ ഏതോ ഒരു ഇംഗ്ലീഷുകാരനാവണം ബംഗ്ലാവിനു 'സനാദു' എന്നു പേരിട്ടത്. ഉച്ചാരണക്ഷമമല്ലാത്ത ആ പേരും വല്ല മന്ത്രിമാരും തുടച്ചുമാറ്റിക്കളയുമോ എന്തോ?

ഇന്ന് നളന്ദ (ശരിക്ക് നാലന്ദ) എന്നറിയപ്പെടുന്ന ബംഗ്ലാവിന്റെ പേര് പണ്ട് 'റൊഡേഷിയർ' എന്നായിരുന്നു. സ്കോട്ടിഷ് ഭാഷയിൽ 'ചുവന്ന മണ്ണ്' എന്നർത്ഥമുള്ള ആ വാക്ക് അവിടത്തെ മണ്ണുകണ്ട് കൗതുകം പൂണ്ട ഏതോ സ്കോട്ടുലൻഡുകാരൻ സായിപ്പിന്റെ സൃഷ്ടിയാണ്. അവിടെ അവസാനം താമസിച്ച സായ്പ് ഡർബാർ ഫിസിഷ്യനായിരുന്ന സിംപ്സൺ ആണ്. പ്രൊഫ.വി.കെ. നന്ദൻമേനോൻ വൈസ് ചാൻസല റായി ഇവിടെ വന്നപ്പോൾ അദ്ദേഹമാണ് ബംഗ്ലാവിന്റെ പേരുമാറ്റിയതും

പബ്ലിക് ഗാർഡൻ

'നാലന്ദ' എന്ന പുതിയ നാമം നൽകിയതും. നന്ദൻമേനോൻ 'നാലന്ദ'യുടെ സംസ്ഥാനത്തുനിന്നാണ് ഇവിടെ എത്തിച്ചേർന്നതെന്നുള്ളതും സ്മരണീയമത്രെ.''[5]

റസിഡന്റ് സായ്പന്മാർ താമസിച്ചിരുന്നത് തൈക്കാട്ടെ റസിഡൻസി എന്നറിയപ്പെടുന്ന വിശാലമായ വളപ്പോടുകൂടിയ കെട്ടിടത്തിലായിരുന്നു. അടുത്തുതന്നെയായിരുന്നു അദ്ദേഹത്തിന്റെ ഓഫീസും. അസി. റസിഡന്റ് താമസിച്ചിരുന്നത് സ്വാതിതിരുനാൾ സംഗീത അക്കാദമി പ്രവർത്തിക്കുന്ന മന്ദിരത്തിൽ. തൈക്കാട് ഹൗസിൽ ഇന്ത്യക്കാരനായ അസി. റസിഡന്റും. ചീഫ് എഞ്ചിനീയർ ബാർട്ടൺ താമസിച്ച കുന്നിന് ബാർട്ടൺഹിൽ എന്നു പേരിട്ടു. ബംഗ്ലാവ് ബാർട്ടൺഹിൽ ബംഗ്ലാവും.

തിരുവനന്തപുരത്ത് രാജവീഥിയുടെ അരികിലുള്ള ഏറ്റവും മനോഹരമായ സൗധം ചിഷോം എന്ന വാസ്തുശില്പി രൂപകല്പന ചെയ്ത തിരുവനന്തപുരം മ്യൂസിയമാണെന്നതിൽ രണ്ടുപക്ഷമുണ്ടാകാനിടയില്ല. ഒരു ലൈബ്രറിയും ബാൻഡ് പുരയും ചേർന്ന പബ്ലിക്ക് ഗാർഡനാണ് ആദ്യം ഇവിടെയുണ്ടായിരുന്നത്. 1857ൽ ഉത്രംതിരുനാൾ മൃഗശാല സ്ഥാപിച്ചു. 1874ൽ മ്യൂസിയം കെട്ടിടത്തിനു തറക്കല്ലിട്ട അന്നത്തെ മദ്രാസ് ഗവർണ്ണർ ലോർഡ് നേപ്പിയറിന്റെ സ്മാരകം കൂടിയാണ് ഈ മനോഹരമന്ദിരം. പ്രധാനകെട്ടിടം ഭൂമിനിരപ്പിൽനിന്നു മണ്ണിട്ട് ഉയർത്തിയാണ് നിർമ്മിച്ചിരിക്കുന്നത്.

പബ്ലിക് ഓഫീസ് കെട്ടിടവും വാസ്തുശില്പപരമായി മികച്ചതാണ്. ഇതിന്റെ നിർമ്മാണത്തിനായി ഒന്നരലക്ഷം രൂപ ചെലവിട്ടു. തിരുവിതാംകൂർ യൂണിവേഴ്സിറ്റിയുടെ ആദ്യത്തെ കലാവിഭാഗം ഡീനും

5. പ്രൊഫ. എസ്. ഗുപ്തൻനായർ - അവതാരിക തിരുവനന്തപുരത്തിന്റെ ഇതിഹാസം

തിരുവിതാംകൂർ കലാ ഉപദേശകനുമായിരുന്നു ഡോ.കസിൻ. വളരെക്കാലം തിരുവനന്തപുരത്തുണ്ടായിരുന്ന ജെയിംസ് കസിൻസ് ഹിന്ദുമതം സ്വീകരിച്ച് ജയറാം കസിൻ എന്ന് പേരുമാറ്റി. അദ്ദേഹം പത്മനാഭസ്വാമിക്ഷേത്രദർശനവും നടത്തി.

പഴയകാലത്തെ പ്രധാന നിർമ്മിതികളെല്ലാം കോട്ടയ്കത്തായിരുന്നല്ലോ. ഉപ്പിരിക്കമാളിക, ചൊക്കട്ടമണ്ഡപം, തേവാരപ്പുര, ഉരപ്പുര എന്നിങ്ങനെയുള്ള രാജകീയ സംവിധാനങ്ങൾക്കിടയിലായിരുന്നു ദിവാൻ കച്ചേരിയും മറ്റും. ദിവാൻകച്ചേരി തുടങ്ങി ഭരണപരമായ കാര്യവിചാരങ്ങൾക്കു വേണ്ടിയുള്ള മന്ദിരങ്ങളെ കോട്ടയ്ക്കു വെളിയിലേക്ക് വ്യാപിപ്പിച്ചത് ഉത്രംതിരുനാൾ മാർത്താണ്ഡവർമ്മമഹാരാജാവാണ്. 1865ൽ നിർമ്മിച്ച ജനറൽ ആശുപത്രിയും 1867ലെ പബ്ലിക് ഓഫീസും 1873ലെ മഹാരാജാസ് കോളേജുമാണ് തിരുവനന്തപുരത്തിന്റെ മുഖച്ഛായ ക്ഷേത്രനഗരിയിൽനിന്നു തലസ്ഥാനനഗരിയിലേക്കു മാറ്റിയതെന്നു പറയാം.

1834ൽ സ്വാതിതിരുനാൾ തുടക്കം കുറിച്ച മഹാരാജാസ് ഫ്രീസ്കൂളാണ് പില്ക്കാലത്ത് ആട്സ് കോളേജും ഇപ്പോൾ യൂണിവേഴ്സിറ്റി കോളേജുമായി അറിയപ്പെടുന്നത്. 1869ൽ ഹിസ് ഹൈനസ് മഹാരാജാസ് കോളേജിനു തുടക്കം കുറിച്ചു. 1836ൽ നക്ഷത്രബംഗ്ലാവിന്റെ നിർമ്മാണം ആരംഭിച്ചതും സ്വാതിതിരുനാളാണ്. പാളയം കണ്ണിമാറാ മാർക്കറ്റ് പ്രവർത്തനമാരംഭിച്ചത് 1817ലാണ്. വിദേശികൾക്ക് വിരുന്നൊരുക്കുന്നതിനാണ് ശ്രീമൂലംതിരുനാൾ മഹാരാജാവ് കനകക്കുന്നിൽ കൊട്ടാരം നിർമ്മിച്ചത്. വിക്ടോറിയ രാജ്ഞിയുടെ വജ്രജൂബിലി ആഘോഷവുമായി ബന്ധപ്പെട്ടാണല്ലോ മനോഹരമായ പബ്ലിക് ലൈബ്രറി കെട്ടിടത്തിന്റെ

കനകക്കുന്ന് കൊട്ടാരം

നിർമ്മാണം. കവടിയാർഭാഗത്തെ കവടിയാർകൊട്ടാരവും രാജകുടുംബാംഗങ്ങൾക്ക് താമസിക്കാൻ വേണ്ടി ബൽഹെവൻ കൊട്ടാരവും മൻമോഹൻ ബംഗ്ലാവും വെള്ളയമ്പലം കൊട്ടാരവും ശ്രീമൂലംതിരുനാൾ നിർമ്മിച്ചു. തിരുവിതാംകൂറിന്റെ അതിഥികൾക്കുവേണ്ടി 1829ൽ നിർമ്മിച്ച കവടിയാറിലെ ഗസ്റ്റ് ഹൗസ്, ഒന്നാം ലോകമഹായുദ്ധകാലത്ത് 1914 മുതൽ 1918 വരെ തിരുവിതാംകൂർ പട്ടാളത്തിന്റെ ജനറൽ ചീഫ് ഓഫ് സ്റ്റാഫിന്റെ വസതിയും വാർ ഓഫീസുമായിരുന്നു. 1957ൽ കേരളസംസ്ഥാനം ഉടലെടുത്തതോടെ ഇവിടം ഗവർണ്ണറുടെ ഔദ്യോഗികവസതിയായി. വിദ്യാഭ്യാസരംഗത്തെ പ്രധാനസ്ഥാപനങ്ങളായ സംസ്കൃതകോളേജ്, ലാ കോളേജ്, ആയുർവേദ കോളേജ് എന്നിവ മൂലംതിരുനാളിന്റെ സംഭാവനകളാണ്.

കവടിയാറിൽ ജവഹർനഗർ ഹൗസിംഗ് കോളനിക്കു വടക്കുഭാഗത്തായി 1882ൽ രൂപംകൊണ്ട ഗോൾഫ് ക്ലബ്ബ് പഴക്കംകൊണ്ടും തലയെടുപ്പുകൊണ്ടും മറ്റു ക്ലബ്ബുകളുടെ മുന്നിലാണ്. ശില്പചാതുര്യംകൊണ്ട് അതിമനോഹരവും കുലീനവുമായ ഈ മന്ദിരം പുരാവസ്തുവകുപ്പിന്റെ ഹെറിറ്റേജ് മന്ദിരങ്ങളുടെ പട്ടികയിൽപ്പെടുന്നു. മിഞ്ചിൻ ലോഡ്ജ് ജഗതിയിലാണ്. 1905ൽ പണിപൂർത്തിയായ ഈ കെട്ടിടത്തിന് അന്നത്തെ ചീഫ് എഞ്ചിനീയർ അലക്സാണ്ടർ മിഞ്ചിന്റെ പേരാണു നൽകിയത്. ഫ്രീമേസൺ ലോഡ്ജിനായാണിത് നിർമ്മിച്ചതെങ്കിലും അവർക്ക് ഈ കെട്ടിടം ഉപയോഗിക്കാനുള്ള ഭാഗ്യമുണ്ടായില്ല.

എസ്.എം.വി. സ്കൂൾ എന്നറിയപ്പെടുന്ന ശ്രീമൂലവിലാസം സ്കൂൾ തുടങ്ങിയത് വഞ്ചിയൂരാണ്. 1943ൽ ഓവർബ്രിഡ്ജിനടുത്ത് ഇന്നുകാണുന്ന സ്ഥലത്തേക്കു സ്കൂൾ മാറ്റിസ്ഥാപിക്കുകയും തിരുവിതാംകൂർ ഹൈക്കോടതി വഞ്ചിയൂരിൽ പ്രവർത്തനം ആരംഭിക്കുകയും ചെയ്തു. ഹജൂർകച്ചേരിയുടെ ഒരു ഭാഗത്തായിരുന്നു ആദ്യം ഹൈക്കോടതി. സെഷൻസ് കോടതിയും മുൻസിഫ് കോടതിയും ഇന്ന് ആയുർവേദ കോളേജ് പ്രവർത്തിക്കുന്ന സ്ഥലത്തുള്ള ഓലക്കെട്ടിടത്തിലായിരുന്നു.

കുഞ്ചൻനമ്പ്യാർ

മാർത്താണ്ഡവർമ്മ അമ്പലപ്പുഴ പിടിച്ചടക്കിയതോടെ അമ്പലപ്പുഴ രാജ്യത്തോടൊപ്പം തിരുവനന്തപുരത്തിന് ലഭിച്ച മറ്റ് സൗഭാഗ്യങ്ങളാണ് കുഞ്ചൻനമ്പ്യാരും അമ്പലപ്പുഴ പാൽപ്പായസവും വേലകളിയും.

18-ാം നൂറ്റാണ്ടിൽ മലയാളസാഹിത്യത്തെ സമ്പന്നമാക്കിയ ജനകീയ മഹാകവിയാണ് കുഞ്ചൻനമ്പ്യാർ. മാർത്താണ്ഡവർമ്മയുടെ ഭരണകാലത്തെ ആസ്ഥാനകവികളിൽ പ്രമുഖസ്ഥാനവും ഇദ്ദേഹത്തിനുതന്നെ. പതിനഞ്ച് വർഷത്തോളം നമ്പ്യാർ തിരുവനന്തപുരത്തുണ്ടായിരുന്നു.

കുഞ്ചൻനമ്പ്യാരുടെ ജനനം പാലക്കാട് കിള്ളിക്കുറിശ്ശിമംഗലം ശിവക്ഷേത്രത്തിന് പടിഞ്ഞാറുവശത്തുള്ള 'കലക്കത്ത്' എന്ന മഠത്തിലായിരുന്നു. നമ്പ്യാരുടെ ജീവിതകാലം കൊ.വ. 880 മുതൽ 945 വരെയാണെന്ന്

ഗോവിന്ദപ്പിള്ള സർവ്വാധികാര്യക്കാർ രേഖപ്പെടുത്തിയിട്ടുള്ളതായി ഉള്ളൂർ കേരള സാഹിത്യചരിത്രത്തിൽ പറയുന്നുണ്ട്. 919ന് മുൻപായി നമ്പ്യാർ തിരുവനന്തപുരത്തെത്തി എന്നാണ് നിഗമനം. ആ വർഷം മാർത്താണ്ഡ വർമ്മ മഹാരാജാവ് കുഞ്ചൻനമ്പ്യാർക്ക് 'രണ്ടേകാലും കോപ്പും' അനുവദിച്ചതായി രേഖയുണ്ട്. 922ൽ ഇദ്ദേഹത്തിന്റെ സഹായിയായിരുന്ന മിതുനപ്പള്ളിവീട്ടിൽ കുഞ്ചുമാതിറ്റിക്കു ചെലവിനായി 72 പറനെല്ല് പാൽക്കുളങ്ങര അധികാരത്തിൽനിന്ന് നൽകിയതായി കാണുന്നു. 929ലെ അൽപ്പശി ഉത്സവത്തിൽ നമ്പ്യാരെ രാജകീയ അതിഥിയായി കണക്കാക്കി 'അരിയും കോപ്പും' അനുവദിച്ചു. 934ൽ രാമവർമ്മമഹാരാജാവ് ഇദ്ദേഹത്തിന് വീരശൃംഖല സമ്മാനിക്കുകയുണ്ടായി. വഴുതക്കാട്ട് ഗണപതി ക്ഷേത്രത്തിനുസമീപം കുഞ്ചൻനമ്പ്യാർ താമസിച്ചിരുന്നു എന്ന് വിശ്വസിക്കുന്നു.

''വഴുതക്കാട്ടും വഴുതിപോമേ
വഴുതനങ്ങാക്കറിവെക്കും നേരം'' എന്ന് സ്യമന്തകം ഓട്ടൻതുള്ളലിൽ കാണുന്നു.

തുള്ളൽക്കഥാകാരൻ എന്ന നിലയിലാണ് കുഞ്ചൻനമ്പ്യാർ ആദരിക്കപ്പെടുന്നത്. 919 മുതൽ 933 വരെ അദ്ദേഹം തിരുവനന്തപുരത്തു താമസിച്ചിരുന്നുവെന്നും അക്കാലത്ത് പ്രദോഷമാഹാത്മ്യം, ഹരിണീസ്വയംവരം, കൃഷ്ണലീല, ഹനുമദുത്ഭവം, സഭാപ്രവേശം, പഞ്ചേന്ദ്രോപാഖ്യാനം, പൗണ്ഡ്രകവധം എന്നിങ്ങനെ ഏഴു തുള്ളൽക്കഥകൾ രചിച്ചുവെന്നുമാണ് കേരളസാഹിത്യചരിത്രത്തിൽ ഉള്ളൂരിന്റെ നിഗമനം. ഈ കൃതികളിലൊക്കെ മാർത്താണ്ഡവർമ്മയെ സ്തുതിക്കുന്നുണ്ട്. നമ്പ്യാരുടെ കൃതികളിലെ കാലഗണനയ്ക്കാധാരം അതിലെ ദേവതാവന്ദനമാണ്. രാമവർമ്മമഹാരാജാവ്, അയ്യപ്പൻമാർത്താണ്ഡൻദളവ എന്നിവരെയും തുള്ളൽക്കഥകളിൽ സ്തുതിച്ചുകാണുന്നു. രാമയ്യനുശേഷം ദളവയായ അയ്യപ്പൻ മാർത്താണ്ഡനുമായി നമ്പ്യാർ നല്ല സൗഹൃദത്തിലായിരുന്നത്രേ. പുരാണങ്ങൾക്ക് ഘടനാപരവും ആഖ്യാനപരവുമായ പുതിയ മുഖം നൽകാൻ കഴിഞ്ഞുവെന്നതാണ് നമ്പ്യാരുടെ മികവ്. ലളിതമെങ്കിലും നിറപ്പകിട്ടുള്ള ഇദ്ദേഹത്തിന്റെ കാവ്യശൈലി നിറം മങ്ങാതെ ഇന്നും നിലനിൽക്കുന്നു.

സമൂഹത്തിലെ അനാചാരങ്ങൾക്കുനേരെ നമ്പ്യാർ വീശിയ ചാട്ടവാറായിരുന്നു അദ്ദേഹത്തിന്റെ കൃതികളിലെ ആക്ഷേപഹാസ്യം. പരദേശബ്രാഹ്മണരെയും നായന്മാരെയുമാണ് ഏറ്റവുമധികം അദ്ദേഹം ആക്ഷേപിച്ചിട്ടുള്ളത്. ബ്രാഹ്മണാധിപത്യം കൊടികുത്തി വാഴുന്ന കാലത്തായിരുന്നല്ലോ നമ്പ്യാർ ജീവിച്ചിരുന്നത്. അദ്ദേഹത്തിന്റെ കൃതികളിലുടനീളമുള്ള ഊട്ടുപുരവർണ്ണനകളിലെല്ലാം പട്ടന്മാരെ കണക്കറ്റ് പരിഹസിക്കുന്നുണ്ട്. എവിടെ പടപ്പുറപ്പാടുണ്ടോ അവിടെയൊക്കെ അലസന്മാരും ഭീരുക്കളുമായ നായന്മാരുമുണ്ട്. അസൂയകൊണ്ട് തന്റെ കലാസൃഷ്ടികളെ

ചീത്തപറയുന്നവരെ ''അറിയാത്ത മഹാമൂഢൻ തെറിവാക്കു പറയുമ്പോൾ എറിഞ്ഞു കാലൊടിക്കുമെന്നറിഞ്ഞുകൊൾവിനെല്ലാരും'' എന്നു പറയാനുള്ള ചങ്കൂറ്റം കുഞ്ചൻനമ്പ്യാർക്കുണ്ടായിരുന്നു.

മാർത്താണ്ഡവർമ്മയുടെ കവിസദസ്സിൽ എത്തിയശേഷം നമ്പ്യാർ രചിച്ച കൃതികളിൽ അനന്തപുരേശനെ നമസ്കരിക്കുന്നുണ്ട്. കൂട്ടത്തിൽ തിരുവിതാംകൂർ മഹാരാജാവിനോടുള്ള ആദരവും പ്രശംസയുമുണ്ട്. പൗണ്ഡ്രകവധത്തിൽ കുണ്ഡിനപുരത്തെ ഭീഷ്മകൻ എന്ന വ്യാജനാമമാണ് മാർത്താണ്ഡവർമ്മയ്ക്ക് നൽകിയിരിക്കുന്നത്. മാർത്താണ്ഡവർമ്മയുടെ രാജ്യഭരണത്തെ വർണ്ണിക്കുന്ന ധ്രുവചരിതത്തിൽ മാർത്താണ്ഡതുല്യനാം മാർത്താണ്ഡപുത്രൻ (മാർത്താണ്ഡവർമ്മ മഹാരാജാവ്) ക്ഷേത്രം പണിയിച്ചതും ഊട്ടുപുരകൾ സ്ഥാപിച്ചതും ദുഷ്ടരെ ശിക്ഷിച്ച് ശിഷ്ടരെ രക്ഷിച്ചതുമായുള്ള വർണ്ണനകളുണ്ട്. പൗണ്ഡ്രകവധത്തിൽ തുലാഭാരവും മുറജപവുമൊക്കെ പരാമർശിക്കുന്നു. നമ്പ്യാർ കണ്ട അനന്തപുരവിശേഷങ്ങൾ അദ്ദേഹത്തിന്റെ തുള്ളൽകഥകളിൽ പ്രതിഫലിച്ചിട്ടുണ്ട്. അവ കവിവാക്യത്തിൽ തന്നെയറിഞ്ഞാലെ ആസ്വാദനം പൂർണ്ണമാവുകയുള്ളു. ഏതാനും ചില ഉദാഹരണങ്ങൾ താഴെകൊടുക്കുന്നു.

''മാർത്താണ്ഡതുല്യനാം മാർത്താണ്ഡപുത്രജൻ
ധാത്രീവരോത്തമൻ ധാത്രീപരിത്രാണ-
മെത്രയും ചിത്രമായത്ര ചെയ്താൻ നല്ല
ക്ഷേത്രം പണിയിച്ചു പാത്രങ്ങൾ തീർപ്പിച്ചു
വട്ടത്തിലോരോ കുളങ്ങൾ കുഴിപ്പിച്ചു
വെട്ടിപ്പിടിപ്പിച്ചു നാട്ടുവഴികളിൽ
നാട്ടുകല്ലിട്ടു നടക്കാവു വയ്പിച്ചു
കാട്ടിലോരോ വഴി വെട്ടിത്തെളിപ്പിച്ചു
ഊട്ടുവാനോരോരോ കൊട്ടിലും കല്പിച്ചു
കൂട്ടുവാനുള്ളതുമൊട്ടും കുറയാതെ
ഊട്ടിൽപ്പതിനെട്ടുകൂട്ടം കറികളും
നാട്ടിലിരിക്കുന്ന പട്ടന്മാർക്കും പിന്നെ
മുട്ടാതെ നിത്യവുമൂട്ടതും കല്പിച്ചു
പട്ടണംതോറുമങ്ങാടികൾ കെട്ടിച്ചു
ചെട്ടിത്തെരുവുകൾ പട്ടാണിവീടുകൾ
മുട്ടിപ്പുരകളും തട്ടാക്കുടികളും
നാട്ടിൽ പതിനെട്ടുകെട്ടുള്ള വീടുക-
ളൊട്ടല്ലവനൊരു കോടി പണിയിച്ചു
ചട്ടങ്ങളിങ്ങനെ കൂട്ടിക്ഷിതീതലേ
ദുഷ്ടരെശ്ശിക്ഷിച്ചു ശിഷ്ടരെപ്പാലിച്ചു
പുഷ്ടിയക്കാലത്തു പുഷ്ടമായുണ്ടായി
നിഷ്ഠയേറും ദ്വിജശ്രേഷ്ഠരെക്കൊണ്ടുടൻ

ഇഷ്ടിയും ചെയ്യിച്ചു ധർമ്മത്തിനൊത്തൊരു
കർമ്മങ്ങളാകവേ നിർമ്മിച്ചു ഭൂതലേ
ശർമ്മം വരുത്തുന്നു നിർമ്മലഭൂപതി
ധർമ്മസചിവന്മാരോടങ്ങൊരുമിച്ചു
ധർമ്മസിംഹാസനേ വാണരുളീടിനാൻ.''
(ധർമ്മാസനത്തേലിരുന്നരുളീടിനാൻ'')
(ധ്രുവചരിതം ശീതങ്കൻ തുള്ളൽക്കഥ)

''ദേവബ്രാഹ്മണവിശ്വാസം പുന-
രേവം മറ്റൊരു നാട്ടിലുമില്ല;
ദേവസ്വത്തെ ഹരിപ്പാൻ തന്നുടെ
ജീവനതുള്ളന്നാഗ്രഹമില്ല;
ശൈവഹരിക്ഷേത്രങ്ങളിലെല്ലാം
നൈവേദ്യത്തിനു പാൽപായസവും
ശീവലിപൂജ വിളക്കുംമാലയു-
മീവക സകലം സമ്പാദിച്ചു;
വെണ്മകലർന്ന മഹാക്ഷേത്രം ബഹു-
വെണ്മാടമതാക്കിപ്പണിയിച്ചു
ഉണ്മാൻ വകയില്ലാത്ത ജനത്തിനു
ധർമ്മക്കഞ്ഞി കൊടുത്തുതുടങ്ങി;
നാട്ടിൽ പലപല ദിക്കിൽ പെരുവഴി-
യൂട്ടുതുടങ്ങി മുടങ്ങീടാതെ;''

('പ്രദോഷമാഹാത്മ്യം ഓട്ടൻ തുള്ളൽ കഥ'. മാർത്താണ്ഡവർമ്മ മഹാരാജാവിന്റെ ജനക്ഷേമകരവും ഐശ്വര്യപൂർണ്ണവുമായ ഭരണത്തെ ക്കുറിച്ചുള്ള വിവരണം)

''ശോഭാസമുദയപൂർണ്ണസുവർണ്ണ തു-
ലാഭാരാദി മഹാദാനങ്ങളും
അറുപതു ലക്ഷം ഗോദാനങ്ങളു-
മനവരതം ബഹു ഭൂദാനങ്ങളു-
മനവധി മണി കനകാഭരണാദികൾ
ഘനതരദാനവിശേഷമശേഷം
കനിവൊടു ചെയ്തു വിദർഭമഹീപതി''

(പത്മനാഭസ്വാമി ക്ഷേത്രത്തിലെ തുലാഭാരമാണ് ഇവിടെ വിഷയം. മാർത്താണ്ഡവർമ്മയ്ക്ക് കുണ്ഡിനരാജാവായ ഭീഷ്മകൻ എന്ന പേരാണ് നൽകിയിരിക്കുന്നത്. പ്രദോഷ മഹാത്മ്യം - ഓട്ടൻതുള്ളൽ)

''ഓർത്താലത്ഭുതമേവം പ്രസിദ്ധിശാലിയാം ബാല-
മാർത്തണ്ഡാവനീപാലൻ ജയിക്കേണം ബഹുകാലം
കാർത്തവീര്യനെപ്പോലെ ഭദ്രദീപപ്രതിഷ്ഠാനം
പാർത്താലിക്ഷിതിതന്നിൽ മറ്റൊരുത്തർക്കെളുതല്ല''
(ഭദ്രദീപ പ്രതിഷ്ഠ. പൗണ്ഡ്രകവധം തുള്ളൽക്കഥ)

''മന്ത്രജപം, ബഹു മുറജപമൊരു ദിശി,
തന്ത്രവിധം, ബഹു പുഷ്പാഞ്ജലിയും,
ഭഗവതിസേവയുമെന്നിവ സർവ്വം
ഭഗവൽപ്രീതിക്കനുഗുണമായി
പലവിധമങ്ങു തുടങ്ങിയ സമയേ
ഫലമപി കിഞ്ചന കാണ്മാറായി;''

(പ്രദോഷമാഹാത്മ്യം ഓട്ടൻതുള്ളൽ. രാജ്യത്തിന്റെ ഐശ്വര്യത്തിനും സാമ്രാജ്യവിസ്തൃതിക്കിടയിൽ നടത്തേണ്ടിവന്ന പാപങ്ങൾക്ക് പരിഹാരമായി തിരുവിതാംകൂർ മഹാരാജാക്കന്മാർ ആറ് വർഷത്തിലൊരിക്കൽ പത്മനാഭസ്വാമി ക്ഷേത്രത്തിൽ നടത്താറുള്ള വൈദിക കർമ്മമാണ് 'മുറജപം'. ഭദ്രദീപം എന്ന ചടങ്ങോടുകൂടി തുടങ്ങി ലക്ഷദീപ ശ്രീബലിയോടെ ചടങ്ങുകൾ അവസാനിക്കും. മുറജപത്തിന്റെ ചടങ്ങുകൾ അൻപത്തിയാറ് ദിവസം നീണ്ടുനിൽക്കും. മകരം, ധനു മാസങ്ങളിലായി ആണ്ടിൽ രണ്ട് ഭദ്രദീപങ്ങളുണ്ട്. 919 ധനുമാസത്തിലായിരുന്നു ആദ്യത്തെ ഭദ്രദീപം. 925 മകരം ഒന്നിന് ആദ്യത്തെ ലക്ഷദീപവും. ലക്ഷദീപത്തിന് ഒരു ലക്ഷം ദീപങ്ങൾ തെളിയിക്കും. ഇതിനായി 20 പറ എണ്ണ വേണം. കൊ.വ 1146ൽ ചിത്തിരതിരുനാൾ എണ്ണവിളക്കുകൾക്ക് പകരം വൈദ്യുത വിളക്കുകളാക്കി.)

''പത്മനാഭസമർപ്പിതാഖിലധനജനൻ ധരണീശ്വരൻ
പത്മനാഭപുരാഖ്യമാകിന സത്മമാശു ചമച്ചുടൻ
രാമലക്ഷ്മണജാനകീഹനുമൽപ്രതിഷ്ഠകൾ ചെയ്കയാൽ
ക്ഷേമമൻപൊടു ഭൂമിവാസിജനത്തിനൊക്കെ വളർത്തുടൻ
സകലജനധനവിഭവമനവധി സംഭരിച്ചരുളീടിനാൻ
സകലഹരിപദഘടിതപടുമതി വഞ്ചിഭൂമിപുരന്ദരൻ''

(പഞ്ചേന്ദ്രോപാഖ്യാനത്തിലെ ഈ വരികൾ തൃപ്പടിദാനത്തെക്കുറിച്ചുള്ള പരാമർശമാണ്. തൃപ്പടിദാനം എന്നാൽ പരിശുദ്ധമായ പടിയിൽ വച്ച് ചെയ്തദാനം എന്നർത്ഥം. രാജ്യം ശ്രീപത്മനാഭന് സമർപ്പിക്കുന്നതിന്റെ പ്രതീകമാണ് ഈ ചടങ്ങ്. മാർത്താണ്ഡവർമ്മ തന്റെ ഉടവാൾ ഒറ്റക്കൽ മണ്ഡപത്തിന്റെ പടിയിൽ വച്ചതോടെ രാജ്യം പത്മനാഭന് സമർപ്പിക്കപ്പെട്ടു.)

''മുത്തണിഞ്ഞകുട, ചാമരം തഴ നിറം കലർന്ന പലവാദ്യവും
പത്തുനൂറു നവസുന്ദരാംഗികൾ വിളക്കെടുത്തു പിറകേ മുദാ
ഭക്തിപൂണ്ടു പാദപങ്കജം തൊഴുതുലോകർ തിങ്ങിയുടനേകുമേ
ചിത്രമീ തിരുവനന്തനൽപ്പുരമമർന്നു ശ്രീബലിമഹോത്സവം''

(ശ്രീബലിപത്മനാഭസ്വാമിക്ഷേത്രത്തിൽ ശ്രീബലി എഴുന്നെള്ളിപ്പ് നടന്നുകൊണ്ടിരിക്കുമ്പോൾ അതെക്കുറിച്ച് ഒരു ശ്ലോകം രചിക്കാൻ മാർത്താണ്ഡവർമ്മ ആവശ്യപ്പെട്ടതനുസരിച്ച് കുഞ്ചൻനമ്പ്യാർ എഴുതിയ ശ്ലോകത്തിലെ വരികൾ)

''ഉലകുടെപെരുമാൾ വാഴുംകാലം
പല കുടിയില്ലധരിത്രിയിലെങ്ങും
വിലപിടിയാത്ത ജനങ്ങളുമില്ലാ
ചെലവിടുവാൻ മടിയൊരുവനുമില്ലാ;
തലമുടി ചൊടിയും പല്ലും മുഖവും
മുലയും കണ്ടാലഴകില്ലാത്തൊരു
ചലമിഴിമാരിലൊരുത്തരുമില്ലാ,
മലയാളം പരദേശങ്ങളിലും
സ്ഥലമില്ലാത്ത ഗൃഹങ്ങളുമില്ലാ,
ജലമില്ലാത്ത കുളങ്ങളുമില്ലാ,
ഫലമില്ലാത്ത മരങ്ങളുമില്ലാ,
ഫലമില്ലാത്ത വിവാദവുമില്ലാ,
ഓത്തില്ലാത്ത മഹീസുരരില്ലാ,
കൂത്തില്ലാത്ത നടന്മാരില്ലാ;
പോത്തില്ലാത്ത കൃഷിക്കാരില്ലാ,
ചാർത്തില്ലാത്ത ധനവ്യയമില്ലാ,
ഭള്ളു പറഞ്ഞു നടക്കുന്നവരും
കള്ളുകുടിച്ചു മുടിക്കുന്നവരും
പൊള്ളു പറഞ്ഞു ഫലിപ്പിപ്പവരും
ഉള്ളിലസൂയ മുഴുക്കുന്നവരും
കള്ളന്മാരും കശ്മലജാതികൾ
ഉള്ളൊരു ദിക്കുകൾ കാണ്മാനില്ലാ.''

(കൊ.വ. 5-ാം നൂറ്റാണ്ടിൽ വൈഗക്കര രാജകുടുംബത്തിൽ ജനിച്ച തമ്പുരാൻ 16-ാം വയസ്സിൽ രാജാവായി. തന്റെ അമ്മാവന്മാരെ വധിച്ച മധുര രാജാക്കന്മാരുമായി യുദ്ധത്തിനിറങ്ങിയ രാജാവ് മധുരരാജാവിനോട് തോറ്റ് ആത്മഹത്യ ചെയ്തു. അദ്ദേഹം ശിവന്റെ അനുഗ്രഹത്താൽ ഉലകുടയപെരുമാൾ തമ്പുരാനായി അറിയപ്പെട്ടു. മാവേലിയുടെ കാലത്തിനു സമാനമായ തമ്പുരാന്റെ ഭരണകാലത്തെ സ്തുതിച്ചു പാടുകയാണ് നമ്പ്യാർ. തിരുവനന്തപുരത്തെ ഏലാകളിൽ മൂന്നുവർഷത്തിലൊരിക്കൽ ഇപ്പോഴും ഉലകുടയപെരുമാൾ തമ്പുരാൻപാട്ട് നടത്തിവരുന്നു. കിരാതം തുള്ളൽക്കഥ)

''പപ്പടം പപ്പടമെന്നും പഴമെന്നും ഗുളമെന്നും
പച്ചടി പച്ചടിയെന്നും പരിപ്പെന്നുമൊരുഘോഷം
അല്പമല്ല ഭുജിക്കുന്നു കഴുത്തോളം പൂർണ്ണമായി-
ട്ടപ്പുറത്തു കവിഞ്ഞാലും തൃപ്തിയില്ല ചിലർക്കെല്ലാം
മുപ്പതുകോരികച്ചക്കപ്രഥമൻ കുടിച്ചിട്ടും
മുപ്പറപ്പപ്പടം തിന്നാൻ ചിലർക്കേതും കുറവില്ല
രണ്ടുവല്ലം നിറച്ചുള്ള പപ്പടത്തെപ്പൊടിച്ചിട്ടു
രണ്ടുകൊട്ടപ്പഴം കൂടെത്തൊലിച്ചൊന്നങ്ങമർത്തീട്ട്

അഷ്ടഗന്ധംപോലെയാക്കിയൊട്ടുശേഷിച്ചൊട്ടു തിന്നും
പട്ടരുണ്ണുന്നതു കണ്ടാൽ ഗോഷ്ഠിയല്ലാതൊന്നുമില്ല
പഴം പാടെ വിഴുങ്ങുന്ന പരദേശിപ്പരിഷയ്ക്കു
പഴക്കുല കൊടുക്കുന്നു പന്തിതോറുമൊരുപോലെ
കഴിഞ്ഞു സദ്യയുമെല്ലാമെഴുന്നേറ്റ യാത്രയാക്കീ.''

(ഊട്ടുപുര വിശേഷം. പഞ്ചേന്ദ്രോപാഖ്യാനം തുള്ളൽക്കഥ)

''നായർ വിശന്നു വലഞ്ഞു വരുമ്പോൾ
കായക്കഞ്ഞിക്കരിയിട്ടില്ലാ
ആയതുകേട്ടു കലമ്പിച്ചെന്ന
ങ്ങായുധമുടനേ കാട്ടിലെറിഞ്ഞു
....
ഉരുളികൾ കിണ്ടികളൊക്കെയുടച്ചു
ഉരലു വിലിച്ചു കിണറ്റിൽ മറിച്ചു.
ചിരവയെടുത്തഥ തീയിലെരിച്ചു
അരകല്ലങ്ങു കുളത്തിലെറിഞ്ഞു
അതുകൊണ്ടരിശം തീരാഞ്ഞവന-
പ്പുരയുടെ ചുറ്റും മണ്ടി നടന്നു.''

(വിശന്നു വലഞ്ഞ നായരുടെ കലി. നളചരിതം തുള്ളൽക്കഥ)

തിരുവനന്തപുരത്ത് നമ്പ്യാർ കണ്ടത് ശ്രീപത്മനാഭനെയും പത്മനാഭസ്വാമി ക്ഷേത്രത്തിലെ ഉത്സവങ്ങളെയും അന്നദാതാവായ മാർത്താണ്ഡവർമ്മയുടെ മഹിമകളെയും മാത്രമല്ല നാട്ടിലെ അനാചാരങ്ങളെയും സാധാരണക്കാരുടെ ജീവിതത്തെയും കൂടിയാണ്.

പരദേശികളും സ്വദേശികളുമായ ബ്രാഹ്മണർ, നായന്മാർ, പറയർ, നസ്രാണികൾ, ജോനകർ, മുക്കുവർ, വാണിഭക്കാർ, ഭടന്മാർ, ചെട്ടിതെരുവുകൾ, പട്ടാണിവീടുകൾ, മുട്ടിപ്പുരകൾ, തട്ടാക്കുടികൾ എന്നിങ്ങനെ നഗരത്തിൽ ജീവിച്ചിരുന്ന സാധാരണക്കാരുടെ ജീവിതം നമ്പ്യാർ കൃതികളിലുണ്ട്.

പീടികകൾ, അങ്ങാടികൾ, തെരുവുകൾ, നടവഴികൾ, പെരുവഴികൾതോറും മോടികലർന്നുള്ള വേശ്യസ്ത്രീകളുടെ ഭവനങ്ങൾ, ആയുധം പണയംവച്ച് കള്ളുകുടിക്കുന്ന പടയാളികൾ, പടയിൽതോറ്റ് തിരിഞ്ഞോടി പുലിമടയിൽ ചെന്നുകയറുന്ന നായന്മാർ, തമ്മിലടിക്കുന്ന പരിഷകൾ, കള്ളുകുടിച്ച് നടക്കുന്നവർ, കള്ളം പറഞ്ഞ് ഫലിപ്പിക്കുന്നവർ, പെൺകോന്തമ്മാർ, സുന്ദരികളും ചതുരകളുമായ സ്ത്രീകൾ, സർവ്വാണി സദ്യയ്ക്ക് തിരക്കുകൂട്ടുന്ന ഭോജനപ്രിയർ, സൗജന്യമായി ലഭിക്കുന്ന എണ്ണയും താളിയും തേച്ച്കുളിച്ച് ഊട്ടുപുരയിലേക്ക് കടക്കാൻ കലമ്പൽ കൂട്ടുന്ന പരദേശിപട്ടന്മാർ, കള്ളന്മാർ, ജാരന്മാർ, മുനിജനങ്ങൾ എന്നിങ്ങനെ നിത്യജീവിതവുമായി ബന്ധപ്പെട്ട ധാരാളംപേരെ കുഞ്ചൻനമ്പ്യാരുടെ തുള്ളൽ കഥകളിൽ അവിടവിടെകാണാം.

പന്താട്ടം, ചിന്തുപാട്ട്, പകിടകളി, ചതുരംഗം, പന്തളിക്കുളിർ കൊങ്ക ന്മാരുടെ പടുതടവിനനടനം, ചന്തമേറിയ ചാക്കിയന്മാരുടെ കൂത്തുമൊരു വകമേളം, തപ്പുകൊട്ട്, പാണിമേളം എന്നിങ്ങനെ അക്കാലത്തെ വിനോദ ങ്ങളുടെ നീണ്ട പട്ടിക തന്നെ അദ്ദേഹത്തിന്റെ കാവ്യങ്ങളിലുണ്ട്.

ഊട്ടുപുരയുടെ വിഭവങ്ങളെക്കുറിച്ച് വർണ്ണിക്കുമ്പോൾ നമ്പ്യാരുടെ പാട്ടിന്റെ താളത്തിന് വേഗംകൂടും കുറുതായുള്ളരിച്ചോറ്, വറുത്തുപ്പേരി, പപ്പടം വലുതും ചെറുതും പഴം പലയിനത്തിൽ, വേപ്പിലക്കട്ടി, പുളി ശ്ശേരി, കാളൻ, ഇഞ്ചിക്കറി, മാങ്ങാക്കറി, നാരങ്ങാക്കറി, കാച്ചിയമോര് എന്നിങ്ങനെ അക്കാലത്ത് നാട്ടിൽ പ്രചാരമുണ്ടായിരുന്ന നാനാവിഭവങ്ങളു മുൾക്കൊള്ളിച്ച നമ്പ്യാരുടെ ഈ പട്ടികയ്ക്ക് ഏറെ ദൈർഘ്യമുണ്ട്.

നമ്പ്യാർ തൊടുത്തുവിട്ട പരിഹാസശരങ്ങളെല്ലാം ലക്ഷ്യവേധികളാ യിരുന്നു. വലിപ്പ ചെറുപ്പം നോക്കാതെ അനീതിക്കും അനാചാരങ്ങൾക്കു മെതിരെ നമ്പ്യാർ അമ്പുതൊടുത്തുകൊണ്ടേയിരുന്നു. അദ്ദേഹത്തിന്റെതന്നെ വാക്കുകൾ കടമെടുത്താൽ 'അമ്പുകൊള്ളാത്തവരില്ല കുരുക്കളിൽ'.

ഉണ്ണായിവാര്യരും രാമപുരത്തുവാര്യരും

കുഞ്ചൻനമ്പ്യാരെക്കൂടാതെ മാർത്താണ്ഡവർമ്മ മഹാരാജാവിന്റെ രാജസദസുകളെ സമ്പന്നമാക്കിയ പ്രതിഭകളായിരുന്നല്ലോ ഉണ്ണായി വാര്യരും രാമപുരത്തുവാര്യരും.

മാർത്താണ്ഡവർമ്മയുടെ കാലത്ത് വേണാടിന്റെ തലസ്ഥാനം പത്മ നാഭപുരമായിരുന്നെങ്കിലും കവികളും കലാകാരന്മാരുമൊക്കെ പാർ ത്തിരുന്നത് തിരുവനന്തപുരത്തായിരുന്നു. പത്മതീർത്ഥവും ഊട്ടുപുരകളും പത്മനാഭസ്വാമി ക്ഷേത്രദർശനവുമൊക്കെയായിരിക്കാം ഇതിന് നിദാനം. നമ്പ്യാരും ഉണ്ണായിവാര്യരും ഒരുമിച്ച് തിരുവനന്തപുരത്ത് താമസിക്കു കയും സുഹൃത്തുക്കളായി കഴിയുകയും ചെയ്തിരുന്നുവെന്ന് വിശ്വസി ക്കുന്നു. (1729-1758 കാലഘട്ടത്തിൽ ഉണ്ണായിവാര്യർ തിരുവനന്തപുരത്ത് ഉണ്ടായിരുന്നത്രേ). പത്മതീർത്ഥക്കരയിൽവച്ച് (ശ്രീവരാഹം കുളം എന്നും അഭിപ്രായമുണ്ട്) രണ്ട് സുന്ദരികളായ സ്ത്രീകളെക്കണ്ട് ഇവർ നടത്തിയ 'കാതിലോല', 'നല്ലതാളി' എന്നീ ചോദ്യോത്തരങ്ങളിലെ ദ്വയാർത്ഥവും പ്രസിദ്ധമാണല്ലോ? ഉണ്ണായിവാര്യർ 'നളചരിത'ത്തിൽ പ്രയോഗിച്ചിട്ടുള്ള ചോദിക്കുക എന്ന അർത്ഥം വരുന്ന 'കേൾക്കുക', കാണുക എന്ന് അർത്ഥമുള്ള 'പാർക്കുക' തുടങ്ങിയ തിരുവനന്തപുരം പ്രയോഗങ്ങൾ വാര്യരുടെ തിരുവനന്തപുരം ബന്ധത്തിന്റെ സൂചനയാ ണെന്ന് പ്രൊഫ. പന്മന രാമചന്ദ്രൻനായർ ചൂണ്ടിക്കാണിച്ചത് ഓർക്കാം.

കുചേലവൃത്തം വഞ്ചിപ്പാട്ടിലൂടെ മലയാളികളുടെ മനസ്സിൽ ലബ്ധ പ്രതിഷ്ഠ നേടിയ കവിയാണ് രാമപുരത്തുവാര്യർ. തന്നെ കുചേലനായും മാർത്താണ്ഡവർമ്മയെ ശ്രീകൃഷ്ണനായും അനന്തപുരിയെ ദ്വാരകയായും സങ്കല്പിച്ചാണ് വഞ്ചിപ്പാട്ട് രചിച്ചിരിക്കുന്നത്. കുചേലന്റെ കൃഷ്ണഭക്തി

അദ്ദേഹം രാജഭക്തിയാക്കി മാറ്റിപ്പാടി. കുചേലവൃത്തം വഞ്ചിപ്പാട്ടിലെ ചില സന്ദർഭങ്ങളിലും തിരുവനന്തപുരം നഗരത്തിന്റെ പരാമർശം കാണാം.

മയൂരസന്ദേശം

കേരളവർമ്മവലിയകോയിത്തമ്പുരാൻ തിരുവനന്തപുരത്ത് താമസിച്ചിരുന്ന കാലത്ത് ആയില്യംതിരുനാളുമായുണ്ടായ ചില അസുഖകരങ്ങളായ സംഭവങ്ങളാണ് മയൂരസന്ദേശം എന്ന കാവ്യരചനയിലേക്ക് അദ്ദേഹത്തെ നയിച്ചത്.

രാജ്യഭാരമേറ്റ ആയില്യംതിരുനാളിനെ സ്ഥാനഭ്രഷ്ടനാക്കാൻ അനുജനായ വിശാഖംതിരുനാളും കേരളവർമ്മ വലിയകോയിത്തമ്പുരാനും ദിവാൻ ടി.മാധവറാവുവും അദ്ദേഹത്തിന്റെ പിൻഗാമിയായ ദിവാൻ ശേഷയ്യാശാസ്ത്രിയുമൊക്കെച്ചേർന്ന് ഗൂഢാലോചന നടത്തിയെന്ന് ആയില്യംതിരുനാൾ സംശയിച്ചു. ഇതിന്റെ പ്രതികാരമായിരുന്നു മാധവറാവുവിന്റെയും ശേഷയ്യാശാസ്ത്രിയുടെയും സ്ഥാനനഷ്ടവും കേരളവർമ്മയുടെ അറസ്റ്റും തുടർന്നുള്ള ഏകാന്തവാസവും.

ശ്രീമൂലംതിരുനാളിന്റെ അച്ഛനാണ് രാജരാജവർമ്മ വലിയകോയിത്തമ്പുരാൻ. കേരളവർമ്മ അദ്ദേഹത്തിന്റെ അനന്തിരവനും. ചെറുപ്പത്തിൽത്തന്നെ കേരളവർമ്മ സംസ്കൃതത്തിലും മറ്റുപലഭാഷകളിലും അസാമാന്യമായ വൈഭവം കാണിച്ചിരുന്നു. അനന്തിരവന്റെ കഴിവിൽ സന്തുഷ്ടനായിരുന്ന രാജരാജവർമ്മ അദ്ദേഹത്തെ കൂടുതൽ പഠിപ്പിക്കാനായി തിരുവനന്തപുരത്തേക്ക് കൂട്ടിക്കൊണ്ടുവന്നു. അങ്ങിനെ തിരുവനന്തപുരത്തെത്തിയ കേരളവർമ്മ യുവരാജാക്കന്മാരായിരുന്ന ആയില്യംതിരുനാളിന്റെയും വിശാഖം തിരുനാളിന്റെയും അടുത്ത സുഹൃത്തായി. കേരളവർമ്മയെക്കാൾ ആയില്യത്തിന് പതിമ്മൂന്ന് വയസ്സും വിശാഖത്തിന് എട്ട് വയസും പ്രായം കൂടുതലായിരുന്നു. ആറ്റിങ്ങൽ തമ്പുരാൻ സ്ഥാനമുള്ള രണ്ട് റാണിമാരിൽ ഒരാളെ വിവാഹം കഴിപ്പിച്ച് കേരളവർമ്മയെ വലിയകോയിത്തമ്പുരാനാക്കണമെന്ന ഉദ്ദേശ്യവും രാജരാജവർമ്മക്കുണ്ടായിരുന്നു.

കൊ.വ.1034, (1859) മേടമാസം 13ാം തീയതി കേരളവർമ്മയും ഭരണി തിരുനാൾ ലക്ഷ്മിഭായിയും തമ്മിലുള്ള വിവാഹം നടന്നു. വിശാഖം തിരുനാളിന് ഈ വിവാഹത്തോട് താൽപ്പര്യമുണ്ടായിരുന്നെങ്കിലും ആയില്യംതിരുനാൾ ശക്തമായ എതിർപ്പ് പ്രകടിപ്പിച്ചു.

എ.ഡി. 1872 ൽ ആയില്യംതിരുനാൾ ബനാറസിൽ പോയ അവസരം നോക്കി വിശാഖം തന്റെ രാജ്യാധികാരം അട്ടിമറിക്കാനുള്ള ശ്രമം നടത്തി എന്ന് ആയില്യംതിരുനാൾ വിശ്വസിച്ചു. അതിന് മതിയായ കാരണങ്ങളുമുണ്ടായിരുന്നു. കാശിയാത്രയിൽ തന്നോടൊപ്പമുണ്ടായിരുന്ന കേരളവർമ്മ ബനാറസിൽവച്ച് അദ്ദേഹത്തിന്റെ പത്നിക്കയച്ച കത്തിൽ ആവശ്യങ്ങൾ ബോധിപ്പിക്കാൻ റാണിമാർ ഇളയരാജാവിനെ സമീപിക്കുന്നതിൽ

കേരളവർമ്മ വലിയകോയിത്തമ്പുരാനും ഭാര്യ ഭരണിതിരുനാൾ ലക്ഷ്മിഭായിയും

തെറ്റില്ലെന്ന് സൂചിപ്പിച്ചിരുന്നു. ആ കത്ത് പിന്നീട് മഹാരാജാവ് കാണാനിടയായി. ദിവാൻ മാധവറാവു ഭരണപരമായ കാര്യങ്ങളിൽ യുവരാജാവുമായി കൂടുതൽ ചർച്ചചെയ്യുന്നതും അടുപ്പം കാണിക്കുന്നതും രാജാവിന് പലപ്പോഴും രസിച്ചിരുന്നില്ല. ആ നീരസം 1047ൽ മാധവറാവുവിനെ ദിവാൻ പദവിയിൽനിന്നും നീക്കം ചെയ്യുന്നതിലാണ് കലാശിച്ചത്.

തന്റെ നയങ്ങളെ നിശിതമായി വിമർശിച്ചുകൊണ്ട് കൽക്കട്ടാറിവ്യൂവിൽ വരുന്ന ലേഖനങ്ങൾ വിശാഖംതിരുനാൾ അപരനാമത്തിൽ എഴുതുന്നതാണെന്നും അതിനുവേണ്ട പ്രോത്സാഹനം നൽകുന്നത് കേരളവർമ്മയാണെന്നും കൂടാതെ ഭരണരംഗത്തെ രഹസ്യങ്ങൾ കേരളവർമ്മ അപ്പപ്പോൾ റസിഡന്റിന് ചോർത്തിക്കൊടുക്കുന്നുവെന്നും ആയില്യം തിരുനാൾ ധരിച്ചു.

ദിവാൻ ടി. മാധവറാവുവിനെ പിരിച്ചുവിട്ടശേഷം നിയമിതനായ ശേഷയ്യാശാസ്ത്രിയോടും മഹാരാജാവ് ക്രമേണ അകന്നു. ''ഈ ദുഷ്ടനായ കുടവയറൻ ദിവാൻജി എന്നെ ഒട്ടും അനുസരിക്കുന്നില്ല''എന്ന് അദ്ദേഹം ഒരു മദ്യപാനസദസ്സിൽ പരസ്യമായി പ്രഖ്യാപിച്ചു.'' ആയില്യംതിരുനാളിന്റെ മദ്യപാന സദസ്സുകൾ അക്കാലത്ത് ഏറെ വിമർശിക്കപ്പെട്ടിരുന്നു. ''മദ്യപാനക്രമം ദിവസംതോറും മഹാരാജാവിന്റെ മുൻപിൽവച്ച് വികസ്വരമായി നടന്നുവന്നു; അവിടെ ഭാര്യാഭർത്താക്കന്മാർ തന്റേതെന്നും അന്ന്യന്റേതെന്നുമുള്ള ഭേദം അറിഞ്ഞിരുന്നില്ല. മാനവതിയായ സ്ത്രീ, മദ്യംകൊണ്ട് അതിമത്തയായി ചമഞ്ഞ് അന്യസ്ത്രീകളുടെ അധരം ചുംബിക്കുന്ന ഭർത്താവിനെ കണ്ടിട്ടും ഈർഷ്യകൊണ്ടില്ല.''[6]

---

6. ഡോ.കെ. വിജയന്റെ വിശാഖവിജയം വ്യാഖ്യാനത്തിൽനിന്ന്

തൃപ്രയാർ ക്ഷേത്രത്തിലെ കൽമണ്ഡപം. ഇൻസെറ്റിൽ – തൂണിൽ കൊത്തി വച്ചിട്ടുള്ള വിശാഖം തിരുനാളിന്റെ രൂപം

ആയിടയ്ക്ക് ദിവാൻ ശേഷയ്യാശാസ്ത്രിക്ക് കിട്ടിയ ഊമക്കത്തിൽ ഇങ്ങനെ കുറിച്ചിരുന്നു. 'The maharaj will harm you. Either you leave your post, or beware of cooks' ഈ കത്ത് ദിവാൻ മഹാരാജാവിനെയും യുവരാജാവിനെയും കാണിച്ചു. കത്തെഴുതിയത് കേരളവർമ്മ വലിയ കോയിത്തമ്പുരാനാണെന്ന് തെളിയുകയും അദ്ദേഹം അത് സമ്മതിക്കുകയും ചെയ്തു. ഇതോടെ കേരളവർമ്മയുടെ നില കൂടുതൽ പരുങ്ങലിലായി. ഇതിനിടയിൽ തൃപ്രയാർ ക്ഷേത്രത്തിന്റെ മുൻപിലെ കൽമണ്ഡപത്തിൽവച്ച് വിശാഖംതിരുനാളിനെ വധിക്കാൻ ഒരു ശ്രമം നടന്നു. സർവ്വാധികാര്യക്കാരനായ ഗോവിന്ദപ്പിള്ളയുടെ നേതൃത്വത്തിൽ ആയില്യംതിരുനാളിന്റെ അറിവോടെയായിരുന്നത്രേ ഈ വധശ്രമം.

ഇതിനിടയിൽ കേരളവർമ്മ വലിയകോയിത്തമ്പുരാനെ അറസ്റ്റ് ചെയ്യാൻ ആയില്യംതിരുനാൾ റസിഡന്റിൽനിന്നും അനുമതിവങ്ങി. അന്ന് പേഷ്ക്കാരായിരുന്ന നാണുപിള്ളയെയാണ് ഇതിലേക്കായി ചുമതലപ്പെടുത്തിയത്. മഹാരാജാവിനെ ഈ ശ്രമത്തിൽ നിന്നും പിൻതിരിപ്പിക്കാൻ വിശാഖംതിരുനാൾ ശ്രമിച്ചെങ്കിലും ഫലം കണ്ടില്ല. അറസ്റ്റിനെ തടയാൻ ഭാര്യ ലക്ഷ്മിഭായി ശ്രമിച്ചെങ്കിലും അവരെ ബലംപ്രയോഗിച്ച് അകറ്റി. രണ്ട് കുതിരകളെ പൂട്ടിയ വണ്ടിയിൽ തമ്പുരാനെ പടിഞ്ഞാറേകോട്ട വഴി വള്ളക്കടവിലേക്കും അവിടെനിന്ന് കെട്ടുവള്ളത്തിൽ ഹരിപ്പാട് കൊട്ടാരത്തിലെത്തിച്ച് വീട്ടുതടങ്കലിലാക്കി. (കൊ.വ. 1050) തന്റെ ഭർത്താവ് മറ്റൊരു പട്ടണത്തിലേക്കാണ് മാറ്റപ്പെടുന്നതെങ്കിൽ അദ്ദേഹത്തോടൊപ്പം തന്നെയും കഴിയാൻ അനുവദിക്കണമെന്ന തമ്പുരാട്ടിയുടെ അപേക്ഷയും അനുവദിച്ചില്ല.

ആയില്യംതിരുനാളും കേരളവർമ്മയും തമ്മിലുള്ള ശത്രുതയ്ക്ക് പുറകിൽ രസകരമായ മറ്റൊരുകഥ കൂടിയുണ്ട്. ''കേരളവർമ്മയുടെ പ്രണയിനിയായ ലക്ഷ്മീറാണി മുറയനുസരിച്ച് ആയില്യത്തിന്റെ ഭാഗിനേയിയായിരുന്നു. എന്നാൽ ഭാഗിനേയിത്വം അമ്മാവനായ ഉത്രംതിരുന്നാൾ ദത്തുവഴി സ്ഥാപിച്ചെടുത്ത ഒന്നായിരുന്നു. ലക്ഷ്മീറാണിയോട് ആയില്യംതിരുനാളിന് അഭിനിവേശം തോന്നിയെന്നും തന്റെ ആഗ്രഹനിവർത്തിക്കായി അദ്ദേഹം ശ്രമം നടത്തിയെന്നും യാദൃച്ഛികമായി ദൃക്സാക്ഷിയാകാൻ ഇടവന്ന കേരളവർമ്മ ഭരണാധികാരിയെന്നോർക്കാതെ ആയില്യംതിരുനാളിനെ പ്രഹരമേൽപ്പിച്ചുവെന്നും അതിൽ രോഷാകുലനായ മഹാരാജാവ് പ്രതികാരബുദ്ധിയോടെ കേരളവർമ്മയെ അറസ്റ്റ് ചെയ്ത് തടവിലാക്കിയെന്നുമാണ് കഥ.''[7]

ഈ സംഭവങ്ങളാണ് കേരളവർമ്മ വലിയകോയിത്തമ്പുരാൻ തടങ്കലിലാക്കപ്പെടാനും മയൂരസന്ദേശം എന്ന പ്രശസ്തമായ മണിപ്രവാളകാവ്യം രചിക്കാനും ഇടയാക്കിയത്.

ഹരിപ്പാട് കൊട്ടാരത്തിൽ തടവിൽ കഴിയുമ്പോൾ നായകനുണ്ടായ വിരഹവേദനയാണ് കാവ്യത്തിനാധാരം. വിപ്രലംഭാവസ്ഥയിൽ നായികാനായകന്മാർക്കുണ്ടാകുന്ന വികാരങ്ങളെ വർണ്ണിച്ച് നായകൻ നായികയ്ക്ക് സന്ദേശം കൊടുത്തയയ്ക്കുന്ന രീതിയാണ് കാവ്യത്തിൽ അവലംബിച്ചിരിക്കുന്നത്. 1894ൽ ആണ് മയൂരസന്ദേശം രചിക്കപ്പെട്ടത്. ഹരിപ്പാട്ടെ പതിനഞ്ച് മാസത്തെ തടവിനുശേഷം കേരളവർമ്മവലിയകോയിത്തമ്പുരാനെ ഹരിപ്പാട്ട് നിന്നും തിരുവനന്തപുരം കൊട്ടാരത്തിലേക്ക് കൊണ്ടുവന്ന് പുറംലോകവുമായി ബന്ധപ്പെടാൻ അനുവാദമില്ലാതെ പാർപ്പിച്ചു. കാവ്യത്തിന്റെ ഉത്തരഭാഗത്താണ് തിരുവനന്തപുരത്തെക്കുറിച്ചുള്ള വർണ്ണനയുള്ളത്. തിരുവനന്തപുരമെന്നു പറഞ്ഞാൽ തിരുവനന്തപുരത്തെ കോട്ടയ്ക്കുള്ളിലെ കാഴ്ചകൾ മാത്രം. അവിടെയായിരുന്നല്ലോ അക്കാലത്ത് രാജധാനി.

തേവാരത്ത് കോയിക്കൽ

തന്റെ പ്രിയതമ വസിക്കുന്ന മാളികയിലേക്കുള്ള വഴിയും ഗൃഹത്തിന്റെ അടയാളവും കവി മയിലിന് ഇങ്ങനെ പറഞ്ഞുകൊടുക്കുന്നു. പത്മനാഭസ്വാമിയേയും കൂപക്കര ഭഗവതിയെയും വണങ്ങിയശേഷം നേരെ പടിഞ്ഞാറേക്ക് പോയാൽ തേവാരത്ത് കോയിക്കൽ എന്ന കൊട്ടാരം കാണാം. അസാധാരണ ശോഭയുള്ള ശംഖുമുദ്ര പതിച്ച തെക്കേ കവാടവും രണ്ട് സിംഹരൂപങ്ങളും മട്ടുപ്പാവുമൊക്കെയാണ് കൊട്ടാരത്തിന്റെ അടയാളങ്ങൾ.

തെക്കെവാതിലിനെക്കുറിച്ച് പറയുമ്പോൾ തന്നെ ബന്ദിയാക്കിക്കൊണ്ടുപോയ തെക്കേ കവാടത്തെക്കുറിച്ച് തമ്പുരാൻ ഓർമ്മിച്ചിരിക്കാം.

---

7. തിരുവനന്തപുരത്തിന്റെ ഇതിഹാസം. പട്ടം ജി. രാമചന്ദ്രൻനായർ. പു.64

തേവാരത്ത് കോയിക്കലിന്റെ മുൻവശത്തുണ്ടായിരുന്ന ആനക്കൊട്ടിൽ

മജിസ്ട്രേറ്റായിരുന്ന ത്രിവിക്രമൻ തമ്പിയാണ് ആദ്യം തമ്പുരാന്റെ അറസ്റ്റിനായി നിയോഗിക്കപ്പെട്ടത്. തമ്പിയെ ചൂലുകൊണ്ടടിച്ച് പുറത്താക്കുമെന്ന് ലക്ഷ്മിഭായി പറഞ്ഞുവത്രേ. ശേഷമാണ് നാണുപിള്ളയുടെ രംഗപ്രവേശം. തമ്പുരാന്റെ കയ്യും പിടിച്ച് പുറത്തേക്കോടിയ തമ്പുരാട്ടിയെ ബലംപ്രയോഗിച്ച് മാറ്റാൻ നിർദ്ദേശം നൽകി.[8]

തേവാരത്ത് കോയിക്കലിന്റെ പടിഞ്ഞാറഭാഗത്തുള്ള മനോഹരമായ ഒരു കുളത്തെപ്പറ്റിയും പരാമർശമുണ്ട്. നായിക ദിവസവും കുളിക്കുന്ന കുളം എന്നാണ് അതിന്റെ പ്രത്യേകത.

''നിത്യം തന്വിമണിയുടെ തനുസ്പർശ ഭാഗ്യാതിരേകാ
ലത്യന്തം തത്സലീലമതിനോടുണ്ടെനിക്കഭ്യസൂയ''

തന്റെ നായികയെ കേശാദിപാദം ആലിംഗനം ചെയ്യാൻ ഭാഗ്യമുണ്ടായ കുളത്തിലെ ജലത്തോടുപോലും കവിക്ക് അസൂയയുണ്ട്. കാരണം അദ്ദേഹത്തിന് അതിനുള്ള ഭാഗ്യമില്ലല്ലോ.

ഇപ്പോൾ പടിഞ്ഞാറെ തെരുവിൽ ലളിതമഹൾ, കലൈമഹൾ എന്നിങ്ങനെ രണ്ട് കല്യാണമണ്ഡപങ്ങൾ കാണാം. പഴയതേവാരത്ത് കോയിക്കല് അടുത്തായിരുന്നു. വിവാഹത്തിനുശേഷം കേരളവർമ്മയും ഭാര്യയും താമസിച്ചിരുന്നത് തേവാരത്ത് കോയിക്കലിലാണ്. ഇന്നത്തെ എസ്.പി. ഫോർട്ട് ആശുപത്രിയുടെ തെക്കുവശം. കോട്ടയ്ക്കകത്തെ പഴക്കമുള്ള കൊട്ടാരങ്ങളിൽ ഒന്നാണിത്. ചിറവാ മൂത്തതിരുമേനി മാർത്താണ്ഡവർമ്മ രായരാണ് കോയിക്കൽ കൊട്ടാരം നിർമ്മിച്ചത്. കൊ.വ. 923 ഇടവം 24ന് തച്ചുബലിയും 25ന് പാലുകാച്ചും നടത്തി. കൊ.വ. 924നും 929നും അഗ്നിബാധയുണ്ടായെങ്കിലും വൈകാതെ പുതുക്കി പണിയിച്ചു. പിൽക്കാലത്ത്

8. നാഗൻ നാണുപിള്ളയെ 1877ൽ ആയില്യം തിരുനാൾ ദിവാനാക്കിയെങ്കിലും 1880ൽ വിശാഖം തിരുനാൾ സ്ഥാനമേറ്റതോടെ പിരിച്ചുവിട്ടു.

മഹാരാജാക്കന്മാർക്ക് താമസിക്കാൻ വലിയകൊട്ടരസമുച്ചയം നിർമ്മിച്ചെങ്കിലും തേവാരത്ത് കോയിക്കൽ രാജകൊട്ടാരമായി തന്നെ നിലനിന്നു. രാജകുടുംബത്തിലെ പല പ്രധാന ചടങ്ങുകളും ഇവിടെവച്ചാണ് നടത്തിയിരുന്നത്.

ഈ കോയിക്കൽ ഇന്ന് പൂർണ്ണരൂപത്തിലില്ല. പലഭാഗങ്ങളും സ്വകാര്യ വ്യക്തികളുടെ കയ്യിലാണ്. കിഴക്കുഭാഗത്തുണ്ടായിരുന്ന ആനക്കൊട്ടിൽ റോഡുവികസനത്തിന്റെ ഭാഗമായി തേവാരത്ത് കോയിക്കലിനു മുൻവശത്തുണ്ടായിരുന്ന ആനക്കൊട്ടില് 1970കളുടെ അവസാനത്തില് പൊളിച്ചുമാറ്റി.

രാജധാനിയിലെ കാവൽക്കാർ

മറ്റു പട്ടണങ്ങളിലെപോലെ ഈ പട്ടണത്തിൽ ചോരഭയംവേണ്ട എന്നാണ് കവിയുടെ കണ്ടെത്തൽ. കാരണം കവചം, ചട്ട, തൊപ്പി, വാൾ എന്നിവ ധരിച്ച ഊർജ്ജസ്വലരായ തുറുപ്പുകാർ കാവലുണ്ട്. കൂടാതെ ചുവന്ന കുപ്പായവും വെളുത്ത വാറുകളും കറുപ്പുകലർന്ന കാൽച്ചട്ടയും മറ്റുംകൊണ്ട് ''നാനാവർണ്ണപ്രകടിതചമൽക്കാരമാം വേഷമോടെ സേനാവൃന്ദം പെരുവഴി'' വിലസുന്നതുകണ്ടാൽ ഇന്ദ്രചാപം ആകാശത്തുനിന്ന് ഭൂമിയിലേക്ക് ഇറങ്ങിവന്നതാണോ എന്നുതോന്നും. കോട്ടയ്ക്കകത്തുണ്ടായിരുന്ന അന്നത്തെ നായർ പട്ടാളത്തിന്റെ ഗാംഭീര്യവും വർണ്ണപ്പൊലിമയും കാവ്യത്തിൽ സമഗ്രമായി വരച്ച് കാട്ടിയിട്ടുണ്ട്.

നഗരത്തിലെ രംഭകൾ

അനന്തപുരിയിലെ സ്ത്രീകളുടെ വിസ്മയകരമായ രൂപലാണ്യവും പൂന്തോട്ടങ്ങളുടെ അഴകുമെല്ലാം ഒത്തുനോക്കുമ്പോൾ പടിഞ്ഞാറേ സമുദ്രത്തിൽ പ്രതിബിംബിച്ച അമരാവതി തന്നെയാണോ 'ഇപ്പുരി' എന്നു തോന്നും. ഇന്ദ്രനഗരിയായ അമരാവതിയിൽ വളരെ നാളായിട്ടും ഒരു രംഭയേയുണ്ടായിരുന്നുള്ളൂ. പക്ഷേ അനന്തപുരിയിലാകട്ടെ നിരവധി രംഭകൾ ഉണ്ടായിക്കൊണ്ടിരിക്കുന്നു.

ഒരു ശതാബ്ദം മുൻപുള്ള രാജധാനിയിലെ ആറാട്ടുവഴിയിൽ ഇന്ന് തലയുയർത്തി നിൽക്കുന്ന മണിമാളികകൾ അന്നുമുണ്ടായിരുന്നു.

''മാരക്രീഡാമഹലഹളയിൽ ജാലമാർഗേണ ലീലാ
ഗാരക്രോഡേ നിഭൃതഗതിയായെത്തി നിത്യം നിശായാം
വാരസ്ത്രീണാം വപുഷിവിലസും സ്വേദബിന്ദുക്കളാകും
ഹാരസ്തോമം ഹരതി വിരുതേറുന്ന ചോരൻ സമീരൻ''

(രാത്രിയിൽ 'മാരക്രീഡാമഹാലഹളയിൽ' സുരതക്രാന്തകളായ സ്ത്രീകളുടെ മേനിയിൽ പൊടിയുന്ന വിയർപ്പിനെ കിളിവാതിലിലൂടെ അകത്തു കടക്കുന്ന ഇളംകാറ്റ് ചോരൻ മുത്തുമാല കവരുന്നതുപോലെ ശമിപ്പിക്കുന്നു)

അനന്തശായി

ശ്രീകൃഷ്ണഭഗവാന്റെ മാറിൽ നൃത്തംചെയ്യുന്ന ലക്ഷ്മിയുടെ വിലാസത്താൽ ഐശ്വര്യത്തോടെ ശോഭിക്കുന്ന ''അപ്പുരിയിൽ നീ സ്വച്ഛന്തം പ്രവേശിച്ചാലും'' എന്നാണ് മയൂരത്തിന് നൽകുന്ന നിർദ്ദേശം. കിഴക്കേ ഗോപുരത്തിലൂടെ കോട്ടയ്ക്കകത്ത് പ്രവേശിക്കണമെന്നും ആദ്യമായി അനന്തശായിയായ ഭഗവാനെ വണങ്ങണമെന്നും തുടർന്ന് നരസിംഹമൂർത്തിയെയും തിരുവമ്പാടിക്കണ്ണനെയും ദർശിച്ച് കണ്ണന് മയിൽപ്പീലി കാണിക്കയായി നൽകണമെന്നും പറയുന്നു.

കൂപക്കരമഠം ക്ഷേത്രം

തേവാരത്ത് കോയിക്കലിൽ ചെന്ന് നായികയെ സന്ദേശം അറിയിക്കുന്നതിനു മുൻപേ പടിഞ്ഞാറെ ഗോപുരംവഴി വടക്കുഭാഗത്തേക്ക് പോയി കൂപക്കരമഠത്തിൽ ചെന്ന് വരമരുളുന്ന ദുർഗ്ഗയെ നമസ്കരിക്കണമെന്നും മയിലിന് നിർദ്ദേശമുണ്ട്. ശ്രീപത്മനാഭസ്വാമി ക്ഷേത്രത്തിന് വടക്കുപടിഞ്ഞാറായാണ് കൂപക്കര മഠം. പത്മനാഭസ്വാമിക്ഷേത്രഭരണം നടത്തിയിരുന്ന എട്ടരയോഗത്തിലെ പോറ്റിമാരിൽപ്പെട്ടവരാണ് ഇവർ. താന്ത്രിക കർമ്മങ്ങളിൽ നേതൃത്വവും പ്രായശ്ചിത്ത നടപടികൾ നിർദ്ദേശിക്കാനുള്ള അവകാശവും മഠക്കാർക്കുണ്ടായിരുന്നു. ദുർഗ്ഗയെ വണങ്ങണം എന്നാണ് കവി നിർദ്ദേശിക്കുന്നതെങ്കിലും മഠത്തിലെ പ്രതിഷ്ഠ കണ്ണകി സങ്കൽപ്പത്തിലുള്ള ഭദ്രകാളിയാണ്. മഠത്തിനോട് ചേർന്ന് കിഴക്കുവശത്തുള്ള തേവാര മുറിയിൽ പീഠത്തിൽ ദേവിയെ ആവാഹിച്ച് വച്ചരാധിക്കുന്നു. ഇവിടം മഠക്കാരുടെ സ്വകാര്യ ആരാധനാലയമാണ്.

ആണ്ടുതോറും മീനഭരണിദിവസം തിരുവിതാംകൂർ മഹാരാജാക്കന്മാർ ദേവീദർശനത്തിനായി മഠത്തിലെത്തുക പതിവായിരുന്നു. പ്രത്യേകം വഴിപാടുകളും കൊട്ടാരത്തിൽ നിന്ന് അനുവദിച്ച് നടത്തിയിരുന്നു.

''മതിലകത്ത് തിരുവമ്പാടിയിൽ ദർശനം കഴിഞ്ഞു മുഖമണ്ഡപത്തിന്റെ പടിഞ്ഞാറു വശത്തുവച്ച് വടക്കോട്ടു ശിവേലിപ്പുരയിൽക്കൂടി പടിഞ്ഞാറുവന്നു ശിവേലിപ്പുരയുടെ വടക്കുഭാഗം മുഖമണ്ഡപത്തിന്റെ പടിഞ്ഞാറുഭാഗത്തുക്കൂടി വടക്കുവശം ശ്രീപാദത്തേക്കുള്ള ചെറിയനട കടന്നു വെളിയിൽ പടിഞ്ഞാറോട്ടു കൂപക്കരമഠത്തിന്റെ കിഴക്കേ നടയിൽക്കൂടി അകത്തേക്കും, എഴുന്നള്ളുന്നു.'' കൂപക്കരമഠത്തിലേക്കുള്ള എഴുന്നള്ളത്തിന്റെ പൂർണ്ണവിശദവിവരങ്ങൾ കൊട്ടാരം മാന്വലിൽ ഉണ്ട്.[9]

ഉള്ളൂർ ക്ഷേത്രം

നഗരത്തിൽനിന്നും മൂന്നുനാഴിക വടക്കുള്ള ഉള്ളൂർ സുബ്രഹ്മണ്യ ക്ഷേത്രത്തിൽ നായിക ദർശനം നടത്താറുണ്ടായിരുന്നു. ബാലസുബ്രഹ്മണ്യനാണ് ഇവിടത്തെ പ്രതിഷ്ഠ. ആദ്യം ഇവിടം അന്നാട്ടു ശാസ്താവ്

9. കൊട്ടാരം മാന്വൽ വാല്യം 1 ഭാഗം 1

എന്ന പേരിലുള്ള ശാസ്താക്ഷേത്രമായിരുന്നുവെന്ന് പറയപ്പെടുന്നു. നാലുകെട്ടിനുള്ളിലായിരുന്നുത്രേ പ്രതിഷ്ഠ. നെടുമങ്ങാട് രാജകുടുംബത്തിലുണ്ടായ ചില അനിഷ്ടസംഭവങ്ങളെ തുടർന്ന് പ്രശ്നപരിഹാരമായാണ് ഇവിടെ സുബ്രഹ്മണ്യനെ പ്രതിഷ്ഠിച്ചത്. വേണാടിന്റെ തായ്വഴികളിലൊന്നായ പേരകത്തിൽ പെട്ടതായിരുന്നു ഉള്ളൂർ. നെടുമങ്ങാടായിരുന്നല്ലോ പേരകത്തിന്റെ ആസ്ഥാനം. ഉൾനഗരമാണ് ഉള്ളൂരായതെന്ന് പറയപ്പെടുന്നു. മണലിക്കരയ്ക്കും വഞ്ചിയൂർ അത്തിയറക്കുമായിരുന്നു ഇവിടെ തന്ത്രം.

ഹരിപ്പാട് തടങ്കലിൽ കഴിയുമ്പോൾ തമ്പുരാനും ഹരിപ്പാട് സുബ്രഹ്മണ്യ ക്ഷേത്രത്തിൽ പതിവായി പോകാറുണ്ടായിരുന്നു. അവിടെയുണ്ടായിരുന്ന മയിലുകൾ തമ്പുരാനെ വല്ലാതെ ആകർഷിച്ചിട്ടുണ്ടാവും. അതാവാം തിരുവനന്തപുരത്തു താമസിക്കുന്ന നായികയുടെ സന്ദേശവാഹകനായി മയിലിനെ സങ്കൽപ്പിച്ചത്.

തിരുവനന്തപുരത്തെ വാഴത്തോട്ടങ്ങൾ, തേൻമാവുകൾ, പൂത്തുലഞ്ഞുനിൽക്കുന്ന മരങ്ങൾ, സുഗന്ധം പരത്തി പറന്നു നടക്കുന്ന കൈതപ്പൂമ്പോടി നഗരാതിർത്തിയിലെ തോട്ടുവക്കിൽ നിറഞ്ഞുനിൽക്കുന്ന പനക്കൂട്ടങ്ങൾ എന്നിങ്ങനെ നഗരത്തിന്റെ പ്രകൃതിവർണ്ണനയും മനോഹരം തന്നെ.

സംഗീതം

മാർത്താണ്ഡവർമ്മയുടെ കാലംമുതൽക്കുതന്നെ തിരുവനന്തപുരം ധാരാളം കലാകാരന്മാർക്ക് അഭയവും പ്രോത്സാഹനവും നൽകിയിരുന്നുവല്ലോ. കുഞ്ചൻനമ്പ്യാരും ഉണ്ണായിവാരിയരും രാമപുരത്തുവാരിയരുമൊക്കെ കവികളും വാഗ്ഗേയകാരന്മാരുമായിരുന്നു. പക്ഷേ സംഗീതത്തിന്റെ വസന്തകാലം എന്ന് വിശേഷിപ്പിക്കപ്പെടുന്നത് സ്വാതിതിരുനാളിന്റെ കാലത്തെയാണ്.

1798 മുതൽ 1832 വരെ തഞ്ചാവൂർ ഭരിച്ചിരുന്ന പ്രസിദ്ധനായ ശരഭോജിരാജാവ് നാടുനീങ്ങിയതോടെ അവിടെയുണ്ടായിരുന്ന കലാകാരന്മാരിൽ അധികവും അഭയംതേടിയത് തിരുവിതാംകൂറിലായിരുന്നു. സ്വാതിതിരുനാൾ മഹാരാജാവ് കലയ്ക്കും സംഗീതത്തിനും നൽകിയിരുന്ന പ്രോത്സാഹനമായിരുന്നു അതിന് കാരണം. 1834ൽ മുത്തുസ്വാമി ദീക്ഷിതരുടെ ശിഷ്യന്മാരായിരുന്ന വടിവേലു, ചിന്നയ്യ, പൊന്നയ്യ എന്നീ സഹോദരന്മാർ തങ്ങളുടെ മറ്റൊരു സഹോദരനായ ശിവാനന്ദത്തോടൊപ്പം തിരുവിതാംകൂറിലെത്തി. ഹിന്ദുസ്ഥാനിപ്പാട്ടിലും വീണവായനയിലും വിദ്വാനായിരുന്ന തഞ്ചാവൂർ രങ്കയ്യാ ഭാഗവതരും പാലക്കാട് പരമേശ്വരഭാഗവതരും സ്വാതിസദസിലെ അംഗങ്ങളായെത്തിയവരിൽ പ്രമുഖരാണ്. അലാവുദീൻ സേട്ട്, സുലൈമാൻ സേട്ട് എന്നീ മുസ്ലീം ഭാഗവതന്മാരും കൊട്ടാരത്തിലെ ആശ്രിതന്മാരുടെ കൂട്ടത്തിലുണ്ടായിരുന്നു. മേരുസ്വാമി ഭാഗവതർ വന്നത് മഹാരാഷ്ട്രയിൽനിന്നാണ്. ത്യാഗരാജസ്വാമിയെ സ്വാതിതിരുനാൾ പലവട്ടം തിരുവനന്തപുരത്തേക്ക്

സ്വാതിതിരുനാൾ

ഇരയിമ്മൻ തമ്പി

ക്ഷണിച്ചെങ്കിലും വാർദ്ധക്യം കാരണം അദ്ദേഹം ക്ഷണം നിരസിക്കുകയാണുണ്ടായത്. മൂവാറ്റുപുഴ രാമമംഗലത്തുകാരനായ ഷഡ്കാല ഗോവിന്ദമാരാരും കുറേക്കാലം സ്വാതിസദസ്സിനെ അലങ്കരിച്ചിരുന്നു. ഇങ്ങനെ രാജ്യത്തിന്റെ പല ഭാഗത്തുനിന്നും പ്രസിദ്ധരായ ധാരാളം സംഗീതജ്ഞർ ഒരു കാലത്ത് ഇവിടെ ഉണ്ടായിരുന്നുവെന്നത് തിരുവനന്തപുരത്തിന് എന്നും അഭിമാനത്തിന് വക നൽകുന്ന വസ്തുതയാണ്. അൻപതിലേറെ ഭാഗവതന്മാർ സ്വാതിയുടെ സദസ്സിലുണ്ടായിരുന്നുവെന്ന് ശൂരനാട് കുഞ്ഞൻപിള്ള രേഖപ്പെടുത്തിയിട്ടുണ്ട്. പരമേശ്വരഭാഗവതരും രാഘവയ്യരും മഞ്ഞപ്ര കല്യാണകൃഷ്ണഭാഗവതരും ആയില്യംതിരുനാളിന്റെ സംഗീതസദസ്സിനെ അലങ്കരിച്ചിരുന്നവരാണ്.

കർണ്ണാടകസംഗീതത്തിന് തിരുവനന്തപുരം നൽകിയ സംഭാവനകൾ നിസ്തുലമാണ്. കീർത്തനരചനയിൽ സ്വാതിതിരുനാളും ഇരയിമ്മൻതമ്പിയും നൽകിയ സംഭാവനകൾ എക്കാലവും ഓർമ്മിക്കപ്പെടും. പത്മനാഭസ്വാമിക്ഷേത്രത്തിനടുത്തുള്ള നവരാത്രിമണ്ഡപത്തിൽ ആണ്ടുതോറും നവരാത്രികാലത്ത് നടത്തിവരാറുള്ള സംഗീതോത്സവം വിശ്വപ്രസിദ്ധമാണല്ലോ. ഒൻപത് രാഗങ്ങളിൽ സ്വാതിതിരുനാൾ രചിച്ച കീർത്തനങ്ങളാണ് ഈ സംഗീതക്കച്ചേരിയിലെ പ്രധാന ആകർഷണം.

മറുനാട്ടുകാരായ ധാരാളം സംഗീതവിദ്വാന്മാർ തിരുവനന്തപുരത്ത് ദീർഘമായോ സ്ഥിരമായോ താമസിച്ചു. സ്വാതിതിരുനാളിന്റെ കൃതികൾ ആദ്യമായി അച്ചടിച്ച് പ്രകാശിപ്പിച്ചത് ശ്രീമൂലം തിരുനാളിന്റെ കാലത്താണ്. 1939ൽ ചിത്തിരതിരുനാൾ തിരുവനന്തപുരത്ത് സംഗീത അക്കാദമി സ്ഥാപിച്ചു. അക്കാദമിയിൽ ഡോ.മുത്തയ്യ ഭാഗവതർ, ശെമ്മാങ്കുടി ശ്രീനിവാസയ്യർ, ജി.എൻ.ബാലസുബ്രഹ്മണ്യം എന്നീ പ്രശസ്തരും

പരദേശികളുമായ ബ്രാഹ്മണർ പ്രിൻസിപ്പൽമാരായിരുന്നു. യു.എൻ. ജനറൽ അസംബ്ലിയിൽ എം.എസ്.സുബ്ബലക്ഷ്മിയുടെ കച്ചേരിക്ക് മൃദംഗം വായിച്ചത് ലോകപ്രശസ്ത മൃദംഗവിദ്വാൻ ടി.കെ.മൂർത്തിയാണ്. പിൽക്കാലത്ത് നെല്ലായി കൃഷ്ണമൂർത്തി, ചേർത്തല ഗോപാലൻനായർ, പാറശ്ശാല പൊന്നമ്മാൾ, യേശുദാസ്, നെയ്യാറ്റിൻകര വാസുദേവൻ, നെയ്യാറ്റിൻകര മോഹനചന്ദ്രൻ എന്നിവർ ഈ രംഗത്തെ പ്രസിദ്ധരായി. നവരാത്രിമണ്ഡപത്തിൽ ആദ്യമായി പാടിയ വനിത പൊന്നമ്മാളാണ്.

വിദ്യാഭ്യാസം

മേൽജാതിക്കാരുടെ കുട്ടികളെ പഠിപ്പിച്ചിരുന്ന പാരമ്പര്യ അദ്ധ്യാപകരെ 'ആശാന്മാർ' എന്നും വിദ്യാലയങ്ങളെ കുടിപ്പള്ളിക്കൂടങ്ങൾ എന്നും ആശാൻപള്ളിക്കൂടങ്ങൾ എന്നുമാണ് വിളിച്ചിരുന്നത്. ആശാന്മാർ സാധാരണയായി ധനികരായ ജന്മിമാരുടെ പുരയിടങ്ങളിൽ താമസിച്ചിരുന്നു. നെല്ലും തേങ്ങയുമൊക്കെയായിരുന്നു പ്രതിഫലം. ആദ്യം മണലിലും പിന്നെ എഴുത്തോലയിലുമാണ് എഴുതി പഠിപ്പിച്ചിരുന്നത്. കടലാസ് അക്കാലത്ത് ദുർലഭവസ്തുവായിരുന്നല്ലോ. കുടിപ്പള്ളിക്കൂടങ്ങൾ നൽകിയിരുന്ന വിദ്യാഭ്യാസം തുലോം പരിമിതമാണെന്ന് മനസ്സിലാക്കി തന്റെ പ്രജകൾക്ക് ഇംഗ്ലീഷ് വിദ്യാഭ്യാസം കൂടി നൽകാൻ മുൻകൈയെടുത്തത് ക്രാന്തദർശിയായ സ്വാതിതിരുനാളാണ്. 1836 ആയപ്പോഴേക്കും ഫ്രീസ്കൂളിനോടൊപ്പം ജില്ലാതലത്തിൽ ഏതാനും ഇംഗ്ലീഷ് സ്കൂളുകളും പ്രവർത്തിച്ചുതുടങ്ങി. സ്വാതിതിരുനാളിനുശേഷം ആയില്യംതിരുനാളും വിദ്യാഭ്യാസരംഗത്ത് കൂടുതൽ ശ്രദ്ധ പതിപ്പിച്ചു. 1860ൽ ആയില്യം തിരുനാൾ ഭരണമേറ്റപ്പോൾ മഹാരാജാസ് ഫ്രീസ്കൂളിനോടൊപ്പം കുറേ പ്രാദേശിക വിദ്യാലയങ്ങളും തിരുവനന്തപുരത്തുണ്ടായിരുന്നു. ജ്യോതിശ്ശാസ്ത്രം, നീതിശ്ശാസ്ത്രം, മതബോധം എന്നിവയായിരുന്നു ഇത്തരം സ്കൂളുകളിലെ പ്രധാന പാഠ്യവിഷയങ്ങൾ.

എച്ച്എച്ച് ദി മഹാരാജാസ് ഗേൾസ് സ്കൂൾ

1859ൽ ബ്രിട്ടീഷ് ഗവൺമെന്റ് പുകയില ഇറക്കുമതിയിന്മേലുള്ള തീരുവ നിർത്തലാക്കി. പുകയിലക്കുത്തകയുണ്ടായിരുന്ന സർക്കാരിനോട് പുകയിലയുടെ വില കുറയ്ക്കാൻ ആവശ്യപ്പെട്ടെങ്കിലും തീരുവയിലൂടെ ലഭിച്ചിരുന്ന അധികപണം വിദ്യാഭ്യാസ ആവശ്യങ്ങൾക്ക് ഉപയോഗിക്കാനാണ് ആയില്യം തിരുനാൾ നിശ്ചയിച്ചത്. ഇങ്ങനെ ലഭിച്ച പണം കൊണ്ടാണ് ഇംഗ്ലീഷ് സ്കൂളുകളും നാട്ടുഭാഷാ സ്കൂളുകളും ഗേൾസ് സ്കൂളുകളും ട്രെയിനിങ്ങ് സ്കൂളുകളുമൊക്കെ സ്ഥാപിച്ചത്.

1862ൽ തിരുവനന്തപുരത്തെ സൗജന്യവിദ്യാലയത്തിലെ വിദ്യാർത്ഥികളുടെ എണ്ണം 517 ആയി. അതിൽ 171 നായന്മാരും 123 ബ്രാഹ്മണരും 119 തമിഴ് ശൂദ്രരുമുണ്ടായിരുന്നു എന്ന് ചരിത്രകാരനായ റോബിൻ ജെഫ്രി രേഖപ്പെടുത്തിയിട്ടുണ്ട്. 1863ൽ തിരുവനന്തപുരത്ത് കോട്ടയ്ക്കകത്ത് ഹിന്ദുപെൺകുട്ടികൾക്കായി ഒരു പെൺപള്ളിക്കൂടവും 1889ൽ ഒരു സംസ്കൃതപാഠശാലയും നിലവിൽ വന്നു. 1866ൽ തിരുവനന്തപുരത്ത് പ്രഥമ നാട്ടുഭാഷാ വിദ്യാലയം ആരംഭിച്ചത് മാധവറാവുവിന്റെ പദ്ധതിയനുസരിച്ചാണ്. 1867 ആയപ്പോഴേക്കും വിദ്യാലയങ്ങളുടെ എണ്ണം പതിമ്മൂന്നായി.

സർക്കാർ ഓഫീസുകളിൽ വിദ്യാഭ്യാസമുള്ള ഉദ്യോഗസ്ഥരെ ലഭ്യമാക്കുക എന്നതായിരുന്നു ദിവാൻ മാധവറാവുവിന്റെ ലക്ഷ്യം. ഉയർന്ന തസ്തികകളിലേക്ക് ഇംഗ്ലീഷ് വിദ്യാഭ്യാസം ലഭിച്ചവരെയും താഴ്ന്ന തസ്തികകളിലേക്ക് നാട്ടുഭാഷാവിദ്യാലയങ്ങളിൽനിന്ന് വിദ്യാഭ്യാസം നേടിയവരെയും ആവശ്യമുണ്ടായിരുന്നു. ''അതിപ്രധാന ഉദ്യോഗങ്ങളെല്ലാം വിദ്യാഭ്യാസയോഗ്യതയുള്ളവരെക്കൊണ്ട് നിറയ്ക്കും'' എന്നും അദ്ദേഹം മുന്നറിയിപ്പു നൽകി.

മഹാരാജാസ് കോളേജ് മന്ദിരത്തിന് തറക്കല്ലിട്ടുകൊണ്ടുള്ള ആയില്യം തിരുനാളിന്റെ പ്രസംഗം ഇങ്ങനെ ''നിങ്ങളുടെ പിൻഗാമികളെ പുതിയ

നോർമ്മൽ സ്കൂൾ, തിരുവനന്തപുരം

സ്കൂളികളിലയച്ച് പഠിപ്പിക്കുക. അല്ലെങ്കിൽ സർക്കാരിന്റെ നിലവാര മനുസരിച്ചുള്ള വിദ്യാഭ്യാസം നേടിയവരെ നിയമിക്കും. പരിഷ്കരിക്കപ്പെട്ട വിജ്ഞാനത്തിനുവേണ്ടിയുള്ള നിങ്ങളുടെ രാജ്യത്തിന്റെ ആവശ്യത്തെ നിങ്ങൾ തൃപ്തിപ്പെടുത്തുക.'' എഴുതി തയ്യാറാക്കിയ പ്രസംഗം ദിവാൻ ടി. മാധവറാവു ചടങ്ങിൽ വായിക്കുകയായിരുന്നു.

വിദ്യാഭ്യാസയോഗ്യതയുടെ മറവിൽ ടി. മാധവറാവു തഞ്ചാവൂരിൽ നിന്ന് തിരുവിതാംകൂർ സർക്കാർ സർവ്വീസിൽ നിയമിച്ച ചിലരെ സ്വജന പക്ഷപാത നിയമനങ്ങളായി കണ്ട് മദ്രാസ് സർക്കാർ പിന്നീട് പിരിച്ചുവിട്ടു എന്നതും വസ്തുതയാണ്.

തിരുവിതാംകൂറിൽ ഇംഗ്ലീഷ് വിദ്യാഭ്യാസം ആരംഭിച്ചപ്പോൾ ആവശ്യമുള്ള അദ്ധ്യാപകരെ രാജ്യത്തിന് പുറത്തുനിന്ന് കൊണ്ടുവരേണ്ടിവന്നു. ഇതിന് പരിഹാരമായാണ് തിരുവനന്തപുരത്ത് ഇംഗ്ലീഷ് നോർമ്മൽ സ്കൂൾ തുടങ്ങിയത്. സ്കൂളിൽ ലോവർ സെക്കന്ററി, മെട്രിക്കുലേഷൻ, എഫ്.എ. എന്നീ പരീക്ഷകൾ ജയിച്ചവർക്കായിരുന്നു പ്രവേശനം നൽകിയിരുന്നത്. ഇവരെ പരിശീലിപ്പിക്കാനായി മദ്രാസിൽനിന്ന് യോഗ്യതയുള്ളവരും പരിശീലനം സിദ്ധിച്ചവരുമായ അദ്ധ്യാപകരെ വരുത്തി.

പണ്ഡിതനും ചരിത്രകാരനും ആയുർവേദ വൈദ്യനുമായിരുന്ന വൈക്കം പാച്ചുമൂത്തതും അദ്ദേഹത്തിന്റെ ശിഷ്യൻ പരമേശ്വരൻ മൂത്തതും ചേർന്ന് പത്മതീർത്ഥക്കരയിൽ തുടങ്ങിയ കഷായപ്പുരയാണ് പിൽക്കാലത്ത് ആയുർവ്വേദ ആശുപത്രിയായി പരിണമിച്ചത്. കൊട്ടാരത്തിലേക്ക് ആവശ്യമായ ആയുർവ്വേദ മരുന്നുകളാണ് ആദ്യകാലത്ത് ഇവിടെ തയ്യാറാക്കിയിരുന്നത്. മുറജപത്തിനെ ത്തുന്ന നമ്പൂതിരിമാർക്ക് ആവശ്യം വന്നാൽ വേണ്ട ചികിത്സ നൽകിയിരുന്നതും ഇവിടെത്തന്നെ. ആശുപത്രി പിന്നെ മഹാരാജാസ് കോളേജിനടുത്തേക്ക് മാറ്റി. 1952ൽ അന്ന് രാജപ്രമുഖനായിരുന്ന ചിത്തിരതിരുനാൾ ഇന്നത്തെ ആയുർവേദ കോളേജ് മന്ദിരത്തിന് തറക്കല്ലിട്ടു. കോളേജിന്റെ പ്രവർത്തനം ഉദ്ഘാടനം ചെയ്തത് ഇന്ത്യൻ പ്രസിഡന്റായിരുന്ന ഡോ.രാജേന്ദ്രപ്രസാദാണ്.

ശ്രീമൂലം തിരുനാളാണ് സംസ്കൃത കോളേജ് സ്ഥാപിച്ചത്. കോട്ടയ്ക്കകത്തെ മിത്രാനന്തപുരം ക്ഷേത്രവളപ്പിലായിരുന്നു സ്ഥാപനം. 1919 ആയപ്പോഴേക്കും കോളേജ് പാൽക്കുളങ്ങരയിലേക്കു മാറ്റി. ചിത്തിര തിരുനാളാണ് സംസ്കൃതകോളേജ് യൂണിവേഴ്സിറ്റി കോളേജിന് എതിർവശത്തേക്ക് മാറ്റി സ്ഥാപിച്ചത്. 1938ൽ സംസ്കൃത കോളേജ് തിരുവിതാംകൂർ യൂണിവേഴ്സിറ്റിയുടെ നിയന്ത്രണത്തിലായി.

വെളിച്ചം

കോട്ടകളും കൊട്ടാരങ്ങളും കച്ചേരികളുമെന്നതുപോലെ തന്നെ വെളിച്ചം, വെള്ളം, ഗതാഗതം എന്നീ അടിസ്ഥാനസൗകര്യങ്ങളും ഒരു തലസ്ഥാനത്തിന്റെ വികസനത്തിന് അത്യന്താപേക്ഷിതമാണെന്നു ചിന്തിച്ച്

സേതുലക്ഷ്മിബായി തമ്പുരാട്ടി

പ്രവർത്തിച്ചു തുടങ്ങിയത് റീജന്റ് സേതുലക്ഷ്മിബായി തമ്പുരാട്ടിയുടെ (1924–31) കാലം മുതൽക്കാണ്.

രാജഭരണകാലത്ത് രാജവീഥിയിൽ വെളിച്ചത്തിനായി ഉപയോഗിച്ചിരുന്നത് മനോഹരമായ ചില്ലു വിളക്കുകളാണ്. പാളയം മുതൽ കവടിയാർവരെ റോഡിനിരുവശത്തും വഴിയാത്രക്കാർക്ക് വെളിച്ചം പകർന്നുകൊണ്ട് ഈ വിളക്കുകൾ വരിവരിയായി നിന്നിരുന്നു. പുറത്ത് അലുമിനീയം ചായം തേച്ച് മുകളിൽ അലങ്കാരപ്പണികൾകൊണ്ട് കമനീയമാക്കിയതാണ് വിളക്കുകാൽ. പരമാവധി വെളിച്ചം ലഭിക്കാനായി വിളക്കിനു നാലുഭാഗത്തും ചില്ലുകൾ ഘടിപ്പിച്ചിരുന്നു. വിളക്കുതെളിക്കാൻ പ്രത്യേകം ചുമതലക്കാരുമുണ്ടായിരുന്നു. ഒരുഭാഗത്തെ ചില്ല് തുറക്കത്തക്കരീതിയിലാണ് വിളക്കിന്റെ നിർമ്മിതി. ഏണിയും അരയിലുറപ്പിച്ച ക്യാനിൽ മണ്ണെണ്ണയും തീപ്പെട്ടിയുമായി എത്തുന്നയാൾ ഏണി വിളക്കുകാലിൽ ചാരി മുകളിൽക്കയറി വിളക്കിൽ തിരിയിട്ടു മണ്ണെണ്ണയൊഴിച്ചുകത്തിക്കും. പിൽക്കാലത്ത് നഗരത്തിന്റെ പല ഭാഗത്തും ഇത്തരം വിളക്കുകളായി.

1925ൽ പള്ളിവാസൽ ജലവൈദ്യുതപദ്ധതിക്കുവേണ്ടിയുള്ള ആദ്യാന്വേഷണം ആരംഭിച്ചപ്പോൾത്തന്നെ തിരുവനന്തപുരത്തിനുവേണ്ടി മാത്രമായി ഒരു വൈദ്യുതപദ്ധതിയെക്കുറിച്ചും ആലോചന തുടങ്ങിയിരുന്നു. ഇതിനെത്തുടർന്ന് അരുവിക്കര വെള്ളച്ചാട്ടത്തിൽനിന്നുള്ള വൈദ്യുതി, ഓയിൽയന്ത്രം ഉപയോഗിച്ചുള്ള വൈദ്യുതി എന്നീ രണ്ടു നിർദ്ദേശങ്ങളാണ് ലഭിച്ചത്. തുടർന്ന് 1927ൽ തിരുവനന്തപുരത്ത് ഓയിൽ ഉപയോഗിച്ച് വൈദ്യുതി ഉത്പാദിപ്പിക്കാൻ നിശ്ചയിക്കുകയും 1929ൽ ഇതിനായി പഴവങ്ങാടിക്കു സമീപം പവർഹൗസ് നിർമ്മിക്കുകയും ചെയ്തു. പവർഹൗസ് പ്രവർത്തിച്ചിരുന്ന കെട്ടിടം ഇന്നും ഉണ്ട്. അതിനു മുന്നിലൂടെയുള്ള റോഡാണ് പവർഹൗസ് റോഡ്. 1929 ഫെബ്രുവരി 25ന് ദിവാൻ എം.ഇ. വാട്സ് വൈദ്യുതി വിതരണത്തിന്റെയും പവർഹൗസിന്റെയും ഉദ്ഘാടനം നിർവഹിച്ചു.

1933ൽ പള്ളിവാസൽ പദ്ധതിയുടെ നിർമ്മാണപ്രവർത്തനങ്ങൾക്ക് അംഗീകാരം നൽകി. 70.75 ലക്ഷം രൂപയായിരുന്നു അടങ്കൽതുക. 1935ൽ ചിത്തിരതിരുനാൾ മഹാരാജാവ് പവർഹൗസ് കെട്ടിടത്തിന് തറക്കല്ലിട്ടു.

പവർ ഹൗസ്

ഇവിടെനിന്ന് നാലു കി.മി. ദൂരത്തുള്ള സ്റ്റാഫ് കോളനി 'ചിത്തിരപുരം' എന്നാണ് അറിയപ്പെടുന്നത്. 1940 മാർച്ച് 19ന് പദ്ധതിയുടെ ഒന്നാംഘട്ട പ്രവർത്തനം പൂർത്തിയായി. പള്ളിവാസലിലേക്ക് കൂടുതൽ ജലമെത്തിക്കാൻ സേതുപാർവതീപുരം (കുണ്ടള), മാട്ടുപ്പെട്ടി അണക്കെട്ടുകൾ സ്ഥാപിച്ചു. മാട് എന്ന വാക്കിനർത്ഥം കുന്ന് എന്നാണ്. പട്ടി എന്നാൽ ഗ്രാമവും. മാടുപ്പെട്ടി എന്നാൽ മലമുകളിലെ ഗ്രാമം എന്നാണർത്ഥം. മാട്ടുപ്പെട്ടി കാലിവളർത്തൽകേന്ദ്രത്തിന് ഈ പേരുമായി ബന്ധമൊന്നുമില്ല. ജനറേറ്ററുകളിൽനിന്നുള്ള വൈദ്യുതിപ്രസരണത്തിന്റെ ഉദ്ഘാടനം സി.പി.രാമസ്വാമി അയ്യരാണ് നിർവഹിച്ചത്. നാലുവർഷങ്ങൾക്കുശേഷം ഹെഡ്വർക്സിന്റെ ഉദ്ഘാടനവും അദ്ദേഹം തന്നെ നിർവഹിച്ചു. ഹെഡ് വർക്സിന് 'രാമസ്വാമി ഹെഡ്വർക്സ്' എന്ന പേരും നൽകി.

ചക്രതീർത്ഥം

പത്മനാഭസ്വാമിക്ഷേത്രത്തിൽ നിവേദ്യം തയ്യാറാക്കാൻ കരമനയാറ്റിലെ കുണ്ടമൺകടവു ഭാഗത്തുള്ള ചക്രതീർത്ഥത്തിൽനിന്നാണ് പട്ടാളക്കാർ മൺകുടങ്ങളിൽ ജലം കൊണ്ടുവന്നിരുന്നത്. അങ്ങനെയുള്ള കരമനയാറ്റിലെ ജലം തിരുവനന്തപുരത്തുനിന്ന് പതിന്നാല് കി.മീ. മാറി അരുവിക്കര എന്ന സ്ഥലത്ത് അണകെട്ടിനിറുത്തി പൈപ്പ് ലൈൻവഴി വെള്ളയമ്പലം വാട്ടർവർക്സിലെത്തിച്ച് ശുദ്ധീകരിച്ചാണ് നഗരത്തിലേക്ക് ശുദ്ധജലമെത്തിച്ചിരുന്നത്. നഗരത്തിലെ ജലക്ഷാമം രൂക്ഷമായതോടെ അരുവിക്കരയ്ക്കു മുകളിലായി പേപ്പാറയിൽ വെള്ളം അണകെട്ടി നിറുത്തി ആവശ്യാനുസരണം അരുവിക്കരയിലേക്ക് തുറന്നുവിടുന്ന രീതി വന്നു.

1931ൽ രൂപം കൊണ്ട വെല്ലിംഗ്ടൺ വാട്ടർവർക്സ് വൈസ്രോയിയും ഗവർണ്ണർജനറലുമായിരുന്ന വെല്ലിംഗ്ടൺ പ്രഭുവിന്റെ സ്മാരകം കൂടിയാണ്. തിരുവിതാംകൂറിലെ ഈ ആദ്യത്തെ ശുദ്ധജലവിതരണപദ്ധതി രൂപകല്പനചെയ്തത് എഞ്ചിനീയർ ബാലകൃഷ്ണറാവുവാണ്. ആദ്യകാലങ്ങളിൽ വെള്ളം കൊണ്ടുവരാൻ വേണ്ട പൈപ്പുകൾ ഇംഗ്ലണ്ടിൽ നിന്ന് കപ്പൽമാർഗം ഇറക്കുമതി ചെയ്യുകയായിരുന്നു. അരുവിക്കരയിൽ നിന്ന് ആദ്യത്തെ നാലു മൈൽ ദൂരം മുപ്പത്തിമൂന്ന് ഇഞ്ചുവ്യാസമുള്ള പൈപ്പുകളും അതുകഴിഞ്ഞ് വെള്ളയമ്പലം വരെ മുപ്പത് ഇഞ്ചുവ്യാസമുള്ള പൈപ്പുകളുമാണ് ഉപയോഗിച്ചത്. ജനസംഖ്യ വർദ്ധിച്ചതോടെ ജലത്തിന്റെ ഉപയോഗം കൂടുകയും ലഭ്യത കുറയുകയും ക്രമേണ വേനൽക്കാലങ്ങളിൽ നഗരം കഠിനമായ ജലക്ഷാമത്തിലേക്കു നീങ്ങുകയും ചെയ്യുന്നു.

ബസ്സർവ്വീസ്

1938 ഫെബ്രുവരി 20ന് തമ്പാനൂർനിന്ന് വെള്ളയമ്പലം വഴി കവടിയാർവരെ ബസ് ഓടിച്ചുകൊണ്ടാണ് സ്റ്റേറ്റ് ട്രാൻസ്പോർട്ട് ഡിപ്പാർട്ടുമെന്റ് ബസ്സർവ്വീസിന്റെ ഉദ്ഘാടനം നടത്തിയത്. 1937ൽ തിരുവിതാംകൂറിൽ സർക്കാർനിയന്ത്രണത്തിൽ സ്റ്റേറ്റ് ട്രാൻസ്പോർട്ട് ഡിപ്പാർട്ടുമെന്റ് രൂപവത്കരിച്ചു. ഭാരതത്തിലെ നാട്ടുരാജ്യങ്ങളിൽ സർക്കാർതലത്തിൽ ആദ്യം പാസഞ്ചർ ബസ് സർവ്വീസ് ആരംഭിച്ചത് തിരുവിതാംകൂറിലാണ്.

ചിത്തിരതിരുനാൾ മഹാരാജാവ്, കേണൽ ഗോദവർമ്മരാജ, മറ്റു രാജകുടുംബാംഗങ്ങൾ, ദിവാൻ സർ സി.പി., സി.പി.ഗോപാലപ്പണിക്കർ തുടങ്ങിയവരായിരുന്നു ആദ്യബസ്സിലെ യാത്രക്കാർ. ഓടിച്ചതാകട്ടെ, സാർട്ടറും. ട്രാൻസ്പോർട്ട് ഡിപ്പാർട്ടുമെന്റിന്റെ സാങ്കേതികവിഭാഗം തലവനായിരുന്നു, ഇ.ജി.സാർട്ടർ എന്ന ഇംഗ്ലീഷുകാരൻ. കന്നിയാത്രയ്ക്ക്

തമ്പാനൂർ റെയിൽവേ സ്റ്റേഷനു മുന്നിൽ ആദ്യകാല സ്വകാര്യബസ്

ഡിപ്പാർട്ടുമെന്റിന്റെ 33 ബസ്സുകളും അകമ്പടിയായി ഉണ്ടായിരുന്നു. 21-ാം തീയതി രാവിലെ മുതൽ തിരുവനന്തപുരംകന്യാകുമാരി റൂട്ടിലും ട്രാൻസ്പോർട്ട് വകുപ്പിന്റെ ദീർഘദൂര സർവ്വീസ് തുടങ്ങി.

ആദ്യകാലത്തെ ബസ്സുകളിൽ 23 പേർക്ക് ഇരുന്നു യാത്ര ചെയ്യാനുള്ള സൗകര്യമുണ്ടായിരുന്നു. യാത്രക്കാർ ബസ്സിന്റെ മുൻവശത്തുകൂടിവേണം പ്രവേശിക്കാൻ. മുൻവശത്തുള്ള 10 സീറ്റുകൾ ഒന്നാംക്ലാസ് വിഭാഗത്തിൽപ്പെടും. ഇതിന് സാധാരണ നിരക്കിനേക്കാൾ 50% കൂടുതൽ കൊടുക്കണം. മൂന്നുവയസ്സുവരെ സൗജന്യയാത്രയും 14 വയസ്സുവരെ അരടിക്കറ്റും എന്നതായിരുന്നു രീതി. കുറഞ്ഞ ടിക്കറ്റു നിരക്കായ അരച്ചക്രത്തിന് ഒരുമൈൽ ദൂരം സഞ്ചരിക്കാം. 28 പൗണ്ടിനു മുകളിലുള്ള ലഗ്ഗേജിന് 4 ചക്രം നൽകണം. ഇതോടൊപ്പം ഒരു പാഴ്സൽ സർവ്വീസും ആരംഭിച്ചു.

തിരുവനന്തപുരത്തെ നിരത്തുകളിലൂടെ ആദ്യമായി ബസ്സുകൾ ഓടിത്തുടങ്ങിയത് 1908ലാണ്. 1910ൽ തിരുവനന്തപുരത്തുനിന്ന് നാഗർകോവിലിലേക്ക് ദീർഘദൂര ബസ് സർവ്വീസുകൾ ആരംഭിച്ചു. വിശാഖം തിരുനാളിന്റെ പുത്രൻ അരുമന ശ്രീനാരായണൻതമ്പിയുടെ ഉടമസ്ഥതയിലുള്ള 'കമേഴ്സ്യൽ ട്രാൻസ്പോർട്ട് കോർപ്പറേഷൻ' എന്ന സ്വകാര്യ കമ്പനിയാണ് ആദ്യമായി ബസ്സുകൾ നിരത്തിലിറക്കിയത്. ജോസഫ് അഗസ്റ്റി എന്നൊരാളും ഇതോടൊപ്പം കൊല്ലത്തേക്ക് സർവ്വീസ് തുടങ്ങി. കൽടയറുകളും കരിഗ്യാസും ഉപയോഗിച്ച് ഓടിച്ചിരുന്ന 10 എയിറ്റ് സീറ്റർ ബസ്സുകളാണ് കമേഴ്സ്യൽ ട്രാൻസ്പോർട്ട് കോർപ്പറേഷൻ റോഡിലിറക്കിയത്. റോഡുകളുടെ നവീകരണത്തിനായി തമ്പി 6000 രൂപ സർക്കാരിനു നൽകിയതായും പറയപ്പെടുന്നു.

വ്യക്തികളുടെയും പ്രൈവറ്റ് ഏജൻസികളുടെയും നിയന്ത്രണത്തിലായിരുന്നു വാഹനഗതാഗതം. ഉടമസ്ഥർ തമ്മിലുള്ള മത്സരവും അമിതലാഭേച്ഛയും ഈ രംഗത്ത് ധാരാളം പ്രശ്നങ്ങളുണ്ടാക്കിയതുകൊണ്ടാണ് ട്രാൻസ്പോർട്ട് ഡിപ്പാർട്ടുമെന്റ് ഗതാഗതം മെച്ചപ്പെടുത്താൻ നടപടി തുടങ്ങിയത്. പ്രധാന ട്രങ്ക്റോഡുകളിലും മറ്റുമുള്ള ഗതാഗതം സർക്കാർ ഏറ്റെടുത്തു.

ട്രാൻസ്പോർട്ട് കോർപ്പറേഷന്റെ ഡബിൾഡക്കറിന്റെയും റോഡ് ട്രെയിനിന്റെയും ആദ്യ സർവ്വീസുകൾ ശാസ്തമംഗലത്തേക്കായിരുന്നു.

തിരുവിതാംകൂറിലെത്തിയ ആവിയന്ത്രത്തിന്റെ പ്രവർത്തനം നാട്ടുകാർക്ക് അത്ഭുതമായി. ചാക്കവരെയേ ആദ്യം ട്രെയിൻസർവ്വീസ് ഉണ്ടായിരുന്നുള്ളൂ. പിന്നെ അത് തമ്പാനൂരിലേക്കു നീട്ടി. 1935ൽ തിരുവനന്തപുരത്തുനിന്നും ഗോവവഴി ബോംബേയ്ക്കും തിരിച്ചും തിരുവിതാംകൂർ സർക്കാർ വിമാനസർവ്വീസ് അനുവദിച്ചു.

ചാല റോഡിന് വീതികൂട്ടിയതും ചാലക്കമ്പോളം നിർമ്മിച്ചതും കിള്ളിപ്പാലവും കരമനപ്പാലവും പുതുക്കിപ്പണിയിച്ചതും ശ്രീപത്മനാഭസ്വാമി

ക്ഷേത്രത്തിന്റെ ഗോപുരംപണി പൂർത്തിയാക്കിയതും സപ്തസ്വരങ്ങൾ പുറപ്പെടുവിക്കുന്ന തൂണുകളോടുകൂടിയ കുലശേഖരമണ്ഡപം നിർമ്മിച്ചതും ദിവാൻ കേശവപിള്ളയുടെ മേൽനോട്ടത്തിലായിരുന്നു.

പത്മനാഭസ്വാമി ക്ഷേത്രവും ചാലക്കമ്പോളവും വൈദ്യുതിയിൽ കത്തുന്ന വിളക്കുകളും ട്രെയിനും ബസ്സുമൊക്കെ കാണാൻ നാട്ടിൻപുറങ്ങളിൽനിന്നു ജനങ്ങൾ നഗരത്തിലെത്തി. റോഡുകൾ മെച്ചപ്പെട്ടു. പല്ലക്കുകൾ വില്ലുവണ്ടികൾക്ക് വഴിമാറി. കാളവണ്ടികൾ എണ്ണത്തിൽ കുറഞ്ഞു. മ്യൂസിയത്തെ ബാൻഡ് വായന രസകരമായ കാഴ്ചയായി. നിരത്തുകൾ മെച്ചപ്പെട്ടു. വിദ്യാഭ്യാസത്തിനും ചികിത്സയ്ക്കും പുതിയ സൗകര്യങ്ങളുണ്ടായി. അങ്ങനെ നഗരം വളർന്നു.

പാളയത്ത് താവളമടിച്ചിരുന്ന ബ്രിട്ടീഷ് ഇന്ത്യൻ സൈനികരിൽ മുസ്സീംവിഭാഗത്തിൽപ്പെട്ടവർ ആരാധനയ്ക്കായി 1813ൽ സ്ഥാപിച്ച ചെറിയ തൈക്കാവിന്റെ പരിഷ്കരിച്ച രൂപമാണ് ഇന്നത്തെ പാളയം ജുമാ മസ്ജിദ്. പാളയം സെന്റ് ജോസഫ്സ് പള്ളിയുടെ നിർമ്മാണം ഫാ. സെന്റ് ഫ്രാൻസിസ് മിരാൻ എന്ന വൈദികനാണ് ആരംഭിച്ചത്. 1873ൽ പള്ളിപണി പൂർത്തിയായി. ബ്രിട്ടീഷ് സൈന്യത്തിലെ പട്ടാളക്കാർ, പുത്തൻചന്തപ്രദേശത്ത് കച്ചവടം നടത്തിയിരുന്നവർ, പട്ടാളക്കാർക്കുവേണ്ടി മത്സ്യക്കച്ചവടം നടത്തിയിരുന്നവർ എന്നിവരുൾപ്പെട്ട

പഴവങ്ങാടി ഗണപതിക്ഷേത്രം

ക്രൈസ്തവർക്കുവേണ്ടിയാണ് ആദ്യം പേട്ടയിലും തുടർന്ന് പാളയത്തും ഈ ആരാധനാലയങ്ങൾ സ്ഥാപിച്ചത്. ഗോഥിക് ശൈലിയിലാണ് മനോഹരമായ പാളയം പള്ളി നിർമ്മിച്ചിരിക്കുന്നത്. പാളയത്ത് ക്രൈസ്തവ മുസ്ലിം പള്ളികൾക്കു സമീപമുള്ള ഗണപതിക്ഷേത്രം 1813ൽ സ്ഥാപിച്ചതാണ്. പാളയത്തെ ഹിന്ദുപട്ടാളക്കാർ ആരാധന നടത്തിയിരുന്നത് വികാസ് ഭവന് അടുത്തുള്ള ഹനുമാൻക്ഷേത്രത്തിലായിരുന്നല്ലോ. പഴവങ്ങാടി ഗണപതിയെ പ്രതിഷ്ഠിച്ച് ആരാധിച്ചുതുടങ്ങിയത് കോട്ടയ്ക്കകത്ത് ബാരക്കുകളിൽ കഴിഞ്ഞിരുന്ന പട്ടാളക്കാരും. ഇപ്പോഴും പാങ്ങോട് പട്ടാളക്യാമ്പിന്റെ നിയന്ത്രണത്തിലാണ് ഈ ക്ഷേത്രം. അവിടെ ഇന്നു കാണുന്ന മുഖമണ്ഡപം 1055ൽ വിശാഖംതിരുനാൾ പണികഴിപ്പിച്ചതാണ്. 2019ൽ പഴവങ്ങാടി ഗണപതി കോവിൽ പൂർണ്ണമായും പുതുക്കി പണിതു.

മുസ്ലീങ്ങൾ

തിരുവനന്തപുരത്ത് മുസ്ലീംസമുദായത്തിൽപ്പെട്ടവരുടെ സാന്നിദ്ധ്യം എണ്ണത്തിൽ ചെറുതായിരുന്നെങ്കിലും അവർ ഇവിടത്തെ സാമൂഹിക വ്യവസ്ഥിതിയിൽ കാര്യമായ സ്വാധീനം ചെലുത്തിയിരുന്നു. പഠാണുകളും റാവുത്തറന്മാരുമാണ് ഇവിടെ ഉണ്ടായിരുന്നത്. അവർ പൊതുധാരയുമായി ചേർന്നുനിന്ന വരുമാണ്.

'പഷ്തോ' ഭാഷ സംസാരിച്ചിരുന്നവരാണ് പക്തൂൺ അഥവാ പഠാൺ എന്ന് അറിയപ്പെട്ടിരുന്നത്. ഇവർ പ്രധാനമായും അഫ്ഗാനിൽനിന്നു വന്നവരാണ്. മഹാഭാരതത്തിൽ പരാമർശിക്കുന്ന ഗാന്ധാരം അഫ്ഗാനിസ്താൻ ആയിരുന്നത്രേ. പഠാൺ പുരുഷന്മാർ പേരിനോടൊപ്പം 'ഖാൻ' എന്നും സ്ത്രീകൾ 'ബീവി' എന്നും ചേർത്തിരുന്നു. 'അശ്വകൻ' (കുതിരയെ ഓടിക്കുന്നവൻ) എന്ന ശബ്ദത്തിൽനിന്നാണ് അഫ്ഗാൻ എന്ന പേരുണ്ടായത്. ഇന്ത്യയിൽ കുതിരകൾ വിരളമായിരുന്നതിനാൽ ഇവിടത്തെ രാജാക്കന്മാർ യുദ്ധാവശ്യങ്ങൾക്കായി കുതിരകളെ വാങ്ങിച്ചിരുന്നത് അഫ്ഗാനിസ്താനിൽനിന്നും പേർഷ്യയിൽനിന്നുമാണ്.

ഇന്ത്യയിലെത്തിയ മുസ്ലീങ്ങൾ ക്രമേണ ഉർദുവിന്റെ പ്രാഗ്രൂപമായ ഘടിബോലിയും പേർഷ്യൻ ഭാഷയും ചേർന്ന ഹിന്ദുസ്ഥാനിഭാഷ ഉപയോഗിക്കാൻ തുടങ്ങി. 14-ാം നൂറ്റാണ്ടിൽ ഡൽഹി ഭരിച്ചിരുന്ന സുൽത്താന്മാർ തങ്ങളുടെ അധികാരം ദക്ഷിണേന്ത്യയിലേക്കു വ്യാപിപ്പിക്കുന്നതിന്റെ ഭാഗമായി ഹൈദ്രാബാദ്, ആർക്കാട്, മധുര എന്നീ പ്രദേശങ്ങൾ കീഴടക്കി. തുർക്കിക്കാരായ റാവ്ത്തറന്മാരെ കച്ചവടത്തിനായി ക്ഷണിച്ചത് വിജയനഗരം ഭരിച്ചിരുന്ന രാജാക്കന്മാരാണ്. കുതിരക്കച്ചവടമായിരുന്നു റാവ്ത്തറന്മാരുടെ പ്രധാന തൊഴിൽ. നാൽപ്പത്തിമൂന്ന് വർഷത്തെ സുൽത്താന്മാരുടെ ഭരണം അവസാനിപ്പിച്ചുകൊണ്ട് വിജയനഗരസാമ്രാജ്യം മധുര പിടിച്ചെടുത്തു. ഇവരോടൊപ്പം റാവ്ത്തറന്മാരും മധുരയിലെത്തി

ചാക്ക റെയിൽവേസ്റ്റേഷൻ

എന്നാണു വിശ്വസിക്കുന്നത്. ഇങ്ങനെയാണ് മുസ്ലീങ്ങൾ ദക്ഷിണേന്ത്യയിലെത്തിയത്. ഹിന്ദുസ്ഥാനി സംസാരിച്ചിരുന്ന ഇവർ കാലക്രമത്തിൽ ഇവിടത്തെ പ്രാദേശികഭാഷകളുടെ സ്വാധീനതയിൽപ്പെട്ട് ദഖനികളായി.

അനിഴംതിരുനാൾ മാർത്താണ്ഡവർമ്മ നാട്ടിലെ കലാപകാരികളെ അമർച്ചചെയ്യാൻ ഹൈദ്രാബാദിൽനിന്നും ആർക്കാട്ടുനിന്നും അശ്വാരൂഢസേനകളെ വരുത്തിയതായി പറയപ്പെടുന്നു. വീരനല്ലൂർ അറുമുഖൻ പിള്ളയായിരുന്നു തിരുവിതാംകൂറിലെ കുതിരപ്പട്ടാളത്തിന്റെ നായകൻ. കായങ്കുളവുമായുള്ള യുദ്ധത്തിനായും മാർത്താണ്ഡവർമ്മ തിരുനെൽവേലിയിൽനിന്ന് കുതിരപ്പട്ടാളത്തെ വരുത്തി. ഇങ്ങനെ സൈനികരായെത്തിയ പഠാൺകാരും കച്ചവടം തൊഴിലാക്കിയ റാവ്ത്തറന്മാരുമാണ് ഇവിടത്തെ മുസ്ലീങ്ങൾ. തിരുവിതാംകൂറിൽ മുസ്ലീങ്ങൾക്ക് ശക്തിയുള്ള നാടുവാഴികളോ നേതാക്കന്മാരോ ഉണ്ടായിരുന്നില്ലെങ്കിലും രാജാക്കന്മാരുടെ സംരക്ഷണത്തിനും ഉദാരസമീപനത്തിനും അവർ പാത്രമായിരുന്നു. ഹിന്ദുമുസ്ലീം ഐക്യം ഏറ്റവും കൂടുതൽ നിലനിന്നിരുന്നത് തിരുവിതാംകൂറിലാണെന്നുകാണാം. ആരാധനാലയങ്ങൾ നിർമ്മിക്കുന്നതിന് രാജാവിന്റെ അനുമതി ആവശ്യമായിരുന്നെങ്കിലും സാമൂഹികവും മതപരവുമായ എല്ലാ സ്വാതന്ത്ര്യങ്ങളും അവർ അനുഭവിച്ചിരുന്നു.

1680ൽ ഉമയമ്മറാണിയുടെ ഭരണകാലത്ത് സാഹസികനായ ഒരു മുഗൾ സർദാർ വേണാടിന്റെ തെക്കുഭാഗം ആക്രമിച്ചുകീഴ്പ്പെടുത്തി കൊള്ളയടിച്ചുകൊണ്ട് നാഞ്ചിനാടു കടന്ന് മണക്കാട്ടെത്തി താവളമടിച്ചു. ആക്രമണത്തെ ഭയന്ന് പത്മനാഭസ്വാമിക്ഷേത്രത്തിലെ യോഗക്കാരും മാടമ്പിമാരും ക്ഷേത്രം അടച്ചശേഷം പലായനം ചെയ്തുവെന്നാണ് പറയപ്പെടുന്നത്. റാണിയുടെ കാവൽക്കാരും അന്നുണ്ടായിരുന്ന പഠാണികളായ അൽപ്പം സൈനികരും മാത്രമേ റാണിയോടൊപ്പം ഉണ്ടായിരുന്നുള്ളൂവത്രേ. ഈ അവസരത്തിൽ കേരളവർമ്മ സഹായത്തിനെത്തുകയും മുകിലനോട് ഏറ്റുമുട്ടുകയും ചെയ്തു. തോവാളയിൽവച്ചു നടന്ന

യുദ്ധത്തിൽ സർദാർ പരാജയപ്പെട്ടു. യുദ്ധത്തിനിടയിൽ മരത്തിൽ കൂടു കെട്ടിയിരുന്ന കടന്നലുകൾ കൂട്ടത്തോടെ ഇളകി മുകിലനെ ആക്രമിച്ചു വെന്നതാണ് രസകരം. കടന്നലിന്റെ കുത്തുകൊണ്ട് കുതിരപ്പുറത്തു നിന്നുവീണ അദ്ദേഹത്തെ വധിക്കുക എളുപ്പമായി. ഈ യുദ്ധത്തിൽ മുന്നൂറോളം കുതിരകളെയും 100 ഭടന്മാരെയും തടവിലാക്കി. ഇവരെ പ്രധാനമായും മണക്കാട് താമസിപ്പിച്ച് പുതിയൊരു പട്ടാളവിഭാഗത്തിന് രൂപം കൊടുത്തു. കപ്പംപിരിക്കാൻ മധുരനായ്ക്കൻ അയച്ച സൈന്യ ത്തിലെ ഒരു റിബലായിരുന്നു മുഗൾസർദാർ എന്നാണ് കെ. ശിവശങ്കരൻ നായരുടെ അഭിപ്രായം.

സി.വി.രാമൻപിള്ള 'മാർത്താണ്ഡവർമ്മ' എന്ന നോവലിൽ രാമ വർമ്മ മഹാരാജാവിന്റെ കാലത്ത് മുഹമ്മദീയരായ ചില വ്യാപാരികൾ മണക്കാട് മരുഭൂമിയായിക്കിടന്നിരുന്ന കുറേസ്ഥലം വെട്ടിത്തെളിച്ച് നാലഞ്ചു ചെറിയ കൂടാരങ്ങളും പായകൊണ്ട് കുത്തിനിറച്ച് ചില നെടു മ്പുരകളും കെട്ടി അവിടെ പാളയമടിച്ചുവെന്നും കിങ്കാബ്, നീരാളം, സൂര്യപടം, പട്ട്, ചീട്ടി തുടങ്ങി അനേകം സാധനങ്ങളുടെ വില്പന യ്ക്കാണ് അവരെത്തിയതെന്നും പറയുന്നു. മുകിലന്റെ ആക്രമണകാലത്ത് മുഹമ്മദീയരാക്കപ്പെട്ട ചില കുടുംബങ്ങൾ അവിടെയുണ്ടായിരുന്നത്രേ. പത്മനാഭസ്വാമിക്ഷേത്രത്തിന് തെക്കുമാറി കള്ളിച്ചെടികളും തകരയു മൊക്കെ പൊടിച്ചുനിന്നിരുന്ന മണൽപ്രദേശമായിരുന്ന മണക്കാട് തിരു വനന്തപുരം നഗരത്തിന് പുറത്തായിരുന്നു.

കാർത്തികതിരുനാൾ രാമവർമ്മ രാജാവിന്റെ കാലത്ത് (1758-98) മണക്കാട് ഇന്നത്തെ സബ്ജയിൽ പ്രവർത്തിക്കുന്ന സ്ഥലത്തുണ്ടായി രുന്ന കുതിരലായത്തിന്റെ സംരക്ഷണം, കുതിരജീനി, ലാടം തുടങ്ങി കുതിരകൾക്ക് ആവശ്യമുള്ള അനുബന്ധ ഉപകരണങ്ങളുടെ നിർമ്മാണം എന്നിവ പഠാണികൾക്കായിരുന്നു. ലായത്തിനു പുറകിൽ താമസിച്ചി രുന്ന ഇവർക്ക് ആരാധനയ്ക്കായി പണികഴിപ്പിച്ചതാണ് അട്ടക്കുളങ്ങര മുസ്ലിംപള്ളി.

തിരുവനന്തപുരത്ത് പാളയത്തായിരുന്നു പട്ടാളപ്പാളയം. നായർ പട്ടാളം എന്നറിയപ്പെട്ടിരുന്ന രണ്ടാം റെജിമെന്റിലായിരുന്നു മുസ്ലീങ്ങൾ. ഇവർക്ക് കുടുംബമായി താമസിക്കാനുള്ള സൗകര്യങ്ങളും ഏർപ്പാടാക്കി യിരുന്നു. അങ്ങനെയുണ്ടായിരുന്ന സ്ഥലങ്ങളിലൊന്നാണ് ശാസ്ത മംഗലത്തെ പട്ടാണിക്കുന്ന്.

പാളയം ജുമാമസ്ജിദ്

മുസ്ലിം സൈനികർക്ക് ആരാധനയ്ക്കായാണ് പാളയത്ത് പള്ളി ആരംഭിച്ചതെന്ന് മുൻപ് സൂചിപ്പിച്ചിട്ടുണ്ട്. 1813ൽ രണ്ടാം റെജിമെന്റിലെ മുസ്ലിം പട്ടാളക്കാർ വടക്കേ ഇന്ത്യൻ മാതൃകയിൽ തകരം മേഞ്ഞ ഒരു

പാളയം ജുമാമസ്ജിദ്

തൈക്കാവ് (ഈദാഗാഹ്) നിർമ്മിച്ചതാണ് തുടക്കം. 1824ൽ മുസ്ലിം സൈനികോദ്യോഗസ്ഥന്മാർ ഈ സ്ഥലം വിലയ്ക്കു വാങ്ങി. 1849ൽ ഈ ദേവാലയം പരിഷ്കരിച്ച് ഇൻഡോസാരസൻ കമാനങ്ങളോടു കൂടിയ ഒരു ഗേറ്റും പണിയിച്ചു. 1898ൽ ഹാജിയൂനസ് സേഠ് പുതുക്കിപ്പണിത പള്ളി 1959ൽ പുനർനിർമ്മാണം തുടങ്ങി. 1967ൽ പൂർത്തീകരിച്ചു. രാഷ്ട്രപതി ഡോ. സക്കിർ ഹുസൈനാണ് ഇതിന്റെ ഉദ്ഘാടനം നിർവഹിച്ചത്. രണ്ടു നിലകളുള്ള ഈ മസ്ജിദിന്റെ മദ്ധ്യഭാഗത്തെ ഖുബ്ബയും മുൻവശത്തെ കമനീയമായ കവാടവും അതിനിരുവശത്തുമായി 100 അടി ഉയരത്തിലുള്ള രണ്ടു മനോഹരങ്ങളായ മിനാറുകളും കൗതുകം പകരുന്ന കാഴ്ചകളാണ്. പ്രധാന ഹാളിന്റെ മദ്ധ്യത്തിൽ ഉയർന്നു നിൽക്കുന്ന മുപ്പതടി വ്യാസമുള്ള ഖുബ്ബ ഈ കെട്ടിടത്തിന്റെ മനോഹാരിത വർദ്ധിപ്പിക്കുന്നു. കിഴക്കുഭാഗത്തെ മുഖ്യകവാടത്തിലെ പോർട്ടിക്കോയ്ക്ക് മുപ്പത്തിരണ്ടടി ഉയരത്തിലുള്ള കമാനങ്ങളുണ്ട്. എന്തുകൊണ്ടും തിരുവനന്തപുരം നഗരത്തിന്റെ പ്രൗഢിക്ക് ചേരുംവിധമുള്ള പാളയം ജുമാമസ്ജിദ് ഏവരുടെയും ശ്രദ്ധയാകർഷിക്കുന്നു.

ലത്തീൻ അതിരൂപത

1937 ജൂലൈയിലാണ് തിരുവനന്തപുരം അതിരൂപതയുടെ തുടക്കം. ഭാരതത്തിലെ ആദ്യരൂപതയായ കൊല്ലംരൂപതയെ വിഭജിച്ചാണ് തിരുവനന്തപുരം അതിരൂപതയ്ക്ക് രൂപം നൽകിയത്.

''കൊല്ലം രൂപതയിൽനിന്ന് ചിറയിൻകീഴ്, തിരുവനന്തപുരം, നെടുമങ്ങാട്, നെയ്യാറ്റിൻകര എന്നീ താലൂക്കുകളെ വേർപെടുത്തിയാണ് പരിശുദ്ധ രണ്ടാം പീയൂസ് മാർപ്പാപ്പ 'ഇൻ ഓറ മലബാറിക്ക' എന്ന തിരുവെഴുത്തിലൂടെ തിരുവനന്തപുരം രൂപത സ്ഥാപിച്ചത്. 1952ൽ പാദ്രുവാദേ ഭരണസമ്പ്രദായം നിറുത്തലാക്കിയതോടെ പള്ളിത്തുറ മുതൽ ഇരയിമ്മൻതുറവരെയുള്ള പശ്ചിമതീര ഇടവകകളെ കൊച്ചി രൂപതയിൽനിന്നു വേർപെടുത്തി തിരുവനന്തപുരം രൂപതയോട് താൽക്കാലികമായി ചേർത്തു. 1955 മേയ് 20-ാം തീയതി കൂട്ടിച്ചേർക്കൽ സ്ഥിരമായതോടുകൂടി രൂപതാചരിത്രത്തിന്റെ രണ്ടാം ഘട്ടമായി.''[10]

തിരുവനന്തപുരം രൂപതയുടെ ആദ്യമെത്രാനായി കൊല്ലം അതിരൂപതയുടെ മെത്രാനായിരുന്ന അഭിവന്ദ്യ വിൻസന്റ് ഡെരേര പിതാവാണ് നിയമിതനായത്. ഇദ്ദേഹം ഇരുപത്തിഒൻപതുവർഷക്കാലം രൂപതയെ നയിച്ചു. ഇദ്ദേഹത്തിന്റെ സഹായിയായി പ്രവർത്തിച്ചുപോന്ന പീറ്റർ ബെർണാഡ് പെരേരയാണ് രൂപതയുടെ രണ്ടാമത്തേതും തദ്ദേശീയരിൽ ആദ്യത്തേതുമായ മെത്രാൻ. ഈ രൂപത ക്രമേണ സാമ്പത്തികമായ പിന്നാക്കാവസ്ഥയെ നേരിടാൻ കർമ്മപദ്ധതികൾ വിഭാവനം ചെയ്യുകയും സാമൂഹികമുന്നേറ്റത്തിനു തുടക്കം കുറിക്കുകയും ചെയ്തു. മരിയനാട് പ്രോജക്ടിന്റെ ആരംഭം. തുമ്പ റോക്കറ്റ് കേന്ദ്രത്തിന് ഇടം നൽകൽ തുടങ്ങിയ പ്രവർത്തനങ്ങളിലൂടെ രൂപത ദേശീയ ശ്രദ്ധ പിടിച്ചുപറ്റി. ഭാവിപ്രവർത്തനങ്ങളെ മുൻനിർത്തി വിവിധസ്ഥലങ്ങളിൽ ഭൂമി സ്വന്തമാക്കുകയും യുവജനസംഘടനയായ കെ.സി.വൈ.എം., തിരുവനന്തപുരം സോഷ്യൽ സർവീസ് സൊസൈറ്റി എന്നിവ ആരംഭിക്കുകയും ചെയ്തു.

1979 രൂപതയിൽ മെത്രാനായി സ്ഥാനമേറ്റ അഭിവന്ദ്യ ജേക്കബ് അച്ചാരുപറമ്പിലാണ് പ്രാദേശികസഭയെ നവീകരിക്കുന്നതിനുള്ള ശ്രമങ്ങൾക്ക് തുടക്കമിട്ടത്. ''1990ൽ സൂസപാക്യം പിതാവ് ഇടയനായി സ്ഥാനമേറ്റു. പങ്കാളിത്തം, വികേന്ദ്രീകരണം, കീഴ്ഘടകങ്ങളുടെ കാര്യക്ഷമത എന്നീ ആശയങ്ങളിലൂന്നി ആവിഷ്കരിച്ച 'എമർജിംഗ് ന്യൂ വിഷൻ' എന്ന പേരിലുള്ള പുതിയ വീക്ഷണം രൂപതയിലെ എല്ലാ തലങ്ങളിലെയും പങ്കാളിത്തപ്രവർത്തനങ്ങൾക്കുള്ള ആഹ്വാനവും മാർഗ്ഗരേഖയുമായിരുന്നു.''[11]

അതിരൂപതയായി ഉയർത്തപ്പെട്ടശേഷം അതിവേഗം മുന്നോട്ടുകുതിച്ച തിരുവനന്തപുരം രൂപത ചരിത്രത്തിന്റെ നാലാം ഘട്ടത്തിലേക്കു കടന്നിരിക്കുന്നു. 2007 ജൂലൈ ഒന്നാം തീയതി വ്യത്യസ്തമായ ആഘോഷപരിപാടികളോടെ രൂപതയുടെ സപ്തതി ആർഭാടമായി നടത്തി.

10. തിരുവനന്തപുരം അതിരൂപത ചരിത്രത്താളുകളിലൂടെ, വാല്യം 1, പേജ് 25

11. തിരുവനന്തപുരം ലത്തീൻ അതിരൂപത ചരിത്രത്താളുകളിലൂടെ, വാല്യം 1, പേജ് 26

പീറ്റർ ബെർണാഡ് പെരേര

തിരുവനന്തപുരം രൂപതയുടെ പ്രവർത്തനങ്ങൾ വിലയിരുത്തുമ്പോൾ എടുത്തുപറയേണ്ടത് പീറ്റർ ബെർണാഡ് പെരേരയുടെ പ്രവർത്തനങ്ങളാണ്. കൊല്ലം രൂപതയുടെ മെത്രാനായിരുന്ന ഡെരേര പിതാവാണ് തിരുവനന്തപുരം രൂപതയുടെ പ്രഥമ മെത്രാൻ. അഭിവന്ദ്യ പെരേര വളരെക്കാലം ഡെരേര പിതാവിന്റെ സഹായിയായി പ്രവർത്തിച്ചിരുന്നു. 1955 ആഗസ്റ്റിൽ സഹായമെത്രാനായും 1961ൽ രൂപതാമെത്രാനായും ചുമതലയേറ്റു.

കാലഘട്ടത്തെ മനസ്സിലാക്കാനും അതിനുവേണ്ടി പ്രവർത്തിക്കുവാനും ഈ പിതാവിനു കഴിഞ്ഞു എന്നത് ശ്രദ്ധേയമാണ്. ഇദ്ദേഹത്തിന്റ അശ്രാന്തപ്രയത്നം രൂപതയെ ഉയർച്ചയിലേക്കു നയിച്ചു. സാമൂഹിക മുന്നേറ്റത്തിന്റെ നേതൃത്വം നൽകി സാമ്പത്തിക പിന്നോക്കാവസ്ഥ തരണം ചെയ്യാനുള്ള പദ്ധതികൾ ഫലപ്രദമായി ആവിഷ്കരിക്കാൻ അദ്ദേഹത്തിനു കഴിഞ്ഞു. തുമ്പ റോക്കറ്റ് വിക്ഷേപണകേന്ദ്രത്തിന് സ്ഥലമെടുക്കുന്ന കാര്യത്തിൽ പിതാവിന്റെ അനുകൂലസമീപനം ദേശീയശ്രദ്ധ ആകർഷിച്ചു. തിരുവനന്തപുരം സോഷ്യൽ സർവ്വീസ് സൊസൈറ്റി (TSSS)യുടെ രൂപവത്കരണം (1960) ഇദ്ദേഹത്തിന്റെ ക്രാന്തദർശിത്വത്തിനും ദീർഘവീക്ഷണത്തിനും ഉദാഹരണമാണ്.

സെന്റ് ആൻസ് ദേവാലയം

പട്ടണത്തിലെ ആദ്യത്തെ റോമൻ കത്തോലിക്ക ദേവാലയം തിരുമധുരപേട്ട എന്ന് അറിയപ്പെട്ടിരുന്ന പേട്ടയിലെ സെന്റ് ആൻസ് ദേവാലയമാണ്. ലെഫ്റ്റനന്റ് വാർഡിന്റെയും കോണറിന്റെയും റിപ്പോർട്ടനുസരിച്ച് തിരുവനന്തപുരം നഗരത്തിലുണ്ടായിരുന്ന ആദ്യകാലത്തെ രണ്ട് പള്ളികളിലൊന്നാണ് പേട്ടയിലുണ്ടായിരുന്നത്. വലിയതുറ പള്ളിയാണ് ആദ്യമുണ്ടായത്.

പേട്ടയിൽ ഒരു കുരിശുപള്ളിക്ക് അനുവാദം നൽകണമെന്ന് ആവശ്യപ്പെട്ടത് തിരുവിതാംകൂറിലെ സൈന്യാധിപനായിരുന്ന ഡിലെനോയിയുടെ ഭാര്യയാണ്. കുന്നുകുഴിയിലായിരുന്നു അന്ന് അവർ താമസിച്ചിരുന്നത്. 1741ലെ കുളച്ചൽ യുദ്ധത്തിൽ മാർത്താണ്ഡവർമ്മ ഡച്ചുകാരെ കീഴടക്കിയപ്പോൾ തടവുകാരനായി പിടിക്കപ്പെട്ട കത്തോലിക്കനായിരുന്ന ഡിലെനോയി പിൽക്കാലത്ത് മാർത്താണ്ഡവർമ്മയുടെ വിശ്വസ്തനായ സൈനികോദ്യോഗസ്ഥനും വലിയകപ്പിത്താനുമായി.

പത്മനാഭസ്വാമി ക്ഷേത്രം ഉൾപ്പെടുന്ന നെല്ലമൺ അധികാരത്തിൽപ്പെട്ട പേട്ടയിൽ ഒരു അന്യമത ദേവാലയത്തിനു അനുമതി നൽകുക അക്കാലത്ത് അസാദ്ധ്യമായിരുന്നെങ്കിലും ഡിലെനോയിയുടെ ഭാര്യയുടെ അപേക്ഷ രാജഭരണത്തിന് നിഷേധിക്കാൻ ആവുമായിരുന്നില്ല. അങ്ങനെ പേട്ടയിൽ ഒരു കുരിശുപള്ളി ഉണ്ടായി.

ധർമ്മരാജാവിന്റെ കാലത്ത് എഴുപുന്ന തച്ചിൽ മാത്തുതരകൻ എന്ന വ്യവസായിക്ക് പള്ളി നിർമ്മിക്കാനുള്ള സ്ഥലം കരമൊഴിവായി പതിച്ചു നൽകി. അടുത്തകാലംവരെ പള്ളിസ്ഥലത്തിനു ഈ ഇളവ് ലഭിച്ചിരുന്നു. വളരെ ചെറിയ ഒരു പള്ളിയായിരുന്നു ആദ്യകാലത്ത് പണികഴിപ്പിച്ചത്.

കത്തോലിക്കരായ പട്ടാളക്കാരുടെ വരവോടെയാണ് ഈ ദേവാലയത്തിന്റെ വളർച്ച തുടങ്ങിയതെന്ന് മുൻപ് സൂചിപ്പിച്ചല്ലോ. തിരുവനന്തപുരത്തേക്കുള്ള റയിൽപ്പാത നിർമ്മിക്കാനായി ചാക്കയിൽ താമസിച്ചിരുന്ന ബ്രിട്ടീഷ് ഉദ്യോഗസ്ഥന്മാരും ആരാധനയ്ക്കെത്തിയത് ഇവിടെയാണ്. ഇവർ തദ്ദേശിയരായ സ്ത്രീകളെ വിവാഹം കഴിച്ചതോടെയാണ് ഈ ഭാഗത്ത് ആംഗ്ലോ ഇന്ത്യൻ സമൂഹം വിപുലമായത്.

1817 മുതൽ 1900 വരെ തിരുവിതാംകൂറിലുണ്ടായിരുന്ന പല ബ്രിട്ടീഷുകാരുടെയും ആംഗ്ലോഇന്ത്യക്കാരുടെയും ശവക്കല്ലറകൾ ഈ ദേവാലയത്തിൽ ഇന്നും കാണാം. 2006ൽ ഈ ദേവാലയത്തിൽ നിർമ്മിച്ച കമാനം യൂറോപ്യൻ കുടുംബങ്ങളുടെ സംഭാവനയാണ്.

പാളയം സെന്റ് ജോസഫ്സ് കത്തീഡ്രൽ

കേണൽ മൺറോ റസിഡന്റായി നിയമിതനായപ്പോൾ ഇംഗ്ലീഷും തമിഴും അറിയാവുന്ന വെള്ളാള സമുദായത്തിൽ നിന്ന് ക്രിസ്തുമതം സ്വീകരിച്ചവരെ സർക്കാർതലത്തിൽ വിവിധ വകുപ്പുകളിൽ നിയമിക്കുകയുണ്ടായി. അങ്ങനെ നിരവധി ക്രിസ്തീയകുടുംബങ്ങൾ തിരുവനന്തപുരത്തെത്തി. കത്തോലിക്കാ സമൂഹത്തിൽപ്പെട്ട എസ്റ്റേറ്റ് ജോലിക്കാരായ ആംഗ്ലോ ഇന്ത്യക്കാരും പുത്തൻചന്തപ്രദേശത്തു കച്ചവടം നടത്തുന്നതിനായി വന്നവരും തമിഴ്നാട്ടിലെ മത്സ്യക്കച്ചവടക്കാരായ കുറേ കുടുംബങ്ങളും പാളയത്തിനടുത്ത് കുന്നുകുഴി ആർ.സി.തെരുവിൽ താമസമാക്കിയിരുന്നു. അതോടൊപ്പം മുകളിൽ സൂചിപ്പിച്ചതുപോലെ റെയിൽവേപണിക്കെത്തിയ ആംഗ്ലോ ഇന്ത്യക്കാരും തിരുവനന്തപുരത്ത് സ്ഥിരതാമസമാക്കി. ഇവരെല്ലാം തന്നെ പേട്ടയിലുള്ള അന്നയുടെ ദേവാലയത്തിലായിരുന്നു ആരാധന നടത്തിയിരുന്നത്. ഇവർക്ക് പേട്ടയിലെ പള്ളിയിൽ എത്തിച്ചേരാനുള്ള അസൗകര്യം പ്രമാണിച്ചാണ് പാളയത്ത് ദേവാലയം പണിതത്.

തിരുവനന്തപുരത്തിന്റെ ഹൃദയഭാഗമായ പാളയത്ത് നിർമ്മാണശൈലികൊണ്ടും വിശ്വാസികളുടെ ബാഹുല്യംകൊണ്ടും ശ്രദ്ധിക്കപ്പെടുന്ന ആരാധനാലയമാണ് പാളയം സെന്റ് ജോസഫ്സ് പള്ളി. പേട്ട സെന്റ് ആൻസ് ദേവാലയമാണ് ഇതിന്റെ മാതൃദേവാലയം.

1864 ഒക്ടോബർ 10ന് വികാരി ഫ്രാൻസിസ് മിരാനാണ് പള്ളിക്ക് തറക്കല്ലിട്ടത്. ശങ്കരലിംഗം നല്ലുമാടൻ പണ്ഡിറ്റ്, വേലായുധൻ പത്മനാഭൻ പണ്ഡിറ്റ് എന്നിവരുടേതായിരുന്നു പള്ളി നിൽക്കുന്ന സ്ഥലം.

പാളയം സെന്റ് ജോസഫ്സ് കത്തീഡ്രൽ

ഫ്രാൻസിസ് മിരാൻ എന്ന വൈദികനാണ് ഇവരിൽനിന്ന് ഈ സ്ഥലം വിലയ്ക്കു വാങ്ങിയത്. മലയാളമാസം 1039ലും 1042ലും രണ്ടുതവണയായി ഭൂമി വാങ്ങി. 1858നും 1873നും ഇടയ്ക്ക് ഇവിടെ ഒരു ചെറിയ ഓലക്കെട്ടിടത്തിൽ ആരാധന നടത്തിയിരുന്നതായി പറയപ്പെടുന്നു. അക്കാലങ്ങളിൽ എല്ലാ ദിവസവും കുർബാന ഉണ്ടായിരുന്നില്ല.

1873ൽ മേയ് 4-ാം തീയതി കൊല്ലം മെത്രാൻ അഭിവന്ദ്യ എൽഡഫോൺസ് പള്ളിയുടെ ആശീർവാദകർമ്മം നടത്തി. 1912ൽ പള്ളി വിപുലീകരിച്ചു. ഗോഥിക് ശൈലിയിലുള്ള മണിമാളികയുടെ പണി 1927ൽ ആരംഭിച്ച് 1933ൽ പൂർത്തിയാക്കി.

പള്ളിപണിക്കായി തദ്ദേശീയരും വിദേശീയരും കൈയയച്ച് സംഭാവന നൽകി മലേഷ്യയിൽനിന്നു കാര്യമായ സാമ്പത്തികസഹായം ലഭിച്ചിരുന്നതായി രേഖകളുണ്ട്. പള്ളിയുടെ ഗോപുരത്തിൽ സ്ഥാപിച്ചിരിക്കുന്ന മണി ബൽജിയം സ്വദേശിനിയായ ഒരു വനിതയുടെ സംഭാവനയാണ്. വലുപ്പമേറിയ മൂന്നു മണികളായിരുന്നു അവരുടെ സംഭാവന. ആദ്യം അത് പള്ളിക്കകത്ത് അൾത്താരയ്ക്കു മുൻപിൽ ബലവത്തായ തൂണുകളിൽ ഉറപ്പിച്ചുനിർത്തി. പള്ളിഗോപുരത്തിന്റെ രണ്ടാംഘട്ട നിർമ്മാണാവസരത്തിൽ മണി ഗോപുരത്തിലേക്ക് ഉയർത്തിസ്ഥാപിച്ചു.

പ്രധാന അൾത്താരയിൽ ഇപ്പോൾ കാണുന്ന തിരുരൂപം 15-2-1921ൽ വിദേശത്തുനിന്നു കൊണ്ടുവന്നതാണ്. പഴയ തിരുരൂപം കൊല്ലത്തെ ശൂരനാട് സെന്റ് ജോസഫ് ദേവാലയത്തിനു നൽകിയതായും രേഖകളിൽ കാണുന്നു. ഗോപുരത്തിനു മുകളിൽ യേശുവിന്റെ കൈകൾ ഉയർത്തിനിൽക്കുന്ന വലുപ്പമേറിയ രൂപവും ഇറ്റലിയിൽ നിന്നു കൊണ്ടുവന്നതാണ്. ദൈവാലയത്തിനകത്തു പ്രതിഷ്ഠിച്ചിട്ടുള്ള മിക്കവാറും എല്ലാ സ്വരൂപങ്ങളും വിദേശനിർമ്മിതങ്ങളാണ്.

1973ൽ ഈ ദേവാലയത്തിന്റെ ശതാബ്ദി ആഘോഷം നടന്നു.

ക്രൈസ്റ്റ് ചർച്ച്

പാളയത്ത് ഫൈൻ ആട്സ് കോളേജിന് എതിർവശത്ത് യൂണിവേഴ്സിറ്റി സ്റ്റേഡിയത്തിനും ചന്ദ്രശേഖരൻനായർ സ്റ്റേഡിയത്തിനും ഇടയിലാണ് നഗരത്തിലെ പഴക്കമേറിയ ക്രൈസ്റ്റ് ചർച്ച്. സി.എസ്.ഐ വിഭാഗത്തിന്റെതാണ് പള്ളി. ഈ പള്ളിയും പാളയത്തുണ്ടായിരുന്ന പട്ടാളക്കാർക്ക് പ്രാർത്ഥിക്കാൻ വേണ്ടിയായിരുന്നു തുടങ്ങിയത്. കർണാട്ടിക് ബ്രിഗേഡിലെ ഇംഗ്ലീഷുകാരായ പട്ടാളക്കാരായിരുന്നു തുടക്കത്തിൽ ആരാധനക്കെത്തിയിരുന്നത്. പള്ളി പണിയാനുള്ള ശ്രമം ആരംഭിച്ചതും വേണ്ട അനുവാദത്തിനായി അപേക്ഷ സമർപ്പിച്ചതും കേണൽ ഫൗൺസും ഡോ.വാറിണ്ടും ചേർന്നാണ്.

1859 നവംബർ 15നാണ് ഇവിടെ പൂർണ്ണരൂപത്തിലുള്ള പള്ളി നിർമ്മിച്ച് പ്രാർത്ഥന തുടങ്ങിയത്. പള്ളി നിർമ്മിക്കുന്നതിന് 45 വർഷം മുമ്പ് തന്നെ ഇവിടെ ചെറിയ ഒരു പ്രാർത്ഥനാലയം ഉണ്ടായിരുന്നത്രെ. 1814 ഒക്ടോബർ 6–ാം തീയതി അടക്കംചെയ്ത ഹെൻട്രിക് ഡിക്സന്റെ ശവകുടീരമാണ് ഈ നിഗമനത്തിന് ആധാരം. ഇദ്ദേഹം നായർ ബ്രിഗേഡിൽ കമാൻഡറായിരുന്നു. കർണാടിക് ബ്രിഗേഡ് അപ്പോഴേക്കും നായർ ബ്രിഗേഡിൽ ലയിച്ചിരുന്നല്ലോ. 1824ൽ അടക്കം ചെയ്ത ക്യാപ്റ്റൻ മോളിവൈറ്റ് ഹെഡിന്റെയും 1849ലെ ജോൺ കാൽഡിക്കോട്ടിന്റെയും ശവകുടീരങ്ങളും ഇവിടത്തെ സെമിത്തേരിയിലുണ്ട്. നഗരത്തിലെ ഏറ്റവും പഴക്കമുള്ള ശവകുടീരങ്ങളാണ് ഇവിടെയുള്ളത്.

1837ൽ പള്ളിയുടെ നിർമ്മാണത്തിന് രൂപരേഖ തയ്യാറാക്കിയെങ്കിലും വളരെ വൈകി 1858 ഡിസംബർ 13നെ തറക്കല്ലിടാൻ കഴിഞ്ഞുള്ളൂ.

ക്രൈസ്റ്റ് ചർച്ച്

ജനറൽ കല്ലനായിരുന്നു തറക്കല്ലിട്ടത്. ഉത്രാടംതിരുനാൾ മഹാരാജാവായിരുന്നു അപ്പോൾ തിരുവിതാംകൂർ ഭരിച്ചിരുന്നത്. പള്ളിക്കാവശ്യമായ ഭൂമി സർക്കാരിൽനിന്ന് സൗജന്യമായി നൽകി. കൂടാതെ ഭൂമി രജിസ്ട്രേഷൻ വകയിലുള്ള നികുതിയും ഒഴിവായിക്കിട്ടി. ഹെൻട്രി ഹോഴ്സിലി എന്ന വിദേശ എഞ്ചിനീയർക്കായിരുന്നു നിർമ്മാണച്ചുമതല. നിർമ്മാണച്ചെലവാകട്ടെ 5234 രൂപയും. 1883 ആയപ്പോഴേക്കും പള്ളിയുടെ വടക്ക് പടിഞ്ഞാറ് ഭാഗത്തായി കുറെ സ്ഥലംകൂടി അനുവദിച്ച് കിട്ടിയത് സെമിത്തേരിയുടെ വിസ്തീർണ്ണം വർദ്ധിപ്പിക്കാൻ ഉപയോഗിച്ചു. പിൽക്കാലത്ത് പ്രസിദ്ധ ആർക്കി ടെക്റ്റായ ലോറി ബേക്കറുടെ മേൽനോട്ടത്തിൽ പള്ളിക്കെട്ടിടം വിപുലീകരിച്ചു.

കൽക്കട്ട മെട്രോപോളിറ്റൻ ബിഷപ്പിന്റെ നിയന്ത്രയണത്തിലായിരുന്ന പള്ളി ഇപ്പോൾ മദ്ധ്യകേരള ഡയോസിസിന്റെ കീഴിലാണ്.

വെട്ടുകാട് പള്ളി

സമുദ്രതീരത്ത് കാടുവെട്ടിത്തെളിച്ച് നിർമ്മിച്ച പള്ളിയെ നാട്ടുകാർ വെട്ടുകാട് പള്ളി എന്നു വിളിച്ചു. മാദ്രെ-ദെ-ദേവൂസ് എന്നാണ് ഈ ദേവാലയത്തിന്റെ പേര്. 'ദൈവത്തിന്റെ അമ്മ' എന്ന് അർത്ഥം. ദക്ഷിണ കേരളത്തിലെ അറിയപ്പെടുന്ന ക്രൈസ്തവ ആരാധനാലയങ്ങളുടെ പട്ടികയിൽ വെട്ടുകാട് പള്ളിയും ഉൾപ്പെടും.

'മാദ്രെ' എന്നത് പോർട്ടുഗീസ് പദവും 'ദെ ദേവൂസ്' എന്നത് ലാറ്റിൻ പദവുമാണ്.

''എവിടെയെല്ലാം നിങ്ങൾ പോകുന്നുവോ അവിടെയെല്ലാം കരിങ്കൽ കുരിശുകൾ നാട്ടി ആരാധനാലയങ്ങൾ നിർമ്മിക്കുവിൻ'' എന്ന തന്റെ രാജാവിന്റെ നിർദ്ദേശമനുസരിച്ച് വെട്ടുകാട്ടിൽ കുരിശ് സ്ഥാപിച്ചത് പോർട്ടുഗീസുകാരനായ കബ്രാൾ ആയിരുന്നു. അപ്രകാരം സ്ഥാപിക്കപ്പെട്ട ഒരു കുരിശ് വെട്ടുകാട്ടിലെ പഴയ പ്രാർത്ഥനാലയത്തിൽ ഉണ്ടായിരുന്നു. ഇന്ത്യയിൽ പോർട്ടുഗലിന്റെ നിയന്ത്രണത്തിലുള്ള പ്രദേശങ്ങളുടെ ആറാമത്തെ ഭരണാധികാരിയായിരുന്നു കബ്രാൾ. ഈശോസഭാവൈദികനായിരുന്ന ഫ്രാൻസിസ് സേവ്യറാണ് ഇവിടെ ആദ്യത്തെ ആരാധനാലയം നിർമ്മിച്ചത്. 1890 മുതൽ 1919 വരെ വികാരിയായിരുന്ന ഫാ. മൊന്തേരയാണ് ഇപ്പോൾ കാണുന്ന പള്ളിയുടെ നിർമ്മാണം തുടങ്ങിവച്ചത്. 1934ൽ തുടങ്ങിയ ദേവാലയനിർമ്മാണം 1937ൽ അവസാനിച്ചു. 1940ൽ റോമിൽ നിന്നു കൊണ്ടുവന്ന ക്രിസ്തുരാജന്റെ വർണ്ണചിത്രത്തെ അടിസ്ഥാനമാക്കി നിർമ്മിച്ച തിരുരൂപം 1942ൽ ഔപചാരികമായി പ്രതിഷ്ഠിച്ചു.

1952 വരെ കേരളത്തിലെ തീരദേശ ഇടവകകളിൽ ഭൂരിഭാഗവും പോർട്ടുഗീസ് അധികാരികളുടെ നിയന്ത്രണത്തിലായിരുന്നല്ലോ. ഗോവൻ പുരോഹിതന്മാരെയായിരുന്നു ഇവിടത്തെ ഇടവകഭരണത്തിന് നിയോഗിച്ചിരുന്നത്.

ഈശോസഭ 1966ൽ തയ്യാറാക്കിയ കണക്കനുസരിച്ച് 'റായ് തുറ' എന്നറിയപ്പെട്ടിരുന്ന വലിയതുറയുടെ നിയന്ത്രണത്തിലുള്ള വെട്ടുകാട്ടിൽ 175 ക്രിസ്ത്യാനികൾ ഉണ്ടായിരുന്നു. 2012 ലെ കണക്കനുസരിച്ച് ഇടവകയിലെ ജനസംഖ്യ 2400 പുരുഷന്മാരും 2124 സ്ത്രീകളുമുൾപ്പെടെ 4524 ആണ്. ഭൂരിഭാഗം ജനങ്ങളും മത്സ്യബന്ധനവും വിപണനവും ഉപജീവനമാക്കിയവരാണ്. 1917ൽ ദേവാലയത്തോടനുബന്ധിച്ച് ഒരു പ്രൈമറിസ്കൂൾ ആരംഭിച്ചു. തിരുക്കൊച്ചി മുഖ്യമന്ത്രിയായിരുന്ന എ.ജെ. ജോൺ സ്കൂളിന് അനുമതി നല്കി. ഹൈസ്കൂൾ ഉദ്ഘാടനം ചെയ്തത് കേന്ദ്രപ്രതിരോധമന്ത്രിയായിരുന്ന വി.കെ.കൃഷ്ണമേനോനായിരുന്നു.

ഇവിടത്തെ പ്രധാന ഉത്സവം ക്രിസ്തുരാജ തിരുനാൾ മഹോത്സവമാണ്. കൊടിയേറ്റത്തോടെ ആരംഭിക്കുന്ന ഉത്സവത്തോടനുബന്ധിച്ച് തിരുക്കുരിശും പതാകകളും വഹിച്ചുകൊണ്ടുള്ള ഘോഷയാത്ര വർണ്ണാഭമാണ്. പുരോഹിതന്മാരുൾപ്പെടെ ധാരാളം ഭക്തജനങ്ങൾ ഘോഷയാത്രയിൽ പങ്കെടുക്കും. പള്ളിമുറ്റത്തുള്ള യേശുദേവന്റെ പ്രതിമയ്ക്കു മുമ്പിൽ മെഴുകുതിരി കത്തിക്കുക ഇവിടത്തെ പ്രധാന വഴിപാടാണ്. ഉദ്ദിഷ്ടകാര്യം സാധിക്കും എന്നാണ് വിശ്വാസം. എല്ലാ മതവിഭാഗക്കാരും ഇവിടെ മെഴുകുതിരി തെളിയിക്കാറുണ്ട്. അടുത്തുള്ള കടകളിൽ വിവിധ ഇനത്തിലും ആകൃതിയിലുമുള്ള മെഴുകുതിരികൾ കിട്ടും. തങ്ങളുടെ ശേഷിയനുസരിച്ച് ഒന്നു മുതൽ ആയിരം വരെ മെഴുകുതിരികൾ തെളിയിക്കുന്നവരുണ്ട്. കടൽക്കാറ്റിൽ മെഴുകുതിരിനാളങ്ങൾ അണഞ്ഞുപോകുന്നത് വിശ്വാസത്തെ ബാധിക്കുന്നില്ല. വൈകുന്നേരം പ്രാർത്ഥന കഴിഞ്ഞ് പള്ളി പരിസരത്തെ നനുനനുത്ത മണലിൽ കടൽക്കാറ്റേറ്റ് വിശ്രമിക്കുന്നവർ ധാരാളമാണ്. പകലിന്റെ അവസാനമറിയിച്ച് സമുദ്രത്തിലേക്ക് ആണ്ടുപോകുന്ന അസ്തമയസൂര്യന്റെ പൊൻകിരണങ്ങളാൽ തിളങ്ങുന്ന ദേവാലയത്തെയും കണ്ട് ഉള്ളുനിറഞ്ഞ് തിരികെ പോകാം.

ശ്രീപത്മനാഭസ്വാമിക്ഷേത്രത്തിലെ തിരുപ്പണികൾ

ഭാരതത്തിലെ നൂറ്റെട്ടു വൈഷ്ണവക്ഷേത്രങ്ങളിൽ പ്രധാനവും പ്രസിദ്ധവുമാണ് ആയിരത്തി അഞ്ഞൂറു വർഷത്തിലധികം പഴക്കമുള്ള ശ്രീപത്മനാഭസ്വാമി ക്ഷേത്രം. ഈ ക്ഷേത്രത്തിന്റെ വളർച്ച പല കാലത്ത് പല ഘട്ടങ്ങളിലായാണ് പൂർത്തിയായത്. ഇന്നത്തെ പ്രൗഢിയും പ്രതാപവും അനിഴംതിരുനാൾ മാർത്താണ്ഡവർമ്മയ്ക്ക് അവകാശപ്പെടാമെങ്കിലും കാലാകാലങ്ങളിലെ നാടുവാഴികൾ നടത്തിയ തിരുപ്പണികളും ക്ഷേത്രപുരോഗതിയിൽ കാര്യമായ പങ്കുവഹിച്ചിട്ടുണ്ട്.

ക്ഷേത്രപുനർനിർമ്മിതിയിൽ ആദ്യത്തേതായി അറിയപ്പെടുന്നത് എ.ഡി.1050ൽ അന്നത്തെ ഭരണാധികാരി ഭാസ്കരരവിവർമ്മൻ മൂന്നാമൻ പുരാതനക്ഷേത്രത്തിൽ നടത്തിയ പുനർനിർമ്മാണമാണെന്ന് ചരിത്രകാരനായ ശങ്കുണ്ണിമേനോൻ രേഖപ്പെടുത്തിയിട്ടുണ്ട്. ഇദ്ദേഹത്തിന്റെ

പത്മനാഭസ്വാമിക്ഷേത്രം

പേര് വ്യക്തമല്ല. എ.ഡി. 1125ൽ വേണാടു ഭരിച്ചിരുന്ന വീരകേരളവർമ്മയും ക്ഷേത്രപുനരുദ്ധാരണം നടത്തിയതായി പറയപ്പെടുന്നു.

വിപുലമായ പുനർനിർമ്മാണം നടന്നത് ആദിത്യവർമ്മ സർവാംഗ നാഥന്റെ കാലത്താണ്. ക്ഷേത്രസമുച്ചയത്തിലെ തിരുവമ്പാടിക്ഷേത്ര ത്തോടനുബന്ധിച്ച് എ.ഡി. 1375ൽ ഒരു ഗോശാലയും ദീപഗൃഹവും നിർമ്മിക്കുകയും മുഖമണ്ഡപം പുതുക്കിപ്പണിയിക്കുകയും ചെയ്തു. ഈ വിവരം ക്ഷേത്രത്തിന്റെ വടക്കേചുവരിൽ കൊത്തിവച്ചിട്ടുണ്ട്.

മറ്റൊരു പുനർനിർമ്മാണവും പുനരുദ്ധാരണവും നടന്നത് കൊ.വ. 634ൽ (1459 എ.ഡി.) ഭരണിതിരുനാൾ വീരരാമ മാർത്താണ്ഡവർമ്മയുടെ കാലത്താണ്. ശ്രീകോവിലിന്റെ വിമാനം പുനർനിർമ്മിക്കാനായി വിഗ്രഹം ബാലാലയത്തിലേക്കു മാറ്റുകയും അഗ്രശാല, ചുറ്റുമണ്ഡപം, വിളക്കു മാടം മുതലായവ പുതുക്കിപ്പണിയിക്കുകയും വിഗ്രഹത്തിനു മുൻപി ലുള്ള പ്രസിദ്ധമായ ഒറ്റക്കൽമണ്ഡപം സ്ഥാപിക്കുകയും ചെയ്തു. 1461ൽ ഈ പണികൾ പൂർത്തിയായി.

നാലമ്പലം, ബലിക്കൽപ്പുര, കുരുമണ്ഡപം, മടപ്പള്ളി എന്നിവ കൊ.വ. 781 (1606 എ.ഡി.) ൽ പൊളിച്ചുമാറ്റി കല്ലുകൊണ്ട് പുനർനിർമ്മിച്ചത് വീര ഇരവി ഇരവി വർമ്മയാണ്. ഇതിനിടയിൽ 1607ൽ വിഗ്രഹം സ്ഥാപി ച്ചിരുന്ന ബാലാലയത്തിന് തീപിടിച്ചു. പണികൾ പൂർത്തിയാകുന്നതിനു മുൻപ് കൊ.വ. 784ൽ അദ്ദേഹം അന്തരിച്ചു.

കൊ.വ. 899ൽ (1724 എ.ഡി.) തിരുവനന്തപുരം മതിലകത്ത് പടി ഞ്ഞാറെ നടക്കാവിൽ കിടക്കുന്ന 'കിഴണ്ണ ചിലക്കല്ലിൽ' പണി തുടങ്ങി

വച്ചു. കീഴ്പേരൂർ മാർത്താണ്ഡവർമ്മരായർ ക്ഷേത്രത്തിന്റെ കിഴക്കേ നടയിലെത്തി നമസ്കരിച്ച് തിരുപ്പണി തുടങ്ങാൻ തേങ്ങയടിച്ചതായും നയിനാൻ ആചാരി, അയ്യപ്പൻ ആചാരി തുടങ്ങിയവർക്കും മരപ്പണിക്കായി മണക്കാട്ട് കീഴണ്ണനും അയ്യനും മലയിൽ പണിതുടങ്ങാനായി ആശാരിമാർക്കും ദക്ഷിണകൊടുത്തതായും രേഖയുണ്ട്.

പത്മതീർത്ഥം

അനന്തപുരിയിലെ പുണ്യതീർത്ഥങ്ങളിൽ പ്രധാനം 'അനന്തതീർത്ഥം' തന്നയെന്ന് സ്യാനന്ദൂരപുരാണസമുച്ചയവും അനന്തപുരവർണ്ണനവും

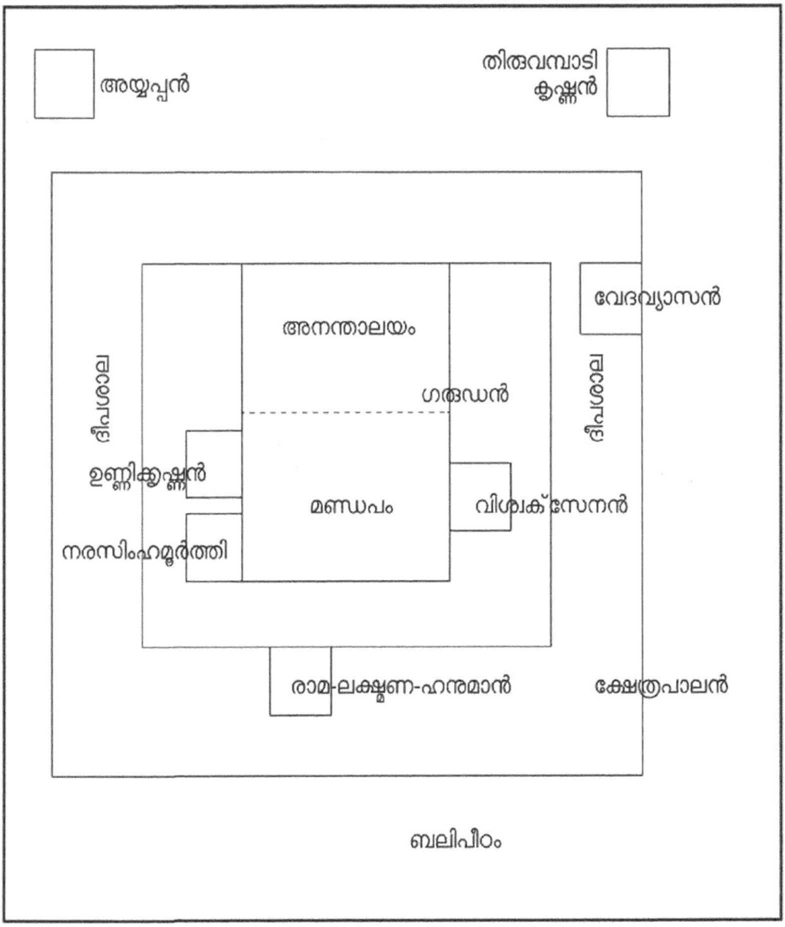

ശ്രീപത്മനാഭസ്വാമിക്ഷേത്രത്തിന്റെ രൂപരേഖ, ഉണ്ണുനീലിസന്ദേശത്തിന്റെ കാലത്ത്

പത്മതീർത്ഥം

ഒക്കെ പറഞ്ഞുവച്ചിട്ടുണ്ട്. ആ അനന്തതീർത്ഥമാണ് ഇപ്പോഴത്തെ പത്മ തീർത്ഥം. ദർഭക്കുളം എന്നപേരിലും ഇത് ആദ്യകാലങ്ങളിൽ അറിയ പ്പെട്ടിരുന്നു.

ക്ഷേത്രത്തിന്റെ വടക്കുകിഴക്കായി ഏതാനും നീരുറവകൾക്കു ചുറ്റു മായാണ് ഈ കുളം രൂപപ്പെട്ടത്. ഒരേക്കർ അൻപത്തിരണ്ടു സെന്റ് വിസ്തൃതി ഈ തീർത്ഥത്തിനുണ്ടെന്നാണ് കണക്ക്. സ്വർണംകൊണ്ടുള്ള ഒരു താമര കുളത്തിനു നടുവിലുണ്ടായിരുന്നതിനാലാണ് പത്മതീർത്ഥ മെന്ന പേരു ലഭിച്ചത്. ശ്രീപത്മനാഭന്റെ വിഗ്രഹത്തിനുവേണ്ടി കൊണ്ടു വന്ന സാളഗ്രാമങ്ങളിൽ ബാക്കിവന്നതും കുളത്തിൽ നിക്ഷേപിച്ചിട്ടുണ്ട്.

പഴയ ദർഭക്കുളം വെട്ടി വലുതാക്കി നാലുവശവും കല്ലുകെട്ടി 908 മീനമാസം 11-ാം തീയതി കലശം കഴിപ്പിച്ചതായാണ് രേഖ. അനിഴം തിരുനാൾ മാർത്താണ്ഡവർമ്മ രാമനാമഠത്തിന്റെ വീട് ഇടിച്ചുനിരത്തി കുളംകോരിയാണ് ദർഭക്കുളത്തിന്റെ വിസ്തൃതി വർദ്ധിപ്പിച്ചതത്രേ. പത്മതീർത്ഥത്തിന്റെ മദ്ധ്യത്തിൽ കമഴ്ത്തിവച്ച ചെമ്പും വടക്കുഭാഗ ത്തായി ഒരു കിണറുമുണ്ട്. മുറജപത്തോടനുബന്ധിച്ച ജലജപത്തിനായി കിള്ളിയാറ്റിൽ മരുതംകുഴിഭാഗത്ത് അണകെട്ടി കൊച്ചാർവഴിയാണ് ഇവിടേക്ക് ശുദ്ധജലമെത്തിച്ചിരുന്നത്. മലിനമാകുന്ന ജലം പാത്രക്കുള ത്തിലേക്കും അവിടെനിന്ന് തെക്കണംകര തോട്ടിലേക്കും ഒഴുക്കിവിടാ നുള്ള സംവിധാനങ്ങൾ ഉണ്ടായിരുന്നു. പത്മതീർത്ഥത്തിന് ആറ് കുളി ക്കടവുകളും എട്ട് ചെറുമണ്ഡപങ്ങളുമുണ്ട്.

ക്ഷേത്രം അഗ്നിക്കിരയാവുന്നു

ഈ മഹാക്ഷേത്രം പല പ്രാവശ്യം അഗ്നിക്കിരയാവുകയും അതിന് കേടുപാടുകൾ സംഭവിക്കുകയും ചെയ്തിട്ടുണ്ട്. ഏറ്റവും വലിയ തീപിടിത്തം കൊ.വ. 861 (1686 AD) മകരം പതിനാറാം തീയതിയുണ്ടായതാണ്.

അത്താഴപൂജയ്ക്കുശേഷം വലിയനമ്പിയും കൂട്ടരും നടയടച്ച് മിത്രാനന്ദപുരത്തേക്ക് പോയിക്കഴിഞ്ഞിരുന്നു. രാത്രി മൂന്നുമണിയോടെ ക്ഷേത്രത്തിനു തീപിടിച്ചു. മണ്ഡപത്തിന്റെ രണ്ടു നിലകളും കത്തിയമർന്നു. നരസിംഹക്ഷേത്രത്തിലേക്കും തിരുവേലക്കരമണ്ഡപത്തിലേക്കും തീ പടർന്നു. പ്രധാന ശ്രീകോവിലിന്റെ മുകൾവശം നിലംപതിക്കുകയും അവിടത്തെ നിർമ്മിതികളിലുണ്ടായിരുന്ന സ്വർണ്ണം, വെള്ളി, ചെമ്പ് തുടങ്ങിയ ലോഹങ്ങൾ ഉരുകുകയും ചെയ്തു. ശ്രീകോവിലിന്റെ മുകൾവശം കത്തിവീണത് വിഗ്രഹത്തിനു മുകളിലൂടെയാണ്. അടുത്തദിവസം ഉച്ചയോടുകൂടിയേ അഗ്നിഭഗവാന്റെ കലിയടങ്ങിയുള്ളൂ. ഓടിക്കൂടിയ നാട്ടുകാരുടെ ഉത്സാഹത്തിലാണ് തീ അണയ്ക്കാൻ കഴിഞ്ഞത്.

വിഗ്രഹത്തിനു മുകളിലേക്കു കത്തിവീണ ക്ഷേത്രാവശിഷ്ടങ്ങൾ മാറ്റിയപ്പോഴാണ് അത്ഭുതം. വിഗ്രഹത്തിന് കാര്യമായ കേടുപാടുകളൊന്നുമുണ്ടായിരുന്നില്ല ഇടതുകൈയിലെ മൂന്നു വിരലുകൾക്കും ഇടതുകാലിലെ വിരലുകൾക്കും മാത്രമേ കേടുപറ്റിയിരുന്നുള്ളൂ. വിഗ്രഹത്തിന്റെ കേടുപാടുകൾ വളരെവേഗം പരിഹരിക്കുകയും പൂജ പുനരാരംഭിക്കുകയും ചെയ്തു.

ചിത്തിരതിരുനാളിന്റെ കാലത്ത് കൊ.വ. 1110 (1934 എ.ഡി.) തുലാം മാസത്തിൽ പത്മനാഭസ്വാമി ക്ഷേത്രത്തിൽ വീണ്ടും അഗ്നിബാധയുണ്ടായി. വടക്കേ നാലമ്പലത്തിനു പുറത്തുള്ള ഇടനാഴിയിലെ ഒരു തൂണിൽ വച്ചിരുന്ന പന്തത്തിൽനിന്നായിരുന്നു തീപിടിച്ചത്. ഇടനാഴി ഓലമേഞ്ഞതായിരുന്നു. തീ വിളക്കുമാടത്തിലേക്കു വ്യാപിച്ചതോടെ നിയന്ത്രണാതീതമായി. അഗ്നിശമനപ്രവർത്തനങ്ങൾക്ക് മഹാരാജാവ് നേരിട്ടെത്തുകയും തീയണയ്ക്കാനായി വിദേശീയരുൾപ്പെടെയുള്ള അന്യജാതിക്കാരെ ക്ഷേത്രത്തിനകത്ത് പ്രവേശിക്കാൻ നിർദ്ദേശിക്കുകയും ചെയ്തു. ഒരു മാസത്തിനുള്ളിൽത്തന്നെ നവീകരണപ്രവർത്തനം ആരംഭിച്ചു. ഓലമേഞ്ഞിരുന്ന സ്ഥലത്ത് ലോഹത്തകിടുകൾ സ്ഥാപിച്ച് ഭാവിയിൽ തീപിടിത്തത്തിനുള്ള സാദ്ധ്യത ഒഴിവാക്കി.

1933ൽ കിഴക്കേഗോപുരത്തിന്റെ ആദ്യത്തെ തട്ട് തകർന്നുവീണതും ഒരു പ്രധാന സംഭവമാണ്. ജീവഹാനി സംഭവിച്ചില്ലെന്നത് മഹാഭാഗ്യമായി കരുതുന്നു. ഇതേത്തുടർന്ന് ഒരു ലക്ഷം രൂപ ചെലവാക്കി ഗോപുരം പൂർണ്ണമായി പുതുക്കിപ്പണിയാൻ നടപടികൾ കൈക്കൊണ്ടു. ഈ ആവശ്യത്തിലേക്കായി മധുരയിൽനിന്നു കരുപ്പയക്കോനാർ എന്ന ശില്പിയെയും ഇരുപത്തിയഞ്ചു സഹായികളെയും വരുത്തി. കോനാരുടെ പണിയിൽ സന്തുഷ്ടനായ രാജാവ് അദ്ദേഹത്തിന് പ്രതിഫലത്തിനു പുറമെ ഒരു സ്വർണ്ണമുറുക്കുവളയും സമ്മാനിച്ചു.

മാർത്താണ്ഡവർമ്മ

നാം ഇന്നുകാണുന്ന ശ്രീപത്മനാഭസ്വാമിക്ഷേത്രത്തിന്റെ ശില്പി അനിഴംതിരുനാൾ മാർത്താണ്ഡവർമ്മയാണ്. അദ്ദേഹം 1729ൽ രാജ്യാധികാരി

ആയതോടെയാണ് ക്ഷേത്രപുനർനിർമാണത്തിനും പുനരുദ്ധാരണത്തിനുമുള്ള ആലോചനകൾ തുടങ്ങിയത്. 904ൽ (1729 എ.ഡി.) തന്നെ ക്ഷേത്രപുനരുദ്ധാരണ ത്തെക്കുറിച്ചുള്ള പ്രഖ്യാപനമുണ്ടായി.

1730 (കൊ.വ. 905) മാർച്ചുമാസം 30-ാം തീയതി തിരുവനന്തപുരത്ത് തൈക്കാട്ടില്ലത്തെ കേശവൻ വിഷ്ണുത്രാതൻ നമ്പൂതിരിയുടെ മേൽനോട്ടത്തിൽ പുനർനിർമ്മാണം ആരംഭിച്ചു. മകൻ ശങ്കരനും ശിഷ്യന്മാരും അദ്ദേഹത്തെ സഹായിക്കാനെത്തി. ഇതോടെ ശ്രീപത്മനാഭന്റെ വിഗ്രഹം ബാലാലയത്തിലേക്കു മാറ്റി.

ക്ഷേത്രത്തിലെ ആദ്യകാലനിർമ്മിതികളുടെ സംവിധാനത്തിലോ വിശദാംശങ്ങളിലോ മാറ്റം വരുത്താതെയായിരുന്നു പുനരുദ്ധാരണം. അഗ്നിബാധ ഒഴിവാക്കാൻ തടിക്കുപകരം കല്ലാണ് കൂടുതലായി ഉപയോഗിച്ചത്. പഴയ കെട്ടിടങ്ങൾക്കു മാറ്റം വരുത്താതെ ചിലത് പുതിയതായി കൂട്ടിച്ചേർത്ത് ക്ഷേത്രം കൂടുതൽ മനോഹരമാക്കി. ഇവയിൽ പ്രധാനം ശ്രീകോവിലിന്റെ വിമാനം, ഒറ്റക്കൽമണ്ഡപം, മഹാമണ്ഡപം, ദീപശാല, അലങ്കാരമണ്ഡപം, പൊന്നിൻകൊടിമരം എന്നിവയാണ്.

തീപിടിത്തത്തെത്തുടർന്ന് കേടുപറ്റിയ വിഗ്രഹം മാറ്റിസ്ഥാപിക്കാൻ മാർത്താണ്ഡവർമ്മ നിശ്ചയിച്ചു. ഇപ്പോൾ കാണുന്ന ശ്രീപത്മനാഭന്റെ വിഗ്രഹം വിദഗ്ദ്ധപ്രതിമാശില്പി ബാലാരണ്യകോണിദേവനും ശിഷ്യന്മാരും ചേർന്ന് 1733ൽ നിർമ്മിച്ചതാണ്. കടുശർക്കരയോഗംകൊണ്ടു പൂശിയ വിഗ്രഹത്തിന്റെ നിർമ്മാണത്തിന് പന്തീരായിരം സാളഗ്രാമശിലകൾ ഉപയോഗിച്ചു. നേപ്പാളിലെ ഗണ്ഡകീനദിയിൽനിന്നു ശേഖരിച്ച ഇരുപത്തിനാലായിരം സാളഗ്രാമങ്ങൾ ആനപ്പുറത്തു കൊണ്ടുവന്നുവെന്നും ബാക്കിയുള്ളവ പെട്ടിയിലാക്കി ഭാവിയിലെ ഉപയോഗത്തിനായി പത്മതീർത്ഥത്തിൽ കുഴിച്ചിട്ടുവെന്നുമാണ് വിശ്വാസം. സാളഗ്രാമത്തിനു പുറമെ ശംഖുപൊടിയും ഔഷധക്കൂട്ടുകളും ലേപനത്തിനുപയോഗിച്ചു. ഇലിപ്പമരത്തിന്റെ തടികൊണ്ടാണ് വിഗ്രഹത്തിന്റെ അസ്തികൂടം നിർമ്മിച്ചത്.

ക്ഷേത്രനിർമ്മാണശൈലി

പാരമ്പര്യകേരളീയശില്പകലയോടൊപ്പം ഇടകലർന്നു നിൽക്കുന്ന ദ്രാവിഡസമ്പ്രദായത്തിന്റെ ആസ്വാദ്യമായ ഒരു മിശ്രണമാണ് ശ്രീപത്മനാഭസ്വാമി ക്ഷേത്രത്തിന്റെ നിർമ്മിതിയിൽ നമുക്കു കാണാൻ കഴിയുന്നത്. അത്യസാധാരണമായ വൈവിധ്യം പുലർത്തുന്ന ശില്പങ്ങളും കരിങ്കല്ലിലുള്ള വിസ്മയിപ്പിക്കുന്ന കൊത്തുപണികളും അത്യാകർഷകമാണ്. ക്ഷേത്രനിർമ്മിതിയിൽ തമിഴ് സംസ്കാരത്തിന്റെ ഇടപെടലുകൾക്കു കാരണം, തിരുവിതാംകൂർ രാജാക്കന്മാർക്ക് തമിഴ്നാട്ടിലെ

കിഴക്കേഗോപുരം

ചില പ്രദേശങ്ങളുമായുള്ള ബന്ധം തന്നെയാണ്. പ്രധാനക്ഷേത്രത്തിലെ ശ്രീകോവിൽ, ചുറ്റമ്പലം, ബലിക്കൽപ്പുര, കൊടിമരം, ചുറ്റുവിളക്ക് എന്നിവ കേരളീയക്ഷേത്രനിർമ്മാണശൈലിയിലുള്ളതാണ്. വലിയ ഗോപുരങ്ങളും കരിങ്കൽശില്പങ്ങളും അലങ്കാരപ്പണികളും ദ്രാവിഡരീതിയിലുള്ളതും. ശില്പങ്ങളുടെ കാര്യത്തിൽ ധാരാളിത്തമുണ്ടെങ്കിലും അവയുടെ വിതാനത്തിൽ അസാധാരണമായ ഒതുക്കം പാലിച്ചിരിക്കുന്നു.

ക്ഷേത്രഗോപുരം

തൃപ്പാപ്പൂർമൂപ്പൻ ആദിത്യവർമ്മയാണ് 1565ൽ ക്ഷേത്രഗോപുരത്തിന് അസ്തിവാരമിട്ടതെങ്കിലും അദ്ദേഹത്തിന് പണികൾ തുടർന്ന് നടത്താനായില്ല. തോട്ടത്ത് ഈശ്വരൻ ആശാരിയാണ് സ്ഥാനം കണ്ടത്. 1753ൽ മാർത്താണ്ഡവർമ്മ മഹാരാജാവ് ഗോപുരത്തിന്റെ പണികൾ ആരംഭിച്ചു.

ഏഴ് ഏക്കറിലധികം വിസ്തീർണ്ണമുള്ള ക്ഷേത്രത്തിന്റെ പഴയ പേരുകളിലൊന്ന് 'മതിലകം' എന്നാണ്. ഉയരമുള്ള മതിലുകൾ ചുറ്റുമുള്ളതാണ് ഇങ്ങനെയൊരു പേരിനു കാരണം. ചുറ്റുമതിലിനു കിഴക്കുവശത്ത് ഇരുപതടിയും മറ്റ് മൂന്നു വശങ്ങളിൽ പതിനഞ്ചടിയും ഉയരമുള്ള മതിലിന്റെ വടക്കും തെക്കും പടിഞ്ഞാറും ഭാഗങ്ങളിലുള്ള പ്രവേശനകവാടം കേരളീയശൈലിയിൽ രണ്ടു നിലകളുള്ള പടിപ്പുരകളാണ്.

കിഴക്കേനടയിലെ ദ്രാവിഡശൈലിയിലുള്ള പ്രധാനരാജഗോപുരത്തിന് നാൽപ്പതടി താഴ്ത്തിയാണു അസ്തിവാരമുണ്ടാക്കിയിരിക്കുന്നത്.

നൂറടിപൊക്കമുള്ള ഗോപുരത്തിന് ഏഴു താഴികക്കുടങ്ങളുണ്ട്. കരിങ്കല്ലു കൊണ്ടുള്ള ബേസ്മെന്റിൽ ഹിന്ദുദൈവങ്ങളുടെ രൂപങ്ങൾ കൊത്തി വച്ചിട്ടുണ്ട്. മുഖ്യകവാടത്തിലേക്കു കടക്കാൻ 18 പടവുകളുണ്ടായിരുന്നതിൽ 5 എണ്ണം മണ്ണിനടിയിലായി. ഇപ്പോൾ 13 പടവുകൾ മാത്രമാണ് പുറത്തു കാണുന്നത്. അസ്തിവാരത്തിനുമേലുള്ള നിർമ്മാണത്തിന് ഇഷ്ടിക, ചുണ്ണാമ്പ്, കുമ്മായക്കൂട്ട് എന്നിവയാണ് ഉപയോഗിച്ചിട്ടുള്ളത്. ഗോപുര ത്തിന്റെ മുകൾഭാഗത്തെ വഞ്ചിയുടെ ആകൃതി വഞ്ചിനാടിന്റെ പ്രതീക മായാണ് കണക്കാക്കുന്നത്. ഗോപുരത്തിന്റെ മദ്ധ്യഭാഗത്ത് വെളിയി ലേക്കു തള്ളിനിൽക്കുന്ന സ്തംഭങ്ങൾ കാണാം. രണ്ട് ഒറ്റക്കല്ലുകൾ നീളത്തിലും ഒരെണ്ണം കുറുകെയും വച്ചാണ് പ്രവേശനകവാടം നിർമ്മി ച്ചിരിക്കുന്നത്. ഗംഭീരാകൃതിയിലുള്ള വ്യാളികൾ കാവൽ നിൽക്കുന്ന ഗോപുരനടയിലൂടെ വേണം അകത്തേക്കു പ്രവേശിക്കാൻ. ഇതുവഴി യുള്ള പ്രവേശനം മനോഹരങ്ങളായ തൂണുകൾകൊണ്ട് അലംകൃത മായ നാടകശാലയിലേക്കാണ്.

ഗോപുരത്തിന്റെ ഓരോ നിലയുടെയും മദ്ധ്യത്തായി ഓരോ ജാലക മുള്ളതിൽ എന്നും വൈകുന്നേരം വിളക്കു കത്തിച്ചുവയ്ക്കാറുണ്ട്. ഏഴു നിലകളിലുമുള്ള എല്ലാ വാതിലുകളിലും രണ്ടു ചെറിയ ദ്വാരപാലകർ ഉള്ളതിൽ ഓരോ ജോടിക്കും വ്യത്യസ്ത ഭാവങ്ങളാണുള്ളത്. ഏഴു നില രാജഗോപുരത്തിന്റെ അഞ്ചു നിലകൾ മാത്രമേ അനിഴംതിരുനാൾ മാർത്താണ്ഡവർമ്മ മഹാരാജാവിന് പണിതീർക്കാൻ കഴിഞ്ഞുള്ളൂ. അവസാനത്തെ രണ്ട് നിലകൾ കൂടി പൂർത്തിയാക്കി സ്വർണ്ണത്താഴിക ക്കുടങ്ങൾ സ്ഥാപിച്ചത് കാർത്തികതിരുനാൾ രാമവർമ്മ മഹാരാജാ വിന്റെ (1758–98) കാലത്താണ്.

924ലെ മതിലകംരേഖയിൽ ഗോപുരത്തിന്റെ നിർമ്മാണത്തിനായി 63729 കലിപ്പണം ചെലവാക്കിയതായി രേഖപ്പെടുത്തിക്കാണുന്നു.

കൊടിമരം

ഗോപുരം കടന്നാൽ ആദ്യം കൊടിമരം കാണാം. അനന്തപുരവർണ്ണ നത്തിൽ, ആനയും ആമയും താങ്ങിനിർത്തിയിരിക്കുന്ന കൊടിമരത്തെ ക്കുറിച്ചു പരാമർശമുണ്ട്. കൊടിമരത്തിനു മുകളിൽ ഗരുഡരൂപവുമുണ്ട്. പിന്നെ കുറച്ചുകാലം കൊടിമരം ഇല്ലായിരുന്നുവെന്ന് പറയപ്പെടുന്നു. തീപിടിത്തത്തിലോ മറ്റോ നശിച്ചുപോയതായിരിക്കാം.

1739 ADയിൽ മാർത്താണ്ഡവർമ്മ മഹാരാജാവ് സ്വർണ്ണക്കൊടിമരം സ്ഥാപിച്ചതിന്റെ വിശദാംശങ്ങൾ ടി.കെ.വേലുപ്പിള്ള സ്റ്റേറ്റ് മാന്വലിന്റെ രണ്ടാം വാല്യത്തിൽ രേഖപ്പെടുത്തിയിട്ടുണ്ട്.

അടയ്ക്കാമരം കൊണ്ടുണ്ടാക്കിയ കൊടിമരമായിരുന്നു അപ്പോൾ ഉണ്ടാ യിരുന്നത്. കൊടിമരത്തിന് യോഗ്യമായ തേക്കിൻതടി തിരുവനന്തപുരത്തു

നിന്ന് ഏകദേശം മുപ്പതുമൈൽ അകലെയുള്ള കാക്കച്ചിമലയിൽനിന്ന് 25 കോൽ നീളത്തിൽ മുറിച്ച് പൊന്മന ആറുവഴി പട്ടണത്തുതുറയിൽ ക്കൂടി കടൽവഴിക്ക് ശംഖുംമുഖത്ത് കൊണ്ടുവന്ന് അവിടെനിന്ന് ആചാര മനുസരിച്ച് നിലംതൊടാതെ നായന്മാരെക്കൊണ്ടു ചുമപ്പിച്ച് ക്ഷേത്രത്തി ലെത്തിക്കുകയായിരുന്നു. തൈക്കാട് കേശവൻ വിഷ്ണുത്തിരാതന്റെ കണക്കനുസരിച്ച് ഇരുപത്തിനാലു കോൽ എട്ടുവിരൽ നീളത്തിൽ തിരുവമ്പാടിക്കു പടിഞ്ഞാറുഭാഗത്തുള്ള പുരയിൽ വച്ചുമുറിച്ച് പണി പ്പുരയിൽനിന്ന് ബലിക്കൽപുരയ്ക്കു കിഴക്കുഭാഗത്തു കൊണ്ടുവച്ച് പത്തര മാറ്റു തങ്കംകൊണ്ടു കൊടിമരം പൊതിഞ്ഞു. ചെമ്പുകൊണ്ടുള്ള പത്മ പീഠത്തിലാണ് കൊടിമരം സ്ഥാപിച്ചത്. മുകളിൽ ഗരുഡവിഗ്രഹവും ഉറ പ്പിച്ചു. ചടങ്ങുകൾ തരണനല്ലൂർ പത്മനാഭൻ പരമേശ്വരന്റെ നേതൃത്വ ത്തിലാണ് നടന്നത്. ആറു തൂണുകളും വട്ടങ്ങളും ഉരുളുകളുമുപയോഗി ച്ചാണ് കൊടിമരം ഉയർത്തിയത്.

എ.ഡി. 1786ൽ വീശിയ കൊടുങ്കാറ്റിൽ സ്വർണ്ണക്കൊടിമരത്തിനും പത്മപീഠത്തിനും കേടുപാടുകളുണ്ടായി. 1788ൽ മൂന്നാംമലയിൽനിന്നു കൊണ്ടുവന്ന തേക്കുതടികൊണ്ടുണ്ടാക്കിയ കൊടിമരം ഒരു പിച്ചള പീഠ ത്തിൽ സ്ഥാപിച്ചു. ഈ കൊടിമരവും ആനയും ആളും ചേർന്ന് നിലം തൊടാതെ കൊണ്ടുവന്നത്രേ.

ശീവേലിപ്പുര

വളരെ വിശാലമാണ് ശീവേലിപ്പുര. കിഴക്കുപടിഞ്ഞാറായി 314 അടിയും തെക്കുവടക്കായി 406 അടിയും 20 അടി വീതിയും 23 അടി പ്പൊക്കവുമുള്ള ദീർഘചതുരാകൃതിയിലുള്ള ഒരിടനാഴിയാണിത്. രണ്ടര അടി ഘനവും രണ്ടര അടി വീതിയും 25 അടി നീളവുമുള്ള കരിങ്കൽ ഫലകങ്ങൾകൊണ്ടാണ് മച്ച് നിർമ്മിച്ചിരിക്കുന്നത്. 365¼ തൂണുകൾ ശീവേലിപ്പുരയ്ക്കുള്ളതിൽ ¼ തൂണ് മുഖ്യകല്ലാശാരിയുടെ ഓർമ്മ യ്ക്കായുള്ളതാണ്. ഒറ്റക്കല്ലിൽ കൊത്തിയുണ്ടാക്കിയ ഇരുപതടി പൊക്ക മുള്ള ഓരോരോ തൂണുകളുടെയും മകുടത്തിൽ വ്യാളികളോ ചൈനീസ് ഡ്രാഗണോ കൊത്തിയുണ്ടാക്കിയിരിക്കുന്നു. തൂണുകളുടെ, ശീവേലി പ്പുരയ്ക്കകത്തേക്കുള്ള വശത്ത് ദീപലക്ഷ്മിയുടെ ശില്പങ്ങളുണ്ട്. വ്യത്യസ്തങ്ങളും മനോഹരങ്ങളുമായ കൊത്തുപണികളാൽ അലം കൃതമാണ് ഓരോ തൂണും. മാർത്താണ്ഡവർമ്മ, രാമയ്യൻ, കാർത്തിക തിരുനാൾ തുടങ്ങിയവരുടെ ശില്പങ്ങളും ഇക്കൂട്ടത്തിൽ ഉണ്ടെന്നു കരുതപ്പെടുന്നു. രണ്ടുവശങ്ങളും തുറന്നുകിടക്കുന്നതും മുകളിൽ മച്ചു ള്ളതും ശ്രീകോവിലുൾപ്പെടെയുള്ള ഭാഗങ്ങൾ ചുറ്റിവരുന്ന ഒരിടനാഴി യായും ഇതിനെ കരുതാം. പ്രവേശനമണ്ഡപം, ബലിക്കൽമണ്ഡപം, അലങ്കാരമണ്ഡപങ്ങൾ എന്നിവ ശീവേലിപ്പുരയുടെ ഭാഗമാണ്.

ശിവൻ, ദക്ഷൻ, ബൃഹന്ദള, രതീദേവി, കാമദേവൻ, ഗരുഡൻ, വേണു ഗോപാലൻ, സിംഹവ്യാളി, കാളി, ഹനുമാൻ എന്നിവയാണ് മണ്ഡപത്തിലെ പ്രധാനശില്പങ്ങൾ. ഇവയോരോന്നും ശില്പസൗന്ദര്യത്തിന്റെ പൂർണ്ണതയിലെത്തി നിൽക്കുന്നു. കിഴക്കേ ശീവേലിപ്പുരയുടെ മദ്ധ്യത്തായി തറയിൽ ഒരു ചക്രത്തിനിരുവശത്തുമായി രണ്ടു പ്രതിമകളുള്ളത് രാജകുടുംബത്തിലെ അദ്ധ്യാപകനായിരുന്ന അയ്യപ്പദീക്ഷിതരുടെയും ശിഷ്യനായ വൈദ്യലിംഗത്തിന്റേതുമാണെന്നാണ് വിശ്വാസം.

ശീവേലിപ്പുരയ്ക്ക് അനുബന്ധമായുള്ള നാലു മണ്ഡപങ്ങൾ ഊഞ്ഞാൽ മണ്ഡപങ്ങൾ എന്നാണറിയപ്പെടുന്നത്. തെക്കുകിഴക്കുഭാഗത്തുള്ള മണ്ഡപം രാജകുടുംബാംഗങ്ങൾക്കും വടക്കുള്ളത് അമ്മച്ചിമാർക്കും അവരുടെ ബന്ധുക്കൾക്കും ഉത്സവച്ചടങ്ങുകൾ വീക്ഷിക്കാനുള്ളതാണ്. ഒരേ രീതിയിൽ നിർമ്മിച്ചിട്ടുള്ള മണ്ഡപങ്ങൾ ക്ഷേത്രകലകൾ അവതരിപ്പിക്കാനും പണ്ഡിതന്മാരുടെ ചർച്ചയ്ക്കും മറ്റുമായി ഉപയോഗിച്ചിരുന്നു. തെക്കുപടിഞ്ഞാറു ഭാഗത്തുള്ള 'പേയടിച്ചാൻമണ്ഡപം' അശുഭകരമെന്നൊരു വിശ്വാസമുണ്ട്. ഉത്സവദിവസങ്ങളിൽ ഭൂതത്തിനുള്ള ബലി നൽകുന്നത് മണ്ഡപത്തിനു മുൻപിൽ വച്ചാണ്. കായങ്കുളത്തിനെതിരെയുള്ള യുദ്ധത്തിൽ വിജയിക്കാനായി അനിഴംതിരുനാൾ മാർത്താണ്ഡവർമ്മ 'ഭദ്രദീപം' എന്ന കർമ്മം നടത്തിയ സ്ഥലമാണ് ഭദ്രദീപപ്പുര.

പള്ളിവേട്ടയ്ക്കും ആറാട്ടിനും പുറത്തെഴുന്നെള്ളിക്കുന്നത് പടിഞ്ഞാറേ ശീവേലിപ്പുരയുടെ മദ്ധ്യഭാഗത്തുള്ള രണ്ടുനില ഗോപുരം വഴിയാണ് (പടിഞ്ഞാറെ നട). ഇവിടേക്കുള്ള ഇടനാഴിയിൽ എട്ടു തൂണുകളുണ്ട്. ഉത്സവകാലത്ത് വിഗ്രഹങ്ങൾ എഴുന്നള്ളിക്കുമ്പോൾ കാറ്റത്തും മഴയത്തും എഴുന്നെള്ളത്ത് തടസ്സപ്പെടാതിരിക്കാനായി അനിഴംതിരുനാൾ മാർത്താണ്ഡവർമ്മ മഹാരാജാവു പണികഴിപ്പിച്ചതാണ് ശ്രീബലിപ്പുര. തിരുനെൽവേലി, തൃശ്ശിനാപ്പള്ളി, മധുര എന്നിവടങ്ങളിൽനിന്നു വിദഗ്ദ്ധരായ കൽപ്പണിക്കാരെ വരുത്തി. നാലായിരം ശില്പികളും ആറായിരം പണിക്കാരും നൂറ് ആനകളും ആറുമാസം രാവും പകലും പണിചെയ്താണ് ഇതിന്റെ പണി പൂർത്തിയാക്കിയത്.

കുലശേഖരമണ്ഡപം

ശിലയിൽ തീർത്ത കവിത എന്നു ഖ്യാതി നേടിയ കുലശേഖര മണ്ഡപം കേരളീയവാസ്തുശാസ്ത്രമനുസരിച്ചുള്ള കൂത്തമ്പലത്തിന്റെ സ്ഥാനത്താണ് പണികഴിപ്പിച്ചിട്ടുള്ളത്. 1758ൽ (കൊ.വ. 933) കാർത്തിക തിരുനാൾ മഹാരാജാവിന്റെ നിർദ്ദേശത്തിലും പ്രസിദ്ധശില്പി തോട്ടത്ത് മൂത്തപണിക്കർ ആശാരിയുടെ മേൽനോട്ടത്തിലുമാണ് മണ്ഡപം നിർമ്മിച്ചത്. തിരുവനന്തപുരം നഗരത്തിലുള്ള പേരൂർക്കടയിലെ അടുപ്പുകൂട്ടാൻ പാറയിൽനിന്നും കുലശേഖരത്തുനിന്നും നിർമ്മാണത്തിനാവശ്യമായ കല്ലുകൾ വെട്ടിയെടുത്തു.അലങ്കാരത്തൂണുകളും കൊത്തുപണികളും

കൊണ്ട് സമ്പന്നമാണ് ഈ മണ്ഡപം. ഇരുപത്തിയെട്ടു ശിലാസ്തംഭങ്ങളും മുപ്പത്തിയാറു ദീപലക്ഷ്മികളും കുലശേഖരമണ്ഡപത്തിന്റെ ചാരുത വർദ്ധിപ്പിക്കുന്നു. കൽത്തൂണുകളിലെ പ്രതിമകൾ തമിഴ്ച്ചുവയുള്ളതാണെങ്കിലും വൃക്ഷലതാദികളുടെയും പക്ഷിമൃഗാദികളുടെയുമൊക്കെ രൂപങ്ങൾ പ്രാദേശികശൈലിയിൽതന്നെയാണ്.

ഇരുപത്തിയെട്ടു തൂണുകളിൽ നാലു തൂണുകൾ അലംകൃതമെങ്കിലും അവയിൽ രൂപങ്ങളൊന്നുമില്ല. മണ്ഡപത്തിന്റെ നാലു മൂലകളിലുമായുള്ള സ്തൂപസമുച്ചയങ്ങളാണ് പ്രശസ്തമായ സംഗീതസ്തംഭങ്ങൾ. സപ്തസ്വരങ്ങൾ പുറപ്പെടുവിക്കുന്ന സ്തംഭങ്ങളുടെ ഓരോ കൂട്ടത്തിലും പതിനൊന്നു തൂണുകൾ വീതമുണ്ട്. ഇത്തരം കൽത്തൂണുകൾ ഇന്ത്യയിൽ ഏഴു ക്ഷേത്രങ്ങളിൽ മാത്രമാണുള്ളത്. കളക്കാട്, ബ്രഹ്മദേശം, ശുചീന്ദ്രം തുടങ്ങിയ വേണാടു ക്ഷേത്രങ്ങളിൽ സംഗീതസ്തൂപികകൾ കാണാം.

മണ്ഡപത്തിലെ മച്ചിന്റെ മദ്ധ്യഭാഗത്തു പണിതുണ്ടാക്കിയ കൽത്തുടലിൽ തൂക്കിയിട്ടിരിക്കുന്ന കല്ലുകൊണ്ടുള്ള മണി അപൂർവമായ ഒരു കാഴ്ചയാണ്. മണ്ഡപത്തിന്റെ നാലു മൂലയ്ക്കുമുള്ള തൂണുകളുടെ മുകളിലാകട്ടെ വ്യാളികൾ തലയുയർത്തിനിൽക്കുന്നു. കരിങ്കല്ലുകൊണ്ടുള്ള മച്ചിൽ വിവിധ അലങ്കാരപ്പണികളോടൊപ്പം ഓരോ വരിയിലും ഏഴു വീതം താമരപ്പൂവുകളും കൊത്തിവച്ചിട്ടുണ്ട്.

ധ്യാനത്തിലുള്ള മഹാവിഷ്ണു, സ്വയംവരശിവൻ, ലക്ഷ്മിഗോപാലം, ശ്രീരാമപട്ടാഭിഷേകം, ഗണപതി, അമൃതകലശം നടത്തുന്ന വിഷ്ണു, സ്വയംവരകൃഷ്ണൻ, ഭദ്രകാളി, ശങ്കരനാരായണൻ സ്വയംവരരുക്മിണി, മഹാഗായത്രി, ഗജേന്ദ്രമോക്ഷം, ശ്രീമഹാഗായത്രി, സ്വയംവര പാർവതി, മുരുകൻ തുടങ്ങി നിരവധി ശില്പങ്ങൾ ഇവിടെ കാണാം. മണ്ഡപത്തിനു ചുറ്റുമുള്ള ദീപലക്ഷ്മികളുടെ നിർമ്മിതി ശീവേലിപ്പുരയിലുള്ളതിൽ നിന്നും വ്യത്യസ്തമാണ്. ഇവിടെ പ്രതിമകൾക്ക് മേൽവസ്ത്രവും ചേലകളുമൊക്കെയുണ്ട്. മന്ദിരമൂർത്തികളെ കൊത്തിയുണ്ടാക്കാനായി ഇരുപത്തിയെട്ടു തൂണുകൾ ഒറ്റക്കൽ മണ്ഡപത്തിന് കല്ലെടുത്ത തിരുമലയിൽ നിന്നാണു കൊണ്ടുവന്നത്.

കാർത്തികതിരുനാൾ മഹാരാജാവ് കുലശേഖരപ്പെരുമാൾ എന്ന സ്ഥാനലബ്ധിക്കുവേണ്ടി ഹിരണ്യഗർഭമെന്ന ചടങ്ങു നടത്താൻ നിർമ്മിച്ച കുലശേഖരമണ്ഡപം 'ആയിരംകാൽമണ്ഡപം' എന്നും അറിയപ്പെടുന്നു.

ഒറ്റക്കൽമണ്ഡപം

ശ്രീപത്മനാഭന്റെ ശ്രീകോവിലിനു മുൻവശത്ത് ഒറ്റക്കൽമണ്ഡപം സ്ഥാപിച്ചത് വീരരാമമാർത്താണ്ഡവർമ്മയുടെ കാലത്തു (എ.ഡി. 1459–1461) നടന്ന ക്ഷേത്രപുനർനിർമ്മാണത്തിന്റെ ഭാഗമായാണ്. 1686ലെ തീപിടിത്തത്തിൽ ഇതിന് കേടുപറ്റിയതോടെ 1731ൽ അനിഴംതിരുനാൾ

ശ്രീപത്മനാഭസ്വാമിക്ഷേത്രം

മാർത്താണ്ഡവർമ്മ ഇന്നുകാണുന്ന ഒറ്റക്കൽമണ്ഡപം നിർമ്മിച്ചു. 1750ലെ തൃപ്പടിദാനച്ചടങ്ങ് ഈ മണ്ഡപത്തിൽവച്ചാണു നടന്നത്. അർച്ചനബിംബങ്ങളുടെ അഭിഷേകം നടത്തുന്നതും ഇവിടെവച്ചുതന്നെ. പ്രത്യേക ചടങ്ങുകൾ ഇല്ലാത്ത സമയത്ത് പത്മനാഭദർശനത്തിനായി ഭക്തജനങ്ങൾക്ക് ഈ മണ്ഡപത്തിൽ കയറാം.

നമസ്കാരമണ്ഡപങ്ങൾ സാധാരണമായി ശ്രീകോവിലിൽനിന്നു വേറിട്ടുനിൽക്കുകയാണ് പതിവ്. പക്ഷേ, ഇവിടെ ഒറ്റക്കൽമണ്ഡപം

ശ്രീപത്മനാഭസ്വാമിക്ഷേത്രത്തിനുള്ളിലെ ചുവർചിത്രം - രാജരാജേശ്വരി

പത്മനാഭസ്വാമിക്ഷേത്രത്തിലെ കെട്ടുകാഴ്ച

ശ്രീകോവിലിനോടു ചേർന്നു നിൽക്കുന്നുവെന്നതും മണ്ഡപത്തിനും ശ്രീകോവിലിനുമിടയിൽ കാണാറുള്ള സോപാനം ഇവിടെ ഇല്ല എന്നതും ശ്രദ്ധേയമാണ്.

ഒറ്റക്കൽമണ്ഡപത്തിന് പതിനെട്ടടി നീളവും പതിനെട്ടരയടി വീതിയുമുണ്ട്. മണ്ഡപത്തിന്റെയും അതിലെ തൂണുകളുടെയും നിർമ്മാണം അത്യന്തം ഹൃദ്യമെന്നുതന്നെ പറയാം. ധാരാളം അലങ്കാരപ്പണികളോടുകൂടിയ പതിന്നാലുതൂണുകളിൽ പത്തെണ്ണം സമചതുരാകൃതിയിലുള്ളതും നാലെണ്ണം വൃത്താകാരത്തിലുള്ളതുമാണ്. തൂണുകൾ സ്വർണ്ണം പൊതിഞ്ഞിരിക്കുന്നു. സ്വർണ്ണംകൊണ്ടുള്ള അലങ്കാരപ്പണികൾ ചിത്തിരതിരുനാളിന്റെ കാലത്താണു നടത്തിയത്. തടികൊണ്ടു നിർമ്മിച്ച മച്ച് ഒൻപതായി വിഭജിച്ച് അതിൽ നവഗ്രഹങ്ങൾ കൊത്തിയുണ്ടാക്കിയിരിക്കുന്നത് ഏവരുടെയും ശ്രദ്ധയാകർഷിക്കുന്ന വിധത്തിലാണ്.

പത്മനാഭവിഗ്രഹവും കോട്ടയും നിർമ്മിച്ച ബാലകാന്ദാരക്ഷോണിദേവൻ (തൈക്കാട് നമ്പൂതിരി) തന്നെയാണ് ഒറ്റക്കൽമണ്ഡപത്തിന്റെയും സ്ഥപതി. മണ്ഡപത്തിനുള്ള ഒറ്റക്കല്ല് തിരുവനന്തപുരം നഗരത്തിലുള്ള തിരുമലയിൽനിന്നാണ് കൊണ്ടുവന്നത്. മനുഷ്യരും ആനകളും കുതിരകളുമടങ്ങുന്ന ഒരു സംഘത്തിന്റെ നാൽപ്പത്തിരണ്ടു ദിവസത്തെ വിശ്രമമില്ലാത്ത അദ്ധ്വാനമാണ് കല്ല് തിരുമലയിൽനിന്ന് ക്ഷേത്രത്തിലെത്തിക്കാൻ വേണ്ടിവന്നത്. നാല് ഇരുമ്പുചക്രത്തിനുമുകളിൽ പലക തറച്ച് വണ്ടിയുടെ രൂപത്തിലാക്കി അതിൽ കല്ലുകയറ്റി രണ്ട് ആനകളെ ചേർത്ത് വടം കെട്ടിവലിച്ചാണ് ആനവണ്ടി ചലിപ്പിച്ചത്. കരമനയാറു കടക്കാൻ

തിരുമല

ക്ഷേത്രപാലൻ-ഉപക്ഷേത്രം

ആറിനു കുറുകെ പാലം കെട്ടിയെന്നും അതല്ല, ആറ് ഗതിമാറ്റി ഒഴുക്കി യെന്നും രണ്ട് അഭിപ്രായമുണ്ട്. തിരുമലയിൽനിന്ന് പൂജപ്പുര, കരമന വഴി പത്മനാഭസ്വാമി ക്ഷേത്രത്തിലെത്താൻ നിലവിലുള്ള വഴിയനുസരിച്ച് കരമനയാർ കടക്കേണ്ടതില്ല എന്ന വസ്തുതയും ഓർമ്മിക്കേണ്ടതാണ്. കരമനഭാഗത്തുവച്ച് യാത്രയ്ക്കു തടസ്സം നേരിടുകയും മുന്നോട്ടു പോകാൻ സാധിക്കാതെ വിഷമിക്കുകയും ചെയ്തപ്പോൾ ആണ്ടിയുടെ വേഷത്തിലെത്തിയ ഒരു ദിവ്യൻ കല്ലുകയറ്റിയ വണ്ടി മുന്നോട്ടു തള്ളി നീക്കിയെന്ന കഥ പ്രചാരത്തിലുണ്ട്. ആ സ്ഥലമത്രേ പിൽക്കാലത്ത് ആണ്ടിയിറക്കം എന്നറിയപ്പെട്ടത്.

ഒറ്റക്കൽ കൊണ്ടുവന്നു പ്രതിഷ്ഠിച്ചതിനെക്കുറിച്ച് ടി.കെ. വേലു പ്പിള്ള സ്റ്റേറ്റ് മാനുവലിൽ ഇങ്ങനെ രേഖപ്പെടുത്തിയിട്ടുണ്ട്.

''വഞ്ചിപാല മാർത്താണ്ഡവർമ്മരായ ചിറവ മൂത്തതിരുവടി തിരു വനന്തപുരത്ത് എഴുന്നെള്ളിയിരുന്നു. ശ്രീപത്മനാഭസ്വാമിക്കു ഒറ്റക്കൽ മണ്ഡപം പണിയാൻ കല്പനയിട്ട് 906-ാമാണ്ട് പൈങ്കുനി മാതം ഒറ്റക്കൽ തിരുമലയിലെ പാറശേഖരത്തിൽനിന്നു വെട്ടി പിഴുതെടുത്ത് വണ്ടി യിലാക്കിയത് തിരുവനന്തപുരവും പള്ളിപ്പുറവുമുൾപ്പെടെ പത്തു ദേശ ങ്ങളിലെ ആളുകളെയാണ് ക്ഷേത്രത്തിൽ കൊണ്ടുവരാൻ ഏൽപ്പിച്ചി രുന്നത്. 906-ാമാണ്ട് ഇടവം 21ന് ഒരു കോൽക്കനത്തിൽ ഒറ്റക്കല്ലും ഇട്ട് തിരുപ്പണികളും നടന്നു'' (Vol II Appendix 118).

തിരുവമ്പാടി

പത്മനാഭസ്വാമിക്ഷേത്ര സമുച്ചയത്തിനുള്ളിലെ പൂർണ്ണവും സ്വതന്ത്ര വുമായ ക്ഷേത്രമാണ് തിരുവമ്പാടിക്ഷേത്രം. 1375 എ.ഡി.യിൽ ക്ഷേത്രം സർവാംഗനാഥനെന്ന ആദിത്യവർമ്മ പുതുക്കിപ്പണികഴിപ്പിച്ചു. വാസ്തു

വിദ്യയുടെയും നിർമ്മാണശൈലിയുടെയും വെളിച്ചത്തിൽ മുഖ്യക്ഷേത്രത്തിന്റെ ഏറ്റവും പഴക്കം ചെന്ന ഭാഗമായാണ് തിരുവമ്പാടി ക്ഷേത്രത്തെ കണക്കാക്കുന്നത്. പൂർണ്ണമായും കേരളീയവാസ്തുശില്പ നിയമങ്ങൾക്കനുസരിച്ചുള്ള ക്ഷേത്രത്തിന് സ്വന്തമായി നമസ്കാര മണ്ഡപവും വെള്ളിയിൽപ്പൊതിഞ്ഞ ധ്വജസ്തംഭവും ബലിക്കല്ലുമൊക്കെയുണ്ട്. ഇവിടത്തെ അനുഷ്ഠാനങ്ങളും ചടങ്ങുകളും പ്രധാനക്ഷേത്രത്തിൽ നിന്നു വ്യത്യസ്തമാണ്. സർവാംഗനാഥൻ പണിയിച്ച മുഖമണ്ഡപം വാസ്തുവിദ്യാപരമായി ഉന്നതനിലവാരം പുലർത്തുന്നു. ഇവിടത്തെ സ്തംഭങ്ങളിൽ കൊത്തിവച്ചിട്ടുള്ള രൂപങ്ങളുടെ ശൈലി പല്ലവകാലത്തിനുശേഷമുള്ളതാണെന്നാണ് വിശ്വാസം. അനസൂയ, ഗോപികാവസ്ത്രാപഹരണം, ഭിക്ഷാടകശിവൻ, യക്ഷി തുടങ്ങിയ രൂപങ്ങൾ ഇവിടെ കാണാം.

ദാരുനിർമ്മിതമാണ് ഈ ക്ഷേത്രം. ബാഹ്യഭാഗം മുഴുവൻ വിളക്കുമാടംകൊണ്ടു നിറഞ്ഞിരിക്കുന്നു. താമരപ്പൂക്കളും പിച്ചളക്കെട്ടുമുള്ള തടിയിൽതീർത്ത ഇരട്ടവാതിലും, വാതിലിന്റെ മുകളിൽ കരിങ്കല്ലിൽ കൊത്തിവച്ചിരിക്കുന്ന ഗജലക്ഷ്മിയും, വശങ്ങളിൽ ദ്വാരപാലകരെയും കാണപ്പെടുന്നു. രണ്ടു മുറികളോടുകൂടിയതാണ് ശ്രീകോവിൽ.

ഗോശാലകൃഷ്ണരൂപത്തിലുള്ള ശിലാനിർമ്മിതമായ വിഗ്രഹമാണ് പ്രതിഷ്ഠ. ഗുജറാത്തിൽനിന്നുവന്ന ശ്രീകൃഷ്ണവംശീയരായ വൃഷ്ണി വിഭാഗത്തിൽപ്പെട്ടവരാണ് ഈ വിഗ്രഹം ഇവിടെ എത്തിച്ചതെന്നതാണു വിശ്വാസം. ശ്രീകൃഷ്ണന്റെ നേരിട്ടുള്ള പിൻതുടർച്ചക്കാരാണ് തങ്ങളെന്ന് ഇവർ വിശ്വസിക്കുന്നു. ഉദയമാർത്താണ്ഡവർമ്മ മഹാരാജാവിന്റെ കാലത്ത് ഒരു ചിങ്ങമാസം അഞ്ചാംതീയതിയാണ് ഇവിടെ വിഗ്രഹപ്രതിഷ്ഠ നടത്തിയത്.

ശ്രീപത്മനാഭസ്വാമിക്ഷേത്രത്തിലെ നവീകരണങ്ങൾക്ക് പ്രധാനമായും ആശ്രയിച്ചിരുന്നത് കോട്ടാർ, തിരുനെൽവലി, മധുര എന്നീ പ്രദേശങ്ങളിൽനിന്നും കൊണ്ടുവന്നിരുന്ന കൽപ്പണിക്കാരെയാണ്. ഇവരോടൊപ്പം തിരുവല്ലയിൽനിന്നും മറ്റും കൽപ്പണി വിദഗ്ദ്ധരെയും വരുത്തിയിരുന്നതായിക്കാണാം. മാർത്താണ്ഡവർമ്മയുടെ കാലത്ത് ഇങ്ങനെ വന്നവരെ താമസിപ്പിച്ചിരുന്ന സ്ഥലമാണ് കറ്റച്ചക്കോണം. കല്ലിൽ പണിയുന്ന തച്ചന്മാരാണ് കൽത്തച്ചന്മാർ. കൽത്തച്ചന്മാർ താമസിച്ച സ്ഥലം കറ്റച്ചക്കോണമായി. അക്കാലത്ത് ക്ഷേത്രത്തിലെ പണികൾക്കായി നാലായിരം കൽപ്പണിക്കാരും ആറായിരം കൂലിക്കാരും നൂറ് ആനകളും തിരുവനന്തപുരത്തുണ്ടായിരുന്നതായി ചരിത്രകാരനായ ശങ്കുണ്ണിമേനോൻ രേഖപ്പെടുത്തിയിട്ടുണ്ട്. ക്ഷേത്രപുനരുദ്ധാരണവുമായി ബന്ധപ്പെട്ട കല്ലാശാരിമാർ ആരാധനയ്ക്കായി കരമനപാലത്തിനരികിൽ കാഞ്ചീപുരം മാടന്റെ പ്രതിഷ്ഠനടത്തിയ സ്ഥലം പിൽക്കാലത്ത് ശ്രീചിത്തിരതിരുനാൾ ക്ഷേത്രാവശ്യത്തിനു വേണ്ടി ദാനമായി നൽകി. 1980ൽ ഈ ക്ഷേത്രത്തിൽ പുനഃപ്രതിഷ്ഠയും പുനരുദ്ധാരണവും നടന്നു.

തിരുവനന്തപുരം നഗരം - ആകാശവീക്ഷണം

ബ്രഹ്മാവ് - ദാരുശില്പം. തിരുവനന്തപുരം നേപ്പിയർ മ്യൂസിയം

പത്മനാഭസ്വാമിക്ഷേത്രത്തിലെ പണികൾക്കുവേണ്ടി കരിങ്കല്ലു വെട്ടിയെടുത്തിരുന്ന സ്ഥലങ്ങളിൽ പ്രധാനമാണ് പേരൂർക്കട. പേരൂർക്കടയിലെയും കല്ലയത്തെയും പാറമടകളിൽനിന്ന് കല്ലു വെട്ടിയെടുത്ത് കാളവണ്ടികളിലാണ് കോട്ടയ്ക്കകത്ത് എത്തിച്ചിരുന്നത്. കല്ലുവെട്ടിയെടുത്ത കുഴികൾ പലതും മണ്ണുനിറഞ്ഞ് പില്കാലത്ത് കൃഷിയിടങ്ങളായി. ക്ഷേത്രം അശുദ്ധമാകാതിരിക്കാൻ നായന്മാരെക്കൊണ്ടാണ് കല്ല് വലിപ്പിച്ചിരുന്നതത്രേ.

നേപ്പിയർ മ്യൂസിയം

തിരുവനന്തപുരം നഗരത്തിലെ ഏറ്റവും മനോഹരമായ വാസ്തുശില്പമാണ് നേപ്പിയർ മ്യൂസിയം. നഗരത്തിലെ പ്രൗഢഗംഭീരമായ പൈതൃകമന്ദിരങ്ങളിൽ പ്രധാനപ്പെട്ടത് ഏതാണെന്നു ചോദിച്ചാൽ 'നേപ്പിയർ മ്യൂസിയം' എന്ന് നിസ്സംശയം പറയാം.

തലസ്ഥാനനഗരിയിൽ പൊതുജനങ്ങൾക്കായി ഒരു മൃഗശാല വേണമെന്ന സ്വാതിതിരുനാൾ മഹാരാജാവിന്റെ ആഗ്രഹം പ്രാവർത്തികമാകുന്നതിനു മുൻപ് അദ്ദേഹം അകാലചരമമടഞ്ഞു. കോട്ടയ്ക്കകത്തുണ്ടായിരുന്ന അയൺവില്ലാ പാർക്കാണ് പിൽക്കാലത്തെ പബ്ലിക് ഗാർഡന്റെയും മൃഗശാലയുടെയുമൊക്കെ പ്രചോദനം. തിരുവിതാംകൂർ രാജാക്കന്മാർ കോട്ടയ്ക്കകത്ത് കുറേ കരിങ്കുരങ്ങുകളെയും പക്ഷികളെയും മയിലുകളെയും മാനുകളെയുമൊക്കെ വളർത്തിയിരുന്നു. ഉത്രം തിരുനാൾ മാർത്താണ്ഡവർമ്മയുടെ കാലത്ത് (1847–1860) ഈ മൃഗശാല വിപുലീകരിക്കുകയും, കോട്ടയ്ക്ക് വെളിയിൽ ഒരു മൃഗശാല എന്ന ആശയം പ്രാവർത്തികമാക്കാൻ നിശ്ചയിക്കുകയും ചെയ്തു.

നേപ്പിയർ മ്യൂസിയം

റോയൽ ബാൻഡ്

1853ൽ ഉത്രം തിരുനാൾ രക്ഷാധികാരിയും റസിഡന്റ് കല്ലൻ, വാന നിരീക്ഷണകേന്ദ്രം ഡയറക്ടർ അലൻ ബ്രൗൺ എന്നിവർ അംഗങ്ങളായും ഒരു ട്രസ്റ്റ് രൂപീകരിച്ചു. അലൻ ബ്രൗണാണ് നന്ദാവനത്തിലെ സ്ഥലം, മ്യൂസിയം നിർമ്മാണത്തിനായി നിർദ്ദേശിച്ചത്. 1855ൽ നിർമ്മാണപ്രവർത്തനം ആരംഭിച്ച്, മൃഗശാല, ലൈബ്രറി, ബാൻഡ്പുര എന്നിവയുൾപ്പെട്ട കാഴ്ച ബംഗ്ലാവ് 1857ൽ പണിപൂർത്തിയാക്കി പൊതുജനങ്ങൾക്കായി തുറന്നു കൊടുത്തു.

തട്ടുതട്ടുകളായാണ് ഉദ്യാനം നിർമ്മിച്ചിരിക്കുന്നത്. ഇതിനുവേണ്ടിയുള്ള ശാരീരികാദ്ധ്വാനം ജയിൽപ്പുള്ളികളുടെയും നായർ ബ്രിഗേഡിലെ പട്ടാള ക്കാരുടെയും വകയാണ്. പ്രധാനനിർമ്മിതിക്കായുള്ള ഏറ്റവും മുകളി ലത്തെ തട്ട് ഉയർത്തിയെടുക്കാനായി മൃഗശാലയ്ക്കുള്ളിൽനിന്നാണ് മണ്ണു കുഴിച്ചെടുത്തത്. മണ്ണു കുഴിച്ചെടുത്ത സ്ഥലം പിൽക്കാലത്ത് മനോഹരമായ തടാകമായി രൂപാന്തരം പ്രാപിച്ചു.

പുതിയ മ്യൂസിയം മന്ദിരത്തിന്റെ നിർമ്മാണത്തോടനുബന്ധിച്ച് പഴയ ബാൻഡ്പുരയും പുനർനിർമ്മിച്ചു. 1880ൽ നിർമ്മിച്ച ഇന്നു കാണുന്ന ബാൻഡുപുരയുടെ ആകൃതി പൊതുവെ കൂത്തമ്പലത്തിനോടു സമാനമാ യാണു കാണുന്നത്. പക്ഷേ, ശ്രീലങ്കയിലെ കാൻഡിയിലുള്ള ദന്ത വിഹാരക്ഷേത്രത്തിലെ അനുബന്ധ അങ്കണങ്ങളിലൊന്നായിരുന്നു ഇതിന്റെ മാതൃകയെന്ന് ഡോ. എം.ജി.ശശിഭൂഷൺ പറയുന്നു. ചിഷോം തന്നെയാണ് ബാൻഡുപുരയുടെയും രൂപകല്പന ചെയ്തത്. ആദ്യ കാലം മുതൽക്കുതന്നെ നായർപട്ടാളത്തിലെ ബാൻഡ് വിഭാഗം ഒന്നിടവിട്ട

വെള്ളിയാഴ്ചകളിൽ ബാൻഡ് വായന നടത്തിയിരുന്നതു കേൾക്കാൻ ധാരാളം ആളുകൾ എത്തുമായിരുന്നു. 1948 വരെ ബാൻഡ് വായന തുടർന്നു.

മ്യൂസിയത്തിന്റെ രൂപകല്പനയ്ക്കായി മദ്രാസ് ഗവർണ്ണർ ലോഡ് നേപ്പിയർ തിരുവനന്തപുരത്തേക്കയച്ചത് റോബർട്ട് ചിഷോം എന്ന വാസ്തുശില്പിയെയാണ്. ലണ്ടനിൽ വിദ്യാഭ്യാസം പൂർത്തിയാക്കിയ ഇദ്ദേഹം ഇന്ത്യയിൽ ആദ്യമെത്തിയത് കൽക്കട്ടയിലാണെങ്കിലും 1865ൽ മദ്രാസിലെ സ്കൂൾ ഓഫ് ആർക്കിടെക്റ്റിന്റെ തലവനായി നിയമിതനായി. നിയോഗോഥിക് ശൈലിയിലുള്ള ബൃഹത്തായ നിർമ്മിതികളാണ് ചിഷോം ആദ്യം ചെയ്തിരുന്നത്. പിന്നീട് അദ്ദേഹം ഇന്തോസാരസനിക് ശൈലിയുടെ വക്താവായി മാറി. 1869ൽ പൂർത്തിയാക്കിയ മദ്രാസിലെ റവന്യൂബോർഡ് മന്ദിരമാണ് ഇദ്ദേഹത്തിന്റെ ഇൻഡോസാരസനിക് ശൈലിയിലുള്ള ആദ്യനിർമ്മിതി. ലണ്ടനിലെ കഡോഗൻ ഹാൾ (Cadogan Hall) ആണ് ചിഷോമിന്റെ ഏറ്റവും നല്ല നിർമ്മിതിയായി കണക്കാക്കപ്പെടുന്നത്.

വിക്ടോറിയൻകാലഘട്ടത്തിൽ വളരെയധികം പ്രചാരം സിദ്ധിച്ചിരുന്ന വാസ്തുശില്പശൈലിയാണ് നിയോഗോഥിക്. ഈ ശൈലിയിൽ നിർമ്മിച്ച അക്കാലത്തെ പ്രശസ്തവും മനോഹരവുമായ പള്ളികളുൾപ്പെടെയുള്ള നിരവധി വലിയ നിർമ്മിതികൾ ജനശ്രദ്ധയെ ആകർഷിച്ചുകൊണ്ട് കാലാതീതമായി ഇന്നും നിലനിൽക്കുന്നു. മദ്ധ്യഭാഗം കൂർത്ത ആർച്ചുകളും കുത്തനെയുള്ള ഗേബിൾകൂരകളും ദീർഘങ്ങളായ മുട്ടുചുവരുകളും മനോഹരമായ വളവുകളും കൊത്തുപണികളുമൊക്കെ ചേർന്നതാണ് ഗോഥിക് ശൈലി.

19-ാം നൂറ്റാണ്ടായപ്പോഴേക്കും ഗോഥിക് ശൈലിയിൽ ചില കൂട്ടിച്ചേരലുകളുണ്ടായി. അക്കാലത്ത് ഇന്ത്യയിലുണ്ടായിരുന്ന ഇംഗ്ലീഷുകാരായ വാസ്തുശില്പികൾ ഗോഥിക്നോടൊപ്പം ഇന്തോഇസ്ലാമിക്കും തദ്ദേശീയമായ ഭാരതീയവാസ്തുശില്പ ശൈലികളെയും സമന്വയിപ്പിച്ചുകൊണ്ടു രൂപം കൊടുത്ത നിർമ്മാണരീതിയാണ് ഇൻഡോസാരസനിക് ശൈലി.

തിരുവനന്തപുരത്തെത്തിയ ചിഷോമിന് മുൻധാരണകളൊന്നുമില്ലായിരുന്നു. പത്മനാഭപുരം കൊട്ടാരവും തിരുവനന്തപുരത്ത് കോട്ടയ്ക്കകത്തെ കൊട്ടാരങ്ങളും സന്ദർശിക്കുകയായിരുന്നു ആദ്യത്തെ നടപടി. പത്മനാഭപുരം കൊട്ടാരത്തിന്റെ നിർമ്മാണരീതി വിദേശീയനായ ശില്പിയെ വളരെയധികം ആകർഷിച്ചുവെന്നു പറയേണ്ടതില്ലല്ലോ. കൊട്ടാരനിർമ്മാണത്തിലെ സാങ്കേതികവശങ്ങളെക്കുറിച്ചു വിശദമായ പഠനം നടത്തുകയും സ്കെച്ചുകളും പ്ലാനുകളും തയ്യാറാക്കുകയും ചെയ്തു. അവിടത്തെ അമ്പാരിമുഖപ്പും ബേവിൻഡോകളും അദ്ദേഹത്തെ ഭ്രമിപ്പിച്ചുവെന്നുതന്നെ പറയാം. ആനയും അമ്പാരിയും പഴയകാലത്തെ

വ്യാളീരൂപങ്ങൾ

ഉത്സവങ്ങളുടെ പ്രധാനഘടകമായിരുന്നു. കൊട്ടാരത്തിലുള്ള സ്ത്രീകൾക്ക് ഇത്തരം ഉത്സവങ്ങളും രാജകീയ എഴുന്നള്ളത്തുകളും കാണാൻ സൗകര്യപ്രദമായുള്ള നിർമ്മിതിയാണ് അമ്പാരിമുഖപ്പ്. രണ്ടാംനിലയിൽ നിന്ന് റോഡിലേക്കു തള്ളിയിരിക്കുന്ന മുഖപ്പിന് ചുറ്റുമുള്ള തടിയഴികൾക്കിടയിലൂടെ പുറംകാഴ്ചകൾ കാണാൻ സൗകര്യമുള്ള ദ്വാരങ്ങളുണ്ടാവും. അകത്തുനിൽക്കുന്നവരെ പുറത്തുള്ളവർക്കു കാണാനും കഴിയില്ല. തിരുവനന്തപുരത്താകട്ടെ ചിഷോമിന്റെ ശ്രദ്ധയാകർഷിച്ചത് പത്മനാഭസ്വാമിക്ഷേത്രത്തിനു മുൻപിലുള്ള മണിമേടയാണ്. ഇവയെല്ലാം മ്യൂസിയം മന്ദിരത്തിന്റെ രൂപകല്പനയിൽ ശില്പിയെ സ്വാധീനിച്ചതായിക്കാണാം.

ക്ലാസിക്കൽശൈലിയിലുള്ള ഒരു മന്ദിരം ആഗ്രഹിച്ചിരുന്ന ഇന്ത്യൻ ഉദ്യോഗസ്ഥന്മാർക്കും ഇതുമായി ബന്ധപ്പെട്ടവർക്കും സങ്കീർണ്ണവും അപരിചിതവുമായ ചിഷോമിന്റെ ശൈലികൾ ആദ്യം ഉൾക്കൊള്ളാൻ കഴിഞ്ഞില്ല. താരതമ്യേന അപ്രധാനമായ അധികാരസ്ഥാനത്തിരുന്ന അദ്ദേഹത്തിന് തന്റെ മനസ്സിൽ വിരിഞ്ഞ മനോഹരമായ കലാരൂപത്തെ തിരുവിതാംകൂറിലെ അധികാരിവർഗ്ഗത്തെ ബോദ്ധ്യപ്പെടുത്താൻ നന്നായി ക്ലേശിക്കേണ്ടിവന്നു. 1874ൽ മദ്രാസ് ഗവർണ്ണറായിരുന്ന ലോഡ് നേപ്പിയർ, മന്ദിരത്തിന് തറക്കല്ലിട്ടു. അദ്ദേഹത്തിന്റെ ഓർമ്മയാണ് നേപ്പിയർ മ്യൂസിയം. ആയില്യംതിരുനാളായിരുന്നു അപ്പോൾ മഹാരാജാവ് (1860–1880).

ഇൻഡോസാരസനിക് ശൈലിയിൽ പ്രാദേശികഘടകങ്ങളെ സമർത്ഥമായി ഇണക്കിച്ചേർത്തുകൊണ്ടുള്ളതായിരുന്നു മ്യൂസിയത്തിനുവേണ്ടി തയ്യാറാക്കിയ പദ്ധതി. ബൃഹത്തും ചെലവേറിയതുമാകാമായിരുന്ന ഈ പദ്ധതിയിൽ പ്രാദേശികമായി ലഭിക്കുന്ന കെട്ടിടസാമഗ്രികളും പ്രാദേശികമായ പ്രവൃത്തിപരിചയവും ചുറ്റുപാടിനിണങ്ങുന്ന രൂപവുമൊക്കെ ഉൾപ്പെടുത്തിയുള്ള പ്രായോഗികസമീപനമായിരുന്നു കൈകൊണ്ടത്.

മനോഹരമായ മുഖപ്പുകളോടുകൂടിയും ചരിഞ്ഞ കൂരയും അർദ്ധവൃത്താകൃതിയിലുള്ള എടുപ്പുകളും ബേവിൻഡോകളും നിറമുള്ള ചില്ലുകൾ പതിച്ച നീളൻ ജനാലകളും ഈ കെട്ടിടത്തിന്റെ ചാരുതയെ വർദ്ധിപ്പിക്കുന്നു. ബാൽക്കണിപോലെ പുറത്തേക്കു തള്ളിനിൽക്കുന്ന ജനാലകളുടെ നിർമ്മാണം ഇസ്ലാമിക്ശൈലിയിലാണ്. 'ഛരോക്ക' ജനാലകൾ എന്നാണ് ഇവ അറിയപ്പെടുന്നത്. രാജസ്ഥാനിലെ പഴയ മാളികകളിൽ ഇത്തരം ജനാലകൾ സാധാരണമാണ്. നിറം പിടിപ്പിച്ച കണ്ണാടികൾകൊണ്ടു നിർമ്മിച്ച അടപ്പുകളുള്ള ഈ ജനാലകൾക്ക് താങ്ങ് എന്നു തോന്നിപ്പിക്കുന്നവിധം സുന്ദരമായി കൊത്തിയെടുത്ത ആറു വ്യാളികൾവീതം ഓരോ ജനാലയ്ക്കുമടിയിൽ പിടിപ്പിച്ചിട്ടുണ്ട്. വടക്കും തെക്കും വശങ്ങളിലായി ഇത്തരത്തിലുള്ള നാലു ജനാലകളാണുള്ളത്. മൂന്നുവലിയ ഹാളുകളെ ഇടനാഴികൾക്കൊണ്ട് ബന്ധിപ്പിച്ചിരിക്കുന്നു. ചിത്രാലംകൃതമായ മേൽത്തട്ടുകളിലെ തടികളിൽ കൊത്തുപണികൾ കാണാം.

ബ്രിട്ടീഷ് ആർക്കിടെക്ചറൽ മ്യൂസിയത്തിൽ സൂക്ഷിച്ചിട്ടുള്ള നേപ്പിയർ മ്യൂസിയത്തിന്റെ രൂപരേഖ. ചിഷോം മഷിയിലും വാട്ടർ കളറിലും വരച്ചതാണ് ചിത്രം. പിന്നീട് പ്ലാനിൽ മാറ്റം വരുത്തിയതായി കാണാം. ഇൻസെറ്റിൽ നിലവിലുള്ള മ്യൂസിയം മന്ദിരത്തിന്റെ ചിത്രം (ആർട്ടിസ്റ്റ് ദേവപാലന്റെ ശേഖരത്തിൽനിന്ന്)

പുറംചുവരിലെ എല്ലാ മൂലകളും കൃത്യമായി വെട്ടിയെടുത്ത ഉറപ്പുള്ള പാറക്കല്ലുകൾകൊണ്ടു കെട്ടിയുണ്ടാക്കിയതാണ്. സ്വാഭാവികമായ നിറം തന്നെയാണ് കല്ലുകൾക്ക് നൽകിയിരിക്കുന്നത്. ഇവയ്ക്കിടയിലുള്ള ഭിത്തികൾ ചുടുകട്ട ഉപയോഗിച്ചു നിർമ്മിച്ചിരിക്കുന്നു ചുവരുകൾക്കു നൽകിയിരിക്കുന്ന ചുവപ്പിന്റെയും കറുപ്പിന്റെയും ചായങ്ങൾ നേരിയ നിറഭേദങ്ങളോടെ ഇടകലർത്തിയും ചിലയിടങ്ങളിൽ വെള്ള വരകൾകൊണ്ടു വേർതിരിച്ചും ഉപയോഗിച്ചിരിക്കുന്നത് സരളമെന്നു തോന്നുമെങ്കിലും ഈ കെട്ടിടത്തിന്റെ അണിയിച്ചൊരുക്കലിൽ പ്രധാന പങ്കുവഹിച്ചിട്ടുണ്ട്.

തടിയും ഓടുംകൊണ്ടു നിർമ്മിച്ചിരിക്കുന്ന ഉയർന്ന കൂരകളും ഇരട്ട ഭിത്തിയും വായുസഞ്ചാരം സുഗമമാക്കി ഉള്ളിൽ സമശീതോഷ്ണാവസ്ഥ നിലനിർത്തുന്നതോടൊപ്പം നിറംപിടിപ്പിച്ച ചില്ലുജാലകങ്ങളിലൂടെ അകത്തേക്ക് അരിച്ചിറങ്ങുന്ന സൂര്യപ്രകാശം മനസ്സു കുളിർപ്പിക്കുകയും ചെയ്യും.

പല തട്ടുകളായി നിർമ്മിച്ചിട്ടുള്ള ഉദ്യാനത്തിന്റെ ഏറ്റവും ഉയരത്തിലുള്ള വിശാലമായ തട്ടിലാണ് ഈ പ്രധാനമന്ദിരം നിർമ്മിച്ചിരിക്കുന്നത്. ചരിഞ്ഞ കൂരകളുടെയും പല അളവുകളിലുള്ള മുഖപ്പുകളുടെയും ധാരാളിത്തമുണ്ടെങ്കിലും അവയുടെ വിതാനത്തിൽ പാലിച്ചിരിക്കുന്ന താളക്രമം വാസ്തുശില്പത്തിന്റെ ഗാംഭീര്യം വർദ്ധിപ്പിക്കുന്നതായി ക്കാണാം. പത്മനാഭപുരം കൊട്ടാരത്തെ ഓർമ്മിപ്പിക്കുന്ന ചരിഞ്ഞ മേൽക്കൂര ഉദ്യാനത്തിന്റെ ചരിവുകളിലേക്ക് ഒഴുകിയിറങ്ങുന്ന പ്രതീതിയുണ്ടാക്കുന്നു.

1880ൽ നേപ്പിയർ മ്യൂസിയം പൊതുജനങ്ങൾക്കായി തുറന്നുകൊടുത്തു. കല്ലിലും മരത്തിലുമൊക്കെ തീർത്ത അമൂല്യവും അതിപുരാതനമായ ശില്പങ്ങളും ക്ഷേത്രങ്ങളിൽ ആഘോഷത്തിനുപയോഗിക്കുന്ന രഥവും ഗുരുവായൂർ ക്ഷേത്രത്തിന്റെ മാതൃകയുമൊക്കെ ഇന്ന് പ്രദർശനത്തിനു വച്ചിട്ടുണ്ട്. ശ്രീചിത്തിരതിരുനാൾ സ്ഥാപിച്ച ചിത്രാലയം അഥവാ ശ്രീചിത്ര ആർട്ട് ഗ്യാലറിയും മൃഗശാലയും പ്രസിദ്ധങ്ങളാണ്.

തിരുവനന്തപുരത്തിന്റെ നിമ്നോന്നതമായ ഭൂപ്രകൃതിയോടിണങ്ങി നിൽക്കുന്ന ഈ മനോഹരസൗധം തിരുവനന്തപുരത്തിനഭിമാനമായ വാസ്തുശില്പമായി സ്വദേശികളെയും വിദേശികളെയും ഒന്നുപോലെ ആകർഷിക്കുന്നു. സാധാരണക്കാരെ ആകർഷിക്കുന്നത് വേലുത്തമ്പി ദളവയുടെ വാളാണ്.

വേലുത്തമ്പിദളവ

നേപ്പിയർ മ്യൂസിയത്തിലെ പ്രധാന പ്രദർശനവസ്തുക്കളിലൊന്ന് തമ്പി വേലായുധൻ ചെമ്പകരാമൻ എന്ന വേലുത്തമ്പിദളവയുടെ വാളാണ്. ദളവ അവസാനകാലത്ത് കിളിമാനൂർ രാജാവിനു സമ്മാനിച്ച വാൾ

വേലുത്തമ്പി ദളവ

നാഷണൽ മ്യൂസിയത്തിനുവേണ്ടി 1957ൽ അന്നത്തെ രാഷ്ട്രപതി ഡോ. രാജേന്ദ്രപ്രസാദ് ഏറ്റുവാങ്ങുകയും 2010ൽ നാഷണൽ മ്യൂസിയത്തിൽ നിന്ന് തിരുവനന്തപുരത്ത് നേപ്പിയർ മ്യൂസിയത്തിൽ കൊണ്ടുവരുകയും ചെയ്തു.

സ്വജനങ്ങളുടെമേലുള്ള സ്വാധീനശക്തിയെ വിദേശികൾക്കെതിരെ ഉപയോഗപ്പെടുത്തിയ ആധുനിക ഭാരതത്തിലെ ആദ്യനേതാവെന്ന വിശേഷണമാണ് ചരിത്രകാരന്മാർ വേലുത്തമ്പിദളവയ്ക്കു നൽകിയിട്ടുള്ളത്.

തിരുവിതാംകൂറിലെ ആദ്യത്തെ രാഷ്ട്രീയസമരം നയിച്ചതു വേലുത്തമ്പിയായിരുന്നു. ജയന്തൻ നമ്പൂതിരി, ശങ്കരനാരായണൻ ചെട്ടി, മാത്തുതരകൻ തുടങ്ങിയവരുൾപ്പെട്ട ഉദ്യോഗസ്ഥ ദുഷ്പ്രഭുത്വത്തിനെതിരെ ജനങ്ങളെ അണിനിരത്തിക്കൊണ്ട് വേലുത്തമ്പി തിരുവിതാംകൂർ രാജസമക്ഷത്തിലേക്കു നയിച്ച പ്രകടനമായിരുന്നു ഇത്. ജനങ്ങളുടെ സംഘടിതശക്തിക്കുമുൻപിൽ മഹാരാജാവായിരുന്ന ബാലരാമവർമ്മ വഴങ്ങുകയും ആദ്യമായി ജനപ്രതിനിധികളെ മന്ത്രിമാരായി നിയമിക്കുകയും ചെയ്തു.

ദളവാപദത്തിലെത്തിയ വേലുത്തമ്പി 1805ൽ ഈസ്റ്റിന്ത്യ കമ്പനിയുമായി ഉടമ്പടിയുണ്ടാക്കിയെങ്കിലും കമ്പനിക്കാരുടെ ആഭ്യന്തര

തലക്കുളത്തു ഭവനം

ഇടപെടലുകളും കപ്പക്കുടിശ്ശികയിന്മേലുള്ള തർക്കങ്ങളും റസിഡന്റ് മെക്കാളെയുമായുള്ള വിരോധത്തിൽ കലാശിച്ചു. അതോടെ ഇംഗ്ലീഷു കാർക്കെതിരെയുള്ള സ്വാതന്ത്ര്യസമരത്തിന്റെ തുടക്കം കുറിച്ചു. കൊച്ചി യിലെ പ്രധാനമന്ത്രിയായിരുന്ന പാലിയത്തച്ചനും ഇതോടൊപ്പം ബ്രിട്ടീഷു കാർക്കെതിരെ പടപ്പുറപ്പാടുമായി രംഗത്തെത്തി.

തിരുവനന്തപുരത്തുനിന്ന് കമ്പനിയെ നേരിടാനുള്ള അസൗകര്യം കണക്കിലെടുത്ത് ദളവ തന്റെ പ്രവർത്തനകേന്ദ്രം കൊല്ലത്തേക്കു മാറ്റു കയും കൊ.വ. 984 മകരമാസം ഒന്നാം തീയതി ചരിത്രപ്രസിദ്ധമായ കുണ്ടറവിളംബരം പുറപ്പെടുവിക്കുകയും ചെയ്തു. ദളവയുടെ ആഹ്വാനം ആവേശത്തോടെയാണ് ജനങ്ങൾ സ്വീകരിച്ചത്. പക്ഷേ, 1809 ജനുവരി 18-ാം തീയതി കേണൽ ചമേഴ്സിന്റെ സൈന്യവുമായി കൊല്ലത്തു വച്ചുനടന്ന ഏറ്റുമുട്ടലിലുണ്ടായ വൻപിച്ച ആൾനാശം പ്രക്ഷോഭകാരി കളുടെ സമരവീര്യം കെടുത്തി.

ജനുവരി 17ന് ബ്രിട്ടീഷ് ഗവർണർ പുറപ്പെടുവിച്ച തന്ത്രപരമായ വിജ്ഞാപനത്തിൽ ബ്രിട്ടീഷ്സൈന്യത്തെ എതിർക്കാത്ത എല്ലാ ആളു കളുടെയും സ്വത്തിനും ജീവനും ഉറപ്പുനൽകി. തുടർന്ന് 1809 ഫെബ്രു വരി 10ന് കേണൽ ലിഗറിന്റെ നേതൃത്വത്തിൽ ആരുവാമൊഴിപ്പാതയി ലൂടെ തിരുവിതാംകൂറിൽ പ്രവേശിച്ച ബ്രിട്ടീഷ് സൈന്യം ഉദയഗിരി ക്കോട്ടയും പത്മനാഭപുരംകോട്ടയും കൈവശപ്പെടുത്തുകയും തിരു വനന്തപുരത്തേക്കു കടന്ന് പാപ്പനംകോട്ട് പാളയമടിക്കുകയും ചെയ്തു. ആരുവാമൊഴിക്കടുത്തുവച്ച് വേലുത്തമ്പിദളവ ബ്രിട്ടീഷ്സൈന്യത്തെ തടുക്കാൻ ശ്രമിച്ചെങ്കിലും പരാജയപ്പെട്ടു പിൻവാങ്ങേണ്ടിവന്നു. പരാജയം

ഉറപ്പിച്ച ആ സേനാനി തിരുവനന്തപുരത്തുവന്ന് മഹാരാജാവിനെ തന്റെ സ്നേഹാദരങ്ങൾ അറിയിച്ചശേഷം അപ്രത്യക്ഷനായി.

ഫെബ്രുവരി 24-ാം തീയതി ഇരുപത്തിനാലു മണിക്കൂറിനകം വേലുത്തമ്പിദളവയെ പിടിച്ച് കമ്പനിപ്പട്ടാളത്തെ ഏൽപ്പിക്കണമെന്നാവശ്യപ്പെട്ടുകൊണ്ട് മെക്കാളെ മഹാരാജാവിന് കത്തെഴുതിയെന്നു മാത്രമല്ല, ഒരു സമ്മർദ്ദതന്ത്രമെന്ന നിലയിൽ കോട്ടയുടെ കിഴക്കുഭാഗം ഇടിച്ചു നിരത്തുകയും ചെയ്തു. മാർത്താണ്ഡവർമ്മയുടെ കാലത്ത് കരിങ്കല്ലു കൊണ്ടു നിർമ്മിച്ചതായിരുന്നു കോട്ടയുടെ ഈ ഭാഗം.

കാര്യങ്ങൾ നിയന്ത്രണാതീതമായപ്പോൾ മഹാരാജാവ് സമാധാനത്തിനുള്ള അപേക്ഷയുമായി ഉമ്മിണിത്തമ്പിയെ കമ്പനിക്കാരുടെ അടുത്തേക്കയച്ചു. വേലുത്തമ്പിയെ പിടിച്ച് കമ്പനിയെ ഏൽപ്പിക്കാത്തതിൽ കേണൽ മെക്കാളെ തിരുവനന്തപുരത്ത് കോട്ടയ്ക്കു ചുറ്റും കമ്പനിപ്പട്ടാളത്തെ ഇറക്കി തന്റെനേരെ ഭീഷണി ഉയർത്തിയിരിക്കുന്നതിനാൽ എവിടെച്ചെന്നെങ്കിലും വേലുത്തമ്പിയെയും കൂടെയുള്ളവരെയും അന്വേഷിച്ചു കണ്ടുപിടിച്ചു ഹാജരാക്കുന്നതിന് മാതേവൻ ചെമ്പകരാമനോട് ഉത്തരവായിക്കൊണ്ടുള്ള നീട്ട് 984 കുംഭം 21ന് കൃഷ്ണൻ ചെമ്പക രാമൻ പിള്ള, മേലെഴുത്ത് പെരുമാൾപിള്ള എന്നിവരുടെ പക്കൽ ഏതാനും കുതിരക്കാരോടൊപ്പം കൊടുത്തയച്ചു. ഇതിനിടയിൽ വേലുത്തമ്പിദളവയെ പിടിച്ചുകൊടുക്കുന്നവർക്കു കമ്പനി സമ്മാനം പ്രഖ്യാപിച്ചു.

തിരുവനന്തപുരത്തുനിന്ന് മഹാരാജാവിനോട് യാത്രപറഞ്ഞുപോയ ദളവ മണ്ണടി ഭഗവതിക്ഷേത്രത്തിലെ പോറ്റിയുടെ വസതിയിലേക്കാണ് പോയത്. അവിടെവച്ച് തന്നെ വളഞ്ഞ രാജാവിന്റെ ആളുകളുടെ മുൻപിൽ കീഴടങ്ങാൻ ആ ധീരദേശാഭിമാനിയുടെ അഭിമാനം അനുവദിച്ചില്ല. സ്വന്തം ആയുധംകൊണ്ട് അദ്ദേഹം സ്വയം ജീവിതമവസാനിപ്പിച്ചു.

തമ്പിയുടെ വീട് പൊളിച്ച് അവിടെ വാഴയും ആവണക്കിൻചെടിയും വച്ചുപിടിപ്പിച്ചു. ബന്ധുക്കളെ കൂട്ടത്തോടെ നശിപ്പിച്ചു. സഹോദരൻ പത്മനാഭൻതമ്പിയെ 1809 ഏപ്രിൽമാസം 10-ാം തീയതി തൂക്കിക്കൊന്നു. വേലുത്തമ്പിയുടെ ജഡം പൊതുജനങ്ങൾ കാണത്തക്കവിധം കണ്ണമ്മൂലയിലെ തൂക്കുമരത്തിൽ പ്രദർശിപ്പിച്ചു.[12]

കുതിരമാളിക എന്ന പുത്തൻമാളിക

വേണാട് ഭരിച്ചിരുന്ന രാജാക്കന്മാർ വിവിധകാലങ്ങളിൽ പണികഴിപ്പിച്ച രാജമന്ദിരങ്ങൾ അവരുടെ ശില്പകലാതൽപ്പരതയുടെയും വാസ്തുശില്പങ്ങൾക്കു നൽകിയിരുന്ന പ്രോത്സാഹനത്തിന്റെയും

12. ഉള്ളൂർകുന്നിൽ എന്നാണ് രേഖകൾ പറയുന്നത്. കണ്ണമ്മൂല അന്നറിഞ്ഞിരുന്നത് ഉള്ളൂർ കുന്നായിട്ടാവാം. ദളവാക്കുന്നിലാണ് ജഡം പ്രദർശിപ്പിച്ചതെന്നാണ് സ്ഥലവാസികൾ അവകാശപ്പെടുന്നത്.

കുതിരമാളിക

തെളിവുകളാണ്. ഇക്കൂട്ടത്തിൽ പാരമ്പര്യകേരളീയശൈലിയിൽ സ്വാതി തിരുനാൾ മഹാരാജാവ് പത്മനാഭസ്വാമി ക്ഷേത്രത്തിന് തെക്ക്കിഴക്കായി നിർമ്മിച്ച രാജകൊട്ടാരം കെട്ടിലും മട്ടിലും കലാകാരനായ മഹാരാജാവിന്റെ കലാസങ്കല്പങ്ങളുടെ സാക്ഷാത്ക്കാരം തന്നെയാണ്.

രാജപ്രൗഢിയുടെ ധാരാളിത്തത്തിനുപരി ശില്പസൗന്ദര്യം വേണ്ടുവോളമുള്ള ഈ മാളികയുടെ നിർമ്മാണം ഒരു ദുർവ്യയമായികണ്ട് അന്നത്തെ റസിഡന്റ് കല്ലൻസായിപ്പ് എതിർത്തിരുന്നെങ്കിലും സ്വാതി തിരുനാളിന്റെ നിശ്ചയദാർഢ്യം ആ എതിർപ്പുകളെ മറികടക്കാൻ പോന്നതായിരുന്നു.

പതിനഞ്ചാംനൂറ്റാണ്ടിൽ കേരളത്തിൽ നിലനിന്നിരുന്ന വാസ്തുശില്പശൈലിയുടെ കൃത്യമായ ഉദാഹരണമാണ് പുത്തൻമാളിക. നാലുകെട്ടിന്റെ നിർമ്മാണതത്ത്വങ്ങളെല്ലാം ഈ നിർമ്മിതിയിൽ പൂർണ്ണമായും ഉൾക്കൊള്ളിച്ചിട്ടുണ്ട്. തടികൊണ്ടുള്ള, മുഖപ്പുകളോടുകൂടിയ ഓടുമേഞ്ഞ ചരിഞ്ഞകൂരയും വരാന്തയും നടുമുറ്റവും ഒറ്റക്കൽ തൂണുകളും എടുപ്പുകളും മരംകൊണ്ടുള്ള മച്ചും ഈ മാളികയെ തനത് കേരളീയ ശൈലിയിലുള്ളതാക്കുന്നു.

മുകളിൽനിന്ന് താഴേക്ക് ചാഞ്ഞിറങ്ങുന്ന മേൽകൂരയെ താങ്ങി നിർത്താനെന്നപോലെ തെക്കുവശത്ത് ഉറപ്പിച്ചിരിക്കുന്ന കൊത്തുപണികളോടുകൂടിയ കുതിരയുടെ ആകൃതിയിലുള്ള നൂറ്റിഇരുപത്തിരണ്ട് ബ്രാക്കറ്റുകളാണ് ഈ മാളികയ്ക്ക് കുതിരമാളിക എന്ന പേര് നേടിക്കൊടുത്തത്. ഈ ബ്രാക്കറ്റുകൾ തെക്കോട്ടുകുതിക്കാൻ തയ്യാറായി

നിൽക്കുന്ന കുതിരകളാണെന്നുതോന്നും. കുതിരകളുടെ ഈ നിര കണ്ട് ''എന്റെ രഥം തെക്കോട്ടാണല്ലോ പോകുന്നത്'' എന്ന് സ്വാതിതിരുനാൾ പറഞ്ഞുവത്രേ.

തെക്കുഭാഗത്ത് നൃത്തമണ്ഡപത്തിന്റെ ഇടനാഴിയിൽനിന്ന് തുടങ്ങുന്ന കുതിരകൾ പണ്ഡിതസദസ്സിനുള്ള മണ്ഡപം ചുറ്റി സംഗീതമണ്ഡപത്തിന്റെ ഇടനാഴിവരെയുണ്ട്.

കുതിരമാളികയ്ക്ക് എൺപത് മുറികളുണ്ട്. പ്രധാനമുറികളെല്ലാം വ്യത്യസ്തരീതിയിൽ നിർമ്മിക്കാൻ ഈ മാളിക പണിത പെരുന്തച്ചൻ പ്രത്യേകം ശ്രദ്ധിച്ചിരിക്കുന്നു. തടികൊണ്ടുള്ള നാൽപ്പത്തിരണ്ട് വലിയ ബീമുകളിലാണ് കൂരയെ ഘടിപ്പിച്ചിരിക്കുന്നത്. ഇവ താങ്ങിനിറുത്തുന്നതാകട്ടെ മനോഹരങ്ങളായ ഒറ്റക്കൽതൂണുകളും.

തേക്ക്, ഈട്ടി എന്നീ തടിത്തരങ്ങളും ഗ്രാനേറ്റുമാണ് ഈ കൊട്ടാരത്തിന്റെ പ്രധാനനിർമ്മാണസാമഗ്രികൾ. മുട്ടയുടെ വെള്ളക്കരുവും ചുണ്ണാമ്പും കരിയും ചേർത്തുണ്ടാക്കിയ മിശ്രിതമാണ് തറ മേനിയാക്കാൻ ഉപയോഗിച്ചിട്ടുള്ളത്. പരമ്പരാഗതരീതിയിലുള്ള ഈ കൂട്ട് തറ മിനുസമാക്കാനും ഉഷ്ണകാലത്ത് മുറികളുടെ അകവശം തണുപ്പുള്ളതായിരിക്കാനും സഹായിക്കും.

കുതിരമാളികയിലെ കുതിരകൾ

മാളികയിലെ ഗംഭീരങ്ങളായ മുഖപ്പുകളും വിസ്തൃതമായ അകത്തളങ്ങളും വരാന്തകളും ഇവയുടെ നിർമ്മാണവൈവിധ്യവും വായുവും വെളിച്ചവും യഥേഷ്ടം കടന്നുവരാനുള്ള സംവിധാനങ്ങളും മച്ചുകളിലും ചുറ്റുമുള്ള തടിപാനലുകളിലുള്ള ശില്പവേലകളും പ്രകൃതിദത്തമായ ചായക്കൂട്ടുകൾ ഉപയോഗിച്ച് വരച്ചുണ്ടാക്കിയ വർണ്ണാഭമായ ചിത്രപ്പണികളും ഈ നിർമ്മിതിയെ സുഖശീതളവും മനോഹരവുമാക്കുന്നു. മുഖപ്പുകളുടെ ചുറ്റുമുള്ള ഒരു നിര മരംകൊണ്ടുള്ള ജാളികളിൽ ഇടയ്ക്കിടെ കിളിവാതിലുകളുണ്ട്. ഇവ അകത്തുള്ളവരുടെ സ്വകാര്യതയ്ക്കൊപ്പം വ്യക്തമായ പുറക്കാഴ്ചയും ഉറപ്പുവരുത്തുന്നു. മറ്റ് ഭാഗങ്ങളിൽ ജാളികൾക്കിടയിൽ ഘടിപ്പിച്ചിരിക്കുന്ന ജനൽപാളികൾ വശങ്ങളിലേക്കു നീക്കിമാറ്റാവുന്നവയാണ്.

മാളികയെ അലങ്കരിക്കാൻ ധാരാളമായി ഉപയോഗിച്ചിരിക്കന്ന തടികൾകൊണ്ടുള്ള വ്യാളിരൂപങ്ങൾ കൊട്ടാരനിർമ്മാണത്തിൽ ചൈനീസ് വാസ്തുശില്പ ശൈലിയുടെ സ്വാധീനം ഓർമ്മിപ്പിക്കുന്നു. തേക്കുകൊണ്ടുള്ള ഒറ്റത്തടിയിൽ പണിതീർത്ത കഴുക്കോലുകളുടെ അറ്റത്ത് അവ പണിത തച്ചന്റെ കരവിരുതിന്റെ അടയാളമായ ചേർപ്പുകളില്ലാത്ത വളയങ്ങളും ചിത്രപ്പണികളും ഒരു രാജകൊട്ടാരത്തിന്റെ ആഡംബരങ്ങൾക്കുപരി മഹത്തായ ഒരു കാലാസൃഷ്ടിയെയാണ് നമുക്ക് പരിചയപ്പെടുത്തുന്നത്.

രണ്ടുനിലകളുള്ള ഈ മാളികയിലെ പ്രധാനമുറികളെല്ലാം മുകളിലത്തെ നിലയിലാണ്. കെട്ടിടത്തിന്റെ മുഖമുദ്രയായി നിൽക്കുന്ന മൂന്ന് മുഖപ്പുകളിലായുള്ള മൂന്ന് മണ്ഡപങ്ങളാണ് പ്രധാന ആകർഷണം. തെക്കുകിഴക്കുള്ള നൃത്തമണ്ഡപവും തെക്ക് പടിഞ്ഞാറുള്ള സംഗീതമണ്ഡപവും രണ്ടിനും മദ്ധ്യത്തിലായി സ്ഥിതിചെയ്യുന്ന പണ്ഡിതസദസ്സിനായുള്ള മണ്ഡപവുമാണ് ഇവ. ഈ മുഖപ്പുകളെ തമ്മിൽ ബന്ധിപ്പിക്കുന്ന ദീർഘമായ ഇടനാഴികളും അവയ്ക്കു പിന്നിലായി ദീർഘചതുരത്തിലുള്ള അകത്തളങ്ങളും ഊട്ടുപുരകളും കാണാം. നടുക്കുള്ള അഷ്ടവിദ്വൽസദസ്സിന് എട്ട്കോണുകളും എട്ട് തൂണുകളുമുണ്ട്. ഒരു ആഭരണപ്പെട്ടിയുടെ മാതൃകയാണ് ഈ മുഖപ്പിന്. സ്വാതിതിരുനാളിന്റെ സദസിലെ എട്ട് പണ്ഡിതന്മാരെ പ്രതിനിധീകരിക്കുന്നതാണത്രെ എട്ട് തൂണുകൾ. മഹാരാജാവിനും കുടുംബാഗങ്ങൾക്കും മറ്റ് വിശിഷ്ടാതിഥികൾക്കും നൃത്തം ആസ്വദിക്കാൻ വേണ്ട സംവിധാനങ്ങളോടെയാണ് നൃത്തമണ്ഡപത്തിന്റെ രൂപകല്പന. രാജാവിന് സപ്രമഞ്ചക്കട്ടിലും മറ്റുള്ളവർക്ക് പ്രത്യേകം ഇരിപ്പിടവും സംവിധാനം ചെയ്തിട്ടുണ്ട്. മഹാരാജാവിന് കീർത്തനങ്ങൾ രചിക്കാനും സംഗീതം ആസ്വദിക്കാനുമാണ് സംഗീതമണ്ഡപം എന്ന അമ്പാരി മുഖപ്പ് നിർമ്മിച്ചത്. ഇവിടെവച്ച് ധാരാളം കീർത്തനങ്ങൾ സ്വാതിതിരുനാൾ രചിച്ചിട്ടുണ്ട്. ഇവിടെ നിന്നാൽ ശ്രീപത്മനാഭസ്വാമിക്ഷേത്രത്തിന്റെ ഗോപുരം കണ്ടുവണങ്ങാം എന്നതും

ഒരു പ്രത്യേകതയാണ്. മാളികയിലുള്ള ഗ്രന്ഥശാല കമനീയമാണ്, എട്ടു കോണുകളുള്ള ഈ മുറിയുടെ താമരയുടെ ആകൃതിയിലുള്ള മച്ച് കണ്ണാടികൾകൊണ്ടും ചിത്രപ്പണികൾകൊണ്ടുംകമനീയമാക്കിയിരിക്കുന്നു.

പ്രധാനനിർമ്മിതിയിൽനിന്നും വിട്ടുമാറി തെക്കുവശത്തെ മുറ്റത്തിന് മദ്ധ്യത്തിലായി സ്ഥിതിചെയ്യുന്ന സമചതുരത്തിലുള്ള ഓടുമേഞ്ഞ ഒറ്റ നിലകെട്ടിടം അതിഥിമന്ദിരമായിരുന്നു. ഇംഗ്ലീഷുകാർക്കും മറ്റും താമസിക്കാനായിരുന്നു ഇത് ഉപയോഗിച്ചിരുന്നത്. അക്കാലത്ത് സായിപ്പന്മാർക്ക് അയിത്തമുണ്ടായിരുന്നല്ലോ. തെക്ക്കിഴക്ക്ഭാഗത്തായി തറനിരപ്പിൽനിന്ന് താഴ്ന്നാണ് കുഴിമാളിക. കുഴിയിൽ ഇരിക്കുന്ന മാളിക ആയതിനാലാകാം ഈ പേര്. ഇവിടം റീജെന്റിന്റെ ഓഫീസായിരുന്നു.

സ്വാതിതിരുനാളിന്റെ നാടുനീങ്ങലിലെ ദുരൂഹത

പുത്തൻമാളികയ്ക്ക് തച്ചുശാസ്ത്ര പിഴവ് ഉണ്ടായിരുന്നത്രെ. മാളികയുടെ നിർമ്മാണം തുടങ്ങിയതോടെ അതിന്റെ ഉടമസ്ഥന് വാസ്തുദോഷങ്ങളും അനുഭവപ്പെട്ടുതുടങ്ങിയോ എന്നറിയില്ല. സ്വാതിതിരുനാൾ മഹാരാജാവിന്റെ അന്ത്യകാലം സംഘർഷഭരിതവും രോഗാതുരവുമായിരുന്നു. കഴിവുറ്റ ഭരണാധികാരി എന്നതിനൊടപ്പം പ്രശസ്തസംഗീതജ്ഞൻ എന്ന നിലയിൽ കൂടിയാണല്ലോ അദ്ദേഹം ഓർമ്മിക്കപ്പെടുന്നത്. ഒരു കലാകാരന്റെ അന്തഃസംഘർഷങ്ങൾ അദ്ദേഹത്തെ വല്ലാതെ ഉലച്ചിരിക്കാം. അവസാനകാലം സ്വാതിതിരുനാൾ നിരാശനും ദുഃഖിതനുമായിരുന്നു. ഒരു മഹാരാജാവെന്ന നിലയിൽ രാജ്യത്തിനും പ്രജകൾക്കും വേണ്ടി ധാരാളം പുരോഗമനസ്വഭാവമുള്ള പദ്ധതികൾ നടപ്പാക്കാൻ കഴിഞ്ഞുവെങ്കിലും തന്റെ പ്രജകൾക്കുവേണ്ടി താനാഗ്രഹിക്കുംവിധം കാര്യങ്ങൾ നടപ്പാക്കുന്നതിൽ ബ്രിട്ടീഷ് ഗവൺമെന്റ് ഉണ്ടാക്കുന്ന തടസ്സങ്ങൾ അദ്ദേഹത്തെ ക്ഷുഭിതനാക്കിയിരുന്നു. അവസാനകാലങ്ങളിൽ റസിഡന്റ് കല്ലനുമായുള്ള അഭിപ്രായവ്യത്യാസങ്ങളും എതിർപ്പുകളും കാരണം ആഗ്രഹിച്ച പല പദ്ധതികളും നടപ്പാക്കാൻ കഴിഞ്ഞുതുമില്ല.

ജീവിതത്തിന്റെ അവസാന വർഷങ്ങളിൽ ഭരണകാര്യങ്ങളിൽ അദ്ദേഹം വിമുഖനായിരുന്നു. തന്റെ സമയം മുഴുവൻ പ്രാർത്ഥനകൾക്കും പൂജകൾക്കുമായി നീക്കിവച്ചു. ക്ഷേത്രങ്ങളിൽ വഴിപാടുകൾക്കും കാണിക്കയ്ക്കും ധാരാളം ധനം വിനിയോഗിച്ചു. മഹാരാജാവിന്റെ ഈ പ്രവർത്തിയും ഒരു ദുർവ്യയമായാണ് ഇംഗ്ലീഷ് ഭരണാധികാരികൾ കണ്ടത്. റസിഡന്റ് കല്ലനുമായുള്ള കൂടിക്കാഴ്ച പൂർണ്ണമായും ഒഴിവാക്കി. റസിഡന്റിന്റെ കേൾവിക്കുറവും ഇതിന് കാരണമായിരുന്നത്രേ.

1845ലെ വെള്ളപ്പൊക്കവും കൊടുങ്കാറ്റും തിരുവിതാംകൂറിലെ പല ജലസേചന പദ്ധതികളെയും താറുമാറാക്കി. മരങ്ങൾവീണു. വീടുകൾ ഒലിച്ചുപോയി കാർഷികരംഗത്തുണ്ടായ നാശം വിവരാണാതീതമായിരുന്നു.

സ്വതേ സാമ്പത്തിക പ്രശ്നങ്ങളിൽ നട്ടംതിരിഞ്ഞ രാജ്യത്തിന്റെ നില കൂടുതൽ വഷളായി. പ്രജകളുടെ ദുരിതങ്ങൾ സ്വാതിതിരുനാളിനെ കൂടുതൽ തളർത്തി. ഇക്കാലത്തുണ്ടായ പിതാവിന്റെ മരണവും. പന്ത്രണ്ടു വയസ്സുമാത്രം പ്രായമുണ്ടായിരുന്ന മകൻ അനന്തപത്മനാഭൻ തമ്പി യുടെ മരണവുമൊക്കെച്ചേർന്ന് അദ്ദേഹത്തെകൂടുതൽ വിഷാദവാനും രോഗിയുമാക്കി. അവസാനകാലങ്ങളിൽ പരിചാരകരെ ഒഴികെ ആരെയും കാണാൻ അദ്ദേഹം കൂട്ടാക്കിയില്ല. എങ്കിലും രാജ്യത്തെ രക്ഷിക്കാനുള്ള തന്റെ അവസാനശ്രമമെന്നോണം ദിവാൻ ശ്രീനിവാസറാവുവിനെ തൽ സ്ഥാനത്തു നിന്നു മാറ്റി 1846 ഡിസംബർമാസം 10ന് കൃഷ്ണറാവു വിനെ ദിവാനാക്കി. ശാന്തശീലനായ ശ്രീനിവാസറാവുവിന് റസിഡന്റ് ജനറൽ കല്ലന്റെ എതിർപ്പ് അതിജീവിക്കാനുള്ള കരുത്തുണ്ടായിരുന്നില്ല എന്നതായിരുന്നു മാറ്റത്തിനുകാരണം.

കൊ.വ. 1022 ധനുമാസം 12-ാം തീയതി രാജ്യഭരണവും കലയും ഒരുപോലെ സമൃദ്ധമായി കൈകാര്യം ചെയ്തിരുന്ന സ്വാതിതിരുനാൾ മഹാരാജാവ് നാടുനീങ്ങി. സ്വാതിതിരുനാളിന്റെ മരണകാരണം വ്യക്ത മല്ല 'സ്വച്ഛന്ദഃമൃത്യു' എന്നാണ് അദ്ദേഹത്തിന്റെ ആരാധകർ പറഞ്ഞിരു ന്നത്. സ്വാതിതിരുനാളിന് അതിനുള്ള കഴിവ് ഉണ്ടായിരുന്നത്രെ. ബ്രയിൻ ഹെമറേജ് എന്നാണ് ന്യൂറോളജിസ്റ്റായ ഡോ. രാജശേഖരൻനായരുടെ നിഗമനം. ഹൃദയസ്തംഭനമെന്ന് ഡോ.ആർ.പി. രാജയും ക്ഷയരോഗ മായിരിക്കാം എന്ന് ഡോ.അച്യുത് ശങ്കറും അപമൃത്യുവാകാനാണ് സാദ്ധ്യത എന്ന് ഡോ.എം.ജി. ശശിഭൂഷണും പറയുന്നു.

കൊ.വ.1021 തുലാംമാസം 8-ാം തീയതിയായിരുന്നു പുത്തൻമാളികയി ലേക്കുള്ള സ്വാതിതിരുനാളിന്റെ ഗൃഹപ്രവേശം. കുറച്ച് മാസങ്ങൾ മാത്രമാണ് അദ്ദേഹം അവിടെ താമസിച്ചത്. 33-ാം വയസ്സിൽ അദ്ദേഹം അകാലചരമം പ്രാപിച്ചു. ശേഷം വളരെക്കാലം ഈ കൊട്ടാരം അടച്ചി ട്ടിരുന്നു. തെക്ക് വശത്ത് പൂമുഖത്തിനഭിമുഖമായി ഉണ്ടായിരുന്ന പടിപ്പുര വാസ്തുവിധി പ്രകാരം തെക്ക്പടിഞ്ഞാറ് ഭാഗത്തേക്ക് മാറ്റി സ്ഥാപിച്ചു.

ഈ കൊട്ടാരത്തിന്റെ 20 മുറികൾ പുരാവസ്തുക്കളുടെ ഒരു കാഴ്ച ബംഗ്ലാവായി മാറ്റിയിരിക്കുന്നു. 1995ൽ സന്ദർശകർക്ക് പ്രവേശന അനു വാദം ലഭിച്ച മനോഹരമായ ഈ കുതിരമാളികയുടെ നിർമ്മാണ വൈദ ഗ്ധ്യവും അതിനകത്ത് സംരക്ഷിച്ചിരിക്കുന്ന പുരാതനവും അമൂല്യവുമായ കാഴ്ചവസ്തുക്കളും കാണാൻ ധാരാളം സന്ദർശകർ എത്തുന്നു.

അമ്മവീടുകളും അമ്മച്ചിമാരും

തിരുവിതാംകൂർ മഹാരാജക്കന്മാർ തങ്ങളുടെ വധുക്കളെ തിര ഞ്ഞെടുത്ത് വിവാഹം കഴിച്ചിരുന്നത് ഒരു പ്രത്യേക രീതിയിലാണ് 'പട്ടും പരിവട്ടവും നൽകുക' എന്നാണ് ഈ ചടങ്ങ് അറിയപ്പെട്ടിരുന്നത്. ഒരു

അരുമന അമ്മവീട്

രാജകീയ വിവാഹത്തിന്റെ ധാടിയും മോടിയും ഈ ചടങ്ങുകൾക്ക് ഉണ്ടായിരുന്നില്ല എന്നതും ശ്രദ്ധേയമാണ്. മരുമക്കത്തായികളായ തിരുവിതാംകൂർ രാജാക്കന്മാരുടെ വിവാഹത്തിൽ ജനിക്കുന്ന ആൺമക്കൾ ഭാവിയിൽ രാജ്യാവകാശം ഉന്നയിക്കാതിരിക്കാനുള്ള ഒരു കരുതൽ കൂടിയായിരിക്കാം ഈ ചടങ്ങുകളിലെ ലാളിത്യത്തിനു കാരണം. സ്വജാതിയിൽ നിന്നുള്ള വിവാഹത്തിലൂടെ ക്ഷത്രിയരായ മക്കൾക്ക് മക്കത്തായ പിൻതുടർച്ചാക്രമമനുസരിച്ച് രാജാധികാരം ലഭിക്കുന്നത് രാജകുടുംബത്തിന്റെ നിലനിൽപ്പിനെ തന്നെ പ്രതികൂലമായി ബാധിക്കുമെന്ന ഭയവും ഉണ്ടായിരുന്നു. പട്ടും പരിവട്ടവും നൽകുന്ന കുടുംബത്തിലെ മറ്റ് അംഗങ്ങളുമായി രാജകുടുംബം അടുത്ത ബന്ധം പുലർത്തുകയോ അവരുടെ കുടുംബവിശേഷങ്ങളിൽ പങ്കെടുക്കുകയോ പതിവില്ല. രാജപത്നിമാരെ 'അമ്മച്ചി' എന്നാണ് വിളിച്ചിരുന്നത്.

ബ്രാഹ്മണർ ഒഴിച്ചുള്ള സവർണ്ണ വിഭാഗത്തിലെ പെൺകുട്ടികളെയായിരുന്നു വധുവായി പരിഗണിച്ചിരുന്നത്. സ്വജാതിയിൽനിന്നുള്ള വിവാഹം മക്കളുടെ രാജ്യവകാശത്തർക്കത്തിലെത്തിക്കുമെന്ന ഭയമായിരുന്നു കാരണം. അമ്മവീടുകളിൽ നിന്നു അനുയോജ്യരായ പെൺകുട്ടികളെ കിട്ടിയില്ലെങ്കിൽ കുലീന നായർവീടുകളിൽ നിന്നു പെൺകുട്ടികളെ അമ്മവീടുകളിലേക്ക് ദത്തെടുക്കുകയും അവരെ വിവാഹം കഴിക്കുകയും ചെയ്യും. ഇത്തരത്തിൽ തിരഞ്ഞെടുക്കുന്ന അമ്മച്ചിമാരുടെ ആൺസന്താനങ്ങൾ തമ്പിയെന്നും പെൺസന്താനങ്ങൾ കൊച്ചമ്മ എന്നുമാണ് അറിയപ്പെട്ടിരുന്നത്.

വേണാടുരാജാക്കന്മാർ ആഭിജാതരായ വെള്ളാളകുടുംബത്തിൽ നിന്നും കണിയാളർ കുടുംബത്തിൽ നിന്നും വിവാഹം ചെയ്യാറുണ്ടായിരുന്നു. വെള്ളാളർ തെക്കൻ തിരുവിതാംകൂറിലെ പ്രബലവിഭാഗമായിരുന്നല്ലോ. പക്ഷേ ഇവരിൽ പാണ്ഡ്യനാട്ടിൽ നിന്നെത്തിയവർ മക്കത്തായികളാണ്.

രാമവർമ്മ മഹാരാജാവ് വിവാഹംകഴിച്ചത് വടശ്ശേരിയിലുള്ള വെള്ളാള സ്ത്രീയെയായിരുന്നു. രാമൻതമ്പിയും ആദിച്ചൻതമ്പിയുമായിരുന്നു ഇദ്ദേഹത്തിന്റെ പുത്രന്മാർ.[13] രാജാധികാരത്തിനുവേണ്ടി മക്കത്തായി കളും മരുമക്കത്തായികളും തമ്മിൽ നടന്ന സംഘർഷം പ്രസിദ്ധമാണല്ലോ. രാജകുടുംബത്തിലെ സ്ത്രീകളെ വിവാഹം കഴിക്കുന്ന പുരുഷന്മാരുടെ കാര്യവും മറ്റൊന്നല്ല. 'കോയിതമ്പുരാന്മാർ' എന്ന് അറിഞ്ഞിരുന്ന അവർ തിരുവനന്തപുരത്തെ ഏതെങ്കിലും കൊട്ടാരത്തിൽ താമസിക്കും. സ്വന്തം കുടുംബവുമായുള്ള ബന്ധം ഇവരും തുടരാറില്ല. ഇളമുറതമ്പുരാക്ക ന്മാരും മറ്റും പ്രധാനപ്പെട്ട അമ്മവീടുകളിൽനിന്ന് വിവാഹം പതിവില്ല. പകരം കരമന പുതുമന അമ്മവീട്, പുളിമൂട് അമ്മവീട്, കല്ലട അമ്മ വീട്, ശ്രീവരാഹം അമ്മവീട്, എന്നിവിടങ്ങളിൽ നിന്നാണ് ഇവർ വിവാഹം ചെയ്തിരുന്നത്.

രാജാവ് പട്ടുംപരിവട്ടവും നൽകാൻ തിരഞ്ഞെടുക്കുന്ന വധുവിനു വേണ്ടി തിരുമനസ്സിന്റെ പള്ളിയറയ്ക്ക് തൊട്ടുള്ള മുറിയിലെ അയയിൽ ഉടുക്കാനും തോളിലിടാനുമായി പട്ടുവസ്ത്രങ്ങൾ ഇട്ടിരിക്കും. വധു വസ്ത്രങ്ങൾ ധരിച്ച് ഒരു സ്വർണ്ണ പാത്രത്തിൽ കരുതിവച്ചിരിക്കുന്ന വെള്ളവുമായി പള്ളിയറയിൽ പ്രവേശിക്കണം. പാത്രവുമായി രാജാ വിന്റെ പള്ളിയറയിൽ പ്രവേശിക്കുന്ന ഇവർക്ക് പാനപ്പിള്ള എന്ന സ്ഥാന പ്പേര് ലഭിക്കും. പള്ളിയറ പരിചരിപ്പുകാരോ അച്ചിക്കുറുപ്പോ സഹായ ത്തിനുണ്ടാവും. ഒരു വിവാഹത്തിനുവേണ്ട മതപരമായ ചടങ്ങുകളോ ആർഭാടങ്ങളോ ഇല്ലാതെയാണ് ഈ സംബന്ധം നടക്കുന്നത്. സ്വന്തം കൈകൊണ്ട് വധുവിന് പുടവപോലും എടുത്തുകൊടുത്തിരുന്നില്ലത്രെ.

---

13. രാമവർമ്മ മൂത്ത പണ്ടാരത്തിൽ എന്ന മഹാരാജാവിന് ഒരു വെള്ളാള സ്ത്രീയിൽ ജനിച്ച പുത്രന്മാരായ തമ്പിരാമൻ രാമനേയും തമ്പിരാമൻ ആദിച്ചനേയും 'കുഞ്ചുതമ്പി'മാർ എന്ന പേരിലാണ് അറിയപ്പെട്ടിരുന്നത്. കാര്യത്തുറതമ്പിമാരുടെ പരമ്പര ഇവരോടെയാണ് അവസാനിച്ചതെന്നു പറയാം. കൊട്ടാരം സമ്പ്രതിയായിരുന്ന തമ്പിരാമൻ തന്റെ പിതാവ് രാമ വർമ്മയുടെ കാലത്ത് കുളച്ചൽകോട്ട പണിയാനും കമ്മട്ടം അടിക്കാനും ഉണ്ടാക്കിയ കരാറിന്റെ നക്കൽ തയ്യാറാക്കിയിരുന്നു. കുഞ്ചുതമ്പിമാരുടെ മാതാവ് മക്കത്തായ വിഭഗത്തിൽപ്പെട്ട സവർണ്ണ വെള്ളാള കുടുംബാംഗ മായതിനാൽ അവരുടെ പുത്രന്മാർക്ക് പിതൃസ്വത്തിൽ അവകാശമുണ്ടാ യിരുന്നു. അതിനാൽതന്നെ രാമവർമ്മ ഇരണിയൽ കൊട്ടാരത്തിൽ ഇളയ രാജവായിരിക്കെ 1706 എ.ഡി.യിൽ വമ്പിച്ച ഭൂസ്വത്ത് മക്കളായ കുഞ്ചുതമ്പിമാർക്ക് നൽകിയിരുന്നു. രാമവർമ്മയുടെ ചെറിയ ഭരണകാലയളവിൽ മകൻതമ്പി രാമനും അനന്തിരവൻ മാർത്താണ്ഡവർമ്മയുമാണ് നാടു ഭരിച്ചിരുന്നത്. അധികാരത്തെ ചൊല്ലിയുള്ള കലഹത്തിൽ കുഞ്ചുതമ്പിമാരെ മാർത്താണ്ഡ വർമ്മയും സംഘവും ക്രൂരമായിവധിച്ചു. ഇവരുടെ മരണത്തോടെ കാര്യ ത്തുറതമ്പിമാരുടെ വംശപരമ്പര അവസാനിച്ചു. (Travancore Archeological Series Vol.III.പുറം 55).

കാർത്ത്യായനിപിള്ള

പക്ഷേ ശ്രീമൂലംതിരുനാൾ മഹാരാജാവ് തന്റെ രണ്ടാമത്തെ ഭാര്യ പാൽക്കുളങ്ങര കൈപ്പള്ളിവീട്ടിൽ ലക്ഷ്മിപ്പിള്ള കാർത്ത്യായനി പിള്ളയെ വടശ്ശേരി അമ്മവീട്ടിലേക്ക് ദത്തെടുപ്പിച്ച് പട്ടും പരിവട്ടവും നൽകിയപ്പോൾ നേരിട്ടെഴുന്നള്ളി പുടവകൊടുക്കുകയായിരുന്നു. 1074-ാം മാണ്ട് മകരമാസം പതിനൊന്നാം തീയതിയാണ് പട്ടും പരിവട്ടവും കൊടുപ്പു നടന്നത്. കൃഷ്ണവിലാസത്തു കൊട്ടാരത്തിൽ കിഴക്കേയറ്റം വരാന്തയുടെ പടിഞ്ഞാറെ തളപ്പിലെ പള്ളിയറയിൽ വച്ചായിരുന്നു പട്ടും പരിവട്ടവും കൊടുപ്പ്.

''അവിടെ നിലവണി വീഴ്ത്തി വിളക്കുവച്ചു നിറപറ മുതലായവ ഒരുക്കിയിരിക്കും. നിറപറയ്ക്കുള്ള നെല്ല് തിരുവനന്തപുരം കണ്ടുകൃഷിയിൽ നിന്നും അരി, വെറ്റില, പാക്ക്, പഴം ഉൾപ്പെട്ടവ കൊട്ടാരം കലവറയിൽ പതിവുകൊണ്ടിരിക്കുകയാണ്. കൽപ്പിച്ചെഴുന്നള്ളി ഇരിക്കുന്നതിന് പുത്തനായി ഒരു പള്ളിപ്പലക പ്ലാന്തടിയിൽ വച്ചിരിക്കും. ഈ പലക പണിവക മുഖാന്തിരം ഏൽപ്പിക്കുന്നു. പലകയുടെ മുകളിൽ ഒരു പുളിയിലക്കര പരിവട്ടം കരിമ്പടം ഇവ വിരിച്ചു തയ്യാറാകേണ്ടത് പണ്ടാരത്തു കുറുപ്പാണ്. കൂടാതെ പത്തുമുഴം നീളത്തിൽ ഒരു വീരാളിപ്പട്ടും ഒരു കട്ടിതുപ്പട്ടയും കൂടി ഒരു വെള്ളിത്തട്ടത്തിൽ ഒതുക്കിവച്ചിരിക്കണം. വധു തിരുമുമ്പിൽ ആഗമിക്കപ്പെടുന്നതിനുമുമ്പായി തിരുമനസ്സുകൊണ്ടു പള്ളിപ്പലകയിൽ എഴുന്നള്ളി ഫലദാനം, താംബൂലദാനം, മുഹൂർത്തദക്ഷിണ ഇവ കൽപ്പിച്ചു നടത്തുന്നു. വധു തിരുമുമ്പിൽ ഹാജരായ ഉടൻ തന്നെ ഒരു കുത്തുപട്ട് അടിയറയും പൊന്നും വെള്ളിപ്പൂവും

തൃപ്പാദത്തിൽവച്ച് നമസ്കരിക്കുന്നു. വധുവിന്റെ നമസ്കാരക്രിയയ്ക്കു ശേഷം തിരുമനസ്സുകൊണ്ട് വീരാളിപ്പട്ടും കട്ടിതുപ്പട്ടയും വച്ചിരിക്കുന്ന വെള്ളിത്തട്ടം അതോടുകൂടി കൽപ്പിച്ച് വധുവിന്റെ കയ്യിൽ ഇട്ടുകൊടുക്കുന്നതാണ്.''[14]

വിവാഹത്തിനുശേഷം ദമ്പതിമാർ രാജകൊട്ടാരത്തിൽ താമസിച്ചിരുന്നില്ല. അമ്മച്ചിമാരൊടൊത്തുള്ള താമസത്തിന് പ്രത്യേകം പണിക്കഴിപ്പിച്ചിരിക്കുന്ന ഭവനങ്ങളാണ് അമ്മവീടുകൾ. വടശ്ശേരി അമ്മവീട്, തിരുവട്ടാർ അമ്മവീട്, തഞ്ചാവൂർ അമ്മവീട്, നാഗർകോവിൽ അമ്മവീട്, എന്നിവയാണ് പ്രധാന അമ്മവീടുകൾ.

രാജഭരണക്കാലത്ത് ബഹുഭാര്യത്വം സാധാരണയായിരുന്നു. അനിഴം തിരുനാൾ മാർത്താണ്ഡവർമ്മയ്ക്കുശേഷം രാജ്യാധികാരമേറ്റ കാർത്തിക തിരുനാളിന് നാല് അമ്മച്ചിമാരുണ്ടായിരുന്നു. വടശ്ശേരി, അരുമന, തിരുവട്ടാർ, നാഗർകോവിൽ എന്നീ അമ്മവീടുകളിൽപ്പെട്ടവരായിരുന്നു അവർ. ബാലരാമ വർമ്മയാകട്ടെ വടശ്ശേരി, അരുമന എന്നീ അമ്മവീടുകളിൽ നിന്നാണ് വധുവിനെ തിരഞ്ഞെടുത്തത്. സ്വാതിതിരുനാളിന്റെ അമ്മച്ചിമാരുടെ വീടുകൾ തിരുവട്ടാറും വടശ്ശേരിയും. ഉത്രം തിരുനാളും ആയില്ല്യം തിരുനാളും നാഗർകോവിൽ അമ്മവീട്ടിൽ നിന്നും വിവാഹം കഴിച്ചു. നാഗർകോവിൽ, വടശ്ശേരി അമ്മവീടുകളുമായിരുന്നു ശ്രീമൂലംതിരുനാളിനു സംബന്ധം.

രാജകുടുംബത്തിന്റെയും തിരുവനന്തപുരത്തെ സ്ഥാനികളായ നായന്മാരുടെയും എതിർപ്പ് അവഗണിച്ചുകൊണ്ടാണ് സ്വാതിതിരുനാൾ മഹാരാജാവ് സുന്ദരലക്ഷ്മിക്ക് പട്ടും പരിവട്ടവും നൽകിയത്. അമ്മവീടുകളിൽ യോഗ്യരായ വധുക്കൾ ഇല്ലെങ്കിൽ കുലീന നായർ കുടുംബങ്ങളിൽ നിന്ന് ദത്തെടുക്കുകയായിരുന്നല്ലോ പതിവ്. സുന്ദരലക്ഷ്മിയെ വടശ്ശേരി അമ്മവീട്ടിലേക്ക് ദത്തെടുപ്പിച്ച് അന്നുതന്നെ വിവാഹം കഴിച്ചു.

സ്വാതിതിരുനാൾ പരവൂരിലെ ഒരു സാധാരണകുടുംബമായ തമ്പച്ചം വീട്ടിൽ ഭഗവതി ലക്ഷ്മിപാർവ്വതി അമ്മയുടെ മകളും സുന്ദരിയുമായ നാരായണിപ്പിള്ളയെയാണ് ആദ്യം വിവാഹം കഴിച്ചത്. തിരുവട്ടാർ അമ്മവീട്ടിലേക്ക് ദത്തെടുപ്പിച്ചായിരുന്നു വിവാഹം. തിരുവട്ടാർ അമ്മവീട്ടിൽ താമസിച്ചിരുന്ന ഇവരുടെ ദേഹവിയോഗത്തിനുശേഷം കരിമ്പാലി വീട്ടിൽ മാധവിയമ്മയെ അമ്മച്ചിയാക്കി. ഈ ദാമ്പത്യം നിലനിൽക്കുമ്പോഴാണ് സുന്ദരലക്ഷ്മിയുമായുള്ള പ്രണയവും വിവാഹവും. തഞ്ചാവൂരിൽനിന്നു വന്ന അനുഗൃഹീത നർത്തകിയായിരുന്നു സുന്ദരലക്ഷ്മി. ഇവർ ദേവദാസിയായിരുന്നുവെന്നും അഭിപ്രായമുണ്ട്. സഹോദരി സുഗന്ധപാർവ്വതിയോടൊപ്പം തിരുവനന്തപുരത്തെത്തിയ ഇവർ ആദ്യകാലത്ത് ആര്യശാലയിലെ ഗോസായിപുരയിലാണത്രെ താമസിച്ചിരുന്നത്.

---

14. കൊട്ടാരം മാന്വൽ - വാല്ല്യം - 1

വിശാഖം തിരുനാളും ഭാര്യ ഭഗവതിലക്ഷ്മിപ്പിള്ളയും

വിശാഖം തിരുനാൾ വിവാഹംകഴിച്ചത് അരുമന അമ്മവീട്ടിൽ ലക്ഷ്മി പ്പിള്ളയെയാണ്. ബഹുഭാര്യത്ത്വം നിലനിന്നിരുന്നെങ്കിലും അദ്ദേഹം ഒരു വിവാഹമേ കഴിച്ചുള്ളൂ. വിവാഹത്തിനുശേഷം പതിവ് തെറ്റിച്ച് ഭാര്യഗൃഹത്തിൽ താമസിച്ച ഏക തിരുവിതാംകൂർ മഹാരാജാവെന്ന ഖ്യാതിയും ഇദ്ദേഹത്തിനുണ്ട്.

ആറാട്ടുവഴിയിലെ അമ്മവീടുകൾ

തിരുവിതാംകുറിലെ മഹാരാജക്കന്മാർ വിവാഹത്തിനുശേഷം അമ്മച്ചി മാർക്ക് താമസിക്കാൻ തീർത്ത മണിമാളികകളാണ് രാജഭരണത്തിന്റെ അവശേഷിപ്പുകളായി നാം ഇന്നുകാണുന്ന അമ്മവീടുകൾ.

ആറാട്ടുവഴിയിൽ പടിഞ്ഞാറേകോട്ട മുതൽ ഈഞ്ചയ്ക്കൽ വരെ യുള്ള വഴിയിൽ തലയുയർത്തി നിൽക്കുന്ന മാളികകളിൽ ചിലത് അമ്മ വീടുകളാണ്.

അരുമന, തിരുവട്ടാർ, വടശ്ശേരി, നാഗർകോവിൽ എന്നിവയൊക്കെ കന്യാകുമാരി ജില്ലയിൽപ്പെട്ട സ്ഥലപ്പേരുകളാണെന്ന പ്രത്യേകതകൂടി യുണ്ട്. തിരുവിതാംകൂർ രാജാക്കന്മാർ ഭാര്യമാരുടെ ജന്മനാടിന്റെ പേര് ചേർത്താണ് ഭാര്യാഗൃഹങ്ങൾ നിർമ്മിച്ചത് എന്നതും ശ്രദ്ധിക്കണം.

കാർത്തികതിരുനാൾ മഹാരാജാവിന്റെ കാലത്ത് രാജധാനി തിരു വനന്തപുരത്തേക്ക് മാറ്റിയതോടെയാണ് അരുമന, തിരുവട്ടാർ, നാഗർ

വടശ്ശേരി പടിഞ്ഞാറേ അമ്മവീട്

കോവിൽ, വടശ്ശേരി അമ്മവീടുകൾ തിരുവനന്തപുരത്ത് നിർമ്മിച്ചത്. കാർത്തികതിരുനാളിന്റെ നാല് ഭാര്യമാർ ഈ നാലുവീടുകളിൽ നിന്നായിരുന്നുവല്ലോ. തിരുവിതാംകൂറിന്റെ തലസ്ഥാനം പണ്ട് വീരകേരളപുരവും പത്മനാഭപുരവുമായിരുന്നതിനാലാണ് രാജാക്കന്മാർ തെക്കൻ തിരുവിതാംകൂറിലെ നായർതറവാട്ടുകളിൽനിന്നു തങ്ങൾക്ക് യോഗ്യരായ വധുക്കളെ കണ്ടെത്തിയത്.

കേരളീയ വാസ്തുകലയുടെ തനത് പാരമ്പര്യം നിലനിർത്തിയിരുന്ന നാലുകെട്ടുകളും എട്ടുകെട്ടുകളുമാണ് ആദ്യകാലത്തെ അമ്മവീടുകൾ. തുടർന്നുവന്ന രാജാക്കന്മാരൊക്കെ വാസ്തുവിദ്യാരംഗത്ത് കടന്നുവന്ന മാറ്റങ്ങൾ ഉൾക്കൊള്ളുകയും കേരളീയ ശൈലിയോടൊപ്പം യൂറോപ്യൻ ശൈലിയും ഇടകലർത്തി അമ്മവീടുകളുടെ ചാരുതയ്ക്കു പുതിയ മാനങ്ങൾ നൽകുകയും ചെയ്തു.

കലാകാരനും കലോപാസകനുമായ സ്വാതിതിരുനാൾ കെട്ടിട നിർമ്മാണത്തിന്റെ സൗന്ദര്യശാസ്ത്രത്തിൽ കൂടുതൽ തല്പരനായിരുന്നു. ലഫ്റ്റനന്റ് ഹേഴ്സിലി എന്ന ഇംഗ്ലീഷുകാരനായ എഞ്ചിനീയറെ കണ്ടെത്തിയ സ്വാതിതിരുനാൾ അദ്ദേഹത്തിന്റെ സേവനങ്ങൾ പ്രയോജനപ്പെടുത്തി. രൂപകല്പനയിൽ കൊട്ടാരങ്ങളോട് സാദൃശ്യം പുലർത്തിയിരുന്ന അമ്മവീടുകളുടെ നിർമ്മാണ ശൈലിയിൽ ആയില്യം തിരുനാളിന്റെ കാലത്തോടെയാണ് പ്രകടമായ മാറ്റം വന്നത്.

സ്വാതിതിരുനാൾ ആദ്യം വിവാഹം കഴിച്ചത് തിരുവട്ടാർ അമ്മവീട്ടിലേക്ക് ദത്തെടുത്ത നാരായണിപിള്ളയെയാണെന്ന് നേരത്തെ സൂചിപ്പിച്ചല്ലോ. അന്ന് അദ്ദേഹത്തിനു 17 വയസ്സും നാലുമാസവും പ്രായം.

നാരായണിപ്പിള്ളയ്ക്ക് തിരുവനന്തപുരത്ത് വീടുവയ്ക്കുന്നതിനു കടക്കാവൂർ പണ്ടാരവിളകത്ത് വീട്ടിൽ നാരയണപിള്ളയുടെ സ്ഥലം അറപ്പുരയും തെക്കതുമുൾപ്പെടെ 1349¼ പണത്തിന് വിലക്കുവാങ്ങി. കൂടാതെ ഇതിനടുത്തുതന്നെ മറ്റൊരു മാളിക കൂടെ പണിയാൻ കൂപക്കരമഠം വക സ്ഥലവും 548¼ പണത്തിനു വിലയ്ക്കെടുത്തു. 738¼ പണം ചെലവാക്കി ഒരു മാളിക പണിയിച്ചതാണ് തിരുവട്ടാർ അമ്മവീട്.

ഉയർന്നു വളഞ്ഞ വാതിലുകളും ജനാലകളും സ്തൂപങ്ങളും പല എടുപ്പുകളുള്ള ചരിഞ്ഞ കൂരയും പുറത്തേക്ക് തള്ളിനിൽക്കുന്ന ഛരോക്ക മാതൃകയിലുള്ള ജനാലകളും നിറമുള്ള കണ്ണാടി ചില്ലുകളും ചുവരിലെ അലങ്കാരപ്പണികളും സവിശേഷമായ ഫ്ളോറൽ ഡിസൈനുകളും കേരളീയ തനിമ മാറാത്ത അകത്തളങ്ങളും പൂമുഖവുമൊക്കെ ചേർന്ന് അമ്മവീടുകളെ വാസ്തുശില്പ സൗന്ദര്യത്തിന്റെ മാതൃകകളാക്കി മാറ്റുന്നു. ഓരോ അമ്മവീടുകൾക്കും രണ്ട് ഉയർന്ന കമാനവഴികളുണ്ടാവും ഒന്ന് അകത്തേക്ക് കയറാനും മറ്റൊന്നു പുറത്തേക്കിറങ്ങാനും.

പെരുന്താന്നിയിലെ അമ്മവീടുകൾക്ക് കിഴക്കും പടിഞ്ഞാറുമായി രണ്ടു മുഖപ്പുകളാണുള്ളതെങ്കിലും തഞ്ചാവൂർ അമ്മവീടിനു നാലു ദിക്കുകളിലും മുഖപ്പുകളുണ്ട്. ഈ മുഖപ്പുകളെല്ലാം തന്നെ മനോഹരങ്ങളായ കൊത്തുപണികൾ കൊണ്ട് സമ്പന്നവും ആകൃതികൊണ്ട് ഗംഭീരവുമാണ്. നാഗർകോവിൽ അമ്മവീടിന്റെ മുഖപ്പിൽ കിളിവാതിലിലൂടെ എത്തിനോക്കുന്ന ഒരു സ്ത്രീരൂപവുമുണ്ട്. മനുഷ്യശരീരത്തിലെ

തഞ്ചാവൂർ നർത്തകിമാർ – ചുവർചിത്രം

മുഖത്തിന്റെ സ്ഥാനമാണ് ഈ മുഖപ്പുകൾക്കുള്ളത്. വീടുകൾ ആറാട്ടു വഴിക്ക് പുറംതിരിഞ്ഞുനിൽക്കുന്നത് സ്ത്രീകളുടെ സ്വകാര്യതയ്ക്കു ഭംഗം വരാതിരിക്കാനാകാം.

പെരുന്താന്നിയിൽ ഇന്നു കാണുന്ന മൂന്നുനിലകളിലുള്ള അമ്മവീടിന് പെരുന്താന്നി മഠം എന്നായിരുന്നു പേര്. വിശാഖംതിരുനാൾ മഹാരാജാവിന്റെ കാലത്ത് പഴയ നാലുകെട്ട് പൊളിച്ചുമാറ്റി അരുമന അമ്മവീട് നിർമ്മിച്ചു. മഹാരാജാവ് താമസിച്ചിരുന്ന അനന്തവിലാസം കൊട്ടാരത്തിന്റെ മാതൃകയിലുള്ള ചിത്രപ്പണികൾ ഇവിടെയും ചെയ്യിക്കുകയും മേനിയോടുകൾ മേയാൻ നിർദ്ദേശം നൽകുകയും ചെയ്തു.

ഉത്രംതിരുനാൾ, ആയില്യംതിരുനാൾ ശ്രീമൂലംതിരുനാൾ എന്നീ മൂന്നു രാജാക്കന്മാരുടെ അമ്മച്ചിമാരുടെ വീടാണ് നാഗർകോവിൽ അമ്മവീട്, മൂന്നുനിലകളിലുള്ള ഈ അമ്മവീട് നിർമ്മിച്ചത് ആയില്യംതിരുനാളിന്റെ കാലത്താണ്. ഈഞ്ചയ്ക്കൽ ജങ്ഷനടുത്തുള്ള നാഗർകോവിൽ അമ്മവീടിന്റെ ചില ഭാഗങ്ങൾ അടുത്തകാലത്ത് പൊളിച്ചുനീക്കി.

വടശ്ശേരി പടിഞ്ഞാറെ അമ്മവീടും തഞ്ചാവൂർ അമ്മവീടും

സ്വാതിതിരുനാളിന്റെയും ഇരയിമ്മൻതമ്പിയുടെയും പദങ്ങൾ പാടിയാടിയ പ്രസിദ്ധനർത്തകിയുടെ നൃത്തച്ചുവടുകളുടെ ധ്വനിയും ലാസ്യഭാവവും അതിൽ ലയിച്ചിരുന്ന കലോപാസകനായ ഒരു മഹാരാജാവിന്റെ ഹൃദയത്തുടിപ്പുകളും നിറഞ്ഞു നിൽക്കുന്ന ഒരു പൈതൃകമന്ദിരം തിരുവനന്തപുരത്തുണ്ട്. കോട്ടയ്ക്കകത്ത് ആറാട്ടുവഴിയിൽ തിരുവിതാംകൂർ രാജഭരണത്തിന്റെ അവശേഷിക്കുന്ന അടയാളങ്ങളിലൊന്നായ വടശ്ശേരി പടിഞ്ഞാറെ അമ്മവീട്.

ഗർഭശ്രീമാൻ എന്നു പുകൾപെറ്റ സ്വാതിതിരുനാൾ മഹാരാജാവ് തന്റെ പ്രണയിനിയും ഭാര്യയും നർത്തകിയുമായ സുന്ദരലക്ഷ്മിക്ക് നൽകിയ പ്രണയോപഹാരമാണ് ഈ മനോഹരസൗധം.

എ.ഡി.1829 കാലഘട്ടത്തിൽ തഞ്ചാവൂരുനിന്ന് ധാരാളം കലാകാരന്മാർ ഉപജീവനാർത്ഥം അയൽരാജ്യങ്ങളിലേക്ക് ചേക്കേറി. ഇവർ അധികമായെത്തിയത് തിരുവിതാംകൂറിലേക്കാണ്. അക്കാലത്ത് തിരുവിതാംകൂർ ഭരിച്ചിരുന്ന കലാകാരനും കലോപാസകനുമായ സ്വാതിതിരുനാളായിരിക്കണം അവരെ ആകർഷിച്ചത്. തിരുവിതാകൂറിൽ കലാരംഗത്ത് ഒരു നവോത്ഥാനത്തിന് തുടക്കം കുറിച്ചത് ഇവരാണെന്നു പറയാം.

കൊ.വ. 1015ൽ ആണ് മോഹിനിയാട്ടനർത്തകികളായ സുന്ദരലക്ഷ്മി, സുഗന്ധപാർവ്വതി, എന്നീ സഹോദരിമാർ തിരുവനന്തപുരത്തെത്തിയത്. ഇവരുടെ കലാവൈഭവം സ്വാതിതിരുനാളിനെ വല്ലാതെ ആകർഷിച്ചു. സ്വാതിതിരുനാളിന്റെ നൃത്തസദസ്സുകളിലെ അലങ്കാരമായിരുന്ന ഇവർക്ക്

പ്രത്യേക പരിഗണന ലഭിച്ചിരുന്നുവെന്ന് മാത്രമല്ല 300 രൂപ 200 രൂപ ക്രമത്തിൽ ശമ്പളം നൽകിയിരുന്നതായും രേഖയുണ്ട്. പല കേന്ദ്രങ്ങളിൽ നിന്നുണ്ടായ എതിർപ്പുകളെ അവഗണിച്ച് കൊ.വ. 1019 ചിങ്ങമാസം 29ന് സ്വാതിതിരുനാൾ സുന്ദരലക്ഷ്മിക്കു പട്ടും പരിവട്ടവും കൊടുത്ത് മൂന്നാമത്തെ അമ്മച്ചിയായി സ്വീകരിച്ചു. സ്വാതിതിരുനാൾ, കീഴ്വഴക്കമനുസരിച്ച് സുന്ദരലക്ഷ്മിയെ വടശ്ശേരി അമ്മവീട്ടിലേക്ക് ദത്തെടുക്കുകയായിരുന്നു. വടശ്ശേരി പാനപ്പിള്ള സുന്ദരലക്ഷ്മിക്ക് വീടുപണിയാൻ മഹാരാജാവ് സ്ഥലം കണ്ടെത്തിയത് പെരുന്താന്നി ആറാട്ടുറോഡിനു തെക്ക്, തിരുവട്ടാർ അമ്മവീടിന് കിഴക്ക്, വടശ്ശേരി തിരുവട്ടാർ അമ്മവീടുകൾക്ക് മേക്കായാണ്. വടശ്ശേരി തിരുവട്ടാർ അമ്മവീടുകൾ നാലുകെട്ടായും എട്ടുകെട്ടായും അവിടെ ഉണ്ടായിരുന്നു. വടശ്ശേരി അമ്മവീടിന്റെ പടിഞ്ഞാറുഭാഗത്ത് നിർമ്മിച്ച വീടായതിനാലാണ് വടശ്ശേരി പടിഞ്ഞാറെ അമ്മവീടെന്ന പേര് ലഭിച്ചത്.

കൊ.വ: 1031ൽ സുന്ദരലക്ഷ്മി പിള്ളയും സുഗന്ധപാർവ്വതിയും ഈ എട്ടുകെട്ടിലേക്കു താമസം മാറി. നടുമുറ്റങ്ങൾക്ക് ചുറ്റുമായുണ്ടായിരുന്ന വരാന്തകളിലാണ് കലാഭ്യാസനവും കലാപ്രകടനവുമൊക്കെ നടന്നിരുന്നത്. തടിപ്പലകകൊണ്ട് നിർമ്മിച്ച ഭിത്തികളിൽ ഒന്നരയടിപൊക്കത്തിൽ മനോഹരമായ ചിത്രപ്പണികളാണ്. തടികൊണ്ടുള്ള മച്ചിന്റെ പൊക്കം ഏഴടി. പ്രധാന വാതിൽ കടന്നു അകത്തേക്കു കയറുമ്പോൾ ചുറ്റും വരാന്തകളോടുകൂടിയ ദീർഘ ചതുരത്തിലുള്ള നടുമുറ്റമാണ് നമ്മെ സ്വാഗതം ചെയ്യുന്നത്. ഈ നടുമുറ്റം രണ്ടായി ഭാഗിച്ചിട്ടുണ്ട്. വരാന്തയിൽ നിന്ന് അകത്തേക്കുള്ള വാതിൽപ്പടി കടന്നാൽ ആദ്യത്തേതിന് സമാന്തരമായി വിശാലമായ രണ്ട് നടുമുറ്റങ്ങളും അവയ്ക്കു ചുറ്റുമായി വരാന്തകളുമുണ്ട്.

കേരളീയവാസ്തുശില്പങ്ങൾകൊണ്ട് അലംകൃതമാണ് ഇന്ന് അവശേഷിക്കുന്ന പുരാതനമായ അമ്മവീടുകളിൽ പ്രധാനസ്ഥാനമുള്ള ഈ മാളിക. വീരകാണ്ഡം, വേത്രം, പത്മം, വല്ലിമാല എന്നിങ്ങനെ വിധിപ്രകാരമുള്ള കൊത്തുപണികൾ ഈ മാളികയെ ശ്രദ്ധേയമാക്കുന്നു.

സ്വാതിതിരുനാളിന്റെ മരണശേഷം സുന്ദരലക്ഷ്മിയുടെ ആഭരണങ്ങൾ കണ്ടുകെട്ടാൻ ഉത്രംതിരുനാൾ മഹാരാജാവ് നടപടിയെടുത്തു. ഇതിനെതിരായി ഭർത്താവ് സ്വന്തം ആവശ്യത്തിനായി നൽകിയ ആഭരണങ്ങൾ തിരികെ നൽകണമെന്ന് ആവശ്യപ്പെട്ടുകൊണ്ട് സുന്ദരലക്ഷ്മി മദ്രാസ് ഗവൺമെന്റിനെ സമീപിച്ച് അനുകൂലമായ വിധി സമ്പാദിച്ചു. ഒരിക്കൽ ചെല്ലം വകയിൽ മുതൽകൂട്ടിയ ആഭരണങ്ങൾ തിരിച്ചുൽകാനാവില്ലെന്നും പകരം വില നൽകാമെന്നുമായിരുന്നു അന്നത്തെ ദിവാൻ ടി. രാമറാവുവിന്റെ തീരുമാനം. ഈ തീരുമാനത്തിന് വഴങ്ങുകയല്ലാതെ സ്വാതിരുനാളിന്റെ അമ്മച്ചിക്ക് മറ്റ് മാർഗ്ഗങ്ങളില്ലായിരുന്നു.

തഞ്ചാവൂർ അമ്മവീട്

കൊ.വ. 1070ൽ ശ്രീമൂലംതിരുനാൾ തന്റെ പുത്രൻ ശ്രീനാരായണൻ തമ്പിക്കുവേണ്ടി വടശ്ശേരി പടിഞ്ഞാറെ അമ്മവീടും സ്ഥലവും 16,000 രൂപയ്ക്ക് വിലയ്ക്കു വാങ്ങി. തഞ്ചാവൂരിൽനിന്നുവന്ന തന്റെ പൂർവ്വികരായ നർത്തകിമാരുടെ ഓർമ്മയ്ക്കായി പണിയിച്ച ഇരുനിലമാളികയാണ് ശിൽപ്പചാതുര്യത്തിൽ മറ്റ് അമ്മവീടുകളേക്കാൾ മികച്ചുനിൽക്കുന്ന തഞ്ചാവൂർ അമ്മവീട്. പഴയനിർമ്മിതികൾ നിലനിർത്തിക്കൊണ്ടാണ് 8629 പണം ചെലവുചെയ്ത് നാരായണൻതമ്പി ഈ മനോഹരമന്ദിരം നിർമ്മിച്ചത്.

തദ്ദേശീയവും വിദേശീയവുമായ ഒട്ടേറേ നിർമ്മാണശൈലികളുടെ ചേരുവ ഈ മാളികയിൽ നമുക്കു കാണാം. പടിഞ്ഞാറെ അമ്മവീട് കേരളീയ വാസ്തുശില്പ കലയുടെ അടയാളമായി കണക്കാക്കാമെങ്കിൽ തഞ്ചാവൂർ അമ്മവീട്ടിൽ മുന്നിട്ടുനിൽക്കുന്നത് തഞ്ചാവൂർ, ബ്രിട്ടീഷ് വാസ്തുശില്പരീതികളാണ്. പരമ്പരാഗത കേരളീയ വാസ്തുശൈലിയിലുള്ള മുഖപ്പുകളും ചരിവുകളുമുള്ള മേൽക്കൂരയുമാണ് ഉള്ളതെങ്കിലും കീഴ്ഭാഗത്ത് യൂറോപ്യൻ നിർമ്മാണരീതിയുടെ പൊലിമ കാണാം.

അകത്തേക്കുള്ള കമാനവഴികളും ഉയർന്നു വളഞ്ഞ വാതിലുകളും വളഞ്ഞകൂറ്റൻകവാടങ്ങളും പുറത്തേക്ക് തള്ളിനിൽക്കുന്ന ജനാലകളും വിശാലമായ പൂമുഖമച്ചുമൊക്കെയാണ് ഈ വീടിന്റെ സൗന്ദര്യം. പുറത്തേക്ക് തള്ളിനിൽക്കുന്ന ജനാലകൾ തഞ്ചാവൂർ രീതിയാണ്. മിനാരങ്ങളാകട്ടെ മുഗൾവാസ്തു ശില്പശൈലിയിലും. ഗോഥിക് ശൈലിയിലുമുള്ള വളഞ്ഞ

വാതായനങ്ങളും ജനാലകളിലെ നിറമുള്ള വിക്ടോറിയൻ കണ്ണാടി ചില്ലുകളും ഈ മന്ദിരത്തിന്റെ ചാരുത വർദ്ധിപ്പിക്കുന്നു. ജാലകവിരികൾക്ക് പകരം ജനൽപാളികൾ ഉയർത്തുകയും താഴ്ത്തുകയും ചെയ്യുന്ന രീതി ഫ്രഞ്ച് വാസ്തു ശാസ്ത്രത്തിന് അവകാശപ്പെട്ടതാണ്. വെളിച്ചത്തിനായി ചുവരുകളിൽ പന്തംകൊളുത്തിവക്കാനുള്ള സംവിധാനവും കിടപ്പുമുറിയിൽ ചരടുപയോഗിച്ചു മനുഷ്യ പ്രയത്നത്താൽ കറക്കുന്ന പങ്കകളുമുണ്ടായിരുന്നു.

ചരിത്രമുറങ്ങുന്ന ഈ മാളികകളും അതോടു ചേർന്നുള്ള 65 സെന്റ് സ്ഥലവും 1975ൽ ശ്രീമൂലംതിരുനാളിന്റെ ചെറുമകൻ പരമേശ്വരൻതമ്പി മിത്രനികേതൻ എന്ന സ്ഥാപനത്തിനു വിലയ്ക്കു നൽകി.

ഇടുങ്ങിയ നാലുകെട്ടുകളിൽനിന്നും കൊട്ടാരസമാനമായ ഭവനങ്ങളിലേക്ക് പരിവർത്തനം ചെയ്യപ്പെട്ട അമ്മവീടുകളുടെ ചരിത്രം തിരുവിതാംകൂർ ചരിത്രത്തിൽനിന്നും വേറിട്ടതല്ല. വാസ്തുശില്പശൈലിയിൽ കാലാനുസൃതമായി ഉണ്ടായ മാറ്റങ്ങളും ഈ ഭവനങ്ങളിൽ പ്രതിഫലിച്ചുകാണാം. മഹാരാജാക്കന്മാരുടെ സ്വകാര്യജീവിതത്തിലെ എത്രയെത്ര അറിയപ്പെടാത്ത സംഭവങ്ങൾക്ക് ഈ പുരാതന ഭവനങ്ങൾ സാക്ഷ്യം നിന്നിരിക്കാം.

ഈ പൈതൃകമന്ദിരങ്ങളെ വരും തലമുറയ്ക്കായി കാത്തുവക്കുന്നതിൽ നാം പരാജയപ്പെട്ടിരിക്കുന്നു. ശ്രീനാരായണൻതമ്പി നിർമ്മിച്ച തഞ്ചാവൂർ അമ്മവീട് ഇന്ന് മിത്രാനികേതന്റെ ഓഫീസാണ്. വിശാഖം തിരുനാൾ പണികഴിപ്പിച്ച അരുമന അമ്മവീടാകട്ടെ വില്ലമായ എന്ന ഹെറിറ്റേജ് ഹോട്ടലും സാഗർ ഹാൻഡിക്രാഫ്റ്റ് എംപോറിയം തിരുവട്ടാർ അമ്മവീട്ടിലാണ്.

ശ്രീമൂലംതിരുനാളിന്റെ രണ്ടാം വിവാഹം

ശ്രീമൂലംതിരുനാൾ മഹാരാജാവ് ശ്രീകൃഷ്ണവിലാസം കൊട്ടാരത്തിൽവച്ച് കാർത്ത്യായനിപിള്ളയെ വിവാഹം കഴിച്ചതാണ് തിരുവിതാംകൂർ രാജകുടുംബത്തിലെ അവസാനത്തെ പട്ടും പരിവട്ടവും കൊടുപ്പ്. അവസാനത്തെ മഹാരാജാവായ ശ്രീചിത്തിരതിരുനാൾ ബാലരാമവർമ്മ വിവാഹം കഴിച്ചിരുന്നില്ല.

ശ്രീമൂലംതിരുനാളിന്റെ രണ്ടാമത്തെ വിവാഹത്തെക്കുറിച്ച് പറയുമ്പോൾ ചവറക്കാരൻ ശങ്കരപ്പിള്ളയെക്കുറിച്ചും ശങ്കരപ്പിള്ള ശങ്കരൻ തമ്പിയായതിനെക്കുറിച്ചും ചുരുക്കത്തിൽ അറിയണം.

വിശാഖംതിരുനാൾ രാജാവായിരുന്നകാലം ഒരു ദിവസം അദ്ദേഹം കൊല്ലത്ത് പുതുകുളങ്ങര കൊട്ടാരത്തിൽവച്ച് പ്രജകളുടെ സങ്കടങ്ങൾ കേൾക്കുകയായിരുന്നു. പുതുകുളങ്ങരക്കാർ മഹാരാജാവിന് നൽകിയ നിവേദനം തയ്യാറാക്കിയത് താലൂക്ക് കച്ചേരിയിലെ പകർപ്പെഴുത്തുകാരനായ ശങ്കു എന്ന ശങ്കരനാണ്. നിവേദനം വായിച്ച വിശാഖം

ശങ്കരൻതമ്പി

തിരുനാൾ തിരുവനന്തപുരത്തേക്ക് തിരിച്ചുപോയപ്പോൾ ശങ്കരനെയും കൂട്ടി. തിരുവനന്തപുരത്ത് ശങ്കരന് പത്തരപണം ശമ്പളത്തിന് രായസം ആയി നിയമനം ലഭിച്ചു. ശങ്കരനെ സംബന്ധിച്ചിടത്തോളം ഇത് അയാളുടെ ഭാഗ്യത്തിന്റെ തുടക്കം മാത്രമായിരുന്നു. 1885ൽ വിശാഖംതിരുനാൾ നാടുനീങ്ങി ശ്രീമൂലംതിരുനാൾ മഹാരാജാവായതോടെ ശങ്കരന്റെ ഭാഗ്യവും ഉച്ചസ്ഥായിയിലേക്ക് കുതിക്കാൻ തുടങ്ങി.

ഈ ശങ്കരനാണ് പിൽക്കാലത്ത് രാജഭരണത്തിന്റെ പിന്നാമ്പുറങ്ങളിൽ ശക്തികേന്ദ്രമായി മാറിയ ശങ്കരൻ തമ്പി.

ശ്രീമൂലംതിരുനാളിൽ ഇദ്ദേഹത്തിനുണ്ടായിരുന്ന സ്വാധീനം അക്കാലത്ത് ഏറെ ചർച്ചചെയ്യപ്പെട്ടിരുന്നു. ശങ്കരൻതമ്പിയുടെയും ദിവാൻ രാജഗോപാലാചാരിയുടെയും ശ്രീമൂലം തിരുനാളിന്റെയും കഥകളായിരുന്നു അക്കാലത്ത് സ്വകാര്യ സദസ്സുകളിലെ പ്രധാന സംസാര വിഷയം. അന്തപ്പുരകഥകൾ അങ്ങാടിയിൽ സുലഭമാവുക സ്വാഭാവികം. ശങ്കരപ്പിള്ള ശങ്കരൻതമ്പിയായ കഥ വഴിയെ പറയാം.

നാഗർകോവിൽ അമ്മവീട്ടിലെ അനന്തലക്ഷ്മി പിള്ളയായിരുന്നു ശ്രീമൂലം തിരുനാളിന്റെ ആദ്യത്തെ അമ്മച്ചി. അവിടത്തെ കാര്യസ്ഥൻ പാൽക്കുളങ്ങര കൈപ്പള്ളി വീട്ടിൽ കൃഷ്ണൻ നായരുടെയും ഭാര്യ ലക്ഷ്മിയുടെയും മൂന്നു പെൺമക്കളിൽ മൂത്തമകളായ കാർത്ത്യായനി പിള്ളയെ ചവറ ശങ്കരപിള്ള വിവാഹം കഴിച്ചു. മഹാരാജാവിനെ മുഖം കാണിക്കാൻ ശങ്കരപ്പിള്ള ഭാര്യയുമായി കൃഷ്ണവിലാസം കൊട്ടാരത്തിലെത്തിയെന്നും ശ്രീമൂലംതിരുനാൾ തന്റെ ആശ്രിതന്റെ ഭാര്യയെ മോഹിച്ചുവെന്നും വിവാഹം കഴിച്ചുവെന്നും പറയപ്പെടുന്നു.[15] അന്ന് മഹാരാജാവ് വിഭാര്യനായിരുന്നു. ആദ്യഭാര്യ മരിച്ചിട്ട് പതിനേഴ് വർഷം

15. ശ്രീമൂലംതിരുനാളിന്റെ പത്നി 1882ൽ പ്രസവത്തോടുകൂടി മരിച്ചു. പിന്നീട് പല വർഷത്തേക്ക് മഹാരാജാവ് വിവാഹം കഴിച്ചില്ല എന്നാൽ, 1890കളിൽ ഒരു നായർസ്ത്രീയിൽ അദ്ദേഹത്തിനു താല്പര്യമുണ്ടായി. ആ സ്ത്രീ ഭർത്താവിനെ ഉപേക്ഷിക്കുകയും (അഭ്യസ്തവിദ്യരായ നായന്മാരെ ശല്യപ്പെടുത്തിയ അയഞ്ഞ വിവാഹബന്ധം ഇതിൽ കാണാം) മഹാരാജാവിനെ വിവാഹം കഴിക്കുകയും ചെയ്തു. മഹാരാജാവ് ആ സ്ത്രീയുടെ

കഴിഞ്ഞു. മഹാരാജാവിന്റെ ഇപ്പോഴത്തെ ഭാര്യയുടെ മുൻ ഭർത്താവ് എന്ന് സ്വദേശാഭിമാനി രാമകൃഷ്ണപിള്ള ശങ്കരൻ തമ്പിയെ വിശേഷിപ്പിച്ചതായി ശ്രീധരമേനോൻ രേഖപ്പെടുത്തിയിട്ടുണ്ട്.

ശങ്കരപിള്ള പ്രതിശ്രുതവധുവിനെ അവരുടെ കുടുംബവുമായി രാജാവിനെ മുഖംകാണിക്കാൻ നിർദ്ദേശിക്കുകയും തുടർന്ന് ശ്രീമൂലംതിരുനാളിന്റെ ഇംഗിതം മനസ്സിലാക്കി ആ വിവാഹത്തിൽനിന്ന് പിന്മാറുകയാണുണ്ടായതെന്നും 'പട്ടും പരിവട്ടവും' എന്ന പുസ്തകത്തിൽ പ്രതാപ് കിഴക്കേമഠം പറയുന്നു.[16]

അങ്ങനെ 1899ൽ ശ്രീമൂലംതിരുനാൾ കാർത്ത്യായനി പിള്ളയെ വടശ്ശേരി അമ്മവീട്ടിലേക്ക് ദത്തെടുപ്പിച്ച് അമ്മച്ചിയാക്കി.

മുൻ ഭർത്താവിന് കൊട്ടാരത്തിൽ ഒരു ജോലിയും തമ്പി എന്ന സ്ഥാനവും നൽകി. ശങ്കരൻതമ്പി മുൻഭാര്യയുടെ സഹോദരിയെ വിവാഹം കഴിച്ചു. എല്ലാവരും കൊട്ടാരവളപ്പിൽതന്നെയാണു പാർത്തതും ശങ്കരൻതമ്പി ശ്രീമൂലം മരിച്ചശേഷവും ജീവിച്ചിരുന്നു. (നായർ മേധാവിത്വത്തിന്റെ പതനം റോബിൻ ജെഫ്രി.പേജ്.264)

16. അപ്രതീക്ഷിതമായി ആ കുടുംബത്തിൽ വന്നുചേർന്ന ഭാഗ്യമാണ് ലക്ഷ്മി അമ്മയുടെ മൂത്ത മകളായ കാർത്ത്യായനിപിള്ളയുമായുള്ള ശങ്കരന്റെ വിവാഹാലോചന. ഈ സമയത്ത് ശങ്കരൻ ശ്രീമൂലം തിരുനാളിനുമേൽ മറ്റാരേക്കാളും സ്വാധീനം ചെലുത്താൻ കഴിയുന്ന രീതിയിൽ ശ്രീമൂലം തിരുനാളിന്റെ മനസ്സാക്ഷി സൂക്ഷിപ്പുകാരനായി വളർന്നുകഴിഞ്ഞിരുന്നു. താൻ ഇങ്ങനെയൊരു കുട്ടിയെ വിവാഹം ചെയ്യാൻ തീരുമാനിച്ച വിവരം ശങ്കരൻ രാജാവിനോടു പറയുകയും മഹാരാജാവിനെ മുഖംകാണിക്കാൻ കൈപ്പള്ളി വീട്ടുകാരെ കൃഷ്ണവിലാസം കൊട്ടാരത്തിലെത്തിക്കുകയും ചെയ്തു. ആ അമ്മയുടെയും പെൺമക്കളുടെയും ഭാഗ്യജാതകം തെളിഞ്ഞത് കൊട്ടാരത്തിലേക്കുള്ള ഈ വരവായിരുന്നു. ശങ്കരൻ വിവാഹമാലോചിച്ച കാർത്ത്യായനിപ്പിള്ളയുടെ സ്വരൂപ്യവും സൗഷ്ഠവവും വിഭാര്യനായ മഹാരാജാവിനെ ഏറെ ആകർഷിച്ചു. ഒരു പുനർവിവാഹത്തെക്കുറിച്ച് അതുവരെ ചിന്തിക്കാതിരുന്ന മഹാരാജാവിന്റെ മനസ്സിൽ ചില മോഹങ്ങൾ ഉദിച്ചു. തന്റെ വിശ്വസ്തന്മാരിൽ ഏറ്റവും പ്രിയപ്പെട്ടവൻ വിവാഹാലോചന നടത്തിയ ഒരു പെൺകുട്ടിയെ താൻ മോഹിച്ചുപോയി എന്ന് കൽപ്പിക്കാൻ കഴിയാതെ ശ്രീമൂലം തിരുനാൾ വിഷമിച്ചു. കൈപ്പള്ളി വീട്ടുകാരുമായുള്ള അടുത്ത പരിചയവും അടുപ്പവും കാരണം കാർത്ത്യായനി അമ്മയെ ശങ്കരപിള്ള വിവാഹം കഴിച്ചു എന്ന വാർത്ത നാട്ടിലാകെ ആരൊക്കെയോ ചേർന്ന് പ്രചരിപ്പിച്ചു. ഇങ്ങനെ ഒരു വിവാഹം നടന്നു എന്ന് ഉറപ്പിച്ച് പറയത്തക്ക രേഖകളൊന്നും പിൽക്കാലത്ത് ആർക്കും കണ്ടെത്താൻ കഴിഞ്ഞിട്ടില്ല. മഹാരാജാവ് കാർത്ത്യായനി അമ്മയെ കണ്ട് ഇഷ്ടപ്പെട്ടു എന്ന സത്യം തിരിച്ചറിഞ്ഞും കൈപ്പള്ളി വീട്ടിലെ അംഗങ്ങൾക്ക് അതുകൊണ്ടു ലഭിക്കുന്ന സൗഭാഗ്യങ്ങൾക്ക് താൻ ഒരു തടസ്സമാകണ്ടേ എന്നു കരുതി ശങ്കരപ്പിള്ള ആ വിവാഹാലോചനയിൽ നിന്നും പിന്മാറി. (പട്ടും പരിവട്ടവും. പ്രതാപ് കിഴക്കേ മഠം. പേജ്.103)

ശങ്കരപ്പിള്ള പിന്നെ വിവാഹം കഴിച്ചത് കാർത്ത്യായനിപ്പിള്ളയുടെ അനുജത്തിയെയാണ്. മഹാരാജാവിന്റെ അമ്മച്ചിയായതോടെ പതിവനുസരിച്ച് അവരുടെ അമ്മയെയും സഹോദരിമാരെയും വടശ്ശേരി അമ്മവീട്ടിലേക്ക് ദത്തെടുപ്പിച്ചു. മഹാരാജാവിന്റെ അമ്മച്ചിയുടെ സഹോദരിമാരെ സാധാരണയായി വിവാഹം കഴിച്ചിരുന്നത് തമ്പുരാക്കന്മാരോ തമ്പിമാരോ തിരുമുൽപ്പാടന്മാരോ ആയിരുന്നു. ആ പതിവ് തെറ്റാതിരിക്കാൻ ശങ്കരപിള്ളയെ തിരുവട്ടാർ അമ്മവീട്ടിലേക്ക് ദത്തെടുപ്പിച്ചു. അങ്ങനെയാണ് ശങ്കരപ്പിള്ള ശങ്കരൻതമ്പിയായത്. തിരുവട്ടാർ അമ്മവീട്ടുകാർ ആദ്യം എതിർത്തുവെങ്കിലും അമ്മവീട്ടിലെ സ്വത്തിന്മേൽ യാതൊരു അവകാശവും ശങ്കരപ്പിള്ളയ്ക്ക് ഉണ്ടായിരിക്കുകയില്ല എന്ന ഉറപ്പിന്മേൽ അവസാനം അവർ ദത്തെടുപ്പിനു വഴങ്ങി.

ഇതോടെ കൊട്ടാരം മാനേജരായ ശങ്കരൻതമ്പി തിരുവിതാംകൂർ ഭരണത്തിലെ അധികാര കേന്ദ്രമായി. മഹാരാജാവിന്റെ അറിവോടും സമ്മതത്തോടും തമ്പിയുടെ നേതൃത്വത്തിൽ ഉണ്ടായ ഈ ഉപജാപക കേന്ദ്രം ദിവാന്റെ നിർദ്ദേശങ്ങളും നിയമനങ്ങളും റദ്ദാക്കാനുള്ള രാജാവിന്റെ അവകാശം ദുരുപയോഗം ചെയ്തു. ദുർബലനായ ദിവാൻ കൃഷ്ണസ്വാമിറാവുവിന് അനുസരിക്കാനേ അറിയുമായിരുന്നുള്ളൂ. അധികാരങ്ങൾ പ്രയോഗിക്കാൻ മഹാരാജാവ് കണ്ടെത്തിയത് തന്റെ സേവകരെയായിരുന്നുവെന്ന് അന്നത്തെ മദ്രാസ് ഗവർണ്ണർ രേഖപ്പെടുത്തിയിട്ടുണ്ട്.

1902ൽ മേയ് മാസം കൊട്ടാരവളപ്പിൽ ഒരു നായർ യുവതിയുടെ മൃതദേഹം കണ്ടെത്തി. തുടർന്ന് കൊട്ടാരംസേവകരുടെ ദുർഭരണം ബ്രിട്ടീഷ് സർക്കാരിന്റെ ശ്രദ്ധയിൽപ്പെട്ടതോടെ കഴ്സൺ പ്രഭു മദ്രാസ് ഗവൺമെന്റിനോട് അന്വേഷണം ആവശ്യപ്പെട്ടു. ആദ്യ അന്വേഷണത്തിൽ ഒരു കൊലപാതകമെന്ന് സംശയിക്കാൻ തെളിവുകളൊന്നുമില്ലെന്നായിരുന്നു ഗവർണ്ണർ ആംപ്തിന്റെ നിഗമനം.

ഈ അന്വേഷണത്തിൽ സംതൃപ്തനാവാതെ കഴ്സൺ തിരുവനന്തപുരം മഹാരാജാസ്കോളേജിലെ പ്രൊഫസർ ആയിരുന്ന ആർ.എസ്. ലെപ്പറിനെകൊണ്ട് അന്വേഷണം നടത്തിച്ചു. നായർ യുവതി വധിക്കപ്പെട്ടതാണെന്നും കൂട്ടത്തിൽ രാജസേവകരുടെ അഴിമതി നിറഞ്ഞ കൈക്കൂലിയുടെ സ്വാധീനത്തെക്കുറിച്ചും പരാമർശിച്ചുകൊണ്ട് പ്രൊഫസർ റിപ്പോർട്ട് നൽകി. ശങ്കരൻതമ്പിക്ക് ചെരിപ്പ്കൊണ്ടടിയും പുറംതള്ളലുമാണ് അദ്ദേഹം ശുപാർശ ചെയ്തത്.[17]

---

17. ''അധികാരത്തിൽ മൂന്നു ദുർബലൻമാരുണ്ട് മഹാരാജാവ്, കൃഷ്ണസ്വാമിറാവു, അവ്യക്തമായി മൂളുന്ന റസിഡന്റ് ജി.റ്റി. മെക്കൻസി. തത്ഫലമായി സേവകന്മാർക്ക് ലാഭകരമായ കുസൃതികൾക്കു വിപുലമായ സാദ്ധ്യതയുണ്ട്.'' കൊട്ടാരത്തിലെ നായർ യുവതി വധിക്കപ്പെട്ടതാണെന്നും ഡൽഹി ദർബാറിന്റെ തിരുവിതാംകൂറിലെ സഞ്ചാര ഏജന്റായ സി.എം. മാധവൻപിള്ള

ശങ്കരൻതമ്പി താമസിച്ചിരുന്ന അമ്മവീടാണ് ഇപ്പോഴത്തെ ശ്രീപത്മം കല്ല്യാണമണ്ഡപം.

തിരുവനന്തപുരത്തെ ക്ലബ്ബുകൾ

രാജഭരണകാലത്ത് വിനോദത്തിനും ഒത്തുച്ചേരലുകൾക്കുമായി തിരുവനന്തപുരത്തു തുടങ്ങിയ ആഢ്യന്മാരുടെ ക്ലബ്ബുകളുടെ പ്രവർത്തനത്തിനുവേണ്ട സ്ഥലവും സാമ്പത്തികസഹായവും നൽകി പ്രോത്സാഹിപ്പിച്ചത് ശ്രീമൂലം (രാമവർമ്മ) തിരുനാളായിരുന്നു (1885–1924). തിരുവനന്തപുരത്ത് സംസ്കൃതകോളേജ്, ആയുർവേദകോളേജ്, ലോ കോളേജ്, സ്ത്രീകൾക്കുള്ള സെക്കൻഡ് ഗ്രേഡ് കോളേജ് എന്നിവയും ആരംഭിച്ചത് ഇദ്ദേഹത്തിന്റെ കാലത്താണ്.

18–ാം നൂറ്റാണ്ടിന്റെ അവസാനകാലത്ത് സർക്കാർ തലത്തിൽ പ്രത്യേക പരിഗണനകൾക്ക് പാത്രമായിരുന്ന പരദേശിബ്രാഹ്മണരും അഭ്യസ്ത വിദ്യരായ സ്വദേശികളും തമ്മിലുള്ള കിടമത്സരം ശക്തമായിരുന്നു; അതുപോലെതന്നെ ബ്രിട്ടീഷുകാർ ഇന്ത്യക്കാരോട് കാണിച്ചിരുന്ന വിവേചനവും. ഇവയൊക്കെ മറ്റ് മേഖലകളിലെന്നപോലെ ക്ലബ്ബുകൾ രൂപീകരിക്കുന്ന കാര്യത്തിലും പ്രതിഫലിച്ചിരുന്നു.

ബ്രിട്ടീഷുകാർ തുടങ്ങിയ യൂറോപ്യൻ ക്ലബ്ബിൽ ഇന്ത്യക്കാർക്ക് പ്രവേശനമുണ്ടായിരുന്നില്ല. ബ്രാഹ്മണരുടെ യൂണിയൻ ക്ലബ്ബിൽ നായന്മാർക്ക് അംഗത്വം നൽകിയിരുന്നില്ല. നായർ ഉദ്യോഗസ്ഥന്മാരുടെ നാഷണൽ ക്ലബ്ബിൽ ബ്രാഹ്മണരെ ക്ഷണിച്ചിരുന്നുമില്ല.

''തിരുവനന്തപുരത്തെ ഓരോ ഗ്രൂപ്പിനും സ്വന്തം ക്ലബ്ബുണ്ടായിരുന്നു. മിക്കവാറും ബ്രാഹ്മണർക്കു മാത്രമായിരുന്നു ശ്രീമൂലം യൂണിയൻ ക്ലബ്ബ്. നാഷണൽ ക്ലബ്ബ് നായന്മാർക്കും. 1899ൽ തുടങ്ങിയതാണ് നാഷണൽ ക്ലബ്ബ്. 1888 മുതൽ കരമനയിൽ ബ്രാഹ്മണരുടെ ഒരു റീഡിംഗ് ക്ലബ്ബുണ്ടായിരുന്നുവെങ്കിലും ശ്രീമൂലം ക്ലബ്ബ് 1902ലാണ് ആരംഭിച്ചത്. ഒരു തിരുവനന്തപുരം സിറിയൻ ക്ലബ്ബും ഉണ്ടായിരുന്നു.''[18]

ആയിരക്കണക്കിനു രൂപ അതിൽനിന്നും ചോർത്തിയെടുത്തെന്നും ലെപ്പർ ആരോപിച്ചിരുന്നു. ആ കൊലക്കേസിലെ അന്വേഷണ മജിസ്ട്രേട്ടായിരുന്നു മാധവൻപിള്ള. ഒരു പുതിയ ദിവാനെ നിയമിക്കണമെന്ന് ലെപ്പർ ശുപാർശ ചെയ്തു. ശങ്കരൻതമ്പിക്ക് ചെരിപ്പ് കൊണ്ടുള്ള അടിയും പുറംതള്ളലുമാണ് അദ്ദേഹം ശുപാർശ ചെയ്തത്.'' (ലെപ്പർ 29 ജൂൺ 1903 കഴ്സൺ പ്രഭുവിനയച്ച കത്ത്, കടപ്പാട് നായർ മേധാവിത്വത്തിന്റെ പതനം റോബിൻ ജഫ്രി പേജ്. 266)

18. 'മദ്രാസ് മെയിൽ' 29-7-1899ലെ വാർത്ത നായർമേധാവിത്വത്തിന്റെ പതനം എന്ന പുസ്തകത്തിൽ റോബിൻ ജെഫ്രി ഉദ്ധരിച്ചിരിക്കുന്നു. പേജ് 291.

ഗോൾഫ് ക്ലബ്ബ്

ഗോൾഫ് ക്ലബ്ബ്

പഴക്കം കൊണ്ടും തലയെടുപ്പുകൊണ്ടും മറ്റ് ക്ലബ്ബുകളുടെ മുന്നിലാണ് ഈ ക്ലബ്ബിന്റെ സ്ഥാനം. കവടിയാർ കൊട്ടാരത്തിനടുത്ത് ജവഹർനഗർ ഹൗസിംഗ് കോളനിക്കു വടക്ക് ഭാഗത്തായാണ് ഈ ക്ലബ്ബ്. ഒരു കാലത്ത് വനസമാനമായിരുന്നു ഈ പ്രദേശം. 1850കളിൽ തിരുവിതാംകൂർ രാജാക്കന്മാരുടെ നായാട്ടുകേന്ദ്രമായിരുന്നു ഇതെന്നു പറയപ്പെടുന്നു. വെള്ളയമ്പലത്തുനിന്ന് കവടിയാറിലേക്കു പോകുന്ന രാജവീഥിയിൽ കവടിയാർ ജംഗ്ഷനു അൽപം മുൻപ് വലത്തേക്ക് അഞ്ഞൂറു മീറ്റർ സഞ്ചരിച്ചാൽ ഗോൾഫ് ക്ലബ്ബായി.

ആദ്യകാലങ്ങളിൽ ഗോൾഫ് കോഴ്സിൽ പുല്ലുവെട്ടുന്നതിനു പകരം ആടുകളെക്കൊണ്ട് മേയ്ക്കുകയാണ് ചെയ്തിരുന്നത്. പുല്ലുവെട്ടുന്ന യന്ത്രങ്ങൾ ഉണ്ടായിരുന്നില്ല. തമിഴ്നാട്ടുകാരനായ ഒരാട്ടിടയന്റെ ചുമതലയിൽ ഈ ആവശ്യത്തിനായി നൂറോളം ആടുകളെ വളർത്തിയിരുന്നു. അക്കാലത്ത് വിദേശങ്ങളിലും ഈ മാർഗ്ഗം ഉപയോഗിച്ചിരുന്നതായി പറയപ്പെടുന്നു. ഗോൾഫ് കോഴ്സിന് 25 ഏക്കർ വിസ്തീർണ്ണമുണ്ട്. വാസ്തുശിൽപ്പകലയുടെ സൗന്ദര്യം വഴിഞ്ഞൊഴുകുന്ന ക്ലബ്ബ്ഹൗസ് തേക്കും തടിയിലാണ് നിർമ്മിച്ചിട്ടുള്ളത്. ക്ലബ്ബ് ഹൗസിന് 7000 ചതുരശ്ര അടി വിസ്തീർണ്ണമുണ്ട്. ശില്പചാതുര്യം കൊണ്ടും നിർമ്മാണവൈദഗ്ദ്ധ്യം

കൊണ്ടും പഴക്കം കൊണ്ടും അതിമനോഹരവും കുലീനവുമായ ഈ മന്ദിരത്തെ പുരാവസ്തുവകുപ്പ് ഹെറിറ്റേജ് മന്ദിരങ്ങളുടെ വിഭാഗത്തിൽ പ്പെടുത്തിയിട്ടുണ്ട്.

1882ൽ സ്ഥാപിച്ച ഗോൾഫ് ക്ലബ്ബ് ശ്രീമൂലംതിരുനാളിന്റെ ഉത്സാഹ ത്തിൽ പുഷ്ടി പ്രാപിച്ചു. സ്വാതന്ത്ര്യപ്രാപ്തിക്കുശേഷം കേണൽ ഗോദ വർമ്മരാജ അദ്ധ്യക്ഷനായ ഒരു ഗോൾഫ് കമ്മിറ്റി രൂപീകരിച്ചു. 1982ൽ ക്ലബ്ബിന്റെ ശതാബ്ദി ആഘോഷം വിപുലമായി കൊണ്ടാടി. അടുത്ത കാലത്ത് ഈ ക്ലബ്ബിന്റെ ഉടമസ്ഥാവകാശം ഏറ്റെടുക്കാൻ സർക്കാർ ചില നീക്കങ്ങൾ നടത്തിയെങ്കിലും ഇപ്പോഴും പൂർവസ്ഥിതി തുടരുന്നു.

ട്രിവാൻഡ്രം ക്ലബ്ബ്

1890ൽ യൂറോപ്യന്മാരായ പട്ടാള ഓഫീസർമാർക്കും തേയിലത്തോട്ട യുടമകൾക്കും വിനോദത്തിനും ഒത്തുചേരാനും വേണ്ടി തുടങ്ങിയതാണ് വഴുതക്കാട്ടെ യൂറോപ്യൻ ക്ലബ്ബ്. ഇവിടെ യൂറോപ്യന്മാർക്കു മാത്രമേ പ്രവേശനമുണ്ടായിരുന്നുള്ളൂ. ഈ യൂറോപ്യൻ ക്ലബ്ബാണ് 1902ൽ പേരുമാറ്റി ട്രിവാൻഡ്രം ക്ലബ്ബായത്. ക്ലബ്ബിന്റെ ആവശ്യത്തിനുവേണ്ടി വെള്ളയമ്പലം വഴുതക്കാട് റോഡിൽ 5.5 ഏക്കർ സ്ഥലം ശ്രീമൂലം തിരുനാൾ മഹാ രാജാവ് പാട്ടത്തിനു നൽകി. പൊലീസ് സൂപ്രണ്ടായിരുന്ന ഒളിവർ ഹെൻട്രി ബെൻസിലി എന്ന ബ്രിട്ടീഷുകാരനായിരുന്നു ആദ്യ ട്രസ്റ്റി.

1935ൽ സി.വി.ഇ. ട്രസ്റ്റോട്ട് (CVE Trustot) പ്രസിഡന്റും സി.ഡി. നോക്കസ് (C. D. Nokes) സെക്രട്ടറിയുമായി ചുമതലയേറ്റു.

മഹാരാജാവായിരുന്ന ശ്രീമൂലംതിരുനാളായിരുന്നു ക്ലബ്ബിലെ ഇന്ത്യാ ക്കാരനായ ആദ്യത്തെ അംഗം (1910). 1941ൽ ശ്രീമൂലംതിരുനാൾ ക്ലബ്ബിന്റെ രക്ഷാധികാരിയും ദിവാൻ സി.പി.രാമസ്വാമി അയ്യർ ഉപരക്ഷാധികാരി യുമായി. ആദ്യ ഇന്ത്യക്കാരൻ പ്രസിഡന്റായി ആർ.വി. രാജയെയും സെക്രട്ടറിയായി മേജർ. എ.കെ.തമ്പിയെയും തെരഞ്ഞെടുത്തു.

ഓഫീസ്, കോട്ടേജുകൾ, ഭക്ഷണശാല ഇവയെല്ലാം ചേർന്ന ഒരു കുടുംബാന്തരീക്ഷമാണ് ഇവിടെ. പി. സുബ്രഹ്മണ്യത്തിന്റെ പേരിലുള്ള ഒരു കമ്മ്യൂണിറ്റി ഹാളും ഇവിടെയുണ്ട്. ഇപ്പോൾ ഇത് ആയിരത്തി ലധികം അംഗസംഖ്യയുള്ള ഒരു ക്ലബ്ബാണ്. തിരഞ്ഞെടുക്കപ്പെട്ട ഭരണ സമിതിയാണ് ഭരണം നിർവഹിക്കുന്നത്.

ശ്രീമൂലം ക്ലബ്ബ്

1890ൽ ജൂൺമാസം 2-ാം തീയതി ദിവാൻ രാമറാവുവും ദിവാൻ ബഹദൂർ കൃഷ്ണസ്വാമിറാവു എന്നിവരുൾപ്പെട്ട തിരുവനന്തപുരത്തെ ഉന്നതരായ പ്രമാണിമാരുടെ ഒരു യോഗത്തിൽ വച്ചാണ് 'ദി യൂണിയൻ ക്ലബ്ബി'നെക്കുറിച്ചുള്ള ആലോചനകൾ നടന്നത്. ദിവാൻ രാമറാവു

ആദ്യത്തെ പ്രസിഡന്റായി തെരഞ്ഞെടുക്കപ്പെട്ടു. വഴുതക്കാട് പൊലീസ് സ്റ്റേഡിയത്തിനെതിർവശത്ത് പഴയ മാഗ്നറ്റ് ഹോട്ടലിനു സമീപമുള്ള, കേരള യൂണിവേഴ്സിറ്റിയുടെ ആക്ടിംഗ് വൈസ് ചാൻസലറായിരുന്ന ഡോ.എ.എൻ. തമ്പിയുടെ കെട്ടിടത്തിലാണ് ക്ലബ്ബിന്റെ പ്രവർത്തനം തുടങ്ങിയത്.

ക്ലബ്ബിന്റെ ആദ്യത്തെ വാർഷികാഘോഷത്തിൽ ക്ലബ്ബിന് പ്രവർത്തിക്കാൻ അനുയോജ്യമായ സ്ഥലവും ഒരു കെട്ടിടം നിർമ്മിക്കാനുള്ള തുകയും സംഭാവനയായി നൽകണമെന്ന് സർക്കാരിനോട് അഭ്യർത്ഥിക്കുന്ന പ്രമേയം പാസ്സാക്കി. ഇതനുസരിച്ച് കോട്ടൺഹിൽ കോമ്പൗണ്ടിന്റെ തെക്കുഭാഗത്തുള്ള വഴുതക്കാട് ജംഗ്ഷനോടുചേർന്ന് ഗവൺമെന്റ് സ്ഥലം ദാനമായി നൽകി. ഗവൺമെന്റിൽനിന്ന് ഗ്രാന്റായി ലഭിച്ച തുകയും അംഗങ്ങളിൽ നിന്നുള്ള സംഭാവനയും കൊണ്ട് മന്ദിരം നിർമ്മിച്ചു.

തിരുവിതാംകൂർ മഹാരാജാവ് ശ്രീമൂലംതിരുനാളിനോടുള്ള ആദരസൂചകമായി യൂണിയൻ ക്ലബ്ബിന്റെ പേര് 'ശ്രീമൂലം രാമവർമ്മ ക്ലബ്ബ്' എന്ന് പുനർനാമകരണം നടത്തി. 1937ൽ പേര് ചുരുക്കത്തിൽ ശ്രീമൂലം ക്ലബ്ബ് SMC എന്നാക്കി.

വിനോദത്തിനും കളികൾക്കുമുള്ള ക്ലബ്ബ് എന്നതിലുപരി ധാരാളം സാംസ്കാരിക സാമൂഹിക പ്രവർത്തനങ്ങൾ ഇവിടെ നടക്കുന്നുണ്ട്. അനന്തപുരിയുടെ സാംസ്കാരിക വളർച്ചയ്ക്ക് ഈ ക്ലബ്ബ് വിലപ്പെട്ട സംഭാവനകൾ നൽകിയിട്ടുണ്ട്.

1892ൽ സ്വാമി വിവേകാനന്ദന്റെ തിരുവനന്തപുരം സന്ദർശനത്തോടനുബന്ധിച്ച് അദ്ദേഹത്തിന് ഇവിടെവച്ച് ദിവാൻ പേഷ്കാർ രഘുനാഥറാവു, കണ്ടനാട് നാരായണമേനോൻ, മഹാരാജാസ് കോളേജിലെ രസതന്ത്രം പ്രൊഫസർ രംഗാചാര്യ, പ്രൊ. സുന്ദരംപിള്ള എന്നിവരടങ്ങിയ പ്രമുഖന്മാർ ചേർന്ന് സ്വീകരണം നൽകി. ക്ലബ്ബിന്റെ പുൽത്തകിടിയിലിരുന്നു സ്വാമി ഇവരുമായി ദീർഘനേരം സംവദിച്ചു. ദിവാൻ പേഷ്കാർ താഴ്ന്നജാതിക്കാരോട് കാണിക്കുന്ന അവഗണനയിൽ സ്വാമിജി പരസ്യമായ അതൃപ്തി പ്രകടിപ്പിച്ചു.

1940ൽ അൻപതാം വാർഷികത്തോടനുബന്ധിച്ച് ചിത്തിരതിരുനാൾ മഹാരാജാവ് ഒരു ഗ്രന്ഥശാല ഉദ്ഘാടനം ചെയ്തു. പ്രമുഖവ്യവസായി അളകപ്പ ചെട്ടിയാർ ഒരു ഹാൾ നിർമ്മിച്ചു നൽകി.

സി.വി.രാമൻ, അല്ലാടി കൃഷ്ണസ്വാമി അയ്യങ്കാർ തുടങ്ങി പ്രഗത്ഭരുടെ പ്രഭാഷണങ്ങൾ ഇവിടെ നടന്നിട്ടുണ്ട്. എ.ആർ.രാജരാജവർമ്മ, മള്ളൂർ ഗോവിന്ദപ്പിള്ള, ഉദാരശിരോമണി പത്മനാഭറാവു എന്നിവർ ഇവിടത്തെ ടെന്നീസ് കോർട്ടിൽ കളിച്ചിട്ടുള്ള പ്രമുഖരിൽ ചിലരാണ്.

തിരുവനന്തപുരം ടെന്നീസ് ക്ലബ്ബ്

ടി.ടി.സി.യുടെ മൂലസ്ഥാനം ശാസ്തമംഗലം ജംഗ്ഷനിൽ ശാസ്ത മംഗലം-വട്ടിയൂർക്കാവ് റോഡിനും ശാസ്തമംഗലം-പേരൂർക്കട റോഡിനും ഇടയിലുള്ള രഥപ്പുരക്കുന്ന് എന്നറിയപ്പെടുന്ന സ്ഥലത്താ യിരുന്നു. ശാസ്തമംഗലം മഹാദേവർ ക്ഷേത്രദർശനത്തിനെത്തിയിരുന്ന തിരുവിതാംകൂർ രാജാക്കന്മാരുടെ രഥം സൂക്ഷിച്ചിരുന്ന സ്ഥലമാണ് രഥപ്പുരക്കുന്ന്. ഈ സ്ഥലത്തിനു പന്തുകളം എന്നും പേരുണ്ടായിരുന്നു. ഇവിടത്തെ ടെന്നീസ് കോർട്ടാണ് പന്തുകളം എന്ന പേരിനു പുറകിൽ.

തിരുവിതാംകൂറിൽ അധികം പ്രചാരമില്ലാതിരുന്ന ടെന്നീസ് കളിക്കു വേണ്ടി ഒരു കോർട്ട് നിർമ്മിക്കാനുള്ള ആശയം ''കളിക്കാർക്കിടയിലെ രാജകുമാരനും രാജകുമാരന്മാർക്കിടയിലെ കളിക്കാരനും'' എന്നറിയ പ്പെട്ടിരുന്ന ശ്രീചിത്തിര തിരുനാൾ മഹാരാജാവിന്റെ സഹോദരീഭർ ത്താവ് കേണൽ ഗോദവർമ്മരാജായുടെ മനസ്സിലാണ് ഉദിച്ചത്. ലോക പ്രസിദ്ധ ടെന്നീസ് താരങ്ങളായ ടിൽഡൻ (Tilden) USA, കോച്ചെറ്റ് (Cochet) France തുടങ്ങിയവർ ആൾ ഇന്ത്യ ലോൺ ടെന്നീസ് അസോ സിയേഷനിൽ സംഘടിപ്പിച്ച മത്സരങ്ങളിൽ പങ്കെടുക്കാൻ ഇന്ത്യയി ലെത്തിയതാണ് പ്രചോദനം.

ഒരു പ്രദർശനമത്സരത്തിൽ പങ്കെടുക്കാൻ ടിൽഡനെയും അദ്ദേഹ ത്തിന്റെ ടീമിനെയും കേണൽ തിരുവനന്തപുരത്തേക്കു ക്ഷണിച്ചു. 1938 ജനുവരി 30നായിരുന്നു മത്സരം. തിരുവിതാംകൂർ യൂണിവേഴ്സിറ്റി സ്റ്റേഡിയത്തിൽ ഇതിനുവേണ്ടി പ്രത്യേകം ഒരു കോർട്ട് തയ്യാറാക്കി. രാജകുടുംബത്തിന്റെ സാന്നിദ്ധ്യത്തിൽ ശ്രീചിത്തിരതിരുനാളിന്റെ രക്ഷ കർതൃത്വത്തിലായിരുന്നു മത്സരം.

ക്ലബ്ബിനുവേണ്ടി ശാസ്തമംഗലത്ത് രഥപ്പുരക്കുന്നിൽ ക്യാപ്റ്റൻ വി.പി. തമ്പി മൂന്നു മുറികളുള്ള ഒരു ചെറിയ കെട്ടിടം പ്രതിമാസം അഞ്ചു രൂപയ്ക്ക് വാടകയ്ക്കെടുത്ത് അവിടെ രണ്ടു കോർട്ടുകളും വാൾ പ്രാക്ടീസിനുവേണ്ടി ഒരു സിമന്റ് മതിലും നിർമ്മിച്ചു. 1937 നവം ബർ മാസം പതിനൊന്നാം തീയതി ഗോദവർമ്മരാജയുടെ അദ്ധ്യക്ഷ തയിൽ ആദ്യത്തെ ജനറൽബോഡി യോഗം നടന്നു. 1938 ഫെബ്രുവരി ഒന്നിനായിരുന്നു ക്ലബ്ബിന്റെ ഔപചാരിക ഉദ്ഘാടനം. തുടക്കത്തിൽ പതിനൊന്ന് അംഗങ്ങളാണ് ഉണ്ടായിരുന്നത്. കേണൽ ഗോദവർമ്മ ആദ്യ പ്രസിഡന്റ്. ശ്രീചിത്തിരതിരുനാൾ മഹാരാജാവായിരുന്നു പേട്രൺ ഇൻ ചീഫ്. AILTA പ്രസിഡന്റ് പിത്തപുരം (Pithapuram) രാജാവും ക്ലബ്ബിൽ അംഗമായി. 1938-39 കാലയളവിൽ ഒൻപതുപേർകൂടി അംഗ ങ്ങളായി.

1940ൽ ആൾ ഇന്ത്യ ലോൺ ടെന്നീസ് അസോസിയേഷന്റെ ഔദ്യോ ഗിക പരിശീലകൻ രൺബീർസിംഗ് തിരുവനന്തപുരത്ത് താമസിച്ചുകൊണ്ട് കളിക്കാർക്ക് പരിശീലനം നൽകി. ഡേവിസ് കപ്പ് കളിക്കാരുൾപ്പെടെ

പ്രസിദ്ധരായ ധാരാളം കളിക്കാർ ടി.ടി.സി.യിൽ വിവിധ ടൂർണമെന്റുകളിൽ പങ്കെടുത്തിട്ടുണ്ട്.

1948ൽ ക്യാപ്റ്റൻ വി.പി.തമ്പി അന്തരിച്ചെങ്കിലും കുറച്ചുകാലം കൂടി ക്ലബ്ബ് ശാസ്തമംഗലത്ത് തുടർന്നു. ഈ കാലയളവിൽ തിരുവിതാംകൂർ കൊച്ചി ഗവണ്മെന്റ് ടി.ടി.സി.ക്കുവേണ്ടി കവടിയാറിൽ 4 ഏക്കർ 27 സെന്റ് സ്ഥലം പാട്ടത്തിനു നൽകി. ഇരുപത്തിയഞ്ച് വർഷക്കാലത്തേക്ക് 25000 രൂപയും.

1950-51ൽ കവടിയാറിൽ ക്ലബ്ബ് ബിൽഡിംഗിന്റെ നിർമ്മാണം തുടങ്ങി. പ്രധാനപ്പെട്ട പല വ്യക്തികളും ഇതിനായി സംഭാവന നൽകി. ടി.ടി.സി. ആജീവനാന്ത പ്രസിഡന്റും സ്ഥാപകനുമായ കേണൽ ഗോദവർമ്മ രാജ 1971 ഏപ്രിൽ 30ന് ഒരു വിമാനാപകടത്തിൽ അന്തരിച്ചു.

ഫ്രീമേസൺ ലോഡ്ജും മിഞ്ചിൻ ലോഡ്ജും

വഴുതക്കാട്, കോട്ടൺഹിൽ കോമ്പൗണ്ടിൽ ട്രിവാൻഡ്രം ക്ലബ്ബിനും ശ്രീമൂലം ക്ലബ്ബിനും സമാനമായ ഒരു സ്ഥാപനം കൂടിയുണ്ട് 'ഫ്രീമേസൺ ലോഡ്ജ്.' വഴുതക്കാടുനിന്ന് ഇടപ്പഴഞ്ഞിയിലേക്കു പോകുന്ന റോഡിൽ കോട്ടൺഹിൽ സ്കൂൾ എത്തുന്നതിന് മുൻപ് ഇടതുവശത്താണ് ഫ്രീമേസൺ ലോഡ്ജ്. മദ്ധ്യകാലഘട്ടത്തിൽ യൂറോപ്പിലെ കൽപ്പണിക്കാരും മറ്റ് മേസ്തിരിമാരും തൊഴിലാളികളും തങ്ങളുടെ പ്രയത്നത്തിന്റെയും സാഹോദര്യത്തിന്റെയും ദൃഷ്ടാന്തമായി രൂപം

മിഞ്ചിൻ ലോഡ്ജ്

കൊടുത്ത ഒരു സംഘടനയാണിത്. സാധാരണ അറിയപ്പെടാറുള്ള 'ക്ലബ്ബ്' എന്നതിനുപകരം 'ലോഡ്ജ്' എന്നാണ് ഇവ നാമകരണം ചെയ്യപ്പെട്ടത്. വിശ്വാസത്തിന്റെയും സഹവർത്തിത്വത്തിന്റെയും അടിത്തറയിലാണ് ഫ്രിമേസൺ ലോഡ്ജുകൾ നിലനിൽക്കുന്നത്. ലോകം മുഴുവൻ ഈ സംഘടനയുടെ ശാഖകളുണ്ട്.

1717ൽ ലണ്ടനിലായിരുന്നു ആദ്യ ലോഡ്ജിന്റെ സ്ഥാപനം. 1730ൽ കൽക്കട്ടയിൽ സ്ഥാപിച്ച ലോഡ്ജാണ് ഇന്ത്യയിൽ ആദ്യത്തേത്. 1806ൽ കൊല്ലത്ത് സ്ഥാപിച്ച ട്രാവൻകൂർ യൂണിയനാണ് കേരളത്തിലെ ആദ്യ സ്ഥാപനം. 1886ൽ 'ലോഡ്ജ് കേരള' എന്ന പേരിൽ കോഴിക്കോട് പ്രവർത്തനം തുടങ്ങി. തിരുവനന്തപുരത്ത് ഫ്രിമേസൺ ലോഡ്ജ് തുടങ്ങാനുള്ള ആലോചന തിരുവിതാംകൂർ ചീഫ് എഞ്ചിനീയറായിരുന്ന ഹംഫ്രെ അലക്സാണ്ടർ മിഞ്ചിന്റെ നേതൃത്വത്തിലാണ് തുടങ്ങിയത്. യൂറോപ്യൻ എഞ്ചിനീയറന്മാരും മറ്റു ചില ഉദ്യോഗസ്ഥന്മാരും കൂട്ടിനുണ്ടായിരുന്നു. 1897 നവംബർ 6-ാം തീയതിയാണ് തിരുവനന്തപുരത്ത് ഫ്രീമേസൺ ലോഡ്ജ് സ്ഥാപിക്കുന്നതിനെക്കുറിച്ചുള്ള ആലോചനായോഗം നടന്നത്. ആദ്യയോഗം നേപ്പിയർ പാർക്കിന് (ഇന്നത്തെ മ്യൂസിയം നിൽക്കുന്ന സ്ഥലം) സമീപമുള്ള വാടകക്കെട്ടിടത്തിൽ വച്ചായിരുന്നു. എല്ലാ മാസത്തെയും ആദ്യത്തെ ശനിയാഴ്ച തുടർയോഗങ്ങൾ നടന്നു. സംഘടനയുടെ ഉദ്ദേശ്യശുദ്ധി മനസ്സിലാക്കിയ ശ്രീമൂലം തിരുനാൾ മഹാരാജാവ് 1903ൽ ജഗതിയിൽ ഒന്നര ഏക്കർ സ്ഥലവും ആയിരം രൂപയും നൽകി. ഇതായിരുന്നു സംരംഭത്തിന്റെ ആദ്യ മൂലധനം 1905ൽ കെട്ടിടത്തിന്റെ പണി പൂർത്തിയായെങ്കിലും സംഘടന വലിയ സാമ്പത്തിക പ്രതിസന്ധിയിൽപ്പെട്ടു. തുടർന്ന് ഇരുപതിനായിരം രൂപയ്ക്ക് സർക്കാർതന്നെ ഈ കെട്ടിടം ഏറ്റെടുത്തു. ഈ കെട്ടിടമാണ് ഇന്നത്തെ വിദ്യാഭ്യാസ ഡയറക്ടർ ഓഫീസ്. ഇതിനു മുമ്പിലുള്ള റോഡാണ് 'മിഞ്ചിൻ റോഡ്'. ആദ്യസംരംഭം പരാജയപ്പെട്ടുവെങ്കിലും അംഗങ്ങളുടെ സ്ഥിരോത്സാഹവും നിശ്ചയദാർഢ്യവും പുതിയ കെട്ടിടമുണ്ടാക്കാനുള്ള ശ്രമത്തിന് തുടക്കമിട്ടു. എ. വെങ്കിട്ടരാമയ്യർ, പി. കൃഷ്ണൻതമ്പി, കെ. പരമേശ്വരൻ പിള്ള, ഡോ. ആർ.പി.അയ്യർ എന്നിവർ ഇതിന് നേതൃത്വം നൽകി. ദിവാനായിരുന്ന ടി. രാഘവയ്യരുടെകൂടി ശ്രമഫലമായി കോട്ടൺഹിൽ പരിസരത്ത് ഫ്രീമേസൺ ലോഡ്ജിനുവേണ്ടി സർക്കാർ വീണ്ടും സ്ഥലം അനുവദിച്ചു. ഒരുവർഷം കൊണ്ട്, 1926ൽ കെട്ടിടത്തിന്റെ പണി പൂർത്തിയായി.

പേച്ചിപ്പാറ അണക്കെട്ടിന്റെ നിർമ്മാണച്ചുമതല ചീഫ് എഞ്ചിനീയറായിരുന്ന അലക്സാണ്ടർ മിഞ്ചിനായിരുന്നു. നിർമ്മാണത്തിന്റെ പ്രാരംഭകാലത്ത് മലമൂപ്പന്റെ മകൾ പേച്ചിയുടെ നേതൃത്വത്തിൽ ശക്തമായ എതിർപ്പുണ്ടായി. അണയ്ക്കുവേണ്ടി കെട്ടുന്നഭാഗങ്ങൾ രാത്രികാലങ്ങളിൽ ഇടിച്ചുകളയുക പതിവായിരുന്നു. അവസാനം സായിപ്പിന്

പേച്ചിയെ വെടിവെച്ചു കൊല്ലേണ്ടിവന്നു. രക്തസാക്ഷിയായ പേച്ചിയുടെ മൃതദേഹം അണക്കെട്ടിന് താഴെ അടക്കി. അവിടെ ഇപ്പോൾ നിത്യവും പൂജയുണ്ടെന്നു പറയപ്പെടുന്നു. 1913ൽ മിഞ്ചിൻ മരിച്ചു. അദ്ദേഹത്തിന്റെ മൃതദേഹം അടക്കിയത് അണക്കെട്ടിന്റെ മുകൾഭാഗത്തായാണ്. ശവ കുടീരം ഇപ്പോഴുമുണ്ട്.

കോട്ടൺഹിൽ പരിസരത്ത് വൻവൃക്ഷങ്ങൾക്കിടയിൽ നിർമ്മിച്ച ഫ്രീമേസൺ ലോഡ്ജിന്റെ പ്രവർത്തനം നാട്ടുകാർക്ക് വളരെ ദുരൂഹ മായിരുന്നു. അവർക്ക് ഇവിടം അപ്രാപ്യവുമായിരുന്നു. സമൂഹത്തിലെ ഉന്നതരായ അംഗങ്ങളുടെ ചിട്ടയോടെയുള്ള നിശ്ശബ്ദപ്രവർത്തനമായി രുന്നു ഇതിനു കാരണം. നാട്ടുകാർ അത്ഭുതത്തോടും ഭയത്തോടുമാണ് ലോഡ്ജിനെ നോക്കിക്കണ്ടത്. ഇവിടത്തെ പ്രവർത്തനങ്ങൾക്ക് രഹസ്യ സ്വഭാവമുണ്ടെന്നും അത് വെളിപ്പെടുത്തുന്നവരുടെ തല വെട്ടിക്കളയു മെന്നുമുള്ള കഥകൾ പരന്നതോടെ നാട്ടുകാർ ലോഡ്ജിനെ തലവെട്ടി പ്പള്ളിയാക്കി.

മിത്രോദയം സമാജം

തിരുവനന്തപുരത്തെ പ്രമാണിമാർക്ക് സമകാലീനവിഷയങ്ങൾ ചർച്ച ചെയ്യാനും ചീട്ടുകളിക്കാനും നാടകാഭിനയത്തിനും വിനോദ ത്തിനുമൊക്കെയുള്ള ഒരു സങ്കേതമായിരുന്നു ശാസ്തമംഗലത്ത് സമാജം വിളയിൽ പ്രവർത്തിച്ചിരുന്ന മിത്രോദയം സമാജം. ഇന്നത്തെ എൻ.എസ്. എസ്. കരയോഗമന്ദിരം പ്രവർത്തിക്കുന്ന സ്ഥലമായിരുന്നു മിത്രോദയം സമാജത്തിന്റെ ആസ്ഥാനം. സമാജം പ്രവർത്തിച്ചിരുന്ന വിളയാണ് സമാജംവിള.

മാർത്താണ്ഡവർമ്മ, ധർമ്മരാജ, രാമരാജബഹദൂർ തുടങ്ങിയ ചരിത്ര നാടകങ്ങളുൾപ്പെടെ വളരെയധികം നാടകങ്ങൾ ഇവർ അരങ്ങത്തെ ത്തിച്ചിട്ടുണ്ട്. ആട്ടതിരുനാളുമായി ബന്ധപ്പെട്ട് കൊട്ടാരത്തിൽ നാടകം അവതരിപ്പിക്കാറുണ്ടായിരുന്നു. പഴയകാല നാടകങ്ങൾ പ്രധാനമായും ചരിത്രനാടകങ്ങൾ ആയിരുന്നല്ലോ. നാലണയായിരുന്നു അംഗത്വഫീസ്.

പ്രശസ്ത സാഹിത്യകാരനും അഭിഭാഷകനുമായ ഇ.വി.കൃഷ്ണപിള്ള, എൻ.കൃഷ്ണപിള്ള, പി.ബാലകൃഷ്ണപിള്ള (റിട്ട. ഗവണ്മെന്റ് സെക്ര ട്ടറി) സുബേദാർ മേജർ കുട്ടൻപിള്ള (കൂട്ടപ്പന), പരമേശ്വരൻപിള്ള (മുൻഷി), ശിവശങ്കരപ്പിള്ള (റിട്ട. സബ് രജിസ്റ്റാർ), ഇ. രാമൻപിള്ള (വേങ്ങശ്ശേരി), എം.ജി.കേശവപിള്ള (അഡ്വക്കേറ്റ്), ഡോ. എസ്. എസ്. പിള്ള (പട്ടാണിക്കുന്ന്), എക്സ്പ്രസ് നാരായണപിള്ള (റിട്ട. തഹസിൽ ദാർ) തുടങ്ങിയവർ മിത്രോദയം സമാജത്തിന്റെ സജീവ അംഗങ്ങളാ യിരുന്നു.

മന്നത്തു പത്മനാഭന്റെ ജീവിതസ്മരണകളിൽ ഈ സമാജത്തെ ക്കുറിച്ച് പരാമർശമുണ്ട്.

''കേശവദാസന്റെ സ്മാരകമുണ്ടാക്കാൻ അവിടുള്ളവർ ആഗ്രഹിച്ചു തുടങ്ങീട്ടു പത്തുമുപ്പതുകൊല്ലം കഴിഞ്ഞു. അതിനുവേണ്ടി ഒരു സംഘവുമുണ്ടാക്കി, ഫണ്ടു ശേഖരിക്കയാണ് അവരുടെ ഇപ്പോഴുള്ള ജോലി. നായർ സർവ്വീസ് സൊസൈറ്റി നടത്തുന്ന നായർ സമ്മേളനങ്ങളിൽ വന്നു ടിക്കറ്റുവച്ചു പ്രഹസനം നടത്തും. അങ്ങനെ കുറേ പണമുണ്ടാക്കി. ആ പണം കൊടുത്ത് കേശവദാസ സ്മാരകത്തിനായി തിരുവനന്തപുരത്ത് ഒരു വസ്തു വാങ്ങിയിട്ടുണ്ട്. ആ സംഘത്തിന്റെ സെക്രട്ടറി, റിട്ടയേർഡ് ഗവണ്മെന്റ് സെക്രട്ടറി പി. ബാലകൃഷ്ണപിള്ള എം.എയാണ്. ഒരു പ്രവർത്തനവും പണപ്പിരിവുപോലും ഇല്ലാതായിട്ടും വളരെ നാളായി. അംഗങ്ങൾ ആരെങ്കിലും ഉണ്ടോ എന്നും അറിഞ്ഞുകൂടാ. ഒരു സ്മാരകവും ഉണ്ടാക്കാൻ അവർക്കു കഴിയുമെന്നും തോന്നുന്നില്ല. ബാലകൃഷ്ണപിള്ളകൂടി ഉൾപ്പെട്ടാണ് കേശവദാസ സ്മാരകസ്കൂൾ നടത്തിവന്നിരുന്നതും. നശിക്കാൻപോയ സ്കൂളിനെ ഏറ്റെടുക്കയും അവർ ആശിച്ചതിലും വലുതായ ഒരു ഹൈസ്കൂളെങ്കിലും കേശവദാസന്റെ സ്മാരകമായി എന്നാലും നിലനിൽക്കത്തക്കവണ്ണം ഏറ്റെടുത്തു നടത്തുകയും ചെയ്യുന്നതു കണ്ടിട്ടും, ബാലകൃഷ്ണപിള്ളയുടെ കൈവശം അവശേഷിച്ചിട്ടുള്ള ഈ ചെറിയ സ്വത്തുപോലും ഈ സ്മാരക സ്ഥാപനപൂർത്തീകരണത്തിനു വിട്ടുകൊടുക്കാനുള്ള സന്മനസ്സുണ്ടാകാത്തതാണത്ഭുതം.''[19]

നാടകം കളിച്ച് കിട്ടിയ കാശുകൊണ്ടാണ് മിത്രോദയം സമാജത്തിന്റെ അംഗങ്ങൾ ശാസ്തമംഗലത്ത് സ്ഥലം വിലയ്ക്കു വാങ്ങിയത്. രാജാകേശവദാസന് ഒരു സ്മാരകം നിർമ്മിക്കാനും അവർക്ക് ഉദ്ദേശമുണ്ടായിരുന്നു. ഈ സ്ഥലം രാജാകേശവദാസന്റെ സ്മാരകമായി നിർമ്മിച്ച സ്കൂളിന്റെ ആവശ്യത്തിനുവേണ്ടി വിട്ടുനൽകാൻ മടി കാണിച്ചതിനാണ് മന്നം രോഷം പ്രകടിപ്പിച്ചത്.

തിരുവനന്തപുരത്ത് ഹിന്ദുമണ്ഡലത്തിന്റെ മീറ്റിംഗ് കഴിഞ്ഞ് മന്നത്ത് പത്മനാഭൻ ആർ. ശങ്കറിനോടൊപ്പം ഇക്കാര്യം സംസാരിക്കാൻ വീട്ടിലെത്തിയ കാര്യം ബാലകൃഷ്ണപിള്ളയുടെ മകൻ ശരത്ചന്ദ്രൻനായർ ഓർക്കുന്നു. സമാജത്തിലെ എല്ലാ അംഗങ്ങളുടെയും സമ്മതമില്ലാതെ സ്ഥലം വിട്ടുകൊടുക്കാൻ ബാലകൃഷ്ണപിള്ളയ്ക്ക് കഴിയുമായിരുന്നില്ല. പക്ഷേ, ആ സ്ഥലവും കെട്ടിടവുമാണ് പിൽക്കാലത്ത് (1965) രാജാകേശവദാസന്റെ മറ്റൊരു സ്മാരകമായ ശാസ്തമംഗലം കരയോഗത്തിന് നൽകിയത്.

സ്വതന്ത്രതിരുവിതാംകൂർ വാദവും തിരുക്കൊച്ചിസംയോജനവും

ഇന്ത്യൻ സ്വാതന്ത്ര്യസമരവും നാട്ടുരാജ്യങ്ങളുടെ ലയനവും തിരുക്കൊച്ചി സംയോജനവുമൊക്കെ നേരിൽക്കാണുകയും അതുമായി

19. 'എന്റെ ജീവിതകാല സ്മരണകൾ' മന്നത്തുപത്മനാഭൻ പേജ് 328.

ബന്ധപ്പെട്ട തിരുവനന്തപുരത്തെ ചില അന്തർനാടകങ്ങളിൽ ഭാഗഭാക്കാവുകയും ചെയ്ത വ്യക്തിയാണ് അഡ്വ. കെ. അയ്യപ്പൻപിള്ള.[20] അദ്ദേഹത്തിന്റെ ചില ഓർമ്മകളിലൂടെയുള്ള ഒരു യാത്രയാണിത്.

ബ്രിട്ടീഷുകാർ ഇന്ത്യ വിടുമെന്നും വിദേശാധിപത്യത്തിൽനിന്ന് നാട് സ്വതന്ത്രമാകുമെന്നും ഉറപ്പായതോടെ വിവിധ നാട്ടുരാജ്യങ്ങൾ ഇന്ത്യൻ യൂണിയനിൽ ലയിക്കുന്നതിനോടൊപ്പം തിരുവിതാംകൂറും കൊച്ചിയും മലബാറും ചേർന്ന ഐക്യകേരളമുണ്ടാകണമെന്ന ജനങ്ങളുടെ ആഗ്രഹത്തിന് ശക്തികൂടി. 1928ൽ എറണാകുളത്തു കൂടിയ നാട്ടുരാജ്യപ്രജാസമ്മേളനം ഇത്തരത്തിൽ ഒരു പ്രമേയം അംഗീകരിച്ചിരുന്നു.

തിരുവിതാംകൂറിലാകട്ടെ 1938ൽ പട്ടംതാണുപിള്ള അദ്ധ്യക്ഷനും ടി.എം. വർഗ്ഗീസ്, സി. കേശവൻ തുടങ്ങിയവർ അംഗങ്ങളുമായ തിരുവിതാംകൂർ സ്റ്റേറ്റ് കോൺഗ്രസ് രൂപംകൊള്ളുകയും പൂർണ്ണമായ ഉത്തരവാദിത്തഭരണം എന്ന ആവശ്യവുമായി 1938 ആഗസ്റ്റ് 26-ാം തീയതി മുതൽ നിയമലംഘനപ്രക്ഷോഭം ഉൾപ്പെടെയുള്ള സമരപരിപാടികൾ ആരംഭിക്കുകയും ചെയ്തതോടെ പ്രമുഖനേതാക്കളെല്ലാം ജയിലിലടയ്ക്കപ്പെട്ടു. സ്റ്റേറ്റ് കോൺഗ്രസ്സിന്റെ രൂപവത്കരണത്തിന് ആദ്യം ഒത്തുകൂടിയ ഏഴുപേരിൽ ഒരാളായിരുന്നു അഡ്വ.കെ. അയ്യപ്പൻപിള്ള.

ബ്രിട്ടീഷുകാർ ഇന്ത്യ വിടുന്നതോടെ തിരുവിതാംകൂർ ഒരു സ്വതന്ത്രരാജ്യമായി നിലനിൽക്കാൻ ജനങ്ങൾ സഹകരിക്കണമെന്ന് അഭ്യർത്ഥിച്ചുകൊണ്ട് 1947 ജൂൺ 11-ാം തീയതി സർ സി.പി. രാമസ്വാമിഅയ്യർ അദ്ദേഹത്തിന്റെ ഔദ്യോഗിക വസതിയായ ഭക്തിവിലാസത്തിൽവച്ച് ഒരു പത്രസമ്മേളനം നടത്തി. ഇതോടെ തിരുവിതാംകൂറിൽ വീണ്ടും ശക്തമായ രാഷ്ട്രീയപ്രക്ഷോഭങ്ങൾ ഉണ്ടായി. വിശാലമായ ഇന്ത്യാമഹാരാജ്യത്തിന്റെ ഭാഗമാകണമെന്നായിരുന്നു ഭൂരിഭാഗം ജനങ്ങളുടെയും ആഗ്രഹം. തുടർന്ന് തിരുവനന്തപുരത്ത് പേട്ടയിൽ നടന്ന വെടിവയ്പിൽ രാജേന്ദ്രൻ എന്ന വിദ്യാർത്ഥി ഉൾപ്പെടെ മൂന്നുപേർ മരണമടഞ്ഞത് പ്രക്ഷോഭത്തിന്റെ

---

20. ആക്ടിങ് ദിവാനും ചീഫ് സെക്രട്ടറിയുമായിരുന്ന കുമാരപിള്ളയുടെ മകനാണ് കെ. അയ്യപ്പൻപിള്ള. അമ്മ ഭാർഗ്ഗവി അമ്മ. പ്രസിദ്ധമായ മുണ്ടനാട് കുറുപ്പന്മാരുടെ ഇന്നത്തെ കുടുംബത്തിലെ കാരണവരായ ഇദ്ദേഹം ഇന്ന് തിരുവനന്തപുരത്തിന്റെ കാരണവർകൂടിയാണ്. ഗവണ്മെന്റ് ആർട്സ് കോളേജിൽനിന്നു ബിരുദവും ലാകോളേജിൽനിന്ന് നിയമബിരുദവും നേടി ഇന്ത്യൻ സ്വാതന്ത്ര്യസമരത്തിൽ സജീവമായി പങ്കെടുത്തു. 1938ൽ സ്ഥാപിച്ച തിരുവിതാംകൂർ സ്റ്റേറ്റ് കോൺഗ്രസ്സിന്റെ സ്ഥാപകാംഗങ്ങളിൽ ഒരാളും മുന്നണിപ്പോരാളിയുമായിരുന്നു. തിരുവനന്തപുരം കോർപ്പറേഷനിൽ വലിയശാല വാർഡിനെ പ്രതിനിധീകരിച്ചു ഹൈക്കോടതിവക്കീലും ബാർകൗൺസിൽ സെക്രട്ടറിയുമായി. 1940ൽ തിരുവിതാംകൂർ ഹൈക്കോടതിയിൽ പ്രാക്ടീസ് തുടങ്ങി. കോൺഗ്രസ് വിട്ട് പട്ടം താണുപിള്ളയോടൊപ്പം PSPയിൽ ചേർന്നു. പട്ടം താണുപിള്ളയ്ക്കുശേഷം ബി.ജെ.പിയിൽ ചേർന്നു. 1980ൽ ബി.ജെ.പി സംസ്ഥാന വൈസ് പ്രസിഡന്റായി. കേരള ലാ അക്കാദമി പ്രസിഡന്റ്,

സി.പി. രാമസ്വാമി അയ്യർ

അഡ്വ.കെ. അയ്യപ്പൻപിള്ള

ആക്കം കൂട്ടി. ന്യൂക്ലിയർ ആയുധങ്ങൾ നിർമ്മിക്കുന്നതിന് കേരളത്തിലെ കടൽത്തീരങ്ങളിൽ സുലഭമായിരുന്ന തോറിയം രണ്ടാം ലോകമഹായുദ്ധത്തോടെ ലോകരാജ്യങ്ങൾക്ക് വളരെ ആവശ്യമുള്ള വിലപ്പെട്ട വസ്തുവായിത്തീർന്നു. തിരുവിതാംകൂർ ഒരു സ്വതന്ത്രരാജ്യമായി നിലനിൽക്കുന്നതിനു വേണ്ട സഹായം നൽകിയാൽ പകരം ബ്രിട്ടണും ജിന്നയ്ക്കും തോറിയം നൽകാമെന്ന വിലപേശലാണ് സി.പി. നടത്തിയത്. ദിവാൻ അയച്ച കത്തിന് ബ്രിട്ടണിൽനിന്നു മറുപടി ലഭിച്ചില്ലെങ്കിലും തിരുവിതാംകൂറിനെ ശത്രുസ്ഥാനത്തു നിർത്താൻ അവർ ആഗ്രഹിച്ചില്ല. പക്ഷേ, ജിന്നയിൽനിന്നു പ്രോത്സാഹജനകമായ മറുപടിയാണു ലഭിച്ചത്. ''താങ്കളുടെ പ്രതിനിധിയെ സ്വാഗതം ചെയ്യാനും ഇരുരാജ്യങ്ങൾക്കും പ്രയോജനപ്പെടുമാറ് തിരുവിതാംകൂറുമായുള്ള ബന്ധം

പട്ടം താണുപിള്ള ഫൗണ്ടേഷൻ പ്രസിഡന്റ്, സേതുപാർവതിഭായി മെമ്മോറിയൽ ഹോസ്പിറ്റൽ ചെയർമാൻ, തിരുവനന്തപുരം ഡവലപ്മെന്റ് സൊസൈറ്റി പ്രസിഡന്റ് തുടങ്ങിയ നിരവധി സ്ഥാനങ്ങൾ വഹിച്ചിട്ടുണ്ട്. ശാസ്തമംഗലത്ത്നിന്ന് താമസം മാറിയ ഇദ്ദേഹം ദീർഘകാലമായി തൈക്കാടുള്ള ഷ്റോഫ് ഹൗസി (Shrof House)ലാണു താമസം. 1914 മെയ് 24-ാം തീയതി തിരുവനന്തപുരത്തു മുണ്ടനാട് ജനിച്ച അഡ്വ. അയ്യപ്പൻപിള്ള തിരുവനന്തപുരത്തെ രാഷ്ട്രീയ, സാമൂഹിക, സാംസ്കാരിക, ജീവകാരുണ്യ പ്രവർത്തനങ്ങളിൽ ഇന്നും സജീവമാണ്. സമഭാവനയോടെയുള്ള ഇടപെടലുകളും പ്രകടനപരതയില്ലാത്ത പ്രകൃതവും അദ്ദേഹത്തെ വ്യത്യസ്തനാക്കുന്നു.

ചിത്തിരതിരുനാളും വല്ലഭായി പട്ടേലും

സ്ഥാപിക്കാനും പാക്കിസ്ഥാൻ തയ്യാറാണ്'' എന്നായിരുന്നു മറുപടി. ഇംഗ്ലണ്ടിൽനിന്നും ജിന്നയിൽനിന്നും സൈനിക സുരക്ഷിതത്വം നേടുന്ന തുൾപ്പെടെയുള്ള പദ്ധതികൾ സി.പി.യുടെ മനസ്സിലുണ്ടായിരുന്നു. പല രാജ്യങ്ങളിലേക്കും നയതന്ത്രപ്രതിനിധികളെ നിശ്ചയിക്കുന്നതിനെ ക്കുറിച്ചുപോലും അദ്ദേഹം ആലോചിച്ചുതുടങ്ങി.

1947 ജൂലൈ 21-ാം തീയതി ഇന്ത്യൻ യൂണിയനിൽ ലയിക്കുന്ന തിനെസംബന്ധിച്ച് തിരുവിതാംകൂറിന്റെ അഭിപ്രായമറിയാൻ വൈസ്രോയി യായിരുന്ന മൗണ്ട്ബാറ്റൻ പ്രഭു സി.പി. രാമസ്വാമി അയ്യരെ ഡൽഹി യിലേക്കു വിളിപ്പിച്ചു. അനുനയത്തിന്റെയും ഭീഷണിയുടെയും സ്വരമായി രുന്നു അദ്ദേഹത്തിന്. വി.പി.മേനോന്റെ വാക്കുകൾ കടമെടുത്താൽ 'Carrot and Stick' എന്ന നയം. പട്യാല, ഗ്വാളിയർ, ബറോഡ തുടങ്ങിയ നാട്ടുരാജ്യങ്ങൾക്കു നൽകുന്ന ആനുകൂല്യങ്ങൾ തിരുവിതാംകൂറിനും ലഭിക്കുമെന്നും മഹാരാജാവിന് രാജപ്രമുഖൻ എന്ന സ്ഥാനവും പ്രിവി പേഴ്സും നൽകാം എന്നതുമായിരുന്നു വൈസ്രോയിയുടെ പ്രലോഭനം. സ്വതന്ത്രരാജ്യമായി നിലകൊള്ളാനാണ് തീരുമാനമെങ്കിൽ രാജ്യ ത്തിന്റെ സൈനികാവശ്യങ്ങൾക്കും വിദേശരാജ്യങ്ങളുമായുള്ള നയ തന്ത്രബന്ധത്തിനും മറ്റും വേണ്ടിവരുന്ന ഭാരിച്ച ചെലവുകൾ തിരു വിതാംകൂറിനു വഹിക്കാൻ കഴിയില്ലെന്നും; മാത്രമല്ല, സ്വാതന്ത്ര്യപ്രഖ്യാപന ത്തോടൊപ്പം ഉണ്ടാകാൻ സാദ്ധ്യതയുള്ള ആഭ്യന്തരകലഹങ്ങൾ നേരിടു ന്നത് ദുഷ്കരമായിരിക്കും എന്നും അദ്ദേഹം മുന്നറിയിപ്പു നൽകി.

മൗണ്ട് ബാറ്റനുമായുള്ള സന്ദർശനം കഴിഞ്ഞെത്തിയ രാമസ്വാമി അയ്യർ നിരാശനായിരുന്നു. സ്വതന്ത്രതിരുവിതാംകൂർ രാജ്യം ഒരു സ്വപ്നം

മാത്രമാവുകയാണെന്ന വസ്തുത അദ്ദേഹത്തിനു ബോദ്ധ്യപ്പെട്ടു. ലയനത്തിനനുകൂലമായ ഉപദേശമായിരുന്നു അദ്ദേഹം മഹാരാജാവിനു നൽകിയത്.

സർ സി.പി. ദിവാൻപദം ഒഴിയാൻ ആഗ്രഹം പ്രകടിപ്പിച്ചതോടെ മഹാരാജാവ് അനന്തരനടപടികളെക്കുറിച്ച് ആലോചിച്ചുതുടങ്ങി. അടുത്തതായി അദ്ദേഹത്തിന് അഭിപ്രായം ആരായാനുണ്ടായിരുന്നത് ഉത്തരവാദിത്വഭരണം വന്നാൽ കോൺഗ്രസ്സിന്റെ പ്രതിനിധിയായി അധികാരത്തിൽ വരാൻ സാദ്ധ്യതയുള്ള പട്ടംതാണുപിള്ളയോടാണ്. പട്ടം താണുപിള്ളയുൾപ്പെടെ അന്നത്തെ പ്രധാന നേതാക്കളെല്ലാം ജയിലായിരുന്നു.

ജയിലിലെത്തി പട്ടത്തിനോട് രഹസ്യമായി സംസാരിക്കാൻ പറ്റിയ ഒരാളെ അന്വേഷിച്ച മഹാരാജാവിന്റെ മുന്നിലെത്തിയത് പട്ടത്തിന്റെ വിശ്വസ്തനും തിരുവിതാംകൂർ കോൺഗ്രസ്സിന്റെ അന്നത്തെ ഓഫീസ് സെക്രട്ടറിയുമായിരുന്ന അയ്യപ്പൻപിള്ളയുടെ പേരാണ്. അറസ്റ്റുചെയ്യപ്പെടാതെ പുറത്തുണ്ടായിരുന്ന ചുരുക്കം നേതാക്കളിൽ ഒരാളായിരുന്നു അഡ്വ. അയ്യപ്പൻപിള്ള. രാജാവ് അയ്യപ്പൻപിള്ളയെ ആളയച്ചുവിളിപ്പിച്ചു. അന്ന് അദ്ദേഹത്തിന് 33 വയസ്സാണ്.[21]

നേരത്തേ വേണ്ട ഏർപ്പാടുകൾ ചെയ്തിരുന്നതിനാൽ ജയിലിൽ പ്രത്യേകചോദ്യങ്ങളൊന്നുമുണ്ടായില്ല. ജയിൽസൂപ്രണ്ടായിരുന്ന മാധവൻനായരുടെ മുറിയിലേക്കാണ് അയ്യപ്പൻപ്പിള്ളയെ കൊണ്ടുപോയത്. അല്പസമയത്തിനകം പട്ടംതാണുപിള്ളയും മുറിയിലേക്കു വന്നു.

ഭൂരിപക്ഷം അപരിഷ്കൃതരും നിരക്ഷരരുമായ ആളുകളുള്ള വടക്കേ ഇന്ത്യൻ സംസ്ഥാനങ്ങൾ ഉൾപ്പെടുന്ന ഇന്ത്യൻ യൂണിയനിൽ ലയിക്കുന്ന കാര്യത്തിൽ പട്ടത്തിനു വ്യക്തിപരമായി യോജിപ്പില്ലായിരുന്നു. എങ്കിലും ഈ അവസരത്തിൽ മറിച്ചുള്ള ചിന്തകൾക്ക് പ്രസക്തിയില്ലാത്തതിനാൽ

---

21. ആ ദിവസം അഡ്വ. അയ്യപ്പൻപിള്ള വ്യക്തമായി ഓർക്കുന്നു. ''അന്ന് തീയതി ജൂലൈ 27. സി.പി.ആക്രമിക്കപ്പെട്ടിട്ട് രണ്ടുദിവസം കഴിഞ്ഞിരിക്കുന്നു. നാട്ടിലാകെ അസ്വസ്ഥത. തൈക്കാട്ടെ ഷോർഫ് ഹൗസിൽത്തന്നെയായിരുന്നു അന്നും താമസം. പതിവുപോലെ രാവിലെ ക്ഷേത്രദർശനം കഴിഞ്ഞ് വീട്ടിലെത്തി പ്രഭാതഭക്ഷണം കഴിഞ്ഞതേയുള്ളൂ. മഹാരാജാവിന്റെ ജി.ഒ.സി. വി.എൻ. പരമേശ്വരൻപിള്ള വീട്ടിലെത്തി തിരുവിതാംകൂർമഹാരാജാവിനെ അടിയന്തിരമായി മുഖം കാണിക്കണമെന്നും ഉടനെ തന്നോടൊപ്പം പുറപ്പെടണമെന്നും അറിയിച്ചു. പ്രക്ഷോഭം നടക്കുന്ന സമയമായതിനാൽ ജി.ഒ.സി.യോടൊപ്പം കാറിൽ പോകുന്നത് ബുദ്ധിയാണെന്ന് എനിക്കു തോന്നിയില്ല. പിറകെ എത്തിക്കൊള്ളാം എന്നു അദ്ദേഹത്തോട് പറഞ്ഞിട്ട് ഒരു ജഡ്ക്കയിൽ ഞാൻ കൊട്ടാരത്തിലെത്തി. മുൻകൂട്ടി ശട്ടം കെട്ടിയിരുന്നതിനാൽ കാവൽക്കാരുടെ പ്രത്യേക അന്വേഷണങ്ങളൊന്നുമില്ലാതെ തന്നെ തിരുമുൻപിലെത്തി വണങ്ങാൻ കഴിഞ്ഞു. മുൻപ് എന്നെ കണ്ടിട്ടുണ്ടോ എന്നായിരുന്നു ചോദ്യം. ഞാൻ അങ്ങയെ വഴിയിൽവച്ച് കണ്ടു

ഇന്ത്യൻ യൂണിയനുമായി ലയിക്കുകയാണ് വേണ്ടതെന്നായിരുന്നു പട്ടത്തിന്റെ അഭിപ്രായം. തുടർന്ന് പട്ടംതാണുപിള്ളയുമായുള്ള സംഭാഷണത്തിന്റെ വിവരങ്ങൾ തിരുമനസ്സിനെ അറിയിച്ചശേഷം അയ്യപ്പൻപ്പിള്ള വീട്ടിലേക്കു മടങ്ങി.

സ്വാതിതിരുനാളിന്റെ ശതാബ്ദിയാഘോഷത്തോടനുബന്ധിച്ച് ജൂലൈ 25-ാം തീയതി സംഗീതനാടക അക്കാദമിയുടെ ഒരു പരിപാടിയിൽ പങ്കെടുത്ത ദിവാനെ വധിക്കാൻ ശ്രമം നടന്നു. മരണത്തിൽ നിന്ന് അദ്ദേഹം കഷ്ടിച്ചാണ് രക്ഷപ്പെട്ടത്. പേട്ടയിലെ വെടിവയ്പിൽ മരിച്ച രാജേന്ദ്രന്റെ ചികിത്സയ്ക്കായി ഡോ. കേശവൻനായർ മദ്രാസിൽനിന്നു വരുത്തിയ പെൻസിലിനാണ് സി.പി.യുടെ ജീവൻ രക്ഷിച്ചത്. മരുന്ന് പൂർണ്ണമായി ഉപയോഗിക്കുന്നതിനു മുൻപേ രാജേന്ദ്രൻ മരിച്ചിരുന്നു. അപകടത്തിൽനിന്നു രക്ഷപ്പെടാൻ തന്റെ ജീവിതശൈലി തന്നെ സഹായിച്ചു എന്നു വിശ്വസിച്ച സി.പി. ഈ വിവരം അറിഞ്ഞിരുന്നോ എന്നറിയില്ല.

ജൂലൈ 21-ാം തീയതി മൗണ്ട് ബാറ്റണുമായി നടന്ന സംഭാഷണത്തിനിടയ്ക്ക് ഒരു വെടിയുണ്ട തന്റെ ജീവിത്തിന്റെ അന്ത്യം കുറിക്കുമെന്ന റിപ്പോർട്ട് തനിക്കു കിട്ടിയ വിവരം വൈസ്രോയിയോടു പറഞ്ഞിരുന്നുവെന്ന് സി.പി. എഴുതിയിട്ടുണ്ട്.

തനിക്കുനേരേ നടന്ന വധശ്രമത്തെക്കുറിച്ച് തന്റെ സുഹൃത്തായ ഐ.എൻ.മേനോന് 1947 ആഗസ്റ്റ് 29-ാം തീയതി സർ സി.പി. എഴുതിയ കത്ത് ശ്രീധരമേനോൻ 'സർ സി.പി. തിരുവിതാംകൂർ ചരിത്രത്തിൽ' ഉദ്ധരിച്ചിട്ടുണ്ട്.

ജൂലൈ 28-ാം തീയതി വൈസ്രോയിയുടെ നിർദ്ദേശമനുസരിച്ചുള്ള ലയനത്തിന് തീരുമാനമെടുക്കാൻ താൻ മുൻപു നൽകിയ ഉപദേശം

വണങ്ങുന്നവനാണ് എന്നതായിരുന്നു എന്റെ മറുപടി. തുടർന്ന് അദ്ദേഹം വിഷയത്തിലേക്കു കടന്നു. ജി.ഒ.സി. കാര്യങ്ങളെല്ലാം ധരിപ്പിച്ചിട്ടുണ്ടോ എന്ന ചോദ്യത്തിന് 'ഇല്ല' എന്നു ഞാൻ മറുപടി നൽകി. പ്രശ്നങ്ങളൊക്കെ ചുരുക്കത്തിൽ പറഞ്ഞശേഷം സ്വതന്ത്രഭാരതത്തിൽ തിരുവിതാംകൂർ കൈക്കൊള്ളേണ്ട നിലപാടിനെക്കുറിച്ചുള്ള പട്ടംതാണുപിള്ളസാറിന്റെ അഭിപ്രായം സെൻട്രൽ ജയിലിൽ പോയി അറിയുക എന്നതായിരുന്നു എന്റെ ദൗത്യം.

ശ്രീചിത്തിരതിരുനാളിന്റെ ദൂതുമായി ജയിലിൽപ്പോയി പട്ടംതാണുപിള്ളയോട് രഹസ്യമായി സംസാരിക്കുക എന്നത് ദുഷ്കരമായിരുന്നു. പറവൂർ ടി.കെ. ഉൾപ്പെടെയുള്ള നേതാക്കൾ ജയിലിലുണ്ട്. തിരുവിതാംകൂർ ഇന്ത്യൻ യൂണിയനിലും തുടർന്ന് തിരുക്കൊച്ചിയിലും ലയിക്കുന്നതിൽ ടി.കെ.യ്ക്ക് അനുകൂലനിലപാടാണുണ്ടായിരുന്നത്. മറ്റുള്ളവർക്കാർക്കും സംശയം തോന്നാതിരിക്കാൻ ഒരു കേസിന്റെ വിവരങ്ങൾ ചർച്ച ചെയ്യാനെന്ന ഭാവത്തിൽ അന്നത്തെ ബാർ അസോസിയേഷൻ പ്രസിഡന്റും ബന്ധുവുമായ ആർ. ഗോപാലപിള്ളയെയും കൂട്ടി സെൻട്രൽ ജയിലിലെത്തി. (അഡ്വ.അയ്യപ്പൻ പിള്ളയുമായുള്ള അഭിമുഖം)

ആവർത്തിച്ചുകൊണ്ട് ദിവാൻ മഹാരാജാവിന് വിശദമായ ഒരു കത്ത് സമർപ്പിച്ചു. ഇന്ത്യൻ ഡൊമിനിയന്റെ ഭാഗമാകുകയോ സ്വതന്ത്രമായി നിലകൊള്ളുകയോ ചെയ്യുക എന്ന രണ്ടു മാർഗ്ഗങ്ങളിൽ ഒന്ന് തിരഞ്ഞെടുക്കുകയാണ് വേണ്ടതെന്നും അല്ലാതെ ഒരു മദ്ധ്യമാർഗ്ഗമോ മുഖം രക്ഷിക്കാനുള്ള സൂത്രവാക്യമോ ഇല്ല എന്നും ഇന്ത്യൻ ഡൊമിനിയനിൽ ചേരുകയാണെങ്കിൽ ബറോഡ, ഗ്വാളിയർ, പട്ട്യാല തുടങ്ങിയ നാട്ടുരാജ്യങ്ങൾക്കു ലഭിക്കുന്ന പരിഗണനയിൽ കൂടുതലൊന്നും പ്രതീക്ഷിക്കേണ്ടതില്ല എന്നും അദ്ദേഹം അറിയിച്ചു. സ്വതന്ത്രമായി നിൽക്കാനാണ് തീരുമാനമെങ്കിൽ അടുത്ത ആറു മാസത്തിനകം ഇന്ത്യയിലുണ്ടാകാൻ പോകുന്ന ആഭ്യന്തരയുദ്ധത്തിൽ ജിന്നയുടെ സഹായത്തോടെ ശക്തമായ യുദ്ധം നടത്തേണ്ടി വരും. കോൺഗ്രസ് നേതാക്കളെ വധിച്ചുകൊണ്ട് അരഡസനോളം നാട്ടുരാജ്യങ്ങൾ 18-ാം നൂറ്റാണ്ടിലേതുപോലെ ഇന്ത്യയിൽ നിലവിൽ വരും എന്നാണു പ്രതീക്ഷിക്കുന്നത്. ശക്തമായ യുദ്ധം ജയിക്കുന്നവർക്ക് ഭരണാധികാരം ലഭിക്കുമെങ്കിലും ജീവനും സ്വത്തിനും 75 മുതൽ 25 ശതമാനം വരെ അപകടസാദ്ധ്യതയുണ്ട് എന്നുമായിരുന്നു കത്തിന്റെ ചുരുക്കം.[22]

ചിത്തിരതിരുനാളും വി.പി. മേനോനും

സി.പി.യുടെ കത്ത് തുടരുന്നു:

“The events that have happend must have made a great impression on you. They have not changed my mind but made me fully realise

22. ഒരു ദിവസം പറവൂർ ടി.കെ.യുടെ വീട്ടിൽ അദ്ദേഹത്തോടൊപ്പം കളത്തിൽ വേലായുധൻനായരും പിൽക്കാലത്ത് ഹൈക്കോടതി ജഡ്ജിയായ ഗംഗാധരമേനോനും അഡ്വ. അയ്യപ്പൻപിള്ളയും സംസാരിച്ചുകൊണ്ടിരുന്ന മുറിയിലേക്ക് പട്ടാളത്തിലെ മൂന്ന് സുബേദാരന്മാർ കടന്നുവന്ന സംഭവം അയ്യപ്പൻപിള്ള ഓർക്കുന്നു. അവർക്കു ലഭിച്ച അതീവരഹസ്യമായ ഒരു വിവരം അറിയിക്കാനുണ്ടെന്ന മുഖവുരയോടെയാണ് അവർ സംസാരിച്ചുതുടങ്ങിയത്. തിരുവിതാംകൂർ ഇന്ത്യൻ യൂണിയനിൽ ലയിക്കാതെ സ്വതന്ത്രമായി നിൽക്കാൻ നിശ്ചയിക്കുന്നപക്ഷം പ്രഖ്യാപനം നടത്തുന്ന ചടങ്ങിൽ

ആദ്യത്തെ ജനായത്ത തെരഞ്ഞെടുപ്പ്

that your lives are in jeopardy and those persons near and dear to you. It is either death or Victory."

"If you consider your people are not ready for a fight and that they are not worth fighting for, the path of compromise is inevitable. Such

---

ഔദ്യോഗികമായി പങ്കെടുക്കാനെത്തുന്ന പട്ടാളക്കാർ മഹാരാജാവിനെയും ബന്ധുക്കളെയും ലയനത്തെ അനുകൂലിക്കാത്ത ഉദ്യോഗസ്ഥന്മാരെയും വധിക്കാൻ പദ്ധതി തയ്യാറാക്കിയിട്ടുണ്ടെന്നായിരുന്നു അവർ നൽകിയ വിവരം.

ചടങ്ങനുസരിച്ച് പട്ടാള ഉദ്യോഗസ്ഥന്മാരുടെ സാന്നിദ്ധ്യത്തിൽ നടത്തുന്ന പ്രഖ്യാപനത്തോടനുബന്ധിച്ച പരേഡിൽ ആചാരമനുസരിച്ച് ആകാശത്തേക്ക് വെടിവെയ്ക്കാനുള്ള തോക്കുകളിൽ കാലിയായ കാറ്ററിഡ്ജുകൾക്കു പകരം നിറതോക്കുകളായിരിക്കുമെന്നും അവ രാജകുടുംബത്തിനും ഉദ്യോഗസ്ഥർക്കുമെതിരായി ഉപയോഗിക്കുമെന്നുമായിരുന്നു അവരുടെ വിശദീകരണം.

ഈ മൂന്നു പട്ടാളക്കാരെയും കുറിച്ച് നാളുകൾക്കുശേഷം മിലിട്ടറി ജനറൽ ഓഫീസർ ഇൻ കമാൻഡിംങ് ഔദ്യോഗികകൃത്യവിലോപം എന്ന കുറ്റം ചുമത്തി സർവീസിൽനിന്നു പിരിച്ചുവിടുകയുണ്ടായി. ടി.കെ.നാരായണപിള്ളയായിരുന്നു അന്നത്തെ മുഖ്യമന്ത്രി. വിഷയത്തിൽ ഇടപെട്ട ഈ മൂന്നു പട്ടാളക്കാരെയും തിരിച്ചെടുക്കണമെന്ന ചില നേതാക്കളുടെ ആവശ്യത്തോട് മുഖ്യമന്ത്രി പ്രതികൂലമായാണ് പ്രതികരിച്ചത്. (അഡ്വ.അയ്യപ്പൻപിള്ളയുമായുള്ള അഭിമുഖം)

compromise or concession should, if it is to be effective, be wholehearted. Accession as suggested by the Viceroy with the concession made by him is the first essential.''

ദിവാൻ സർ സി.പി. തന്റെ ആ കത്ത് ഇങ്ങനെ അവസാനിപ്പിക്കുന്നു:

''എന്റെ ആത്മാർത്ഥവും ഹൃദയപൂർവവുമായ ഉപദേശമാണ് അങ്ങേയ്ക്ക് ആവശ്യമെങ്കിൽ എന്നെ പോകാൻ അനുവദിക്കുകയും അനുരഞ്ജനത്തിന്റെയും വിട്ടുവീഴ്ചയുടെയും മാർഗ്ഗം തിരഞ്ഞെടുക്കുകയും ചെയ്യണം. പുതിയ സാഹചര്യവുമായി ഇണങ്ങിച്ചേരാൻ എനിക്കാവില്ല.''

28.7.1947ൽ ഒരു കമ്പിസന്ദേശത്തിലൂടെ തിരുവിതാംകൂറിനെ ഇന്ത്യൻ യൂണിയനിൽ ചേർക്കാനുള്ള തന്റെ തീരുമാനം ചിത്തിരതിരുനാൾ ഗവർണ്ണർ ജനറലായ മൗണ്ട്ബാറ്റൻപ്രഭുവിനെ അറിയിച്ചു.[23] ഇതോടെ

---

23. മൗണ്ട് ബാറ്റൻ പ്രഭുവിന് 1947 ജൂലൈ 28ന് മഹാരാജാവ് അയച്ച കമ്പിസന്ദേശം.

28th July 1947
His Excellency Viscount Mountbatten,
Viceroy's House,
New Delhi.

I have posted by air mail reply to Your Excellency's letter of twetny second in general conformation of terms discussed with my Dewan.

Maharaja

മൗണ്ട് ബാറ്റൻ പ്രഭുവിന് മഹരാജാവ് 1947 ജൂലൈ 30ന് അയച്ച കത്ത്.

Palace, Trivandrum,
30th July 1947

Your Excellency,

Your Exllcellency's letter of the 22nd july has been handed over to me by Sir C.P. Ramaswami Aiyar. He has also told me of the discussions he has had with Your Excellency. I have perused the letter with the full realisation that your Excellency has paid as much regard as possible to the history and traditions of this State, to the complete maintenance of its internal autonomy and to the need for trade, fiscal and commercial relations with the whole world which are the basic needs of this maritime State and are essential for its survival as an effective economic unit.

Having regard to the assurances conveyed by Your Excellency. I have decided though not without hesitation, to take the step of accession to the Dominion of India subject to the condition adverted to in your letter.

Your Excellency, of course, realises that the States have been given the option of reconsideration of the position when the final Constitution of the Domination is formulated.

ജയിലിലായിരുന്ന ജനനേതാക്കൾ മോചിതരായി. 1947 ആഗസ്റ്റ് 19-ാം തീയതി സി.പി. അധികാരമൊഴിഞ്ഞു.[24]

ഇന്ത്യൻ യൂണിയനുമായി ലയിക്കുന്നതിന് മനസ്സില്ലാമനസ്സോടെ മഹാരാജാവ് തീരുമാനമെടുത്തെങ്കിലും കൊച്ചിയുമായുള്ള സംയോജനത്തിന്റെ കാര്യത്തിൽ തിരുവിതാംകൂറിനു ചില കടുംപിടിത്തങ്ങളുണ്ടായിരുന്നു. ഗവർണ്ണർ ജനറലിന്റെ പൊളിറ്റിക്കൽ സെക്രട്ടറിയായിരുന്ന വി.പി.മേനോനുമായി നടന്ന ചർച്ചയിൽ തിരുവിതാംകൂറിന്റെ കാര്യത്തിൽ തൽസ്ഥിതി തുടരണമെന്ന് മഹാരാജാവ് ആവശ്യപ്പെട്ടു. തിരുവിതാംകൂറിനുമാത്രം അത്തരം ഒരു പരിഗണന നൽകാനാവില്ലെന്നും, തിരുക്കൊച്ചി സംയോജനം ഒരു ജനകീയപ്രക്ഷോഭണത്തിന്റെ ഭാഗമായി നടപ്പിലാക്കേണ്ടിവന്നാൽ മഹാരാജവിന്റെ അവസ്ഥ നിലവിലുള്ളതിനേക്കാൾ പരിതാപകരമാവും എന്ന സൂചനയും അദ്ദേഹം നൽകി. ഡൽഹിയിൽ ലയന സംബന്ധമായ ചർച്ചകൾക്കുശേഷം മദ്രാസ് വഴി കൊച്ചിയിലെത്തിയ പട്ടംതാണുപിള്ള അവിടെനിന്ന് തിരുവനന്തപുരത്തേക്കു

I am,

Your Excellency's Sincerely,
SIGNMANUAL.
His Excellency Rear Admiral
The Right Hon'ble the Viscount Mountbatten Burma,
K.G.P.C.G.M.S.I.G.M.I.E,G.C.V.O.K.C.B.D.S.O.,
Viceroy and Governor General of India,
The Viceroy's House, New Delhi.

(കടപ്പാട് 'സർ സി.പി.തിരുവിതാംകൂർ ചരിത്രത്തിൽ' എ.ശ്രീധരമേനോൻ)

24. തുടർന്നുള്ള സംഭവങ്ങൾ അഡ്വ. അയ്യപ്പൻപിള്ള ഓർക്കുന്നു. ''പട്ടംതാണുപിള്ള പി.എസ്.നടരാജപിള്ളയുമായി ആലോചിച്ചാണ് പി.ജി.എൻ. ഉണ്ണിത്താനെ ദിവാനായി നിർദ്ദേശിച്ചത്. മുൻപ് രണ്ടുപ്രാവശ്യം ആക്ടിങ് ദിവാനായിരുന്ന ജി. പരമേശ്വരൻപിള്ളയെ മറികടന്നായിരുന്നു തീരുമാനം. കോൺഗ്രസ്മന്ത്രിമാരുടെ പേരുകൾ നിർദ്ദേശിക്കാൻ ആവശ്യപ്പെട്ടതിനെത്തുടർന്ന് മന്ത്രിമാരുടെ പേരുകളുമായി കൊട്ടാരത്തിലേക്കു പോയത് ഞാനാണ്. അമ്മമഹാറാണിക്കെതിരായി കോഴഞ്ചേരിയിൽ നടത്തിയ വിവാദ പ്രസംഗത്തെത്തുടർന്ന് സി. കേശവനെ മാറ്റിനിറുത്തി പകരം എസ്.എൻ.ഡി.പി. പ്രസിഡന്റായിരുന്ന എം. ഗോവിന്ദനെ മന്ത്രിസഭയിലുൾപ്പെടുത്താൻ കോൺഗ്രസ് തീരുമാനിച്ചിരുന്നു. പക്ഷേ, പേരുവിവരം കൊട്ടാരത്തിലെത്തിച്ചപ്പോൾ കഴിഞ്ഞതെല്ലാം കഴിഞ്ഞതാണെന്നും സി. കേശവനില്ലാതെ മന്ത്രിസഭ പൂർണ്ണമാവില്ലെന്നും അമ്മമഹാറാണി തന്നെ വാദിച്ചു. അവർ സ്വന്തം കൈപ്പടയിൽ സി.കേശവന്റെ പേര് എഴുതിച്ചേർത്തു. അങ്ങനെ എം. ഗോവിന്ദനു പകരം സി. കേശവനെ വീണ്ടും ഉൾപ്പെടുത്തി.'' 1948 മാർച്ച് 24-ാം തീയതി പട്ടംതാണുപിള്ളയുടെ നേതൃത്വത്തിൽ സി.കേശവൻ, ടി.എം. വർഗ്ഗീസ് എന്നിവരുൾപ്പെട്ട മന്ത്രിസഭ അധികാരത്തിൽ വന്നു.

കയറിയ വിമാനത്തിൽ അച്ഛൻ കുമാരപിള്ളയോടൊപ്പം അഡ്വ. അയ്യപ്പൻപിള്ളയുമുണ്ടായിരുന്നു. പ്ലെയിനിൽ വച്ച് തിരുക്കൊച്ചി സംയോജനം ഒഴിവാക്കാൻ കഴിയുന്നതല്ലെന്ന് മേനോൻ സൂചന തന്നതായി പട്ടംതാണുപ്പിള്ള പറഞ്ഞത് അഡ്വ.അയ്യപ്പൻപിള്ള ഓർക്കുന്നു. അന്നത്തെ വിമാനത്തിന്റെ ടിക്കറ്റിന്റെ വില 30 രൂപയായിരുന്നുവത്രേ. അദ്ദേഹത്തിന്റെ കന്നിവിമാനയാത്രയായിരുന്നു അത്.

ബ്രിട്ടീഷ് ഗവണ്മെന്റിന്റെ 19 ഗൺ സല്യൂട്ടിൽ അവകാശമുള്ള തിരുവിതാംകൂറിനെക്കാൾ സാമ്പത്തികമായും വിദ്യാഭ്യാസപരമായും പിന്നാക്കം നിൽക്കുന്ന കൊച്ചിയുമായി ലയിക്കാൻ മഹാരാജാവ് തയ്യാറായിരുന്നില്ല. മാത്രമല്ല, തിരുക്കൊച്ചി സംസ്ഥാനത്തിന്റെ രാജപ്രമുഖനായി സത്യപ്രതിജ്ഞ ചെയ്യാനും അദ്ദേഹം ഒരുക്കമായിരുന്നില്ല. പത്മനാഭന്റെ ദാസനായാണ് താൻ ഭരണം നടത്തുന്നതെന്നും അതുകൊണ്ടു തന്നെ രാജ്യാധികാരിയായി സത്യപ്രതിജ്ഞ ചെയ്ത് അധികാരമേറ്റെടുക്കാൻ തനിക്ക് ധാർമ്മികമായി അവകാശമില്ല എന്നുമായിരുന്നു അദ്ദേഹത്തിന്റെ വാദം.

ഇതിനിടയിൽ മദ്രാസ്, മൈസൂർ, തിരുവിതാംകൂർ, കൊച്ചി എന്നീ പ്രദേശങ്ങളെല്ലാം ഉൾപ്പെടുത്തി ഇക്കണോമിക്കലായി വയബിളായ സ്റ്റേറ്റ് ഉണ്ടാക്കണമെന്നും ഒരു വാദം തിരുവിതാംകൂറിൽനിന്ന് ഉയർന്നു.

ഈ ആവശ്യവുമായി അഡ്വ. അയ്യപ്പൻപിള്ള ഉൾപ്പെടെയുള്ള അന്നത്തെ ബാർ അസോസിയേഷൻ പ്രതിനിധികൾ വി.പി. മേനോനെ ക്കണ്ട് നിവേദനം നടത്തിയെങ്കിലും ആശയം കൊള്ളാം പക്ഷേ, ഇപ്പോഴത്തെ എന്റെ ജോലി സ്റ്റേറ്റ് ഇന്റഗ്രേഷൻ മാത്രമായതിനാൽ പരിഗണിക്കാൻ സാദ്ധ്യമല്ല എന്ന ശക്തമായ മറുപടിയാണ് അദ്ദേഹത്തിൽ നിന്നുണ്ടായത്. പട്ടംതാണുപിള്ളയുടെ മൗനാനുവാദത്തോടെയായിരുന്നു ഈ ശ്രമം.

കൊച്ചീരാജാവിന് ഉപരാജപ്രമുഖൻ പദവി നൽകുന്നതിനും തിരുവിതാംകൂറിന് സമ്മതമായിരുന്നില്ല. ജനനന്മയ്ക്കായി എന്തു വിട്ടുവീഴ്ചയ്ക്കും തയ്യാറായിരുന്ന കൊച്ചിയിലെ പരീക്ഷിത്തു തമ്പുരാൻ രാജ്യത്തിനു പകരമായി തനിക്കവകാശപ്പെട്ട ഒരു പഞ്ചാംഗം മാത്രമേ ആവശ്യപ്പെട്ടുള്ളൂ.

മറ്റു നാട്ടുരാജാക്കന്മാരിൽനിന്നു വ്യത്യസ്തമായി ലളിതജീവിതം നയിച്ചിരുന്നപ്രജാതൽപ്പരരായ തിരുവിതാംകൂർ രാജാവിന്റെ ആവശ്യങ്ങൾ അനുഭാവപൂർവം പരിഗണിക്കാൻ ഗവർണർ ജനറലായിരുന്ന രാജഗോപാലാചാരി വി.പി. മേനോനോടു നിർദ്ദേശിക്കുകയും ശ്രീചിത്തിര തിരുനാളിനോട് നേരിട്ട് സംസാരിക്കുകയും ചെയ്തു.

തിരുവിതാംകൂർ മഹാരാജാവിന്റെ ആഗ്രഹമനുസരിച്ച് അദ്ദേഹത്തെ സത്യവാചകം ചൊല്ലുന്നതിൽനിന്ന് ഒഴിവാക്കി പകരം അദ്ദേഹത്തിന്റെ

സാന്നിദ്ധ്യത്തിൽ ചീഫ് ജസ്റ്റിസ് സത്യവാചകം വായിച്ചാൽ മതി എന്നു നിശ്ചയിച്ചു. കൊച്ചീരാജാവിനു നൽകാനുദ്ദേശിച്ചിരുന്ന ഉപരാജപ്രമുഖ സ്ഥാനം ഒഴിവാക്കി രാജപ്രമുഖന്റെ അസാന്നിദ്ധ്യത്തിൽ ഔദ്യോഗിക ചുമതല ചീഫ് ജസ്റ്റിസ് വഹിക്കാനും കൂടാതെ ജീവിതാവസാനം വരെ രാജപ്രമുഖസ്ഥാനവും പ്രീവിപേഴ്സും തിരുവിതാംകൂർ രാജാവിന് അനുവദിക്കാനും ധാരണയായി.

പ്രതിവർഷം 51 ലക്ഷം രൂപയാണ് തിരുവിതാംകൂറിന്റെ എല്ലാ അമ്പലങ്ങളുടെയും നടത്തിപ്പിനായി അനുവദിച്ചത്. അതിൽ ആറ് ലക്ഷം രൂപ പത്മനാഭസ്വാമിക്ഷേത്രത്തിനുവേണ്ടി വകയിരുത്തി. പത്മനാഭ സ്വാമിക്ഷേത്രത്തിന്റെ ഭരണം രാജപ്രമുഖന്റെ നിയന്ത്രണത്തിലും മേൽ നോട്ടത്തിലും അദ്ദേഹം നിയമിക്കുന്ന ഒരു എക്സിക്യൂട്ടീവ് ഓഫീസർ നടത്താനും വ്യവസ്ഥ ചെയ്തു. പക്ഷേ, തനിക്ക് രാജപ്രമുഖൻ എന്ന തിനുപകരം പെരുമാൾ എന്ന സ്ഥാനം വേണമെന്ന തിരുവിതാംകൂർ രാജാവിന്റെ ആവശ്യം നിരാകരിക്കപ്പെട്ടു.

''On assuming the position of Rajapramukha of United State of Travancore and Cochin, I give my solemn assurance to the Government of India that to the best of my abiltiy, I shall preserve, protect and defend the constitution of India and that of the United States of Travancore and Cochin and devote my self to the service of the people of India''

എന്ന പ്രതിജ്ഞ 1949 ജൂലൈ 1-ാം തീയതി തിരുക്കൊച്ചിസംയോജന ത്തിന്റെ ഉദ്ഘാടനദിവസം തിരുവിതാംകൂർ മഹാരാജാവിന്റെ സാന്നിദ്ധ്യ ത്തിൽ ചീഫ് ജസ്റ്റിസ് വായിച്ചു. കൊച്ചീരാജാവും ആ അവസരത്തിൽ സന്നിഹിതനായിരുന്നു.

സ്വാമി വിവേകാനന്ദൻ തിരുവനന്തപുരത്ത്

ഭാരതത്തിന്റെ ആദ്ധ്യാത്മികഭൗതികചിന്തകളെ കൂട്ടിയോജിപ്പിച്ച സ്വാമി വിവേകാനന്ദന്റെ മൗനസാന്നിദ്ധ്യമാണ് തിരുവനന്തപുരത്ത് ശ്രീരാമകൃഷ്ണ വിവേകാന്ദദർശനങ്ങളുടെ അലകൾ ഉയർത്തിവിട്ടത്. 1892 ഡിസംബർ 13 മുതലുള്ള ഒൻപതുദിവസത്തെ സന്ദർശനത്തിന്റെ ഗുണഫലമാണ് തിരുവനന്തപുരത്തിന്റെ അഭിമാനമായ ശ്രീരാമകൃഷ്ണ ആശ്രമവും മിഷൻ ആശുപത്രിയും.

ശ്രീരാമകൃഷ്ണപരമഹംസരുടെ സമാധിക്കുശേഷം വിവേകാനന്ദൻ പരിവ്രാജകനായി ഇന്ത്യമുഴുവൻ സഞ്ചരിച്ചു. കേരളസന്ദർശനം ആദ്യം ഉദ്ദേശിച്ചിരുന്നില്ലെങ്കിലും അദ്ദേഹം കേരളത്തിലുമെത്തി. ഭാവിപരിപാടി കളെക്കുറിച്ച് വ്യക്തതയില്ലാത്ത മനസ്സുമായി സോദര സ്ഥാനീയരായ രാമകൃഷ്ണശിഷ്യന്മാരെയും സുഹൃത്തുക്കളെയും ഒഴിവാക്കി ഹിമാലയം മുതൽ ഇന്ത്യയുടെ തെക്കേ അറ്റത്തെ മുനമ്പുവരെ അദ്ദേഹം സഞ്ചരിച്ചു.

സ്വാമി വിവേകാനന്ദൻ

ഒൻപതുദിവസം തിരുവനന്തപുരത്ത് പ്രൊഫ. കെ. സുന്ദരരാമയ്യരുടെ കോട്ടക്കകത്തുള്ള വീട്ടിൽ അതിഥിയായി കഴിഞ്ഞു. ഇളയരാജ അശ്വതിതിരുനാളിന്റെ ട്യൂട്ടറായിരുന്നു സുന്ദരരാമയ്യർ. ഇന്ത്യക്കാർക്ക് പ്രവേശനമുണ്ടായിരുന്ന ദി യൂണിയൻ ക്ലബ്ബിൽ (ഇന്നത്തെ ശ്രീമൂലം ക്ലബ്ബ്) വൈകുന്നേരം തിരുവനന്തപുരത്തുള്ള ബുദ്ധിജീവികളും പ്രമാണിമാരും പതിവായി ഒത്തുചേരാറുണ്ടായിരുന്നു. ബ്രിട്ടീഷുകാർക്കുള്ള ട്രിവാൻഡ്രം ക്ലബ്ബിലാകട്ടെ ഇന്ത്യക്കാർക്ക് പ്രവേശനമുണ്ടായിരുന്നില്ല. യൂണിയൻ ക്ലബ്ബിൽവച്ച് രംഗാചാര്യ, പ്രൊഫ. സുന്ദരംപിള്ള, ദിവാൻ പേഷ്കാർ രഘുനാഥറാവു, പിൽക്കാലത്ത് ദിവാൻ പേഷ്കാരായ കണ്ടനാട് നാരായണമേനോൻ എന്നിവർ സ്വാമിയുമായി ചർച്ച നടത്തി. ഇടയ്ക്ക് കണ്ടനാട് നാരായണമേനോന് കുറച്ചുനേരത്തേ പോകേണ്ടിവന്നതിനാൽ അദ്ദേഹം ദിവാൻപേഷ്കാരുടെ അടുത്തുചെന്ന് പാശ്ചാത്യരീതിയിൽ സലാം പറഞ്ഞപ്പോൾ മറുപടിയായി പ്രാചീന ബ്രാഹ്മണസമ്പ്രദായത്തിൽ അദ്ദേഹം ഇടതുകൈ അൽപം ഉയർത്തി അനുവാദം നൽകി. ദിവാൻ പേഷ്കാർക്ക് പോകാനുള്ള സമയമായപ്പോൾ അദ്ദേഹം സ്വാമിയോട് യാത്രാനുവാദം ചോദിച്ചു. നേരത്തെ പേഷ്കാർ യാത്രാനുമതി നൽകിയ രീതി ശ്രദ്ധിച്ചിരുന്ന സ്വാമി 'നാരായണ' എന്നുമാത്രം പറഞ്ഞു. ഈ പ്രതികരണത്തിൽ ദിവാൻപേഷ്കാരുടെ അസ്വസ്ഥത മനസ്സിലാക്കിയ വിവേകാനന്ദൻ ഗൗരവം വിടാതെ വിശദീകരിച്ചു: ''മിസ്റ്റർ നാരായണമേനോൻ നിങ്ങളോടു യാത്രപറഞ്ഞപ്പോൾ നിങ്ങൾക്ക് നിങ്ങളുടെ ആചരണമേ പാടുള്ളുവെങ്കിൽ, എന്നോടു യാത്ര പറയുമ്പോൾ ഞാനെന്റെ സമ്പ്രദായപ്രകാരമുള്ള ആചരണം ചെയ്താൽ പോരെന്നു പറയുവാൻ നിങ്ങൾക്കെന്തവകാശമാണുള്ളത്?'' തിരുവനന്തപുരത്തെ വാസക്കാലത്തും സ്വാമിജി തന്റെ അസാധാരണമാംവിധമുള്ള മൗനം തുടർന്നു. ഒരു പൊതു പ്രഭാഷണത്തിനുള്ള ആതിഥേയന്റെ അപേക്ഷയിൽനിന്ന് അദ്ദേഹം ഒഴിഞ്ഞുമാറി.

ഡിസംബർ മാസം 22-ാം തീയതി സ്വാമിജി മൂന്നു സമുദ്രങ്ങളുടെയും സംഗമസ്ഥാനമായ കന്യാകുമാരിയിലേക്കു തിരിച്ചു. ആ ദിവസത്തെക്കുറിച്ച് അദ്ദേഹത്തിന്റെ ആതിഥേയന്റെ വാക്കുകൾ ഇങ്ങനെ: ''ഒൻപതു

ദിവസത്തെ വിസ്മയമായിരുന്നു അത്. അദ്ദേഹം വീട്ടിൽനിന്നുമിറങ്ങി പ്പോയപ്പോൾ ഒരു പ്രകാശം പടിയിറങ്ങിപ്പോയതുപോലെയാണു തോന്നി യത്.'' സ്വാമിജിയുടെ കന്യാകുമാരി യാത്രയെക്കുറിച്ച് ജസ്റ്റിസ് ജി. ശങ്കരമേനോൻ എഴുതി:

''It was from here swamiji went to Kanyakumari and spent his days in meditation on the last bit of Indian rock, deriving therefrom the inspiration for his future work''[25]

കന്യാകുമാരിയിലേക്കുള്ള വഴിയിൽ അദ്ദേഹം നെയ്യാറ്റിൻകരയിൽ ഇറങ്ങി, റോഡുവക്കിലെ കിണറിൽനിന്ന് വെള്ളം കോരിക്കുടിച്ചു. ഈ വിവരം രേഖപ്പെടുത്തിയ ഫലകവും കിണറും നഗരസഭ മണ്ണിട്ടുമൂടി. നാഗർകോവിലിൽനിന്നും ഏകനായി കാൽനടയായി ഡിസംബർ 24ന് അദ്ദേഹം കന്യാകുമാരിയിലെത്തി. കന്യാകുമാരീദേവിയെ വന്ദിച്ചു. ഹിമാലയം മുതൽ കന്യാകുമാരിവരെയുള്ള യാത്രയിൽ മഹത്തായ ഒരു രാജ്യത്തിന്റെ ശോചനീയാവസ്ഥയാണ് സ്വാമിജി കണ്ടത്.

കടലിൽ രണ്ടരഫർലോങ് ദൂരെയുള്ള ശ്രീപാദശിലയിലെത്താൻ കട്ടമരങ്ങൾക്കു നൽകേണ്ട പണം വിവേകാനന്ദന്റെ കൈയിലുണ്ടായിരു ന്നില്ല. അദ്ദേഹം കടലിലേക്ക് ചാടി നീന്തുകയായിരുന്നു. 1892 ഡിസം ബർ മാസം 24, 25, 26 തീയതികളിലായിരുന്നു സ്വാമിജിയുടെ ചരിത്ര പ്രസിദ്ധമായ ധ്യാനം. ഈ ധ്യാനത്തെ മഹാകവി പി.കുഞ്ഞിരാമൻ നായർ ഇങ്ങനെ വർണ്ണിച്ചു:

''ആൽവിത്തിൽ മഹാവൃക്ഷ-
മെന്നപോലാത്മാവിൽ ആ
നായതപ്രപഞ്ചത്തെ-
യാവാഹിച്ചിരിപ്പവൻ''

പുതിയൊരു പദ്ധതിയുമായി നവചൈതന്യത്തോടെയാണ് വിവേ കാനന്ദൻ തിരികെ കരയിലെത്തിയത്. കന്യാകുമാരിയിൽനിന്ന് അദ്ദേഹം മധുരവഴി രാമേശ്വരത്തേക്കു പോയി.

കുസലില്ലാത്ത ത്യാഗവും നിരന്തരപ്രവർത്തനവും അളവറ്റ സ്നേഹവും അഗാധമായ അറിവും അസാമാന്യമായ ഉൾക്കാഴ്ചയും വൈകാരിക സമൃദ്ധിയും കൃത്യതയാർന്ന ആക്രമണവും സവിശേഷമാക്കിയ ആ ഐന്ദ്രജാലിക വ്യക്തിത്വത്തിന്റെ ഉടമ 1902 ജൂലൈ 4 വെള്ളിയാഴ്ച മഹാസമാധിയായി.

ശ്രീരാമകൃഷ്ണാശ്രമം

തന്റെ തിരുവനന്തപുരം സന്ദർശനത്തിന്റെ അവസാനം ഒരു പൊതു പ്രഭാഷണം നടത്താനുള്ള ആതിഥേയന്റെ (പ്രൊഫ. സുന്ദരരാമയ്യരുടെ)

25. ജസ്റ്റിസ് ജി.ശങ്കരമേനോൻ, പ്രബുദ്ധഭാരതം, സെപ്തംബർ 1997

ശ്രീരാമകൃഷ്ണാശ്രമം, നെട്ടയം

അപേക്ഷയിൽനിന്ന് ഒഴിഞ്ഞുമാറിയതിനു പരിഹാരമെന്നവണ്ണം സ്വാമി വിവേകാനന്ദന്റെ തിരുവനന്തപുരം സന്ദർശനം കഴിഞ്ഞ് പന്ത്രണ്ടു വർഷങ്ങൾക്കുശേഷം, ശ്രീരാമകൃഷ്ണദർശനങ്ങളുടെ തെക്കേ ഇന്ത്യയിലെ പ്രചാരകനും മദ്രാസ് മഠത്തിന്റെ പ്രസിഡന്റുമായിരുന്ന സ്വാമി രാമകൃഷ്ണാനന്ദ തിരുവനന്തപുരത്തെത്തി. അദ്ദേഹം ഒരുമാസത്തോളം തിരുവനന്തപുരത്തു താമസിച്ച് പൊതുപ്രഭാഷണങ്ങളും ഗീതാക്ലാസ്സുകളും നടത്തി. സ്വാമിയുമായി സത്സംഗത്തിന് അവസരം ലഭിച്ചവർ തിരുവല്ലയിലും ഹരിപ്പാടും വേദാന്തസംഘങ്ങൾ രൂപവത്കരിച്ചു. തുടർന്ന് ഡോ. രാമൻതമ്പിയുടെ നേതൃത്വത്തിൽ തിരുവനന്തപുരത്ത് ഒരു വേദാന്ത സെന്റർ രൂപവത്കരിക്കപ്പെട്ടു.

വേദാന്ത സൊസൈറ്റിയുടെ ക്ഷണപ്രകാരം 1911ൽ തിരുവനന്തപുരത്തെത്തിയ സ്വാമി നിർമ്മലാനന്ദയാണ് ശ്രീരാമകൃഷ്ണവിവേകാനന്ദന്മാരുടെ ആശയങ്ങൾ പ്രചരിപ്പിക്കാൻ തിരുവനന്തപുരത്ത് ഒരു ആശ്രമം സ്ഥാപിക്കാനുള്ള ആലോചനയ്ക്ക് തുടക്കമിട്ടത്. പ്രാരംഭനടപടി എന്ന നിലയിൽ സംഭാവനയ്ക്കായി സമീപിക്കേണ്ടവരുടെ ഒരു ലിസ്റ്റ് തയ്യാറാക്കുകയും ആദ്യസംഭാവനയായി സ്വാമി ഒരു രൂപ സംഭാവന നൽകുകയും ചെയ്തു. ആശ്രമത്തിൽ അനുയോജ്യമായ സ്ഥലം കണ്ടെത്താൻ നാലുവർഷം വേണ്ടിവന്നു. നെട്ടയത്തെ മലമുകളിലെ വലിയ ഭൂസ്വാമിയും പ്രമാണിയും റിട്ട. പോസ്റ്റുമാസ്റ്ററുമായിരുന്ന അരുണാചലം ആശ്രമത്തിനുവേണ്ടി അഞ്ച് ഏക്കർ സ്ഥലം ദാനം നൽകി. ഇതുസംബന്ധിച്ച ദാനാധാരം 1915 ഡിസംബർ 23നു രജിസ്റ്റർ ചെയ്തു.

1916 ഡിസംബർ മാസം 9-ാം തീയതി സ്വാമിബ്രഹ്മാനന്ദ ആശ്രമത്തിനു തറക്കല്ലിട്ടു. ഋഷികേശ് ബാനർജി എന്ന എഞ്ചിനീയറും നിർമ്മലാനന്ദസ്വാമികളും ചേർന്നാണ് ആശ്രമത്തിന്റെ പ്ലാൻ തയ്യാറാക്കിയത്. ബാനർജി മരണമടഞ്ഞതിനെത്തുടർന്ന് ക്ഷേത്രത്തിന് രൂപകല്പന നൽകിയത് സ്വാമി നിർമ്മലാനന്ദയാണ്. ആശ്രമത്തിന്റെ നിർമ്മാണം

പൂർത്തിയാക്കാൻ എട്ടുവർഷം വേണ്ടിവന്നു. ഇതിനിടയിൽ സ്വാമി ബ്രഹ്മാനന്ദ മഹാസമാധിയായി. 1924 മാർച്ച് 7-ാം തീയതി സ്വാമിനിർമ്മലാനന്ദ ആശ്രമത്തിൽ നിർമ്മിച്ച ക്ഷേത്രത്തിൽ പ്രതിഷ്ഠ നടത്തി. അന്ന് ശ്രീരാമകൃഷ്ണന്റെ 89-ാം ജന്മവാർഷികം കൂടിയായിരുന്നു. ആഘോഷങ്ങൾ 10 ദിവസം നീണ്ടുനിന്നു. അരുണാചലംപിള്ള വീണ്ടും രണ്ടര ഏക്കർ സ്ഥലം കൂടി ആശ്രമത്തിനു നൽകി.

കുളക്കുന്നത്ത് രാമൻമേനോൻ തന്റെ മാതാവിന്റെ സ്മരണയ്ക്കായി ആശ്രമത്തിൽ ഒരു കിണർ കുഴിപ്പിച്ചു. എ.ആർ.രാജരാജവർമ്മയുടെ സ്മരണയ്ക്കായി ശ്രീകോവിലിൽ വെണ്ണക്കൽ പതിപ്പിക്കാനുള്ള തുക സംഭാവനയായി ലഭിച്ചു. ഒരു സാധു സ്ത്രീ അവരുടെ സമ്പാദ്യമായ ഒരു മൂക്കുത്തിയും സംഭാവന നൽകി.

ക്രമേണ ആശ്രമത്തിൽ തിരക്കേറി. ആദ്ധ്യാത്മികജീവിതത്തിലേക്ക് ആകൃഷ്ടരായവരും സന്ന്യാസം സ്വീകരിക്കാൻ ആഗ്രഹിച്ചവരും ആശ്രമത്തിലെത്തി. പ്രാർത്ഥനയ്ക്കും ദൈനംദിന ജോലികൾക്കും സന്ന്യാസിമാരുണ്ടായി. ശ്രീരാമകൃഷ്ണദേവന്റെ ജന്മദിനത്തോടനുബന്ധിച്ച ആഘോഷങ്ങളിൽ സ്ഥലവാസികളും അല്ലാത്തവരുമായ ധാരാളം ജനങ്ങളുമെത്തി. ദരിദ്രരെ ദൈവമായി കണക്കാക്കി നടത്തുന്ന ലക്ഷ്മീനാരായണ പൂജയിൽ ധാരാളം ആളുകൾ പങ്കെടുത്തു. അധഃസ്ഥിതർക്കും അസ്പർശ്യർക്കും വേണ്ടി ആശ്രമം നടത്തിയ ക്ഷേമപരിപാടികൾ അവരെ കൂടുതലായി ആശ്രമത്തിലേക്കാകർഷിച്ചു.

1935ൽ നെട്ടയം ആശ്രമത്തിൽവച്ച് രാമാനന്ദ (പത്മനാഭൻ), പരാനന്ദ (പത്മനാഭൻ തമ്പി), സച്ചിദാനന്ദ (വാസുദേവൻ), അമലാനന്ദ (കുളക്കുന്നത്ത് ശങ്കരമേനോൻ), കൃഷ്ണാനന്ദ (കേശവൻ) എന്നിവർക്ക് നിർമ്മലാനന്ദസ്വാമികൾ ദീക്ഷ നൽകി.

ഇത്രയും നെട്ടയത്തെ വിശേഷം. ഇനി ശാസ്തമംഗലത്തേക്കു വരാം.

1940ൽ തപസ്യാനന്ദ ആശ്രമത്തിന്റെ ചുമതലക്കാരനായെത്തി. അദ്ദേഹം ആശ്രമത്തിന്റെയും നരേന്ദ്രമിഷന്റെ നിയന്ത്രണത്തിൽ ശാസ്തമംഗലത്ത് പ്രവർത്തിച്ചിരുന്ന ഡിസ്പെൻസറിയുടെയും ചുമതലയേറ്റെടുത്തു.

ശാസ്തമംഗലത്ത് നരേന്ദ്രമിഷൻ വക ചെറിയ കെട്ടിടത്തിൽ പ്രവർത്തിച്ചിരുന്ന പ്രബുദ്ധകേരളത്തിന്റെ ഓഫീസ് ഒഴിഞ്ഞുപോയതോടെ സ്വാമിതപസ്യാനന്ദ അവിടെ ഒരു മുറിയിൽ താമസമാക്കി. പലരിൽ നിന്നും സംഭാവനകൾ സ്വീകരിച്ച് ആ കെട്ടിടത്തിനോടു ചേർന്ന് ഒരു ഭജനമുറിയും ശ്രീകോവിലും നിർമ്മിച്ചു. ശ്രീകോവിലിൽ ശ്രീരാമകൃഷ്ണന്റെ ചിത്രം സ്ഥാപിച്ച് ദിവസവും പ്രാർത്ഥനയും ഭജനയും ആരംഭിച്ചതോടെ ഇവിടെ നെട്ടയം ആശ്രമത്തിന്റെ ശാഖയായി.

സ്വാമി തപസ്യാനന്ദയുടെ സാന്നിദ്ധ്യത്തിൽ ശാസ്തമംഗലത്തെ ആശ്രമം സജീവമായി. 1952 മുതൽ ഇവിടെ നിരന്തരം ഗീതാക്ലാസ്സുകളും

ശാസ്തമംഗലം ശ്രീരാമകൃഷ്ണാശ്രമം

കുട്ടികളുടെ ഭജനയും ആദ്ധ്യാത്മികപ്രഭാഷണങ്ങളും നടന്നു. ഭവന സന്ദർശനങ്ങളും സത്സംഘവും പതിവായി. ഇതോടെ ആശ്രമത്തിലെ നിത്യസന്ദർശകരായ ഭക്തരുടെ എണ്ണം വർദ്ധിച്ചു. 1988-90ൽ നിർദ്ധ നർക്കായി 155 കിണറുകളും 52 ശുചിമുറികളും നിർമ്മിച്ചു നൽകുകയും പാവപ്പെട്ട ഗ്രാമീണർക്ക് വീട് ഓലമേയുന്നതിന് സാമ്പത്തികസഹായം നൽകുകയും ചെയ്തു.

1978ൽ ആശ്രമം നടത്തിയിരുന്ന പഴയ കെട്ടിടത്തിന്റെ പുനരുദ്ധാ രണവും പുനഃക്രമീകരണവും നടന്നു. കെട്ടിടത്തിന് മൊസൈക് തറയും സീലിങ്ങും ഉണ്ടാക്കി. പ്രാർത്ഥനാമുറി വലുതാക്കുകയും ശ്രീരാമകൃഷ്ണ ദേവന്റെ പടത്തിനു താമരയുടെ മാതൃകയിലുള്ള അടിഭാഗവും മുകളിൽ മനോഹരമായ വിതാനവും നിർമ്മിച്ചു മനോഹരമാക്കി. പ്രാർത്ഥനാമുറി വലുതാക്കിയത് ധാരാളം ഭക്തജനങ്ങൾക്ക് പങ്കെടുക്കാൻ അവസര മൊരുക്കി. ക്രമേണ ആശ്രമത്തിൽ പ്രഭാഷണം കേൾക്കാനും പ്രാർത്ഥന യിൽ പങ്കെടുക്കാനെത്തുന്നവരുടെ തിരക്ക് മുറ്റത്തേക്കു നീണ്ടു.

നെട്ടയം ആശ്രമത്തിന്റെ ശാഖയായി തുടങ്ങിയ ശാസ്തമംഗലത്തെ ആശ്രമം അവിടെ നടത്തിയ ആദ്ധ്യാത്മിക ജീവകാരുണ്യപ്രവർത്തന ങ്ങളാലും ദിവസവുമുള്ള ആരാധനകൊണ്ടും ഭക്തജനങ്ങളുടെ പങ്കാ ളിത്തം കൊണ്ടും അക്ഷരാർത്ഥത്തിൽ പൂർണ്ണ ആശ്രമമായി മാറി.

1942 മുതൽ 72 വരെ തപസ്യാനന്ദസ്വാമിയും 1972 മുതൽ 79 വരെ അനന്താത്മാനന്ദസ്വാമിയും 1979 മുതൽ 85 വരെ ഗോലോകാനന്ദ സ്വാമിയും 1985 മുതൽ 87 വരെ ശ്രീനാഥാനന്ദസ്വാമിയും 1987 മുതൽ

97 വരെ ശക്രാനന്ദസ്വാമിയും 97 മുതൽ 2011 വരെ ലോകഹിതാനന്ദ സ്വാമിയും ആശ്രമത്തിന്റെ അദ്ധ്യക്ഷന്മാരായിരുന്നു. 2011 മുതൽ 2014 വരെ തത്ത്വരൂപാനന്ദസ്വാമിയായിരുന്നു അദ്ധ്യക്ഷൻ. മോക്ഷപ്രതാനന്ദ യാണ് ഇപ്പോൾ അദ്ധ്യക്ഷൻ.

ശ്രീരാമകൃഷ്ണമിഷൻ ആശുപത്രി

1937ൽ ഡോ. രാമൻതമ്പിയുടെ നേതൃത്വത്തിൽ സമാനമനസ്ക രായ ചിലർ ചേർന്ന് 'നരേന്ദ്രമിഷൻ' എന്ന പേരിൽ ജീവകാരുണ്യ പ്രവർത്തനങ്ങൾക്കായി ഒരു സ്വതന്ത്രസംഘടന രൂപവത്കരിച്ചു. സ്വാമി നിർമ്മലാനന്ദയായിരുന്നു ഇതിന്റെ പ്രചോദനം. നരേന്ദ്രമിഷൻ അതിന്റെ പ്രവർത്തനങ്ങൾക്കായി ശാസ്തമംഗലത്ത് രണ്ടു മുറികളും വരാന്തയു മുള്ള ഒരു പഴയ കെട്ടിടവും സ്ഥലവും വിലയ്ക്കുവാങ്ങി. രാമകൃഷ്ണ മിഷന്റെ 'പ്രബുദ്ധകേരളം' എന്ന പ്രസിദ്ധീകരണത്തിന്റെ ജോലിയാ യിരുന്നു ഇവിടെ ആദ്യം തുടങ്ങിയത്.

ശ്രീരാമകൃഷ്ണസംഘത്തിന്റെ മലയാളമുഖപത്രമാണ് 'പ്രബുദ്ധ കേരളം. 1915 ഒക്ടോബർ 15-ാം തീയതി സ്വാമി നിർമ്മലാനന്ദയാണ് കൊല്ലത്തുനിന്ന് ആദ്യമായി മാസികയുടെ പ്രസിദ്ധീകരണം തുടങ്ങി യത്. ഇന്ത്യൻ ജനതയുടെ മനസ്സിൽ നവോത്ഥാനചിന്തകൾ ഉണർ ത്തിയ സ്വാമി വിവേകാനന്ദന്റെയും ഗുരു ശ്രീരാമകൃഷ്ണ പരമഹംസ രുടെയും സന്ദേശങ്ങൾ മലയാളികളിലെത്തിച്ചത് പ്രത്യക്ഷത്തിൽ ചെറുതെന്നു തോന്നുന്ന ഈ പ്രസിദ്ധീകരണമാണ്.

ഇക്കാലത്ത് സർക്കാർ ആരോഗ്യവിഭാഗത്തിൽനിന്നു വിരമിച്ച പ്രശ സ്തനായ ഡോ. രാമൻതമ്പി ഓഫീസ് കെട്ടിടത്തിന്റെ വരാന്തയിൽ നിർധനരായ രോഗികൾക്ക് സൗജന്യവൈദ്യപരിശോധന തുടങ്ങി. ശാസ്തമംഗലം ആശ്രമത്തിന്റെയും ശ്രീരാമകൃഷ്ണമിഷൻ ആശുപത്രിയു ടെയും തുടക്കം ഇവിടെനിന്നാണെന്നു പറയാം.

തുടർന്ന് കെട്ടിടത്തിന്റെ ഒരു മുറിയിലും വരാന്തയിലുമായി 'നരേന്ദ്ര മിഷൻ ചാരിറ്റബിൾ ഡിസ്പെൻസറി' എന്ന പേരിൽ ഡോ. രാമൻതമ്പി ചീഫ് മെഡിക്കൽ ഓഫീസറും ഡോ. കെ. കേശവൻനായർ (കൊച്ചു കേശവൻനായർ) ഡോക്ടറുമായി സൗജന്യചികിത്സ വിപുലീകരിച്ചു. 1115 ചിങ്ങമാസം 14-ാം തീയതി മിഷൻപരിസരത്തു നടന്ന ചടങ്ങിൽ വടിവേശ്വരം കൃഷ്ണയ്യർ നരേന്ദ്രമിഷൻ ചാരിറ്റബിൾ ഡിസ്പെൻസറി യുടെ ഉദ്ഘാടനം നിർവഹിച്ചു. പി. കൃഷ്ണൻതമ്പിയായിരുന്നു മിഷൻ സെക്രട്ടറി. ഡോ. കൊച്ചുകേശവൻനായരുടെ ദീർഘകാലസേവനം പ്രത്യേകം സ്മരിക്കപ്പെടേണ്ടതാണ്.

ഡിസ്പെൻസറിയുടെ പ്രവർത്തനം മെച്ചപ്പെടുത്തുന്നതിനും വിപുലീ കരിക്കുന്നതിനും അവ രാമകൃഷ്ണമിഷന്റെ നിയന്ത്രണത്തിലാക്കുക യായിരിക്കും ഉചിതമെന്ന് നരേന്ദ്രമിഷന്റെ അംഗങ്ങൾക്കു തോന്നി.

തങ്ങളുടെ തീരുമാനം ബേലൂർമഠത്തെ അറിയിക്കുകയും ഇതിലേക്കായി പ്രാദേശികഭാഷ അറിയുന്ന ഒരു സന്ന്യാസിയുടെ സേവനം അഭ്യർത്ഥിക്കുകയും ചെയ്തു. അങ്ങനെയാണ് സ്വാമി തപസ്യാനന്ദ തിരുവനന്തപുരത്തെത്തിയത്. 1942ൽ ശാസ്തമംഗലം ആശുപത്രി ബേലൂർമഠത്തിന്റെ കീഴിലായി.

പ്രബുദ്ധകേരളത്തിന്റെ ഓഫീസ് ഇവിടെനിന്നു വിട്ടുപോയതോടെ സ്വാമിയുടെ താമസം അവിടത്തെ കെട്ടിടത്തിന്റെ ഒരു മുറിയിലായി. സ്വാമിയുടെ മുപ്പതുവർഷത്തെ ത്യാഗോജ്ജ്വലമായ സേവനവും അശ്രാന്തപരിശ്രമവും ഒരു ചെറിയ ഡിസ്പെൻസറിയെ ആധുനിക സൗകര്യങ്ങളോടും അന്തർഘടനകളോടും കൂടി ഒന്നരഹെക്ടർ സ്ഥലത്ത് നിറഞ്ഞുനിൽക്കുന്ന ഒരു ജനറൽ ആശുപത്രിയാക്കിമാറ്റി. നിലവിലുള്ള കെട്ടിടത്തിനു വടക്കുവശത്തായി ഔട്ട് പേഷ്യന്റ് വിഭാഗത്തിന്റെ പ്രവർത്തനത്തിന് 'കല്യാണിപ്പിള്ള മെമ്മോറിയൽ' എന്നപേരിൽ ഒരു പുതിയ കെട്ടിടം നിർമ്മിച്ചു. ശ്രീമൂലം തിരുനാളിന്റെ ഭാര്യയുടെ അനുജത്തിയായ കല്യാണിപ്പിള്ള വടശ്ശേരി അമ്മവീട്ടിലെ അംഗമാണ്. ഈ കാലയളവിൽ സർക്കാർ സർവീസിലുള്ള സ്പെഷ്യലിസ്റ്റ് ഡോക്ടർമാരുടെ സേവനം അവരുടെ ഔദ്യോഗിക കൃത്യനിർവഹണത്തിനു തടസ്സം വരാത്തവിധത്തിൽ ലഭിക്കുവാൻ സർക്കാരിൽനിന്ന് അനുവാദം വാങ്ങി. ഇത് ആശുപത്രിയടെ വികസനം ദ്രുതഗതിയിലാക്കാൻ സഹായിച്ചു.

ക്രമേണ തെക്കുഭാഗത്തും വടക്കുഭാഗത്തുമായി കൂടുതൽ സ്ഥലം വിലയ്ക്കും ഗവണ്മെന്റിനെക്കൊണ്ട് അക്വയർ ചെയ്യിപ്പിച്ചും ആശുപത്രിയോടു ചേർത്തു.

5-12-1943ലെ ഡിസ്പെൻസറിക്കും റോഡിനുമിടയിലുള്ള പുറമ്പോക്ക്, ഡിസ്പെൻസറിയുടെ ആവശ്യത്തിന് വിട്ടുതരണമെന്ന സ്വാമിതപസ്യാനന്ദയുടെ അപേക്ഷ സർക്കാർ അനുഭാവപൂർവം പരിഗണിച്ചു. ‘‘ആശുപത്രിയുടെ മുൻവശത്ത് നിലവിലുള്ള റോഡിന് 15 അടി വീതിയാണുള്ളതെന്നും റോഡിന്റെ ഭാവിവികസനത്തിന് 30 അടി വീതിയിൽ സ്ഥലം കരുതിയശേഷം ബാക്കിവരുന്ന 1.221 സെന്റ് റോഡ് പുറമ്പോക്ക് ആശ്രമത്തിനു വിട്ടുകൊടുക്കുന്നതിൽ തടസ്സമില്ലെന്ന റോഡ് ആന്റ് ഇറിഗേഷൻ ചീഫ് എഞ്ചിനീയറുടെ ശുപാർശപ്രകാരം പ്രസ്തുത പുറമ്പോക്ക് സൗജന്യമായി വിട്ടുകൊടുക്കാൻ സർക്കാർ ഉത്തരവായി.

1944ൽ ഒരു താത്കാലിക ഷെഡ്ഡിൽ പത്തു കിടക്കകളുള്ള ഒരു മെറ്റേർണിറ്റി വാർഡ് പ്രവർത്തനമാരംഭിച്ചതോടെ ഡിസ്പെൻസറി ആശുപത്രിയായി മാറി. ഈ ഷെഡ്ഡ് താമസിയാതെ സ്ഥിരം കെട്ടിടമായി മാറുകയും കൂടുതൽ നിർമ്മിതികൾ ഉണ്ടാവുകയും ചെയ്തു. 1971ൽ സ്വാമിതപസ്യാനന്ദ മദ്രാസിലെ മഠത്തിന്റെ ചുമതലക്കാരനായതോടെ ശാസ്തമംഗലത്തോടു വിടപറഞ്ഞു.

ശാസ്തമംഗലത്തെ ആശ്രമത്തിനും ആശുപത്രിക്കും ജനങ്ങൾക്കും സ്വാമിജിയുടെ മാറ്റം മൂലമുണ്ടായ നഷ്ടം നികത്താവുന്നതിലും അപ്പുറമായിരുന്നു. മുപ്പതുവർഷത്തെ ക്രമാനുഗതമായ പുരോഗതി കുറച്ചു കാലത്തേക്കു നിലച്ചുവെന്നുതന്നെ പറയാം. ഈ കാലഘട്ടത്തിൽ സ്പെഷ്യലിസ്റ്റ് ഡോക്ടറന്മാരുടെ സേവനത്തിന്റെ കാര്യത്തിൽ സർക്കാർ നൽകിയിരുന്ന അനുമതി പിൻവലിച്ചത് മറ്റൊരു ആഘാതമായി മാറിയെങ്കിലും കാലക്രമേണ സ്വന്തമായ ക്രമീകരണങ്ങളിലൂടെ ഈ കുറവ് മറികടന്നു. പുതിയ പ്രസിഡന്റായി സ്വാമിആത്മാനന്ദ എത്തി. 1974ൽ പുതിയ പോളി ക്ലിനിക് കെട്ടിടം നിർമ്മിച്ചു. എല്ലാ ഒ.പി.കളും അവിടേക്കു മാറ്റി.

സമീപത്തുള്ള ഗ്രാമങ്ങളിലെ നിർധനരായ രോഗികൾക്കുവേണ്ടി 1989ൽ ഒരു റൂറൽ മെഡിക്കൽ സർവ്വീസ് എന്ന പേരിൽ ഒരു സഞ്ചരിക്കുന്ന മെഡിക്കൽ യൂണിറ്റ് സംഘടിപ്പിച്ചു. 1986ൽ ഇന്ത്യാഗവണ്മെന്റിന്റെ സഹായത്തോടെ റൂറൽ ഹെൽത്ത് സർവ്വീസ് പദ്ധതി ആവിഷ്കരിച്ചു നടപ്പിലാക്കി.

നിർമ്മലാനന്ദസ്വാമി

ശ്രീരാമകൃഷ്ണ വിവേകാനന്ദന്മാരുടെ സന്ദേശങ്ങൾ പ്രചരിപ്പിക്കുന്നതിനായി 1911 ഫെബ്രുവരി 15നാണ് ആദ്യമായി സ്വാമിനിർമ്മലാനന്ദ കേരളത്തിലെത്തുന്നത്. തുടർന്നുള്ള 25 വർഷങ്ങൾക്കിടയിൽ ഹരിപ്പാട് (1913), തിരുവല്ല (1913), കൊയിലാണ്ടി (1915), തിരുവനന്തപുരം (1924), മുട്ടം (1925), ഒറ്റപ്പാലം (1926), കായങ്കുളം, കുളത്തൂർ പാല(1930), അടൂർ, നെയ്യൂർ, മൂവാറ്റുപുഴ, പുതുക്കാട് (1930), കോഴിക്കോട് (1937) തുടങ്ങിയ 16 ശ്രീരാമകൃഷ്ണ ആശ്രമങ്ങൾ കേരളത്തിൽ സ്ഥാപിക്കാൻ അദ്ദേഹത്തിനു കഴിഞ്ഞു. കേരളത്തിൽ ശ്രീരാമകൃഷ്ണ പ്രസ്ഥാനത്തിന് വിത്തു പാകി വളർത്തി പരിപോഷിപ്പിച്ച് മഹാപ്രസ്ഥാനമായി വളർത്തിയെടുത്തത് സ്വാമിജിയാണ്. 1935ൽ അദ്ദേഹം ബാംഗളൂർ ശ്രീകൃഷ്ണ ആശ്രമത്തിൽ നിന്ന് തിരുവനന്തപുരത്തെ നെട്ടയം ആശ്രമത്തിലെത്തി. ഒട്ടേറെ മലയാളികളെ ശ്രീരാമകൃഷ്ണ പ്രസ്ഥാനത്തിലേക്കു ആകർഷിച്ചത് ബംഗാളിയായ സ്വാമിയുടെ സംഘടനാപാടവം ഒന്നു തന്നെ. തുളസിചരൺദത്ത എന്നായിരുന്നു പൂർവ്വാശ്രമത്തിൽ ഇദ്ദേഹത്തിന്റെ നാമം. 1863 ഡിസംബർമാസം 23ന് ബംഗാളിലെ കായസ്ഥ കുടുംബത്തിലെ അംഗമായി തുളസി ചരൺദത്ത ജനിച്ചു. അമ്മ ഥാക്കാമണി നിരന്തരം നടത്തിയ തുളസിപൂജയുടെ ഫലമാണ് ഇദ്ദേഹത്തിന്റെ ജനനം എന്ന രക്ഷകർത്താക്കളുടെ വിശ്വാസമാണ് തുളസീചരൺ എന്ന പേരിന് നിദാനം. കൽക്കട്ടാ സർവ്വകലാശാലയിലെ മാതൃകാവിദ്യാർത്ഥിയായിരുന്ന ഇദ്ദേഹം ധാരാളം കീർത്തി മുദ്രകളും ഇരട്ടക്ലാസ് കയറ്റവുമൊക്കെ നേടി യൗവ്വനത്തിൽത്തന്നെ വ്യക്തിമുദ്ര പതിപ്പിച്ച് കഴിഞ്ഞിരുന്നു.

ശ്രീകൃഷ്ണപരമഹംസരെ ആദ്യമായി തുളസീചരൺദത്ത കാണുന്നത് രാമകൃഷ്ണദേവന്റെ ശിഷ്യനായ ബൽറാം ബോസിന്റെ വീട്ടിൽ വച്ചാണ്. ബോസിന്റെ വീട്ടിലെ ആൾക്കൂട്ടത്തിനിടയിലൂടെ വേച്ച് വേച്ച് നടന്നുവന്ന രാമകൃഷ്ണദേവന്റെ നോട്ടത്തിലൂടെ ഒരു കാന്തികശക്തി തന്നിലേക്ക് പ്രവഹിക്കുന്നതായി തുളസിചരണിന് തോന്നി. തന്നെ തളർത്തിക്കളഞ്ഞ ആ യോഗിയെ ഇനി കാണുകയില്ലെന്ന് തീരുമാനിച്ചെങ്കിലും വീണ്ടും അദ്ദേഹത്തിന്റെ അരികിലേക്ക് പോകാതിരിക്കാൻ കഴിഞ്ഞില്ല. രണ്ടാമത്തെ ദർശനത്തോടെ ആ ബന്ധം പിരിയാൻ കഴിയാത്തവണ്ണം ഉറച്ചുവെന്നു മാത്രമല്ല ഗുരുശുശ്രൂഷയിൽ തുളസിചരൺ പരാമാനന്ദം കാണുകയും ചെയ്തു. 23-ാം വയസിൽ തുളസിചരൺ തന്റെ ഗൃഹസ്ഥജീവിതം അവസാനിപ്പിച്ച് സ്വാമിനിർമ്മാലാന്ദയായി. തുടർന്ന് 12 വർഷം തീർത്ഥയാത്രയും ഹിമാലയത്തിൽ തപസ്സുമായി കഴിച്ചുകൂട്ടി.

സ്വാമി വിവേകാനന്ദൻ അമേരിക്കയിൽ താൻ തുടങ്ങിവച്ച പ്രവർത്തനങ്ങൾ തുടരാൻ നിയോഗിച്ചത് അഭേദാനന്ദസ്വാമിയെയും നിർമ്മലാനന്ദയെയുമാണ്. ഇവർ അമേരിക്കയിൽ അന്നുണ്ടാക്കിയ ആദ്ധ്യാത്മിക ചലനത്തിന്റെ അലകൾ ഒരു നൂറ്റാണ്ടിനുശേഷവും സജീവമായി നിൽക്കുന്നു. 1903 മുതൽ 1906 വരെ സ്വാമി പ്രസംഗത്തിലൂടെയും പ്രവർത്തിയിലൂടെയും പ്രസരിപ്പിച്ച അസാധാരണമായ ഊർജ്ജം ശ്രീരാമകൃഷ്ണ വിവേകാനന്ദ സന്ദേശങ്ങൾ ജനഹൃദയങ്ങളിലെത്തി ക്കാൻ സഹായിച്ചു.

സ്വാമി നിർമ്മലാനന്ദയുടെ പ്രവർത്തനങ്ങൾ അമേരിക്കയിലെ മതമൗലികവാദികളെ പ്രകോപിപ്പിക്കാതെയുമിരുന്നില്ല. ശ്രീരാമകൃഷ്ണ ദർശനങ്ങൾക്ക് ലഭിക്കുന്ന സ്വീകാര്യതയും വർദ്ധിച്ചുവരുന്ന അനുയായികളുടെ സംഖ്യയും അവരിൽ അസ്വസ്ഥത ഉളവാക്കുക മാത്രമല്ല രാജ്യത്തിൽ അവിശ്വാസികൾ നടത്തുന്ന കയ്യേറ്റമായും അത് കണക്കാക്കപ്പെട്ടു. നിത്യവും ധ്യാനം അഭ്യസിക്കുന്ന ഈ സ്വാമിമാർ മാനസികരോഗം ചികിത്സിക്കുന്നതിൽ വിദഗ്ദ്ധന്മാരാണെന്നും അവർ കണ്ടെത്തി.

1909ലാണ് സ്വാമിജി ബാംഗ്ലൂർ ആശ്രമത്തിന്റെ ചുമതലക്കാരനായത്. 1911 മുതൽ ഇടയ്ക്കിടയ്ക്ക് കേരളത്തിലേക്ക് വരാൻ തുടങ്ങി. കേരളത്തിൽ ശ്രീരാമകൃഷ്ണ പ്രസ്ഥാനത്തിന്റെ ആരംഭം 1913-14ൽ ഹരിപ്പാട്ടെ ശ്രീരാമകൃഷ്ണ ആശ്രമത്തിന്റെ സ്ഥാപനത്തോടെയാണ് തുടങ്ങിയത്.

ഭക്തിക്ക് ജാതിയില്ല എന്ന ശ്രീരാമകൃഷ്ണന്റെ ദർശനം പ്രാവർത്തികമാക്കാൻ നിർമ്മലാനന്ദസ്വാമി തുടങ്ങിവച്ച ശ്രമം പ്രസിദ്ധമാണ്. 1913 ഏപ്രിൽ മാസം 27ന് ഹരിപ്പാട്ടെ ശ്രീരാമകൃഷ്ണ ആശ്രമത്തിന്റെ ഉദ്ഘാടനത്തോടനുബന്ധിച്ച് നടന്ന മിശ്രഭോജനം കഴിഞ്ഞപ്പോൾ സ്വാമിജി പറഞ്ഞു ''ആരും ഇല എടുക്കണ്ട'' എല്ലാവരും എഴുന്നേറ്റ് കൈകഴുകിക്കൊള്ളിൻ. ഇതുകേട്ട് എല്ലാവരും എഴുന്നേറ്റ് കൈകഴുകി. ''ആര് ഇല എടുക്കും?'' എന്ന് ഊണുകഴിച്ചവർ പരസ്പരം നോക്കി

ഇതു ശ്രദ്ധിച്ച സ്വാമി ''ഓ, നിങ്ങൾക്കൊക്കെ അയിത്തമുണ്ടല്ലോ. ഭക്തർക്ക് ജാതിയില്ല. ഞാൻ തന്നെ എടുത്തുകളയാം'' എന്നു പറഞ്ഞ് കുനിഞ്ഞ് ഒരു ഇല എടുത്തു. ഇത് കണ്ട് തുരുതുരാ എല്ലാവരും ഇല എടുത്ത് അവിടം വൃത്തിയാക്കി. സഹോദരൻ അയ്യപ്പൻ മിശ്രഭോജനം നടത്തിയതിന് നാല് വർഷം മുൻപാണ് ഈ സംഭവം.

കേരളത്തിലുടനീളം ശ്രീരാമകൃഷ്ണ വിവേകാനന്ദചിന്തകളുടെ അലയിളക്കമുണ്ടാക്കിയ സ്വാമി നിർമ്മലാനന്ദ കേരളത്തിലെ ആദ്ധ്യാത്മിക നവോത്ഥാന പ്രവർത്തനങ്ങളിൽ മുൻപന്തിയിൽ തന്നെയായിരുന്നു. ഒറ്റപ്പാലത്ത് ഭാരതപ്പുഴയുടെ തീരത്ത് പാലപ്പുറം എന്ന ഗ്രാമത്തിൽ ഒരു സമാധിക്ഷേത്രമുണ്ട് അവിടത്തെ സമാധിമണ്ഡപത്തിൽ ഇങ്ങനെ കുറിച്ചിരിക്കുന്നു. ''യുഗാവതാര പുരുഷന്റെ അന്തഃരംഗപാർഷദനും യാഗാചാര്യന്റെ സോദരസന്ന്യാസിയുമായ നിർമ്മലാന്ദസ്വാമികൾ ഇവിടെ അന്ത്യവിശ്രമം കൊള്ളുന്നു.'' ഇവിടെ നിർമ്മലാനന്ദ സമാധിയിലുള്ള ക്ഷേത്രത്തിൽ ശ്രീരാമകൃഷ്ണനൊപ്പം നിർമ്മലാനന്ദ സ്വാമിയെയും പൂജിക്കുന്നു.

സ്വാമി തപസ്യാനന്ദ

ശ്രീരാമകൃഷ്ണമിഷന്റെ ആഗോള ഉപാദ്ധ്യക്ഷൻ, ചിന്തകൻ എന്നീ നിലകളിലും ആത്മീയവിഷയങ്ങളിലെ അറിവുകൊണ്ടും പ്രസിദ്ധനുമായ സ്വാമി തപസ്യാനന്ദയുടെ 1940 മുതൽ 1971 വരെയുള്ള കർമ്മമണ്ഡലം ശാസ്തമംഗലത്തെ മിഷൻ ആശുപത്രിയായിരുന്നു. കർമ്മവും ത്യാഗവും ജീവിതവ്രതമാക്കിയ ആ സന്ന്യാസിവര്യന്റെ സേവനങ്ങൾ ഇവിടത്തെ പഴയ തലമുറ ഇന്നും ഓർക്കുന്നു.

ഒറ്റപ്പാലം സ്വദേശിയും പ്രശസ്തമായ പാലാട്ടുവീട്ടിലെ അംഗവുമായ സ്വാമി തപസ്യാനന്ദ മദ്രാസിൽ കോളേജുവിദ്യാഭ്യാസം നടത്തി. വിദ്യാർത്ഥിയായിരിക്കുമ്പോൾത്തന്നെ ശ്രീരാമകൃഷ്ണാമിഷനിലെ സന്ന്യാസിമാരുമായുള്ള സഹവാസം അദ്ദേഹത്തെ ആശ്രമത്തിലെത്തിച്ചു. ചെറുപ്പത്തിലേ ശീലിച്ച മിതവ്യയം സന്ന്യാസിയായപ്പോൾ ദരിദ്രജീവിതം നയിക്കാൻ പ്രാപ്തനാക്കി. പേരുപോലെതന്നെ സമർപ്പിതവും തപോനിഷ്ഠവുമായ ജീവിതമായിരുന്നു സ്വാമിയുടേത്.

വളരെ പരിമിതമായ സ്രോതസ്സുകളിൽനിന്ന് സ്വാമിജി കൈവരിച്ച മഹത്തായ നേട്ടമാണ് ശാസ്തമംഗലത്തെ മിഷൻ ആശുപത്രി. അദ്ദേഹത്തിന്റെ ഓഫീസിൽ ഒരു സാധാരണ മേശയും കസേരയും മാത്രമാണുണ്ടായിരുന്നത്. ഇതുപോലെ തന്നെയായിരുന്നു കിടപ്പുമുറിയും. പകൽ സമയത്ത് ഡോക്ടറെ കാത്തിരിക്കാൻ രോഗികൾ ഉപയോഗിച്ചിരുന്ന രണ്ടു ബഞ്ചുകൾ ചേർത്തിട്ട് അതിനുമുകളിൽ ഒരു തുണി വിരിക്കുമ്പോൾ കിടക്കയായി. ചെലവു ചുരുക്കിയുണ്ടാക്കുന്ന ഓരോ നാണയവും ഉറുമ്പ് അരിമണിയെന്നപോലെ ശേഖരിച്ചുവച്ച് ആശുപത്രിയുടെ ആവശ്യങ്ങൾക്ക് സ്വാമിജി ഉപയോഗിച്ചു.

ശാസ്തമംഗലം ആശുപത്രിയിൽ ഒരു റഫ്രിജറേറ്റർ ആവശ്യമായി വന്നപ്പോൾ വാങ്ങുകയും, അതിൽ ഐസ്ക്രീം ഉണ്ടാക്കി ആശ്രമത്തിൽ വരുന്ന കുട്ടികൾക്കു വിറ്റ് റഫ്രിജറേറ്റർ വാങ്ങിയ തുക തിരികെ വസൂലാക്കുകയും ചെയ്ത സംഭവം സ്വാമിസുഖാത്മാനന്ദ, തപസ്യാനന്ദനെക്കുറിച്ചുള്ള ഓർമ്മകളിൽ രേഖപ്പെടുത്തിയിട്ടുണ്ട്.[26]

സ്വാമിജിക്ക് വ്യക്തിപരമായ ആവശ്യങ്ങൾ പരിമിതമായിരുന്നു. തന്റെ മുറിയിലും ഓഫീസിലും അവശ്യം ഫർണിച്ചറുകൾ മാത്രം. ലളിതമായ ആഹാരം, പരിമിതവും ചെലവ് കുറഞ്ഞതുമായ വസ്ത്രങ്ങൾ. പഴക്കംകൊണ്ട് ധാരാളം ദ്വാരങ്ങൾവീണ തോർത്തുപോലും ഉപേക്ഷിക്കാൻ മടിയാണ്. ശിഷ്യന്മാർ അതേക്കുറിച്ച് പരാമർശിച്ചപ്പോൾ ''അത് അതിന്റെ ജോലിചെയ്യുന്നുണ്ടല്ലോ, പിന്നെ എന്തിനാണ് പുതിയ ഒരെണ്ണം?'' എന്നായിരിക്കും മറുചോദ്യം. ശിഷ്യന്മാർ അനുവാദത്തിനു കാത്തുനിൽക്കാതെ പഴയ തോർത്തുമാറ്റി പുതിയത് ഇടുകയാണു പതിവ്.

ആശുപത്രിക്കുള്ളിലും ആശ്രമത്തിലും ഭരണകാര്യങ്ങൾ ശ്രദ്ധിച്ചും രോഗികളുടെ ക്ഷേമമന്വേഷിച്ചും ആശ്രമത്തിൽനിന്നു തിരിച്ച് ശാസ്തമംഗലം, ഇടപ്പഴഞ്ഞി, വഴുതക്കാട്, വെള്ളയമ്പലം വഴി തിരിച്ചെത്തുന്ന സായാഹ്നസവാരികളിൽ കണ്ടുമുട്ടുന്ന എല്ലാവരോടും കുശലമന്വേഷിച്ചും സദാ പ്രസന്നവദനനായി പുഞ്ചിരിച്ചുകൊണ്ടു നടന്നിരുന്ന സ്വാമി തപസ്യാനന്ദയുടെ ആതുരർക്കുവേണ്ടിയുള്ള തപസ്യ എക്കാലവും ഓർമ്മിക്കപ്പെടും.

പത്മനാഭൻതമ്പിയും രാമൻതമ്പിയും

തിരുവനന്തപുരത്ത് ശ്രീരാമകൃഷ്ണ ആശ്രമത്തിന്റെയും ആശുപത്രിയുടെയും തുടക്കത്തിന്റെയും വളർച്ചയുടെയും പിന്നിൽ ശാസ്തമംഗലത്തുകാരായ രണ്ടു സഹോദരന്മാരുടെ പങ്ക് വലുതാണ്. വലിയ ദിവാൻജി രാജാകേശവദാസന്റെ ചെറുമകളുടെ മകൻ ഭജനപ്പുരകാര്യക്കാരായിരുന്ന നങ്കോയിക്കൽ കേശവൻതമ്പിയുടെ പുത്രന്മാരായ പത്മനാഭൻ തമ്പിയും (സ്വാമി പരാനന്ദ) രാമൻതമ്പിയുമായിരുന്നു ഇവർ. ശ്രീരാമകൃഷ്ണപരമഹംസരുടെ ശിഷ്യപരമ്പരയിൽ ഇരുപത്തിയെട്ടാമനായ സ്വാമിനിർമ്മലാനന്ദയെ ഇരുവരും ഗുരുവായി വരിച്ചു.

ചെറുപ്പത്തിൽ ഇവരുടെ താമസം വെള്ളയമ്പലത്ത് ഇന്ന് ഒബ്സർവേറ്ററി കോമ്പൗണ്ടിലുണ്ടായിരുന്ന വീട്ടിലായിരുന്നു. പിന്നീട് വെള്ളയമ്പലംശാസ്തമംഗലം റോഡിൽ ഇരുവരും പ്രത്യേകം വീടുകൾ പണിതു താമസമായി.

---

26. പ്രബുദ്ധകേരളം, സെപ്തംബർ 2016.

രാജാകേശവദാസന്റെ അസ്വാഭാവികമരണത്തിനുശേഷം അദ്ദേഹത്തിന്റെ വസ്തുവകകൾ കണ്ടുകെട്ടുകയുണ്ടായല്ലോ. വർഷങ്ങൾക്കുശേഷം ഈ അന്യായനടപടികൾക്ക് ഒരു ചെറിയ പരിഹാരമെന്നോണം ഇന്നത്തെ ഒബ്സർവേറ്ററി കോമ്പൗണ്ട് അനന്തരാവകാശികൾക്ക് പതിച്ചുകൊടുത്തു. ആ സ്ഥലം ഒബ്സർ വെറ്ററിക്കുവേണ്ടി ഏറ്റെടുത്തപ്പോൾ അതിനു പകരമായി പത്മനാഭൻതമ്പിക്കും രാമൻതമ്പിക്കും ശാസ്തമംഗലത്തു ലഭിച്ച സ്ഥലത്താണ് അവർ വീടുവച്ചു താമസിച്ചത്.

കേശവൻതമ്പിയുടെ മൂത്ത മകനാണ് പത്മനാഭൻതമ്പി (സ്വാമി പരാനന്ദ). ശാസ്തമംഗലത്ത് മെയിൻറോഡിൽ ശ്രീരംഗം ലെയിനിനോടുചേർന്ന് ഇന്നത്തെ എസ്.എഫ്.എസ്. ഫ്ളാറ്റു സ്ഥിതി ചെയ്യുന്ന സ്ഥലത്തുണ്ടായിരുന്ന വീട്ടിലായിരുന്നു താമസം. വീട്ടുപേര് 'പത്മാലയം'. ഭാര്യ ചിറ്റല്ലൂർ വീട്ടിലെ ജാനകിയമ്മ.

ശ്രീരാമകൃഷ്ണവിവേകാനന്ദന്മാരുടെ മഹത്വം ആദ്യമായി അറിഞ്ഞ മലയാളികളിൽ ഒരാളായിരുന്നു പത്മനാഭൻതമ്പി. കോളേജ് വിദ്യാഭ്യാസകാലത്തുതന്നെ വേദാന്തവിഷയങ്ങളിൽ അതീവ തൽപരനായിരുന്ന അദ്ദേഹത്തിന് ബ്രഹ്മസമാജത്തോടും കേശവചന്ദ്രസേനനോടും താൽപര്യം തോന്നി. 1886ൽ ശ്രീരാമകൃഷ്ണദേവന്റെ ഗൃഹസ്ഥശിഷ്യനായിരുന്ന കാളിപാദഘോഷിനെ തിരുവനന്തപുരത്തുവച്ചു പരിചയപ്പെട്ടു. ഇദ്ദേഹത്തിലൂടെയാണ് തമ്പി ശ്രീരാമകൃഷ്ണ പരമഹംസനെ അറിയുന്നത്. 1911 സെപ്തംബറിലാണ് നിർമ്മലാനന്ദസ്വാമികൾ ആദ്യമായി തിരുവനന്തപുരത്തെത്തുന്നത്. വേദാന്ത സൊസൈറ്റിക്കുവേണ്ടി പത്മനാഭൻതമ്പിയാണ് നിർമ്മലാനന്ദസ്വാമിയെ തിരുവനന്തപുരത്തേക്കു ക്ഷണിച്ചത്. 1935ൽ സ്വാമി നിർമ്മലാനന്ദയിൽനിന്നു ദീക്ഷ സ്വീകരിച്ച് സ്വാമി പരാനന്ദയായി.

പൊലീസ് കമ്മീഷണറായി ജോലിനോക്കവേ തമ്പി ഔദ്യോഗിക ജോലിയിൽനിന്നു വിരമിച്ചു. ശങ്കരൻതമ്പിയുമായുള്ള അഭിപ്രായവ്യത്യാസത്തിൽ ജോലി ഉപേക്ഷിക്കുകയാണുണ്ടായത്. അവിടുന്ന് നേരെ പോയത് നെട്ടയം ആശ്രമത്തിലേക്കാണ്. ശിഷ്ടജീവിതം ആദ്ധ്യാത്മികകാര്യങ്ങൾക്കായും സാധുജനപരിപാലനത്തിനായും മാറ്റിവച്ചു. 80-ാം വയസ്സിൽ രോഗബാധയെത്തുടർന്ന് അദ്ദേഹത്തെ സ്വവസതിയിലേക്കു കൊണ്ടുവരുകയും അവിടെവച്ച് സമാധിയടയുകയും ചെയ്തു. മഹത്തായ ഒരു പാരമ്പര്യത്തിന്റെ ഉടമയായിരുന്ന സ്വാമിപരാനന്ദ ജീവിതത്തിന്റെ ഭൂരിഭാഗവും ആദ്ധ്യാത്മിക കാര്യങ്ങൾക്കുവേണ്ടിയാണ് ചെലവഴിച്ചത്.

തിരുവനന്തപുരത്തെ ആതുരസേവ, ആദ്ധ്യാത്മികവിദ്യാഭ്യാസരംഗങ്ങളിൽ സജീവ സാന്നിദ്ധ്യമായിരുന്നു കേശവൻതമ്പിയുടെ മകനും കെ.പത്മനാഭൻ തമ്പിയുടെ അനുജനുമായ ഡോ. കെ. രാമൻതമ്പി.

ദർബാർ ഫിസിഷ്യൻ, ഇൻസ്പെക്ടറിംഗ് മെഡിക്കൽ ഓഫീസർ, ജനറൽ ഹോസ്പിറ്റൽ സൂപ്രണ്ട്, മെഡിക്കൽ ഓഫീസർ, ട്രാവൻകൂർ മെഡിക്കൽ കമ്മിറ്റി മെമ്പർ എന്നീ ഔദ്യോഗികപദവികളിൽ പ്രശസ്ത സേവനമനുഷ്ഠിച്ചിട്ടുണ്ട്.

തിരുവനന്തപുരം മഹാരാജാസ് കോളേജിൽനിന്നു ബി.എ.ബിരുദം നേടി. 1895-1902 കാലഘട്ടത്തിൽ മദ്രാസിൽ വിദ്യാർത്ഥിയായിരിക്കെ ത്തന്നെ മൈലാപ്പൂരിലെ ശ്രീരാമകൃഷ്ണമഠം സന്ദർശിക്കുകയും മഠാ ദ്ധ്യക്ഷനായിരുന്ന ശ്രീമദ് രാമകൃഷ്ണാനന്ദസ്വാമികളുമായി സമ്പർക്കം പുലർത്തുകയും ചെയ്തു. മദ്രാസിൽനിന്ന് അദ്ദേഹം ഉപരിപഠനത്തി നായി എഡിൻബറോയിലും തുടർന്ന് ഡബ്ലിനിലും പോയി. ശ്രീമൂലം തിരുനാൾ മഹാരാജാവിനെ എല്ലാ ഞായറും വ്യാഴവും പരിശോധിച്ചി രുന്നത് ഡോ. റോസ് എന്ന സായിപ്പാണ്. ധര തൊട്ടാൽ അയിത്തം മാറാൻ രാജാവിന് ഒന്നുകൂടി കുളിക്കണം.

അക്കാലത്ത് രാമൻതമ്പിയും വല്യത്താനും മദ്രാസ് മെഡിക്കൽ കോളേജിലെ വിദ്യാർത്ഥികളായിരുന്നു. രണ്ടുപേരെയും എഡിൻബറോ യിൽ പോയി പഠിക്കാൻ രാജാവു സഹായിച്ചു. സായിപ്പിന്റെ അയിത്തം ഒഴിവാക്കുക എന്ന ലക്ഷ്യം കൂടിയുണ്ടായിരുന്നു. രാമൻതമ്പി 1906ൽ നാട്ടിൽ തിരിച്ചെത്തി. അസിസ്റ്റന്റ് സർജനായി ജോലിയിൽ പ്രവേശിച്ചു.

എഡിൻബറോയിൽനിന്ന് എം.ഡി.ബിരുദം നേടിയ ഡോ. തമ്പിയെ ആദ്യം ചേർത്തല ആശുപത്രിയിലും കൊല്ലം വിക്ടോറിയയിലും ഡോക്ട റായി നിയമിക്കുകയും തുടർന്ന് ഡോ. മേരി, ഡോ. ഡബ്ല്യൂ. എ. നോബിൾ എന്നിവരോടൊപ്പം മെഡിക്കൽ വകുപ്പിന്റെ തലപ്പത്തു നിയമിക്കുകയും ചെയ്തു. തിരുവിതാംകൂറിൽ ആദ്യമായി ഒരു ക്ലിനിക്കൽ ലബോറട്ടറി സ്ഥാപിച്ചത് രാമൻതമ്പിയാണ്.

നെട്ടയത്തെ ശ്രീരാമകൃഷ്ണാശ്രമത്തിനും ശാസ്തമംഗലത്തെ ശ്രീരാമ കൃഷ്ണമിഷൻ ആശുപത്രിക്കും വേദിയൊരുക്കിയ വേദാന്തസൊസൈ റ്റിക്കും (1904), നരേന്ദ്രമിഷനും (1937) നേതൃത്വം നൽകി. വേദാന്ത സൊസൈറ്റിയുടെ ക്ഷണപ്രകാരം 1911 സെപ്തംബറിൽ തിരുവനന്ത പുരത്തെത്തിയ സ്വാമിനിർമ്മലാനന്ദയുടെ സ്വീകരണച്ചടങ്ങുകളുടെ ചുമതല ഡോ. കെ.രാമൻതമ്പിക്കായിരുന്നു.

ഔദ്യോഗിക ജീവിതത്തിൽനിന്നു വിരമിച്ച ഡോക്ടർ നരേന്ദ്രമിഷന്റെ ശാസ്തമംഗലത്തുള്ള കെട്ടിടത്തിന്റെ വരാന്തയിൽ പാവപ്പെട്ട രോഗി കൾക്ക് സൗജന്യ വൈദ്യോപദേശം നൽകി. 1939 ആഗസ്റ്റുമാസത്തിൽ ഡോ. രാമൻതമ്പിയുടെ സൗജന്യവൈദ്യോപദേശകേന്ദ്രം 'നരേന്ദ്ര മിഷൻ ചാരിറ്റബിൾ ഡിസ്പെൻസറി' എന്നപേരിൽ നരന്ദ്രമിഷന്റെ വക വാടകക്കെട്ടിടത്തിലെ ഒരു ചെറിയ മുറിയിലും വരാന്തകളിലുമായി പ്രവർത്തനം തുടങ്ങി. ഡോ. രാമൻതമ്പി ചീഫ് മെഡിക്കൽ ഓഫീസറും ഡോ. കെ. കേശവൻനായർ മെഡിക്കൽ ഓഫീസറുമായിരുന്നു. ക്രമേണ

ഈ ഡിസ്പെൻസറി നരേന്ദ്രമിഷന്റെ അപേക്ഷപ്രകാരം ശ്രീരാമകൃഷ്ണ മിഷൻ ഏറ്റെടുക്കുകയും, കാലക്രമത്തിൽ ഒരു ജനറൽ ആശുപത്രിയായി വളർന്നു വലുതാവുകയും ചെയ്തു.

തിരുവനന്തപുരം രാമകൃഷ്ണ മിഷൻ ആശുപത്രിയുടെ പ്രവർത്തനങ്ങളെക്കുറിച്ച് ജസ്റ്റിസ് ശങ്കരമേനോൻ എഴുതി തയ്യാറാക്കിയ റിപ്പോർട്ടിൽ ഇങ്ങനെയൊരു പരാമർശമുണ്ട്: "Dr. Raman Thampi, throughout his life continued to remain the most ardent devotee and main supporter of Ashrama."[27]

ആശ്രമവും ആശുപത്രിയുമെന്നപോലെ തന്നെ വിദ്യാഭ്യാസ സൗകര്യവും ഒരു ദേശത്തിന്റെ വികസനത്തിന് അത്യന്താപേക്ഷിതമാണെന്ന് ഡോ. തമ്പിക്ക് അറിയാമായിരുന്നു. ശാസ്തമംഗലത്ത് ഒരു സ്കൂൾ തുടങ്ങാൻ മുൻകൈ എടുക്കുകയും അതിന്റെ ആദ്യമാനേജരായി അദ്ദേഹം പ്രവർത്തിക്കുകയും ചെയ്തു. ആ സ്കൂളാണ് പിൽക്കാലത്ത് അദ്ദേഹത്തിന്റെ കൂടി ആവശ്യപ്രകാരം നായർസർവ്വീസ് സൊസൈറ്റി ഏറ്റെടുത്ത് വിപുലപ്പെടുത്തിയ രാജാകേശവദാസ് എൻ.എസ്.എസ്. ഹൈസ്കൂൾ.

ഗുരുനാഥൻ സ്വാമിനിർമ്മലാനന്ദജി രോഗം ബാധിച്ച് ആസന്നമരണനായി പാലക്കാട്ടു കിടന്നപ്പോൾ അദ്ദേഹത്തിന്റെ പാദത്തിൽ രക്തചന്ദനം പുരട്ടി വെള്ളത്തുണിയിൽ ഒപ്പിയെടുത്ത പാദമുദ്രകൾ ഡോ. കെ. രാമൻതമ്പിയുടെയും സ്വാമി പരാനന്ദയുടെയും (കെ. പത്മനാഭൻതമ്പി) പൂജാമുറികളിൽ മറ്റു വിഗ്രഹങ്ങളോടൊപ്പം വച്ച് പൂജിച്ചിരുന്നു.

ശ്രീമതി ചെല്ലമ്മപിള്ളയായിരുന്നു സഹധർമ്മിണി. പ്രസിദ്ധ ഭിഷഗ്വരൻ ഡോ. ആർ. കേശവൻനായർ അദ്ദേഹത്തിന്റെ മൂത്ത മകനാണ്. ശാസ്തമംഗലം ജംങ്ഷനോട് ചേർന്ന് സ്വന്തം താമസത്തിനായി ഡോ. തമ്പി പണിയിച്ച വീടിനു 'തുളസീഭവനം' എന്നു പേരിട്ടു. സ്വാമിനിർമ്മലാനന്ദന്റെ സ്മരണയ്ക്കായി രുന്നു ആ പേര്. അദ്ദേഹത്തിന്റെ ഗൃഹസ്ഥാശ്രമത്തിലെ നാമം തുളസീചരൺദത്ത് എന്നായിരുന്നു. 1950 ഒക്ടോബർ 30ന് റാവ്ബഹദൂർ ഡോ. രാമൻതമ്പി അന്തരിച്ചു. മരണാനന്തരം അദ്ദേഹത്തെ തിരുവനന്തപുരത്തുകാരും ശാസ്തമംഗലത്തുകാരും ആദരിക്കാൻ മറന്നു.

ഡോ. കെ. കേശവൻനായർ

ശ്രീരാമകൃഷ്ണമിഷനിലെ സന്ന്യാസിമാരോടൊപ്പം അൻപത്തിയാറു വർഷം ആതുരസേവനം വ്രതമായി സ്വീകരിച്ച കർമ്മയോഗിയാണ് ഡോ. കെ. കേശവൻനായർ. ഡോ. രാമൻതമ്പിക്കുശേഷം ശാസ്തമംഗലം മിഷൻ ആശുപത്രി അറിയപ്പെട്ടിരുന്നത് ഇദ്ദേഹത്തിലൂടെയാണ്.

---

27. ജസ്റ്റിസ് ജി. ശങ്കരമേനോൻ. പ്രബുദ്ധഭാരതം സെപ്തംബർ 1997

1939ൽ ഡോ. രാമൻതമ്പിയുടെ ഉത്സാഹത്തിൽ തുടങ്ങിയ നരേന്ദ്ര മിഷൻ ചാരിറ്റബിൾ ഡിസ്പെൻസറിയിൽ (14-11115) കേശവൻനായർ മെഡിക്കൽ ഓഫീസറായി ചാർജ്ജെടുത്തു. തുടർന്ന് ഡിസ്പെൻസറി ശ്രീരാമകൃഷ്ണമിഷൻ ഏറ്റെടുത്തശേഷവും അദ്ദേഹം തുടർന്നു. 1940 മുതൽ 1996 വരെയുള്ള നീണ്ട കാലയളവിൽ ഈ ആശുപത്രിയുടെ പുരോഗതിയിലേക്കുള്ള ഓരോ ചുവടുവയ്പിലും ഇദ്ദേഹത്തിന്റെ ഉപദേശവും അദ്ധ്വാനവും ഉണ്ട്.

1938ൽ മദ്രാസിലെ സ്റ്റാൻലി മെഡിക്കൽ കോളേജിൽനിന്നു വൈദ്യശാസ്ത്രത്തിൽ മെഡിസിൻ, സർജറി, മിഡ്വൈഫറി (സൂതികാശാസ്ത്രം) എന്നീ വിഭാഗങ്ങളിൽ ചികിത്സ നടത്താനുള്ള യോഗ്യതയും മദ്രാസ് ഗവണ്മെന്റിന്റെ ബോർഡ് ഓഫ് എക്സാമിനേഴ്സിൽനിന്നു ലൈസൻസ്ഡ് മെഡിക്കൽ പ്രാക്ടീഷണർ എന്ന പദവിയും ലഭിച്ചു.

1944 (2-9-119) ൽ തിരുവനന്തപുരം ആയുർവേദ കോളേജ് അദ്ധ്യാപകനായി നിയമനം ലഭിച്ചു.

നരേന്ദ്രമിഷൻ ഡിസ്പെൻസറിയിലും ശ്രീരാമകൃഷ്ണമിഷൻ ആശുപത്രിയിലും തന്നോടൊപ്പം പ്രവർത്തിച്ചിരുന്ന ഡോ.കെ. കേശവൻ നായർ സ്വന്തം ജോലിയിൽ സമർത്ഥനും പാവപ്പെട്ടവരെ സേവിക്കുന്നതിൽ ശ്രദ്ധയുള്ളവനും സാമൂഹികസേവനത്തിൽ അതീവ താൽപര്യവുമുള്ള വ്യക്തിയാണെന്നു ഡോ. രാമൻതമ്പി രേഖപ്പെടുത്തിയിട്ടുണ്ട്.

1914 മാർച്ചുമാസം 7ാം തീയതി തിരുവനന്തപുരത്തെ പുരാതനമായ പാണാം പഴിഞ്ഞി എന്ന കുടുംബത്തിൽ റിട്ട. ഹെഡ്മാസ്റ്റർ കെ. ജനാർദ്ദനപിള്ളയുടെയും ഭാഗീരഥിയമ്മയുടെയും മകനായി കേശവൻ നായർ ജനിച്ചു. തമ്പാനൂർ ചാരുവിളവീട്ടിലായിരുന്നു ബാല്യം. ശ്രീരാമകൃഷ്ണമിഷൻ ആശുപത്രിയിൽ ഡോക്ടറായിരിക്കെ താമസം ആശുപത്രിക്കു വടക്കുഭാഗത്തുള്ള ഓടിട്ടവീട്ടിലേക്കു മാറ്റി. ക്രമേണ ഇതിനടുത്തായി പുതിയ വീടു നിർമ്മിച്ചു അതിന്റെ പേര് 'തിലക്'.

സൗമ്യനും ശാന്തനും മിതഭാഷിയുമായിരുന്നു ഡോക്ടർ. നീണ്ട കാലത്തെ ആതുരസേവനത്തിൽ അദ്ദേഹത്തിനു ലഭിച്ച അംഗീകാരം പാവപ്പെട്ടവരും സാധാരണക്കാരുമായ രോഗികൾക്ക് ഡോക്ടറോടുണ്ടായിരുന്ന വിശ്വാസം തന്നെയാണ്.

1996 ഫെബ്രുവരി 8-ാം തീയതി ഡോ. കെ. കേശവൻനായർ അന്തരിച്ചു.

ഹിറ്റ്ലറുടെ ബോംബ്

തിരുവനന്തപുരത്ത് ഒരു പട്ടാളക്യാമ്പ് ഉള്ളതിന്റെ പങ്കപ്പാട് ഇവിടത്തുകാർ അറിഞ്ഞത് രണ്ടാം ലോകമഹായുദ്ധകാലത്താണ്.

1939ൽ രണ്ടാം ലോകമഹായുദ്ധം ആരംഭിച്ചതോടെ ലോകം മുഴുവൻ യുദ്ധത്തിന്റെ ഭീതിയിലായി. സ്വാഭാവികമായും അതിന്റെ അലകൾ

തിരുവനന്തപുരത്തുമുണ്ടായി. പട്ടാളക്യാമ്പിൽ ഏതുസമയത്തും വിമാനാ ക്രമണമുണ്ടാകുമെന്ന് നാട്ടുകാർ ഭയന്നു. പാങ്ങോട്ടെ നായർ ബ്രിഗേഡ് അപ്പോഴേക്കും സ്റ്റേറ്റ് ഫോഴ്സായി മാറിയിരുന്നു. സഖ്യകക്ഷികളെ സഹായിക്കാൻ തിരുവനന്തപുരത്തുനിന്ന് ചിലർ പട്ടാളത്തിൽ ചേർന്ന് യുദ്ധഭൂമിയിലേക്കുപോയി. കവടിയാറിൽ ഇപ്പോൾ ഗവർണറുടെ വസതി യായ രാജ്ഭവൻ പഴയ ഗസ്റ്റ് ഹൗസായിരുന്നു. ഇവിടെ തിരുവിതാംകൂർ പട്ടാളത്തിന്റെ ജനറൽ ചീഫ് ഓഫ് സ്റ്റാഫിന്റെ നേതൃത്വത്തിൽ വാർ ഓഫീസ് തുറന്നു. എഞ്ചിനീയറിംഗ് കോളേജ് ആയിരുന്ന ഇന്നത്തെ പി.എം.ജി.ഓഫീസ് യുദ്ധോപകരണനിർമ്മാണശാലയായി. സഖ്യകക്ഷി കളെ സഹായിക്കുക തിരുവിതാംകൂറിന്റെ ആവശ്യമായി മാറി. അങ്ങനെ കൊച്ചു തിരുവിതാംകൂറും രണ്ടാംലോകമഹായുദ്ധത്തിന്റെ ഭാഗമായി.

തിരുവനന്തപുരത്തുകാർ ഏതുസമയവും തങ്ങളുടെ തലയ്ക്കു മുകളിൽ ഒരു യുദ്ധവിമാനവും അതിൽനിന്നു താഴേക്കുവീഴുന്ന ബോംബു കളും ഭയത്തോടെ പ്രതീക്ഷിച്ചു. പലരും വീടു പൂട്ടി തിരുവനന്തപുര ത്തിനു പുറത്തുള്ള ബന്ധുവീടുകളിലേക്ക് താത്ക്കാലികമായി താമസം മാറ്റി. ബോംബാക്രമണമുണ്ടായാൽ കൈക്കൊള്ളേണ്ട രക്ഷാനടപടി കളെക്കുറിച്ച് സർക്കാർതലത്തിൽ പരിശീലനങ്ങൾ തുടങ്ങി. ഇതിനിടെ മദ്രാസിൽ വിമാനാക്രമണമുണ്ടായതോടെ തിരുവനന്തപുരത്തുകാർ ഭീതിയോടെ തങ്ങളുടെ ഊഴവും കാത്തിരുന്നു.

ബോംബാക്രമണത്തിനു മുൻപും പിൻപും കൈക്കൊള്ളേണ്ട സുരക്ഷാനടപടികളെക്കുറിച്ച് ജനങ്ങളെ ബോധവത്കരിക്കാനും പരി ശീലിപ്പിക്കാനും ഒരു പരിശീലനകേന്ദ്രം ശാസ്തമംഗലത്തെ പട്ടാണി ക്കുന്നിൽ ആരംഭിച്ചു. പട്ടാണിക്കുന്നിലെ താമസക്കാരനും ശങ്കരപ്പിള്ള ജഡ്ജിയുടെ മകളുടെ ഭർത്താവുമായ അഡ്വ. ശാസ്തമംഗലം പി. ഗോവിന്ദപ്പിള്ളയായിരുന്നു പരിശീലനത്തിന്റെ കോഓർഡിനേറ്റർ. എയർ റസ്ക്യൂ സർവീസിനെക്കുറിച്ചും രാത്രികാല ങ്ങളിൽ വീട്ടിനുള്ളിലും പുറത്തുമുള്ള വിളക്കുകൾ അണയ്ക്കാനും ആക്രമണത്തെ സൂചിപ്പി ക്കുന്ന സൈറൺ മുഴങ്ങുമ്പോൾ ഒരു കമ്പ് കടിച്ചുപിടിച്ച് കമഴ്ന്നുകിട ക്കാനും വീട്ടിനുള്ളിലാണെങ്കിൽ കട്ടിലിനടിയിൽ പതുങ്ങിയിരിക്കാനും മറ്റുമുള്ള നിർദ്ദേശങ്ങൾ ജനങ്ങൾക്കു നൽകി. യുദ്ധരംഗത്തെ ചിത്ര ങ്ങളും വിവരങ്ങളുമടങ്ങുന്ന 'വാർ ഇൻ പിക്ച്ചേഴ്സ്' എന്ന പ്രസിദ്ധീ കരണം ഗോവിന്ദപ്പിള്ളവക്കീൽ വിതരണം ചെയ്തു.

''സർക്കാർ ഓഫീസുകളിൽ ട്രെഞ്ചുകൾ ഉണ്ടാക്കി. പ്രധാന ഓഫീ സുകളിലും കൊട്ടാരങ്ങളിലും തുരങ്കങ്ങൾ നിർമ്മിച്ചു. ഇങ്ങനെ സെക്ര ട്ടേറിയറ്റിൽനിന്ന് അടുത്തുള്ള സ്റ്റേഡിയത്തിലേക്കു നിർമിച്ച തുരങ്കം ഇപ്പോഴുമുണ്ട്. തിരുവിതാംകൂറിന്റെ പലഭാഗത്തും പരിശീലനങ്ങൾ നടന്നു. ഇതിനിടയ്ക്ക് ബർമ്മ അതിർത്തിയിൽവച്ച് ഗോവിന്ദൻ വിദ്യാ ധരൻ എന്ന സാധാരണസൈനികൻ വീരമൃത്യു വരിച്ചു. പാരിപ്പള്ളിയിൽ

കാളവണ്ടിക്കാരനായിരിക്കുമ്പോഴാണ് വിദ്യാധരൻ പട്ടാളത്തിൽ ചേർന്നത്. അദ്ദേഹത്തിനു മിലിട്ടറി മെഡൽ നൽകി പട്ടാളം ആദരിച്ചു. വിദ്യാധരന്റെ കുടുംബത്തെ ആദരിക്കാൻ പാങ്ങോട് മിലിട്ടറി പരേഡ് ഗ്രൗണ്ടിൽ നടന്ന ചടങ്ങിൽ മഹാരാജാവിന്റെ പ്രശസ്തിപത്രം ദിവാൻ സി.പി.രാമസ്വാമി അയ്യർ വായിച്ചു.''[28]

മദ്രാസുവരെ വന്ന ബോംബ് പ്രതീക്ഷിച്ചതുപോലെ തിരുവനന്തപുരത്ത് എത്തിയില്ല. യുദ്ധത്തിനുശേഷം പാങ്ങോട് മിലിട്ടറി ക്യാമ്പിൽ നടത്തിയ വാർ എക്സിബിഷൻ ആളുകൾ വളരെ കൗതുകത്തോടെ കാണാനെത്തി.

അതിനുശേഷവും യുദ്ധങ്ങൾ പലതും വന്നു. മാദ്ധ്യമങ്ങളിൽ കണ്ടും വായിച്ചും അറിയാനല്ലാതെ യുദ്ധക്കെടുതികൾ നേരിട്ട് അനുഭവിക്കാനുള്ള ദൗർഭാഗ്യം ഇവിടത്തുകാർക്കുണ്ടായില്ല.

സ്വദേശാഭിമാനി രാമകൃഷ്ണപിള്ള

സ്വദേശാഭിമാനി രാമകൃഷ്ണപിള്ള

രാജഭരണകാലത്ത് ദിവാൻ പി. രാജഗോപാലാചാരിയുടെ അതിക്രമങ്ങൾക്കും സ്വജനപക്ഷപാതത്തിനുമെതിരെ നടത്തിയ പോരാട്ടത്തെത്തുടർന്ന് 1910 സെപ്തംബർ 26ന് ദിവാൻ പി. രാജഗോപാലാചാരിയുടെ നിർബന്ധത്തിനു വഴങ്ങി ശ്രീമൂലംതിരുനാൾ സ്വദേശാഭിമാനി രാമകൃഷ്ണപിള്ളയെ തിരുവനന്തപുരത്തുനിന്നും ആരുവാമൊഴി വഴി നാടുകടത്തി.

നെയ്യാറ്റിൻകരയിൽ നരസിംഹൻ പോറ്റിയുടെയും ചക്കിയമ്മയുടെയും മകനായി 1878ൽ രാമകൃഷ്ണപിള്ള ജനിച്ചു. അനീതിക്കും സ്വജനപക്ഷപാതത്തിനുമെതിരെ നടത്തിയ നിർഭയമായ പോരാട്ടങ്ങൾ അദ്ദേഹത്തെ ശ്രദ്ധേയനാക്കി. നെയ്യാറ്റിൻകരയിൽ നിന്ന് ശ്രീമൂലം പ്രജാസഭയിലേക്ക് അദ്ദേഹം തിരഞ്ഞെടുക്കപ്പെട്ടെങ്കിലും കുതന്ത്രങ്ങളിലൂടെ ദിവാൻ ആ അംഗത്വം റദ്ദാക്കി. 1916ൽ കണ്ണൂരിൽവച്ച് രാമകൃഷ്ണപിള്ള അന്തരിച്ചു.

---

28. നഗരപ്പഴമ മലയിൻകീഴ് ഗോപാലകൃഷ്ണൻ

1948 മാർച്ചിൽ പട്ടംതാണുപിള്ളയുടെ നേതൃത്വത്തിൽ ജനകീയ മന്ത്രിസഭ അധികാരമേറ്റെങ്കിലും രാമകൃഷ്ണപിള്ളയുടെ ഭൗതികാവശിഷ്ടം തിരുവനന്തപുരത്തെത്തിക്കാൻ വൈകി. അന്നത്തെ ജനകീയ സർക്കാരിലെ അതികായന്മാരുടെ കലഹമായിരുന്നു പ്രശ്നം. ഒടുവിൽ കുമ്പളത്ത് ശങ്കരപ്പിള്ളയുടെ ഉത്സാഹത്തിലാണ് ചിതാഭസ്മം തിരുവനന്തപുരത്തേക്ക് കൊണ്ടുവന്നത്. കെ.ആർ. ഇലങ്കത്തായിരുന്നു സംരംഭത്തിന്റെ ചുമതലക്കാരൻ. രാജഭരണകാലത്ത് സി.പി.രാമസ്വാമി അയ്യരോടൊപ്പം ജോലിചെയ്തിരുന്ന ചില സർക്കാർ ഉദ്യോഗസ്ഥന്മാരുടെ പേരിൽ നടപടിയെടുക്കാനുള്ള കുമ്പളത്തിന്റെ ആവശ്യം പട്ടംതാണുപിള്ള നിരസിച്ചതോടെ രണ്ടുപേരും തമ്മിൽ നീരസത്തിലായി. ഒരു സർക്കാരിനോട് കൂറുപുലർത്തി എന്ന കാരണത്താൽ കഴിവുള്ള ഉദ്യോഗസ്ഥന്മാർക്കെതിരെ ശിക്ഷണ നടപടികൾ സ്വീകരിക്കുന്നത് ആരോഗ്യകരമായ രീതിയല്ല എന്നായിരുന്നു പട്ടത്തിന്റെ അഭിപ്രായം. രാമകൃഷ്ണപിള്ളയുടെ ഭൗതികാവശിഷ്ടം തിരുവനന്തപുരത്ത് കൊണ്ടുവന്ന സംഭവത്തിലും ഈ നീരസത്തിന്റെ കരിനിഴൽ വീണിരുന്നു.

തിരുവനന്തപുരത്ത് ആദ്യം ചിതാഭസ്മം കൊണ്ടുവച്ചത് വെള്ളയമ്പലത്ത് ഡയമണ്ട് ഹില്ലിൽ നാണുപിള്ള ദിവാന്റെ അനന്തിരവളും നെയ്യാറ്റിൻകര റ്റി.കെയുടെ ഭാര്യയുമായ ഭാർഗ്ഗവിഅമ്മയുടെ സ്ഥലത്താണ്. കെ.ആർ.ഇലങ്കത്തിന്റെ വലിയമ്മയുടെ മകളുമാണിവർ. ഈ സ്ഥലത്താണ് പിൽക്കാലത്ത് എസ്.ബി.ടി.യുടെ ശാഖ പ്രവർത്തിച്ചത്. തന്റെ അനുവാദമില്ലാതെ സ്ഥലം ഉപയോഗിച്ചതിൽ റ്റി.കെ. സ്വാഭാവികമായും പ്രതിഷേധം പ്രകടിപ്പിച്ചു.

അനീതിക്കെതിരെ ഒറ്റയാൾ സമരം നയിച്ച വിപ്ലവകാരിയുടെ ഭൗതികാവശിഷ്ടത്തിനു 1957ലാണ് അവിടെനിന്ന് ശാപമോക്ഷം ലഭിച്ചത്. മരണത്തിനുശേഷം തന്റെ ഭൗതികാവശിഷ്ടത്തിനുപോലും നീതി ലഭിക്കാത്തതിൽ അദ്ദേഹം കലഹിച്ചുവെന്നുവേണം കരുതാൻ.

1957 ആഗസ്റ്റ് പതിമൂന്നിന് അന്നത്തെ രാഷ്ട്രപതി ഡോ. രാജേന്ദ്രപ്രസാദ് സ്റ്റാച്യുവിൽ അക്കൗണ്ടന്റ് ജനറലിന്റെ ഓഫീസിനടുത്ത് സ്വദേശാഭിമാനി രാമകൃഷ്ണപിള്ളയുടെ പ്രതിമ അനാച്ഛാദനം ചെയ്തു. ഇ.എം.എസ്.നമ്പൂതിരിപ്പാടായിരുന്നു മുഖ്യമന്ത്രി. റോഡ് വികസനത്തിന്റെ പേരിൽ പ്രതിമയ്ക്ക് വീണ്ടും സ്ഥാനചലനം സംഭവിച്ചു.

ആളോഹരിഭാഗം

കൊല്ലവർഷം 1906ൽ നായന്മാരുടെ ചരിത്രപ്രസിദ്ധമായ ഒരു സമ്മേളനം തിരുവനന്തപുരത്തുവച്ച് നടന്നു. നായന്മാരുടെ ദായക്രമമായ മരുമക്കത്തായം നിറുത്തലാക്കി പകരം ആളോഹരിഭാഗം നടപ്പാക്കുന്ന നിയമം നിയമസഭയിൽ പാസ്സാക്കണമെന്നാവശ്യപ്പെട്ടുകൊണ്ടുള്ള

പ്രക്ഷോഭണത്തിനായി സമുദായാംഗങ്ങളെ സജ്ജമാക്കുകയും അവരെ ബോധവത്കരിക്കുകയുമായിരുന്നു ഉദ്ദേശ്യം.

മരുമക്കത്തായക്കാരായ നായന്മാരുടെയും മറ്റും വിവാഹത്തിന് നിയമസാധുതയില്ലെന്ന് കോടതികൾ വിധിയെഴുതിത്തുടങ്ങിയതോടെ ഈ അവസ്ഥ സമുദായത്തിന് അഭിമാനകരമല്ലെന്ന് പ്രമാണികൾക്കു ബോദ്ധ്യം വന്നു. പ്രശ്നം പരിഹരിക്കുന്നതിനായി 1072ൽ ചീഫ് സെക്രട്ടറിയായിരുന്ന താണുപിള്ള തിരുവിതാംകൂർ നിയമസഭയിൽ ഒരു ബിൽ അവതരിപ്പിച്ചുവെങ്കിലും ഫലപ്രദമായില്ല.

1082ൽ പ്രജാസഭയിൽ ഈ വിഷയം വീണ്ടും ഉന്നയിക്കപ്പെട്ടു. അതിന്റെ ഫലമായി ദിവാൻ ബഹദൂർ, എ.ഗോവിന്ദപ്പിള്ള അദ്ധ്യക്ഷനായി 'മരുമക്കത്തായ കമ്മിറ്റി' രൂപീകരിച്ചു. വിവാഹസാധുത്വം, കാരണവരുടെ കുടുംബഭരണത്തിനുള്ള നിയന്ത്രണം, താവഴിഭാഗവ്യവസ്ഥ എന്നിവ ഉൾപ്പെടയുള്ള ഭൂരിപക്ഷാഭിപ്രായം അടിസ്ഥാനമാക്കി ബിൽ തയ്യാറാക്കി. ഗവണ്മെന്റ് ബില്ലിന് അനുകൂലമായിരുന്നെങ്കിലും നിയമനിർമ്മാണസഭയിലുണ്ടായിരുന്ന നായന്മാരെല്ലാംതന്നെ തായ്‌വഴിഭാഗത്തെ എതിർത്തു. അങ്ങനെ ബില്ലിൽനിന്ന് തായ്‌വഴിഭാഗവ്യവസ്ഥ പിൻവലിക്കപ്പെട്ടു.

ഈ വിഷയത്തിൽ കേരളീയ നായർസമാജം പിളർന്നു. സി. കൃഷ്ണപിള്ള ആളോഹരിഭാഗവും മക്കത്തായവും എന്ന ആവശ്യമുന്നയിച്ച സമസ്തകേരള നായർസമാജം രൂപീകരിക്കുകയും രണ്ടാമത്തെ കൂട്ടർ സി.വി. രാമൻപിള്ളയുടെ നേതൃത്വത്തിൽ തായ്‌വഴിഭാഗത്തിനുവേണ്ടി പ്രക്ഷോഭണം തുടങ്ങുകയുമാണു ണ്ടായത്. സമസ്തകേരള നായർസമാജം അപ്പോഴേക്കും നായന്മാരുടെ ഇടയിൽ വേരുപിടിച്ചുതുടങ്ങിയ നായർ സർവ്വീസ് സൊസൈറ്റിയുമായി ചേർന്ന് ആളോഹരിഭാഗവും മക്കത്തായവും ആവശ്യപ്പെട്ടുകൊണ്ട് വിപുലമായ തോതിൽ നായന്മാരെ സംഘടിപ്പിച്ചു.

ഈ സാഹചര്യത്തിലാണ് ശാസ്തമംഗലത്ത് 1920ൽ വിളിച്ചുകൂട്ടിയ സമ്മേളനത്തിന്റെ പ്രസക്തി വർദ്ധിച്ചത്. നായന്മാർ ധാരാളമായി പന്തുണ അറിയിച്ചുകൊണ്ട് സമ്മേളനത്തിൽ പങ്കെടുത്തു. എല്ലാ വിഭാഗങ്ങളിലെയും നായന്മാരും ധാരാളം പ്രമാണിമാരും സ്ത്രീകളും കൂട്ടത്തിലുണ്ടായിരുന്നു.ചങ്ങനാശ്ശേരി പരമേശ്വരൻപിള്ളയായിരുന്നു അദ്ധ്യക്ഷൻ. ആളോഹരിഭാഗം, ഏകഭാര്യാവ്രതം, ഭർത്താവിന്റെ സ്വത്ത് സമ്പാദ്യത്തിന് ഭാര്യപുത്രാദികൾക്കവകാശം, ഇവ ഉൾക്കൊള്ളുന്ന പ്രമേയങ്ങൾ യോഗത്തിൽ പാസ്സാക്കി. ഈ സമ്മേളനത്തെക്കുറിച്ചും മുന്നൊരുക്കങ്ങളെക്കുറിച്ചും 'എന്റെ ജീവിതകാലസ്മരണകളി'ൽ മന്നത്തുപത്മനാഭൻ സ്മരിച്ചിട്ടുണ്ട്.[29]

29. എന്റെ ജീവിതകാലസ്മരണകൾ, മന്നത്തുപത്മനാഭൻ, പേജ്. 97

നായന്മാരുടെ കുടുംബവ്യവസ്ഥയിൽ വിപ്ലവകരമായ ഒരു മാറ്റത്തിന് ആക്കം കൂട്ടിയ ഒരു സമ്മേളനമായിരുന്നു ഇത്. ഇതോടെ തായ്‌വഴി ഭാഗത്തിനുവേണ്ടി വാദിച്ചവർക്ക് പിന്തുണ നഷ്ടപ്പെടുകയും ചെയ്തു. സി. നാരായണപിള്ളയുടെ 'ചങ്ങനാശ്ശേരി' എന്ന പുസ്തകത്തിൽ ഈ സമ്മേളനത്തെക്കുറിച്ച് വിശദമായ വിവരണമുണ്ട്:

''നായർസമുദായ പരിഷ്കരണശ്രമങ്ങളുടെ സുദീർഘമായ ചരിത്രത്തിൽ അതിപ്രാധാന്യമർഹിക്കുന്ന 'മരുതംകുഴി സമ്മേളനം' 1096 തുലാവർഷം 24, 25, 26 തീയതികളിൽ മരുതംകുഴി നായർസമാജത്തിന്റെ ആഭിമുഖ്യത്തിൽ തിരുവനന്തപുരത്തുവച്ച് കൂടി. തിരുവിതാംകൂറിന്റെ നാനാഭാഗത്തുനിന്നും രണ്ടായിരം പ്രതിനിധികൾ സമ്മേളനത്തിൽ സംബന്ധിക്കുന്നതിനായി തിരുവനന്തപുരത്ത് എത്തിച്ചേർന്നിരുന്നു. മലബാറിൽ നിന്നുപോലും ചില പ്രതിനിധികൾ ഈ സമ്മേളനത്തിൽ പങ്കുചേർന്നു. സി. കൃഷ്ണപിള്ളയുടെ ഭൗതികാവശിഷ്ടങ്ങൾ അന്ത്യവിശ്രമം കൊണ്ടിരുന്ന പുണ്യഭൂമിയിൽ നിന്നും ഏതാനും വാരകൾ മാത്രം അകലെ സ്ഥിതിചെയ്യുന്ന കുന്നിൻചരിവിലായിരുന്നു സമ്മേളനത്തിനുള്ള പന്തൽ അതിഗംഭീരമായി കെട്ടി അലങ്കരിച്ചിരുന്നത്. അനേകം സ്ത്രീകൾ സമ്മേളനത്തിൽ സംബന്ധിച്ചിരുന്നു. സമ്മേളനത്തിന്റെ പ്രാതിനിധ്യസ്വഭാവവും അതിന്റെ നടത്തിപ്പിനായി ഭാരവാഹികൾ ഏർപ്പാടു ചെയ്തിരുന്ന സജ്ജീകരണങ്ങളുടെ വൈപുല്യവും അവിടെവച്ച് ചെയ്ത തീരുമാനങ്ങളുടെ ദൂരവ്യാപകങ്ങളായ ഫലങ്ങളും ഒന്നിച്ച് ചേർത്ത് പരിഗണിച്ചാൽ ഈ സമ്മേളനം തിരുവിതാംകൂറിൽ നടത്തിയ മറ്റേതൊരു നായർസമ്മേളനത്തെയും അപേക്ഷിച്ച് കൂടുതൽ പ്രാധാന്യം അർഹിക്കുന്ന ഒന്നായിരുന്നുവെന്ന് നിരാക്ഷേപമായി പ്രഖ്യാപിക്കാം.''[30]

നമ്രശിരസ്കനായി നിന്നുകൊണ്ടാണ് ചങ്ങനാശ്ശേരി പരമേശ്വരൻ പിള്ള ആ സമ്മേളനത്തെ അഭിമുഖീകരിച്ചത്. സമ്മേളനത്തിന്റെ അദ്ധ്യക്ഷസ്ഥാനത്തു നിന്നുകൊണ്ട് അദ്ദേഹം സ്വസമുദായത്തിനാവശ്യമായിരുന്ന ധീരവും ബുദ്ധിപൂർവ്വവുമായ നേതൃത്വം നൽകി.

സമ്മേളനത്തിൽ അവതരിപ്പിക്കേണ്ട പ്രമേയങ്ങൾ തയ്യാറാക്കാൻ ആദ്യദിവസം തന്നെ ഒരു വിഷയനിർണ്ണയക്കമ്മിറ്റി രൂപീകരിച്ചിരുന്നു. പ്രമേയങ്ങളെക്കുറിച്ച് ശക്തമായ അഭിപ്രായപ്രകടനങ്ങളും വാദപ്രതിവാദങ്ങളുമുണ്ടായി. ഏകഭാര്യാവ്രതത്തെ സംബന്ധിച്ചുള്ള പ്രമേയത്തെ കയ്യാലം ശക്തമായി എതിർത്തു. അതേത്തുടർന്ന് വാശിയോടെയുള്ള വിമർശനങ്ങളും തർക്കങ്ങളും എതിർവാദങ്ങളുമുണ്ടായി. അനന്തരം നടന്ന വോട്ടെടുപ്പിൽ 321 വോട്ടിനെതിരെ 322 വോട്ടുകൾ പ്രമേയത്തിനു അനുകൂലമായി ലഭിച്ചു. അങ്ങനെ ഒരു വോട്ടിനാണ് പ്രമേയം പാസ്സായത്.

30. 'ചങ്ങനാശ്ശേരി' സി. നാരായണപിള്ള, പേജ് 162, 163.

പക്ഷേ ആളോഹരിഭാഗത്തെ അനുകൂലിച്ചുകൊണ്ടുള്ള പ്രമേയം വൻഭൂരിപക്ഷത്തോടെയാണ് പാസ്സായത്. ഈ വിഷയങ്ങളെ ആസ്ദമാക്കി ഒരു ബിൽ എഴുതിയുണ്ടാക്കി നിയമസഭയിൽ അവതരിപ്പിക്കാൻ ചങ്ങനാശ്ശേരി പരമേശ്വരൻപിള്ളയെ യോഗം ചുമതലപ്പെടുത്തി. 1100ൽ ബിൽ പാസ്സാവുകയും നിയമമാവുകയും ചെയ്തു.

നായന്മാരുടെയിടയിൽ ഏകഭാര്യത്വവും വിജാതീയവിവാഹങ്ങളിലെ സന്താനങ്ങൾക്ക് സ്വത്തവകാശവും നിയമപരമായി ഉറപ്പുവരുത്തുകയും മരുമക്കത്തായ ദായക്രമത്തിന്റെയും കൂട്ടുകുടുംബ വ്യവസ്ഥിതിയുടെയും അന്ത്യം കുറിക്കുകയും ചെയ്ത ചരിത്രപ്രസിദ്ധമായ ശാസ്തമംഗലം സമസ്തകേരള നായർസമുദായ സമ്മേളനം നാളിതുവരെ നടന്നിട്ടുള്ള മറ്റേതൊരു നായർസമ്മേളന ത്തെക്കാളും പ്രമുഖവും കുടുംബവ്യവസ്ഥിതിയിൽ നിർണ്ണായകമായ വഴിത്തിരിവുണ്ടാക്കിയതുമാണെന്ന് നിസ്സംശയം പറയാം.

രാഷ്ട്രപിതാവും അഡ്വ. കെ. അയ്യപ്പൻപിള്ളയും

ഗാന്ധിജി 1920നും 1937നുമിടയ്ക്ക് അഞ്ചുതവണ കേരളത്തിലെത്തിയിട്ടുണ്ട്. അതിൽ അവസാനത്തെ നാലു സന്ദർശനങ്ങളിലും തിരുവനന്തപുരം ഉൾപ്പെട്ടിരുന്നു.

ആയിരത്തിതൊള്ളായിരത്തി മുപ്പത്തിനാലു ജനുവരി പത്തുമുതൽ ഇരുപത്തിരണ്ടു വരെയായിരുന്നു കേരളസന്ദർശനം. ഒലവക്കോട്ടാണ് ആദ്യമെത്തിയത്. പാലക്കാട്, കുഴൽമന്ദം, ഗുരുവായൂർ എന്നിവിടങ്ങളിൽ പല യോഗങ്ങളിലും പങ്കെടുത്തശേഷം കോഴിക്കോട് മാതൃഭൂമി ഓഫീസിൽ കോൺഗ്രസ് നേതാവും മാതൃഭൂമി മാനേജിംങ് ഡയറക്ടറുമായിരുന്ന കെ. മാധവൻനായരുടെ ചിത്രം അനാച്ഛാദനം ചെയ്തു. തുടർന്ന് ജനുവരി ഇരുപതാം തീയതി ശിവഗിരി സന്ദർശിച്ചു. അതിനുശേഷമാണ് തിരുവനന്തപുരത്തെത്തിയത്.

ഹരിജനോദ്ധാരണത്തിനു ധനം സമ്പാദിക്കുകയായിരുന്നു മഹാത്മാവിന്റെ ഈ യാത്രയുടെ പ്രധാനലക്ഷ്യം. ഇതിനോടനുബന്ധിച്ച് തിരുവനന്തപുരത്ത് പുത്തൻകച്ചേരിമൈതാനത്ത് വൻപിച്ച പൊതുയോഗത്തെ അദ്ദേഹം അഭിസംബോധന ചെയ്തു. പ്രമുഖഗാന്ധിയൻ ജി. രാമചന്ദ്രനായിരുന്നു തിരുവനന്തപുരത്തെ യോഗത്തിന്റെ ചുമതല. യോഗത്തിൽ പങ്കെടുത്ത അഡ്വ. അയ്യപ്പൻപിള്ള തിരുവനന്തപുരം ആർട്സ് കോളേജ് വിദ്യാർത്ഥിയായിരുന്നു. തന്റെ ജീവിതത്തിന്റെ ദിശതന്നെ പുനർനിർണ്ണയിക്കപ്പെട്ട അവിസ്മരണീയമായ ആ ദിവസത്തെക്കുറിച്ച് അദ്ദേഹം ഓർമ്മിക്കുന്നു.

''ഗാന്ധിജിയെ കൈപിടിച്ച് സ്റ്റേജിലേക്കു കയറ്റാൻ സംഘാടകർ എന്നെ ചുമചലപ്പെടുത്തിയത് ജീവിതത്തിലെ ഒരു വലിയ ഭാഗ്യമായി

ഞാൻ ഇന്നും കരുതുന്നു. കൂട്ടിനായി ഞാൻ കൈനിക്കര ഗോവിന്ദ പ്പിള്ളയെയും വിളിച്ചു. ഞങ്ങൾ രണ്ടുപേരും കൂടിയാണ് അദ്ദേഹത്തെ ഇരുകൈകളിലും പിടിച്ച് വേദിയിലേക്കു നയിച്ചത്. മഹാത്മാവിനെ സ്പർശിച്ചപ്പോഴുണ്ടായ പ്രത്യേക അനുഭൂതി ഇപ്പോഴും ഓർക്കുന്നു. മൂന്നോ നാലോ വയസ്സുള്ള കുഞ്ഞിന്റേതുപോലെ മൃദുലമായിരുന്നു ആ കൈകൾ. ആട്ടിൻപാൽ കുടിക്കുന്നതുകൊണ്ടാണോ കൈകൾക്കിത്ര മൃദുത്വം? എന്റെ ബാലിശമായ സംശയം ഞാൻ ഗോവിന്ദപ്പിള്ളയോടു പങ്കുവച്ചു. മുന്നോട്ടു നടക്കുന്നതിനിടയിൽ സഹജമായ പുഞ്ചിരിയോടെ ഗാന്ധിജി ചോദിച്ചത്, എന്തുചെയ്യുന്നുവെന്നാണ്. പഠിക്കുന്നു എന്നു ഞാൻ ഉത്തരം നൽകി. പഠിത്തം കഴിഞ്ഞാൽ എന്തുചെയ്യും എന്നായി അടുത്ത ചോദ്യം. ഒരു സർക്കാർ ജോലിക്കു പോകണം എന്നായിരുന്നു എന്റെ മറുപടി. മെല്ലെ ചിരിച്ചുകൊണ്ട് അദ്ദേഹം പറഞ്ഞു: ''നിങ്ങളെ പ്പോലെയുള്ള ചെറുപ്പക്കാരെ ഈ നാടിന് ആവശ്യമുണ്ട്. നാടിനെയും ജനങ്ങളെയും സേവിക്കാൻ സമയം കണ്ടെത്തണം.'' എന്തു പറയണ മെന്നറിയാതെ ഞാൻ ഒരുനിമിഷം നിശ്ശബ്ദനായി.

ചീഫ് സെക്രട്ടറിയും ആക്ടിംങ് ദിവാനുമായ കുമാരപിള്ളയായി രുന്നു അഡ്വ. അയ്യപ്പൻപിള്ളയുടെ അച്ഛൻ. ഒരു സർക്കാർ ജോലി നിഷ്പ്രയാസം ലഭിക്കും. അച്ഛന്റെ ആഗ്രഹവും അതുതന്നെ. അവിചാ രിതമായ ചോദ്യം ആ യുവാവിനെ ഒന്ന് കുഴക്കി. ഗാന്ധിജിയുടെ ക ണ്ണുകളുടെ മാസ്മരികതയ്ക്കു മുന്നിൽ പിടിച്ചുനിൽക്കാനാകാതെ അദ്ദേഹം പറഞ്ഞു: ''അങ്ങയുടെ നിർദ്ദേശം അനുസരിക്കും.''

പഠിത്തം കഴിഞ്ഞതോടെ സർക്കാർജോലിക്കു പോകാൻ അയ്യ പ്പൻപിള്ളയെ അച്ഛൻ നിർബന്ധിച്ചുതുടങ്ങി. ഒരുവശത്ത് അച്ഛനും മറു വശത്ത് ഗാന്ധിജിക്കു നൽകിയ വാക്കും. അയ്യപ്പൻപിള്ള ആകെ കുഴങ്ങി. ഗാന്ധിജിക്കു നൽകിയ വാക്കു ലംഘിക്കാനും വയ്യ അച്ഛനെ ധിക്കരി ക്കാനും വയ്യ. ''അച്ഛന് ആദ്യം വിഷമമായെങ്കിലും അദ്ദേഹം പിന്നീട് യോജിച്ചു. നൂറ്റിയഞ്ച് വർഷത്തെ ജീവിതത്തിലേക്കു തിരിഞ്ഞുനോക്കു മ്പോൾ മഹാത്മാവിന്റെ ഉപദേശം അച്ഛന്റെ സമ്മതത്തോടെ നടപ്പാ ക്കാൻ കഴിഞ്ഞത് ജീവിതത്തിലെ ഏറ്റവും നിർണ്ണായകവും ശരിയു മായ തീരുമാനമായിരുന്നു'' എന്ന് അഡ്വ. അയ്യപ്പൻപിള്ള സന്തോഷ ത്തോടെ ഓർക്കുന്നു.[31]

ഗാന്ധിജി തിരുവനന്തപുരത്തുണ്ടായിരുന്ന ആ ദിവസം താമസിച്ചത് ശാസ്തമംഗലം ജംങ്ഷനടുത്ത് ശങ്കർറോഡിനു കിഴക്കുവശത്തുണ്ടാ യിരുന്ന 'ലക്ഷ്മീസദനം' എന്ന വീട്ടിലാണ്. ഇപ്പോൾ ഇവിടെ മുത്തൂ റ്റിന്റെ ഫ്ളാറ്റാണുള്ളത്. ഈ വീട് പത്തറത്തമ്പിമാരുടെ കുടുംബത്തിൽ പ്പെട്ട ലക്ഷ്മിത്തങ്കച്ചിയുടേതായിരുന്നു. പിന്നീട് വീടിന്റെ അവകാശം

31. അഡ്വ. അയ്യപ്പൻപിള്ളയുമായുള്ള അഭിമുഖം

മാധവിത്തങ്കച്ചിക്കായി. അന്നത്തെ പരിപാടികളുടെ ചുമതലക്കാരനും ഗാന്ധിശിഷ്യനുമായിരുന്ന ജി. ചന്ദ്രശേഖരന്റെ ബന്ധുക്കളായിരുന്നു ഇവർ. ഈ വീടിനു മുൻപിലുണ്ടായിരുന്ന കൊമ്പൻമീശക്കാരനായ അലക്കുകാരൻ പണിക്കർ മഹാത്മാവിന്റെ വസ്ത്രം അലക്കിത്തേച്ച കാര്യം അഭിമാനത്തോടെ പറയുമായിരുന്നു.

ഹരിജനോദ്ധാരണത്തിനുവേണ്ടി സംഭാവന നൽകുന്ന കാര്യത്തിൽ തിരുവനന്തപുരത്തുകാർ പിശുക്കു കാണിച്ചു. ആ നിരാശ ഗാന്ധിജി പ്രകടിപ്പിക്കുകയും ചെയ്തു. ''തിരുവനന്തപുരത്തുകാർ സംസ്കാര സമ്പന്നരും മാന്യന്മാരുമാണ്. പക്ഷേ, ഉദാരമതികളല്ല.'' അദ്ദേഹം പറഞ്ഞു.

ആദ്യത്തെ ഹേബിയസ് കോർപ്പസ് ഹർജി

തിരുവിതാംകൂർ ഹൈക്കോടതിയിൽ ഫയൽ ചെയ്ത ആദ്യത്തെയും അവസാനത്തേതുമായ ഹേബിസ് കോർപ്പസ് ഹർജിയെക്കുറിച്ചുള്ള രസകരമായ സംഭവകഥ അഡ്വ. അയ്യപ്പൻപ്പിള്ള ഓർക്കുന്നു. അച്ഛ നോടൊപ്പം ശാസ്തമംഗലത്ത് ഇന്നത്തെ ഇലങ്കംഗാർഡനിലെ കുമാര വിലാസം എന്ന വീട്ടിലായിരുന്നു താമസം. വീടിന് എതിർവശത്തായി രണ്ടു ടെന്നീസ് കോർട്ടുകൾ കൂട്ടുകാരെല്ലാം ചേർന്നുണ്ടാക്കി. ഡോ. കൃഷ്ണൻ നായർ ഇപ്പോൾ വീടുവച്ചു താമസിക്കുന്നത് അവിടെയാണ്. ശാസ്തമംഗലത്തെ രഥപ്പുരക്കുന്നിൽ അപ്പോൾ റ്റി.റ്റി.സി പ്രവർത്തിച്ച് തുടങ്ങിയിരുന്നില്ല. ടെന്നീസ് കളി ഓപ്പൺ ചെയ്തത് അന്നത്തെ പൊലീസ് കമ്മീഷ്ണർ രാമാനുജഅയ്യങ്കാരാണ്. കമ്മീഷണറാണ് അക്കാ ലത്ത് പൊലീസ് സേനയുടെ തലവൻ. അദ്ദേഹവും ഇടയ്ക്കിടയ്ക്ക് കളിക്കാൻ കൂടാറുണ്ടായിരുന്നു.

പൊലീസ് കമ്മീഷണറുമായുള്ള ബന്ധം അറിഞ്ഞോ അറിയാ തെയോ, കുന്നുകുഴിയിൽ കമ്മീഷണറുടെ വീടായ ഹൈലാൻഡ് ബംഗ്ലാവിൽ കിടന്നുറങ്ങിയ കമ്മീഷ്ണറുടെ മകളുടെ കഴുത്തിൽനിന്നു ഒരു കള്ളൻ മാലപൊട്ടിച്ച് കടന്നുകളഞ്ഞു. ഇന്നത്തെപോലെ വ്യാപക മായല്ലെങ്കിലും അന്നും ഇത്തരം പിടിച്ചുപറികളും മാല പൊട്ടിക്കലു മൊക്കെയുണ്ടായിരുന്നു എന്ന് മനസ്സിലായല്ലോ. പൊട്ടിച്ചത് കമ്മീഷണ റുടെ പുത്രിയുടെ മാലയായതുകൊണ്ട് ഇന്നത്തെക്കാൾ യജമാന ഭക്തിയുണ്ടായിരുന്ന പൊലീസ് അതിവേഗം ഒരാളെ കസ്റ്റഡിയിലെ ടുത്തു. കട്ടവനെയാണോ കിട്ടിയത് എന്ന് തീർച്ചയില്ല. അയാളുടെ പേര് രാമലിംഗം. വിധിയാംവണ്ണമുള്ള ചോദ്യംചെയ്യലിനിടയിൽ അയാൾ കൊല്ലപ്പെട്ടു. പൊലീസ് കമ്മീഷണർക്ക് പ്രത്യേക താത്പര്യമുള്ള കേസ്സാവുമ്പോൾ ചോദ്യചെയ്യലിന്റെ വിധം മാറുന്നത് സ്വാഭാവികം. ലോക്കപ്പു മരണങ്ങളിൽ ഇന്നത്തെപോലെ വലിയ കോലാഹലങ്ങൾ ഉണ്ടാവുന്ന കാലമായിരുന്നില്ല. മൃതദേഹം അപ്രത്യക്ഷമായതോടെ പതിവു പോലെ കാര്യങ്ങൾക്ക് ഒരു തീരുമാനമായി എന്നു വിചാരിച്ചെങ്കിലും

തന്റെ മകനെ കാണാനില്ലെന്നും അയാളെ കോടതിക്കു മുന്നിൽ ഹാജരാക്കാൻ ഉത്തരവുണ്ടാവണമെന്നും ആവശ്യപ്പെട്ട് രാമലിംഗത്തിന്റെ അമ്മ തിരുവിതാംകൂർ ഹൈക്കോടതിയിൽ ഒരു ഹേബിയസ് കോർപ്പസ് ഹർജി നൽകിയത് പുലിവാലായി.

തിരുവിതാംകൂർ ഹൈക്കോടതിയിൽ ഇത്തരത്തിലുള്ള ആദ്യത്തെ ഹർജിയായിരുന്നു ഇത്. കോടതിക്ക് ഹർജി പരിഗണിക്കാൻ അധികാരമുണ്ടോ എന്നതായിരുന്നു ആദ്യത്തെ പ്രശ്നം. തിരുവിതാംകൂർ ഹൈക്കോടതിക്ക് ഇത്തരത്തിൽ ഒരു ഹർജി പരിഗണിക്കാനുള്ള ജൂറിസ്ഡിക്ഷൻ ഇല്ലെന്നായിരുന്നു പൊലീസിന്റെ ഭാഗത്തുനിന്നുള്ള വാദം. തിരുവിതാംകൂർ ഹൈക്കോടതിക്ക് ഒരു ചാർട്ടേർഡ് ഹൈക്കോടതിയുടെ എല്ലാ അധികാരങ്ങളുമുണ്ടെന്ന വാദിഭാഗം അഭിഭാഷകൻ നാരയണ പിള്ള വക്കീലിന്റെ വാദം കോടതി അംഗീകരിക്കുകയും രാമലിംഗത്തെ കോടതിയിൽ ഹാജരാക്കാൻ ജഡ്ജിയായ 'നോക്സ്' കമ്മീഷണർക്ക് ഉത്തരവ് നൽകുകയും ചെയ്തു. കമ്മീഷണർ വിഷമത്തിലായി.

രാമനുജഅയ്യങ്കാർ വിഷമത്തിലായെങ്കിലും ആപത്ഘട്ടത്തിൽ മദ്രാസിലെ പൊലീസ് അധികാരിയായ സുഹൃത്ത് രക്ഷകനായെത്തി. ഒരു സുഹൃത്തിന്റെ കർത്തവ്യം കൃത്യമായി നിർവ്വഹിച്ചു. രാമലിംഗം ഒരു കേസുമായി ബന്ധപ്പെട്ട മദ്രാസ് പൊലീസിന്റെ കസ്റ്റഡിയിലാണെന്നും അയാളെ വിട്ടുതരാനാവില്ലെന്നും അദ്ദേഹം തിരുവിതാംകൂർ ഹൈക്കോടതിക്ക് കത്തു നൽകി. തിരുവിതാംകൂർ ഹൈക്കോടതിയുടെ അധികാരപരിധിക്കു പുറത്തായിരുന്നു മദ്രാസ് സർക്കാർ.

■

കഥ, കഥാപാത്രങ്ങൾ

ഏതു ദേശത്തും അതിന്റെ ചരിത്രത്തിൽ നിന്ന് വേർതിരിച്ചെടുക്കാനാവാത്ത കുറെ മനുഷ്യരുണ്ടാവും.വീട്ടുകാർക്കും വിരുന്നുകാർക്കും വേണ്ട വിഭവങ്ങളും സേവനങ്ങളുമൊരുക്കിയിരുന്ന കുറേയധികം ആളുകൾ തിരുവനന്തപുരത്തു മുണ്ടായിരുന്നു. കൂട്ടത്തിൽ നഗരജീവിതവുമായി ഇഴുകിചേർന്ന രസകരങ്ങളായ കുറേ വേഷങ്ങളും. നഗരനിർമ്മിതിയിൽ പങ്കുവഹിച്ചിരുന്ന ഇവരുടെ കഥകൾ ചരിത്രത്തിലൊരിടത്തും കുറിച്ചിട്ടുണ്ടാവില്ല. പക്ഷേ, ഇവരുടെ സാന്നിദ്ധ്യം അടയാളപ്പെടുത്താതെ നഗരക്കാഴ്ചകൾ പൂർണ്ണമാവുന്നില്ല. അപ്രശസ്തരും അല്പപ്രശസ്തരുമായ ചില കഥാപാത്രങ്ങളെയും ചില സംഭവങ്ങളെയും വിശേഷങ്ങളെയും കൂടി ഇവിടെ ഓർമ്മിക്കാം.

വഞ്ചീശമംഗളം

''വഞ്ചിഭൂമിപതേ ചിരം സഞ്ചിതാഭം ജയിക്കേണം.''

വഞ്ചീശമംഗളത്തോടുകൂടിയായിരുന്നു ഈ പുസ്തകം തുടങ്ങേണ്ടിയിരുന്നത്. തിരുവിതാംകൂറിൽ എല്ലാം തുടങ്ങുന്നതും അവസാനിക്കുന്നതും വഞ്ചീശമംഗളം പാടിവേണമെന്നായിരുന്നു ദിവാൻ സി.പി. രാമസ്വാമി അയ്യരുടെ കല്പന.

രാജവാഴ്ചയോട് പ്രജകൾക്ക് ബഹുമാനം കുറഞ്ഞുവരുന്നോ എന്നൊരു സംശയം തുടങ്ങിയപ്പോഴാണ് 1938ൽ എല്ലാ പൊതുപരിപാടികളുടെയും തുടക്കത്തിലും ഒടുക്കത്തിലും മഹാരാജാവിനെ സ്തുതിച്ചുകൊണ്ടുള്ള ഗാനം ആലപിക്കണമെന്ന് ദിവാന്റെ ഉത്തരവുണ്ടായത്. വിദ്യാലയങ്ങൾക്കും സിനിമാശാലകൾക്കുമുൾപ്പെടെ ഈ നിയമം ബാധകമായിരുന്നു. പട്ടാളക്കാർ മാർച്ച് ചെയ്യുമ്പോൾ പാടാൻ ''വാഴ്കവാഴ്ക വഞ്ചിപാലനാം ശ്രീചിത്തിരേശനെന്നുമേ'' എന്നൊരു ഗാനവും തയ്യാറാക്കി. ആ ഗാനത്തിൽ അമ്മ മഹാറാണിയെയും ദിവാനെയും കൂടി സ്തുതിക്കുന്നുണ്ട്. ''സർവ്വകാലവും ഭരിച്ച് വഞ്ചിരാജ്യംവാഴണേ'' എന്ന പ്രാർത്ഥന കാലം ചെവിക്കൊണ്ടില്ല.

ഹനുമാൻപണ്ടാരം

"പല്ലുതേക്കാത്തവരുണ്ടോ, കുളിക്കാത്തവരുണ്ടോ, കിടക്കയിൽ മൂത്രമൊഴിക്കുന്നവരുണ്ടോ, പറഞ്ഞാൽ കേൾക്കാത്തവരുണ്ടോ." ഇങ്ങനെ ചോദിച്ചു വരുന്നത് ഹനുമാൻപണ്ടാരമാണ്. അറുപത് വർഷംമുമ്പ് നഗരത്തിൽ ജീവിച്ചിരുന്നവർക്ക് ഹനുമാൻ പണ്ടാരത്തെ പരിചയപ്പെടുത്തേണ്ട ആവശ്യമില്ല. പണ്ടാരത്തിന് നഗരവാസികളെയും നഗരവാസികൾക്ക് പണ്ടാരത്തെയുമറിയാം. ഈ നഗരത്തെക്കുറിച്ചുള്ള ഒട്ടനവധി ബാല്യകാലസ്മൃതികളിലൊന്നാണ് കൗതുകമുണർത്തുന്ന ഈ കഥാപാത്രം. നഗരത്തിലെ വീടുകളിൽ അപ്രതീക്ഷിതമായി പണ്ടാരം കടന്നുവരും. കയ്യിലെ വട്ടത്തിലുള്ള ചെമ്പുമണിയിൽ കോലുകൊണ്ട് തട്ടിയുണ്ടാക്കുന്ന ശബ്ദത്തോടെയാണ് വരവ്. ഹനുമാന്റെ മുഖരൂപമുള്ള വലിയൊരു മുഖംമൂടിയും തോളിൽ മുഷിഞ്ഞ പൊക്കണവും (ഭാണ്ഡവും) നീളൻ മുളവടിയുമായി കടന്നുവരുന്ന ഹനുമാൻപണ്ടാരം പണ്ട് ഭീതിയും ഓർക്കുമ്പോൾ കൗതുകവുമുണർത്തുന്ന കഥാപാത്രമാണ്. കുട്ടികൾ അമ്മയുടെ വസ്ത്രത്തുമ്പിൽ പിടിച്ച് ഭയത്തോടെ പണ്ടാരത്തെ നോക്കി നിൽക്കും. മുമ്പോട്ടും പുറകോട്ടും ചുവടുകൾ വച്ച് കളിക്കുന്ന അയാൾ രണ്ട് ചുവട് പിന്നോട്ടുവച്ച് പെട്ടെന്ന് മുന്നിലേക്ക് ഓടിവരും. ഒരേസമയം ഭയപ്പെടുത്തുകയും രസിപ്പിക്കുകയും ചെയ്യും. ഹനുമാൻ പണ്ടാരത്തിന്റെ പേരുപറഞ്ഞായിരുന്നു രക്ഷാകർത്താക്കൾ അക്കാലത്ത് കുട്ടികളെ അനുസരിപ്പിച്ചിരുന്നത്. അനുസരിക്കാത്ത കുട്ടികളെ പണ്ടാരം ഭാണ്ഡത്തിൽ പിടിച്ചിട്ടുകൊണ്ട് പോകുമത്രെ. ഭിക്ഷ വാങ്ങി പുറത്തിറങ്ങി മുഖംമൂടിയും ഭാണ്ഡത്തിലാക്കി അടുത്ത വീട്ടിലേക്ക് അയാൾ പോകും.

കടുവകളി

കുട്ടികളെ പേടിപ്പിച്ചിരുന്ന മറ്റൊരു വേഷമാണ് കടുവ. ദേഹമാസകലം കടുവയെപ്പോലെ ചായംതേച്ച് പതുങ്ങിയ ചുവടുകളും കുതിച്ചുചാട്ടവുമായിവരുന്ന കടുവകൾ മുഹറത്തിനോടനുബന്ധിച്ചാണ് തെരുവുകളിലെത്തുന്നത്. ചായം തേക്കാൻ ശരീരത്തിലെ രോമം മുഴുവൻ ആദ്യം തന്നെ വടിച്ചുകളയണം. ഉപയോഗിക്കുന്ന നിറങ്ങളിൽ മഞ്ഞയ്ക്കും കറുപ്പിനുമാണ് പ്രാധാന്യം. കടുവയോടൊപ്പം അതിനെ വേട്ടയാടാനെത്തുന്ന വേട്ടക്കാരനുമുണ്ടാവും. കടുവവേഷം കെട്ടുന്നയാളിന്റെ വയറിലും കടുവയുടെ മുഖം വരയ്ക്കാറുണ്ട്. വേഷം പൊലിപ്പിക്കാൻ വയറു വളർത്തുന്നവരുമുണ്ട്. അയാൾ സ്വന്തം മുഖം ചായംതേച്ചോ മുഖംമൂടിവച്ചോ മറച്ചിരിക്കും കേരളത്തിൽ ഇരുനൂറ് വർഷം മുമ്പ് തൃശ്ശൂരാണത്രെ കടുവ കളി ആദ്യമായി തുടങ്ങിയത്. മുഹറത്തിന് ഒരു പുതിയ കലാരൂപം അവതരിപ്പിക്കാൻ രാമവർമ്മമഹാരാജാവ് മുസ്ലീം പട്ടാളക്കാരോട് ആവശ്യപ്പെട്ടുവെന്നും അവർ കടുവാകളി അവതരിപ്പിച്ചുവെന്നുമാണ് കടുവാകളിയുടെ ഉത്ഭവത്തെക്കുറിച്ച് പറയുന്നത്.

തിരുവനന്തപുരത്ത് കടുവവേഷം കെട്ടുന്നവർ വൈകുന്നേരം പാളയത്ത് പഞ്ചാപ്പുരയിൽ ഒത്തുചേർന്ന് അവിടെനിന്ന് അഞ്ചുവിരലുള്ള കൈപ്പത്തിയും ചന്ദ്രക്കലയുമുള്ള ചിഹ്നം കരമനയിലേക്ക് എഴുന്നള്ളിച്ച് ആറ്റിൽ മുങ്ങിക്കുളിച്ച് കടുവാവേഷം ഉപേക്ഷിക്കും. കടുവാവേഷക്കാരിൽ മികച്ച അഭ്യാസികളുമുണ്ടായിരുന്നു. ഒരിക്കൽ ശ്രീമൂലംതിരുനാൾ മഹാരാജാവിനെ മുഖംകാണിക്കാൻ എത്തിയ ഇവരിൽ ചിലരോട് ആരാണെന്ന് കോട്ടകാവൽക്കാരന്റെ ചോദ്യത്തിന് 'കടുവ' എന്നായിരുന്നു മറുപടി. 'കടുവയാണെങ്കിൽ ചാടിപ്പോരട്ടെ' എന്ന് മഹാരാജാവ്. ഇവർ കോട്ടചാടിക്കടന്ന് രാജാവിനെ മുഖംകാണിക്കാനെത്തിയത്രെ.

പുലിക്കളി

റമദാൻ ദിവസങ്ങളിൽ വീടുകൾ സന്ദർശിക്കുന്ന കറുത്ത രൂപങ്ങളുണ്ടായിരുന്നു അന്ന്. അത് 'പുലി' ആണ്. ചിലപ്പോൾ നിറം കൊണ്ട് കരടിയെന്നും തോന്നും. ദേഹം മുഴുവൻ കരിപൂശിക്കറുപ്പിച്ച ഒരാളുടെ മുതുകിൽ കറുത്ത ചായം തേച്ച മുറം വച്ച് കെട്ടിയിട്ടുണ്ടാവും. നീളമുള്ള വടി കൊണ്ടുനടക്കുന്ന മറ്റൊരാൾ ഈ മുറത്തിൽ ശക്തിയായി അടിക്കും. വേഷങ്ങളെക്കാളും ഇവരുടെ ചോദ്യാത്തരങ്ങളാണ് രസകരം. അടിക്കുന്നയാൾ അടികൊള്ളുന്ന ആളിനോട് ചോദിക്കുന്നു ''എങ്കെ കൊടുത്തേൻ'' (എവിടെക്കൊടുത്തു) മറുപടി ''ഇങ്കെക്കൊടുത്തേൻ'' (ഇവിടെ കൊടുത്തു) അടുത്ത ചോദ്യം ''ആരിട്ടെകൊടുത്തേൻ'' (ആരുടെ കയ്യിൽ കൊടുത്തു) മറുപടി അമ്മാട്ടെ കൊടുത്തേൻ (അമ്മയുടെ കയ്യിൽ കൊടുത്തു) ''വേങ്കിത്താ'' (വാങ്ങിത്താ) മറുപടി ''വേങ്കിത്താറേൻ'' (വാങ്ങിത്തരാം). ഈ വീട്ടിലെ അമ്മയുടെ കയ്യിൽ കൊടുത്തിരിക്കുന്ന സാധനം തിരിച്ചുവാങ്ങിച്ചു കൊടുക്കാനാണ് അടിക്കുന്നത്. ഗൃഹനാഥയ്ക്ക് അവർക്ക് എന്തെങ്കിലും കൊടുക്കാതിരിക്കാൻ പറ്റില്ലല്ലോ. വിചിത്രവും ബുദ്ധിപരവുമായ ഈ അവതരണം നമുക്കും രസിക്കും. എന്തെങ്കിലും കൊടുക്കാനും തോന്നും. പാവത്തിനെ അടികൊള്ളിക്കണ്ടല്ലോ. ഈ പുലിക്കളിയെക്കുറിച്ച് വർഷങ്ങൾക്ക് മുൻപ് വീണ്ടും ഓർമ്മിച്ചത് 'ഗാമാ' നീല സോപ്പിന്റെ പരസ്യഘോഷയാത്ര കണ്ടപ്പോഴാണ്. ചെണ്ടമേളത്തിന്റെ അകമ്പടിയോടെയുള്ള ഈ ചെറുഘോഷയാത്രയിൽ ചോദ്യോത്തര രീതിയിലാണ് പരസ്യവാചകങ്ങൾ. ചോദ്യം ''ഗോപാലാ'' ഉത്തരം ''ഏൻ സാർ'' ചോദ്യം ''എങ്കെ പൊറേൻ'' ഉത്തരം ''കടക്കു പോറേൻ'' ചോദ്യം ''എന്നാ വാങ്ക'' ഉത്തരം ''സോപ്പ് വാങ്ക'' ചോദ്യം ''എന്നാ സോപ്പ്'' ഉത്തരം ''ഗാമാ നീലം''. ഘോഷയാത്രയിൽ ചെണ്ടക്കാരും കഥാപാത്രങ്ങളുമൊഴിച്ച് ബാക്കിയൊക്കെ പുറകെ കൂടിയ കുട്ടികളായിരുന്നു. വീടുകളിൽനിന്ന് ഭിക്ഷവാങ്ങി മണ്ണാറശാലയ്ക്കും വേളാങ്കണ്ണിക്കും ശബരിമലയ്ക്കുമൊക്കെ തീർത്ഥയാത്ര പോകാമെന്ന്

നേർച്ചയെടുത്തു വരുന്നവരും സാധാരണയായി നഗരത്തിൽ കണ്ടിരുന്നു.

പൊങ്കാല

തിരുവനന്തപുരത്തുകാരുടെ പ്രധാന ഉത്സവങ്ങളായിരുന്നു ആറാട്ടും പൂജയെടുപ്പും. ഇവ രണ്ടും കാണാൻ പോകാത്തവർ അപൂർവം. പൊന്നു തമ്പുരാനെയും കാണാമല്ലോ. അമ്മമാരും അമ്മൂമ്മമാരുമൊക്കെ കുഞ്ഞുങ്ങളെ ഒക്കത്തുവച്ച് പാടുന്നത് കേട്ടിട്ടുണ്ട് ''ആറാട്ടുകാണാൻ പോണവരെ എന്റെ ആട്ടിൻകുട്ടിയെകൂടെ കൊണ്ടുപോണേ, പൂജയെടുപ്പു കാണാൻപോണവരെ എന്റെ പൂച്ചക്കുട്ടിയെ കൂടെ കൊണ്ടുപോണേ'' മനുഷ്യർക്കുമാത്രമല്ല വളർത്തുമൃഗങ്ങളായ ആടിനെയും പൂച്ചയേയുമൊക്കെ ഈ ആഘോഷങ്ങൾ കാണിക്കണം. ദേവീക്ഷേത്രങ്ങളിലെ ഉത്സവങ്ങൾ പൂർണ്ണമാകണമെങ്കിൽ 'പൊങ്കാല' കൂടിയെ തീരൂ. തമിഴകത്തെ പൊങ്കൽ കേരളത്തിൽ പൊങ്കാലയായി. നഗരത്തിലെ മിക്ക ദേവീക്ഷേത്രങ്ങളിലും മാടൻ തമ്പുരാൻക്ഷേത്രങ്ങളിലും ഉത്സവത്തിന് പൊങ്കാല ഉണ്ടായിരിക്കും പ്രസിദ്ധമായ ആറ്റുകാൽ പൊങ്കാലയെക്കുറിച്ച് വിസ്താരഭയത്താൽ കൂടുതൽ പറയുന്നില്ല. മാടൻതമ്പുരാൻ പ്രധാന ദേവനായും ഉപദേവനായും പ്രതിഷ്ഠയുള്ള ഇത്രയധികം ക്ഷേത്രങ്ങൾ മറ്റൊരിടത്തുമില്ല. ഇപ്പോൾ തിരുവനന്തപുരത്തിന്റെ ജനകീയ ഉത്സവം ആറ്റുകാൽ പൊങ്കാലയാണ്. ആണ്ടിലൊരിക്കൽ ആറ്റുകാൽഅമ്മച്ചിക്ക് പൊങ്കാല നൽകാനുള്ള അവസരം സ്ത്രീകൾ ഒഴിവാക്കാറില്ല.

ഭീമൻകെട്ട്

പത്മനാഭസ്വാമിക്ഷേത്രത്തിന്റെ കിഴക്കേനടയിൽ പൈങ്കുനി ഉത്സവത്തോടനുബന്ധിച്ച് പാണ്ഡവന്മാരുടെ വലിയ രൂപങ്ങൾ കെട്ടി നിറുത്താറുണ്ട്. ഭീമൻകെട്ട് എന്നാണ് ഇത് അറിയപ്പെടുന്നത്. തടികൊണ്ട് നിർമ്മിച്ച ഭീമാകാരമായ പാണ്ഡവപ്രതിമകളാണിവ. വനവാസക്കാലത്ത് പാണ്ഡവർ ഇവിടെയും വന്നിരുന്നത്രെ. ഉത്സവത്തിനോടനുബന്ധിച്ച് നടക്കുന്ന വേലകളി അമ്പലപ്പുഴരാജാവിന്റെ സേനാനായകനായ മാത്തൂർ പണിക്കരുടെ കളരിയിൽ ചിട്ടപ്പെടുത്തിയതെന്നാണ് ഐതിഹ്യം. കൗരവരും പാണ്ഡവരും തമ്മിലുള്ള യുദ്ധമാണ് വിഷയം. അമ്പലപ്പുഴയെ തിരുവിതാംകൂർ ആക്രമിച്ചപ്പോൾ പണിക്കർ തിരുവിതാംകൂറിനോട് കൂറു പ്രഖ്യാപിച്ചു. അമ്പലപ്പുഴ രാജാവ് വൈക്കോൽ കൊണ്ട് യഥാർത്ഥ കോട്ടയെപോലെ തോന്നിക്കുംവിധം ഉണ്ടാക്കിയ ഭാഗത്തെ കുറ്റി ഊരി കോട്ട വ്യാജമാണെന്ന് പണിക്കർ തിരുവിതാംകൂർ പടയാളികൾക്ക് കാണിച്ചുകൊടുത്തുവെന്നാണ് കഥ. എന്തായാലും പിൽക്കാലത്ത് പണിക്കർ കുറ്റിയൂരിപ്പണിക്കർ എന്ന് അറിയപ്പെടാൻ തുടങ്ങി.

ക്ഷേത്രത്തിന് മുന്നിലെ പാണ്ഡവരൂപങ്ങൾ

വേലൻ

കമ്പേറ്, ദൃഷ്ടിദോഷം, കൊതി തുടങ്ങിയ ദോഷങ്ങൾ തീർക്കാനും ബാധ ഒഴിപ്പിക്കാനും മറ്റും അല്ലറചില്ലറ മന്ത്രവാദങ്ങൾ നടത്തിയിരുന്നവരാണ് മലവേലൻമ്മാർ. തോൽ (ചെറിയ കമ്പുകളോടുകൂടിയ ഇലകൾ) കൊണ്ട് ഓതിയാണ് ഇവർ ദോഷങ്ങൾ തീർത്തിരുന്നത്. വേലന്മാർ ചെയ്യുന്ന കർമ്മങ്ങൾ വേലൻപ്രവൃത്തി എന്നാണ് അറിയുന്നത്. അസുരന്മാരുടെ ആഭിചാരത്താൽ ശ്രീകൃഷ്ണന് പിണിദോഷമുണ്ടായപ്പോൾ "വേലനാരുടെവേഷമങ്ങുചമഞ്ഞു പാർവ്വതീവല്ലഭൻ" പ്രത്യക്ഷപ്പെട്ട് പിണിനീക്കിയതായി 'വേലൻപ്രവൃത്തി' എന്ന പാട്ടിൽ പറയുന്നു. "കണ്ടുനിന്നവർ വാഴ്ത്തിയെന്നതിനാലെയേറ്റൊരു കൺഫലം കണ്ടവർ തൻതിരുമേനി തീർത്തപോൽ അമ്പും തോലുഴിഞ്ഞോതുന്നേൻ" എന്നിങ്ങനെ പാടി തോലുഴിയുന്നു. മഹാവിഷ്ണുവിന്റെ അവതാരങ്ങളെ വർണ്ണിച്ച് പാടാറാണ് പതിവ്. തങ്ങളുടെ പക്കലുള്ള ഭസ്മത്തട്ടിൽ നിമിഷനേരംകൊണ്ട് ദേവിദേവന്മാരുടെ ചിത്രം വരയ്ക്കുന്നതിലും ഇവർ വിരുതരാണ്. തിരുവനന്തപുരത്ത് ജഗതിക്കടുത്തുള്ള ആറന്നൂരിൻ ഇവർ കുറെ പേർ ഉണ്ടായിരുന്നു. പണ്ടുള്ളവർ സ്വന്തമായി ഉപ്പും

മുളകും കടുകുമൊക്കെ തലയ്ക്കുഴിഞ്ഞ് അടുപ്പിലിട്ട് പൊട്ടിച്ചിട്ടും മാറാത്ത ദോഷപരിഹാരത്തിനാണ് വേലന്മാരെ ആശ്രയിച്ചിരുന്നത്.

ലാടൻ

തോളിൽ ചരിച്ചുപിടിച്ച നീളൻ വടിയും അതിന്റെ അറ്റത്ത് ഒരു ഭാണ്ഡവും നിറമുള്ള വേഷങ്ങളും തലക്കെട്ടും ഭസ്മക്കുറിയും തോളിലെ സഞ്ചിയിൽ നിറയെ ഒറ്റമൂലികളുമായി വരുന്ന ലാടവൈദ്യന്മാർ ഒരു പഴയ കാഴ്ചയാണ്. ഇവരുടെ കയ്യിലുള്ള അകംപൊള്ളയായ വടികൾ പലതായി വേർപ്പെടുത്താവുന്നതാണ്. അമൂല്യങ്ങളായ മരുന്നുകൾ അവർ വടിയ്ക്കുള്ളിൽ സൂക്ഷിക്കാറാണ് പതിവ്. നാഡിപരിശോധിച്ച് രോഗനിർണ്ണയം നടത്തുന്ന ഇവരിലൊരാൾ നൽകിയ ഒറ്റമൂലികഴിച്ച് ശിഷ്ടകാലം മുഴുവൻ ശയ്യാവലംബിയായ ഒരയൽക്കാരനെ എനിക്കറിയാം. പ്രസിദ്ധ ബ്രിട്ടിഷ് സർജൻ ഡോ. സോമർവെല്ലിന് പറയാനുള്ളത് മറ്റൊരനുഭവമാണ്. അദ്ദേഹം കന്യാകുമാരി ജില്ലയിലെ നെയ്യൂർ എന്ന സ്ഥലത്ത് പ്രാക്ടീസ് ചെയ്യുന്ന കാലം. ആയിടയ്ക്ക് വിവാഹിതനായ തന്റെ ആശ്രിതനെയും അയാളുടെ ഭാര്യയെയും വഴിയിൽ വച്ച് കണ്ടപ്പോൾ സ്വന്തം വീട്ടിലേക്ക് ക്ഷണിച്ചു. വരേണ്ട ദിവസവും നിശ്ചയിച്ചു. ദമ്പതികൾ പോയിക്കഴിഞ്ഞശേഷം സോമർവെല്ലിനോടൊപ്പമുണ്ടായിരുന്ന ലാടവൈദ്യൻ പറഞ്ഞു, ലക്ഷണം കണ്ടിട്ട് ആ ദിവസം ആ സ്ത്രീക്ക് വരാൻ കഴിയില്ല കാരണം അവർ മാസമുറയിലായിരിക്കും. അങ്ങനെ തന്നെ സംഭവിച്ചുവെന്ന് ഡോക്ടർ അതിശയത്തോടെ രേഖപ്പെടുത്തിയിട്ടുണ്ട്. ഇത്തരത്തിൽ മിടുക്കന്മാരായ ലാടവൈദ്യന്മാരും ധാരാളമുണ്ടായിരുന്നത്രേ.

വേലക്കട

ദൈനംദിനജീവിതത്തിന് ആവശ്യമായ സാധനങ്ങളും സേവനങ്ങളും നൽകിയിരുന്ന ഒരുകൂട്ടം ആളുകളുണ്ട്. അവർ ഈ സാധനങ്ങളും സേവനങ്ങളും എല്ലാം വീടുകളിൽ എത്തിച്ചിരുന്നുവെന്നതാണ് മറ്റൊരു പ്രത്യേകത. കച്ചവട സാധനങ്ങളുമായി വീടുവീടാന്തരം കയറിയിറങ്ങുന്നതിൽ ഏറിയപങ്കും സ്ത്രീകൾ ആയിരുന്നു. മലക്കറിയുമായെത്തുന്ന മലക്കറിക്കാരിയും മീൻകാരിയും മോരുകാരിയും കരുപ്പട്ടിക്കാരിയും എണ്ണക്കാരിയും വീട്ടുവേലക്കാരിയും തൂപ്പുകാരിയും അലക്കുകാരിയും നെല്ലുകുത്തുകാരിയുമൊക്കെ ദൈനംദിന ജീവിതത്തിന്റെ ഭാഗമായിരുന്നു. വല്ലപ്പോഴുമെത്തുന്ന വട്ടി, കുട്ട, പായ്, മുറം വിൽപ്പനക്കാരിയെയും കൈനോട്ടക്കാരിയെയും കൂട്ടത്തിൽപ്പെടുത്താം. 'കുടുംബശ്രീ' എന്ന സംഘടനയിലൂടെ വനിതാതൊഴിലാളികൾ സംഘടിക്കുന്ന കാലമാണിത്. തിരുവിതാംകൂറിൽ വനിതകളുടെ ക്ഷേമോന്നമനത്തിന് പണ്ടുമുതൽക്കേ പ്രാമുഖ്യം നൽകിയിരുന്നു. കൊ.വ.1039ൽ പാവപ്പെട്ട

വനിതകൾക്കുവേണ്ടി തിരുവനന്തപുരത്ത് ഒരു 'വേലക്കട' (വർക്ക് ഷോപ്പ്) തുടങ്ങുകയും അതിന് സർക്കാർ സാമ്പത്തികസഹായം നൽകുകയും ചെയ്തു. വേലക്കട തുടങ്ങാനുള്ള റവറന്റ് മെസതർ പൊക്സൻ നൽകിയ അപേക്ഷയിൽ 300 രൂപ (2137 ㎖ പണം) ധർമ്മമായി നൽകാൻ 1039 മകരം 21 ന് നീട്ട് പുറപ്പെടുവിക്കുകയുണ്ടായി.

ചന്ത

ചാലയിലെ മാർക്കറ്റ് കൂടാതെ പാളയത്ത് ഒരു ചന്ത സ്ഥാപിച്ചതോടെയാണ് ചന്തയിൽപോയി ദൈനംദിന ആവശ്യങ്ങൾക്കുള്ള സാധനങ്ങൾ വാങ്ങുന്ന ശീലം തിരുവനന്തപുരം നഗരവാസികൾക്കുണ്ടായത്. പാളയത്തും പരിസരത്തും താമസിച്ചിരുന്ന പട്ടാളക്കാരുടെയും സായിപ്പന്മാരുടെയും സൗകര്യം കണക്കാക്കിയായിരുന്നു ഈ നടപടി.[1]

പേരത്തമ്പഴം

''ചെമ്പ്, പിച്ചള, അലുമിനിയം, ചെല്ലാത്ത കാശുക്ക് പേരത്തമ്പേഴം'' ഈ വിളി കുട്ടികളെ മാത്രമല്ല വലിയവരെയും കൊതിപ്പിച്ചിരുന്നു. പേരത്തമ്പഴം എന്നാൽ ഈന്തപ്പഴം. മുൻകാലങ്ങളിൽ ഈന്തപ്പഴം സാധാരണയായി കടകളിൽ ലഭിച്ചിരുന്നില്ല. അറബിനാടുകളിൽനിന്നും ഇന്ത്യയിലേക്ക് ഈന്തപ്പഴം വലിയ രീതിയിൽ ഇറക്കുമതി ചെയ്യുന്നതിന് മുൻപുള്ള കഥയാണിത്. അഫ്ഗാനിസ്ഥാനിൽ നിന്ന് തിരുനൽവേലി തുടങ്ങിയ സ്ഥലങ്ങളിലെത്തുന്ന ഈന്തപ്പഴം ചെറുകിട കച്ചവടക്കാർ തിരുവനന്തപുരത്തെത്തിച്ച് വില്പന നടത്തിയിരുന്നു. ചെമ്പ്, പിച്ചള, അലുമിനിയം എന്നിവ കൊണ്ടുണ്ടാക്കിയ പഴയ പാത്രങ്ങൾക്ക് പകരമായാണ് ഈന്തപ്പഴം നൽകിയിരുന്നത്. 'ചെല്ലാത്ത കാശ്' എന്നാൽ സർക്കുലേഷനിൽ നിലവിലില്ലാത്ത പഴയ നാണയങ്ങളാണ്. പഴയ കസവ് വാങ്ങാൻ വരുന്ന മറ്റൊരുകൂട്ടരുണ്ട് ''കസവുണ്ടോ കസവ്'' എന്ന വിളികേട്ടാൽ വീട്ടമ്മമാർ കീറിയ സാരിയിലും മറ്റുമുള്ള കസവുകൾ കീറിയെടുത്ത് സൂക്ഷിച്ചിരിക്കുന്നത് ഇയാൾക്ക് നൽകുന്നു. പകരം പുതിയ പാത്രങ്ങൾകിട്ടും. ''അമ്മിക്കല്ലു കൊത്താനുണ്ടോ ആട്ടുകല്ലുകൊത്താനുണ്ടോ'' എന്ന് വിളിച്ചുകൊണ്ടുവന്നിരുന്നത് പരദേശി സ്ത്രീകളാണ്. മറുനാടുകളിൽ നിന്ന് കൂട്ടമായി വരുന്ന ഇവർ നഗരത്തിൽ വഴിയോരത്തുള്ള പറമ്പുകളിൽ താവളമടിക്കും. ദിവസങ്ങളോളം അവർ അവിടെ താമസിച്ച് പല സംഘങ്ങളായി തിരിഞ്ഞ് പല വഴികളിലൂടെ അമ്മികല്ലും ആട്ടുകല്ലും കൊത്താനിറങ്ങുന്നു. ഇക്കൂട്ടരെ നേരിട്ട് കണ്ടിട്ടില്ലാത്തവർ ''കാക്കോത്തിക്കാവിലെ അപ്പൂപ്പൻതാടി'' എന്ന സിനിമയിൽ രേവതി അവതരിപ്പിച്ച കഥാപാത്രത്തെ ഓർക്കുന്നത് നന്ന്. മുറുക്കിചുവപ്പിച്ച്

1. കൊ.വ. 992 ലെ നീട്ട്

മുഷിഞ്ഞ വസ്ത്രംധരിച്ച് വരുന്ന ഇവരുടെ പൊക്കണത്തിൽ പലപ്പോഴും ഒരു കുഞ്ഞുമുണ്ടാകും. ഇവരുടെ പുരുഷന്മാർ തെരുവ് സർക്കസ്, പിച്ചാത്തി രാവിമൂർച്ചകൂട്ടുക തുടങ്ങിയ പണികളിൽ ഏർപ്പെടുന്നു. 'അവൾ അവളേയ്' (അവൽ അവലെയ്), ഈയം പൂസാനുണ്ടോ (പൂശാനുണ്ടോ) ഈയം, സാരി സായം (ചായം) മുക്കാനുണ്ടോ എന്നിങ്ങനെ തമിഴ് ചുവയുള്ള വിളികളും ഇപ്പോൾ കേൾക്കാനില്ല. വിറക് കീറുന്നവരും കിണർ ഇറയ്ക്കുന്നവരും തുടങ്ങി ദൈനംദിന ജീവിതത്തിൽ ഒഴിച്ചുകൂടാനാവാത്ത സേവനങ്ങൾക്കായി എത്രയെത്ര ആളുകളാണ് നഗരജീവിതത്തിന്റെ തിരക്കിനിടയിൽ വ്യാപിച്ചിരുന്നത്. നഗരത്തിൽ നിന്നു മാഞ്ഞുപോയ വഴിയോരക്കാഴ്ചകളാണ് സർവ്വരോഗസംഹാരികളായ ഒറ്റമൂലികൾ വിൽക്കുന്നവരും ജാലവിദ്യക്കാരും സൈക്കിൾ യജ്ഞക്കാരും തെരുവ് സർക്കസുക്കാരുമൊക്കെ.

തൊഴിലും സ്ഥലനാമവും

തൊഴിലിനെ അടിസ്ഥാനപ്പെടുത്തിയുള്ള ജാതിവ്യവസ്ഥ മാറി വർണ്ണാധിഷ്ഠിത ജാതിവ്യത്യാസങ്ങൾ വന്നിട്ടും പരമ്പരാഗത തൊഴിലുകളിൽ ഏർപ്പെട്ടിരുന്നവർ ഒന്നിച്ചുകൂടിയായിരുന്നു താമസം. തിരുവനന്തപുരത്ത് കല്ലാശാരിമാർ കറ്റച്ചക്കോണത്തും കൽപ്പാളയത്തിലുമാണ് താമസിച്ചിരുന്നത്. ആണി കാച്ചിയടിച്ചിരുന്ന കൊല്ലന്മാർ കാച്ചാണിയിലും കാവടിയാന്മാർ കവടിയാറും കുറവന്മാർ കുറവൻകോണത്തും മണ്ണാൻമാർ മണ്ണാൻമൂലയിലും പഠാണികൾ പട്ടാണിക്കുന്നിലും മണക്കാട്ടും റാവുത്തറന്മാർ പട്ടുകുന്നിലും ചെട്ടിമാർ ചെട്ടിവിളാകത്തും ചെമ്പ്പണിക്കാർ വലിയശാല ചെമ്പ് പണിപ്പുര പരിസരത്തുമാണ് താമസിച്ചിരുന്നത്. ചാന്നാന്മാരും ഈഴവരും, ലത്തീൻകത്തോലിക്കക്കാരും താമസിച്ചിരുന്നത് പേട്ടഗ്രാമത്തിലാണ്. നായന്മാർ പാർത്തിരുന്നത് പ്രധാനമായും പാൽക്കുളങ്ങര, ജഗതി, ശാസ്തമംഗലം, പൂജപ്പുര എന്നിവിടങ്ങളിലും ബ്രാഹ്മണരുടെ കൂട്ടായ സങ്കേതങ്ങളായിരുന്നു അഗ്രഹാരങ്ങൾ. കരമന,ഒന്നും രണ്ടും മൂന്നും പുത്തൻതെരുവുകൾ, വലിയശാല, ശ്രീവരാഹം, ശ്രീകണ്ഠേശ്വരം, എന്നിവിടങ്ങളിലായിരുന്നു ഇവർ താമസിക്കാൻ തെരഞ്ഞെടുത്തത്.

കർഷകതൊഴിലാളികൾപ്രധാനമായുംപുലയസമുദായത്തിൽപ്പെട്ടവരായിരുന്നു. പുല (തൊട്ടുകൂടായ്മ) ഉള്ളവനാണ് പുലയൻ. ചേറിൽ പണിയെടുക്കുന്ന ഇവരെ ചെറുമന്മാർ എന്നും വിളിച്ചിരുന്നു. കൃഷിസ്ഥലങ്ങളുമായി ബന്ധപ്പെട്ട ചതുപ്പുനിലങ്ങളിൽ കൃഷിചെയ്തും കാലിയെവളർത്തിയും ഇവർ ഉപജീവനം കഴിച്ചു. തമിഴ്നാട്ടിൽ നിന്ന് വന്ന ചെട്ടിമാർക്കും സേഠ്മാർക്കുമായിരുന്നു തുണിക്കച്ചവടത്തിന്റെ കുത്തക. വലിയ ട്രങ്കുകളിൽ തുണിത്തരങ്ങളുമായി വീടുകളിൽ കയറിയിറങ്ങി തുണികച്ചവടം ചെയ്തിരുന്ന പലരും പിൽക്കാലത്ത് നഗരത്തിലെ വൻകിട തുണിക്കച്ചവടക്കാരായി മാറി. ചാന്നാന്മാരും ഈഴവരും സമാനമായ തൊഴിലായിരുന്നു

ചെയ്തിരുന്നത്. കൃഷിയും ചെത്തുമായിരുന്നു ഇവരുടെ ജീവിതമാർഗ്ഗം. നെയ്യാറ്റിൻകരഭാഗങ്ങളിൽ കാണുന്ന ചാന്നാന്മാർ തമിഴ്ബന്ധമുള്ളവരാണ്. ആ പ്രദേശങ്ങളിൽ ധാരാളം പനയുണ്ടായിരുന്നു. കള്ളുചെത്തായിരുന്നു ഈഴവരുടെ പരമ്പരാഗത തൊഴിൽ. തൊണ്ട് കായൽവെള്ളത്തിൽ അഴുക്കി കയറുണ്ടാക്കുന്ന ജോലിയും അവർ ചെയ്തിരുന്നു. തേങ്ങ ഉടച്ച് കൊപ്രയാക്കുമായിരുന്നെങ്കിലും എണ്ണയാട്ടാൻ ഇവർക്ക് വിലക്കുണ്ടായിരുന്നു. കൊപ്രവ്യാപാരവും കൊപ്ര ചക്കിലിട്ട് ആട്ടി വെളിച്ചണ്ണയെടുത്തിരുന്നതുമൊക്കെ ചെട്ടിയാർവിഭാഗത്തിൽ പെട്ടവരാണ് ചെയ്തിരുന്നത്. നഗരത്തിൽ അങ്ങിങ്ങായി ഇവരുടെ ചക്കുകൾ കാണാമായിരുന്നു. കേരളത്തിലെ പ്രധാന കാർഷികവിഭവങ്ങളിൽ ഒന്നായിരുന്നല്ലോ തേങ്ങ. ചക്കിൽ തേങ്ങയാട്ടുമ്പോൾ ഭാര്യയോട് കലഹം ഭാവിച്ച് കയ്യിലുള്ള തോർത്ത് ചക്കിലുള്ള എണ്ണയിൽമുക്കി ഭാര്യയെ തല്ലാനെന്ന നാട്യത്തിൽ വീടിനകത്തേക്ക് ഓടിക്കയറി തോർത്തിലെ എണ്ണ ഒരു പാത്രത്തിൽ പിഴിഞ്ഞൊഴിച്ച് തിരിച്ചെത്തുന്ന എണ്ണയാട്ടുകാരനെ കുറിച്ചുള്ള കഥ പ്രസിദ്ധമാണ്.

കരംപിരിവ്

ജി.എസ്.ടിയുടെ കാലമാണിപ്പോൾ. ഭരണകാര്യങ്ങൾക്കും വികസന പ്രവർത്തനങ്ങൾക്കും സർക്കാരിന് പണംവേണം. പലതരത്തിലുള്ള നികുതിവരുമാനങ്ങളാണ് ഖജനാവ് നിറയ്ക്കാനുള്ള പ്രധാന മാർഗ്ഗം. പഴയകാലത്ത് ചുമത്തപ്പെട്ടിരുന്ന ചില തൊഴിൽക്കരങ്ങളെക്കുറിച്ച് അറിയുന്നത് രസകരമായിരിക്കും. കള്ളുചെത്തുന്നതിന് വസൂലാക്കുന്ന കരത്തിന്റെ പേര്പനച്ചാട്ടം, ചാരായം വാറ്റുന്നതിന് പനത്തീരുവ, തൊഴിലിന്തലവരി, അലക്കിന്വണ്ണാരപ്പാറ, മീൻപ്പിടിത്തംഊന്നിപ്പാട്ടം, ആഭരണം അണിയൽമേനിപ്പൊന്ന്, മരത്തിൽക്കയറാൻ തളക്കാണം ഏണിക്കരം, നെയ്ത്തിന്തറിക്കടം, മൺപാത്രനിർമ്മാണത്തിന് ചെക്കിറ, പല്ലക്ക് ഉപയോഗിക്കാനും തലപ്പാവ് ധരിക്കുന്നതിനും കരം കൊടുക്കണം. വിവാഹം, മരണം, തുടങ്ങിയവയുമായി ബന്ധപ്പെട്ട ചടങ്ങുകളെയും കരം നൽകുന്നതിൽ നിന്ന് ഒഴിവാക്കിയിരുന്നില്ല.

നായരും പട്ടാളവും

കൊട്ടാരവുമായി ബന്ധപ്പെട്ട് വലിയകൊട്ടാരത്തിലെ കണക്കെഴുത്ത് എന്ന ഏറ്റവും മാന്യമായതൊഴിൽ വെള്ളാളപ്പിള്ളമാരുടെ കുത്തകയായിരുന്നു. പ്രധാന ഭരണകാര്യങ്ങൾ കൈകാര്യം ചെയ്യുന്നത് ഇംഗ്ലീഷിലേക്ക് മാറിയപ്പോൾ ആ ജോലി തമിഴ് ബ്രാഹ്മണർക്കുമായി. സാധാരണക്കാരായ നായന്മാരെ സംബന്ധിച്ചിടത്തോളം ഒരു തിരുമേനികാവലോ, രായസമോ, കൊട്ടാരം വിചാരിപ്പോ കിട്ടിയാൽ സംഗതി കുശാൽ. നായർ പട്ടാളത്തിൽ ഒരു സുബേദാറായി അടുത്തൂൺപറ്റിയാലും സ്ഥിതിക്കു കുറവൊന്നും വരില്ല. 'പെടകൊട'യ്ക്കും സഞ്ചയന അടിയന്തിരത്തിനും അമ്പലത്തിലെ

ഉത്സവത്തിനുമൊക്കെ മീശയുംപിരിച്ച് ആളെ വിരട്ടി നടക്കാം. വൈകുന്നേരം നാട്ടുവഴിയിലെ കലുങ്കിലിരുന്ന് അല്പം ഊച്ചാളിത്തരവും കാണിക്കാം. 1795 വരെ നായരുടെ കുത്തകയായിരുന്ന നായർപട്ടാളത്തിൽ പിന്നീട് മുഹമ്മദീയർ, മറവർ, ഈഴവർ, നാടാർ, എന്നീ ജാതികളിലുള്ളവരെയും ഉൾപ്പെടുത്താൻ തുടങ്ങി. തിരുവിതാംകൂറിന് സുസ്ഥിരമായ സൈന്യമുണ്ടായത് മാർത്താണ്ഡവർമ്മയുടെ കാലത്താണ്. അതിനൊക്കെ മുൻപ് ഓരോ ഗ്രാമവും സ്വന്തമായി പട്ടാളം സൂക്ഷിക്കുകയായിരുന്നു നയം എന്ന് ശങ്കുണ്ണിമേനോൻ രേഖപ്പെടുത്തിയിട്ടുണ്ട്. നായന്മാരുടെയും മറ്റുള്ളവരുടെയും പുരുഷസന്താനങ്ങൾ ആറുമാസം പ്രായമായാൽ സേനാംഗങ്ങളായി രജിസ്റ്റർ ചെയ്യണമെന്നായിരുന്നു വ്യവസ്ഥ. ഇവരെ അഭ്യസിപ്പിക്കാൻ ഓരോ ഗ്രാമത്തിലും പ്രഭുക്കന്മാരുടെ നേതൃത്വത്തിൽ കളരികളുണ്ടായിരുന്നു. ഇവർക്ക് ചെലവിനായി രാജാവ് പണമായും സ്ഥലമായും നൽകിയിരുന്നത് 'വിരുത്തി' എന്നാണ് അറിയപ്പെട്ടിരുന്നത്. വൃത്തി എന്നതാണ് ശരിയായപ്രയോഗം. കാലക്ഷേപത്തിനുള്ള വക എന്നർത്ഥം. രാജാവ് യുദ്ധാവശ്യത്തിനായി വിളിക്കുമ്പോൾ ഇവർ ഹാജരാകണം. പട്ടാളത്തിൽ ഇന്നത്തെ സുബൈദാരന്മാരുടെയും ജമേദാരന്മാരുടെയും സ്ഥാനത്ത് 'മുൻനിലക്കാരനും' (മുൻപിൽ നിൽക്കുന്നയാൾ) 'ചെറുമണക്കാരനും' (ആദ്യത്തെ ആളിന്റെ തൊട്ടുപിന്നിൽ നിൽക്കുന്നയാൾ) ആയിരുന്നു. തിരുവിതാംകൂർ പട്ടാളക്കാരെ സായിപ്പിന്റെ ലെഫ്റ്റ് റൈറ്റ് പഠിക്കാൻ ഒരുകാലിൽ ശീലയും (തുണി) മറ്റേക്കാലിൽ ഓലക്കാലും കെട്ടി ഓലക്കാൽ, ശീലക്കാൽ എന്നു പറഞ്ഞ് മാർച്ചുചെയ്യാൻ പഠിപ്പിച്ചു. കാർത്തികതിരുനാളിന്റെ 'കുഞ്ചുക്കൂട്ടം' എന്നറിഞ്ഞിരുന്ന സേനവിഭാഗത്തിൽ നായന്മാരായിരുന്നു. 'കുഞ്ചു' എന്നത് കാർത്തികതിരുനാൾ മഹാരാജാവിന്റെ വിളിപ്പേരാണ്. തിരുവിതാംകൂറിൽ മലയാളിബ്രാഹ്മണരിൽപ്പെട്ടവരാണ് നമ്പൂതിരിമാരും പോറ്റിമാരും. മാർത്താണ്ഡവർമ്മയുടെ കാലത്താണ് പരദേശിബ്രാഹ്മണർ ധാരാളമായി തിരുവനന്തപുരത്തെത്തിയത്. രാജഭരണത്തിൻ കീഴിലെ പല പ്രധാന ഉദ്യോഗങ്ങളും അവർ കൈക്കലാക്കി.

ചാലിയർ

ബാലരാമപുരം കൈത്തറി ഉത്പന്നങ്ങൾ പ്രസിദ്ധമാണ്. കൊ.വ. 1810ൽ ദളവയായിരുന്ന ഉമ്മിണിത്തമ്പിയാണ് ഒരു വാണിജ്യനഗരം ഉണ്ടാക്കുക എന്ന ലക്ഷ്യത്തോടെ ബാലരാമവർമ്മപുരം എന്ന പേരിൽ ഒരു വാണിജ്യകേന്ദ്രം നിർമ്മിച്ചത്. അക്കാലത്ത് തമിഴ്നാട്ടിൽനിന്ന് കൊണ്ടുവന്ന ചാലിയന്മാരുടെ പിൻമുറക്കാരാണ് ഇന്നത്തെ നെയ്ത്തുകാർ. ഇവർ താമസിച്ചിന്ന തെരുവാണ് ശാലിഗോത്ര തെരുവ്. ബാലരാമപുരം കൈത്തറിത്തുണികളും കൈതമുക്കിൽ കൈത്തറിത്തുണികൾ വിൽക്കുന്ന കറാൽക്കടയും വിശേഷമാണ്.

മൂപ്പിലാന്മാർ

തെക്കൻതിരുവിതാംകൂർകാർക്ക് കാരണവന്മാർ ഉണ്ടായിരുന്നില്ല. പകരം മൂപ്പുള്ളവരെല്ലാം 'മൂപ്പിലാൻ'മ്മാരായിരുന്നു. മൂപ്പൻ ആയിരിക്കാം മൂപ്പിലാനായത്. വേണാട്രാജാവിനെ ചിറവാമൂപ്പൻ എന്നാണ് വിളിച്ചിരുന്നത്. തൃപ്പാപ്പൂർ ഭരണാധികാരിയും മൂപ്പൻ ആയിരുന്നു. ഇന്നത്തെ 'മൂപ്പിൽസ്' അല്ല. ശാസ്തമംഗലം മഹാദേവർ ക്ഷേത്രത്തിലെ മഹാദേവനെ നാട്ടുകാർ 'മൂപ്പിലാൻ' എന്നാണ് വിളിച്ചിരുന്നത്. പക്ഷേ മലബാറിലെ 'മൂപ്പിൽനായർ' ഒരു ബഹുമതിയാണ്. സഹോദരീഭർത്താവ് 'മച്ചമ്പി'യാണ്. അടുത്ത കൂട്ടുകാരെയും തമാശയ്ക്കായി അങ്ങനെ വിളിച്ചിരുന്നു. അടിയന്തിര വീടുകളിൽ നിന്ന് അപൂർവ്വമായി കിട്ടുന്ന സിഗരറ്റ് തനിക്കായി ഒരെണ്ണം കയ്യിലും മച്ചമ്പിക്കൊരെണ്ണം ചെവിക്ക് പുറകിലും സൂക്ഷിക്കും. മച്ചമ്പിമച്ചമ്പി ബന്ധം അത്ര ദൃഢമായിരുന്നു. ചേട്ടനും അനിയനും സഹോദരിക്കും പകരം അണ്ണനും തമ്പിയും അക്കച്ചിയുമായിരുന്നു. 'മദിനി'മാർ (നാത്തൂൻമാർ) തമ്മിലുള്ള പോര് അന്നും ഉണ്ടായിരുന്നിരിക്കാം.

പപ്പനാവന്റെ ചക്രം

തിരുവനന്തപുരത്തുകാർക്ക് വെള്ളങ്ങളും വെട്ടങ്ങളും കാറ്റുകളുമൊക്കെ 'വേഷേ' കിട്ടിയിരുന്ന ഒരു കാലമുണ്ടായിരുന്നു. പൊന്നുപപ്പനാവനെയും പൊന്നുതിരുമേനിയെയും ചുറ്റിപ്പറ്റിയുള്ള ജീവിതത്തിന്റെ ഗമ ഒന്നുവേറെ തന്നെ. പൊന്നുപപ്പനാവന്റെ പത്ത് ചക്കറം കിട്ടുന്ന ഒരു തൊഴിൽകൂടി സംഘടിപ്പിച്ചാൽ ഒന്നു വിലസാം. അന്ന് സർക്കാർ നിർമ്മിച്ച് ഇറക്കിയിരുന്ന നാണയങ്ങളിൽ ശ്രീ പത്മനാഭന്റെ മുദ്രയുണ്ടായിരുന്നു. രാജ്യത്തിനുടയോനും ശ്രീപത്മനാഭൻ തന്നെയായിരുന്നല്ലോ. ഇരുപത്തിയെട്ട് ചക്രമായിരുന്നു ഒരു സർക്കാർ രൂപയെങ്കിലും ഒരു ബ്രിട്ടീഷ് രൂപയ്ക്ക് ഇരുപത്തി എട്ടര ചക്രം വേണം. അരച്ചക്രംകൊടുത്താൽ പത്മനാഭസ്വാമിക്ഷേത്രത്തിൽ നിന്ന്കിട്ടുന്ന അരവണപായസവും പാൽപ്പായസവും ഒരാളിന്റെ വിശപ്പുമാറ്റാൻ ധാരാളം. ആനയച്ച്, ശ്രീകാളൻ, ശംഖൻ, കാശ്, പണം എന്നിങ്ങനെ ഇരുപത്തിയഞ്ചോളം നാണയങ്ങൾ 13-ാം നൂറ്റാണ്ടിൽ പ്രചാരത്തിലുണ്ടായിരുന്നതായി കാണാം. നീളം, വീതി, ഉയരം, ഭാരം, വിസ്താരം, ഖരദ്രവ വസ്തുക്കൾ എന്നിവ അളക്കുന്നതിന് പ്രത്യേകം തോതുകളും ഉപകരണങ്ങളും ഉണ്ടായിരുന്നു. നെന്മണി, മഞ്ചാടി, കുന്നിക്കുരു, പണമിട, കഴഞ്ച്, ഉരിയ, ഉഴക്ക, നാഴി, ഇടങ്ങഴി, ചാൺ, കോല്, മുഴം, തുടങ്ങിയവയാണ് പഴയ അളവുകൾ. 21 പണമിടയായിരുന്നു ഒരു പവൻതൂക്കം. 31 പണമിട 1 രൂപ തുക്കവും. തിരുവിതാംകൂർ രാജാക്കന്മാർ തുലാഭാരത്തിനായി നിർമ്മിച്ച നാണയത്തിന്റെ ഒരു വശത്ത് 'ശ്രീപത്മനാഭ' എന്ന് പുഷ്പവൃത്തത്തിലും മറുവശത്ത് തിരുവിതാംകൂറിന്റെ ചിഹ്നമായ ശംഖും മുദ്രണം ചെയ്തിരുന്നു.

1. ഉത്രം തിരുനാൾ മാർത്താണ്ഡവർമ്മ (KE 1022-1035 (CE 1847-1860) 4 കാശ്, 2 കാശ്, 1 കാശ് (ചെമ്പ്) 2. കാർത്തിക തിരുനാൾ രാമവർമ്മ (KE933-973 (CE 1758-1798) അനന്തരായൻ പണം (സ്വർണം) 3. റാണി പാർവ്വതി ബായി (KE 990-1004 (CE 1815-1829) 8 കാശ് (ചെമ്പ്) 4. ശ്രീമൂലം തിരുനാൾ രാമവർമ്മ (KE1062-1099 (CE 1885-1924) തുലാഭാര നാണയം (സ്വർണം) 5. ശ്രീചിത്തിര തിരുനാൾ ബാലരാമ വർമ്മ (KE 1099-1126 (CE1924-1949) 4 കാശ് (ചെമ്പ്) 6. ശ്രീമൂലം തിരുനാൾ രാമവർമ്മ (KE1062-1101 (CE1885-1924) 1 പണം (വെള്ളി) 7. റാണി സേതു ലക്ഷ്മി ബായി റീജന്റ് KE1100-1107 (CE1924-1931) 1 ചക്രം (ചെമ്പ്) ശ്രീമൂലം തിരുനാളിന്റെ പേരിൽ 8. ശ്രീ ചിത്തിര തിരുനാൾ ബാലരാമ വർമ്മ 1 KE 1107-1123 (CE 1931-1949) 1 ചക്രം (ചെമ്പ്)

രൂപാ അണ സമ്പ്രദായമായിരുന്നു പിൻക്കാലത്ത് നിലവിൽവന്നത്. 16 അണ 1.രൂപ. കാലണ, അരയണ, ഒരണ, രണ്ടണ, നാലണ, എട്ടണ, എന്നിങ്ങനെയായിരുന്നു അണകൾ മുദ്രണം ചെയ്തിരുന്നത്. നയാ പൈസയിലേക്ക് മാറിയതോടെ ഒരുരൂപാ എന്നത് 100 പൈസ ആയി. ഒരണ 6 പൈസയും.

സ്ഥാനമാനങ്ങൾ

സമൂഹത്തിലെ ഉന്നതർക്ക് മാർത്തണ്ഡവർമ്മയുടെ കാലം മുതൽ സ്ഥാനമാനങ്ങൾ കൽപ്പിച്ച് നൽകിയിരുന്നു. തങ്കച്ചി, തമ്പി, ഉണ്ണിത്താൻ, കുറുപ്പ്, ചെമ്പകരാമൻ എന്നിങ്ങനെ പോകുന്നു സ്ഥാനപ്പേരുകളുടെ ലിസ്റ്റ്. ഔദ്യോഗികരംഗത്തെ ഏറ്റവും വലിയ ബഹുമതിയായിരുന്നു ചെമ്പകരാമൻ എന്ന പദവി. റാവ്ത്തർ, പണിക്കർ, മൂപ്പൻ, മാണിക്യം, തരകൻ, എന്നി സ്ഥാനങ്ങളും നൽകിപ്പോന്നു. പിൽക്കാലത്ത് സദസ്യതിലകൻ, ഉദാരശിരോമണി, വാസ്തുവിദ്യാകുശലൻ, വൈദ്യശാസ്ത്രകുശല, നവാബ്, എന്നിങ്ങനെയും ബഹുമതികൾ നൽകിയതായി കാണുന്നു.[2]

2. കൊട്ടാരം മാന്വൽ വാല്യം 1 അദ്ധ്യായം

അനിഴംതിരുനാൾ മാർത്താണ്ഡവർമ്മയാണ് സർക്കാരിലും സൈന്യത്തിലും വിശിഷ്ടസേവനത്തിന് 'ചെമ്പകരാമൻ' ബഹുമതി നടപ്പിലാക്കിയത്. ബഹുമതിദാനച്ചടങ്ങുകളുടെ നടപടികൾ ശങ്കുണ്ണിമേനോൻ തിരുവിതാംകൂർ ചരിത്രത്തിൽ വിവരിച്ചിട്ടുണ്ട്.[3]

അടിയന്തിരങ്ങൾ

തിരുവനന്തപുരത്തു കാർക്ക് 'അടിയന്തിരങ്ങൾ' ഒരു ആഘോഷമായിരുന്നു. അത് കല്ല്യാണ അടിയന്തിരമായാലും ചാവടിയന്തിരമായാലും ക്ഷേത്രങ്ങളിലെ ഉത്സവ അടിയന്തിരമായാലും കരപ്രമാണിമാരുടെ ഒരു തേരോട്ടംത്തന്നെ അവിടെ നടക്കും. കയ്യാങ്കളിയൊന്നുമില്ലാതെ സംഗതി അവസാനിച്ചുകിട്ടിയാൽ ഭാഗ്യം. മൂപ്പിളമ തർക്കമായിരിക്കും പ്രധാന കാരണം. ഒന്നു പകരംവീട്ടാൻ അവസരത്തിനായി അടിയന്തിരം വരെ കാത്തിരിക്കുന്നവരുമുണ്ട്. അടിയന്തിരങ്ങൾ നടത്തി വീടുമുടിച്ചവരുടെ കഥ വേറെ. എന്തൊക്കെ പറഞ്ഞാലും അടിയന്തിരങ്ങൾക്ക് അൽപം ലാളിത്യവും തുടർന്നുള്ള സദ്യകൾക്ക് ഒരു ചൊവ്വും നിരപ്പുമൊക്കെയുള്ളത് തിരുവനന്തപുരത്തുകാർക്ക് തന്നെ. ഇലയിൽ വിളമ്പുന്ന കറികൾക്ക് ഇഞ്ചി, നാരങ്ങ, മാങ്ങ, പച്ചടി, കിച്ചടി, എന്ന ക്രമം തെറ്റുകയോ വിളമ്പുമ്പോൾ കറിയുടെ തുള്ളികൾ ഇലയിൽ വീഴുകയോ ചെയ്താൽ ആകെ കശപിശയായി. മണ്ണാന്റെ കയ്യിൽനിന്ന് ഇരവ് വാങ്ങിച്ച് ഉടുത്തുകൊണ്ടുവന്ന മുണ്ടിൽ കറിയുടെ കറയായാൽ മണ്ണാന്റെ നിറംമാറുന്നത് അങ്ങത്തയ്ക്ക് കാണേണ്ടിവരും. സദ്യയ്ക്കിടയിൽ ഏതുവിഭവവും യഥേഷ്ടം വിളമ്പുന്ന വടക്കന്മാർക്ക് തിരുവനന്തപുരത്തുകാരുടെ കറിവിളമ്പൽ 'കിളിതൂറിയതത്

---

3. ഈ രാജാവിന്റെ വാഴ്ചക്കാലത്താണ് സർക്കാർ സർവ്വീസിലും സൈന്യത്തിലും സേവനമനുഷ്ഠിക്കുന്നവരുടെ പ്രോത്സാഹനാർത്ഥം സ്ഥാനമാനങ്ങളും പാരിതോഷികങ്ങളും നടപ്പാക്കിയത്. ബഹുമതിക്ക് ചെമ്പകരാമൻ എന്നാണ് പേര് നൽകിയിരുന്നത്. ബഹുമതിദാനച്ചടങ്ങിന്റെ നടപടിക്രമം താഴെ വിവരിക്കും വിധമാണ്.

ചടങ്ങുനടത്തുവാൻ നിശ്ചയിക്കുന്ന ശുഭദിനത്തിൽ ഈ അപൂർവ്വ ബഹുമതിക്കർഹരായവരെ രാജാവിന്റെ സന്നിധിയിൽ ഹാജരാക്കുന്നു. എല്ലാ ഉദ്യോഗസ്ഥാനുദ്യോഗസ്ഥന്മാരുടെയും സാന്നിദ്ധ്യത്തിൽ വച്ച് ഇതിനർഹനായ വ്യക്തിയുടെ സേവനങ്ങളിൽ മഹാരാജാവ് തനിക്കുള്ള സംതൃപ്തി രേഖപ്പെടുത്തുന്നു. കൽപ്പിച്ചു ബഹുമതി നൽകുന്നതിനുള്ള കാരണങ്ങൾ വിശദീകരിച്ച ശേഷം 'ചെമ്പകരാമൻ' എന്ന സ്ഥാനപ്പേര് വ്യക്തിയുടെ പേരിനോടു ചേർത്ത് വിളിക്കുന്നു. ബഹുമാനിക്കപ്പെട്ട ഈ വ്യക്തി കൊട്ടാരത്തിന്റെ ഗോപുരത്തിലേക്ക് പുറപ്പെടുകയാണ് പിന്നെ ചെയ്യുക. അദ്ദേഹത്തെ പ്രധാനമന്ത്രിയും മറ്റു ഉദ്യോഗസ്ഥന്മാരും അനുഗമിക്കും. ഗോപുരത്തിന്റെ അടുത്ത് തയ്യാറാക്കിയിട്ടുള്ള പന്തലിൽ ഇവരൊക്കെയും പ്രവേശിക്കുന്നു. ബാക്കിയുള്ള ചടങ്ങ് നടത്തുന്നതിവിടെ വച്ചാണ്. ബഹുമാനത്തിനർഹനായ വ്യക്തിക്ക് 8 വാര നീളമുള്ള വീരാളിപ്പട്ടും കോടിമുണ്ടും

പോലെ'യാണ്. ബോളിയുടെ പുറത്ത് പാൽപ്പായസമൊഴിച്ച് കുഴച്ചുള്ള കഴിപ്പിന്റെ പേറ്റന്റ് തിരുവനന്തപുരത്തുകാർക്ക്തന്നെ. അടിയന്തിരസദ്യകളോടനുബന്ധിച്ച് ഒരു ചടങ്ങായോ അല്ലാതെയോ അടിപിടിയും കലശലുമുണ്ടാക്കി പിണങ്ങിപ്പോകുന്നവരും നാട്ടിലുണ്ടായിരുന്നു. മറ്റൊരു കാരണവും കിട്ടിയില്ലെങ്കിൽ "പൊണ്ടാട്ടിക്ക് വളഞ്ചപളവും പൊടിഞ്ച പപ്പടവും" വിളമ്പിയതിന്റെ പേരിലാവും പ്രശ്നം. വിഭവങ്ങൾ ക്രമമായി വിളമ്പിക്കഴിച്ച് അവസാനം മോരിൽ നിറുത്തി ഇലയും വടിച്ച് വെടിപ്പാക്കി കൈ അകവും പുറവുംനക്കി ഉപ്പിലിട്ടതിന് ഉപ്പുകൂടിയെന്നോ വിളമ്പിയ പഴത്തിന് രണ്ട് നന കുറഞ്ഞന്നോ പറഞ്ഞ് നിറുത്തി നീട്ടി ഒരു ഏമ്പക്കവും വിട്ടാലെ ഒരു തൃപ്തിവരൂ. അടുത്തകാലത്തായി തിരുവനന്തപുരത്തെ മരണാനന്തരസഞ്ചയനഅടിയന്തിരം അല്പം മധുരമുള്ളതാകുന്നു. ഈ ചടങ്ങിനോടനുബന്ധിച്ചുള്ള കാപ്പിസൽക്കാരത്തിൽ മധുരം വിളമ്പിയിരുന്നില്ല. എന്നാൽ ആ കുറവ് ഇപ്പോൾ നികത്തിത്തുടങ്ങി. സദ്യകൾക്ക് ഊട്ടുപുരയിൽ ഇടിച്ചുകയറുന്ന വിദ്യ തിരുവനന്തപുരത്തുകാരിൽ നിന്ന് കണ്ട് പഠിക്കണം. 'ഊട്ടിന് മുൻപും പടയ്ക്കു പിൻപും' ആണല്ലോ വേണ്ടത്.

ഊട്ടുപുരകൾ

ആഹാരക്കാര്യം പറയുമ്പോൾ പഴയ ഊട്ടുപുരകളെക്കുറിച്ചും ഓർക്കണം. ബ്രാഹ്മണർക്ക് സൗജന്യ ഭക്ഷണം ഉറപ്പാക്കുന്നതിനുവേണ്ടിയാണ്

നൽകുന്നു. ഈ പുതിയ വസ്ത്രങ്ങൾ അണിയുന്നയാളിന്റെ തലയിൽ പട്ടിന്റെ ഒരറ്റം ചുറ്റിക്കെട്ടുന്നു. മറ്റേ അറ്റമാകട്ടെ രണ്ടരമൂന്നു വാര നീളത്തിൽ പിന്നോട്ടു നീട്ടിയിടുന്നു. അതിനുശേഷം ആനപ്പുറത്ത് ഇദ്ദേഹത്തെ എഴുന്നള്ളിക്കുന്നു. ഇതേ ബഹുമതിയുള്ള മറ്റു മൂന്നു പ്രഭുക്കന്മാർ അതേ വസ്ത്രാലങ്കാരത്തോടും തലപ്പാവോടും കൂടി ആനപ്പുറത്ത് ഒപ്പം യാത്ര ചെയ്യുന്നു. ആനയും പ്രഭുക്കന്മാരും ഒരു ഘോഷയാത്രയായാണ് പുറപ്പെടുക. ബാൻഡ് മേളങ്ങൾ, ഉദ്യോഗസ്ഥന്മാർ, ചെറിയ ഒരു സേനാവിഭാഗം തുടങ്ങിയ സന്നാഹങ്ങൾ ഈ ഘോഷയാത്രയുടെ മോടി വർദ്ധിപ്പിക്കുന്നു. കോട്ടയ്ക്കകത്തുള്ള നാലു തെരുവുകളിൽകൂടിയും പോകുന്ന ഘോഷയാത്ര തിരിച്ചു ഗോപുരത്തിലെത്തുമ്പോൾ ആനപ്പുറത്തു നിന്നും പ്രഭുക്കന്മാർ ഇറങ്ങുന്നു. അവിടെ രാജകീയബഹുമതി ലഭിച്ച പ്രഭുവിനെ സ്വീകരിക്കുവാൻ പ്രധാനമന്ത്രി കാത്തുനിൽക്കും. ഈ അവസരത്തിൽ പ്രധാനമന്ത്രിയുടെ ഒപ്പം ഇരിക്കുവാനുള്ള ബഹുമതി അദ്ദേഹത്തിനു ലഭിക്കുകയും ചെയ്യുന്നു. ഇവിടെവച്ച് അദ്ദേഹത്തിന് ഒരു താമ്പാളത്തിലോ തട്ടിലോ വച്ച് കുറെ ചെറുനാരങ്ങയും വെറ്റിലയും അടയ്ക്കയും സമ്മാനിക്കുന്നു. ഇതോടെ ചടങ്ങും തീരും. അന്നുമുതൽ അദ്ദേഹത്തിന്റെ പേരിനോടുകൂടി ചെമ്പകരാമൻപിള്ള എന്നുകൂടി ചേർക്കുകയും ചെയ്യും. ഈ അപൂർവ്വ ബഹുമതിക്കു പുറമേ ഉൽക്കൃഷ്ടസേവനങ്ങൾ ചെയ്യുന്നവർക്കു മറ്റു പല സമ്മാനങ്ങളും കരമൊഴിവ് വസ്തുക്കളും മറ്റും കൊടുക്കാറുണ്ട്.' (തിരുവിതാംകൂർ ചരിത്രം, ശങ്കുണ്ണിമേനോൻ ജ.155-56)

ഊട്ടുപുരകൾ തുടങ്ങിയത്. മാർത്താണ്ഡവർമ്മ മഹാരാജാവ് കൊ.വ. 927ൽ മതിലകത്ത് ഊട്ടുപുരകൾ സ്ഥാപിച്ചു. ഇവിടെയും ബ്രാഹ്മണർക്ക് ഭക്ഷണം സൗജന്യംതന്നെ. രാവിലെ എട്ടുമണിമുതൽ തുടങ്ങണമെന്നായിരുന്നു ചട്ടം. വിശേഷ ദിവസങ്ങളിൽ സർവ്വാണിസദ്യയുമുണ്ടാകും. കൊട്ടാരവളപ്പിൽ കൂടിനിൽക്കുന്ന ബ്രാഹ്മണരുടെ ഇടയിലേക്ക് മാളികയുടെ മുകളിൽ നിന്ന് മഹാരാജാവ് വെള്ളിത്തുട്ടുകൾ എറിഞ്ഞുകൊടുക്കുമായിരുന്നു. മലയാളബ്രാഹ്മണർ ഇത്തരം അവകാശങ്ങൾ അനുഭവിക്കാൻ കൂട്ടാക്കിയിരുന്നില്ലത്രേ. നമ്പൂതിരി, ഭട്ടതിരി, പോറ്റി, തിരുമുൽപ്പാട് തുടങ്ങിയവരായിരുന്നു മലയാള ബ്രാഹ്മണർ. രാമയ്യൻദളവയാണ് തിരുവിതാംകൂറിൽ ഊട്ടുപുരകളും അഗ്രഹാരങ്ങളും നിർമ്മിക്കാൻ ഉത്സാഹിച്ചത്. റോഡരികിലും ക്ഷേത്രപരിസരത്തുമായിരുന്നു ഇവ. ബ്രാഹ്മണർക്കു പ്രത്യേകമായും മറ്റുജാതിക്കാർക്ക് പൊതുവായും ഇവിടെ അന്നദാനം നടത്തിയിരുന്നു. സാധുക്കൾക്ക് കഞ്ഞികൊടുക്കാനുള്ള ഏർപ്പാടും ഓരോ ഊട്ടുപുരയിലുമുണ്ടായിരുന്നു.

തണ്ണീർപ്പന്തൽ

ഊട്ടുപുരകൾ പോലെതന്നെ സാധാരണക്കാർക്ക്, വിശേഷിച്ചും വഴിയാത്രക്കാർക്ക് അനുഗ്രഹമായിരുന്നു തണ്ണീർപ്പന്തലുകൾ. നീരൊഴിപ്പു കേന്ദ്രം എന്നും ഇവ അറിയപ്പെട്ടിരുന്നു. വേനൽക്കാലത്ത് ഇത്തരം പത്ത് തണ്ണീർപ്പന്തലുകൾ കൊട്ടാരത്തിന്റെ മേൽനോട്ടത്തിൽ നഗരത്തിൽ പ്രവർത്തിച്ച് പോന്നു. ഈ പത്ത് കേന്ദ്രങ്ങളിൽ നീരൊഴിപ്പിനായി അഞ്ഞൂറുരൂപ പതിനേഴ് ചക്രം 1877 മകരമാസം 21-ാം തീയതി നിത്യ ചെലവിനത്തിൽപ്പെടുത്തി അനുവദിച്ചതായി രേഖയുണ്ട്. വർഷം മുഴുവൻ

ഒരു തണ്ണീർപ്പന്തലിന്റെ ഓർമ്മ - തിരുമലയിൽ

പ്രവർത്തിക്കുന്നതും ഒരു വർഷത്തിൽ മൂന്നുമാസം മാത്രം പ്രവർത്തിക്കുന്നതുമായി തണ്ണീർപ്പന്തലുകൾ രണ്ട് തരത്തിലുണ്ടായിരുന്നു. ശ്രീപാദംനട തണ്ണീർപ്പന്തൽ, നാടകശാല തണ്ണീർപ്പന്തൽ, ലായംനട തണ്ണീർപ്പന്തൽ, കൈതമുക്ക് തണ്ണീർപ്പന്തൽ, പാറ്റൂർക്കുന്നമ്പലം തണ്ണീർപ്പന്തൽ, വെള്ളയമ്പലം തണ്ണീർപ്പന്തൽ, കണ്ണമ്മൂല തണ്ണീർപ്പന്തൽ, ആണ്ടിയിറക്കം തണ്ണീർപ്പന്തൽ, പൂജപ്പുര തണ്ണീർപ്പന്തൽ, വിജയവിലാസം തണ്ണീർപ്പന്തൽ എന്നീ തണ്ണീർപ്പന്തലുകളുടെ ചെലവിനത്തെക്കുറിച്ച് കൊട്ടാരമാമ്പലിൽ പരാമർശമുണ്ട്. കിഴക്കേകോട്ടയ്ക്ക് വാനമിടാൻ കല്ലുവലിക്കുന്ന നായന്മാർക്ക് ഒറ്റപ്പറങ്കിമാമൂട്ടിൽ ധർമ്മത്തണ്ണി വീഴ്ത്തിയ വകയ്ക്കും ഉപ്പിലിടാൻ വാഴത്തടയും മാങ്ങയും ഉപ്പും വാങ്ങിയവകയ്ക്കും എ.ഡി 1756ൽ പ്രതിഫലം നൽകിയതായി കാണുന്നു.[4] ശ്രീമൂലംതിരുനാളിന്റെ ഷഷ്ഠിപൂർത്തി സ്മാരകമായാണ് കുമാരപുരത്ത് കഞ്ഞിപ്പുര നിർമ്മിച്ചത്. വാർദ്ധക്യം കൊണ്ടും രോഗംകൊണ്ടും അദ്ധ്വാനിച്ച് ജീവിക്കാൻ സാധിക്കാത്തവർക്കു വേണ്ടിയാണ് ഈ ധർമ്മാലയം. പ്രതിദിനം അഞ്ചുപറ അരിയുടെ കഞ്ഞിവച്ച് വിളമ്പുന്നതിനു വിചാരിപ്പുകാർ, ശേഖരിപ്പുകാർ എന്നിവരെ നിയമിച്ചു. 1090-ാംമാണ്ട് ചിങ്ങം ഒന്നിനാണ് കഞ്ഞിപ്പുരയുടെ പ്രവർത്തനം ആരംഭിച്ചത്. ഇപ്പോൾ ധർമ്മക്കഞ്ഞി കുടിക്കാൻ ആളെ കിട്ടാത്ത കാലമാണ്. തിരുമലയില് ഒരു തണ്ണീർപന്തലിന്റെ അവശിഷ്ടങ്ങൾ ഇപ്പോഴുമുണ്ട്.

ഗുണ്ടിടൽ

നിഴൽനോക്കി സമയമറിയുന്നതായിരുന്നു പഴയരീതി. അതുകഴിഞ്ഞ് നിലവിൽവന്ന നാഴികമണികൾ സാധാരണക്കാരന് അപ്രാപ്യമായിരുന്നു. സ്വാതിതിരുനാൾ മഹാരാജാവിന്റെ കാലത്താണ് കോട്ടക്കകത്ത് മണിമേട സ്ഥാപിച്ചത്. തുടർന്ന് തലസ്ഥാനത്തെ പ്രജകൾക്ക് സമയമറിയാൻ സർക്കാർ തലത്തിൽ നടപ്പാക്കിയ സമ്പ്രദായമാണ് 'ഗുണ്ടിടൽ'. ഗുണ്ടിന്റെ ശബ്ദംകേട്ട് നാട്ടുകാർ സമയം മനസ്സിലാക്കി. തിരുവനന്തപുരത്തെ സാധാരണക്കാർ സമയം എത്രയായി എന്ന് ചോദിക്കുന്നതിന് പകരം ''ഗുണ്ട്ഇട്ടോപിള്ളെ'' എന്നാണ് ചോദിച്ചിരുന്നത്. ചീഫ് എഞ്ചിനീയറായിരുന്ന ബാർട്ടൺസായിപ്പ് താമസിച്ചിരുന്ന സ്ഥലമാണ് ബാർട്ടൺ ഹില്ലായത്. പിന്നീട് അവിടെ പേപ്പട്ടിവിഷത്തിന് കുത്തിവെപ്പു തുടങ്ങിയതോടെ നാട്ടുകാർ ആ പ്രദേശത്തെ പേപ്പട്ടിക്കുന്ന് എന്ന് വിളിച്ചു. തുടർന്ന് അവിടെവച്ച് ഗുണ്ട് ഇടൽ തുടങ്ങിയപ്പോൾ അവിടം ഗുണ്ട്കാടായി. രാവിലെ അഞ്ചിനും ഉച്ചയ്ക്ക് ഒന്നിനും രാത്രിഎട്ടിനുമായിരുന്നു ഗുണ്ടിന്റെ ശബ്ദം പുറപ്പെടുവിച്ചിരുന്നത്. മൃഗശാലയിൽനിന്ന് കൃത്യമായ സമയമറിയിച്ചിരുന്ന വേറൊരു ശബ്ദവുമുണ്ടായിരുന്നു. ഒരു സിംഹഗർജ്ജനം. രാവിലെ അഞ്ചുമണിക്ക് നഗരത്തിലെ അഞ്ചാറുമൈൽ ചുറ്റളവിൽ ഈ

4. കൊ.വ. 931 ലെ നീട്ട്

ശബ്ദം കേട്ടിരുന്നു. ഉച്ചയ്ക്ക് രണ്ടുമണിക്കും വൈകുന്നേരം ആറു മണിക്കും മൃഗശാലയിലെ സിംഹം കൃത്യമായി ഗർജ്ജിച്ചിരുന്നു. ഇതാരും ചട്ടംകെട്ടിയിട്ടൊന്നുമല്ല. സിംഹം ഗർജ്ജനം നിർത്തിയതോ പിന്നീട് നഗരത്തിന്റെ ശബ്ദത്തിൽ മുങ്ങിപ്പോയതോ എന്നറിയില്ല. നക്ഷത്രബംഗ്ലാവിൽ നിന്ന് സൈറൻ കേൾപ്പിച്ചുകൊണ്ടിരുന്നതും ക്രമേണ നിന്നുപോയി.

ഢമ്മാനമടി

ഗുണ്ട് ഇടുന്നപോലെയുള്ള മറ്റൊരു അറിയിപ്പാണ് ഢമ്മാനം അടി. (നകാരമടിച്ചു സേവിക്കൽ) കിഴക്കേകോട്ടവാതുക്കൽ നിന്ന് ഢമ്മാനം അടികേട്ടാൽ പ്രജകൾക്കറിയാം മഹാരാജാവ് തിരുവനന്തപുരത്തുണ്ടെന്ന്. രാവിലെ അഞ്ച് മണിമുതൽ ആറുമണിവരെയും ഉച്ചയ്ക്ക് പന്ത്രണ്ട്മണി മുതൽ ഒരുമണിവരെയും വൈകിട്ട് ആറുമണിമുതലുള്ള ഒരുമണിക്കൂറു മാണ് ഢമ്മാനം അടിക്കുന്നത്. ഢമ്മാനത്തോടൊപ്പം കൈമണി, കുറു ങ്കുഴൽ എന്നീ വാദ്യോപകരണങ്ങളും ഉപയോഗിക്കും. കാർത്തികതിരു നാൾ രാമവർമ്മയാണ് (933-973) ഈ സമ്പ്രാദായത്തിന് തുടക്കംകുറിച്ചത്. നകാരമടിക്കാനായി നകാരശേവുകക്കാർ എന്നൊരു തസ്തികയുമുണ്ടാ യിരുന്നു.[5]

അഞ്ചലോട്ടം

ചിലങ്കകെട്ടിയ മുദ്രദണ്ഡുമായി മണികിലുക്കികൊണ്ട് റോഡിന് മദ്ധ്യത്തിലൂടെയും നാട്ടുവഴികളിലൂടെയും ഓടിയിരുന്ന ഒരാൾ പഴമ ക്കാർക്ക് സുപരിചിതനായിരുന്നു. അയാളാണ് അഞ്ചലോട്ടക്കാരൻ. കുതിരപ്പുറത്ത് സഞ്ചരിച്ചും നടന്നുമൊക്കെ സന്ദേശങ്ങൾ കൈമാറിയിരുന്ന ദൂതന്മാരുടെ ചുമതലയാണ് അഞ്ചലോട്ടക്കാരൻ ഏറ്റെടുത്തത്. ആദ്യകാല ങ്ങളിൽ അഞ്ചൽ സമ്പ്രദായം കൊട്ടാരസംബന്ധമായ കത്തിടപാടുകൾ കൈമാറുന്നതിലും ക്ഷേത്രങ്ങളിലേക്ക് പുഷ്പങ്ങൾ എത്തിക്കുന്നതിലു മായി പരിമിതപ്പെടുത്തിയിരുന്നു. അഞ്ചലോട്ടക്കാരന് ജോലിസമയത്ത് പൂർണ്ണമായ സംരക്ഷണമുണ്ടായിരിക്കും. ഓട്ടത്തെ തടസ്സപ്പെടുത്തുന്നത് ശിക്ഷാർഹമെന്നതുപോലെ തന്നെ മണിക്കൂറിൽ രണ്ടുമൈൽ ഓടാത്ത അഞ്ചലോട്ടക്കാരന് പിഴയുമുണ്ട്. തിരുവനന്തപുരത്തുനിന്ന് ഒരു അഞ്ചൽ വള്ളം ഷൊർണ്ണൂർക്ക് പോകുമായിരുന്നു. ഉരുണ്ടുപൊങ്ങിയിരിക്കുന്ന അഞ്ചൽകുറ്റികളുടെ മുകൾഭാഗത്തിന് താഴികക്കുടത്തിന്റെ ആകൃതിയാ യായിരുന്നു. തുടർന്നുവന്ന തപാൽക്കുറ്റിയുടെ മുകൾവശം അർത്ഥവൃത്താ കൃതിയിലും. ക്രമേണ അഞ്ചലോട്ടക്കാരന്റെ സ്ഥാനം പോസ്റ്റ്മാൻ ഏറ്റെ ടുത്തു. മണിക്കും അടയാളദണ്ഡിനും പകരം തൊപ്പിയും കാലൻകുടയും സൈക്കിളുമൊക്കെയായി. പ്രാവുകളായിരുന്നു ആദ്യത്തെ സന്ദേശവാഹ കർ. അതുകഴിഞ്ഞ് ആ ജോലി ദൂതന്മാർക്കായി. പൊതുവായ തപാൽ

5. കൊട്ടാരം മാന്വൽ വാല്യം രണ്ട് രണ്ടാം ഭാഗം അനുബന്ധം 94

അഞ്ചൽപെട്ടി

അഞ്ചലോട്ടക്കാരൻ

വ്യവസ്ഥ ബ്രിട്ടീഷുകാരുടെ ഭരണകാലത്താണ് തുടങ്ങിയത്. 1888 ഒക്ടോബർ 16ന് ശംഖിന്റെ പടമുള്ള 1, 2, 4, ചക്രം വിലയുള്ള സ്റ്റാമ്പുകൾ തിരുവിതാംകൂർ പുറത്തിറക്കി. ആദ്യ തപാൽ നിരക്കുകൾ 1/4 തോല തൂക്കമുള്ള തപാലുരുപ്പടിക്ക് 8 കാശും 1/2 തോലയ്ക്ക് 12 കാശും 1 തോലയ്ക്ക് 1 ചക്രവുമായിരുന്നു. പോസ്റ്റുകാർഡിന്റെ വില 4 കാശ്. ആദ്യകാലങ്ങളിൽ തപാൽ കൈപ്പറ്റാൻ തപാൽ ആഫീസുകളിൽ ചെല്ലണമായിരുന്നു. സ്വന്തംപേരിൽ ഒരു തപാൽ വരാനായി ഒരു ആഭരണ ക്കടയുടെ കാറ്റ്ലോഗ് ആവശ്യപ്പെട്ട് കാർഡ് എഴുതി അയച്ചശേഷം മറുപടിയായി തപാലാഫീസിൽ തന്റെ പേര് വിളിക്കുന്നതും കാത്തു നിന്നവിവരം എം.ടി. വാസുദേവൻ നായർ എഴുതിയിട്ടുണ്ട്. വാർത്താ വിനിമയ രംഗത്തെ കുതിച്ചുചാട്ടം തന്നെയായിരുന്നു തപാൽ സമ്പ്രദായ ത്തിന്റെ തുടക്കം. 1912ൽ രബീന്ദ്രനാഥടാഗോർ എഴുതിയ 'ടാക്ഘർ' (പോസ്റ്റ് ഓഫീസ്) എന്ന ബംഗാളി ലഘുനാടകത്തിൽ തന്റെ വീടിന ടുത്ത് നിർമ്മിച്ചുകൊണ്ടിരുന്ന പോസ്റ്റ് ഓഫീസ് കെട്ടിടം അമൽ എന്ന രോഗിയായ കുട്ടിക്ക് പ്രത്യാശയുടെ പ്രതീകമാണ്. സമൂഹത്തിൽ സന്തോഷ ത്തിന്റെയും കാത്തിരിപ്പിന്റെയും പ്രതീകമായിരുന്നു പോസ്റ്റ്മാൻ. എന്നാൽ കമ്പിശിപായിയാകട്ടെ പലപ്പോഴും ദുഃഖത്തിന്റെ സന്ദേശവാഹകനും.

നന്ദാവനങ്ങൾ

ക്ഷേത്രനഗരി എന്നറിയപ്പെട്ടിരുന്ന തിരുവനന്തപുരം ഉദ്യാനനഗരി കൂടിയായിരുന്നല്ലോ. ക്ഷേത്രാവശ്യങ്ങൾക്കായി ധാരാളം ഉദ്യാനങ്ങൾ തിരുവനന്തപുരം നഗരത്തിൽ പരിപാലിച്ചിരുന്നു. ഇവയൊക്കെ നന്ദാവന ങ്ങൾ എന്നാണ് അറിയപ്പെട്ടിരുന്നത്.[6] ശ്രീപത്മനാഭസ്വാമിക്ഷേത്രത്തിലെ പൂജയ്ക്ക് വേണ്ടി പരിപാലിച്ചിരുന്ന പൂന്തോട്ടങ്ങളെക്കുറിച്ച് ഉണ്ണുനീലി സന്ദേശത്തിൽ വിശദമായ വർണ്ണനയുണ്ട്. ക്ഷേത്രത്തിന്റെ കിഴക്ക്ഭാഗ ത്തായി മുല്ലയും തുളസിയും നട്ടുവളർത്തിയിരുന്ന സ്ഥലത്താണ് ഇന്നത്തെ ഡിസ്ട്രിക്റ്റ് കോപ്പറേറ്റിവ് ബാങ്ക്. പത്മതീർത്ഥത്തിനു കിഴക്കുവശത്തായു ണ്ടായിരുന്ന ചതുപ്പ് നിലങ്ങളിലെ കുളങ്ങളിൽ നിറയെ താമരപ്പൂവുകളാ യിരുന്നു. അവിടെയിന്ന് ബ്രാഹ്മണരുടെ അഗ്രഹാരമാണ്. ക്ഷേത്രത്തിനു വടക്കുവശത്ത് ചെമ്പകങ്ങൾ പൂത്തുനിന്നിരുന്ന ഇടമാണ് ചെമ്പകമുട്ടുനട. പടിഞ്ഞാറെക്കോട്ടയ്ക്ക് പുറത്ത് സുഗന്ധം പരത്തി പൂത്തുനിന്നിരുന്ന ധാരാളം പുന്നമരങ്ങളുണ്ടായിരുന്ന പ്രദേശമാണ് ഇപ്പോൾ പുന്നപുരം എന്ന് അറിയപ്പെടുന്നത്. പൂജാപുഷ്പങ്ങൾക്കുവേണ്ടി പരിപാലിച്ചിരുന്ന പുത്തൻചന്ത നന്ദാവനമാണ് ഇന്നത്തെ ശാന്തിനഗർ റസിഡൻസ് കോളനി. പാളയത്തെ പൊലീസ് ക്യാമ്പ് സ്ഥിതി ചെയ്യുന്ന നന്ദാവനവും വലിയൊരു പൂന്തോട്ടമായിരുന്നു. പേട്ടയിലുണ്ടായിരുന്ന നന്ദാവനം തിരുമധുരപേട്ട നന്ദാവനം എന്നാണ് അറിഞ്ഞിരുന്നത്. പത്മനാഭസ്വാമിക്ഷേത്രത്തിലെ ആവശ്യങ്ങൾക്കുവേണ്ടി തമ്പാനൂർ ഏലായ്ക്ക് ചുറ്റും വിപുലമായ തോതിൽ പൂച്ചെടികൾ നട്ടുപിടിപ്പിച്ചിരുന്നത്രെ. അഞ്ച് ഏക്കറോളം വലിപ്പമുള്ളതായിരുന്നു പൂജപ്പുര നന്ദാവനം. ഇതിനുള്ളിൽ രണ്ട് കുള ങ്ങളും പൂകെട്ടാനും മറ്റുമായി രണ്ട് മണ്ഡപങ്ങളുമുണ്ടായിരുന്നു. കരമന യാറിന്റെ കരയിൽ സുഗന്ധം പരത്തിനിന്നിരുന്ന താഴമ്പൂകൾ ധാരാളമാ യിരുന്നു. വലിയശാലക്ഷേത്രത്തിനടുത്തായി കിള്ളിയാറിനും കൊച്ചാറി നുമിടയ്ക്ക് ചെമ്പുപണിപ്പുരയ്ക്കടുത്തായി ഉണ്ടായിരുന്ന നന്ദാവനവും മറ്റ് നിരവധി താമരക്കുളങ്ങളുമെല്ലാം നഗര ഭൂപടത്തിൽനിന്ന് മാഞ്ഞു പോയി.

തീർത്ഥങ്ങൾ

നന്ദാവനങ്ങളെപ്പോലെ തന്നെ തേടുകളാലും കുളങ്ങളാലും രണ്ടാറു കളാലും സമ്പന്നമായിരുന്നു അനന്തപുരി. ക്ഷേത്രനഗരിയിൽ ക്ഷേത്രങ്ങ ളോടനുബന്ധിച്ചുള്ള തീർത്ഥങ്ങളും കൃഷിക്കും മറ്റ് നിത്യോപയോഗ ങ്ങൾക്കുമുള്ള കുളങ്ങളും ധാരാളം ഉണ്ടായിരുന്നു. 'സ്യാനന്ദൂരപുരാണ

---

6. പത്മതീർത്ഥക്കരനന്ദാവനം, തെക്കെതെരുവു നന്ദാവനം, പുത്തൻചന്ത നന്ദാവനം, വഴുതക്കാട് നന്ദാവനം, ചാല നന്ദാവനം, വിജയവിലാസത്ത് നന്ദാവനം, ശ്രീകണ്ഠേശ്വരത്ത് നന്ദാവനം. (കൊട്ടാരം മാന്വൽ വാല്യം 2 രണ്ടാംഭാഗം അനുബന്ധം 85)

സമുച്ചയ'വും 'അനന്തപുരവർണ്ണന'വുമാണ് ഇവിടെ ഉണ്ടായിരുന്ന തീർത്ഥങ്ങളെ പരിചയപ്പെടുത്തുന്നത്. ഈ രണ്ട് കൃതികളിലും രേഖപ്പെടുത്തിയിട്ടുള്ള പഴയകാല തീർത്ഥങ്ങളിൽ സമാനതകൾ ഏറെയുണ്ടെങ്കിലും ചില വ്യക്തതക്കുറവും കാണാം. അങ്ങനെ പരാമർശിക്കപ്പെട്ടിട്ടുള്ള തീർത്ഥങ്ങളിൽ ചിലത് ഇല്ലാതാവുകയും ചിലത് തിരിച്ചറിയാൻ പറ്റാത്തവിധത്തിലുമാണ്. സ്യാനന്ദൂരപുരാണസമുച്ചയത്തിൽ പത്മതീർത്ഥം, അഗസ്ത്യകുണ്ഡം, പിതൃതീർത്ഥം, രാമസരസ്സ്, വരാഹതീർത്ഥം, കണ്വ തീർത്ഥം, സപ്തർഷികുണ്ഡം സുർപ്പാകതീർത്ഥം, ചക്രതീർത്ഥം, പാപനാശതീർത്ഥം, അംഗവതതീർത്ഥം, ജഡായുകുണ്ഡം എന്നീ തീർത്ഥങ്ങളുടെ പട്ടികയാണുള്ളത് അനന്തപുരവർണ്ണനത്തിൽ പറയുന്ന തീർത്ഥങ്ങൾ അനന്തതീർത്ഥം, ഇന്ദ്രതീർത്ഥം, ഭൃഗു തീർത്ഥം, അഗ്നിതീർത്ഥം, രാമതീർത്ഥം, ശ്രീപാദതീർത്ഥം, വരാഹതീർത്ഥം, അഗസ്ത്യകുണ്ഠം, കണ്വതീർത്ഥം, വരുണതീർത്ഥം, ശ്രീകണ്ഠേശ്വരതീർത്ഥം, രുദ്രതീർത്ഥം എന്നിങ്ങനെയും.

അനിഴംതിരുനാൾ മഹരാജാവ് തിരുവനന്തപുരത്ത് കോട്ട കൊത്തളങ്ങൾ പണിയിച്ച് അതിന് ചുറ്റും മുൾചെടികൾ കൊണ്ട് കാടുണ്ടാക്കി കാടിനുചുറ്റും കിടങ്ങുകൾ തീർത്ത് നഗരത്തെ വികലമാക്കിയതുമൂലം പല തീർത്ഥങ്ങളും അപ്രത്യക്ഷമാവുകയോ ക്ഷേത്രക്കുളങ്ങളായി ചുരുങ്ങുകയോ ചെയ്തുവെന്ന് ചരിത്രഗവേഷകനായ ശ്രീ.കെ. ശിവശങ്കരൻ നായർ അഭിപ്രായപ്പെടുന്നു. ശംഖുമുഖത്തെ ചക്രതീർത്ഥം പത്മനാഭസ്വാമി ക്ഷേത്രത്തിലെ ആറാട്ടുമായി ബന്ധപ്പെട്ടതാണ്. ഈ തീർത്ഥങ്ങളൊക്കെ ശ്രീപത്മനാഭസ്വാമിക്ഷേത്രത്തിന്റെ സമീപത്തുതന്നെ. നഗരം അന്ന് പത്മനാഭനെ ചുറ്റിയായിരുന്നല്ലോ. നഗരം വളർന്ന് വികസിച്ചപ്പോഴും അതിനുള്ളിൽ ക്ഷേത്രക്കുളങ്ങളും പൊതുകുളങ്ങളും ധാരാളം ഉണ്ടായിരുന്നു. പാത്രക്കുളം, വെള്ളയമ്പലംകുളം, കവടിയാർകുളം, മുട്ടടക്കുളം, ജഗതിക്കുളം, മാഞ്ഞാലിക്കുളം, ചാരാച്ചിറ, പട്ടംകുളം, പടയണിറോഡിനരുകിലുള്ള കുളം, ചിറ്റല്ലൂർക്കുളം, വഞ്ചിയൂർക്കുളം, കരകുളത്തെക്കുളം, ചെട്ടിക്കുളം, പൗണ്ടുകുളം, വൈതാഴക്കാട്ടുക്കുളം, തുടങ്ങിയവ പഴയകാലത്തെ പ്രധാന കുളങ്ങളാണ്. നഗരം വളരുന്നതോടെ കുളങ്ങളും ഓരോന്നായി അപ്രത്യക്ഷമാകുന്നു. 1111-ാം ആണ്ടിൽ കവടിയാർകുന്നുകൊട്ടാരത്തിലെ കുളംനികത്തി കിണറാക്കി പമ്പ് സ്ഥാപിക്കുന്നതിന് 7422 രൂപ 19 ചക്രം അനുവദിച്ചതായി കൊട്ടാരം മാന്വലിൽ രേഖയുണ്ട്. മുട്ടട ചിറ്റല്ലൂർ ക്ഷേത്രത്തിനടുത്തുണ്ടായിരുന്ന കുളം നികത്തി ജലഭവൻ പണിതത് ഇറിഗേഷൻ ഡിപ്പാർട്ട്മെന്റാണ്. തമ്പാനൂരിലെ മാഞ്ഞാലിക്കുളവും കോട്ടയ്ക്കകത്തെ പാത്രക്കുളവും നികത്തിയത് പഴമക്കാർക്കു ഓർമ്മയുണ്ടാവും. വഞ്ചിയൂരും ചെട്ടിക്കുളങ്ങരയും ഉണ്ടായിരുന്ന കുളങ്ങൾ നികത്തി സ്കൂളുകൾ നിർമ്മിച്ചത് പഴയകഥ. തിരുവനന്തപുരം നഗരസഭയുടെ വകയായി കണ്ണമ്മൂലയിലെയും പാൽക്കുളങ്ങരയിലെയും ക്ഷേത്രക്കുളങ്ങൾ നികത്തി. ചെട്ടികുളം നികത്തിയത് വെയർഹൗസിങ്ങ്

കോർപ്പറേഷന്റെ സംഭരണ കേന്ദ്രത്തിനുവേണ്ടിയാണ്. പൗണ്ടുകുളവും ജഗതിക്കുളവും കളിപ്പാൻക്കുളവും ഇന്നില്ല. പല ക്ഷേത്രക്കുളങ്ങളും കല്യാണമണ്ഡപങ്ങളായി. ഏലാക്കരയിലുണ്ടായിരുന്ന പല കുളങ്ങളും നഗറുകളുമായി. ഫലമോ വെള്ളപ്പൊക്കവും ജലദൗർലഭ്യവും. നഷ്ടമായത് നഗരത്തിലെ ഐശ്വര്യത്തിന്റെ അടയാളങ്ങളാണ്.

കിണറുകളെയും കുളങ്ങളെയും തടാകങ്ങളെയുമൊക്കെ നമ്മുടെ പൂർവികൾ ആദരിക്കുകയും ബഹുമാനിക്കയും ചെയ്തിരുന്നു.

ദശ കൂപ സമാവാപി
ദശ വാപി സമോ ഹ്രദ:
ദശ ഹ്രദ സമ പുത്രോഃ
ദശ പുത്ര സമോ ദ്രുമഃ

പത്ത് കിണറുകൾ ചേർന്നാൽ ഒരു കുളത്തിന്റെ ഫലമായി. പത്തുകുളങ്ങൾ ചേർന്നാൽ ഒരു തടാകത്തിന്റെ ഗുണം ചെയ്യും. പത്ത് തടാകങ്ങൾ ഒരു സൽപുത്രന്റെ പ്രയോജനമുണ്ടാക്കുമത്രെ. പത്ത് സൽപുത്രന്മാർ ചേരുമ്പോഴാണു ഒരു വൃക്ഷത്തിനു തുല്യമാകുന്നത്.

ദളവയും ദിവാനും

രാജ്യഭരണത്തിൽ രാജാവിനെ സഹായിച്ചിരുന്ന പ്രധാനമന്ത്രി ദളവ എന്നും ദിവാൻ എന്നുമാണ് അറിഞ്ഞിരുന്നത്. വേലുത്തമ്പി ദളവയും രാജാകേശവദാസൻ വലിയ ദിവാൻജിയുമായിരുന്നല്ലോ. ദൈനംദിന ഭരണകാര്യത്തിൽ ദിവാനെ സഹായിക്കാൻ കാര്യക്കാരന്മാരും സർവ്വാധി കാര്യക്കാരുമുണ്ടായിരുന്നു. ട്രഷറി ഓഫീസറുടെ സ്ഥാനപ്പേര് 'ശ്രാപ്പ്'. ശ്രാപ്പ് നൈനാരത്ത് കൈമൾ താമസിച്ചിരുന്ന തൈക്കാട്ടെ 'ശ്രാപ്പ് വീട്' ഇപ്പോഴുമുണ്ട്. ട്രഷറി ഓഫീസറുടെ കീഴിൽ വലിയമേലെഴുത്തു പിള്ളയും ചെറിയമേലെഴുത്തുപിള്ളയുമുണ്ടാവും. വരവെഴുത്തുകളും ഹർജികളുമൊക്കെ രജിസ്റ്ററിൽരേഖപ്പെടുത്തി ബന്ധപ്പെട്ട ഉദ്യോഗസ്ഥന് നൽകുകയാണ് 'രായസ'ത്തിന്റെ ജോലി.

കൊട്ടാരത്തിലെ പൊതുഭരണം കൊട്ടാരം സർവ്വാധികാര്യക്കാർക്കാണ്. അദ്ദേഹത്തെ സഹായിച്ചിരുന്നത് ചെല്ലംകാര്യക്കാർ, നിത്യച്ചെലവ് കാര്യക്കാർ, ലായംകാര്യക്കാർ, പണിവകശിരസ്താദാർ, അമൃതേത്തുമടപ്പള്ളി ഭരിപ്പുകാർ, പള്ളിയറവിചാരിപ്പുകാർ തുടങ്ങിയവരായിരുന്നു. മതിലകം, മറ്റ് ക്ഷേത്രങ്ങൾ, അഗ്രശാല, കൊട്ടാരങ്ങൾ എന്നീ കെട്ടിടങ്ങളുടെ മരാമത്ത് പണികൾ നടത്തിയിരുന്നതാകട്ടെ കൊട്ടാരത്തിന്റെ മേൽനോട്ടത്തിലുള്ള പണിവക മരാമത്ത് വകുപ്പും. മഹാരാജാവിന്റെ എഴുന്നള്ളത്തുകൾക്ക് വേണ്ട ഒരുക്കങ്ങൾ നടത്തുന്നതിനും വിവിധസേവകൾക്കായി കൂടെ പോകുന്നതിനും പ്രത്യേകം സേവകന്മാരെ ശട്ടം കെട്ടിയിരുന്നു. പട്ടുകുടപിടിക്കുന്ന പള്ളിക്കുടക്കാർ, വെൺചാമരമെടുപ്പ്, ക്ഷേത്രത്തിലേക്കുള്ള എഴുന്നള്ളത്തിന് ആവശ്യമായ ഭസ്മം, മാല, എന്നിവയെടുക്കുന്ന

കുത്തുസഞ്ചിയെടുപ്പ്, ബാണക്കൊടിയെടുപ്പ്, ഹരിക്കാർ, പട്ടക്കാർ, വാലക്കഴക്കാർ, നിലയാളന്മാർ, വേൽക്കാർ, ഉടവാളെടുപ്പുകാർ, എന്നിങ്ങനെ ഓരോ കാര്യത്തിനും പ്രത്യേകം സേവകരുണ്ടാവും. മടപ്പള്ളി പ്രവർത്തിക്കാർ, ഭരിപ്പുകാർ, പഞ്ചാംഗക്കാർ, സാക്ഷിവൈപ്പുകാർ, തേങ്ങായരപ്പ്, വിളമ്പുകാർ, തുടങ്ങിയവരാണ് മാടപ്പള്ളിലെ ജോലികൾ ചെയ്യുന്നത്. അരിവെപ്പിന്റെയും വിളമ്പിന്റെയും ചുമതലക്കാരാണ് പഞ്ചാംഗക്കാർ. സാക്ഷിവെപ്പുകാർക്ക് കൂട്ടാൻവക്കുന്ന ജോലിയും. തവണക്കാർ, ശുദ്ധനീർക്കാപ്പ് (പകൽസമയങ്ങളിൽ മഹരാജാവ് ശുദ്ധമായിരിക്കുമ്പോൾ ചൂടുവെള്ളം, ശുദ്ധജലം ഇവ നൽകുന്നവർ) പള്ളിക്കുറുപ്പ് എന്നിവർ തിരുമുമ്പിൽ സേവയ്ക്കുണ്ടായിരിക്കും. കൊട്ടാരത്തിലെ ലായംവക കുതിരകളെയും കാളകളെയും സംരക്ഷിക്കുന്നത് കുതിര കോച്ച്മാനും കാളകോച്ച്മാനുമാണ്. ഘടികാരങ്ങൾ നന്നാക്കാൻ മണി മേസ്തിരിയുണ്ടാവും. ലായംവക കിണറ്റിൽ നിന്ന് വെള്ളംകോരി തൊട്ടികളിൽ നിറയ്ക്കുന്നത് 'പക്കാളി'യും പുല്ലുവെട്ടുന്നത് 'വടിശേവുകക്കാരനും' ഡ്രം അടിക്കുന്നത് നകാരശേവുകക്കാരനുമാണ്. കണ്ടിജൻസി ജീവനക്കാരെ സിൽബന്തികളെന്നായിരുന്നു വിളിച്ചിരുന്നത്. തവണവച്ച് കാവലിനെത്തുന്ന തവണക്കാർ വേറെയും.

കാളവണ്ടി

റോഡുമാർഗ്ഗമുള്ള ചരക്കുഗതാഗതത്തിന് പ്രധാനമായും ഉപയോഗിച്ചിരുന്നത് കാളവണ്ടികളാണ്. നെടുമങ്ങാട്, നാഗർകോവിൽ എന്നിവിടങ്ങളിൽ നിന്ന് തിരുവനന്തപുരത്തേക്ക് ചരക്കുകളെത്തിയിരുന്നതും

കാളവണ്ടി

കാളവണ്ടിയിൽ തന്നെ. കരമനയാർ, കിള്ളിയാർ, പാർവ്വതീപുത്തനാർ, ചാക്കത്തോട് എന്നിവ വഴി വള്ളങ്ങളുപയോഗിച്ചും ചരക്കുനീക്കം നടത്തിയിരുന്നു. രാജവീഥികളിലൂടെ ചരക്ക് കയറ്റി വരിവരിയായി നഗരത്തിലെ മാർക്കറ്റുകളിലേക്കും തിരിച്ചും പോകുന്ന കാളവണ്ടികൾ പഴമക്കാരുടെ ഓർമ്മയിൽ ഇന്നുമുണ്ടാവും. രാത്രികാലങ്ങളിലാണ് പ്രധാനമായും ഈ യാത്രകൾ. വഴിയിൽ അവിടെവിടെയായി കാളകൾക്കും വണ്ടിക്കാർക്കും വിശ്രമിക്കാൻ വണ്ടിപ്പുരകളുണ്ടായിരുന്നു. വെള്ളയമ്പലത്ത് കാളകൾക്ക് ധർമ്മപ്പുല്ല് കൊടുക്കാനുള്ള സംവിധാനം ഉണ്ടായിരുന്നത്രെ. കാളവണ്ടിയെപ്പറ്റി പറയുമ്പോൾ നഗരത്തിലെ പ്രായം ചെന്നവരുടെ മനസ്സിൽ കടന്നുവരുന്ന മറ്റൊരു കാഴ്ചയാണ് റോഡിലെ ചപ്പുചവറുകൾ നീക്കംചെയ്യാനെത്തുന്ന ഒറ്റക്കാളവണ്ടി. നഗരത്തിലെ പ്രധാന റോഡുകളിലുള്ള ചവറുകൾ നഗരസഭാജീവനക്കാരായ സ്ത്രീകൾ രാവിലെ തന്നെ തൂത്തുകൂട്ടി വയ്ക്കും. പിന്നാലെവരുന്ന കാളവണ്ടിയിലാണ് ഈ ചവറുകൾ നീക്കം ചെയ്യാറ്. കാളവണ്ടിക്കാരന്റെ പ്രധാന ജോലി വണ്ടി ഓടിക്കുകയല്ല, മറിച്ച്, കൂട്ടിവച്ചിരിക്കുന്ന ചവറുകൾ വാരി വണ്ടിയിലേക്ക് നിക്ഷേപിക്കുകയാണ്. ചവർ കൂട്ടിയിട്ടിരിക്കുന്ന സ്ഥലത്തെത്തുമ്പോൾ കാള താനേ നിൽക്കും. ചവർ വണ്ടിക്കകത്തായാൽ അടുത്ത ചവർ കൂനയുള്ളയിടത്തേക്ക് നടക്കും. വഴിയിൽ കാണുന്നവരെയൊക്കെ പിടിച്ചുനിർത്തി വർത്തമാനം പറഞ്ഞ് ബോറടിപ്പിച്ചിരുന്നവരെ പഴയ ആളുകൾ കോർപ്പറേഷൻ ചവറുവണ്ടിയോടാണ് ഉപമിച്ചിരുന്നത്. മറ്റ് നഗരമാലിന്യങ്ങൾ നീക്കം ചെയ്യുന്നതിനും സിനിമാപ്പരസ്യത്തിനും കാളവണ്ടികൾ ഉപയോഗിച്ചിരുന്നു.

തിരുവനന്തപുരം നഗരസഭയുടെ പരിധിയിലുള്ള വീടുകളിൽ നിന്ന് മനുഷ്യവിസർജ്ജ്യം ശേഖരിച്ച് വള്ളക്കടവിലെ നൈറ്റ്സോയിൽ ഡിപ്പോയിലേക്ക് കൊണ്ടുപോയിരുന്നത് കാളവണ്ടികളിലാണ്. 7427 വീടുകളിൽ നിന്നും വിസർജ്ജ്യം ശേഖരിക്കുന്നതിന് 228 തോട്ടികളും 48 കാളവണ്ടികളും 86 കാളകളുമുണ്ടായിരുന്നതായി നഗരസഭയുടെ രേഖകളിലുണ്ട്. യാത്രയ്ക്കും കാളവണ്ടിതന്നെയാണ് പ്രധാനമായും ഉപയോഗിച്ചിരുന്നത്. പിന്നെ കുതിരകളും കുതിരവണ്ടികളും ഉപയോഗിച്ചുതുടങ്ങി. ദിവാൻ മുതൽ താഴൊട്ടുള്ള പ്രധാന ഉദ്യോഗസ്ഥന്മാരൊക്കെ കുതിരവണ്ടി ഉപയോഗിക്കും. എന്നാൽ സവർണ്ണ മാടമ്പിമാർ കാളവണ്ടികളിൽ പായ വളച്ചുകെട്ടിവച്ച് അവനവന്റെ പ്രൗഢി അനുസരിച്ച് മനോഹരമാക്കിയ വില്ലുവണ്ടികളിലാണ് സഞ്ചരിച്ചിരുന്നത്. ആഢ്യത്വത്തിന്റെ പ്രകടനം കൂടിയായിരുന്നു വില്ലുവണ്ടികൾ. അവർണ്ണർക്ക് ഇത്തരം വാഹനങ്ങളൊന്നും ഉപയോഗിക്കാൻ അനുവാദമുണ്ടായിരുന്നില്ല. ആഢ്യത്വത്തിന്റെ അടയാളമായിരുന്ന വില്ലുവണ്ടിയെ സവർണ്ണമേധാവിത്വത്തിനെതിരെയുള്ള ആയുധമാക്കിയെന്നതും ചരിത്രസംഭവമാണ്. കേരള നവോത്ഥാനചരിത്രത്തിൽ വില്ലുവണ്ടി ഒരു പ്രതീകമാണ്. 1865ൽ എല്ലാ വിഭാഗം ജനങ്ങൾക്കും പൊതുവഴികളിൽ ചക്രംവച്ച വാഹനം ഉപയോഗിക്കുന്നതിനും 1870ൽ

എല്ലാ ജാതിക്കാർക്കും പൊതുവഴി ഉപയോഗിക്കുന്നതിനും അനുവാദം നൽകിക്കൊണ്ട് തിരുവിതാംകൂർ മഹാരാജാവ് ഉത്തരവിറക്കിയെങ്കിലും താണജാതിക്കാർക്ക് പൊതുവഴി ഉപയോഗിക്കുക അത്ര എളുപ്പമായിരുന്നില്ല. പൊതുവഴിയിൽ സഞ്ചാരസ്വാതന്ത്ര്യം ഉറപ്പാക്കാൻ അധഃകൃതവർഗ്ഗത്തിന്റെ ഉന്നമനത്തിന് അനവരതം പോരാടിയ അയ്യൻകാളി നടത്തിയ സമരമാണ് പ്രസിദ്ധമായ 'വില്ലുവണ്ടിസമരം'. വെള്ളച്ചായമടിച്ച വില്ലുവണ്ടിയിൽ ഇരട്ടക്കാളകളെ കെട്ടി തലപ്പാവും കടുക്കയുമിട്ട് പൊതുനിരത്തുകളിലൂടെ ഓടിച്ചുകൊണ്ട് പൊതുവഴി ഉപയോഗിക്കാനുള്ള തങ്ങളുടെ അവകാശം സ്ഥാപിക്കുകയാണ് അദ്ദേഹം ചെയ്തത്. പല്ലക്കിൽ നിന്നും കുതിരയിൽ നിന്നും വില്ലുവണ്ടികളിലേക്കും കുതിരവണ്ടികളിലേക്കും യാത്രാരീതി മാറി. മോട്ടോർ വാഹനങ്ങൾ നിരത്തിലിറങ്ങിയതോടെ ഗതാഗതരംഗത്ത് വിപ്ലവകരമായ മാറ്റമാണുണ്ടായത്.

സുന്ദരിച്ചെല്ലമ്മ

മഹാരാജാവിനെ പ്രേമിച്ച ഒരു സുന്ദരിയുണ്ടായിരുന്നു. പേര് ചെല്ലമ്മ. തിരുവനന്തപുരത്തെക്കുറിച്ച് പറയുമ്പോൾ സുന്ദരിച്ചെല്ലമ്മയുടെ കഥയും വേണം. കൊല്ലങ്കോട് വെങ്ങഞ്ഞി സ്വദേശിനിയായ അവർ ഹജൂർ കച്ചേരിയിൽ ഗുമസ്തപ്പണി കിട്ടിയതോടെയാണ് തിരുവനന്തപുരത്തെത്തിയത്. പിന്നീട് മണക്കാട് സ്കൂളിലെ സംഗീത അധ്യാപികയായിരുന്നു. ഈ സുന്ദരി നടിയും നർത്തകിയും പാട്ടുകാരിയുമൊക്കെയായിരുന്നു. കലയെയും കലാകാരന്മാരേയും ആദരിക്കുന്നത് തിരുവനന്തപുരത്തിന്റെ പാരമ്പര്യമാണല്ലോ.

മികച്ച അഭിനയത്തിന് മഹാരാജാവിൽനിന്ന് ഒരു കസവുനേര്യത് സമ്മാനമായി ലഭിച്ചതോടെയാണ് ഈ കലാകാരിയുടെ ജീവിതം ഗതി മാറി ഒഴുകാൻ തുടങ്ങിയത്. ചില മനസ്സുകൾ അങ്ങനെയാണ്. സന്തോഷത്തിന്റെ പരകോടിയിൽ കൈവിട്ടുപോകും. സമ്മാനദാനത്തിനിടയിൽ പൊന്നുതമ്പുരാന്റെ വിരലുകൾ ചെല്ലമ്മയുടെ കയ്യിൽ അവിചാരിതമായി ഉരസി. ഈ സ്പർശവും സമ്മാനമായി ലഭിച്ച കസവുനേര്യതും ആ കലാകാരിയുടെ മനസിന്റെ താളംതെറ്റിച്ചു എന്നുവേണം കരുതാൻ. പുരാണകഥയിൽ പൊട്ടക്കിണറ്റിൽനിന്നും ജീവൻ രക്ഷിക്കാൻ കൈപിടിച്ചുകയറ്റിയ യയാതിക്ക് കയ്യിൽ തൊട്ടതിന്റെ പേരിൽ ദേവയാനിയെ വിവാഹം കഴിക്കേണ്ടിവന്നതും തിരുവിതാംകൂർ മഹാരാജാക്കൻമാർ സാധാരണ വീട്ടിലെ സുന്ദരിമാരായ സ്ത്രീകളെ അമ്മവീട്ടിലേക്ക് ദത്തെടുപ്പിച്ച് പട്ടും പരിവട്ടവും നൽകുന്നതുമെല്ലാം ടീച്ചർക്ക് അറിയാവുന്ന കഥകളാണ്. സ്വാതിതിരുനാൾ വിവാഹംകഴിച്ചതും സാധാരണക്കാരിയായ പരദേശി നർത്തകിയെയായിരുന്നല്ലോ. ചെല്ലമ്മ സ്വന്തം സ്വപ്നങ്ങളിൽ ഒരു അമ്മച്ചിയായി മാറി. പട്ടുജമ്പറും മുലക്കച്ചയും നിറയെ ആഭരണങ്ങളുമണിഞ്ഞ് കണ്ണെഴുതി ചന്ദനക്കുറിതൊട്ട് പൂചൂടി അവർ തന്റെ രാജകുമാരൻ സഞ്ചരിക്കുന്ന വഴികളിൽ പ്രത്യക്ഷപ്പെടാൻ തുടങ്ങി.

വർഷങ്ങൾക്കുശേഷം തിരുവനന്തപുരത്തെ പഴമക്കാർ വീടുപേക്ഷിച്ച് തലയിൽ മുല്ലപ്പൂചൂടി, കുപ്പിവളകളണിഞ്ഞ് മുഷിഞ്ഞവേഷവും മുഷിഞ്ഞ ഭാണ്ഡക്കെട്ടുമായി പ്രായാധിക്യത്താൽ അവശയായി കിഴക്കേകോട്ടയുടെ പരിസരങ്ങളിൽ അലഞ്ഞുനടക്കുന്ന ചെല്ലമ്മയെയാണ് കണ്ടത്. ഒരു ഏകപക്ഷീയ പ്രണയകഥയിലെ ദുരന്തനായികയെ നാട്ടുകാർ സഹതാപത്തോടെ നോക്കികണ്ടു. 'റാണിഅമ്മച്ചി' എന്ന പേരിൽ പ്രസിദ്ധനടനും നാടകരചയിതാവുമായ അന്തരിച്ച നരേന്ദ്രപ്രസാദ് ഇവരെ നായികകഥാപാത്രമാക്കി ഒരു നാടകം രചിച്ചിട്ടുണ്ട്. തിരുവനന്തപുരത്തിന്റെ ചരിത്രത്തിന് സുന്ദരി ചെല്ലമ്മയുടെ സംഭാവനകളൊന്നുമില്ല. അവരുടെ ജീവിതം ആളുകൾക്ക് പറഞ്ഞു രസിക്കാനുള്ള കഥമാത്രം. ഇങ്ങനെ എത്രയെത്ര ജീവിതകഥകൾ ഓരോ ദേശചരിത്രത്തിന്റെയും പിന്നാമ്പുറങ്ങളിൽ മറഞ്ഞുകിടപ്പുണ്ടാവും.

കള്ളനും പോലീസും

കായംകുളത്തുകാർക്ക് കൊച്ചുണ്ണി എന്ന പോലെ തിരുവനന്തപുരത്തുകാർക്കും സ്വന്തമെന്നു പറയാൻ ഒരു കള്ളനുണ്ടായിരുന്നു. വെള്ളായണി പരമുപിള്ള. പാവപ്പെട്ടവരോട് കനിവുണ്ടെന്ന് മാത്രമല്ല അത്യാവശ്യ അവസരങ്ങളിൽ അവരെ സഹായിക്കാറുമുണ്ടായിരുന്ന പരമു എടത്വാ പള്ളിയിലെ പൊൻകുരിശ് മോഷ്ടിച്ച കേസിൽ പരമുപിള്ള ജയിലിലായി. പരമുപിള്ള ജയിലിൽ കിടക്കുന്ന കാലത്ത് നല്ലവനായ ജയിലറുടെ മകളുടെ കല്യാണം നിശ്ചയിച്ചിരുന്നു. വിവാഹം നടത്താനുള്ള സാമ്പത്തികബുദ്ധിമുട്ടിന് പരിഹാരം കാണാനാകാതെ ജയിലർ ആകെ വിഷമത്തിലായി. വിഷണ്ണനായി നില്ക്കുന്ന ജയിലറോടു പരമുപിള്ള കാര്യം തിരക്കി. പ്രശ്നപരിഹാരത്തിനായി പരമു ഒരു ഉപായം നിർദ്ദേശിച്ചു. ഒരു രാത്രി തന്നെ തുറന്നുവിടുക. നേരം വെളുക്കുന്നതിന് മുൻപ് തിരിച്ചെത്തിക്കൊള്ളാം. ഇത് വാക്ക്. ഗത്യന്തരമില്ലാതെ ജയിലർ വഴങ്ങി. കള്ളൻ വാക്കു പാലിച്ചു. പിറ്റേദിവസം പെരുമീൻ ഉദിക്കുന്നതിന് മുൻപ് ജയിലിൽ തിരിച്ചെത്തി. കല്യാണാവശ്യത്തിനുള്ളതെല്ലാം ജയിലറുടെ വീട്ടിൽ എത്തിച്ചിട്ടാണ് വരവ്.

ഒറ്റപ്പനമൂട്ടിലെ കഴുകുമരത്തിൽ തൂക്കുകയർ കഴുത്തിൽ മുറുകുന്നതിനു മുൻപ് തൂക്കുകയറിൽ തന്നെ തൂങ്ങി മോലോട്ടുകയറി കുരുക്കഴിച്ച് ഓടി രക്ഷപ്പെട്ട അഭ്യാസിയായ ഒരു കള്ളനുണ്ടായിരുന്നു. പേര് മാണിക്യൻ. ഇയാളും മോഷണക്കാര്യത്തിൽ അത്യാവശ്യം സത്യസന്ധത കാണിച്ചിരുന്ന കള്ളനാണ്. വീട്ടുകാരെ മുൻകൂട്ടി അറിയിച്ചിട്ടേ മോഷണം നടത്തൂ. ശാസ്തമംഗലത്ത് കുറുങ്ങോട്ട് കുറുപ്പിന്റെ വീട്ടിൽവച്ചാണ് മാണിക്യൻ വീണ്ടും പിടിക്കപ്പെട്ടത്. (ഇന്നത്തെ ഹൈനസ് ബാറിന് പുറകിൽ). തുരങ്കമുണ്ടാക്കി മോഷണത്തിനെത്തിയ മാണിക്യനെ കുറുപ്പ് കുടുക്കി. ഇത്തവണ മാണിക്യൻ രക്ഷപ്പെട്ടില്ല. പരസ്യമായി തൂക്കിക്കൊല നടപ്പാക്കി. വീട്ടുകാർക്ക് രാജാവിന്റെ വക പാരിതോഷികങ്ങളും ലഭിച്ചു. വീടിന്റെ

ചുവർ ബർമ്മവച്ച് തുരന്ന് അകത്തുകയറുന്ന ശങ്കുവും രാത്രി ബീറ്റു പോലീസുകാരുടെ മുമ്പിൽവച്ച് ചാക്കിനകത്തെ മോഷണവസ്തുവായ ടൈംപീസിൽ വീട്ടുകാരൻ വച്ചിരുന്ന അലാറം ശബ്ദിച്ച് പിടിയിലായ ഖാനുമൊക്കെ തിരുവനന്തപുരത്ത് രാത്രികാലങ്ങളിൽ വിഹരിച്ചിരുന്ന തസ്ക്കരകേസരികളായിരുന്നു.

പൊലീസ് എന്നു പറഞ്ഞാൽ ഒരുകാലത്ത് തിരുവനന്തപുരത്തു കാരുടെ മനസ്സിൽ കടന്നുവന്നിരുന്നത് മിന്നൽ പരമശിവൻ നായരുടെ പേരാണ്. കുറ്റകൃത്യങ്ങൾ നടക്കുന്ന എവിടെയും ഒരു മിന്നൽ പോലെ പ്രത്യക്ഷപ്പെട്ടിരുന്നതിനാലാണ് അദ്ദേഹത്തിന് മിന്നൽ എന്ന പേര് ലഭിച്ചത്. കന്യാകുമാരി ജില്ലയിലാണ് ജനിച്ചതെങ്കിലും കർമ്മരംഗം തിരുവനന്തപുരമായിരുന്നു. തിരുവനന്തപുരത്ത് ഒരു പൊലീസ് കൺട്രോൾ റൂം തുറക്കുന്നതിനും തിയേറ്ററുകളിലും മറ്റ് പൊതുസ്ഥലങ്ങളിലും ക്യൂ സമ്പ്രദായം നടപ്പാക്കുന്നതിലും മുൻ കൈയെടുത്തത് ഇദ്ദേഹമാണ്. 1972ൽ അസി: പൊലീസ് കമ്മീഷണറായി സർവ്വീസിൽ നിന്ന് വിരമിച്ച പരമശിവൻനായർ വാർദ്ധക്യകാലം ആദ്ധ്യാത്മിക പ്രവർത്തനങ്ങൾക്കായി മാറ്റിവച്ചു. 95-ാം വയസ്സിൽ അന്തരിച്ചു.

കേരളഗാമ എന്നറിയപ്പെട്ടിരുന്ന മണക്കാട് നാരായണപിള്ള തിരുവനന്തപുരത്തെ ഗുസ്തിക്കാരിൽ പ്രധാനിയാണ്. ഗുസ്തിയിൽ 'പഞ്ചാബ് സിംഹം' ഭോലെ ഗുലാം ഹുസൈൻ എന്ന പ്രശസ്ത ഗുസ്തിക്കാരനുമായി ഏറ്റുമുട്ടി സമനില പാലിച്ചു. കോട്ടയ്ക്കകത്തെ നവനീത കൃഷ്ണയ്യരായിരുന്നു ഇദ്ദേഹത്തിന്റെ ഗുരു. മലർന്ന്കിടക്കുന്ന നാരായണപിള്ള ഫയൽമാന്റെ നെഞ്ചിൽ ഒരു ഉരൽവച്ച് നെല്ല്കുത്തുമായിരുന്നു. സജീവ ഗുസ്തിയിൽ നിന്ന് വിരമിച്ച ശേഷം അദ്ദേഹം മണക്കാട് ആരംഭിച്ച ഹോട്ടലും പ്രസിദ്ധമായി.

നാരായണീയം, ഭഗവത്ഗീത, തിരുക്കുറൽ തുടങ്ങിയ കൃതികൾ മലയാളത്തിലേക്ക് പരിഭാഷപ്പെടുത്തിയ പണ്ഡിതനാണ് ശാസ്തമംഗലം രാമകൃഷ്ണപിള്ള. ശ്രീമൂലവിലാസം (എസ്.എം.വി). സ്കൂളിൽ അദ്ധ്യാപകനായിരുന്ന ഇദ്ദേഹം ഇംഗ്ലീഷ്, സംസ്കൃതം, തമിഴ്, മലയാളം എന്നീ ഭാഷകൾ അനായാസം കൈകാര്യം ചെയ്തിരുന്നു. 1954ൽ നാരായണീയം വിവർത്തനം പ്രസിദ്ധീകരിച്ചു. 1836ൽ ജനിച്ച ആറ്റുകാൽ ശിവശങ്കരപ്പിള്ളയുടെ പ്രധാനകൃതികൾ ഹിന്ദുശാസ്ത്രസാരം സംഗ്രഹം, വിശാഖവിജയം, ഭഗവത്ഗീതപരിഭാഷ എന്നിവയാണ്. സംസ്കൃതത്തിലും മലയാളത്തിലും നിരവധി ശ്ലോകങ്ങൾ രചിച്ചിട്ടുണ്ട്.

വിഗതകുമാരൻ

ദൃശ്യമാദ്ധ്യമരംഗത്തെ വിപ്ലവം തന്നെയായിരുന്നു ചലിക്കുന്ന ചിത്രങ്ങൾ. മലയാളസിനിമയുടെ പിതാവാണ് 928-ൽ വിഗതകുമാരൻ എന്ന നിശ്ശബ്ദസിനിമ നിർമ്മിച്ച ജെ.സി.ഡാനിയൽ. നിർമ്മാതാവ്, സംവിധായകൻ നടൻ എന്നിങ്ങനെ അദ്ദേഹത്തിന്റെ സാന്നിദ്ധ്യം ഈ സിനിമയിലുണ്ട്.

ജെ.സി. ഡാനിയൽ. വിഗതകുമാരനിൽ

സിനിമയിൽ നായികയായി അഭിനയിച്ചത് മേലേതമ്പാനൂർ താമസിച്ചിരുന്ന പി.കെ.റോസിയാണ്. ഡാനിയലിന്റെ കർമ്മഭൂമി പ്രധാനമായും തിരുവനന്തപുരത്തായിരുന്നു എന്ന് നമുക്കറിയാം. കൂട്ടത്തിൽ ആ സിനിമയുടെ പേരിൽ അദ്ദേഹം സഹിക്കേണ്ടിവന്ന കഷ്ടനഷ്ടങ്ങളുടെ കഥയുമൊക്കെ മലയാളസിനിമാ ചരിത്രത്തിന്റെ ഭാഗമാണ്. സിനിമയെ പ്രേമിച്ച ഡാനിയൽ ആദ്യം തുടങ്ങിയത് പട്ടത്ത് 'ക്യാപ്പിറ്റൽ സ്റ്റുഡിയോ' എന്ന പേരിൽ ഒരു സിനിമാസ്റ്റുഡിയോയാണ്. വിഗതകുമാരന്റെ സാങ്കേതിക ജോലികൾ പ്രധാനമായും ഇവിടെയാണ് നിർവ്വഹിച്ചത്. ഈ നിശ്ശബ്ദചിത്രം മല യാളത്തിലെ ആദ്യ ചലച്ചിത്രമായിരുന്നല്ലോ. സിനിമ പ്രദർശിപ്പിച്ചതാകട്ടെ 'ക്യാപ്പിറ്റൽ തിയേറ്റേഴ്സ്' എന്ന തിയേറ്ററിലും.

സ്റ്റാച്യുവിൽ ഇപ്പോൾ മരക്കാർ മോട്ടേഴ്സിന്റെ ഷോറും പ്രവർത്തിക്കുന്ന സ്ഥലത്തായിരുന്നു ഈ തിയേറ്റർ. സിനിമാ പ്രദർശനത്തെ തുടർന്നുണ്ടായ പുകിലുകളൊക്കെ അടുത്തകാലത്ത് വളരെയധികം ചർച്ചചെയ്യപ്പെട്ടതാണ്. സിനിമയിൽ അഭിനയിച്ചതുകൊണ്ട് അവർണ്ണ സമുദായത്തിൽപ്പെട്ട റോസിക്ക് നാടുവിടേണ്ടിവന്നു. തിയേറ്റർ തീ വച്ച് നശിപ്പിച്ചു. മലയാളത്തിലെ ആദ്യത്തെ ശബ്ദചിത്രമായിരുന്നല്ലോ 1938ൽ ജനുവരി 19ന് റിലീസ് ചെയ്ത 'ബാലൻ.' ഈ ചിത്രത്തിന് കഥയെഴുതിയത് എം.സുന്ദരംപിള്ള എന്ന തിരുവനന്തപുരത്തുകാരനാണ്. അദ്ദേഹത്തിന്റെ 'വിധിയും മിസിസ് നായരും' എന്ന കഥയാണ് 'ബാലൻ' എന്ന സിനിമയായത്. വിഗതകുമാരനും മാർത്താണ്ഡവർമ്മയ്ക്കും ശേഷമാണ് 'ബാലൻ' പ്രദർശനത്തിന് എത്തുന്നത്.

തിരുവിതാംകൂർ സഹോദരിമാർ

മലായളസിനിമ അറിയുന്നവർക്കൊക്കെ ലളിത, പത്മിനി, രാഗിണിമാർ സുപരിചിതരാണ്. മലയാളത്തിൽ മാത്രമല്ല മറ്റ് അന്യഭാഷാചിത്രങ്ങളിലും പ്രശസ്തരായ ഇവർ ജനിച്ചതും വളർന്നതും തിരുവനന്തപുരത്ത് പൂജപ്പുരയിലെ മലയാകോട്ടേജിലാണ്. നൃത്തത്തിലും വെള്ളിത്തിരയിലും ലോകശ്രദ്ധ പിടിച്ചുപറ്റിയ ഇവർ തിരുവിതാംകൂർ സഹോദരിമാർ എന്നാണ് അറിഞ്ഞിരുന്നത്. ഗുരുഗോപിനാഥിന്റെ ശിക്ഷണത്തിൽ ഇവർ നൃത്തം അഭ്യസിച്ചു. 'ജിസ്ദേശ് മേം ഗംഗാ ബഹത്തിഹൈ, മേരനാം ജോക്കർ'

തുടങ്ങിയ ഹിന്ദിസിനിമകളിൽ പത്മിനിയുടെ അഭിനയം സിനിമാ പ്രേമികൾ ആദരവോടെ അംഗീകരിച്ചു. സഹോദരിമാരായ ഈ മൂന്നു നടികൾ സിനിമാരംഗത്തേക്ക് കടന്നുവന്നത് അഭിജാത കുടുംബങ്ങളിലെ സ്ത്രീകൾക്ക് ഈ രംഗത്തേക്ക് വരാൻ പ്രചോദനമായി. അനുഗൃഹീത നടനായ സത്യന്റെ പ്രശസ്തിയുടെ പങ്കും തിരുവനന്തപുരത്തിന് അവ കാശപ്പെടാം. ഹൈസ്കൂൾ അദ്ധ്യാപകൻ രണ്ടാംലോക മഹായുദ്ധ ത്തിൽ പങ്കെടുത്ത സൈനികൻ, പൊലീസ് ഇൻസ്പെക്ടർ എന്നീ നിലകളിൽ പ്രവർത്തിച്ചെങ്കിലും സിനിമയായിരുന്നു അദ്ദേഹത്തിന്റെ തട്ടകം. അവിടെ സത്യൻ നിറഞ്ഞാടി എന്നുതന്നെ പറയാം. ഈ അതുല്യനടന്റെ ആദ്യ ചിത്രം 'ആത്മസഖി'യാണ്. ചെമ്മീനിലെ പളനിയും 'ഓടയിൽ നിന്നി'ലെ പപ്പുവും ഈ നടന്റെ അഭിനയമികവിന്റെ സാക്ഷ്യപത്രങ്ങളാണ്. 'ത്യാഗ സീമ' എന്ന സിനിമയിൽ അഭിനയിച്ച സത്യന്റെ ചിത്രം 'കൗമുദി'യിൽ മുഖചിത്രമായി അച്ചടിച്ചുവന്നതോടെ സത്യനെ ഉദ്യോഗത്തിൽ നിന്ന് പിരിച്ചുവിട്ടു. തിരുവനന്തപുരം നഗരപ്രാന്തങ്ങളിൽ, നേമത്ത് സുബ്രഹ്മണ്യം സ്ഥാപിച്ച മെരിലാന്റ് സ്റ്റുഡിയോയും കുളത്തൂരിൽ പ്രവർത്തിച്ച ചിത്രലേഖ ഫിലിം സൊസൈറ്റിയും മലയാളസിനിമയ്ക്ക് വിലപ്പെട്ട സംഭാവനകൾ നൽകി.

സർ ടി. മാധവറാവു

പണ്ട് തിരുവനന്തപുരത്തെ പ്രധാന കവലകളിലെയും നിരത്തുവക്കു കളിലെയും സാധാരണക്കാഴ്ച നീരൊഴിപ്പുകേന്ദ്രങ്ങളും ചുമടുതാങ്ങികളും വഴിയമ്പലങ്ങളും വഴിക്കിണറുകളും കാലികൾക്കുള്ള ധർമ്മപ്പുൽ വിതരണകേന്ദ്രങ്ങളുമൊക്കെയായിരുന്നു. ഇന്നാകട്ടെ എവിടെ തിരിഞ്ഞു നോക്കിയാലും മഹാന്മാരുടെ പ്രതിമകളാണ്. നഗരക്കാഴ്ചകൾ കാണാനെ ത്തുന്ന സഞ്ചാരി തിരുവനന്തപുരത്തെ പ്രതിമകളുടെ നഗരം എന്ന് വിശേഷിപ്പിച്ചാൽ അതിശയപ്പെടേണ്ട. പ്രതിമകളുടെ കാര്യം പറയുമ്പോൾ പഴമനസ്സുകളിൽ ആദ്യം വരുന്നത് ഭരണസിരാകേന്ദ്രമായ സ്റ്റാച്യു ജംഗ്ഷനിൽ സ്ഥാപിച്ചിരിക്കുന്ന ദിവാൻ രാജാ സർ ടി മാധവറാവുവിന്റെ പ്രതിമയെയാണ്. ഈ കവല ഇപ്പോൾ അറിയപ്പെടുന്നത് സ്റ്റാച്യുമുക്കെന്നോ സ്റ്റാച്യു ജംഗ്ഷനെന്നോ അല്ല വെറും 'സ്റ്റാച്യു.' തഞ്ചാവൂർകാരനായ മാധവറാവുവിനെ അറിയാത്ത തിരുവനന്തപുരത്തുകാർ ചുരുക്കം. ആയില്യം തിരുനാളിനെയും വിശാഖംതിരുനാളിനെയും ഇംഗ്ലീഷ് പഠിപ്പിക്കാൻ തിരുവനന്തപുരത്തെത്തിയതാണ് മാധവറാവു. ദിവാൻ പദവിവരെ എത്തിയ ഇദ്ദേഹം തിരുവനന്തപുരത്തെ വിക്ടോറിയൻ ശൈലിയിലുള്ള ഒരു രാജധാനിയാക്കി മാറ്റാൻ ശ്രമിച്ചു എന്നുള്ളതാണ് ഇന്നാട്ടുകാർക്ക് റാവുവിനെക്കുറിച്ചുള്ള ഓർമ്മ. പകിടശാല, ഹജൂർകച്ചേരി, പുത്തൻ കച്ചേരി എന്നൊക്കെ അറിയപ്പെട്ടിരുന്ന ഇന്നത്തെ ഗവൺമെന്റ് സെക്രട്ടറിയേറ്റ് മന്ദിരം ഇദ്ദേഹത്തിന്റെ കാലത്താണ് നിർമ്മിക്കപ്പെട്ടത്. മഹാരാജാസ് കോളേജ്, പബ്ലിക് ഓഫീസ്, ജനറൽ ആശുപത്രി, നേപ്പിയർ മ്യൂസിയം

എന്നിവയും മാധവറാവുവിന്റെയും കൂടി ശ്രമഫലമായാണ് നിർമ്മിക്കപ്പെട്ടത്.

ഏതൻസിലെ പെരിക്ലിസും ഇംഗ്ലണ്ടിലെ ക്രോംവെല്ലും കൈവരിച്ച പുരോഗതിയാണ് തിരുവിതാംകൂറിൽ മാധവറാവു കൈവരിച്ചത് എന്ന് മഹാത്മാഗാന്ധി എഴുതിയിട്ടുള്ളത് പട്ടംരാമചന്ദ്രൻ നായർ തിരുവനന്തപുരത്തിന്റെ ഇതിഹാസത്തിൽ ഉദ്ധരിച്ചിട്ടുണ്ട്. 1894ൽ ശ്രീമൂലം തിരുനാളിന്റെ ഭരണകാലത്ത് ഇംഗ്ലണ്ടിൽ നിന്ന് കൊണ്ടുവന്ന റാവുവിന്റെ ലോഹ പ്രതിമ കേരളവർമ്മ വലിയ കോയിത്തമ്പുരാനാണ് അനാച്ഛാദനം ചെയ്തത്. ജീവസ്സുറ്റതും പ്രൗഢവുമാണ് ഈ പ്രതിമ. തിരുവനന്തപുരം കാണാനെത്തിയ തെക്കൻ തിരുവിതാംകൂറുകാരായ അച്ഛന്റെയും മകന്റെയും കഥ കുട്ടിക്കാലത്ത് കേട്ടിട്ടുണ്ട്.

മാധവറാവുവിന്റെ പ്രതിമ കണ്ടപ്പോൾ മകൻ അച്ഛനോട് ചോദിച്ചുവത്രേ. 'അപ്പാ, അപ്പാ ഇന്ത മാത്തുരാര് പേശുവാരാ?' (അപ്പാ, ഈ മാധവരായർ സംസാരിക്കുമോ?) ചോദ്യം കേട്ട അച്ഛൻ ഒന്നു കുഴങ്ങി. ഉത്തരം മുട്ടുമ്പോൾ പഴയ മുൻഷി വാദ്ധ്യാന്മാർ ചെയ്യാറുള്ളതുപോലെ അച്ഛൻ മകന്റെ ചെവിക്ക് ഒന്ന് കിഴുക്കി, ദേഷ്യം പ്രകടിപ്പിച്ചു. തിരുവനന്തപുരത്തുകാർ റാവുമാരെ രായർ എന്നാണ് വിളിച്ചിരുന്നത്. മാധവരായർ, രാമരായർ എന്നിങ്ങനെ. ചെവിക്ക് പിടിച്ച് മുറുക്കുന്നതിന്റെ ഗ്രാമ്യഭാഷയാണ് കിഴുക്കൽ. മാധവറാവുവിന് രാജാ

മാധവറാവുവിന്റെ പ്രതിമ സെക്രട്ടറിയേറ്റിന് മുമ്പിൽ

എന്ന ബഹുമതി നൽകിയത് വിക്ടോറിയാ രാജ്ഞിയാണ്. 1877ൽ സമ്മർദ്ദങ്ങൾക്കുവേണ്ടി മാധവറാവുവിന് ദിവാൻപദം ഒഴിയേണ്ടി വന്നു. ആയില്യം തിരുനാളായിരുന്നു അപ്പോൾ രാജ്യം ഭരിച്ചിരുന്നത്. ദിവാന് തന്നെക്കാളും അടുപ്പം അനുജൻ വിശാഖത്തോടാണോ എന്ന് ആയില്യം സംശയിച്ചിരുന്നു. 1866ൽ നടന്ന ഒരു ഖജനാവ് മോഷണത്തിന്റെ ഉത്തരവാദിത്തം മാധവറാവുവിൽ ആരോപിച്ച് അദ്ദേഹത്തെ രാജിവയ്പ്പിക്കുകയാണുണ്ടായത്. പത്മവിലാസം കൊട്ടാരത്തിലെ ദിവാന്റെ ഓഫീസിൽ വച്ചായിരുന്നു രാജിസമർപ്പിച്ചത്. ദിവാൻ രാജാകേശവദാസിന്റെ ഓഫീസും ഇവിടെയായിരുന്നല്ലോ. നാടിനുവേണ്ടി മികവുറ്റ പ്രവർത്തനം കാഴ്ചവച്ച മാധവറാവുവിന് രാജി സമർപ്പിച്ച ശേഷം തിരുവിതാംകൂർ വിടാൻ ഒരു വാഹനം പോലും അനുവദിച്ചില്ല. രാജിക്കുശേഷം തെക്കേതെരുവിൽ നിരാലംബനായി അപമാനിച്ച് ഇറക്കി വിട്ട റാവുവിനെ പേഷ്ക്കാർ ശങ്കുണ്ണി മേനോനാണ് സ്വന്തം കാറിൽ ഷൊർണൂർവരെ എത്തിച്ചത്. പിൽക്കാലത്ത് രാജി വയ്ക്കേണ്ടിവന്ന ദിവാന്മാരിൽ പലരും രാജ്യാതിർത്തിയായ ചെങ്കോട്ടയിൽ എത്തിയശേഷം രാജിക്കത്ത് അയച്ചു കൊടുക്കുകയായിരുന്നു പതിവ്.

ക്ഷേത്രപ്രവേശനവിളംബര സ്മാരകം

ശ്രീചിത്തിരതിരുനാൾ

തിരുവിതാംകൂറിലെ രാജാക്കന്മാർ പൊതുവെ സ്വന്തം പ്രതിമകൾ നിർമ്മിച്ചു സ്ഥാപിക്കുന്നതിൽ തൽപ്പരരായിരുന്നില്ല എന്നുവേണം മനസ്സിലാക്കാൻ. ചില ക്ഷേത്രങ്ങളുടെ തൂണുകളിലും മറ്റും ശിൽപ്പികൾ അവ്യക്തമായി കൊത്തിവച്ച അവരുടെ രൂപങ്ങളുണ്ടാവാം. എന്നാൽ ജനകീയ ഭരണം വന്നപ്പോൾ ആ സ്ഥിതിമാറി.

അൽപ്പം പേരും പ്രശസ്തിയുമുള്ളവരൊക്കെ മരണശേഷം പ്രതിമകളായി വഴിവക്കിൽ നിൽക്കുന്നു. പ്രതിമകളുടെ കാര്യത്തിൽ ചിത്തിരതിരുനാൾ വ്യത്യസ്തനായിരുന്നു. തിരുവനന്തപുരത്തെ പ്രതിമകളുടെ കണക്കെടുത്താൽ തിരുവിതാംകൂറിന്റെ അവസാനത്തെ രാജാവായ ചിത്തിരതിരുനാളിന്റെ പ്രതിമകൾക്കാണ് ഒന്നാംസ്ഥാനം. നാലെണ്ണം. കോട്ടയ്ക്കത്തെ അയൺവില്ലാ പാർക്കിലും തിരുവിതാംകൂർ ദേവസ്വംബോർഡ് ഓഫീസിനു മുമ്പിലും കേരള സർവ്വകലാശാലാ ആസ്ഥാനത്തും ശ്രീചിത്ര മെഡിക്കൽ സെന്ററിലുമാണ് അവ. ക്ഷേത്രപ്രവേശനവിളംബരത്തിന്റെ സ്മാരകമായാണ് അയൺവില്ലാ പാർക്കിനുള്ളിൽ നിർമ്മിച്ചിട്ടുള്ള പൂർണ്ണകായപ്രതിമ. ഡി.പി.റോയ് ചൗധരി എന്ന പ്രസിദ്ധ ശിൽപ്പിയാണ് പ്രതിമ നിർമ്മിച്ചത്. ബിക്കാനിർ മഹാരാജാവായിരുന്ന ശ്രീഗംഗാ സിംങ്ജി 1939 ജനുവരി 26ന് പ്രതിമ അനാച്ഛാദനം ചെയ്തു. ക്ഷേത്രപ്രവേശന വിളംബരം ചെയ്തത് 1936 നവംബർ 12-ാംതീയതിയാണ്. ആധുനിക കാലത്തിലെ അത്ഭുതമെന്നും ജനങ്ങളുടെ ആദ്ധ്യാത്മികവിമോചനത്തിന്റെ അധികാരരേഖയായ സ്മൃതി എന്നുമാണ് ഗാന്ധിജി ഈ വിളംബരത്തെ വിശേഷിപ്പിച്ചത്. ക്ഷേത്ര പ്രവേശന വിളംബരം മഹത്തായ കർമ്മമാണെങ്കിലും തെക്കേ തെരുവിലുള്ള സ്മാരകം തീർത്തും അവഗണിക്കപ്പെട്ട നിലയിലാണ്. ക്ഷേത്രപ്രവേശനത്തിന്റെ കുത്തക നഷ്ടപ്പെട്ടവരും പുതിയതായി പ്രവേശനം ലഭിച്ചവരും ഈ സ്മാരകത്തെ ഓർക്കുന്നുണ്ടാവില്ല.

സി.പി.രാമസ്വാമി അയ്യർ

രാജഭരണം മാറി ജനാധിപത്യത്തിലേക്കുള്ള ചുവടുവയ്പ്പിനിടയിൽ തകർക്കപ്പെട്ട പ്രതിമയാണ് തമ്പാനൂരുള്ള സി.പി.സത്രം എന്നറിയപ്പെടുന്ന സചിവോത്തമ സത്രത്തിൽ സ്ഥാപിച്ചിരുന്ന സർ. സി.പി.രാമസ്വാമി അയ്യരുടെ പ്രതിമ. സചിവോത്തമ എന്ന ബഹുമതി മഹാരാജാവ് കൽപ്പിച്ച് നൽകിയതാണ്. ഇതിനിടയിൽ 1947 ജൂലൈ 25-ാം തീയതി മ്യൂസിക് അക്കാദമിയിൽവച്ച് നടന്ന വധശ്രമവും ഓർമ്മിക്കാം. പഴയ നിയമസഭാ ചേംബറിനുള്ളിൽ 1939 നവംബർ 8-ാം തീയതി ചിത്തിരതിരുനാൾ അനാച്ഛാദനം ചെയ്ത സി.പി.യുടെ മറ്റൊരു പ്രതിമകൂടിയുണ്ടായിരുന്നു. പ്രതിമ നായർ സർവീസ് സൊസൈറ്റി സംഭാവന ചെയ്തതാണ്. ഈ പ്രതിമയും രക്ഷപ്പെട്ടില്ല. 1949 ജനുവരിയിൽ ടി.കെ. നാരായണപിള്ള മന്ത്രിസഭയുടെ തീരുമാനമനുസരിച്ച് ഈ പ്രതിമയും നീക്കം ചെയ്യപ്പെട്ടു. ''ആധുനിക കേരളചരിത്രത്തിലെ വിവാദപുരുഷന്മാരുടെ മുൻനിരയിൽ ഒന്നാമതാണ് സർ സി.പി.യുടെ സ്ഥാനം. സ്വേച്ഛാധിപതി, അവസരവാദി, ഭാഗ്യാന്വേഷി, വില്ലൻ എന്നെല്ലാം അദ്ദേഹത്തെ വിശേഷിപ്പിക്കാറുണ്ട്. ഈ വിശേഷണങ്ങൾ എത്രമാത്രം അദ്ദേഹം അർഹിക്കുന്നുവെന്ന് പരിശോധിക്കേണ്ടിയിരിക്കുന്നു.'' ഇത് പ്രശസ്ത ചരിത്രകാരനായ ശ്രീധരമേനോന്റെ വാക്കുകളാണ്. (സി.പി.തിരുവിതാംകൂർ ചരിത്രത്തിൽ പി.463)

സേതു പാർവ്വതീബായി

കാലമേറെ കഴിഞ്ഞിട്ടാണെങ്കിലും അമ്മമഹാറാണി സേതുപാർവതീബായിയുടെ മാർബിളിൽ തീർത്ത പൂർണ്ണകായ പ്രതിമയ്ക്കും ഈ ദുര്യോഗം വന്നു. കാഴ്ചബംഗ്ലാവിന്റെ പ്രവേശകവാടത്തിനഭിമുഖമായി ഒബ്സർവേറ്ററി പരിസരത്തായിരുന്നു പ്രതിമ. 1117 തുലാം 6ന് രാവിലെ 9.15ന് ശ്രീചിത്തിരതിരുനാൾ പ്രതിമ അനാച്ഛാദനം ചെയ്തു. പൊതുജനങ്ങളാണ് പ്രതിമനിർമ്മാണത്തിനാവശ്യമായ തുക സംഭാവന ചെയ്തത്. മനോഹരമായി നിർമ്മിച്ച ശിലാമണ്ഡപത്തിലായിരുന്നു പ്രതിമ സ്ഥാപിച്ചത്.

''അന്നദാനമേനിയാക്കു
മമ്മ മഹാറാണിയും
നന്മയേകി നാടിനെന്നും
നാൾക്കുനാൾ പുലരണം...
തേജസ്സോടു വാഴണേ!''

എന്ന് പണ്ട് പാടിയ വഞ്ചീശമംഗളത്തിലെ വരികൾ പുതിയ തലമുറ മറന്നു. പ്രതിമ നക്സൽ ചിന്താഗതിക്കാരാൽ തകർക്കപ്പെട്ടെങ്കിലും മണ്ഡപം ഇപ്പോഴും അവിടെയുണ്ട്. ജനാധിപത്യ സർക്കാരുകളുടെ കാലത്ത് സ്ഥാപിക്കപ്പെട്ട പ്രതിമകളുടെ ബാഹുല്യം കൊണ്ടാവാം പലതും ജനമനസ്സുകളിൽ ഇടം പിടിച്ചില്ല.

നിരത്തുകളിലും കവലകളിലും അനാഥമായി അവഗണനസഹിച്ച് നിൽക്കുന്ന മഹാന്മാരുടെ പ്രതിമകളെ കാണുമ്പോൾ ഇവർക്കെല്ലാമായി ഒരു മ്യൂസിയം നിർമ്മിച്ച് പുരനധിവസിപ്പിച്ചരുന്നെങ്കിൽ എന്ന് ചിന്തിക്കാറുണ്ട്.

നെല്ലുവേലി നീലകണ്ഠപിള്ള

ഒരു കയ്യിൽ പാട്ടുപുസ്തകവും മറുകയ്യിൽ ചപ്ലാംകട്ടയുമായി നാട്ടിലെ സമകാലീന സംഭവങ്ങൾ പാട്ടുരൂപത്തിൽ പുസ്തകമാക്കി അച്ചടിച്ച് ചന്തകളിലും മറ്റ് പൊതുസ്ഥലങ്ങളിലും ഉറക്കെപ്പാടി ആളുകളെ ആകർഷിച്ച് പുസ്തകം വിറ്റിരുന്ന നാടൻകവികളുടെ ഒരു കാലമുണ്ടായിരുന്നു. ചന്തയിൽനിന്നു സാധനങ്ങൾ വാങ്ങിയും വിറ്റും തിരിച്ചുപോകുന്ന ഭൂരിപക്ഷം പേരുടെ കയ്യിലും ഒരു പാട്ടുപുസത്കം കൂടിയുണ്ടാവും. ഇന്നത്തെ ടി.വി സീരിയലുകളെ തോൽപ്പിക്കുന്ന നാടകീയതയും അതിഭാവുകത്വവുമായിരുന്നു പാട്ടുകൾക്ക്. വികടകവിയും നിമിഷകവിയുമായിരുന്ന നെല്ലുവേലി നീലകണ്ഠപിള്ളയുടെ മല്ലൻപിള്ളയെ ആനകൊന്ന കഥയും ചാലക്കമ്പോളവർണ്ണനയും കല്ല്യാണിക്കുട്ടിയുടെ കടുങ്കയ്യുമൊക്കെ സാധാരണക്കാരുടെ മനസിൽ സ്ഥാനം പിടിച്ച കൃതികളാണ്. പേട്ടയിൽ രാമൻപിള്ള ആശാന്റെ ഗുരുകുലം പേട്ടയിൽ നിന്ന് കണ്ണമ്മൂല പോകുന്ന വഴിക്കുള്ള ആശാൻ റോഡിലായിരുന്നു.

ആശാന്റെ ഓർമ്മയ്ക്കായാണ് റോഡിന് പേരിട്ടത്. ചട്ടമ്പിസ്വാമികൾ ഈ ഗുരുകുലത്തിൽ പഠിച്ചിട്ടുണ്ട്. ബി.എ കല്യാണിയമ്മ സ്വദേശാഭിമാനി രാമകൃഷ്ണപിള്ളയുടെ സഹധർമ്മിണിയായിരുന്നു. 'വ്യാഴവട്ടസ്മരണകൾ' ഉൾപ്പെടെ ചില ഗ്രന്ഥങ്ങൾ അവർ പ്രസിദ്ധീകരിച്ചിട്ടുണ്ട്. അവർ പൂജപ്പുരയിൽ താമസിച്ചിരുന്നു. 'നായർസാൻ' എന്ന എ.എം.നായർ ജപ്പാനിൽവച്ച് സുഭാഷ്ചന്ദ്രബോസിന്റെ അനുയായി ആയി. സാഹസികമായ വിപ്ലവ പ്രവർത്തനങ്ങൾ നടത്തിയതിനെതുടർന്ന് അദ്ദേഹത്തിന്റെ നാട്ടിലുള്ള വസ്തുവകകൾ കണ്ടുകെട്ടി. പിൽക്കാലത്ത് അദ്ദേഹം ടോക്കിയോയിൽ വമ്പിച്ച വ്യവസായസ്ഥാപനങ്ങളുടെ ഉടമയുമായി.

ജൂബ്ബയും രാമകൃഷ്ണപിള്ളയും

മനുഷ്യവിസർജ്ജ്യം ശേഖരിച്ച് നഗരം വൃത്തിയാക്കിയിരുന്ന തോട്ടികളുടെ ഉന്നമനത്തിനുവേണ്ടി നിരന്തരം പ്രവർത്തിച്ച വ്യക്തിയാണ് ജുബ്ബാരാമകൃഷ്ണ പിള്ള. സ്വാതന്ത്ര്യസമരസേനാനി, പ്രമുഖ ഗാന്ധിയൻ സമൂഹത്തിലെ താഴേക്കിടയിലുള്ളവർക്കുവേണ്ടി നിരന്തരം പ്രവർത്തിച്ച വ്യക്തി എന്നീ നിലകളിലെല്ലാം അദ്ദേഹം അറിയപ്പെട്ടിരുന്നു. ക്വിറ്റ് ഇന്ത്യാ സമരത്തോടനുബന്ധിച്ചാണ് ജുബ്ബ തുന്നുന്ന ആൾകൂടിയായ ഇദ്ദേഹം ജുബ്ബ മലയാളിയുടെ ദേശീയ വേഷമാക്കുന്നതിനുവേണ്ടി ശ്രമം തുടങ്ങിയത്. സി.പി. രാമസ്വാമിഅയ്യർ ഇതിനെ ആദ്യം എതിർത്തെങ്കിലും പിൽക്കാലത്ത് അദ്ദേഹവും ജുബ്ബ ധരിച്ചു. 2005 ആഗസ്റ്റ്മാസം 19-ാം തീയതി 97-ാമത്തെ വയസ്സിൽ ജുബ്ബാരാമകൃഷ്ണപിള്ള അന്തരിച്ചു. ജുബ്ബ തിരുവിതാംകൂറിന്റെ ഔദ്യോഗികവേഷമായി, സ്റ്റേറ്റ് കോൺഗ്രസുകാരും പ്രചരിപ്പിക്കാൻ തുടങ്ങി. 1943 കാലയളവിൽ കോട്ട് മാറി ജുബ്ബയാക്കിയയാളാണ് കെ.ആർ ഇലങ്കത്തിന്റെ സഹോദരനും തിരുവനന്തപുരം കോപ്പറേറ്റീവ് ഹോമിന്റെ മാനേജരുമായിരുന്ന ഇലങ്കത്ത് രാമകൃഷ്ണപിള്ള. അദ്ദേഹം പിന്നീട് ഗാന്ധിജിയുടെ ശിഷ്യനായി ഗ്രാമോദ്ധാരണ പരിപാടികളിൽ പരിശീലനം നേടാൻ വാർദ്ധയിൽ പോയി. നെയ്യൂരിനെ മഹാത്മഗാന്ധി വിഭാവനംചെയ്ത മാതൃകാഗ്രാമമാക്കാൻ പ്രയത്നിച്ചു. ഒരു വിധവയെയാണ് വിവാഹം കഴിച്ചത്. സ്വാതന്ത്ര്യസമരസേനാനിയും ഗാന്ധിയനുമായിരുന്നു അംശി നാരായണപിള്ള. 'വരിക വരിക സഹജരെ സഹനസമര സമയമായ്' എന്ന പ്രസിദ്ധമായ സമരഗാനത്തിന്റെ രചയിതാവാണ് ഇദ്ദേഹം. കന്യാകുമാരിജില്ലയിലെ അംശിയാണ് സ്വദേശമെങ്കിലും തിരുവനന്തപുരത്ത് തൈക്കാട്ട് മഹാത്മാലയത്തിൽ വളരെക്കാലം താമസിച്ചു.

നരിയടിച്ചാൻ കോട്ട

അൽപ്പം കൊട്ടാരം കഥ കൂടിയില്ലെങ്കിൽ തിരുവനന്തപുരത്തെ വിശേഷം പൂർണ്ണമാവില്ല. പടിഞ്ഞാറെകോട്ടയ്ക്ക് മറ്റൊരു പേരുകൂടിയുണ്ടായിരുന്നു. 'നരിയടിച്ചാൻകോട്ട'. പടിഞ്ഞാറെകോട്ടയ്ക്ക് രാത്രികാവൽനിൽക്കുന്ന

പടിഞ്ഞാറേകോട്ട

പട്ടാളക്കാർ പിറ്റേദിവസം രാവിലെ മരിച്ചുകിടക്കാറുണ്ടായിരുന്നു. ഇവരുടെ മൃതദേഹങ്ങൾക്കരുകിലായി ഒരു കുറുക്കന്റെ മൃതദേഹവും കാണാമായിരുന്നത്രെ. അങ്ങനെയാണ് ഈ കോട്ടവാതിലിന് നരിയടിച്ചാൻ കോട്ടയെന്ന പേര് ലഭിച്ചത്. കൊല ചെയ്യപ്പെട്ട എട്ടുവീട്ടിൽ പിള്ളമാരുടെ ആത്മാക്കൾ പകരം വീട്ടുന്നതാണെന്നാണ് ആദ്യം വിശ്വസിച്ചിരുന്നത്. പിന്നീട് കഥമാറി. ധർമ്മരാജാവിന്റെമരണശേഷം അധികാരത്തിൽ വന്ന ബാലരാമവർമ്മ മഹാരാജാവ് ദുർബല ഭരണാധികാരിയായിരുന്നതിനാൽ ജയന്തൻനമ്പൂതിരിയുടെയും കൂട്ടരുടെയും ദുർഭരണമായിരുന്നു നാട്ടിൽ. കൊച്ചിരാജാവിന്റെ ആശ്രിതനായ തോട്ടപ്പായിനമ്പൂതിരി തിരുവിതാംകൂറിലെത്തി, ജയന്തൻ നമ്പൂതിരിയുടെ ഒത്താശയോടെ കൊച്ചിയിൽനിന്ന് തിരുവിതാംകൂർ പിടിച്ചടക്കിയ കരപ്പുറം (ചേർത്തല) എന്ന പ്രദേശം തിരിച്ചു നൽകിയതായുള്ള മഹാരാജാവിന്റെ കയ്യൊപ്പിട്ട പ്രമാണവുമായി മടങ്ങി. ഈ വിവരം രഹസ്യമായി അറിഞ്ഞ രാജാകേശവദാസൻ നമ്പൂതിരിയെ പിൻതുടർന്ന് പരവൂര് വച്ച് പിടികൂടി വധിക്കുന്നു. തുടർന്ന് വലിയ ദിവാൻജി രാജാകേശവദാസനെ കൊട്ടാരം ഉപജാപകസംഘം പത്മനാഭസ്വാമിക്ഷേത്രത്തിലെ പ്രസാദത്തിൽ വിഷം കലർത്തിക്കൊടുത്ത് കൊന്നു എന്നാണ് വിശ്വാസം. ഇതുമാത്രം കൊണ്ട് കാര്യങ്ങൾ അവസാനിച്ചില്ല. രാജാകേശവദാസന്റെ അനുജൻ ജനറൽ കുമാരൻതമ്പിയെയും അനന്തിരവൻ ഇരയിമ്മൻതമ്പിയെയുംകൂടി ബന്ധനസ്ഥരാക്കി ഒറ്റപ്പനമൂട്ടിൽവച്ച് വധിച്ചു. ഇവരെ രണ്ടുപേരെയും ബന്ധനസ്ഥരാക്കിയത് പടിഞ്ഞാറെ കോട്ടവാതുക്കൽവച്ചാണ്. തോട്ടപ്പായിനമ്പൂതിരി മരണത്തിനു മുമ്പ് രാജാകേശവദാസനെയും കുടുംബത്തെയും മരണാനന്തരം രക്ഷസ്സായി പോകട്ടെയെന്നും കുടുംബത്തിൽ മനോരോഗികൾ ഉണ്ടാകട്ടെയെന്നും

ശപിച്ചത്രെ. മരണാന്തരം രക്ഷസ്സായി മാറിയ വലിയ ദിവാൻജി മറ്റു രണ്ടു തമ്പിമാരുമൊപ്പം മൂന്നു പല്ലക്കുകളിൽ രാത്രി പടിഞ്ഞറെക്കോട്ടവാതുക്കൽ എത്താൻ തുടങ്ങി. ഇത് കണ്ട് പേടിച്ചാണ് പട്ടാളക്കാരനും അവിടെ ധാരാളമായി കണ്ടുവരാറുള്ള കുറുക്കനും മരിച്ചുവീഴുന്നത്. രാജാകേശവ ദാസന്റെ കുന്നത്തൂർശാഖയിൽപ്പെട്ട ഒരംഗമാണ് ഈ ബാധ ഒഴിപ്പിച്ചു കൊടുത്തത്. മൂന്നു പല്ലക്കുകളിലും ഓരോ തകിട് ജപിച്ച് എറിഞ്ഞുവെന്നും ബാധഒഴിവായി എന്നുമാണ് ഐതിഹ്യം. രാജാകേശവദാസന്റെ കുടുംബ ത്തിലെ ഇന്നത്തെ കാരണവരായ ഗോവിന്ദൻ എസ് തമ്പി തന്റെ മുൻ ഗാമികൾ പറഞ്ഞുകേട്ട ഈ കഥ ഇപ്പോഴും ഓർക്കുന്നു. കൊ: വ: 992-ൽ പടിഞ്ഞാറെകോട്ടവാതിൽ പുതുക്കിപ്പണിതു.[7]

വെട്ടിമുറിച്ച കോട്ട

വെട്ടിമുറിച്ചകോട്ടയെക്കുറിച്ചും ഒരു കഥ പ്രചാരത്തിലുണ്ട്. വിശാഖം തിരുനാൾ മഹാരാജാവ് ഒരു പ്രശസ്ത ജ്യോത്സ്യനെ പരീക്ഷിക്കാനായി താൻ അന്നേദിവസം പുറത്തേക്ക് പോകുന്നത് ഏത് കോട്ടവാതിൽ വഴിയായിരി ക്കുമെന്ന് പ്രവചിക്കാൻ ആവശ്യപ്പെട്ടു. ഈ ജ്യോത്സ്യൻ സ്ഥിരമായി കൊട്ടാരത്തിലെത്തി മഹാരാജാവിനെ മുഖംകാണിച്ച് ഫലംപ്രവചി ക്കാറുള്ള ആളായിരുന്നു. ജ്യോത്സ്യൻ വെല്ലുവിളി ഏറ്റെടുക്കുകയും വിശദമായി ഗണിച്ച് ഒരു കുറിപ്പെഴുതി വിശാഖം തിരുനാളിനെ ഏൽപ്പിച്ച ശേഷം യാത്ര കഴിഞ്ഞു മാത്രമേ കുറിപ്പ് തുറാക്കാവു എന്ന് അപേക്ഷി ക്കുകയും ചെയ്തു. മഹാരാജാവ് ഉടൻതന്നെ കോട്ടയുടെ ഒരുഭാഗം പൊളിച്ച് പുതുതായി വാതിൽ നിർമ്മിക്കാൻ ഉത്തരവു നൽകി. പുതിയ വാതിലിൽകൂടി പുറത്തിറങ്ങിയശേഷം മഹാരാജാവ് കുറിപ്പ് തുറന്നു വായിച്ചു. കോട്ട വെട്ടിപ്പൊളിച്ച് അതു വഴി പുറത്തിറങ്ങുമെന്നായിരുന്നു കുറിപ്പ്. ഈ കഥയ്ക്ക് മറ്റൊരു പാഠഭേദം കൂടിയുണ്ട്. ജ്യോത്സ്യനെ പരീ ക്ഷിക്കാൻ കോട്ടമതിൽ പൊളിച്ച് പുറത്തിറങ്ങാൻ തീരുമാനിച്ച മഹാ രാജാവ് മതിൽ പൊളിക്കാൻ ഉത്തരവ് നൽകുകയും മതിൽ പൊളിച്ചു കൊണ്ടിരുന്നപ്പോൾ കല്ലുകൾക്കിടയിൽ 'ഇന്നു ഇതിലെ എഴുന്നെള്ളും' എന്ന് ഒരു കുറിപ്പ് ജ്യോത്സ്യൻ ഓലയിൽ എഴുതി വച്ചിട്ടുണ്ടായിരുന്നത് ലഭിച്ചു എന്നുമാണ് ആ കഥ. കോട്ടയ്ക്കകത്ത് നിർമ്മാണ പ്രവർത്തന ങ്ങൾക്ക് കല്ലുകൊണ്ടുവരാനാണ് കോട്ടവെട്ടിപ്പൊളിച്ചതെന്ന് രേഖയുണ്ട്. മരണാന്തരം തിരുവിതാംകൂർ രാജാക്കന്മാരെ അടക്കം ചെയ്തിരുന്ന സ്ഥലമാണ് പടിഞ്ഞാറെ കോട്ടയ്ക്കടുത്തുള്ള പള്ളിയടക്ക്മുക്ക്. ധർമ്മ രാജാവു മുതൽ ശ്രീമൂലം തിരുനാൾവരെയുള്ള മഹാരാജാക്കന്മാരുടെ പള്ളിയടക്കം ഇവിടെയായിരുന്നു. ചരിത്രസ്മാരകമായി സൂക്ഷിക്കാൻ എല്ലാ നിലയിലും അർഹതയുണ്ടായിരുന്ന പള്ളയടക്ക് പറമ്പുകൾ രാജകൊട്ടാരം പിന്നീട് വിൽക്കുകയാണ് ചെയ്തത്. അമ്മമഹാറാണി

7. ഗോവിന്ദൻ എസ് തമ്പിയുമായുള്ള അഭിമുഖം. അടുത്തകാലത്ത് അദ്ദേഹം അന്തരിച്ചു.

വെട്ടിമുറിച്ച കോട്ട

പാർവ്വതീബായി തമ്പുരാട്ടിയെയും ചിത്തിരതിരുനാൾ മഹാരാജാവിനെയും പള്ളിയടക്കിയത് കവടിയാർ കൊട്ടാരവളപ്പിലാണ്.

അസ്ഥിപ്പുര

തിരുവിതാംകൂർ രാജാക്കന്മാരുടെ ഭൗതികാവശിഷ്ടം (അസ്ഥികൾ) സൂക്ഷിച്ചിരുന്ന ഒരു അസ്ഥിപ്പുരയുണ്ടായിരുന്നു. പൂജപ്പുര മണ്ഡപത്തിന് വടക്ക് ഭാഗത്തായാണ് ഈ സ്ഥലം. കൂറ്റൻ മതിലുകൾ കെട്ടി വേർതിരിച്ചിരുന്ന ഈ പുരയിടത്തിൽ കമനീയമായി പണിതീർത്ത ഇരുപത്തിയൊന്നോളം അസ്ഥിമാടങ്ങൾ ഉണ്ടായിരുന്നുവെന്നും തിരുവിതാംകൂർ രാജാക്കന്മാരുടെയും രാജകുടുംബാംഗങ്ങളുടെയും ഭൗതികാവശിഷ്ടങ്ങളാണ് ഇവിടെ സൂക്ഷിച്ചിരുന്നതെന്നും നാൽപത്തിയഞ്ച് വർഷം മുമ്പുവരെ ഇവിടെ വിളക്കുവയ്ക്കുവാനും കാവലിനും ആൾക്കാർ ഉണ്ടായിരുന്നെന്നും സമീപവാസിയായ ആർട്ടിസ്റ്റ് ദേവപാലൻ സാക്ഷ്യപ്പെടുത്തുന്നു. പിൽക്കാലത്ത് ഈ സ്ഥലം ഒരു സ്വകാര്യ വ്യക്തിയുടെ ഉടമസ്ഥതയിലാവുകയും അസ്ഥിത്തറകൾ നശിപ്പിക്കുകയും ചെയ്തു.

1028 കന്നിമാസം 9-ാം തീയതിയാണ് തിരുവനന്തപുരത്ത് ആദ്യമായി പ്രദർശന ബലൂൺയാത്ര നടന്നത്. നാട്ടുകാർക്കൊക്കെ അത്ഭുതമായ

ഈ പരിപാടി ചെന്നൈയിൽനിന്നുവന്ന കൈട്ടു എന്ന ആൾ കോട്ട യ്ക്കകത്ത് തെക്കേത്തെരുവിൽവച്ചു നടത്തുകയും ഇനാമായി അദ്ദേഹ ത്തിന് 3500 കമ്പനിരൂപ നൽകുകയും ചെയ്തു.

പരുത്തിക്കുന്ന്

കോട്ടൺഹില്ലിന്റെ പഴയ പേര് പരുത്തിക്കുന്ന് എന്നാണ്. പരുത്തി കൃഷി ചെയ്തിരുന്ന കുന്ന് പരുത്തിക്കുന്നായെന്നും അതല്ല കോട്ടൺ സായിപ്പ് താമസിച്ച സ്ഥലം കോട്ടൺഹില്ലായെന്നും ഇതു രണ്ടുമല്ല 'പരുത്തികുന്റം' ആണ് പരുത്തിക്കുന്നായതെന്നുമാണ് സ്ഥലനാമത്തിന്റെ ഉത്ഭവത്തെക്കുറിച്ചുള്ള അഭിപ്രായങ്ങൾ.

റസിഡന്റായും ഗവർണർ ജനറലിന്റെ അസിസ്റ്റന്റായും സേവന മനുഷ്ഠിച്ചിരുന്ന സി.ഡബ്ല്യു.ഇ കോട്ടൺ എന്ന സായിപ്പിന്റെ പേരിൽ നിന്നാണ് സ്ഥലനാമത്തിന്റെ ഉത്ഭവമെന്നും അതല്ല, സായിപ്പിന്റെ വര വിന് മുമ്പുതന്നെ ഇവിടെ പരുത്തികൃഷി ഉണ്ടായിരുന്നെന്നും പരുത്തി യുടെ ഇംഗ്ലീഷ് പരിഭാഷയാണ് 'കോട്ടൺ' എന്നും അഭിപ്രായമുണ്ട്. തമിഴ്നാട്ടിലെ ജൈനക്ഷേത്രങ്ങൾ 'പരുത്തിയപ്പൻ കോയിൽ' എന്നാണ് അറിയപ്പെട്ടിരുന്നത്. സ്ഥലനാമചരിത്രകാരനായ വി.വി.കെ.വാലത്തിന്റെ അഭിപ്രായത്തിൽ പണ്ട് ഇവിടെ ഒരു പരുത്തിയപ്പൻ കോയിൽ ഉണ്ടാ യിരുന്നുവെന്നും കോവിൽനിന്ന കുന്നാണ് 'പരുത്തികുന്റം' എന്ന പേരിൽ അറിയപ്പെട്ടത് എന്നുമാണ്. ഇത് പിൽക്കാലത്ത് പരുത്തിക്കുന്നായത്രേ.

തൈയ്ക്കാട് റെസിഡൻസിക്കടുത്തുള്ള ഉയർന്ന പ്രദേശം പരുത്തി കൃഷി ചെയ്യുന്നതിനായി ആളുകളെ ശേഖരിച്ച് കാടുവെട്ടിത്തെളിച്ച് വിത്തുനടുന്നതിന് അറുന്നൂറ്റിമുപ്പത്തിമൂന്ന് പണം ചെലവാക്കിയതായി രേഖയുണ്ട്. നഗരത്തിലെ റോഡുകൾ വീതികൂട്ടുന്നതിനും കലുങ്കുകളും പാലങ്ങളും നിർമ്മിക്കുന്നതിനും അറ്റകുറ്റപ്പണി നടത്തുന്നതിനും വേണ്ടി 1047ൽ ദിവാൻ രംഗരായർ മാധവരായർക്ക് ലഭിച്ച നീട്ടിൽ ചെങ്കൽച്ചൂള യ്ക്കും പരുത്തിക്കുന്നിനും സമീപമുള്ള റോഡു കളും കലുങ്കുകളും ഉൾപ്പെടുത്തിയിട്ടുള്ളതായി കാണുന്നു.

കോട്ടൺ സായിപ്പ് ഇവിടെ താമസിച്ചിരുന്നത് 1923-1926 കാലഘട്ട ത്തിലാണ്. ചെങ്കൽച്ചൂളയിൽനിന്ന് പരുത്തിക്കുന്നിലേക്ക് റോഡ് നിർമ്മി ക്കുന്നതിനുള്ള ദർഘാസ് 1869ലെ ഗസറ്റിൽ പ്രസിദ്ധപ്പെടുത്തിയിട്ടു ണ്ടെന്നും 1922ൽ അന്തരിച്ച പ്രസിദ്ധ ചരിത്രാഖ്യായികാകാരൻ സി.വി. രാമൻപിള്ളയുടെ (1858-1922) വഴുതയ്ക്കാട്ടെ വിലാസം 'റോസ്ക്കോട്ട്', കോട്ടൺഹിൽ എന്നായിരുന്നുവെന്നും ചരിത്രാന്വേഷകനായ മലയിൻ കീഴ് ഗോപാലകൃഷ്ണൻ പറയുന്നു. ഇതിൽനിന്നൊക്കെ സായിപ്പ് വരുന്നതിന് മുമ്പേ ഈ കുന്നിൽ പരുത്തികൃഷി ഉണ്ടായിരുന്നെന്നും അങ്ങനെ ഇവിടം പരുത്തിക്കുന്ന് എന്ന് അറിയപ്പെട്ടിരുന്നുവെന്നും വ്യ ക്തമാകുന്നു. കോട്ടൺസായിപ്പ് കോട്ടൺഹിൽ ബംഗ്ലാവിൽ താമസി ച്ചിത് യാദൃച്ഛികം മാത്രം.

കരമനയാറും കിള്ളിയാറും

ഒരു ദേശത്തിന്റെ സാംസ്കാരിക, കാർഷിക, വ്യാവസായിക വളർച്ചയിൽ നദികൾക്കുള്ള പങ്ക് വലുതാണ്. ആദിമമനുഷ്യൻ തന്റെ ആവാസകേന്ദ്രങ്ങളായി തിരഞ്ഞെടുത്തിരുന്നത് ജലസാമീപ്യമുള്ള പ്രദേശങ്ങളായിരുന്നല്ലോ. ഇക്കാര്യത്തിൽ തിരുവനന്തപുരത്തിന്റെ ചരിത്രവും വ്യത്യസ്തമല്ല. ഇവിടത്തെ സംസ്കാരം കരമനയാറിന്റെയും കിള്ളിയാറിന്റെയും കരകളിലാണ് വളർന്നത്. ചില പ്രധാന ആരാധനാലയങ്ങളും പുരാതനജനവാസകേന്ദ്രങ്ങളും ഇവയുടെ കരയിൽത്തന്നെ. മനുഷ്യകഥാനുഗായി എന്ന് ഈ ആറുകളെക്കുറിച്ച് നിസ്സംശയം പറയാം.

കരമനയാർ

അനന്തപുരിയുടെ സംസ്കൃതിയോട് ചേർന്നൊഴുകുന്ന ഒരു ജലവാഹിനിയാണ് കരമനയാർ. തിരുവനന്തപുരം നഗരത്തിന്റെ ഗതകാലം അന്വേഷിക്കുമ്പോൾ അതിന്റെ വളർച്ചയുടെ ഒരോഘട്ടത്തിലും ജീവജലം പകർന്ന് ഈ നദിയും ഒപ്പമുണ്ടായിരുന്നു എന്നു കാണാം. കരമനയാർ നീർ പകർന്ന് സമ്പുഷ്ടമാക്കിയ വനസ്ഥലികളിലൂടെയും ജനപഥങ്ങളിലൂടെയും ഒരു യാത്രയാണിത്.

ഉത്ഭവവും ചരിത്രവും

കരമനയാറിനെക്കുറിച്ചുള്ള ആദ്യപരാമർശം സ്യാനന്ദൂരപുരാണസമുച്ചയമെന്ന സംസ്കൃതകാവ്യത്തിലാണുള്ളത്. 'മീനാങ്കര'എന്നാണ് ഇതിലെ പരാമർശം. കരമനയാറിന്റെ വൃഷ്ടിപ്രദേശം മുഖ്യമായും വനപ്രദേശങ്ങളിലാണല്ലോ? അതുകൊണ്ടായിരിക്കണം വനത്തെ വലംവച്ചൊഴുകുന്ന ഈ ആറിന് 'വനമാല' എന്ന പേരുകൂടി ലഭിച്ചത്. വനത്തിനണിയിച്ച വെള്ളിമാലപോലെ ഈ ആറ് വിളങ്ങിയെങ്കിൽ അത് സ്വാഭാവികം. എട്ടാം നൂറ്റാണ്ടിൽ രചിക്കപ്പെട്ട കുവലയമാല എന്ന പ്രാചീന കാവ്യഗ്രന്ഥത്തിൽ കരമനയാറിന് മറ്റൊരു പേരാണ്, 'മകരാകാര'. ഗംഗയ്ക്കും മകരനദി' എന്ന പേരുണ്ട്. മത്സ്യത്തിന്റെയും മുതലയുടെയും

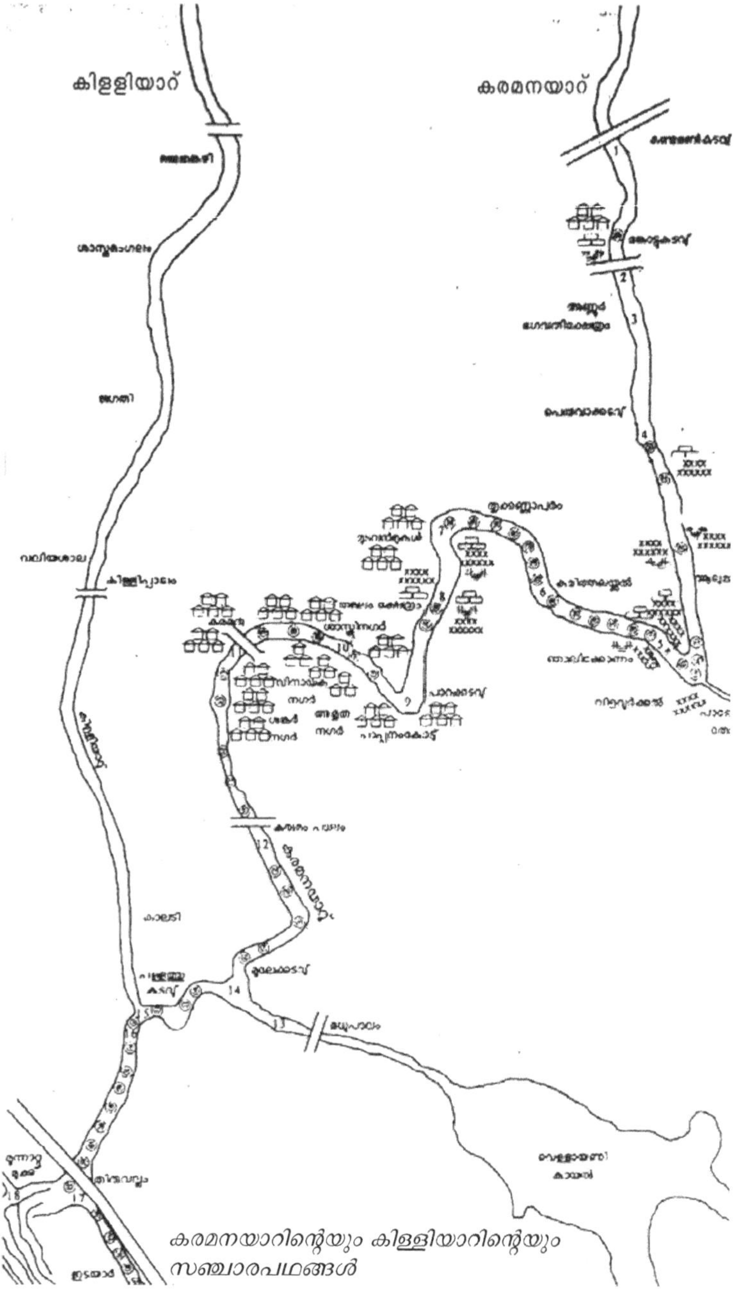

കരമനയാറിന്റെയും കിള്ളിയാറിന്റെയും സഞ്ചാരപഥങ്ങൾ

അഗസ്ത്യമുനി - തകർക്കപ്പെട്ട പ്രതിമ (ആർട്ടിസ്റ്റ് ദേവപാലന്റെ ശേഖരത്തിൽ നിന്ന്

പര്യായം കൂടിയാണ് മകരം. 'ഇരവിക്കുട്ടിപ്പിള്ള പോര്' എന്ന കൃതിയിലും (പതിനേഴാം നൂറ്റാണ്ട്) 'മകരനദി' എന്നു തന്നെ പ്രയോഗിച്ചുകാണുന്നു. നദികളുടെ നൈസർഗ്ഗിക സൗന്ദര്യം കവിഭാവനകളെ ഉണർത്തുന്നത് സ്വാഭാവികമാണല്ലോ.

നെടുമങ്ങാട് താലൂക്കിന്റെ കിഴക്കുഭാഗത്തുള്ള അഗസ്ത്യമലയുടെ വലത്തുഭാഗത്തെ ചെമ്പുഞ്ചിമൊട്ടയാണ് കരമനയാറിന്റെ ഉത്ഭവസ്ഥാനം. സമുദ്രനിരപ്പിൽ നിന്നും 1600 മീറ്റർ ഉയരത്തിലാണ് ഈ സ്ഥലം. കാവിയാർ, അട്ടൈയാർ, തോടയാർ എന്നിവയാണ് തുടക്കത്തിലെ പോഷകനദികൾ. തെക്ക് പടിഞ്ഞാറ് ദിശകളിൽ സഞ്ചരിച്ച് അറബിക്കടൽ ലക്ഷ്യമാക്കി ഒഴുകുന്ന കരമനയാറിന്റെ അരുവിക്കര കഴിഞ്ഞുള്ള പ്രധാനപോഷക നദി കിള്ളിയാറാണ്. പള്ളത്തിൽകടവിൽ വച്ച് രണ്ട് നദികളും ഒരുമിക്കുന്നു.

കരമനയാറിനെക്കുറിച്ച് ട്രാവൻകൂർ സ്റ്റേറ്റ് മാന്വലിൽ നാഗമയ്യയുടെ വിവരണം ഇങ്ങിനെയാണ്.

"The Karamana River. This rises on the ridge to the north of the Agutsya Peak and an outlying spur terminating in the Sasthankotta rock. It flows over a partially narrow rocky bed confined by high banks through a comparatively wild, woody and uneven coutnry.Its direction is first -west, then south and finally south-west and it flows in to the sea 3 miles near puntora, at the foot of the head-land termed covalam, after a course of 41 miles"

പശ്ചിമഘട്ടം അഥവാ സഹ്യപർവ്വതനിരകളിൽ ആനമുടികഴിഞ്ഞാൽ ഉയരത്തിൽ അടുത്തസ്ഥാനം അഗസ്ത്യമുടിക്കാണ്. സപ്തർഷികളിൽ

മുഖ്യനും തമിഴ് വ്യാകരണ പണ്ഡിതനുമായ അഗസ്ത്യമുനി തപസ്സു ചെയ്യുന്നത് ഇവിടെയാണെന്നാണ് വിശ്വാസം. അഗസ്ത്യമല മലയ പർവ്വതമെന്നും പൊതിയൻ മലയെന്നുമാണ് പണ്ട് അറിയപ്പെട്ടിരുന്നത്. ചിലപ്പതികാരത്തിൽ 'മലയം'എന്നാണ് രേഖപ്പെടുത്തിയിട്ടുള്ളത്. ശിവ പാർവ്വതിമാരുടെ കല്യാണത്തിൽ പങ്കെടുക്കാൻ എത്തിയവരുടെ ഭാരം കൊണ്ട് ഹിമവാന് ഭാരംകൂടി. കടലിൽ ആണ്ടുപോകാതിരിക്കാൻ അഗ സ്ത്യമുനി സഹ്യന്റെ തെക്കുഭാഗത്തെത്തി സ്വന്തം ഭാരത്താൽ തെക്കും ഭാഗം താഴ്ത്തി വടക്ക്ഭാഗത്തെ രക്ഷിച്ചുവെന്നാണ് അഗസ്ത്യപുരാണം പറയുന്നത്. അങ്ങനെ ഉത്തേരന്ത്യയിൽ നിന്ന് തെന്നിന്ത്യയിലെത്തുന്ന ആദ്യവ്യക്തി എന്ന പദവിയും അഗസ്ത്യമുനിയ്ക്കാണ്.

തിരുവനന്തപുരത്തു നിന്ന് 50 കി.മീ.വടക്കുകിഴക്കു സഞ്ചരിച്ചാൽ ബോണക്കാടെത്താം. അവിടെ നിന്നാണ് പ്രധാനമായും അഗസ്ത്യ കൂടത്തിലേക്കുള്ള യാത്ര. തീർത്ഥയാത്രയായും വിനോദയാത്രയായും ധാരാളം ആളുകൾ അഗസ്ത്യമുനി തപസ്സു ചെയ്യുന്നു എന്ന് വിശ്വസി ക്കുന്ന സ്ഥലം സന്ദർശിക്കാറുണ്ട്. നെയ്യാർ, പേപ്പാറ വന്യജീവി സംര ക്ഷണകേന്ദ്രത്തിൽ പെടുന്നതാണ് ഈ പ്രദേശം. കടുവ, പുലി, ആന, കരടി തുടങ്ങിയ വന്യജീവികളും ഏകദേശം 230 ഓളം ഇനം പക്ഷി കളെയും ഇവിടെ കാണാം. വൃക്ഷനിബിഡമാണ് ഇവിടെത്തെ മൺ സൂൺ കാടുകൾ. ബോണക്കാട് നിന്നും അഗസ്ത്യകൂടത്തിലേക്കുള്ള യാത്ര ക്ലേശകരമെങ്കിലും അതീവഹൃദ്യവുമാണ്. വഴിയിൽ കരമനയാറും അട്ടെയാറും കടന്നു വേണം പോകാൻ. വൻമരങ്ങളും പ്രകൃതിയുടെ വശ്യത വർദ്ധിപ്പിക്കുന്നു. നെയ്യാർഡാമിൽ നിന്ന് മീൻമുട്ടി വഴിക്കും അഗ സ്ത്യകൂടത്തിൽ എത്താം. ഈ വഴിയിൽ പുൽമേടുകളാണ് അധികവും.

കരമനയാറിന്റെ കഥ

എല്ലാ നദികൾക്കും അതിന്റെ ഉത്ഭവത്തെക്കുറിച്ച് ഒരു കഥ പറ യാനുണ്ടാവും. കരമനയാറിനുമുണ്ടൊരു കഥ. അഗസ്ത്യമലയുടെ അടി വാരങ്ങളിലും നദീതടങ്ങളിലും ജീവിക്കുന്ന ആദിവാസികളായ കാണി ക്കാർ പറഞ്ഞതാണീകഥ. അതെന്താണെന്നല്ലേ? ചുരുക്കിപ്പറയാം. പണ്ടൊരിക്കൽ എന്നുപറഞ്ഞാൽ വളരെ പണ്ട് ഒരു ദിവസം അഗസ്ത്യ മലയുടെ അടിവശത്ത് താമസിച്ചിരുന്ന പത്മനാഭൻകാണിയും അയാളുടെ മച്ചുനനുംകൂടി ഗർഭിണിയായ സീതയ്ക്കുവേണ്ടി തേൻ സംഭരിക്കാൻ കാട്ടിലേക്കുപോയി. തേൻ അന്വേഷിച്ച് അലഞ്ഞ അവർക്ക് കലശലായ ദാഹംതോന്നി. ഇനി ദാഹം തീർത്തിട്ടാകാം അന്വേഷണം എന്ന് നിശ്ച യിച്ച് അവർ വെള്ളം കണ്ടുപിടിക്കാനുള്ള ശ്രമമായി. ശ്രമത്തിനിടയിൽ ഒരു നദിയുടെ ആരവം കേട്ടു. അവർ പെട്ടെന്ന് പ്രതീക്ഷയോടെ ശബ്ദം കേട്ട ദിക്കിലേക്ക് നടന്നു. അൽപ്പനേരത്തെ അന്വേഷണംകൊണ്ടുതന്നെ വെള്ളത്തിന്റെ ഇരമ്പൽ ഒരു 'മൈല' മരത്തിന്റെ ഉള്ളിൽ നിന്നാണെന്ന് മനസ്സിലാക്കി. പത്മനാഭനും മച്ചുനനും മരം വെട്ടിത്തുരന്ന് വെള്ളം

കുടിച്ചു. ആദ്യം നിന്നും പിന്നെ ഇരുന്നും അവസാനം കിടന്നും ആവോളം വെള്ളം കുടിച്ചുകൊണ്ടിരുന്നു. അത്ഭുതമെന്നു പറയട്ടെ, മരത്തിൽനിന്ന് പുറത്തേക്ക് ചാടിയ വെള്ളത്തിന്റെ ഒഴുക്കിൽപ്പെട്ട് രണ്ടുപേരും ഒലിച്ചുപോയി. ഒഴുകിയത് രണ്ട് ദിശയിലേക്കെന്നുമാത്രം. പത്മനാഭൻ തിരുവനന്തപുരത്തേക്ക് കുതിച്ച വെള്ളത്തിനോടൊപ്പമാണ് ഒഴുകിപോയത്. പക്ഷേ മച്ചുനനാകട്ടെ മലയുടെ മറുവശത്തേക്കൊഴുകി തമിഴ്നാട്ടിലേക്കും. തിരുവനന്തപുരത്തേക്ക് പത്മനാഭനെ ഒഴുക്കിക്കൊണ്ടുപോയ ജലപ്രവാഹമാണ് കരമനയാർ. ഇതാണ് കഥ. പത്മനാഭനും മച്ചുനനും തേൻ ശേഖരിക്കാൻ പോയത് അഗസ്ത്യവനത്തിന്റെ വടക്കുഭാഗത്തുള്ള ചെമ്പൂഞ്ഞി മൊട്ടയെന്ന കുന്നിൽ ചരുവിലാണ്. അവിടെ നിന്നാണല്ലോ കരമനയാർ ഉത്ഭവിക്കുന്നത്.

അനന്തശായിയായ സാക്ഷാൽ അനന്തപത്മനാഭൻ തന്നെയാണോ തിരുവനന്തപുരം നഗരവാസികൾക്കുവേണ്ടി കരമനയാറിനെ കൂട്ടിക്കൊണ്ടുവന്നത്. വേണമെങ്കിൽ അങ്ങനെയും കൂട്ടിച്ചേർക്കാം.

സി.വി. രാമൻപിള്ളയുടെ രാമരാജാബഹദൂർ എന്ന നോവലിൽ സമാനമായ സംഭവമുണ്ട്. നോവലിലെ കഥാപാത്രമായ കുഞ്ചൈകുട്ടിപ്പിള്ള കാര്യക്കാർ ടിപ്പുസുൽത്താന്റെ ആക്രമണത്തിൽ നിന്ന് നാടിനെ രക്ഷിക്കാൻ മലമുകളിലെ ഒരു തടാകം തുറന്നുവിട്ട് വെള്ളപ്പൊക്കം സൃഷ്ടിക്കുന്നതാണ് കഥാഭാഗം.

ഒരു മഹാഗിരികൂടത്തിനു മുകളിലെ ''ആകാശപർവ്വതങ്ങളുടെ നിലീമയും പുളിനസ്ഥലികളിലെ വൃക്ഷങ്ങളുടെ മരതകപ്രകാശത്തെയും പ്രതിബിംബിക്കുന്ന'' വിശാലവും മനോഹരവുമായ തടാകം. 'ബ്രഹ്മാണ്ഡഭേദനാരവ'ത്തോടെ ചീറിപ്പാഞ്ഞ ജലപ്രവാഹം ടിപ്പുവിന് ധാരാളം നാശനഷ്ടങ്ങൾ വരുത്തുകയും ആത്മരക്ഷാർത്ഥം അദ്ദേഹം മടങ്ങിപ്പോകുകയും ചെയ്യുന്നു. കാര്യക്കാരും ഈ പ്രവാഹത്തോടൊപ്പം ഒഴുകിപ്പോയി.

പത്മനാഭൻകാണിയെപ്പോലെ കുഞ്ചൈക്കുട്ടിപ്പിള്ളയുടെയും ജീവിതത്യാഗത്തിന്റെ കഥയാണിത്. ഉദ്ദേശ്യം വ്യത്യസ്തമെങ്കിലും രണ്ടും സ്വന്തം നാടിനുവേണ്ടി ആത്മത്യാഗം ചെയ്തു എന്ന സമാനതയുണ്ട്. ചെങ്കുത്തായമലകളും പാറക്കെട്ടുകളും വൻവൃക്ഷങ്ങളും ചെറിയ ചെറിയ നീരുറവകളും ഇവിടത്തെ പ്രകൃതിയെ സ്നേഹിച്ചും ഭയന്നും ഇണങ്ങിയും ജീവിക്കുന്ന ഇവർ പ്രകൃതിശക്തികളിലെല്ലാം ദൈവത്തെ കാണുന്നത് സ്വാഭാവികം. അവരുടെ വിശ്വാസങ്ങൾക്കെല്ലാം ഒരു ഐതിഹ്യത്തിന്റെ അടിസ്ഥാനവുമുണ്ടാവും. അത് അവർ വായ്മൊഴിയായി അടുത്ത തലമുറയിലേക്ക് പകരുകയും ചെയ്യും. ഈ കഥയും ഒരു പാട്ടിന്റെ രൂപത്തിലാണ് അവർ ഓർമ്മവയ്ക്കുന്നത്.

1983ൽ പേപ്പാറഡാമിന്റെ നിർമ്മാണത്തോടനുബന്ധിച്ച് മാറ്റി പാർപ്പിക്കപ്പെട്ട കാണിസമൂഹത്തിലെ ചില കുടുംബങ്ങൾ ഡാമിന്റെ ജലസംഭരണിക്കടുത്തുള്ള ചെമ്മൺകാലയിൽ ഇപ്പോഴും താമസിക്കുന്നുണ്ട്.

ചെമ്മൺകാലയിൽനിന്ന് പാറകൾക്ക് മുകളിലൂടെ കുത്തനെയുള്ള വഴികയറിയാൽ വാഴ്വന്തോൾ വെള്ളച്ചാട്ടത്തിലെത്താം. പരന്ന പാറ മേൽ വീണുചിതറുന്ന വെള്ളച്ചാട്ടത്തിന്റെ മനോഹരമായ കാഴ്ചയുണ്ടിവിടെ. ആനകൾ കൂടുതലായെത്തുന്ന ഈ നദിക്കരയിൽ ധാരാളം ആനച്ചാലുകളുംകാണാം. ജലസാമീപ്യമായിരിക്കാം ആനകളെ ഇവിടേക്ക് ആകർഷിക്കുന്നത്. അതോ വെള്ളച്ചാട്ടത്തിന്റെ ഭംഗി ആസ്വദിക്കാൻ എത്തുന്നതാണോ! എന്തായാലും ട്രഞ്ചുകൾ നിർമ്മിച്ചും വൈദ്യുത കമ്പിവേലികൾ കെട്ടിയും വന്യ മൃഗങ്ങളുടെ ആക്രമണത്തിൽ നിന്ന് ഈ പ്രദേശത്തെ സംരക്ഷിച്ചിട്ടുണ്ട്.

കരമനയാർ കാണിക്കാർക്ക് 'പൊന്നരുവി'യാണ് തങ്ങളുടെ ജീവസന്ധാരണത്തിനു ലഭിക്കുന്ന ദേവതുല്യമായ സഹായം അവർ ഭക്തിയോടെഓർക്കുന്നു. വനവിഭവങ്ങളും നദീജലം ഉപയോഗിച്ചുള്ള കൃഷിയും മത്സ്യങ്ങളുമാണല്ലോ അവരുടെ ജീവൻ നിലനിർത്തുന്നത്. കരിമീൻ, ചെക്കാലി, വാള, ചെറുമീൻ തുടങ്ങിയ മത്സ്യങ്ങൾ ആറിന്റെ തുടക്കഭാഗത്ത് ധാരളമാണ്. ചീങ്കണ്ണി മുട്ടകൊണ്ടുള്ള കറി ഇവരുടെ വിശിഷ്ട വിഭവമായിരുന്നു.

നദികൾക്ക് ദിവ്യത്വം കൽപ്പിച്ചവരായിരുന്നു നമ്മുടെ പൂർവികർ നദീദേവതാസങ്കൽപ്പം വേദകാലം മുതൽ തന്നെ ഭാരതത്തിൽ നിലവിലുണ്ടായിരുന്നല്ലോ. 'പൊന്നരുവി അമ്മ' ഇവരുടെ പ്രധാന ദേവതയാണ് മല്ലൻതമ്പുരാൻ, നാരയണൻകുട്ടിത്തമ്പുരാൻ, മൂപ്പത്തിഅമ്മ എന്നിവരാണ് മറ്റ് പ്രധാന ആരാധനാമൂർത്തികൾ. പ്രധാന അനുഷ്ഠാനം കൊടുതിയും പാട്ടും ഊട്ടുമാണ്, ദേവതകളെ സ്തുതിച്ചുപാടുന്നത് പാട്ടും ഊട്ടുന്നത് ഊട്ടും.

പോഷകനദികൾ

കേരളത്തിലെ 44 നദികളുടെയും ഉൽഭവസ്ഥാനം സഹ്യപർവ്വതം തന്നെയാണ്. ഇവയിൽ കബനി, ഭവാനി, പമ്പാനാർ എന്നീ മൂന്ന് നദികൾ മാത്രമാണ് കിഴക്കോട്ടൊഴുകുന്നത്. ബാക്കി 41 നദികളും സഹ്യനിൽ നിന്നും പടിഞ്ഞാറോട്ട് ഒഴുകുന്നവയാണല്ലോ.

കരമനയാറിന്റെ തുടക്കത്തിലുള്ള പോഷകനദികളെല്ലാം മലഞ്ചരിവുകളിൽ നിന്ന് ഉത്ഭവിക്കുന്നവയാണ്. അട്ടയാർ, വയ്യപ്പാടിയാർ ഉൾപ്പെടെയുള്ള ചെറുതും വലുതുമായ പോഷകനദികൾ സമുദ്രനിരപ്പിൽ നിന്നും 1594 മീറ്റർ പൊക്കമുള്ള അതിരുമലയിൽ നിന്നും 1560 മീറ്റർ പൊക്കമുള്ള പാണ്ടിത്തേരി മലയിൽ നിന്നും ആരംഭിക്കുന്നു. കരമനയാറിന്റെ തുടക്കത്തിൽ രണ്ടു കി.മീ.തെക്കുപടിഞ്ഞാറ് മാറി പച്ചാനി തൂവൽ എന്ന സ്ഥലത്ത് അതിമനോഹരമായ ഒരു വെള്ളച്ചാട്ടമുണ്ട്. വയ്യപ്പാടിയർ അട്ടയാറും ഒന്നിച്ച് പാച്ചാനിതൂവലിന് രണ്ടു കി.മീ തെക്കുപടിഞ്ഞാറായി കരമനയാറ്റിലേക്ക് കുതിക്കുന്നു.

വീണ്ടും താഴേക്കുവരുമ്പോൾ പ്രധാന ആറിലേക്കു വന്നുചേരുന്ന അഞ്ച് പോഷകനദികളിൽ പ്രധാനം കാവിയാറാണ്. ബോണക്കാട് മലകളിലാണ് കാവിയാറിന്റെ തുടക്കം. കുറച്ച് ദൂരം പ്രധാനനദിക്ക് സമാന്തരമായി ഒഴുകുന്ന കാവിയാറിന്റെ ഗതി തെക്കോട്ട് തിരിയുകയും പേപ്പാറഡാമിനടുത്ത് വച്ച് കരമനയാറിൽ സംഗമിക്കുകയും ചെയ്യുന്നു.

മറ്റൊരു നീരൊഴുക്കായ ആറ്റംപുറം തോട് കല്ലുപ്പാറകുന്നിന്റെ കിഴക്ക് ഭാഗത്ത്നിന്ന് ആരംഭിച്ച് (473 മീ.) കരമനയാറിലേക്കൊഴുകി എത്തുന്ന തോടയാറിനോട് ഒത്തുചേർന്ന് ഒഴുകി പ്രധാന നദിയിലെത്തുന്നു.

പേപ്പാറ ഡാമിൽ എത്തുന്നതിന് മുൻപ് ഒൻപത് പോഷകനദികൾ കൂടെ ആറിന്റെ പ്രവാഹത്തെശക്തിപ്പെടുത്തുന്നുണ്ട്. പേപ്പാറ ഡാം കഴിഞ്ഞ് അരുവിക്കരയിലേക്കുള്ള 21. കി.മീ.യാത്രയ്ക്കിടയിലും നിരവധി തോടുകൾ കരമനയാറിലേക്ക് എത്തുന്നു. ഇവയിൽ പ്രധാനം കല്ലുപ്പാറകുന്നിനും വിതുരയ്ക്കടുത്ത കളക്കാവിനുമിടയിൽ ഉത്ഭവിക്കുന്ന ആറ്റിങ്ങൽതോടാണ്. ഇത് തേവിയാർ കുന്നിനടുത്തുവച്ചാണ് കരമനയാറിൽ ചേരുന്നത്. ഈ ഭാഗത്തെ രണ്ടാമത്തെ തോടായ കോട്ടൂർ തോട് കരമനയാറ്റിലെത്തുന്നത് ആര്യനാടിനടുത്തു വച്ചും. ചിറ്റാർ ചോറ്റുപ്പാറക്കുന്നിന്റെ പടിഞ്ഞാറുവശത്തുനിന്ന് തുടങ്ങി അരുവിക്കര ഡാമിന് 3.കി.മീ. മുകളിലായി മുഖ്യധാരയിലെത്തുന്നു.

സമുദ്രനിരപ്പിൽനിന്ന് 348 മീ.പൊക്കമുള്ള ചെട്ടിക്കുന്ന്, 347 മീ.പൊക്കമുള്ള ചുളിയാമല, 178.മീ.പൊക്കമുള്ള വലിയമല, പച്ചമല റിസർവ് ഫോറസ്റ്റ് എന്നിവിടങ്ങളിൽ നിന്ന് ഒഴുകിയെത്തുന്ന ചെറിയ അരുവികളും തോടുകളും കരമനയാറിലേക്ക് എത്തിചേരുന്നുണ്ട്. അരുവിക്കര കഴിഞ്ഞുള്ള കരമനയാറിന്റെ പ്രയാണത്തിനിടയിലും ധാരാളം ചെറുതോടുകൾ വന്നുചേരുന്നുവെങ്കിലും അവയിൽ പ്രധാനം കിള്ളിയാറാണ്.

മദ്രാസ് ഇൻഫൻട്രിയിലെ ഉദ്യോഗസ്ഥന്മാരായിരുന്ന ലെഫ്റ്റനന്റ് വാർഡും കോണറും ചേർന്ന് 1820ൽ നടത്തിയ തിരുവിതാംകൂർ സർവേയിൽ കരമനയാറിനെക്കുറിച്ച് രേഖപ്പെടുത്തിയിരിക്കുന്നത് ഇങ്ങനെ.

The karamana River is the most remarkable. Its general course is about fitfy degrees S.W.making several grand windings. It rises from the deep valleys of the high range of mountains about Chenboonjee peak,another branch fom the sides of the pass on the range; in its course it is fed with numerous Nullahs. Its bed is rocky and winding with steep banks, through a track of high land covered with wood previous to its approaching the populated tracts, receiving in its course, the surplus waters of several glens, where the road crosses it is forded by a bamboo raft worked by the aid of canes fastened to trees on either bank, from thence winding enters the Neyattincurray ditsrict. The river is navigable for rafits to a considerable distance, during a portion of the year attended with difficutly in hollows where the stream in violent bottom rocky.The timber for exportation is dragged to the river by elephants and floated during the rains. Small canoes roughly hollowed also are at this season floated down. It was in agitation to throw a dam across this river on the East of Curacolum for the purpose of conveying water by a canal to the Trivandrum fort across the Killiyar. The ground had been inspected and a regular series of levels carried over an extensive paddy cultivation called the Iriirmba Dasum and upon a rising ground intervening.The spot across,which the intended dam was to be thrown is about 1½ furlongs broad; at the Eastern bank is a large rock and several smaller ones in its bed.

തിരുവനന്തപുരം ജില്ലയിലെ പ്രധാന നദികളെല്ലാം ആറുകൾ എന്നാണ് അറിയപ്പെടുന്നത്. കരമനയാറ്, കിള്ളിയാറ്, വാമനപുരമാറ്, നെയ്യാറ് എന്നിങ്ങനെ. കൊച്ചു ജലപ്രവാഹങ്ങളായ കൊച്ചാറും പാർവ്വതിപുത്ത നാറും ആറുതന്നെ. കേരളത്തിൽ വടക്കോട്ട് നീങ്ങിയാൽ പുഴകളും നദികളുമാണ്. നദി എന്നത് സംസ്കൃത പദവും ആറ് എന്നത് തമിഴ് പദവും എന്ന വ്യത്യാസം മാത്രം.

കരമനഗ്രാമം

കരമനയ്ക്കടുത്ത് നീറമൺകര എന്ന ദേശം കേരളത്തിലെ നമ്പൂതിരിബ്രാഹ്മണരുടെ അറുപത്തിനാല് ഗ്രാമങ്ങളിൽപെട്ടതാണത്രേ. കാലത്തിനൊപ്പം കരമനഗ്രാമവും മാറിയെങ്കിലും പാരമ്പര്യസ്വത്വങ്ങളിൽ പലതും ഇന്നും നിലനിൽക്കുന്നുണ്ട്. ഇപ്പോഴും പാരമ്പരാഗതശൈലിയിലുള്ള നിരവധിവീടുകളും തെരുവുകളും കരമനയിൽ കാണാം. ശിവൻകോവിൽതെരുവ്, കൃഷ്ണൻകോവിൽ തെരുവ്, കിണറ്റിൻകര തെരുവ്, കീഴേതെരുവ്, ആറ്റിൻകരതെരുവ്, ഇരട്ടത്തെരുവ് എന്നിങ്ങനെയുള്ള പേരുകൾ ഗതകാല സ്മരണകളായി നിലനിൽക്കുന്നുണ്ട്. രണ്ടാമട, അഞ്ചാമട, ആറാമട തുടങ്ങിയ തിരുവനന്തപുരത്തെ പഴയ സ്ഥലനാമങ്ങൾ കരമനയാറിന്റെ സംഭാവനയാണ്. മട എന്നാൽ ജലസേചനത്തിനുള്ള നീർച്ചാൽ എന്നർത്ഥം. അഞ്ചാമട വട്ടിയൂർക്കാവിലും ആറാമട പൂജപ്പുരയുമാണ്. ഈ പേരുകളെല്ലാം ആധാരങ്ങളിൽ ഇപ്പോഴുമുണ്ട്.

കരമനയാറിനെക്കുറിച്ച് അറിയാൻ കരമനഗ്രാമത്തെക്കുറിച്ചും അറിയണം. പഴയ തിരുവനന്തപുരത്തിന്റെ കിഴക്ക്ഭാഗത്തെ പ്രധാനപ്രദേശം എന്നപോലെ കരമനയാറിന്റെ യാത്രാവഴിയിലെ മുഖ്യദേശം എന്ന ഖ്യാതിയും കരമനയ്ക്കുണ്ട്. കരമനയെന്ന പേര് നദി കരയ്ക്കു നൽകിയ സംഭാവനയാണോ അതോ കരയുടെ പേര് നദിക്കു ലഭിച്ചതോ എന്ന് വ്യക്തമല്ല. കരയിലെ മനയാകാം കരമന.

കരമന ഗ്രാമത്തിലെ താമസക്കാർ അധികവും തമിഴ്ബ്രാഹ്മണരുടെ പിൻമുറക്കാരാണ്. തിരുവനന്തപുരത്ത് തമിഴ്ബ്രാഹ്മണരുടെ ഏറ്റവും

പഴക്കമുള്ള അഗ്രഹാരവും കരമനയിലായിരുന്നു. പത്മനാഭസ്വാമി ക്ഷേത്രത്തിലെ പൂജാകർമ്മങ്ങൾക്കായി തിരുനൽവേലിയിൽ നിന്നും തഞ്ചാവൂരുനിന്നും മുന്നൂറ് വർഷങ്ങൾക്കുമുമ്പ് ഇവിടെ കൊണ്ടുവന്നു പാർപ്പിച്ചിരുന്ന ബ്രാഹ്മണരാണ് ഇവിടത്തെ ആദ്യതാമസക്കാർ. ഇരുനൂറ്റി അൻപത് വർഷം മുൻപ് കാഞ്ചിപുരത്തു നിന്നുവന്ന ബ്രാഹ്മണരും ഇവിടെയുണ്ട്. മാർത്താണ്ഡവർമ്മ മഹാരാജാവിന്റെ കാലത്ത് പത്മനാഭസ്വാമിക്ഷേത്രത്തിന്റെ നവീകരണത്തിനും പുനരുദ്ധാരണത്തിനുമായി കാഞ്ചീപുരത്തുനിന്നും ധാരാളം ശിൽപ്പികളെ വരുത്തിയിരുന്നു. കാൽനടയായി വന്ന ഇവർ ക്ഷേത്രത്തിനടുത്ത് ആണ്ടിയിറക്കം മുതൽ ദക്ഷിണഭാഗവതർ തെരുവുവരെയുള്ള കരമനയാറിന്റെ കരയിലുള്ള ഭാഗം താമസിക്കാനായി തിരഞ്ഞെടുത്തു. അങ്ങനെയാണ് ഈ പ്രദേശം കാഞ്ചീപുരംതോപ്പ് എന്ന് അറിയാൻ തുടങ്ങിയത്. കൂട്ടത്തിൽ കൽപ്പണിക്കാർ ധാരാളം ഉണ്ടായിരുന്നതുകൊണ്ടും ഇവിടെവച്ച് കൽപ്പണികൾ നടത്തിയിരുന്നതുകൊണ്ടുമാവാം കൽപ്പാളയം എന്ന പേരും ഈ പ്രദേശത്തിന് ലഭിച്ചത്.

കാഞ്ചീപുരത്തുകാർ ആറിന്റെ കരയിൽ ഒരു വലിയ ആൽമരത്തിന്റെ ചുവട്ടിൽ മാടൻതമ്പുരാനെയും ഈശക്കിയമ്മനെയും ആരാധിച്ചുതുടങ്ങി. ഈ മാടൻകോവിലാണ് കാഞ്ചിപുരം മാടൻകോവിലെന്ന് അറിയപ്പെടുന്നത്.

കലാസംസ്കാരികരംഗത്ത് കരമനഗ്രാമത്തിനുണ്ടായിരുന്ന പെരുമയും ഓർക്കേണ്ടതാണ്. വർഷകാലത്ത് കരമനയാറ്റിലെ വെള്ളപ്പൊക്കം ആസ്വദിക്കാൻ സ്വാതിതിരുനാൾ മഹാരാജാവ് കരമനയാറിന്റെ കരയിലുള്ള പത്മനാഭശാസ്ത്രിയുടെ ഭവനത്തിൽ പോകുമായിരുന്നു. ശാസ്ത്രിയുടെ വീട്ടുകാർക്ക് സന്തോഷസൂചകമായി പട്ടുതുണിത്തരങ്ങൾ സമ്മാനമായി നൽകിയിരുന്നത്രെ. കരമനയാറിന്റെ ഭംഗി ആസ്വദിക്കാനായി 1837ൽ സ്വാതിതിരുനാൾ കരമന ആറ്റുവാരത്ത് ഒരു വർഷകാലവസതി പണിയിച്ചു. കാർത്തികതിരുനാളും കരമനയാറിൽ നീരാട്ടിനെത്തിയിരുന്നു. ആറ്റുകടവിൽ അമ്പലത്തിന്റെ മൂന്നുവശങ്ങളും പള്ളിതേവാരത്തിനായി മണ്ണുവച്ച് മറച്ചതായി രേഖയുണ്ട്.

മലയാളികൾ പാടിയും കേട്ടും ആസ്വദിച്ചിരുന്ന 'ഓമനതിങ്കൾക്കിടാവോ', 'പ്രാണനാഥനെനിക്കു നൽകിയ' തുടങ്ങിയ നിരവധി കൃതികളുടെ കർത്താവും മറ്റ് അനവധി ആട്ടക്കഥകളുടെ രചയിതാവും സ്വാതിതിരുനാളിന്റെ സംഗീതസദസിൽ പ്രധാനിയുമൊക്കെയായ ഇരയിമ്മൻ തമ്പിയുടെ പ്രസിദ്ധിയുടെ ഭാഗവും കരമനയ്ക്ക് അവകാശപ്പെട്ടതാണ്. കരമന ആണ്ടിയിറക്കത്തിൽ പുതുമന അമ്മവീട്ടിലെ പാർവ്വതിപിള്ള തങ്കച്ചിയായിരുന്നു ഇരയിമ്മൻതമ്പിയുടെ അമ്മ. പതിനാറുകെട്ടുള്ള അമ്മവീട് ഇന്ന് നിലവിലില്ലെങ്കിലും ആണ്ടിയിറക്കത്ത് കുഞ്ചുവീട് ലെയിനിൽ പുതുമനഅമ്മവീടിന്റെ പ്രവേശനകവാടം ഇപ്പോഴും കാണാം. ഇതിനടുത്തായിതന്നെ ഇരയിമ്മൻ തമ്പിയുടെ ഒരു സ്മാരകവുമുണ്ട്.

പുതുമന അമ്മവീട്   *ഇരയിമ്മൻ തമ്പി സ്മൃതിമണ്ഡപം*

ഇരയിമ്മൻതമ്പിയുടെ ജന്മഗൃഹത്തെക്കുറിച്ച് അഭിപ്രായങ്ങൾ പലതുണ്ടെങ്കിലും അദ്ദേഹം ജനിച്ചത് നെല്ലമൺ അധികാരത്തിൽ ഐരാണിമുട്ടം പകുതിയിൽ കരമന ആണ്ടിയിറക്കത്ത് പുതുമന അമ്മവീട്ടിലാണെന്ന് 'ഇരയമ്മൻ തമ്പി - കവിയും കാലവും' എന്ന പുസ്തകത്തിൽ ഡോ. ആർ.പി. രാജ ഉറപ്പിച്ചു പറയുന്നു.

സ്വാതിതിരുനാളിന്റെ സംഗീതസദസിലെ പ്രസിദ്ധനായ വയലിൻ വായനക്കാരനായിരുന്നു വടിവേലു. 1829ൽ തിരുവനന്തപുരത്തെത്തിയ തഞ്ചാവൂർ നാൽവർ സംഘത്തിൽപ്പെട്ട ഇദ്ദേഹം കരമനക്കടുത്ത് പഴയ ശാലയിൽ ശങ്കരവിലാസം എന്ന വീട്ടിലാണ് താമസിച്ചിരുന്നത്.

വെങ്കിടേശ്വരഭാഗവതർ, ചെറിയ വെങ്കിടേശ്വരഭാഗവതർ, സുബ്ബുഭാഗവതർ, ശേഷഭാഗവതർ, പത്മനാഭഭാഗവതർ, തിരുവെങ്കിടഭാഗവതർ, രാമസ്വാമിഭാഗവതർ, ശക്തിഭാഗവതർ തുടങ്ങി സ്വാതിരുനാളിന്റെ സംഗീതസദസിലെ പ്രസിദ്ധരായ പലരും താമസിച്ചിരുന്നത് കരമനയിലാണ്. പിൽക്കാലത്തെ പ്രസിദ്ധ കർണാടക സംഗീതജ്ഞനായ നീലകണ്ഠശിവനും കരമനയിൽതന്നെയായിരുന്നു താമസിച്ചിരുന്നത്.

ബ്രാഹ്മണരെകൂടാതെ വിശ്വകർമ്മ വിഭാഗത്തിൽപെട്ടവരും തമിഴ്നാട്ടിൽനിന്ന് വന്ന ശൈവവെള്ളാളരും മുസ്ലീങ്ങളും കരമനയിലുണ്ട്. കരമനയുടെ അടയാളങ്ങളിലൊന്നായിമാറിയ മുസ്ലീംപള്ളിയിൽ ധാരാളം പേർ ആരാധനയ്ക്കായി എത്താറുണ്ട്.

കരമനയാറിന്റെ കരയിൽ ത്രിവിക്രമമംഗലം ക്ഷേത്രത്തിന്റെ മറുകരനയിലാണ് പഴയകാല ബ്രാഹ്മണ സങ്കേതമായിരുന്ന മനുകുലാദിച്ചമംഗലം.

മഹോദയപുരം കേന്ദ്രമാക്കിനാടുവാണിരുന്ന ഭാസ്കരരവിവർമ്മയുടെ അഭിഷേക തിരുനാമമായിരുന്നത്രെ മനുകുലാദിച്ചൻ. വൈദിക ബ്രാഹ്മണർക്ക് രാജാവ് നൽകിയ ദാന ഭൂമിയാകാം ഇത്. കരമനയും നീറമൺകരയും തളിയിലും കാലടിയുമൊക്കെ ബ്രാഹ്മണർ താമസിച്ചിരുന്ന പ്രദേശങ്ങളാണല്ലോ. പിൽക്കാലത്ത് കോട്ടയ്ക്കകം, ആര്യശാല, പുത്തൻ തെരുവ് എന്നിവിടങ്ങളിൽ ഉണ്ടായ അഗ്രഹാരങ്ങൾ ഭൂരിപക്ഷവും തമിഴ് ബ്രാഹ്മണരുടേതായിരുന്നു.

നമ്പൂതിരിഗൃഹങ്ങൾ മാത്രമല്ല രാജഗൃഹങ്ങളും 'മനകൾ' എന്ന പേരിലാണ് അറിയപ്പെട്ടിരുന്നത്. ക്രി.വ. 1188ലെ കൊല്ലൂർമഠം ചെപ്പേടിൽ കരമനൈ ചിറ്റാറ്റ (ങ്)കരൈ ഒരുമൈ വിലൈക്കു കൊള്ളുന്നെൽ ഇരുപത്ത് ഒരു പറൈ എന്ന് രേഖപ്പെടുത്തിയിട്ടുണ്ട്. കരമന എന്ന സ്ഥലനാമം അക്കാലത്ത് ഉണ്ടായിരുന്നുവെന്നതിന് തെളിവ് വേറെ വേണ്ട. ഉമയമ്മറാണിയും (1677–1684) വീരകേരളവർമ്മയും തമ്മിൽ കരമനയിൽവച്ചുണ്ടായ യുദ്ധത്തിൽ പരാജിതനായ കേരളവർമ്മ നെടുമങ്ങാട്ടേക്ക് പലായനം ചെയ്തത് മറ്റൊരു ചരിത്രം.

1819ലെ ഒരു തിരുവിതാംകൂർ രാജവിളംബരത്തിലും കരമനയെ പരാമർശിച്ചുകാണുന്നു. ''ഈ മാസം 7ന് കുഞ്ഞിന്റെ കല്ല്യാണത്തിന് മുഹൂർത്തം നിശ്ചയിച്ചിരിക്കകൊണ്ടും ആ അടിയന്തിരത്തിനായിട്ട് ധരമാരും മറ്റുപലരും തിരുവനന്തപുരത്ത് എത്തുന്നത് കൊണ്ടും തിരുവനന്തപുരത്തു നിന്ന് കിഴക്കോട്ട് കരമനവരെയും തെക്കോട്ട് പൂന്തുറവരെയും പടിഞ്ഞാറ് ശംഖുമുഖം വരെയും വടക്ക് ഉള്ളൂർ വരെയും ഉള്ള വഴികളിലും കടയറ കമ്പോളങ്ങളിലും രണ്ടുപുറത്തുമുള്ള കയ്യാലകൾ ഇടിഞ്ഞിട്ടുള്ളതും വൈപ്പിച്ചു ഓലകളും കെട്ടിച്ച് വഴികളും അടിച്ചുവാരി തളിപ്പിച്ച് കയ്യാലകളിലും ഭിത്തികളിലും കോലങ്ങളും എഴുതിച്ച് തോരണങ്ങളും തൂക്കിച്ച് കുലവാഴകളും കെട്ടി'' മോടിപിടിപ്പിക്കണം എന്നാണ് ഉത്തരവ്. തിരുവനന്തപുരത്തിന്റെ കിഴക്കേ അതിരിന്റെ പേര് 'കരമന' എന്ന് ഇത് വ്യക്തമാക്കുന്നു. ആറിന്റെ കരയിലുള്ള കരമനയെന്ന പ്രദേശത്തിനും അതിലൂടെ ഒഴുകുന്ന ആറിനും കരമന എന്ന പേര് ലഭിച്ചത് നദീതീരത്തെ ഒരു മനയിൽനിന്നാണെന്നു വേണം വിശ്വസിക്കാൻ. പക്ഷേ നെയ്യാറിന്റെ കരയിലുള്ള പ്രദേശത്തിന് നെയ്യാറ്റിൻകര എന്ന പേര് ലഭിച്ചത് നെയ്യാറിൽ നിന്നുമാണെന്നും ഓർമ്മിക്കേണ്ടതുണ്ട്.

66 കി.മി. ദൂരമുള്ള ഈ ആറിൽ 45.കി.മി. ദൂരം ഗതാഗതയോഗ്യമാണ്. 8–ാം നൂറ്റാണ്ടിനും 12–ാം നൂറ്റാണ്ടിനുമിടയ്ക്ക് പായ്കെട്ടിയ വഞ്ചികൾ കരമനയാറ്റിലൂടെ വെള്ളായണികായൽകടന്ന് തിരുവനന്തപുരത്ത് എത്തിയിരുന്നു. ഈ ആറിലെ ചില സ്ഥലങ്ങളിൽ മുളകെട്ടിയുണ്ടാക്കിയ ചങ്ങാടങ്ങൾ യാത്രയ്ക്ക് ഉപയോഗിച്ചിരുന്നതായി കാണുന്നു. ചെമ്പുഞ്ഞിമൊട്ടയിൽ നിന്നും തുടങ്ങി നെടുമങ്ങാട്, അരുവിക്കരവഴി വെള്ളൈക്കടവിൽ എത്തി കുണ്ടമൺകടവ്, കരമന, തിരുവല്ലം എന്നീ പ്രദേശങ്ങളിലൂടെ പള്ളത്തിൻകടവിൽവച്ച് കിള്ളിയാറുമായി സംഗമിച്ച് വീണ്ടും

മുന്നോട്ടൊഴുകി കോവളത്തിനടുത്തുള്ള പനത്തുറയിൽവച്ച് അറബി ക്കടലിൽ ചേരുന്നു.ഈ ആറിന്റെ 702 ച:കി.മി. വിസ്തൃതിയുള്ള വൃഷ്ടി പ്രദേശം മുഴുവൻ വനമേഖലയിൽപ്പെടുന്നതാണ്. മഴക്കാലത്ത് വന ത്തിൽ നിന്ന് ആനകളെക്കൊണ്ട് വലിയതടികൾ ആറ്റിലെത്തിച്ചും മുളകൾ കൂട്ടിക്കെട്ടി ചങ്ങാടംപോലെയാക്കിയും കരമനയാർവഴി നാട്ടി ലെത്തിച്ചിരുന്നു.

അരുവിക്കര ഡാം

കിള്ളിയാറിലെ ജലം പ്രധാനമായും കാർഷികാവശ്യങ്ങൾക്കായാണ് ഉപയോഗിക്കുന്നത്. കരമനയാറിനാകട്ടെ നഗരത്തിന് ശുദ്ധജലം നൽ കുന്നു എന്ന പ്രത്യേകദൗത്യംകൂടിയുണ്ട് കരമനയാറിലെ രണ്ടു പ്രധാന അണക്കെട്ടുകൾ 1933ൽ പണിപൂർത്തിയാക്കിയ അരുവിക്കരയിലെ അണക്കെട്ടും 1983 ൽ നിർമ്മിച്ച പേപ്പാറ അണക്കെട്ടുമാണ്. നഗരത്തിൽ നിന്ന് 14 കി.മി. അകലെ അരുവിക്കരയിൽ ആറിനുകുറുകെ അണകെട്ടി വെള്ളം തടഞ്ഞുനിർത്തി സെഡിമെന്റേഷൻ നിർവ്വഹിച്ചശേഷം വലിയ കുഴലുകളിലൂടെ വെള്ളയമ്പലം വാട്ടർവർക്സിൽ എത്തിക്കുന്നു. അവിടെ ശുദ്ധീകരിച്ച വെള്ളം വ്യത്യസ്ത വിതാനത്തിലുള്ള സംഭരണികളിൽ ശേഖരിച്ച് പൈപ്പുകൾവഴി നഗരത്തിലും പരിസരപ്രദേശങ്ങളിലും വിത രണം ചെയ്യുന്നു. രാജഭരണകാലത്ത് അരുവിക്കരക്ഷേത്രത്തിൽ നിന്ന് ദിവസവും ഒരാൾ പ്രസാദവുമായി കൊട്ടാരത്തിലെത്താൻ ശട്ടംകെട്ടി യിരുന്നതായി പറയപ്പെടുന്നു. കുഴലുകൾക്ക് മുകളിലൂടെവേണം ഇയാൾക്ക് നടന്നുവരാൻ. കുഴലുകളിൽ എവിടെയെങ്കിലും ചോർച്ചയുണ്ടോ എന്നറി യാനായിരുന്നത്രേ ഈ ഏർപ്പാട്. 1962ലെ ഇടക്കാല വിപുലീകരണ ത്തിന്റെ ഭാഗമായി അരുവിക്കരയിലെയും നഗരത്തിലെയും ജലസംഭ രണശേഷി വർദ്ധിപ്പിച്ചു.

വെള്ളത്തിന്റെ ഉപഭോഗം കൂടിയതോടെ കൂടുതൽ ശുദ്ധജലം ആവശ്യ മായിവന്നു. അങ്ങനെയാണ് തിരുവനന്തപുരത്തുനിന്ന് 44 കി.മി. ദൂരത്ത് അരുവിക്കരയ്ക്കുമുകളിൽ പേപ്പാറഡാം നിർമ്മിച്ചത്. കരമനയാറിലെ വെള്ളം തടഞ്ഞുനിർത്തി അരുവിക്കരയിലേക്ക് അവശ്യാനുസരണം തുറന്നുവിടുകയായിരുന്നു ഉദ്ദേശ്യം. ആദ്യം ശാസ്താംപടിയിൽ ഡാം നിർമ്മിക്കാൻ ആലോചിച്ചെങ്കിലും തുടർന്നുള്ള ആലോചനകളിൽ പേപ്പാറ തെരഞ്ഞെടുത്തു. വർഷകാലത്ത് കരമനയാറിലെ വെള്ളപ്പൊക്കം നിയന്ത്രിക്കുന്നതിനും ഈ ഡാം ഉപകരിക്കുന്നു. റിസർവോയറിന് 5.82 ച:കി.മി. വിസ്തീർണ്ണമുണ്ട്. പേപ്പാറയിലെ ഹരിതവനം വന്യജീവി സംര ക്ഷണ കേന്ദ്രം കൂടിയാണ്. പേപ്പാറ ഡാമിനോടനുബന്ധിച്ച് 3.എം.ഡബ്ല്യൂ വൈദ്യുതി ഉൽപ്പാദിപ്പിക്കാനുള്ള സംവിധാനമുണ്ട്. തിരുവനന്തപുരം നഗരത്തിന്റെ വളർച്ചക്കാവശ്യമായ ജലം കരമനയാറിൽനിന്ന് ലഭിച്ചി രുന്നു. തിരുവിതാംകൂർ സ്റ്റേറ്റ്മാനുവലിന്റെ (1940) കർത്താവ് റ്റി.കെ.വേലു പ്പിള്ള ഇങ്ങനെ രേഖപ്പെടുത്തിയിരിക്കുന്നു.

അരുവിക്കര ഡാം

"Favoured by nature with liberal supply of fresh water from 100 square mile (259Sq Km)catchment area consisting mainly of virgin jungle and so favourably situated as to receive the south-west and north-west monsoons amounting to annual rain fall of about 150 inches (381 cm), the Karamana river, on whose banks the town is situated,supplies all the water that is now required for the ctiy and will without any difficutly, meet the demands of the ctiy at its maximum growth."

1933ന് ഡിസംബർമാസം 11ാം തീയതി വൈസ്രോയിയും ഗവർണർ ജനറലുമായിരുന്നു ലോർഡ്വെല്ലിങ്ടൺ, വെല്ലിങ്ടൺവാട്ടർവർക്സിന്റെ പ്രവർത്തനം ഉദ്ഘാടനം ചെയ്തത് മഹാരാജാവ് ശ്രീചിത്തിര തിരുനാളിന്റെ സാന്നിദ്ധ്യത്തിലായിരുന്നു. സമ്മേളനപന്തലിന്പുറത്ത് ഒരു ഫൗണ്ടനും വെള്ളംചീറ്റി ഒഴുകാൻ പാകത്തിൽ ഒരു വാൽവും ഘടിപ്പിച്ചിരുന്നു. മഹാരാജാവ് ഇതുരണ്ടും പ്രവർത്തിപ്പിക്കാൻ വൈസ്രോയിയോട് അഭ്യർത്ഥച്ചതോടെ ലോഡ് വെല്ലിങ്ടൺ ടാപ്പും വാൽവും തുറന്ന് വെള്ളം പുറത്തേക്ക് ചീറ്റിച്ചു. തുടർന്നു നഗരത്തിലെ ജനങ്ങൾക്ക് ശുദ്ധജലമെത്തിക്കാനുള്ള പദ്ധതിയുടെ ഉദ്ഘാടനം നടത്തിയതായി പ്രഖ്യാപിക്കുകയും ചെയ്തു.

കരമനപ്പാലം

കരമനയാറിനു കുറുകെ നിരവധിപാലങ്ങൾ നിർമ്മിച്ചിട്ടുണ്ട്. തൃക്കണ്ണാപുരം പാലം, മങ്കാട്ടുകടവ് പാലം, കുണ്ടമൺകടവ് പാലം, വെള്ളെക്കടവ് പാലം, അരുവിക്കരപ്പാലം, കരമന പാലം, എന്നിവയാണ് മുഖ്യം. യൂറോപ്യൻ എഞ്ചിനീയറിങ് രീതി വിദ്യാർത്ഥികൾക്ക് പഠിക്കാനും പ്രാവർത്തികമാക്കാനും തുടങ്ങിയ എഞ്ചിനീയറിങ് വിഭാഗത്തിന്റെ വിസിറ്റിങ്

കരമന പാലം

എഞ്ചിനീയറായിരുന്ന വില്യം ഹോഴ്സ്ലി. അദ്ദേഹത്തിന്റെ നേതൃത്വത്തിലുള്ള ആദ്യസംരംഭമാണ് കരമനകല്ലുപാലം. കരമനയാറിനു കുറുകെ ആദ്യമുണ്ടായിരുന്നത് മരപ്പാലമാണ്. ഇവിടെ കരിങ്കൽ തൂണുകളിൽ മേൽ 120 അടി നീളമുള്ള ഒരു കല്ലുപാലമുണ്ടായിരുന്നതായി വാർഡും കോണറും 1827ൽ രേഖപ്പെടുത്തിയിട്ടുണ്ട്.[1]

കാർത്തികതിരുനാൾ രാമവർമ്മയുടെ ഭരണകാലത്ത് (1758-98) ദിവാൻ കേശവപിള്ള കരമനയാറിനും കിള്ളിയാറിനും കരിങ്കൽ പാലങ്ങൾ നിർമ്മിച്ചതായി ശങ്കുണ്ണിമേനോൻ തിരുവിതാംകൂർ ചരിത്രത്തിൽ രേഖപ്പെടുത്തിയിട്ടുണ്ട്. 18-ാം നൂറ്റാണ്ടിൽ രാജാകേശവദാസൻ നിർമ്മിച്ച കല്ലുപാലത്തെക്കുറിച്ച് കേണൽ ഹോഴ്സലിയും രേഖപ്പെടുത്തിയിട്ടുണ്ട്.[2] 1840ൽ സ്വാതിതിരുനാൾ പാലത്തിന് തറക്കല്ലിട്ടു. 1843ൽ പാലം

1. "The high Southern road crosses the Kurramanay river over a stone bridge 120 feet long suppported on granite pillars, the banks of the river near it are lined with stone steps, it then passes through the village, Kurramunnay, a tsreet of houses with an agarum and a Vishnoo temple to the South".(Ward and Connor. Survey of Travancore and Cochin State.)

2. The total distanceTraversed by this river in all its winding is about fotry-one miles, its course being generally S.and S.W.till approaching Poontoray on the coast; after receving the waters of killiyaur,it runs parallel to and unites with the sea at the foot of alittle head-land termed Covelum. The Karramanney is crossed by a rude stone bridge (the one built by Raja Kesevadasa during mid 18th century) at the village of the same name, over which the main road to Trevandrum passes. Boats can ascend this river for 8 to 9 miles during the monsoon and it is serviceable likewise for floating down bamboos and timber of all descriptions from the hills."(Lt. col Horsley)

പണിക്കായി 22568 രൂപയും അടുത്തവർഷം കരിങ്കല്ലുവാങ്ങാനായി 3000 രൂപയും ചെലവിട്ടതായി രേഖയുണ്ട്. തുടർന്ന് സ്വാതിതിരുനാളിനു ശേഷം ഉത്രംതിരുനാൾ കിള്ളിയാറിന് കുറുകെയുള്ള കല്ലുപാലത്തിന്റെ പണിപൂർത്തിയാക്കി. കരമനപാലത്തിന്റെ പണി നടന്നു കൊണ്ടിരുന്നപ്പോൾ സ്വാതിതിരുനാളും ഉത്രം തിരുനാളും പാലം പണി നിരീക്ഷിക്കുന്നതിനും വിശ്രമിക്കുന്നതിനും കരമന നീറമൺകര കൊട്ടാരത്തിൽ എത്തിയിരുന്നു. പാലത്തിന്റെ ഉദ്ഘാടന ചടങ്ങ് പി.ശങ്കുണ്ണിമേനോൻ തിരുവിതാംകൂർ ചരിത്രത്തിൽ രേഖപ്പെടുത്തിയിട്ടുണ്ട്. പാലവും കോട്ടവാതിൽ വരെയുള്ള റോഡും പരിസരവുമാകെ തോരണങ്ങളും കുലവാഴകളും കൊണ്ട് അലങ്കരിച്ചു.

അന്ന് തിരുവനന്തപുരത്തിന് ഒരാഘോഷമായിരുന്നു. പ്രമുഖരായ വ്യക്തികൾക്കെല്ലാം ദിവാൻ കാലെക്കൂട്ടിതന്നെ ക്ഷണക്കത്തയച്ചു. രാജാവിന്റെ അകമ്പടിസേവകരൊഴികെയുള്ള നായർപട്ടാളക്കാരെല്ലാം പാലത്തിന്റെ ഇരുവശങ്ങളിലുമായി അണിനിരന്നു. നാലുമണിയോടുകൂടി യുറോപ്പ്യൻ സ്ത്രീപുരുഷന്മാരും മറ്റ് ക്ഷണിതാക്കളും പാലത്തിന്റെ വടക്ക്ഭാഗത്ത് ഒത്തുകൂടി.ആയിരക്കണക്കിനു നാട്ടുകാരായ സ്ത്രീപുരുഷന്മാരും കുട്ടികളും ചടങ്ങുകാണാൻ പുഴയുടെ ഇരുകരകളിലും കാത്തുനിന്നു. അഞ്ചുമണിയോടെ മഹാരാജാവ് കുടുംബാംഗങ്ങളോടും പരിവാരങ്ങളോടുമൊപ്പം എഴുന്നള്ളിയതോടെ രാജാവിനെ സ്വീകരിക്കാൻ അണിയായിനിന്നിരുന്ന നായർ പടയാളികളുടെ മുമ്പിൽ യൂറോപ്പ്യന്മാരും ഇന്ത്യാക്കാരുമായ ഉദ്യോഗസ്ഥന്മാർ നിലയുറപ്പിച്ചു. ആചാരവെടികൾ മുഴങ്ങി. റസിഡന്റ് ജനറൽ കല്ലൻ എത്തിയതോടെ അദ്ദേഹത്തിന് ആദരസൂചകമായും 17 ആചാരവെടികൾ മുഴങ്ങി. ഉത്രംതിരുനാളും, റസിഡന്റും, ആന, അമ്പാരി, കുതിരപ്പടയാളികൾ, ബാൻഡുവാദ്യക്കാർ, ഉദ്യോഗസ്ഥർ എന്നിവരുടെ അകമ്പടിയോടെ ഉദ്ഘാടന ചടങ്ങിനായി പുറപ്പെട്ടു. പാലത്തിന്റെ തെക്കേക്കരവരെ എല്ലാവരുമൊപ്പം നടന്ന ശേഷം പന്തലിൽ തിരിച്ചെത്തി. ചടങ്ങ് കാണാനെത്തിയ വൻജനക്കൂട്ടം ആഹ്ലാദപൂർവ്വം ആർത്തുവിളിച്ചു.

തിരുവനന്തപുരത്തിന് തെക്കോട്ടുള്ള റോഡുഗതാഗതത്തിന് അത്യന്തം അനിവാര്യമായ കരമന കല്ലുപാലത്തിന്റെ ഉദ്ഘാടനം ഒരു ദേശീയ ആഘോഷംപോലെയാണ് കൊണ്ടാടിയത്. 1853 ഡിസംബർ മാസം 17-ാം തീയതി വൈകുന്നേരം 6 മണിക്ക് നടന്ന ഉദ്ഘാടനചടങ്ങ് ഇല്ലസ്ട്രേറ്റഡ് ലണ്ടൻ ടൈംസ് വിശദമായി റിപ്പോർട്ട് ചെയ്തു.[3] ബ്രിട്ടീഷ്

---

3. "Travancore..... presents the most picturesque and undulating views of Southern India. It is boardered on the east by the precipitious Ghats and on the west, by the sea. Between these the eyes loses itself everywhere in trying to follow the labyrinth of hills of all forms and sizes ; some covered with

കരമനയാറ്റിൻകരയിലെ സ്വാതിമണ്ഡപം

ഇന്ത്യയിലെ വികസന പ്രവർത്തനം എന്ന രീതിയിലായിരുന്നു റിപ്പോർട്ട്. 1900-ൽ കല്ലുപാലത്തിന്റെ മുകൾ ഭാഗം കോൺക്രീറ്റ് ചെയ്തു. പഴയ പാലത്തിനടുത്തായാണ് പിൽക്കാലത്ത് നിർമ്മിച്ച പുതിയപാലം.

കരമനയിൽ ആറും കരയും ചേർന്നുള്ള ചിത്രപടഭംഗി കലാവല്ലഭനായ സ്വാതിതിരുനാൾ മഹാരാജാവിനെ(1829-1847) വളരെയധികം ആകർഷിച്ചിരുന്നു. തിരക്കേറിയ രാജ്യകാര്യങ്ങൾക്കിടയിൽ വിശ്രമത്തിനും കാവ്യരചനയ്ക്കും അദ്ദേഹം ആറിന്റെ തീരത്ത് എത്തിയിരുന്നുവെന്ന് നമുക്കറിയാം.

---

fantastic granite boulders, or, perhaps by an antique pagoda- others by luxuriant forests. The valleys which separate them, winding like rivers, are chequered by green rice fields, bordered by coconut topes. The old bridge over the Karamany River, is situated near Trivandrum, the seat of Government; and, at a short distance from it, a new bridge, more suited to the requirements of the times, has been built, and was opened in great tsyle by his Highness the Rajah, on the 17th December,1853,... the Rajah's magnificent state car followed by Princes,courtiers and native officials in carriages and palaquins... and a number of elephants in their court costumes.

"Below, on the bed of the river, were at roop of elephants that joined with the cannon and the multitudes abound in proclaiming their loud rejoicings.... the rest of the procession is lost in the grove of coconut trees, and behind the pavillion where Lieut. General Cullen, the British Resident, and other Europeans, shared in the ceremony.....The Bridge, though not large, is an earnest of that progress so necessary in India for the development of its resources." (Illutsrated London Times)

കരമനയാറ് - കുലശേഖരത്തെ കടത്ത്

മഴയുടെ പശ്ചാത്തലത്തിൽ കരമനയാറും പരിസരവും അദ്ദേഹത്തെ ഹരം കൊള്ളിച്ചിരുന്നു.

തിരുവിതാംകൂർ മഹാരാജാക്കന്മാർ വിശ്രമത്തിനായി മുടവൻ മുകളിൽ പണികഴിപ്പിച്ച കുന്നുബംഗ്ലാവും കരമനയാറിന്റെ കരയിൽ തന്നെ. ഹൃദ്യവും മനോഹരവുമായ ചുറ്റുപാടിൽ സ്വാതിതിരുനാളിന്റെ കാവ്യവാസനകൾ പൂർവ്വാധികം ഉണർന്നുവെന്നതിന് തെളിവാണ് ഇവിടെവച്ച് അദ്ദേഹം രചിച്ച വിശിഷ്ടങ്ങളായ ഒട്ടേറേ കീർത്തനങ്ങൾ. ആറ്റിലെക്കിറങ്ങാനുള്ള കൽപ്പടവുകളും ചുറ്റുമുള്ള ആകർഷകമായ പൂന്തോട്ടവും മറ്റ് പുറക്കാഴ്ചകളും കവിമനസ്സിലെ ആഹ്ലാദിപ്പിച്ചെങ്കിൽ അതിൽ അത്ഭുതമൊന്നുമില്ല. തിരുവിതാംകൂർ മഹാരാജാക്കന്മാർ വിശ്രമത്തിനെത്തിയിരുന്നതും രാജവാഴ്ചക്കാലത്ത് വിദേശിയർ താമസിക്കാൻ ഇഷ്ടപ്പെട്ടിരുന്നതുമായിരുന്നു ഈ കൊട്ടാരം.

വനവാസികളുടെ പരിലാളനങ്ങൾ ഏറ്റുവാങ്ങി നഗരത്തിലേക്ക് കടക്കുന്ന കരമനയാർ ഒരുകാലത്ത് നഗരവാസികളുടെ ദൈനംദിന ജീവിതത്തിൽ മാറ്റിനിർത്താനാകാത്ത ഘടകംതന്നെയായിരുന്നു. യാത്രയ്ക്കും ചരക്കുകടത്തലിനുമൊക്കെ ആറിനെ ആശ്രയിച്ചു. പച്ചക്കറികൾ, പലവ്യഞ്ജനങ്ങൾ മറ്റ് നിത്യോപയോഗസാധനങ്ങൾ എന്നിവയുമായി വള്ളങ്ങൾ കടവുകളിലെത്തി കച്ചവടം നടത്തിയിരുന്നു. കുളിക്കാനും നനയ്ക്കാനും കാലികളെ കുളിപ്പിക്കാനും പ്രത്യേകം പ്രത്യേകം കടവുകൾ ഉണ്ടായിരുന്നു. തിരുവനന്തപുരം നഗരത്തിലെ നിർമ്മാണജോലികൾക്കായി മണൽ സംഭരിച്ചിരുന്നത് കരമനയാറിൽനിന്നും കിള്ളിയാറിൽ

പള്ളത്തിൻകടവ് - കിള്ളിയാർ കരമനയാറ്റിൽ ലയിക്കുന്നു

നിന്നുമാണല്ലോ. ചുടുകല്ലുകൾ ചുട്ടെടുക്കുന്ന ചൂളകൾ നദിക്കരയിലെ സാധാരണകാഴ്ചയായിരുന്നു.

മറ്റെല്ലാ നദികളെയുമെന്നപോലെ കരമനയാറും അതിന്റെ കരകളിൽ ധാരാളം സസ്യസമ്പത്തുകൾ നിലനിർത്തുന്നു. പലതരത്തിലുള്ള മുളകൾ, ഈറ, നായ്ക്കരുമ്പ്, പേക്കരുമ്പ് എന്നിവ പ്രധാനം. കരമന, തിരുവല്ലം, പുന്തുറ ഭാഗങ്ങളിൽ കണ്ടൽചെടികളും കാണാം. നദിക്ക് അടുത്തുള്ള നെൽപ്പാടങ്ങൾക്ക് അതിരിട്ടുനിൽക്കുന്ന തെങ്ങുകളും കമുകുകളും മനോഹരമായ കാഴ്ചതന്നെയാണ്. പണ്ടുകലത്ത് പെൺകുട്ടികളുടെ ഹരമായിരുന്നു താഴമ്പൂ. സുഗന്ധം പരത്തുന്ന താഴമ്പൂ പൂക്കുന്ന കൈതച്ചെടികളും മധുരമുള്ള ഫലംതരുന്ന പുറുത്തിയും ധാരാളമുണ്ടായിരുന്നു.

നഗരപ്രദേശത്ത് കരമനയാറിൽ പ്രധാനമായും കാണുന്ന മത്സ്യങ്ങൾ നെടുമീൻ,ആരാൽ, പാവൽ,കരിമീൻ, മലാവ്, എന്നിവയാണ്. മലങ്കാണികൾ ആദരപൂർവ്വം പരിപാലിക്കുന്ന പൊന്നരുവി നഗരത്തിലെത്തുന്നതോടെ, നഗരവാസികളുടെ കയ്യേറ്റവും മാലിന്യനിക്ഷേപവും ഈ പുണ്യനദിയെ ശോച്യാവ സ്ഥയിലാക്കുന്നു. നഗരമാലിന്യം പേറിയെത്തുന്ന പാർവ്വതിപുത്തനാറും കരമനയാറിൽ ചേരുന്നതോടെ നാശം പൂർണ്ണമായി എന്നുപറയാം. തങ്ങൾക്ക് ദാഹജലം നൽകുന്ന ഈ ആറിനോട് കാണിക്കുന്ന നെറികേട് നമ്മെ നിത്യവിനാശത്തിലേക്ക് തള്ളിവിടുമെന്നതിൽ സംശയംവേണ്ട.

മലയും കാടും നഗരവുമൊക്കെ കടന്നെത്തുന്ന കരമനയാർ പൊഴിക്കരയിൽ വച്ച് തന്റെ യാത്ര അവസാനിപ്പിച്ച് സമുദ്രത്തിൽ ലയിക്കും. പൂന്തുറയ്ക്കും പനത്തുറയ്ക്കും ഇടക്കാണ് പൊഴിക്കര. പൂന്തുറയെക്കുറിച്ച്

തിരുവല്ലം പാലം

വാർഡും കോണറും പറയുന്നതിങ്ങനെ. ''ഒരു മീൻപിടിത്തകേന്ദ്രമായ പൂന്തുറ തലസ്ഥാനത്തിന് മൂന്ന് മൈൽ തെക്കാണ്. പണ്ട് ഇതൊരു വ്യവസായ കേന്ദ്രമായിരുന്നു. ഇവിടെയുള്ള ഒരു വലിയ ഫാക്ടറി കെട്ടിടം വളരെനാളായി ഒഴിഞ്ഞുകിടക്കുന്നു. അതിനടുത്തായി ഒരുറോമൻ കത്തോലിക്കാപള്ളിയുണ്ട്. കടൽക്കരയിൽ ചെറിയ കപ്പലുകളും ബോട്ടു കളും നിർമ്മിച്ചിരുന്നു.''

കരമനയാർ സമുദ്രത്തിലേക്ക്

കരമനയാറിന്റെ അവസാനഭാഗം കുറച്ച് ദൂരം തീരത്തിന് സമാന്തരമായാണ് ഒഴുകുന്നത്. ഇവിടെ നദിക്ക് 'ഇടയാർ' എന്ന പേര് കൂടിയുണ്ട് നദിയും സമുദ്രവും അഭിമുഖമായി നിൽക്കുന്ന ഇവിടെ ഉപ്പുവെള്ളവും ശുദ്ധജലവും തമ്മിൽ കലരുന്നു. തിരകൾ ഒന്നിനുപിറകെ ഒന്നായി പൊഴിക്കരത്തീരത്തേക്ക് അടിച്ചുകയറുന്നത് കരമനയാർ പേറിവരുന്ന മാലിന്യങ്ങളെ തിരസ്കരിക്കണോ എന്ന് തോന്നും.

കിള്ളിയാർ

കരമനയാറിന്റെ പോഷകനദിയായ കിള്ളിയാറിന് ഇരുപത്തിനാലു കിലോമീറ്റർ നീളമുണ്ട്. നെടുമങ്ങാട് 'പനവൂർ' നിന്നാണ് ആറിന്റെ ഉത്ഭവം. തലസ്ഥാനനഗരിയിലെ പ്രധാന കുളങ്ങൾക്കും ഏലാകൾക്കും വെള്ളമെത്തിച്ചിരുന്നത് ഈ ആറാണ്. തിരുവനന്തപുരം നഗരത്തിന്റെ പ്രധാനഭാഗങ്ങളിലൂടെയുള്ള തന്റെ സഞ്ചാരപഥത്തിനിരുവശവുമുള്ള കരകളെ തല്ലിയും തഴുകിയും തലോടിയും ഇണങ്ങിയും പിണങ്ങിയും കടന്നുപോകുന്ന ഈ ജലപ്രവാഹം കൊഞ്ചിറവിളയിൽ പള്ളത്തിൻ കടവിൽവച്ച് കരമനയാറിൽ ചേരുന്നു. വിശാലമായ പാടശേഖരങ്ങളെ പച്ചപുതപ്പിച്ചും കേരവൃക്ഷങ്ങൾക്കും വാഴത്തോപ്പുകൾക്കും മറ്റു കാർഷികവിളകൾക്കും ജീവജലം നൽകിയും ഒരു ദേശത്തെ മുഴുവൻ സമ്പുഷ്ടമാക്കിയാണ് യാത്ര.

ബ്രിട്ടീഷ് സർവ്വേ ഉദ്യോഗസ്ഥന്മാരായ ലെഫ്റ്റനന്റ് വാർഡും കോണറും കിള്ളിയാറിനെക്കുറിച്ച് രേഖപ്പെടുത്തിയിട്ടുണ്ട്.[4]

---

4. Between Kuramunnay and the commencement of the town, there is an open tsreet of paddy fields through which flows the Killyaur, over it is a wooden bridge, this tsream meanders to the East of the suburbs in which are few rocky heights of inconsiderable size. The town commences a short distance West of the above river....Its source is in the Nedduvencaud Ditsrict - enters this 5 miles North of the Capital, meanders in a Southerly course three miles and is turned by the rivulet from Wutteeoorkauo. S.S.W. 3 ¾ miles to the high road which crosses it then through: a wide tsripe of cultivation nearly S 1 ¾ miles forms a junction with the Kurramunnayaur. There are two dams thrown across it on the West of Wutteoorkauo, the Northernmost is dilapidated and the other called Murthengoe Ana, a canal branches off it, and is conveyed into the fort of Trivandrum. A mile South of the above dam is one in ruins across the originalt r-a-ck of this river. The nullahs that rise in the Northern ridges of hills fertilizing the paddy glens, verge towards one point and discharge themselves into a backwater which communicates with the sea at the Vailey bar; the principal branches pass by Pallipooram, Cullicoottum & C. and is termed the Chittar. (Survey of the Travancore and Cochin states - ward and conner)

ഈ ആറിന് 'കിള്ളി' എന്ന പേർ എങ്ങനെ ലഭിച്ചു എന്നു വ്യക്തമല്ല.

'കിള്ളി' എന്ന പേരിൽ ഒരു പുരാതനദ്രാവിഡദേവതയുണ്ടായിരുന്നു. സംഘകാലത്തെ ചോളചക്രവർത്തിമാരുടെ കുലനാമവും കിള്ളിയെന്നാണ്. നെടുമുടിക്കിള്ളി എന്ന രാജാവ് ചിലപ്പതികാരത്തിന്റെ കാലത്തു ജീവിച്ചിരുന്നതായി പറയപ്പെടുന്നു. കേരളത്തിലും തമിഴ്നാട്ടിലും 'കിള്ളി' എന്നു പേരുള്ള സ്ഥലങ്ങളുണ്ട്. കേരളതമിഴ്നാട് അതിർത്തിപ്രദേശത്തെ 'കിള്ളിക്കുറിശ്ശിമംഗല'വും മധുരയ്ക്കടുത്തുള്ള കിള്ളിമംഗലവും കാട്ടാക്കടയ്ക്കടുത്തുള്ള 'കിള്ളി'യും ഉദാഹരണങ്ങൾ. കീഴിൽ (താണത്) കിള (ശാഖ) കിളി (ചെറുത്) എന്നീ പദങ്ങളെയും കിള്ളിയാർ എന്ന പേരിന്റെ ഉത്ഭവവുമായി ബന്ധപ്പെടുത്തിക്കാണുന്നു.

നീർച്ചാലുകളും കൈത്തോടുകളും

കിള്ളിയാറിന്റെ ഇരുകരകളിലേയും ഉയർന്ന പ്രദേശങ്ങളിൽ നിന്ന് ഒഴുകിയെത്തുന്ന കൈത്തോടുകളും നീർച്ചാലുകളുമാണ് ആ നദിയെ പരിപോഷിപ്പിക്കുന്നത്. സമീപത്തെ കുളങ്ങളിൽ നിന്നും നെൽപ്പാടങ്ങളിൽ നിന്നും ഒഴുകിവരുന്ന നീർച്ചാലുകളും മഴക്കാലത്തുമാത്രം സജീവമായിരുന്ന ചില തോടുകളും ഇന്ന് ഓർമ്മകൾ മാത്രമാണ്.

മൂന്നാനക്കുഴി ഭാഗത്തെ മലഞ്ചരിവിൽ നിന്ന് ഒഴുകിയിറങ്ങുന്ന ചെറിയ നീരുറവയും തീർത്ഥങ്കരയിൽ നിന്നുവരുന്ന നീർച്ചാലും ഒരുമിക്കുന്നതോടെ ഒരു ചെറിയ ജലപ്രവാഹത്തിന്റെ തുടക്കമായി. ഇവിടെയാണ് കിള്ളിയാർ പിറക്കുന്നത്. കരിക്കകം തോട്, കല്ലിയോട് തോട്, വട്ടറത്തല തോട്, നാഗച്ചേരി തോട്, കാക്ക തോട് എന്നീ തോടുകൾ മുന്നോട്ടുള്ള യാത്രയിൽ അവിടവിടെയായി ഈ ജലപ്രവാഹത്തോട് ചേർന്ന് കല്ലംപാറക്കടവിലെത്തുന്നതോടെ കിള്ളിയാറിന് ഒരു ആറിന്റെ രൂപവും ഭാവവും കൈവരുന്നു. ഇവിടെ കിള്ളിയാർ കല്ലംപാറയാർ എന്നാണ് അറിയപ്പെടുന്നത്. വീണ്ടും മുന്നോട്ടൊഴുകുമ്പോൾ വാളിക്കോടുവച്ച് ചെല്ലാംകോട്ടെ വലിയതോടും അഴിക്കോട് എത്തുന്നതോടെ അഴിക്കോടുതോടും കൂട്ടിനായി എത്തുന്നു.

കരകുളത്തെത്തുന്ന കിള്ളിയാറിനെ കൂനൂർത്തോടും കൂട്ടപ്പാറത്തോടും ചേർന്നാണ് നഗരത്തിലേക്ക് ആനയിക്കുന്നത്. ഒപ്പം കാച്ചാണിയിൽ നിന്ന് വരുന്ന തോടുകളുമുണ്ട്. നെട്ടയത്തു നിന്നുള്ള ഇരുകുന്നം തോട് മണ്ണാമ്മൂലയിൽവച്ചും കാഞ്ഞിരംപാറയിൽ നിന്നു വരുന്ന തോടുകളിൽ ഇടത്തോട് കാടുവെട്ടിയിൽ വച്ചും കരിത്തോട് മരുതംകുഴിയിൽവച്ചും പ്രധാന ജലപ്രവാഹത്തിൽ ചേരുന്നു. ശാസ്തമംഗലം മഹാദേവർ ക്ഷേത്രത്തിനടുത്തുവച്ച് കിള്ളിയാറിലേക്ക് എത്തിച്ചേരുന്ന തോടുകളുമുണ്ട്. അവ വെള്ളയമ്പലം ബിഷപ്പ് ഹൗസിന് താഴെ നിന്ന് തുടങ്ങി

കുറുങ്ങോട് ഏലാ കടന്നുവരുന്ന കുറുങ്ങോട് തോടും നടക്കാവിലൂടെ വരുന്ന മറ്റൊരു തോടുമാണ്. വെള്ളയമ്പലം യക്ഷിയമ്മ ആൽത്തറ യുടെ താഴ്ഭാഗത്തു നിന്ന് തുടങ്ങിയിരുന്ന ഇടപ്പഴഞ്ഞി തോട് ഏലാ കടന്ന് ഇടപ്പഴഞ്ഞി ജംഗ്ഷനടുത്തുവച്ച് കിള്ളിയാറിൽ പതിക്കുന്നു. തളിയൽ വലിയകുളത്തിൽ നിന്നും നാഗരുമൂലവഴി കിള്ളിയാറിൽ അവ സാനിക്കുന്ന ഒരു കനാലുമുണ്ട്.

കിള്ളിയാറിൽ തുടങ്ങി കിള്ളിയാറിൽതന്നെ എത്തിച്ചേരുന്ന തോടു കളുമുണ്ട്. പാറച്ചിറയിൽ നിന്ന് ആറന്നൂർ ഏലായിലെ കൃഷിക്കുവേണ്ടി തിരിച്ചുവിട്ടിരുന്ന തോട് ഹൈവേ കടന്ന് രണ്ടായി പിരിഞ്ഞ് ഒന്ന് പി.ആർ.എസ് ആശുപത്രിയുടെ സമീപത്തുവച്ചും അടുത്തത് ബണ്ട് റോഡിനരികിലൂടെ ഒഴുകി സോമൻ നഗറിനടുത്തുവച്ചും കിള്ളിയാറിൽ ചേരുന്നു. ഐരാണിമുട്ടം ചിറയിൽ നിന്നും റോഡിന്റെ ഓരം ചേർന്ന് ഒഴുകുന്ന തോട് കാലടി ഏലായ്ക്ക് വെള്ളമെത്തിച്ചശേഷം തിരികെ കിള്ളിയാറിലേക്ക് തന്നെ മടങ്ങുന്നു.

കിള്ളിയാറ്റുപോട്ടിൽ ആറന്നൂർ, ഐരാണിമുട്ടം തുടങ്ങിയ ഏലാ കളിൽ വെള്ളംപായുന്നതിന് മേലാറന്നൂർ ഏലായിൽ വടക്കേ അറ്റത്ത് മുൻപ് കെട്ടിയിരുന്ന പാറച്ചിറ അണ ഇടിഞ്ഞുപോയതിനാൽ വഞ്ചി യൂർ അധികാരത്തിൽ മേലാറന്നൂർ മുതൽ നെല്ലമൺ അധികാരത്തിൽ നാഗരുമൂലവരെ ആയിരത്തിചില്ലാനം പറ കണ്ടം കൃഷി ചെയ്യാൻ വെള്ള മില്ലാതെ ദോഷം വന്നതുകൊണ്ട് 7043 പണം ചെലവു ചെയ്ത് കല്ലണ കെട്ടിച്ചുക്കൊടുക്കണമെന്ന് ദിവാൻ വെങ്കിട്ടരായർക്ക് നീട്ട് നൽകിയ തായി മതിലകം രേഖയുണ്ട്.

ഇവിടെ സൂചിപ്പിച്ച കൈത്തോടുകളും നീർച്ചാലുകളും പലതും ഇന്ന് നികന്നും നികത്തിയും മാലിന്യം നിറഞ്ഞും നശിക്കുകയോ നാശ ത്തിന്റെ വക്കിലോ ആണ്.

കിള്ളിയാർ മനുഷ്യനിർമ്മിതമോ?

നദികളെയും ജലാശയങ്ങളെയും കുറിച്ച് നമുക്ക് താൽപര്യം കൂടി വരുകയാണല്ലോ. കിള്ളിയാർ ശുചീകരണശ്രമങ്ങൾ തുടങ്ങിയതോടെ ചരിത്രാന്വേഷികളുടെയും പ്രകൃതിസ്നേഹികളുടെയും സാമൂഹ്യ പ്രവർത്തകരുടെയും മറ്റും ശ്രദ്ധ അങ്ങോട്ടു തിരിഞ്ഞിട്ടുണ്ട്. അടുത്ത കാലത്തായി കിള്ളിയാർ പ്രകൃതിദത്തമാണോ അതോ മനുഷ്യനിർമ്മി തമാണോ എന്നുള്ള തർക്കങ്ങൾ ഉയർന്നുവന്നിട്ടുള്ളതായി കാണുന്നു. ഏതുവിഷയത്തിലും ആരോഗ്യകരങ്ങളായ തർക്കങ്ങൾ ഉണ്ടാവുന്നത് നല്ലതുതന്നെ. അവസാനം ഒരു ഉത്തരം ലഭിക്കുമല്ലോ.

കിള്ളിയാറിന്റെ ഉത്ഭവത്തെപ്പറ്റിയും തർക്കമുണ്ട്. പനവൂർ പഞ്ചായ ത്തിലെ മൂന്നാനക്കുഴിയിൽ നിന്നാണോ അതോ ആനാട് പഞ്ചായത്തിലെ

തീർത്ഥങ്കരയിൽ നിന്നാണോ ഉത്ഭവം എന്നതാണ് വിഷയം. രണ്ടും അടുത്തടുത്തുള്ള ഉറവകളാണ്. അഞ്ഞൂറു മീറ്ററോളം അകലത്തായി തുടങ്ങുന്ന ഈ രണ്ടു നീരുറവകളും ചേർന്ന് ഒന്നായി ഒഴുകുന്നതും നമുക്ക് കാണാം. കിള്ളിയാറിന്റെ 'കിള്ളി' എന്ന പേരിനെക്കുറിച്ചുള്ള വ്യത്യസ്ത നിഗമനങ്ങൾ മുൻപ് പറഞ്ഞല്ലോ.

നദികൾ സാധാരണ പ്രകൃതിയുടെ വരദാനമാണ്. എന്നാൽ നാഞ്ചി നാട്ടെ പെന്മന, പുത്തൻ അണ, കണിയാപുരംപനത്തുറത്തോട് എന്നിവ യോടൊപ്പം അനിഴംതിരുനാൾ മാർത്താണ്ഡവർമ്മ വെട്ടിയുണ്ടാക്കിച്ച താണ് കിള്ളിയാർ എന്നൊരു നിഗമനം അടുത്തകാലത്ത് പ്രസിദ്ധീകരിച്ച 'മതിലകം രേഖകൾ' എന്ന ഗ്രന്ഥത്തിൽ കാണുന്നു. ഈ നിഗമനത്തെ സാധൂകരിക്കാൻ മതിലകം രേഖകളെ സാക്ഷ്യപ്പെടുത്തിക്കൊണ്ട് നിര ത്തുന്ന വാദങ്ങളിൽ ചിലത് ഇങ്ങനെ:

കൊ:വ: 918ൽ കിള്ളിയിൽ നിന്നും ആറ് അളന്നുകണ്ട നായന്മാർക്ക് അരിപ്പടി നൽകി. ആറ് അളന്ന ശേഷം കുറ്റികൾ തറയ്ക്കണം. കൊ:വ: 925ൽ വട്ടിയൂർക്കാവ് നെല്ലമൺ അധികാരത്തിന്റെ ഏലുകകളിൽ കിള്ളി യാറിനെക്കുറിച്ച് ഒന്നും പറയുന്നില്ല. കൊച്ചാർകിള്ളിയാർ സംരംഭങ്ങൾ സാർത്ഥകമാക്കാൻ വിയർപ്പൊഴുക്കിയത് 2157 പേരാണ്.

കിള്ളിയാർ പൂർണ്ണമാകുന്നത് പത്തോളം കൈത്തോടുകളും ഇരു പതോളം നീർച്ചാലുകളും ഒരുമിക്കുന്നതോടെയാണ്. അങ്ങനെയെങ്കിൽ കിള്ളിയാർ വെട്ടിക്കുന്നതിന് മുൻപ് ഈ തോടുകളിലെ വെള്ളം എങ്ങോട്ട് ഒഴുകിയിരുന്നു എന്ന ചോദ്യം പ്രസക്തമാണ്. സാധാരണയായി ഇത്തരം ജലപ്രവാഹങ്ങൾ തടാകങ്ങളിലേക്കോ നദിയിലേക്കോ സമുദ്രത്തി ലേക്കോ ഒഴുകിയെത്തുകയാണ് ചെയ്യുന്നത്.

918ൽ രേഖപ്പെടുത്തിയിട്ടുള്ള വട്ടിയൂർക്കാവ് നെല്ലമൺ അധികാര ത്തിന്റെ എലുകകളിൽ കിള്ളിയാർ ഇല്ലെങ്കിലും 'ചിറ്റാറ്റിൻകര'യുണ്ട്. 'ചിറ്റാറ്റിൻകര' എന്നാൽ ചിറ്റാറിന്റെ കരപ്രദേശം എന്നാണല്ലോ. ചിറ്റാർ എന്നത് കിള്ളിയാറിന്റെ പഴയപേരാണുതാനും. അങ്ങനെയെങ്കിൽ ചിറ്റാർ എന്ന് വിളിച്ചിരുന്ന കിള്ളിയാർ 918ന് മുൻപുതന്നെ ഉണ്ടായി രുന്നതായി കരുതണ്ടേ? മരുതംകുഴിയിൽ കിള്ളിയാറിന്റെ കരയിൽ ചിറ്റാറ്റിൻകര എന്ന പ്രദേശം ഇപ്പോഴുമുണ്ട്. അശ്വതി തിരുനാൾ ഗൗരി ലക്ഷ്മിഭായി എഴുതിയ 'ശ്രീപത്മനാഭസ്വാമിക്ഷേത്രം' എന്ന ഗ്രന്ഥ ത്തിൽ ചിറ്റാറിൽ നിന്ന് ഭദ്രക്കുളത്തിലേക്ക് അഥവാ പത്മതീർത്ഥ ക്കുളത്തിലേക്ക് സുഗമമായി ജലപ്രവാഹം എത്തിക്കുന്നതിന് കൊച്ചാർ വെട്ടിച്ചു എന്ന് മതിലകം രേഖയെ ഉദ്ധരിച്ച് എഴുതിയിട്ടുണ്ട്. ഇതനു സരിച്ച് കൊച്ചാർ വെട്ടിക്കുമ്പോൾ ചിറ്റാർ ഉണ്ടെന്നല്ലേ അർത്ഥം. ആദ്യ മുറജപം കൊ.വ. 925ന് ആയിരുന്നല്ലോ.

നെടുമങ്ങാട്ടെ പനവൂരിൽ നിന്നും പാറക്കെട്ടുകൾ നിറഞ്ഞ മങ്കുടി അപ്പൂപ്പന്റെ നടയും കല്ലംപാറ കടവും പാറച്ചിറയും മറ്റ് ദുർഘട വഴികളും കടന്ന് പള്ളത്തിൻകടവിൽ വച്ച് കിള്ളിയാർ കരമനയാറുമായി സംഗമിക്കുന്നു. ഒരു ആറ് വെട്ടിയുണ്ടാക്കണമെങ്കിൽ ഇത്രയും സങ്കീർണ്ണമായ വഴികളിലൂടെ വേണമായിരുന്നോ? എന്ന ചോദ്യത്തിനും പ്രസക്തിയുണ്ട്. ഉത്ഭവസ്ഥാനത്തും ഏണിക്കരഭാഗത്തും മാത്രമാണ് ഈ ആറ് കുറേദൂരം നേർരേഖയിൽ സഞ്ചരിക്കുന്നത്. മനുഷ്യനിർമ്മിതമായ ആറ് ആയിരുന്നുവെങ്കിൽ ഇപ്പോഴുള്ള സങ്കീർണ്ണമായ സഞ്ചാരവഴികൾ ഒഴിവാക്കി കുറേക്കൂടി നേർരേഖയിൽ ആറ് വെട്ടാമായിരുന്നു.

ഇരുപത്തിനാല് കിലോമീറ്റർ നീളത്തിൽ വളഞ്ഞുപുളഞ്ഞു ഒഴുകുന്ന കിള്ളിയാറും പിന്നെ കൊച്ചാറും വെട്ടിക്കാൻ രണ്ടായിരത്തി ഒരുനൂറ്റി അമ്പത്തിയേഴ് പേരുടെ അദ്ധ്വാനം വേണ്ടിവന്നു എന്നതും സാമാന്യബുദ്ധിക്ക് യോജിക്കാൻ കഴിയില്ല. പ്രത്യേകിച്ച് യാതൊരു യന്ത്രസാമഗ്രികളുടെയും സാഹായമില്ലാതെ. അഞ്ചാമട പകുതിയിലെ അഞ്ച് മടകളിൽ പ്രധാനപ്പെട്ടതാണ് കാടുവെട്ടിയും മരുതംകുഴിയും. കാടുവെട്ടിയിൽ നിന്ന് മഹാദേവക്ഷേത്രത്തിന്റെ കിഴക്കുഭാഗം വഴി മരുതംകുഴി അണയിലേക്ക് വെള്ളം എത്തിക്കാൻ നദിയുടെ ഗതി അല്പദൂരം മാറ്റേണ്ടിവന്നിട്ടുണ്ട് എന്ന് പഴമക്കാർ പറഞ്ഞുകേട്ടിട്ടുണ്ട്. അത് സ്വാഭാവികം. മാർത്താണ്ഡവർമ്മയുടെ കാലത്ത് കിള്ളിയാറിന്റെ ആഴവും പരപ്പും വർദ്ധിപ്പിച്ചിരിക്കാം.

കൊ.വ. 852 ൽ നാടുനീങ്ങിയ ആദിത്യവർമ്മ രാജാവ്, തിരുവനന്തപുരത്തുള്ള രാജകൊട്ടാരത്തിന് തീപിടിച്ചതിനെ തുടർന്ന് കിള്ളിയാറിന്റെ പടിഞ്ഞാറെ കരയിലുള്ള കൊട്ടാരത്തിലേക്ക് താമസം മാറി എന്ന് തിരുവിതാംകൂർ ചരിത്രത്തിൽ പി.ശങ്കുണ്ണിമേനോൻ രേഖപ്പെടുത്തിയിട്ടുണ്ട്. പ്രസിദ്ധമായ കാന്തളൂർശാല ക്ഷേത്രം ചിറ്റാറിന്റെ കരയിലായിരുന്നുവെന്ന് മതിലകം രേഖയിൽ പരാമർശമുണ്ടത്രേ. 13-ാം നൂറ്റാണ്ടിന്റെ അവസാനത്തിൽ തിരുവനന്തപുരത്തു ണ്ടായിരുന്ന പഴയങ്ങാടിയും തുടർന്നു രൂപംകൊണ്ട ചാലകമ്പോളവും വളർന്ന് വികസിച്ചത് കിള്ളിയാറിന്റെ കരയിലാണ്. കിള്ളിയാറിൽ നിന്ന് കരമനയാറിലേക്കും അവിടെ നിന്ന് സമുദ്രത്തിലേക്കും ജലമാർഗ്ഗമുള്ള ചരക്കുഗതാഗതം സാദ്ധ്യമായിരുന്നു.

കിള്ളിയാർ പ്രകൃതിദത്തമായാലും മാർത്താണ്ഡവർമ്മ മഹാരാജാവ് വെട്ടിച്ചതായാലും തിരുവനന്തപുരം നഗരത്തിലെ ജനജീവിതവുമായി എക്കാലവും ചേർന്നുനിന്നിരുന്നുവെന്നതിൽ തർക്കമില്ല.

ഉത്ഭവസ്ഥലത്തേക്ക്

വീട്ടിൽനിന്നു വളരെയകലെയല്ലാതെ ഒഴുകുന്ന കിള്ളിയാർ ബാല്യത്തിൽത്തന്നെ മനസ്സിലുറച്ച മനോഹരകാഴ്ചകളിലൊന്നാണ്. മരുതംകുഴി

തീർത്ഥങ്കര - കിള്ളിയാറിന്റെ തുടക്കം

കിള്ളിയാർ താഴ്‌വാരത്തിലേക്ക്

എൽ.പി.സ്കൂളിൽ ഒന്നാം ക്ലാസിലെ അഡ്മിഷനുവേണ്ടി ഹെഡ്മിസ്ട്രസിന്റെ മുറിയിലെത്തിയപ്പോൾ, അവിടത്തെ ജനാലയിലൂടെ താഴെ സ്കൂൾ പരിസരത്തുള്ള പാറക്കെട്ടിനു മുകളിൽ പടർന്നു പന്തലിച്ചു നിന്നിരുന്ന മരുതമരച്ചില്ലകൾക്കിടയിലൂടെ കണ്ട മരുതംകുഴി അണയും ഷട്ടറിന്റെ പാളികൾക്ക് മുകളിലൂടെ കുതിച്ചുചാടുന്ന വെള്ളച്ചാട്ടവും ഇരുകരകളിലും ഇടതൂർന്നു വളർന്നുനിന്നിരുന്ന വൻമരങ്ങളുടെ മദ്ധ്യത്തിലൂടെ ഇടത്തേക്കു തിരിഞ്ഞൊഴുകുന്ന ആറുമൊക്കെ ചേർന്നുള്ള ചേതോഹരമായ കാഴ്ച മങ്ങലേൽക്കാതെ ഇന്നും മനസ്സിലുണ്ട്.

കിള്ളിയാറിന്റെ ഉത്ഭവം കാണാൻ ആഗ്രഹമുണ്ടെന്ന് സുഹൃത്ത് രഘുവരനോടു പറഞ്ഞപ്പോൾ അദ്ദേഹത്തിൽനിന്ന് അനുകൂലപ്രതികരണമുണ്ടായെന്നു മാത്രമല്ല, വേണ്ട ഒരുക്കങ്ങളും തിടുക്കത്തിൽത്തന്നെ ചെയ്തുതന്നു. പ്രകൃതിസ്നേഹികളായ മറ്റ് അഞ്ചാറു സുഹൃത്തുക്കളുമായിട്ടാണ് പനവൂരിലേക്കു പോയത്.

നെടുമങ്ങാടിന്റെ കിഴക്കുഭാഗത്തായുള്ള പനവൂർ പഞ്ചായത്തിൽപ്പെട്ട ഒരു കുന്നിന്റെ മദ്ധ്യഭാഗത്തുനിന്നാണ് കിള്ളിയാർ ഉത്ഭവിക്കുന്നത്. തിരുവനന്തപുരം പൊൻമുടി റോഡിൽ നെടുമങ്ങാട് പട്ടണം കഴിഞ്ഞ് പുത്തൻപാലം വഴി ഇടതുഭാഗത്തേക്കു തിരിഞ്ഞുവേണം പനവൂരിലെത്താൻ. പനവൂരിലെത്തിയപ്പോൾ നേരത്തേ പറഞ്ഞുവച്ചിരുന്ന സഹായി കൃത്യമായി കാത്തുനിൽപ്പുണ്ട്. അവിടെനിന്ന് ഒരു മലയടിവാരത്തിലേക്കാണ് അയാൾ ഞങ്ങളെ കൂട്ടിക്കൊണ്ടുപോയത്.

മൂന്നാനക്കുഴിയിൽനിന്നും തീർത്ഥങ്കരയിൽനിന്നും വരുന്ന ഉറവകൾ ഒത്തു ചേരുന്നു

ഏകദേശം ഇരുന്നൂറുമീറ്റർ കുത്തനെയുള്ള ഇറക്കം അവസാനിക്കുന്നിടത്ത് ആ പ്രദേശത്തെ ജനവാസവും അവസാനിക്കുന്നു.

ശൈശവത്തിന്റെ നിഷ്കളങ്കതയോടും ബാല്യത്തിന്റെ കുസൃതിയോടുകൂടി കിള്ളിയാർ ഒരു ചെറുതോടായി ജനവാസകേന്ദ്രത്തിലേക്കു പ്രവേശിക്കുന്നതും ഇവിടെവച്ചുതന്നെ. ആറിന്റെ കരയിലായി ആദി വൈകുണ്ഠസ്വാമിക്ഷേത്രമുണ്ട്. പേരിൽ പഴമയുണ്ടെങ്കിലും ത്രിമൂർത്തികളുടെ പ്രതിഷ്ഠയുള്ള ക്ഷേത്രത്തിന് വലിയ പഴക്കമില്ല. ഇവിടെനിന്നാണ് കിള്ളിയാറിന്റെ ഉത്ഭവസ്ഥലത്തേക്കുള്ള കയറ്റത്തിന്റെ തുടക്കം. ഒന്നര കിലോമീറ്ററോളം കയറ്റം കയറണം എന്ന് വഴികാട്ടിയായ അനിൽ മുന്നറിയിപ്പു തന്നു.

തട്ടുതട്ടുകളായുള്ള കുന്നിൻപ്രദേശം. കുത്തനെയുള്ള കയറ്റങ്ങൾ കുറവാണ്. വൻവൃക്ഷങ്ങളും ഇടതൂർന്ന അടിക്കാടുകളുമൊക്കെയായി മനുഷ്യരുടെ കടന്നുകയറ്റങ്ങൾക്ക് പൂർണ്ണമായും വിധേയനാകാൻ മടിച്ചുനിൽക്കുന്ന 'ഒറ്റക്കൊമ്പുമല' ഇടതുവശത്തുണ്ട്. ഇടയ്ക്കുവച്ച് നീരൊഴുക്ക് ഞങ്ങളുടെ സഞ്ചാരവഴിയിൽനിന്ന് അകന്നുപോയെങ്കിലും മുക്കാൽ കിലോമീറ്ററോളം നടന്നപ്പോൾ കുന്നിൻമുകളിൽ വ്യത്യസ്തമായ ദിശകളിൽനിന്ന് ഒഴുകിവരുന്ന രണ്ടുനീർച്ചാലുകൾ സംഗമിക്കുന്നതു കാണാൻ കഴിഞ്ഞു. അടുത്താണെങ്കിലും ഈ നീർച്ചാലുകൾ രണ്ടും രണ്ട് ഗ്രാമപഞ്ചായത്തുകളിൽനിന്നു വരുന്നുവെന്നത് രസാവഹമാണ്.

ഒന്ന് പനവൂർ പഞ്ചായത്തിൽ നിന്നും അടുത്തത് ആനാട് പഞ്ചായത്തിൽ നിന്നും. പണ്ട് ഈ പ്രദേശങ്ങളെല്ലാം ആനാട് പഞ്ചായത്തിലായിരുന്നുവെങ്കിലും പിന്നീട് പഞ്ചായത്തു വിഭജിച്ച് ഒരു ഭാഗം പനവൂരായി. ഈ രണ്ടു നീർച്ചാലുകളിൽ ഏതാണ് കിള്ളിയാർ പിറക്കുന്നിടത്തേക്കു നയിക്കുന്നത്? മറ്റുപല കാര്യങ്ങളിലുമെന്നപോലെ ഇവിടെയും രണ്ടഭിപ്രായമുണ്ട്. ആദ്യം പറഞ്ഞ നീർച്ചാൽ നീളുന്നത് പനവൂർ പഞ്ചായത്തിലെ മൂന്നാനക്കുഴിയുടെ കീഴ്ഭാഗത്തേക്കാണ്. അവിടെ ഒരു കൽഅടുക്കിനോടു ചേർന്ന് വള്ളിച്ചെടികളും കുറ്റിച്ചെടികളുമൊക്കെ വളർന്നുനിൽക്കുന്നുണ്ട്. വഴികാട്ടി താഴേക്കിറങ്ങി ചെടികളും വള്ളികളും വകഞ്ഞ് കൈയിൽ കരുതിയിരുന്ന കത്തികൊണ്ട് മുറിച്ച് മാറ്റി. കല്ലുകൾക്കിടയിലൂടെ ജലം കനിഞ്ഞിറങ്ങുന്നു. അതാണ് ഞങ്ങൾ അന്വേഷിച്ചുചെന്ന ആദ്യത്തെ നീരൊഴുക്കിന്റെ തുടക്കം. കിള്ളിയാറിന്റെ ഉത്ഭവം ഇവിടെനിന്നാണെന്ന് വിശ്വസിക്കുന്നവരുണ്ട്.

തുടർന്ന് അടുത്ത നീർച്ചാലിന്റെ ഉത്ഭവം കാണാനായിനടന്നു. ഒറ്റക്കൊമ്പുമല ആനാട് ഗ്രാമപഞ്ചായ ത്തിൽപ്പെട്ടതാണെന്ന് പറഞ്ഞുവല്ലോ. മൂന്നാനക്കുഴിയിൽ നിന്ന് അരക്കിലോമീറ്റർ ദൂരമുണ്ട്. പഞ്ചായത്തിന്റെ അതിർവരമ്പുകളൊന്നും നീർച്ചാലുകൾക്കെന്നപോലെ ഞങ്ങൾക്കുമറിയില്ല. ജനസമ്പർക്കമില്ലാതെ കാടുപിടിച്ചുകിടക്കുന്ന ഭൂമിയിലൂടെ കൈയിലിരുന്ന വടികൊണ്ട് ചെടികൾ വകഞ്ഞ് പാതയൊരുക്കിക്കൊണ്ട് വഴികാട്ടി മുമ്പേ നടന്നു.

കുന്നിൻചരിവിൽനിന്ന് അല്പം മാറി ഒറ്റക്കൊമ്പുമലയുടെ താഴേക്കിറങ്ങിയപ്പോൾ വഴികാട്ടിയായിവന്ന അനിൽ പറഞ്ഞു, ‘‘ഇതാണ് തീർത്ഥങ്കര.’’ രണ്ടുവശത്തും വെള്ളാരംപാറകൾകൊണ്ടു പ്രകൃതി തീർത്ത ഒരിടുങ്ങിയ പാത്തിയിലേക്ക് ഒരു വലിയ തീർത്ഥക്കിണ്ടിയുടെ വാലിലൂടെ ചാടിവരുന്ന തീർത്ഥജലം പോലെ പാറകൾക്കിടയിൽ നിന്നു വെള്ളം ചാടിവരുന്നു. ‘‘ഇതാണ് ശരിക്കും കിള്ളിയാറിന്റെ തുടക്കം.’’ അനിൽ ആവേശത്തോടെ പറഞ്ഞു. തലമുറകളായി കാരണവന്മാരിൽ നിന്ന് കൈമാറിക്കിട്ടിയ അറിവാണ് അനിലിന്റേത്. തീർത്ഥങ്കരയിലെ തീർത്ഥത്തിന് മൂന്നാനക്കുഴിയെക്കാൾ ദൃശ്യഭംഗി കൂടും. പക്ഷേ, തീർത്ഥങ്കരക്കാരുടെ വാദം ഔദ്യോഗികമായി അംഗീകരിക്കപ്പെട്ടിട്ടില്ല. തീർത്ഥങ്കരപക്ഷക്കാർ താഴ്‌വാരത്ത് വേറെയുമുണ്ട്.

ഒറ്റക്കൊമ്പ് മലയുടെ ചരിവിൽ നിൽക്കുമ്പോൾ മലയുടെ മുകളിലേക്കുള്ള കാഴ്ച വൻമരങ്ങൾ മറയ്ക്കുന്നു. പണ്ട് ഇവിടെ ആനശല്യമുണ്ടായിരുന്നപ്പോൾ ആനകളെ വീഴ്ത്താൻ കാണിക്കാർ മൂന്നുകുഴികൾ കുഴിച്ചു. ഈ മൂന്ന് ആനക്കുഴികളാണ്, മൂന്നാനക്കുഴി എന്ന സ്ഥലനാമത്തിന്റെ പുറകിൽ. തെറ്റിക്കുന്നിന്റെ താഴ്‌വാരമാണിവിടം. ഇവിടെ കരിഞ്ചാത്തി എന്നുവിളിച്ചിരുന്ന ഒരു സർപ്പമുണ്ടായിരുന്നുവെന്നും അതിന്റെ

ശല്യം സഹിക്കാനാവാതെ ആദിവാസികൾ ഓടിച്ച സർപ്പം അടുത്ത മലയിലെ ഒരു വൻമരത്തിന്റെ ഒറ്റക്കൊമ്പിൽ കയറിയെന്നും ആ മല യാണ് ഒറ്റക്കൊമ്പൻമലയായതെന്നും വിശ്വസിക്കുന്നു.

മൂന്നാനക്കുഴിയുടെ താഴെയുണ്ടായിരുന്ന ആയിരവല്ലിക്കാവ് മൂന്നാന ക്കുഴി കവലയിലേക്ക് മാറ്റിസ്ഥാപിച്ചതാണ് ഇന്നത്തെ ആയിരവല്ലി ത്തമ്പുരാൻ ദേവീക്ഷേത്രം. ഇതൊക്കെ അനിൽ പറഞ്ഞ കഥകളാണ്.

ജനമദ്ധ്യത്തിലേക്കിറങ്ങിയ കിള്ളിയാറിന്റെ മുന്നോട്ടുള്ള യാത്ര, പല കൈത്തോടുകളും വന്നുചേരുന്നതോടെ ശക്തമാകുന്നു. മണ്ണയിൽ ദേവീക്ഷേത്രം, കല്ലിയൂർ മാടൻനട, കൊല്ലഭദ്രകാളിക്ഷേത്രം എന്നിവ യാണ് തുടക്കത്തിൽ നദിക്കരയിലുള്ള ക്ഷേത്രങ്ങൾ.

കിള്ളിയാറിനോടു ചേർന്നിരിക്കുന്ന ഏറ്റവും ചെറിയ ആരാധന സ്ഥലമാണ് മാങ്കുടി അപ്പൂപ്പന്റേത്. പാറക്കെട്ടുകളുള്ള ഈ പ്രദേശത്ത് കിള്ളിയാറിനു വിസ്താരം കൂടുതലുണ്ട്. ആരാധനയ്ക്കുവേണ്ടി സ്ഥാപി ച്ചിരിക്കുന്ന കൽവിളക്കുകൾ ആറിനോടു ചേർന്നോ ആറ്റിനുള്ളിലേക്ക് തള്ളിയോ ആണെന്നു പറയാം. കമ്പിവളച്ചുണ്ടാക്കിയ ഒരു താത്ക്കാലിക മേൽക്കൂരയാണുള്ളത്. മാങ്കുടി അപ്പൂപ്പന് വെള്ളിയാഴ്ചകളിൽ മാത്രമേ പൂജയുള്ളൂ. കിള്ളിയാറ്റിൽ വെള്ളം നിറയുമ്പോൾ ഇവിടവും വെള്ള ത്തിനടിയിലാവും.

വീണ്ടും ഒരു കിലോമീറ്റർ മുന്നോട്ടുപോകുമ്പോൾ ആറിന്റെ പടി ഞ്ഞാറുഭാഗത്തെ ഉയർന്ന സ്ഥലത്ത് കിഴക്കു ദർശനമായി പാറയിൽനട മേലാങ്കോട് ദേവീക്ഷേത്രം. മേലാങ്കോട് യക്ഷിയെ പൂർവികർ ഇവിടെ കൊണ്ടുവന്ന് പ്രതിഷ്ഠിച്ചുവെന്നാണ് സങ്കല്പം. യക്ഷിയമ്മയ്ക്കും നീലിയമ്മയ്ക്കും ആരാധനയുണ്ട്. ഇവർ സഹോദരിമാരെന്നാണ് വിശ്വാസം. മാടനും മന്ത്രമൂർത്തിക്കും ഉപപ്രതിഷ്ഠകളുണ്ട്. കുംഭമാസ ത്തിലെ രണ്ടാമത്തെ ചൊവ്വാഴ്ച പ്രതിഷ്ഠാവർഷമായി കൊണ്ടാടുന്ന ഈ ക്ഷേത്രം പാറയിൽകുടുംബക്കാരുടേതാണ്.

പഴകുറ്റിയിൽ കിള്ളിയാറിലെ കുളിക്കടവായ കല്ലംപാറക്കടവിൽ നിന്നാണ് പഴവങ്ങാടി ഗണപതിക്ഷേത്രനിർമ്മാണത്തിനാവശ്യമായ പാറ ക്കല്ലുകൾ വെട്ടിയെടുത്തത്. ബാക്കിവന്ന കല്ലുകൾ പഴവടി മഹാഗണ പതിക്ഷേത്രനിർമ്മാണത്തിനുപയോഗിച്ചു. കല്ലുവെട്ടിയ കടവിൽ കൽ പ്പണിക്കാർ ഭൂതത്താന്റെ സങ്കല്പത്തിൽ ഒരു ചെറിയ ശിവലിംഗം കൊത്തിവച്ചതോടെ കടവിന്റെ പേര് ഭൂതത്താൻകടവെന്നായി. പാറകൾ നിറഞ്ഞതെങ്കിലും കിള്ളിയാറിലെ വിശാലമായ കടവുകളിലൊന്നാ ണിത്. ആറിന്റെ പടിഞ്ഞാറുഭാഗത്തുള്ള പാറ തുരന്നാണ് മുക്കാൽ അടിയോളം പൊക്കമുള്ള ശിവലിംഗം ഉണ്ടാക്കിയിരിക്കുന്നത്. ഈ കൊത്തുപണി ആരാലും ശ്രദ്ധിക്കപ്പെടാതെ അവിടെയുണ്ട്. മഴക്കാലത്ത്

മാങ്കുടിമൂപ്പന്റെ നട

ഇത് വെള്ളത്തിനടിയിലാവും. പിതൃകർമ്മങ്ങൾക്കും തുണി അലക്കാനു മുപയോഗിക്കുന്ന കടവിന്റെ മുകൾഭാഗത്ത് വെള്ളാളസമുദായത്തിൽ പ്പെട്ടവർക്കും പോറ്റിമാർക്കും മാത്രമായ ശ്മശാനമുണ്ട്. മുനിസിപ്പൽ, വില്ലേജ് ഓഫീസുകൾ, കോടതി ഇവയൊക്കെ സ്ഥിതിചെയ്യുന്ന നെടു മങ്ങാടിന്റെ സിരാകേന്ദ്രത്തിനു പടിഞ്ഞാറു മാറിയാണ് കിള്ളിയാർ ഒഴുകുന്നത്.

നെടുമങ്ങാടിന്റെ പഴയ പേര് 'നെടുവൻകാട്' ആയിരുന്നുവെന്നാണ് വാർഡിന്റെ സർവ്വേ റിപ്പോർട്ടിൽ കാണുന്നത്. കാടും മലയും താഴ്വാരങ്ങളുമൊക്കെ ചേർന്ന പ്രദേശമാണിത്. വലുപ്പത്തിൽ തിരുവനന്തപുരം ജില്ലയിൽ ഒന്നാംസ്ഥാനത്തുള്ള നെടുമങ്ങാടിന്റെ വിസ്തൃതി 926.70 ച. കി.മീ. ആണ്.

കിള്ളിയാറിന്റെ കിഴക്കുഭാഗത്ത് 700 മീറ്റർ ദൂരത്തിലാണ് വലിയകോയിക്കൽ കൊട്ടാരം. നെടുമങ്ങാടിനെ ചരിത്രമറിയുന്നത് ഇളയിടത്ത് സ്വരൂപത്തിൽപ്പെട്ട പേരകത്തായ്വഴിയുടെ ആസ്ഥാനമായാണ്. എ.ഡി. 1677

കല്ലംപാറ കടവിലെ ശിവലിംഗം

മുതൽ 1684 വരെ വേണാട് ഭരിച്ചിരുന്ന ഉമയമ്മറാണി മുഗൾ സർദാറിന്റെ ആക്രമണത്തെ ഭയന്ന് ഈ കൊട്ടാരത്തിൽ താമസിച്ചിരുന്നു. കോട്ടയം രാമവർമ്മത്തമ്പുരാന്റെ സഹായത്തോടെയാണ് മുകിലനെ പരാജയപ്പെടുത്തിയത്. അനിഴംതിരുനാൾ മാർത്തണ്ഡവർമ്മ മഹാരാജാവ് 1742ൽ ഇളയിടത്തു സ്വരൂപത്തെ തിരുവിതാംകൂറിലേക്ക് കൂട്ടിച്ചേർത്തതോടെ നെടുമങ്ങാട് കോയിക്കൽ കൊട്ടാരത്തിന്റെ പ്രതാപവും അവസാനിച്ചു. ശില്പഭംഗിയുള്ള ഈ ഇരുനിലനാലുകെട്ട് ഇന്നൊരു ചരിത്രസ്മാരകമാണ്.

15-ാം നൂറ്റാണ്ടിൽ കേരളത്തിൽ നിലനിന്നിരുന്ന വാസ്തുശില്പ ശൈലിയുടെ ഉദാഹരണമാണ് ഈ കൊട്ടാരം. നാലുകെട്ടിന്റെ നിർമ്മാണതത്ത്വങ്ങളെല്ലാം പൂർണ്ണമായി ഉൾക്കൊണ്ടിട്ടുള്ള കോയിക്കൽ കൊട്ടാരത്തിന്റെ മുഖപ്പുകളോടുകൂടിയ ചരിഞ്ഞ കൂരയും ഒറ്റക്കൽത്തൂണുകളും തദ്ദേശവാസ്തുശില്പത്തിന്റെ നാഴികക്കല്ലായി നിൽക്കുന്നു.

ശ്രീകണ്ഠൻ ശാസ്താക്ഷേത്രം പത്താംകല്ലിലാണ്. പ്രധാന റോഡിനു പടിഞ്ഞാറേക്ക് ആറ്റിനു കുറുകെയുള്ള പാലം കടന്നാൽ ഇടതുവശത്തായാണ് ക്ഷേത്രം. ഇവിടെ ശാസ്താവിനെക്കൂടാതെ ഗണപതിയും ദുർഗ്ഗാദേവിയും ഉപദേവതകളായുണ്ട്. ചുവരുകളും മേൽക്കൂരയുമുൾപ്പെടെ വലിയ കല്ലുകൾകൊണ്ടു നിർമ്മിച്ചിരുന്ന പുരാതനമായ ക്ഷേത്രത്തിന്റെ ശ്രീകോവിൽ മാറ്റി ആധുനികരീതിയിൽ പണിതിരിക്കുന്നു. ക്ഷേത്രത്തോടു ചേർന്ന് ആറ്റിന്റെ കരയിൽ നാഗർകാവുമുണ്ട്.

നെടുമങ്ങാട് ആസ്ഥാനമാക്കി നാടുവാണിരുന്ന പേരകത്തായ്വഴിയോടും ഉമയമ്മറാണിയോടും കൂറുപുലർത്തിയിരുന്ന നായർകുടുംബമാണ് കരകുളത്ത് പിള്ളമാർ. ഇപ്പോഴും പഴയപ്രതാപം പൂർണ്ണമായും വിട്ടുപോകാത്ത മാങ്കോട്ടുകുടുംബവും മുല്ലശ്ശേരികുടുംബവും കരകുളത്ത് പിള്ളമാരുടെ പിൻഗാമികളാണ്. വയക്കോണം ദുർഗ്ഗാദേവിക്ഷേത്രം കരകുളത്തുണ്ട്.

കരകുളം പാലത്തിനു കിഴക്കുവശത്തുള്ള പമ്മത്തല ഏലായുടെ കരയിലാണ് കുനൂർശാല ശ്രീധർമ്മശാസ്താക്ഷേത്രം. കുനൂർശാല പഴയ പാഠശാലയായിരുന്നുവെന്നാണ് വിശ്വാസം. മംഗലാപുരത്ത് പുത്തൂർദേശത്തുനിന്നുവന്ന ഉപാദ്ധ്യായന്മാർ ക്ഷേത്രത്തിലെ പൂജയ്ക്കും വേദം പഠിപ്പിക്കാനുമാണ് ഇവിടെ എത്തിയതത്രെ. സുബ്രഹ്മണ്യ ഉപാദ്ധ്യായയാണ് ആദ്യം എത്തിയത്. അദ്ദേഹത്തിന്റെ പിൻതലമുറക്കാർ ഇപ്പോഴും ഇവിടെയുണ്ട്. കരകുളം പിള്ളയുടെ കളരി ഉണ്ടായിരുന്ന സ്ഥലമാണ് ഇവിടം എന്നും പറയുന്നു.

കരകുളം പാലത്തിനടിയിലൂടെ റോഡിനു കുറുകെ നഗരത്തിലേക്കു കടന്ന് ഏണിക്കരയെത്തുമ്പോഴേക്കും കിള്ളിയാറ് കല്ലാറിനെ

കോയിക്കൽ കൊട്ടാരം

ഓർമ്മപ്പെടുത്തും. ഉരുളൻപാറകൾക്കിടയിലൂടെ വളരെദൂരം വളവു തിരിവുകളില്ലാതെയൊഴുകുന്ന കിള്ളിയാറിന് മറ്റു പ്രദേശങ്ങളെ അപേക്ഷിച്ച് ഭംഗി കൂടുതലാണെന്നു തോന്നുന്നു. ഇവിടെ ആറാംകല്ലിൽ മുതുശാസ്താംകോടുക്ഷേത്രം. ദേവിയുടെ പാദമുദ്ര ക്ഷേത്രത്തോട് ചേർന്ന കുളിക്കടവിലുണ്ട്.

ഏണിക്കരയിൽ ആറിന്റെ പടിഞ്ഞാറേക്കരയിൽ മേലേതിൽ തമ്പുരാൻ ക്ഷേത്രം. മേലേതിൽ കുടുംബക്കാരുടെ തെക്കതാണ് പിന്നീട് ക്ഷേത്രമായി മാറിയത്. ഇപ്പോൾ ശിവൻ മുഖ്യപ്രതിഷ്ഠ. നാഗരും ഗണപതിയും ഉപപ്രതിഷ്ഠകളായുണ്ട്.

കുറച്ചുകൂടി മുന്നോട്ടുവന്നാൽ റോഡിനു വടക്കുവശത്തായി വടക്കേടം ശിവക്ഷേത്രവും അതുകഴിഞ്ഞ് കിള്ളിയാറ്റിന്റെ വടക്കേക്കരയിൽ റോഡിന് തെക്കുവശത്തായി തെക്കേടം ശിവവിഷ്ണുക്ഷേത്രവും.

വഴയിലയും പേരൂർക്കടയും

വഴയിലപാലം കടന്ന് നെൽപ്പാടങ്ങൾക്കു നടുവിലൂടെയായിരുന്നു ആറിന്റെ യാത്ര. വഴി ഏലായാണ് വഴേലയും പിന്നെ വഴയിലയുമായി മാറിയത്. ആയൂർകോണം എന്നായിരുന്നു വഴയിലയുടെ പഴയപേര്.

വഴയിലയിൽനിന്ന് പേരൂർക്കട ജംഗ്ഷനിലെ തിരക്ക് ഒഴിവാക്കി അടുപ്പുകൂട്ടാൻ പാറചുറ്റി ഇന്ദിരാനഗറിന്റെ പുറകുവശത്തുകൂടി മണികണ്ഠേശ്വരം പുതിയപാലം കടന്നാണ് കിള്ളിയാർ തൊഴുവൻകോട്

ചാമുണ്ഡീക്ഷേത്രത്തിന്റെ പുറകിലെത്തുന്നത്. അടുപ്പുകൂട്ടാൻ പാറയിൽ പാണ്ഡവർ വനവാസകാലത്ത് താമസിച്ചുവെന്നാണ് പുരാവൃത്തം. ഭീമസേനൻ പാചകത്തിനായി ഇവിടെ അടുപ്പുകൂട്ടിയത്രേ. അങ്ങനെയാണ് ഇവിടം അടുപ്പുകൂട്ടാൻ പാറയായത്. ഇങ്ങനെ ഭീമസേനൻ കൂട്ടിയ അടുപ്പുകൾ നമ്മുടെ നാട്ടിൽ ധാരാളമുണ്ട്. ഈ കല്ലുമലയിൽ നിന്ന് ശ്രീപത്മനാഭസ്വാമിക്ഷേത്രത്തിലെ കുലശേഖരമണ്ഡപത്തിന്റെ നിർമ്മാണത്തിന് കല്ലുവെട്ടിയെടുത്തു എന്ന പ്രത്യേകത കൂടിയുണ്ട്. സ്വാമി വിവേകാനന്ദൻ പി. സുന്ദരംപിള്ളയോടൊപ്പം ഈ പാറയുടെ മുകളിൽ കയറിയിട്ടുണ്ടത്രേ.

പ്രസിദ്ധമായ പേരൂർക്കടച്ചന്ത ചരിത്രപ്രാധാന്യമുള്ളതാണ്. പഴയ പേരകത്തിന്റെ തെക്കൻ അതിർത്തി പേരൂർ ആയിരുന്നുവത്രേ. അക്കാലത്ത് ഇവിടത്തെ ചന്ത ഒരു പടക്കളമായിരുന്നുവെന്ന് വിശ്വസിക്കുന്നു. ചെറുനാട്ടുരാജ്യങ്ങളായിരുന്ന കാലത്ത് ശത്രുനീക്കങ്ങൾ മനസ്സിലാക്കാനും പ്രതിരോധിക്കാനുമുള്ള സന്നാഹങ്ങളിൽ ഒന്നായിരുന്നു ഇവിടത്തെ പടനിലം. നെടുമങ്ങാട് ആസ്ഥാനമായുള്ള പേരകത്തായ്‌വഴി തിരുവിതാംകൂറിനോടു ചേർക്കാൻ മാർത്താണ്ഡവർമ്മ നടത്തിയ സൈനികനീക്കത്തെ പേരകത്തോടൊപ്പം നിന്നിരുന്ന കരകുളംപിള്ള ചെറുത്ത് മുന്നേറിയെങ്കിലും 1731ൽ പേരൂരെ പടനിലത്തിൽ വച്ചുണ്ടായ അവസാനയുദ്ധത്തിൽ യുവാവായ കരകുളംപിള്ള വീരമൃത്യു വരിച്ചു. മാർത്താണ്ഡവർമ്മ ശത്രുക്കൾക്കെതിരായി പടയുമായി പുത്തൻചന്തയോളമെത്തി എന്ന മതിലകം രേഖയിലുള്ള പരാമർശത്തിലെ പുത്തൻ ചന്ത പേരൂർക്കട ചന്തയാണെന്ന് ചില ചരിത്രഗവേഷകർ അഭിപ്രായപ്പെടുന്നുണ്ട്.

മരുതംകുഴി അണ

മഴക്കാലത്ത് വെള്ളപ്പൊക്കം നിയന്ത്രിക്കുന്നതിന് വെട്ടിയിരുന്ന മടകളിൽപ്പെട്ടതാണ് കാടുവെട്ടിയു തിരുവനന്തപുരത്തെ പുരാതന അണക്കെട്ടുകളിലൊന്നായ മരുതംകുഴിയും. മരുതംകുഴിയിലെ ഈ അണക്കെട്ട് കിള്ളിയാറ്റിലെ വെള്ളം തടഞ്ഞുനിറുത്തി സമീപപ്രദേശങ്ങളിലെ കൃഷിയിടങ്ങളിലേക്കു തിരിച്ചുവിട്ടിരുന്നുവെന്നു മാത്രമല്ല, പ്രസിദ്ധമായ കൊച്ചാറിന്റെ തുടക്കവും ഇവിടെത്തന്നെ. അണക്കെട്ടിൽ നിന്ന് വെള്ളത്തിന് താഴോട്ടൊഴുകാൻ മൂന്നു തുറപ്പു (ഗേറ്റ്)കളുണ്ട്. കൽത്തൂണുകൾ ഷട്ടർ പിടിപ്പിക്കാനുള്ള വെട്ടുകളോടുകൂടിയതാണ്. ഇരുമ്പുചേർപ്പുകൾകൊണ്ടു സംയോജിപ്പിച്ച കൽപ്പലകകളാണ് ഷട്ടറായി ഉപയോഗിച്ചിരുന്നത് (ഇപ്പോൾ ഇരുമ്പ് ഷട്ടറുകളാണുള്ളത്). ഷട്ടറുകൾ അടയ്ക്കുമ്പോൾ ജലപ്രവാഹം തടസ്സപ്പെടുകയും മുകൾ ഭാഗത്തെ ജലനിരപ്പ് ഉയർന്ന് കനാൽവഴി ജലം ഒഴുകുകയും ചെയ്യും. ഈ കനാലാണ് 'കൊച്ചാർ'. വട്ടിയൂർക്കാവ് അധികാരത്തിലെ വട്ടവിളച്ചിറ എന്നാണു ഇവിടെ അറിയപ്പെട്ടിരുന്നത്. അണയുടെ നിർമ്മാണത്തിനായി

മരുതംകുഴി അണ

നൂറ്റിഇരുപത് പേർ പണിയെടുത്തിരുന്നത്രേ. ശാസ്തമംഗലം മരുതംകുഴി റോഡിൽ ആറിനു കുറുകെ പഴയ പാലമുണ്ട്. ഇതുകൂടാതെ വട്ടിയൂർക്കാവിലേക്ക് മരുതംകുഴി ജംഗ്ഷൻ ഒഴിവാക്കിപ്പോകാൻ മറ്റൊരു പുതിയ പാലം കൂടി നിർമ്മിച്ചിട്ടുണ്ട്.

മരുതംകുഴിഅണയ്ക്കു മുകളിലുള്ള ആറ്റിൽനിന്ന് പണ്ട് മണൽ ഊറ്റുന്ന പതിവുണ്ടായിരുന്നു. കോരുന്ന മണ്ണ് വള്ളങ്ങളിലും മറ്റും കൊണ്ടുവന്ന് അണയുടെ തെക്കുഭാഗത്ത് കൂട്ടിയിടും. അവിടെനിന്ന് വീടുവയ്ക്കാനും മറ്റു മരാമത്തുപണികൾ ഉൾപ്പെടെയുള്ള വിവിധ ആവശ്യങ്ങൾക്ക് കാളവണ്ടിയിലാണ് മണൽ കൊണ്ടുപൊയ്ക്കൊണ്ടിരുന്നത്. മണലൂറ്റുന്നത് വിദഗ്ദ്ധ തൊഴിലാളികളാണ്. ഈ തൊഴിൽ പലരുടെയും ജീവിതമാർഗ്ഗവുമായിരുന്നു. അണകഴിഞ്ഞ് ആറിന്റെ കിഴക്കേക്കരയിലുണ്ടായിരുന്ന കൊല്ലന്റെ പ്രധാനപണി വണ്ടിക്കാളകൾക്ക് ലാടം തറയ്ക്കുകയാണ്. കാലുകൾ കൂട്ടിക്കെട്ടിയശേഷം കാളകളെ ബലം പ്രയോഗിച്ച് ചരിച്ചുകിടത്തി, കാലുകളിൽ ലാടം തറയ്ക്കുകയാണ് കൊല്ലൻ ചെയ്തിരുന്നത്. ലാടം തറയ്ക്കുമ്പോഴുള്ള കാളകളുടെ ദയനീയഭാവവും അടുത്ത ഊഴത്തിനുവേണ്ടി ഭയപ്പാടോടെ കാത്തുനിൽക്കുന്ന കാളകളും

ആലയിലെ ഉല ഊതുമ്പോൾ ജ്വലിക്കുന്ന തീക്കനലുകളും കൗതുകത്തെക്കാൾ ഭയമാണുണ്ടാക്കിയിരുന്നത്. മരുതംകുഴി അണയിലുള്ള കടവിൽ മൃഗശാലയിലെ ആനകളെ കുളിപ്പിച്ചിരുന്നത് കുട്ടികൾക്ക് ഒരു കൗതുക കാഴ്ചതന്നെയായിരുന്നു. കുളിപ്പിക്കാൻ കൊണ്ടുവരുന്ന ആനയ്ക്ക് വെള്ളം കൊടുക്കാൻ വെള്ളയമ്പലത്ത് വി.ജെ.ലെയിനിനു സമീപത്ത് മെയിൻ റോഡിനരികെ ഒരു കൽത്തൊട്ടിയുണ്ടായിരുന്നത് ഇന്നില്ല.

പാലം കടന്നെത്തുന്ന ആറ് കിഴക്കേക്കരയിലുള്ള ഉദിയന്നൂർക്ഷേത്ര (മുടിപ്പുര) സന്നിധിയിലേക്കാണെത്തുന്നത്. ഇവിടെ ഭദ്രയും ദുർഗ്ഗയുമാണ് പ്രതിഷ്ഠ. വീണ്ടും യാത്രതുടങ്ങുമ്പോൾ ഇടപ്പഴിഞ്ഞിയിൽ ആറിന്റെ വടക്കേക്കരയിൽ ബാലസുബ്രഹ്മണ്യക്ഷേത്രം. അതുകഴിഞ്ഞ് അല്പം മുന്നോട്ടൊഴുകുമ്പോഴാണ് പഴയാറ്റിൻകുഴിയും കുറുകെ പാങ്ങോട് പാലവും.

പരിസരവാസികൾ പ്രധാനമായും നീന്തിക്കുളിച്ചിരുന്നത് ഈ ആറ്റിലാണ്. സ്വാഭാവികമായും ധാരാളം നീന്തൽത്താരങ്ങളുമുണ്ടായി. സ്ഥലത്തെ പ്രധാനകായികവിനോദം നീന്തലും വാട്ടർപോളോയുമായിരുന്നു. പാങ്ങോടുപാലത്തിനുമേൽവശം പഴയാറ്റിൻകുഴിഭാഗത്ത് പാലത്തിനടിയിലുള്ള ഷട്ടറുകൾ അടച്ച് വെള്ളം കെട്ടിനിറുത്തിയാണ് നീന്തൽ മത്സരങ്ങൾ നടത്തിയിരുന്നത്. വാട്ടർപോളോമത്സരങ്ങളിലും നീന്തൽ മത്സരങ്ങളിലും പങ്കെടുക്കാൻ അന്നത്തെ പ്രസിദ്ധമായ ഡോൾഫിൻ ക്ലബ്ബ്, സ്റ്റേറ്റ് ട്രാൻസ്പോർട്ട് എന്നിവിടങ്ങളിലെ താരങ്ങൾ എത്തുമായിരുന്നു.

പാങ്ങോടു പട്ടാളത്താവളം

പാങ്ങോട് കിള്ളിയാറിനു കുറുകെയുള്ള പാലം നിർമ്മിച്ചത് പ്രധാനമായും പട്ടാളത്താവളത്തിന്റെ ആവശ്യത്തിലേക്കാണ്. കിള്ളിയാറിന്റെ കിഴക്കേക്കരയിലുള്ള വിശാലമായ ഉയർന്ന പ്രദേശമാണ് പട്ടാളപ്പാളയത്തിനായി തിരഞ്ഞെടുത്തത്. പത്മനാഭപുരത്തുനിന്ന് തിരുവനന്തപുരത്തേക്ക് തലസ്ഥാനം മാറിയപ്പോൾ ആദ്യത്തെ പട്ടാളത്താവളം പാളയത്തായിരുന്നു. പിന്നീട് അത് പാങ്ങോട്ടേക്കു മാറ്റി. രാജകുടുംബത്തിന്റെ സൈനികത്താവളം എന്ന നിലയ്ക്ക് സ്റ്റേറ്റ് ഫോഴ്സിന്റെ ആസ്ഥാനമായാണ് തുടക്കം. ടിപ്പുവിന്റെ ആക്രമണം ഭയന്ന് 1786 ഫെബ്രുവരി 8-ാം തീയതി തിരുവിതാംകൂർ മഹാരാജാവ് ആദ്യമായി ദേശരക്ഷയ്ക്ക് കമ്പനിയുടെ സഹായം അഭ്യർത്ഥിച്ചു. അന്ന് കമ്പനി അയച്ചുകൊടുത്ത രണ്ടുരജിമെന്റ് പട്ടാളത്തിന്റെ സംരക്ഷണച്ചുമതല തിരുവിതാംകൂറിനായി. തിരുവിതാംകൂർ സൈന്യം 1809ൽ നായർ ബ്രിഗേഡായി. പിന്നീട് ഇത് ട്രാവൻകൂർ ഇൻഫെന്ററി എന്ന പേരിൽ അറിയപ്പെട്ടു. 1795 മുതലാണ് സൈന്യത്തിൽ നായന്മാരല്ലാത്തവരെ ചേർത്തുതുടങ്ങിയത്.

തിരുവിതാംകൂറിന്റെ ബാഹ്യവും ആഭ്യന്തരവുമായ സംരക്ഷണം കമ്പനിയുടെ അധികാരത്തിലായതോടെ നായർപടയാളികളുടെ

നായർ ബ്രിഗേഡ്

പ്രാധാന്യം കുറയുകയും അവരുടെ എണ്ണവും ശമ്പളവും വെട്ടിക്കുറയ്ക്കുകയും ചെയ്തു. മെക്കാളെ പ്രഭുവാണ് നായർപടയാളികളെ ബ്രിട്ടീഷ് പട്ടാളമേധാവികളുടെ അധികാരപരിധിയിൽ കൊണ്ടുവന്നത്. ബ്രിട്ടീഷുകാർക്കെതിരെയുള്ള വേലുത്തമ്പിദളവയുടെ നീക്കം പരാജയപ്പെട്ടതോടെ നായർപട്ടാളത്തിന് ജോലി കൊട്ടാരംകാവൽ മാത്രമായി. 1951ലാണ് ഈ സൈനികകേന്ദ്രം ഇന്ത്യാഗവണ്മെന്റിന്റെ പ്രതിരോധവിഭാഗത്തിന് കൈമാറിയത്.

ശാന്തികവാടം

കണ്ണേറ്റുമുക്കു കഴിഞ്ഞ് ആറിന്റെ പടിഞ്ഞാറേക്കരയിലാണ് തൈക്കാട് 'ശാന്തികവാടം'. തിരുവനന്തപുരം നഗരത്തിലെ പഴയ ശ്മശാനങ്ങളിലൊന്നാണിത്. വളരെ വിശാലമായിരുന്ന ഈ ശ്മശാനത്തിന് ഹിന്ദുമതത്തിലെ വ്യത്യസ്തവിഭാഗങ്ങൾക്ക് ശവസംസ്കാരത്തിനു പ്രത്യേകം സ്ഥലങ്ങൾ വേർതിരിച്ച് നൽകിയിരുന്നു. ശവസംസ്കാരം നടത്തിയിരുന്ന ആളുകളും ശ്മശാനത്തിനരികിൽത്തന്നെ താമസിച്ചിരുന്നു. കിള്ളിയാറിന്റെ സാമീപ്യം തന്നെയായിരിക്കണം ഈ സ്ഥലം ശ്മശാനത്തിനായി തിരഞ്ഞെടുക്കാൻ കാരണം.

ചെമ്പുപണിപ്പുരയും കോവിലും

ശ്രീപത്മനാഭസ്വാമിക്ഷേത്രത്തിനു ആവശ്യമുള്ള ചെമ്പുപണികൾ ചെയ്തിരുന്ന സ്ഥലമായിരുന്നു വലിയശാലയിൽ കൊച്ചാർ റോഡിൽ ചാല ബോയ്സ് ഹൈസ്കൂളിനടുത്തുണ്ടായിരുന്ന ചെമ്പുപണിപ്പുര. ഇന്ന് അവിടെ പ്രവർത്തിക്കുന്നത് ഒരു തടിമില്ലാണ്.

വലിയശാല ഗോസായിപ്പുര

തഞ്ചാവൂരിൽനിന്ന് ചെമ്പുപണികൾക്കുവേണ്ടി വന്ന വിശ്വകർമ്മജരാണ് ചെമ്പുപണിപ്പുരക്കാർ. ഇവരിൽ മൂത്താശാരി പൂമുറ്റത്തു കുടുംബത്തിൽനിന്ന് കല്യാണം കഴിച്ചു. ഇവരുടെ അനന്തരാവകാശികളിൽ ചിലർ വലിയശാലയിലും തിരുവനന്തപുരത്തിന്റെ മറ്റുഭാഗങ്ങളിലുമുണ്ട്. മൂത്താശാരിയുടെ പിൻതലമുറക്കാരനായ സെൽവരാജ് ഇപ്പോൾ ചെയ്യുന്നത് ചെമ്പുപണിയല്ല, ഇലക്ട്രിക്കൽ പണികളാണ്. സ്ഥാപനത്തിന് തങ്ങളുടെ കുലദൈവമായ ചെമ്പുപണിപ്പുരമാടന്റെ പേരുതന്നെയാണ്.

ചാല ബോയ്സ് ഹൈസ്കൂളിരിക്കുന്ന സ്ഥലം തങ്ങളുടേതായിരുന്നുവെന്നും രാജഭരണകാലത്ത് പകരം ഭൂമി നൽകി തങ്ങളെ മാറ്റിപ്പാർപ്പിക്കുകയാണുണ്ടായതെന്നും സെൽവരാജ് പറയുന്നു. സ്കൂളിനു പുറകുവശത്തായി വഴിക്കരികിൽ ഇവരുടെ നാഗർകാവ് ഇപ്പോഴുമുണ്ടെങ്കിലും കാവിൽ വൃക്ഷങ്ങളൊന്നുമില്ല. നാഗർ, ഗണപതി പ്രതിഷ്ഠകളും ആരാധനയുമുണ്ട്.

ചെമ്പുപണിപ്പുര മുക്കിൽനിന്ന് സ്കൂളിന്റെ വശത്തുകൂടെ കിള്ളിപ്പാലത്തിലേക്കു പോകുന്ന ഒരു വഴിയുണ്ട്. ആ വഴിയിൽ കിഴക്കുവശത്തായാണ് ചെമ്പുപണിപ്പുരക്കാരുടെ ആരാധനാമൂർത്തിയായ മാടൻതമ്പുരാൻ കുടിയിരിക്കുന്നത്. മാടനെക്കൂടാതെ ഭൈരവനും ദേവിക്കും ഇവിടെ ആരാധനയുണ്ട്. കുളിച്ച് ഈറനുടുത്ത് മാടൻതമ്പുരാനു മുന്നിലെത്തി വിളക്കുവച്ച് പ്രാർത്ഥിച്ചിട്ടേ ചെമ്പുപണിക്കാർ രാവിലെ പണിപ്പുരയിൽ

കയറിയിരുന്നുള്ളൂ. ദീർഘചതുരാകൃതിയിലുള്ള കോവിലിനുള്ളിൽ മൂന്നടിയോളം പൊക്കവും ഒന്നരയടിയോളം വീതിയുമുള്ള സിമന്റുകൊണ്ടു നിർമ്മിച്ച പ്രതലത്തിൽ വരച്ചിട്ടുള്ള മാടന്റെയും ഭഗവതിയുടെയും ഭൈരവന്റെയും ചിത്രത്തെയാണ് പൂജിക്കുന്നത്. പടിഞ്ഞാറ് ദർശനവും പശ്ചാത്തലത്തിൽ ആൽമരവുമുള്ള കോവിലിൽ ആഴ്ചയിൽ രണ്ടുദിവസം പൂജനടത്തുന്നത് കുടുംബക്കാർ തന്നെയാണ്. മുൻകാലങ്ങളിൽ അനുഗ്രഹിച്ച് തുള്ളലുണ്ടാ യിരുന്നെങ്കിലും ഇപ്പോഴില്ല. പത്താം ഉദയം തുടങ്ങി മൂന്നുദിവസങ്ങളിൽ ബ്രാഹ്മണപൂജയോടെയുള്ള ഉത്സവം. നഗരത്തിൽ പൂമുറ്റം കുടുംബക്കാരായി ഇപ്പോൾ നൂറ്റിഅൻപതോളം പേരുണ്ട്.

വലിയശാല ശിവക്ഷേത്രത്തിന്റെ കിഴക്കുഭാഗത്തുകൂടി വരുന്ന കിള്ളിയാർ വളഞ്ഞ് ചെമ്പുപണിപ്പുരയ്ക്കടുത്തുകൂടി കിള്ളിപ്പാലത്തിന്റെ അടിയിലൂടെ തെക്കോട്ടൊഴുകുന്നു. കിള്ളിപ്പാലം വരുന്നതിനു മുൻപ് മാടൻകോവിലിനു മുൻപിലൂടെയുള്ള റോഡ് കിള്ളിയാറിനു സമാന്തരമായി ആറ്റുകാൽവരെയുണ്ടായിരുന്നു. പാലം വന്നതോടെയാണ് ഈ വഴിയുടെ പ്രാധാന്യം നഷ്ടപ്പെട്ടത്. ആ വഴിയിൽ ഇന്നത്തെ പാലത്തിനു തെക്കുവശത്തുണ്ടായിരുന്ന ചുമടുതാങ്ങിയിൽ ചുമടിറക്കിവച്ച് ചുമട്ടുകാരും കാളവണ്ടിയിൽ ചരക്കുകൊണ്ടുപോകുന്നവരും മാടൻതമ്പുരാന് കാണിക്കയിടുക പതിവായിരുന്നു.

പാലത്തിനോടു ചേർന്ന് വടക്കുവശത്ത് കൽപ്പടവുകളോടുകൂടിയ വിശാലമായ ഒരു കുളിക്കടവുണ്ടായിരുന്നത് പ്രദേശവാസികളും ദീർഘദൂര ചരക്കുകടത്തുകാരും വലിയശാലക്ഷേത്രദർശനത്തിനെത്തുന്നവരുമൊക്കെ കുളിക്കാനുപയോഗിച്ചിരുന്നതാണ്. പാലത്തിന്റെ പണിയോടനുബന്ധിച്ച് ഈ കുളിക്കടവ് നശിച്ചുപോയി.

കൊച്ചാർ റോഡിൽ പഴയ ചെമ്പുപണിപ്പുരയ്ക്ക് ഏതാനും വാര അകലെ റോഡ് അരുകിലായി ഓടിട്ട ഒരു പഴയ കെട്ടിടം തകർന്ന നിലയിൽ കാണാം. പഴയകാലത്തെ പ്രസിദ്ധമായ ഒരു ഗോസായിപ്പുരയായിരുന്നു ഇത്. മഹാദേവക്ഷേത്രത്തിന് കിഴക്കുവശത്തായി ആറിനോടു ചേർന്ന് നാഗരാജക്ഷേത്രമുണ്ട്. വലിയശാലക്ഷേത്രത്തിനു കിഴക്കുവശം കിള്ളിയാറിന്റെ കരയിൽ കിള്ളിപ്പാലം വരെയുള്ള പ്രദേശത്ത് പത്മനാഭസ്വാമി ക്ഷേത്രത്തിലെ പൂജയ്ക്കുള്ള പൂച്ചെടികൾ നട്ടുവളർത്തിയിരുന്ന നന്ദാവനം എന്ന പൂന്തോട്ടം ഉണ്ടായിരുന്നു. ഇപ്പോൾ അവിടം കോൺക്രീറ്റ് സൗധങ്ങളുടെ തോട്ടമായ നന്ദാവനംഗാർഡനായി മാറി.

അംഗപരിമിതർ ഉൾപ്പെടെ ധാരാളം സ്ഥലവാസികൾ കുളിക്കാനുപയോഗിക്കുന്ന വലിയശാലക്ഷേത്രത്തിനടുത്തുള്ള കുളിക്കടവിലെ പടവുകൾ അപകടകരമാംവിധം കേടുപാടുകൾ പറ്റിയിരിക്കുന്നതിനാൽ കേടുപാടുകൾ പരിഹരിച്ച് കുളിക്കടവ് ഉപയോഗയോഗ്യമാക്കണമെന്ന നാട്ടുകാരുടെ നിവേദനത്തിന്മേൽ കുളിക്കടവിന്റെ പുനരുദ്ധാരണത്തിന് ശ്രീമൂലം തിരുനാൾ മഹാരാജാവ് 2-3-1919ൽ 780 രൂപ അനുവദിച്ച വിവരം ദിവാനെ അറിയിക്കുന്ന പുരാരേഖയുണ്ട്.

കാന്തളൂർശാല

പുരാതനമായ ഒരു സാംസ്കാരിക കേന്ദ്രത്തിന്റെ വൃദ്ധിക്ഷയങ്ങളുടെ കഥയായിരിക്കും കാന്തളൂർശാലയെപ്പറ്റി കിള്ളിയാറിന് പറയാനുണ്ടാവുക.

14-ാം നൂറ്റാണ്ടിലെ അനന്തപുരവർണ്ണനം 'കാന്തിയും ചെൽവവുമിക്ക' കാന്തളൂർചാല'യെക്കുറിച്ച് പരാമർശമുണ്ട്. ബ്രഹ്മലോകത്തെ മുഴുവൻ സമ്പത്തുകൊണ്ടും ബ്രഹ്മാവിന് കാന്തളൂർശാലയിലെ മഹിമാതിരേകം വാഴ്ത്താൻ സാധിക്കുകയില്ല എന്നാണ് കവിവാക്യം. പത്മനാഭസ്വാമി ക്ഷേത്രം വലംവച്ചെത്തുന്ന ഭക്തൻ ക്ഷേത്രത്തിന്റെ വടക്കുകിഴക്കുഭാഗത്തുണ്ടായിരുന്ന അങ്ങാടിയുടെ രസകരമായ കാഴ്ചകൾക്കുശേഷമാണ് കാന്തളൂർശാലയിലേക്ക് ദൃഷ്ടിപായിക്കുന്നത്.

ക്രിസ്തുവിനുശേഷം എട്ടും ഒൻപതും നൂറ്റാണ്ടുകളിൽ ബ്രാഹ്മണ വിദ്യാർത്ഥികൾക്ക് താമസിച്ച് പഠിക്കാൻ ആയ് രാജാക്കന്മാർ ഏർപ്പെടുത്തിയ വിദ്യാഭ്യാസസ്ഥാപനങ്ങളാണ് 'ശാലകൾ'. ഒൻപതാം നൂറ്റാണ്ടിലെ ആയ് രാജാവായ കുരുനന്തടക്കന്റെ പാർത്ഥിവപുരം ശാസനത്തിലാണ് കാന്തളൂർശാലയെ ക്കുറിച്ചുള്ള ആദ്യപരാമർശം കാണുന്നത്. കാന്തളൂർ ശാലയിലെ നിയമങ്ങൾ മുഞ്ചിറയിലെ പാർത്ഥിവപുരത്തിനും ബാധകമാണെന്നതാണ് ശാസനത്തിലെ പരാമർശം.

കാന്തളൂർശാലയുടെ ആസ്ഥാനം വിഴിഞ്ഞമായിരുന്നുവെന്നും വിഴിഞ്ഞത്തുണ്ടായ ചോളന്മാരുടെ ആക്രമണത്തോടെ തലസ്ഥാനം തിരുവനന്തപുരത്തേക്ക് മാറ്റിസ്ഥാപിക്കപ്പെട്ടുവെന്നുമാണ് നിഗമനം. പന്ത്രണ്ടാം നൂറ്റാണ്ടിനു മുൻപുള്ള ചരിത്രരേഖകൾ ഈ വിദ്യാഭ്യാസസ്ഥാപനത്തെ വിഴിഞ്ഞവുമായും പതിനാലാം ശതകത്തിനുശേഷമുള്ള രേഖകൾ തിരുവനന്തപുരവുമായും ബന്ധപ്പെടുത്തുന്നു. ചരിത്രകാരന്മാരായ ഇളങ്കുളം കുഞ്ഞൻപിള്ളയും ടി.എ. ഗോപിനാഥറാവുവും ശൂരനാട് കുഞ്ഞൻ പിള്ളയും ഈ ശാല വലിയശാല പ്രദേശത്തായിരുന്നുവെന്ന നിഗമനത്തോട് യോജിക്കുന്നവരാണ്.

എട്ടാം നൂറ്റാണ്ടിലെ 'കുവലയമാല' എന്ന ചമ്പുവിൽ അനന്തപുരിയിൽ സർവവേദശാസ്ത്രങ്ങളും അഭ്യസിപ്പിച്ചിരുന്ന 'സർവചട്ടാനാംമഠ'ത്തെപ്പറ്റി പ്രതിപാദിക്കുന്നുണ്ട്. ധനുർവിദ്യ, കുന്തയുദ്ധം, ബാഹുയുദ്ധം, വ്യാകരണം, ബൗദ്ധദർശനം, സംഖ്യാദർശനം, മീമാംസാദർശനം, ചിത്രമെഴുത്ത്, സംഗീതം, നാട്യം, മന്ത്രം, ജ്യോതിഷം, രസായനം, ഊർജതന്ത്രം തുടങ്ങി നിരവധി പാഠ്യവിഷയങ്ങൾ ഇവിടെ അഭ്യസിപ്പിച്ചിരുന്നു. സർവചട്ടാനാം മഠവും കാന്തളൂർശാലയും ഒന്നാണെന്ന അഭിപ്രായവുമുണ്ട്.

കാന്തളൂർശാലയിൽ വിദ്യാഭ്യാസത്തോടൊപ്പം വിദ്യാർത്ഥികളുടെ അച്ചടക്കത്തിനും തുല്യപ്രാധാന്യം നൽകിയിരുന്നു. അസഭ്യസംഭാഷണം, കലഹം, ചൂതാട്ടം, ആക്രമണായുധങ്ങൾ കൊണ്ടുനടക്കൽ ഇവ കുറ്റകരവും കഠിനശിക്ഷയ്ക്കു വിധേയവുമാണ്. വിദ്യാർത്ഥികൾ സ്വന്തം ജോലികൾ

സ്വയം ചെയ്ത് ശാലകളിൽത്തന്നെ താമസിച്ച് പഠിക്കണം. ചെലവുകൾ ശാലകൾതന്നെ വഹിച്ചു പോന്നു.

നളന്ദ, തക്ഷശില തുടങ്ങിയ വിശ്വവിദ്യാലയങ്ങളുടെ മാതൃകയിലാണ് കാന്തളൂർശാല പ്രവർത്തിച്ചിരുന്നത്. പാണ്ഡ്യചോളരാജാക്കന്മാരും കാന്തളൂർ ചാലയിൽ കലമറുത്തരുളിയതായി വീരാപദാനം ഘോഷിക്കുന്നു.

ശ്രീപത്മനാഭസ്വാമിക്ഷേത്രത്തിനും വലിയശാലക്ഷേത്രത്തിനും മദ്ധ്യേ ചാല, ആര്യശാല, വലിയശാല എന്നൊക്കെ ഇന്ന് അറിയപ്പെടുന്ന പ്രദേശങ്ങൾ ഒരുകാലത്ത് വിദ്യാഭ്യാസകേന്ദ്രങ്ങളായിരുന്നുവെന്ന് അവയുടെ പേരുകൾ സാക്ഷ്യപ്പെടുത്തുന്നു.

'മൂന്റുകോയിലുമെൻ മുന്നിൽ തോന്റും തത്രമഠങ്ങളും' എന്ന് അനന്തപുരവർണനത്തിൽ പറയുന്നത് അമ്പലത്തിനു ചുറ്റുമുള്ള ബ്രാഹ്മണഗൃഹങ്ങളെ ഉദ്ദേശിച്ചാണ്. വലിയശാലഗ്രാമം ഇപ്പോൾ തമിഴ്ബ്രാഹ്മണരുടെ സങ്കേതമാണെങ്കിലും പഴയകാലത്ത് ശാന്തിക്കാരും മറ്റുമടങ്ങിയ തുളുബ്രാഹ്മണരാണുണ്ടായിരുന്നത്. വിവാദവിഷയമായിരുന്ന കാന്തളൂർ ശാലയുടെ സ്ഥാനം നിർണ്ണയിക്കാൻ ചരിത്രകാരന്മാരെ സഹായിക്കുന്നത് ത്രിമൂർത്തികോവിലും മുന്നിലുള്ള മഠങ്ങളുമാണ്.

കാന്തളൂർകലമറുപ്പിനെക്കുറിച്ച് വ്യക്തമായ അറിവ് നമുക്കില്ല. ഈ വിഷയത്തിൽ ചരിത്രപണ്ഡിതന്മാർക്കിടയിൽ ഏകാഭിപ്രായവുമില്ല. 'കലമറുപ്പ്' എന്ന പ്രയോഗത്തിനു വിവിധ അർത്ഥങ്ങളാണുള്ളത്. കലത്തിന് ഊട്ട് എന്ന അർത്ഥം കല്പിച്ച് വിദ്യാർത്ഥികൾക്കോ ബ്രാഹ്മണർക്കോ നൽകിയിരുന്ന സൗജന്യസദ്യയെന്നും നിയമങ്ങൾ പുതുക്കിനിശ്ചയിച്ചതാണെന്നും ചിലർ സ്ഥാപിക്കുന്നു. കലത്തിന് 'കപ്പൽ' എന്ന അർത്ഥമുള്ളതുകൊണ്ട് നാവികയുദ്ധത്തിലെ വിജയമെന്ന് സമർത്ഥിക്കുന്നവരുമുണ്ട്.

എ.ഡി. 989നും 1100 നുമിടയിൽ രാജരാജചോളൻ മുതൽ കുലോത്തുംഗചോളൻവരെയുള്ള രാജാക്കന്മാരിൽ അധികംപേരും 'കാന്തളുർചാലൈ കലമറുത്തു' എന്ന് പറയുന്നുണ്ട്. ഇത് ഏതാനും വർഷം ഇടവിട്ട് നിരന്തരം നടന്നിരുന്ന പ്രക്രിയയായിരുന്നത്രേ. ചേരരാജാക്കന്മാരുടെ അഭിമാനസ്ഥാപനങ്ങളായിരുന്ന ശാലകളിൽ അതിക്രമിച്ചുകയറി കാന്തളൂരും മറ്റും ഉണ്ടായിരുന്ന ഊട്ട് നിറുത്തി അതെല്ലാം ചോളരാജാക്കന്മാരുടെ പേരിലാക്കിയെന്ന് പ്രബലമായ ഒരു വ്യാഖ്യാനമുണ്ട്.

നീണ്ടുനിന്ന യുദ്ധകാലത്ത് ആയുധാഭ്യാസങ്ങൾക്ക് പരിശീലനം നൽകിയിരുന്ന ശാലകൾ പട്ടാളകേന്ദ്രങ്ങളാക്കേണ്ടിവന്നുവെന്നും അതുകൊണ്ടുതന്നെ ചോളരാജാക്കന്മാർ അവ ആക്രമിച്ച് നശിപ്പിച്ചുവെന്നുമായിരിക്കാം 'കലമറുത്തു' എന്ന പ്രയോഗത്തിനു പിന്നിലെന്ന് ഇളങ്കുളം കുഞ്ഞൻപിള്ള അഭിപ്രായപ്പെട്ടിട്ടുണ്ട്. 'കലം' എന്നാൽ മരക്കലം, അതായത് കപ്പൽ. യുദ്ധത്തിൽ തോല്പിച്ച് കപ്പലുകളെ നശിപ്പിച്ചു എന്ന അഭിപ്രായമാണ് ഈ നിഗമനത്തിനു പിന്നിൽ.

പുത്തൻകോട്ട

കിള്ളിയാറിന്റെ പടിഞ്ഞാറേക്കരയിലുള്ള ചെറിയ കൊട്ടാരമാണ് പുത്തൻകോട്ട കൊട്ടാരം. ആദിത്യവർമ്മ താമസിച്ചിരുന്ന കൊട്ടാരം തീപിടിച്ചു നശിച്ചതിനെത്തുടർന്ന് അദ്ദേഹം ഈ കൊട്ടാരത്തിലേക്കു താമസം മാറ്റി. ഉമയമ്മറാണിയും ഈ കൊട്ടാരത്തിൽ താമസിച്ചിട്ടുണ്ട്. വെള്ളമണൽകൊണ്ട് സ്ഥലം ഉയർത്തിയാണ് കൊട്ടാരം നിർമ്മിച്ചത്. ചരിത്രപ്രസിദ്ധമായ 'കളിപ്പാൻകുളം' പുത്തൻകോട്ടയുടെ പടിഞ്ഞാറു ഭാഗത്താണ്. കൊട്ടാരത്തിനു ചുറ്റുമുള്ള കളിമൺമതിലാണ് 'പുത്തൻ കോട്ട' എന്നറിയപ്പെടുന്നത്.

ഉമയമ്മറാണി താമസിച്ചിരുന്ന പുത്തൻകോട്ടയ്ക്കു തെക്കുവശത്തായാണ് പുത്തൻകോട്ട ശ്മശാനം. ബ്രാഹ്മണർക്കും മറ്റ് ഹിന്ദുക്കൾക്കും ശവസംസ്കാരത്തിനായി ഒരേ വളപ്പിൽ പ്രത്യേകം പ്രത്യേകം ഭൂമി സജ്ജമാക്കിയിട്ടുണ്ട്. രാജഭരണകാലത്താണ് ഇവിടെ ശ്മശാനത്തിനു വേണ്ട സൗകര്യങ്ങൾ ഏർപ്പെടുത്തിയത്.

1005-ാമാണ്ട് വൃശ്ചികമാസം 9-ാം തീയതി പുറപ്പെടുവിച്ച നീട്ടിൽ കുടിയാന്മാർ കയ്യേറിയ പുരയിടം ഒഴിപ്പിക്കുന്നതിനും കർമ്മം ചെയ്യുന്നതിന് ആറ്റിലേക്ക് കൽപ്പടവുകൾ കെട്ടുന്നതിനും 1935 പണവും ഓടിട്ട പുരപണിയുന്നതിന് 1678 പണവും അനുവദിച്ചതായി കാണുന്നു. ശ്മശാനത്തിന്റെ പ്രധാന കവാടത്തിനടുത്ത് മാടൻകോവിലുണ്ട്.

ചാല

പഴയശാല, ആര്യശാല, വലിയശാല, ചിന്നശാല തുടങ്ങിയ പ്രദേശങ്ങൾ അടുത്തടുത്തുള്ളവയാണ്. പഴയ വിദ്യാഭ്യാസകേന്ദ്രമായിരുന്ന കാന്തളൂർ ശാലയുടെ മാറിയ രൂപമാകാം ഈ ചാലകൾ.

അനന്തപുരവർണ്ണനത്തിൽ ഒരങ്ങാടിവർണ്ണനയുണ്ട്. ഇന്ന് നമുക്ക് തിരിച്ചറിയാൻ സാധിക്കുന്നതും അല്ലാത്തതുമായ ഒട്ടേറെ സാധനങ്ങളുടെ വാണിഭത്തെക്കുറിച്ച് ഈ കാവ്യത്തിൽ വിവരിക്കുന്നു. ഈ അങ്ങാടി വർണ്ണന വായിച്ചാൽ ഇന്നത്തെ ചാലക്കമ്പോളത്തിന്റെ ഓർമ്മയാണ് മനസ്സിൽ വരുക. കാവ്യത്തിൽ പരാമർശിക്കുന്ന പഴയ അങ്ങാടിയുടെ സ്ഥാനം ശ്രീപത്മനാഭസ്വാമിക്ഷേത്ര ത്തിന്റെ വടക്കുകിഴക്കാണെങ്കിൽ ഇന്നത്തെ ചാലക്കമ്പോളം ക്ഷേത്രത്തിന്റെ കിഴക്കുഭാഗത്താണ്.

ദിവാനായിരുന്ന രാജാകേശവദാസനാണ് പുതിയ ചാലയുടെ സ്രഷ്ടാവ്. കിഴക്കെക്കോട്ടയ്ക്കു കിഴക്കോട്ടുള്ള റോഡിന് വീതികൂട്ടി റോഡിനിരുവശത്തും കച്ചവടത്തിനാവശ്യമായ കടകൾ കെട്ടിച്ച് സ്ഥിരമായ ഒരു കമ്പോളം ആരംഭിക്കുകയാണ് അദ്ദേഹം ചെയ്തത്. കിള്ളിയാറിലൂടെ ചരക്കുഗതാഗതത്തിനുള്ള സാദ്ധ്യതകൾ ചാലക്കമ്പോളത്തിന്റെ വളർച്ചയ്ക്ക് പ്രധാന പങ്കുവഹിച്ചിട്ടുണ്ട്. ഇതുവഴി ബോട്ടുകളും വള്ളങ്ങളും പള്ളത്തിൻകടവിലൂടെ കരമനയാറ്റിലേക്ക്കടന്ന് പഴയകാല തുറമുഖമായ

ചാല കമ്പോളം

പൂന്തുറയിലെത്തിയിരുന്നു. കിള്ളിപ്പാലത്തും പരിസരത്തും വലിയ തോതിൽ തടിക്കച്ചവടം നടന്നിരുന്നത് ഈ ജലപാത ഉപയോഗപ്പെടുത്തിയാണ്.

1904ലെ തിരുവനന്തപുരം സർവേ ആൻഡ് സെറ്റിൽമെന്റ് രജിസ്റ്ററനുസരിച്ച് വഞ്ചിയൂർ വില്ലേജിന്റെ കിഴക്കുഭാഗത്താണ് ഐരാണിമുട്ടം. 'ഐരം' എന്ന പദം ജലത്തെയോ ജലാശയത്തെയോ കുറിക്കുന്നു. 'മുട്ടം' എന്ന വാക്കിനു സംഗമം എന്ന അർത്ഥവും യോജിക്കുമെന്നും, ഐരാണിമുട്ടത്തിന്റെ ആദിനാമം ഇരണിയമുട്ടം എന്നാകിൽ പഴംതമിഴ്കൃതിയായ നാറ്റ്ണയിലെ 139-ാം പാട്ടെഴുതിയ ഇരണിയമുട്ടത്ത് പെരും കുന്റൂർ പെരുംകൗശികനാർ എന്ന കവിയുടെ നാട് കരമനയാറിന്റെയും കിള്ളിയാറിന്റെയും തീരത്ത് തന്നെയാണെന്ന് ഊഹിക്കാമെന്നും സ്ഥലനാമ ചരിത്രകാരനായ ഹരീകട്ടേൽ രേഖപ്പെടുത്തിയിട്ടുണ്ട്. 'ഐര'ത്തിന് സമുദ്രം എന്നും 'മുട്ടം' എന്ന പദത്തിന് ഗ്രാമം, ചരിവ് എന്നും ശ്രീകണ്ഠേശ്വരം അർത്ഥം പറയുന്നു. കിള്ളിയാറിന്റെ തീരം എന്ന് ചിന്തിക്കുന്നതായിരിക്കും യുക്തി.

നദികളുടെയും ജലാശയങ്ങളുടെയും സംരക്ഷണത്തിൽ രാജഭരണകാലത്ത് ഭരണാധിപന്മാർക്കുണ്ടായിരുന്ന താത്പര്യം തുടർന്ന് ഭരണത്തിൽ വന്നവർക്കുണ്ടായിരുന്നില്ല. 1877ൽ ആയില്യംതിരുനാളിന്റെ കാലത്ത് കിള്ളിയാറുൾപ്പെടെയുള്ള ജലസ്രോതസ്സുകളെ സംരക്ഷിച്ചുകൊണ്ടുള്ള

ഉത്തരവുണ്ടായി. തുണി അലക്കുന്നതിനും കന്നുകാലികളെ കുളിപ്പിക്കുന്നതിനും ആറുകളിൽ പ്രത്യേകം സ്ഥലങ്ങളുണ്ടാക്കി. കിള്ളിപ്പാലത്തിൽ നിന്ന് ഇരുന്നൂറ് യാഡ് ദൂരത്തിനകത്ത് കിള്ളിയാറ്റിൽ തുണിയലക്കുന്നത് നിരോധിച്ചിരുന്നു. ആറ്റിന്റെ തീരങ്ങൾ ഇടിഞ്ഞുപോകാതിരിക്കാൻ മുള, കൈത, മറ്റ് മരങ്ങൾ എന്നിവ വച്ചുപിടിക്കുകയും വിവിധതരത്തിലുള്ള കൈയേറ്റങ്ങളെ കർശനമായി തടയുകയും ചെയ്തു.

എ.ഡി. 1926ൽ ഐരാണിമുട്ടത്ത് കിള്ളിയാറ്റിന്റെ കരയിലെ കൈയേറ്റം ഒഴിപ്പിച്ച വിവരം പുരാരേഖകളിലുണ്ട്. ഹജൂർകച്ചേരിയിൽനിന്ന് ചീഫ് സെക്രട്ടറിയുടെ നിർദ്ദേശപ്രകാരം കാർഷികാവശ്യങ്ങൾക്ക് ആറ്റിന്റെ കര ബലപ്പെടുത്തുന്നതിനുള്ള കരട് വിജ്ഞാപനത്തോടൊപ്പം സർവ്വേനമ്പർ 1525ലെ കൈയേറ്റം, കൈയേറിയ വ്യക്തി നഷ്ടപരിഹാരം കൂടാതെ ഒഴിഞ്ഞുപോകാൻ തയ്യാറാകാത്തതിനാൽ ഭൂമി ഒഴിപ്പിച്ച് പി.ഡബ്ല്യൂ.ഡി.ക്ക് കൈമാറിയതായി ലാൻഡ് റവന്യൂ ആൻഡ് ഇൻകം ടാക്സ് കമ്മീഷണർ എസ്.സി.എച്ച്.റോബിൻസൺ ചീഫ് സെക്രട്ടറിക്ക് റിപ്പോർട്ടു നൽകിതയായി കാണുന്നു.[5] ഇതോടൊപ്പം തന്നെ, ഐരാണിമുട്ടം പകുതിയിൽ കിള്ളിയാറിന്റെ കരയിലുള്ള 1.800 സെന്റ് കൈയേറ്റം പ്രതിഫലം കൂടാതെ വിട്ടുനൽകാൻ തയ്യാറായതിനാൽ ഭൂമിപിടിച്ചെടുക്കൽ നടപടി ഉപേക്ഷിക്കണമെന്നുള്ള രേഖയും ഉണ്ട്.[6]

ശിങ്കാരത്തോപ്പ്

കിള്ളിയാറിന്റെ കരയിലെ ചരിത്രപ്രാധാന്യമുള്ള മറ്റൊരു പ്രദേശമാണ് ആറ്റുകാൽദേവീക്ഷേത്രത്തിനു മുൻപിലുള്ള 'ശിങ്കാരത്തോപ്പ്'. കൃഷ്ണൻ തോപ്പ് എന്നറിയപ്പെട്ടിരുന്ന ഈ സ്ഥലം 'ശിങ്കാരം' എന്ന മുൾച്ചെടികൾ ധാരാളമായുണ്ടായിരുന്ന സ്ഥലമാണ്. ഈ ചെടികളാണ് കൃഷ്ണൻ തോപ്പിന് ശിങ്കാരത്തോപ്പ് എന്ന പേരു ലഭിക്കാൻ കാരണമെന്നു വിശ്വസിക്കാം. തിരുവിതാംകൂർ റാണിമാർ ഇവിടെയുണ്ടായിരുന്ന മണ്ഡപത്തിൽ വച്ച് ഉദ്യോഗസ്ഥരുമായി സല്ലപിച്ചിരുന്നുവെന്നും അങ്ങനെ ശൃംഗരിച്ചിരുന്ന സ്ഥലമായതിനാലാണ് ശിങ്കാരത്തോപ്പ് എന്ന പേരിനു കാരണമെന്നും ഒരു കഥയുണ്ട്.

18-ാം നൂറ്റാണ്ടിൽ തിരുവിതാംകൂർ രാജാക്കന്മാർ യൂറോപ്യന്മാർക്ക് സന്ദർശനമനുവദിച്ചിരുന്നത് പൂന്തുറയിൽ വച്ചായിരുന്നു. യൂറോപ്യന്മാർ നിശ്ചിതപരിധിക്കപ്പുറം പ്രവേശിച്ചാൽ സ്ഥലമോ വ്യക്തിയോ അയിത്തമാവുമെന്നായിരുന്നു വിശ്വാസം. അതിനാലായിരുന്നു നഗരപരിധിക്കു പുറത്തുവച്ച് അവരെ സ്വീകരിച്ചിരുന്നത്. പിൽക്കാലത്ത് ശിങ്കാരത്തോപ്പിൽ റസിഡന്റിനെ സ്വീകരിക്കാൻ ഒരു ബംഗ്ലാവ് പണിയിച്ചു. കേണൽ മൺറോ

5. 9.12.1927 ലെ 4012/1927-ാം നമ്പർ കത്ത് (പുരവകുപ്പ്)
6. PWD ചീഫ് എഞ്ചിനീയർ No.612. 5.4.191221ൽ ചീഫ് സെക്രട്ടറിക്കയച്ച കത്ത്

റസിഡന്റായിരുന്ന കാലത്തു താമസിച്ചിരുന്നതും റാണി ലക്ഷ്മീഭായിയുടെ സിംഹാസനാരോഹണവുമായി ബന്ധപ്പെട്ട ഡർബാർ നടന്നതും ഇവിടെയാണ്. രാജഭരണകാലത്ത് ഒട്ടേറെ പ്രധാനതീരുമാനങ്ങൾക്കു സാക്ഷ്യം വഹിച്ച കെട്ടിടവും വിദേശീയരായ സന്ദർശകർക്കുവേണ്ടി ഇവിടെയുണ്ടാക്കിയ കുളവും ഇന്നുമുണ്ട്

കിള്ളിയാറിന്റെ 'കാലി'ന്റെ ഭാഗത്തെത്തുമ്പോൾ പ്രസിദ്ധമായ ആറ്റുകാൽക്ഷേത്രമുണ്ട്. 'കാൽ' എന്നാൽ പാദം, ചാല്, നീരുറവ എന്നൊക്കെ അർത്ഥമുണ്ട്. ക്ഷേത്രം കിള്ളിയാറ്റിന്റെ പാദത്തിലെന്നോ നീരുറവയ്ക്കടുത്തെന്നോ ആകാം.

ഭഗവതീക്ഷേത്രങ്ങളിൽ ദേവിക്ക് നിവേദിക്കാനായി ഭക്ഷണസാധനങ്ങൾ തീകൂട്ടി പാകപ്പെടുത്തി സമർപ്പിക്കുന്ന സമ്പ്രദായമുണ്ട്. ഇതാണ് ഇവിടത്തെ പ്രസിദ്ധമായ ആറ്റുകാൽപൊങ്കാല. പ്രഭാതത്തിൽ അരിവച്ച് സൂര്യപൂജ നടത്തുന്നതാണ് പൊങ്കാല എന്നു ശബ്ദതാരാവലിയിൽ ശ്രീകണ്ഠേശ്വരം പറയുന്നു. ആറ്റുകാൽപൊങ്കാലയുടെ പെരുമ അന്യദേശങ്ങളിലുമെത്തിയിരിക്കുന്നു.

വൈഡൂര്യഖനനം

അറുപതുകളിലും എഴുപതുകളിലും എൺപതുകളിലും കിള്ളിയാറ്റിലും അതിന്റെ തടങ്ങളിലും വ്യാപകമായി നടന്നിരുന്ന ഒരു ഭാഗ്യാന്വേഷണമാണ് വൈഡൂര്യഖനനം. ആറ്റിലും പരിസരത്തും ഭൂമിയിൽ വൈഡൂര്യത്തിന്റെ സാന്നിദ്ധ്യമുണ്ടെന്ന് കണ്ടെത്തിയതിനെത്തുടർന്ന് വൈഡൂര്യം കൈക്കലാക്കാൻ ഒറ്റയ്ക്കും സംഘടിതമായും ശ്രമങ്ങൾ നടന്നു. പല പറമ്പുകളും വയലുകളും അഗാധഗർത്തങ്ങളായി മാറി. വീടുകൾ പലതും പൊളിച്ചുമാറ്റുകയോ ഇടിഞ്ഞുവീഴുകയോ ചെയ്തു. കിള്ളിയാറ്റിലെ മണലരിച്ച് അതിൽ വൈഡൂര്യത്തരികൾ കണ്ടെത്താനുള്ള ഒറ്റയാൻശ്രമങ്ങളും വ്യാപകമായി. നിത്യവൃത്തിക്കുള്ള പണികളൊക്കെ മാറ്റിവച്ച് അരിപ്പപോലുള്ള ഉപകരണങ്ങളുമായി ദിവസം മുഴുവൻ വെള്ളത്തിലിറങ്ങി ആറ്റിനടിയിലെ മണ്ണുകോരി കഴുകി അതിൽ നിന്നു കിട്ടാൻ സാദ്ധ്യതയുള്ള വിലപിടിച്ച വൈഡൂര്യത്തിന്റെ തരികൾക്കുവേണ്ടി തിരയുകയും നിരാശരാകാതെ വീണ്ടും പണി തുടരുകയും ചെയ്യുന്നവരുടെ കാഴ്ച അക്കാലത്ത് സാധാരണമായിരുന്നു. വൈഡൂര്യം തിരിച്ചറിയാനുള്ള കഴിവോ ഖനനത്തിനുള്ള ശാസ്ത്രീയവശങ്ങളോ വശമില്ലാതിരുന്ന സാധാരണക്കാരന്റെ അജ്ഞതയും ഇടനിലക്കാരുടെ തട്ടിപ്പും വൻമുതൽ മുടക്കിയവരെ കഷ്ടത്തിലാക്കി. കിള്ളിയാർ ചിലരെ അനുഗ്രഹിക്കാതെയുമിരുന്നില്ല. സംരംഭകരുടെ നഷ്ടവും സർക്കാരിന്റെ ഇടപെടലുകളും ഈ ഭാഗ്യാന്വേഷണത്തിന് അവസാനമുണ്ടാക്കി. നെടുമങ്ങാട് താലൂക്കിലെ മാണിക്കൽ എന്ന സ്ഥലത്ത് വൈഡൂര്യനിക്ഷേപമുള്ളതായി പറയുന്നു.

തിരുവനന്തപുരം കോട്ടയുടെ ചുറ്റുമുണ്ടായിരുന്ന കിടങ്ങിന്റെ നിർമ്മാണത്തിനുശേഷം അതിൽ കിള്ളിയാറ്റിൽനിന്ന് വെള്ളം നിറച്ചതിനെപ്പറ്റി മതിലകംരേഖകളെ ഉദ്ധരിച്ച് വി.വി.കെ.വാലത്ത് കേരളത്തിലെ സ്ഥലനാമചരിത്രങ്ങൾ തിരുവനന്തപുരം ജില്ലയിൽ എന്ന പുസ്തകത്തിൽ രേഖപ്പെടുത്തിയിട്ടുണ്ട്. കിള്ളിയാറ്റിൽനിന്ന് പ്രത്യേകം ചാലുകീറി വെള്ളം കിടങ്ങിലേക്ക് ഒഴുക്കുകയാണ് ചെയ്തത്.

''കിള്ളിയാറ്റിനു കിഴക്കു നടവരമ്പിൽ ഇടപ്പടക്കുന്നതിനും വൈകാശി (ഇടവം) മാസം 31ന് പുതിയ രാജവീഥി വെട്ടിച്ചു, കിള്ളിയാറ്റിന് കിഴക്കു വശത്തു പറമ്പടച്ചു കൊല്ലകോരി 'പുലിപ്പിറക്കള'ത്തിൽനിന്ന് കാലുവെട്ടിച്ച് കോട്ടയുടെ വടക്കും പടിഞ്ഞാറും കിടങ്ങുകളിൽ വെള്ളം വിട്ടു.''

പനവൂർ എന്ന ഗ്രാമത്തിൽനിന്ന് ഒരു ചെറുനീരുറവയായി തുടങ്ങി കല്ലടിമുഖത്തെ പള്ളത്തിൽക്കടവിൽവച്ച് കരമനയാറുമായി യോജിച്ച് കിള്ളിയാർ തന്റെ ലക്ഷ്യസ്ഥാനമായ മഹാസമുദ്രത്തിലേക്ക് യാത്ര തുടരുന്നു.

നദികളുടെ സംഗമസ്ഥാനങ്ങളെല്ലാം നമുക്ക് പുണ്യഭൂമികളാണ്. കിള്ളിയാർ കരമനയാറുമായി സംഗമിക്കുന്നതു കാണാൻ സുഹൃത്തും സഹപാഠിയും കാലടി കോർപ്പറേഷൻ വാർഡിലെ മുൻ കൗൺസിലറുമായ രാധാകൃഷ്ണനോടൊപ്പമാണ് പോയത്. കാലടിയിലെ കുളത്തറ ജംഗ്ഷനിൽനിന്ന് സ്ഥലത്തെ ദിവ്യനായ സുഹൃത്തിനോടൊപ്പം പല പറമ്പുകളും മുറിച്ചുകടന്ന് കിള്ളിയാറിനു കുറുകെയുള്ള വീതികുറഞ്ഞ പുളിമൂട്ടിൽ കടവ് ഇരുമ്പുപാലം കയറിയിറങ്ങി നടന്നു. പാലത്തിൽനിന്ന് നദിയുടെ ദിശയിൽ പോയാൽ നൂറുമീറ്റർ നടന്ന് സംഗമസ്ഥാനത്തെത്താം നടന്ന് റോഡുമാർഗമാണെങ്കിൽ കൊഞ്ചിറവിളയിൽനിന്ന് 250 മീറ്റർ സഞ്ചരിച്ചു വേണം കല്ലടിമുഖത്തെത്താൻ. 1978ലെ വെള്ളപ്പൊക്കത്തെത്തുടർന്ന് നിർമ്മിച്ച ബണ്ടാണ് പിന്നെ റോഡായത്. കല്ലടിമുഖത്തുനിന്ന് ഇടത്തേക്ക് തിരിഞ്ഞ് നൂറുമീറ്റർ വീണ്ടും നടന്നപ്പോൾ വിശാലമായ ഒരു നദിക്കടവ്. അതാണ് പ്രസിദ്ധമായ പള്ളത്തിൻകടവ്. അവിടെ തിരുവനന്തപുരം നഗരം ചുറ്റിയെത്തുന്ന രണ്ട് നദികൾ ഒത്തുചേരുന്നു. കരമന, കിള്ളിയാറുകളുടെ സംഗമത്തിന്റെ പൂർണ്ണദൃശ്യം കടവിൽ നിന്നാൽ വ്യക്തമല്ല. വ്യക്തമായി കാണാൻ കടവിലെ വള്ളത്തിൽ കയറി. വള്ളക്കാരൻ മറുകരയിലേക്ക് തുഴഞ്ഞു. മറുകര പരശുരാമന്റെ സാന്നിദ്ധ്യമുള്ള തിരുവല്ലമാണ്. രണ്ടു കടവുകൾക്കും മദ്ധ്യേ വള്ളത്തിൽനിന്ന് നദീസംഗമം വ്യക്തമായി കാണാം.

കിള്ളിയാറിന്റെ പ്രതാപം ഇന്ന് ഓർമ്മകളിൽ മാത്രമാണ്. കൈയേറ്റങ്ങളും നഗരമാലിന്യങ്ങളും ആറിനെ നാശത്തിന്റെ വക്കിലെത്തിച്ചിരിക്കുന്നു. തന്റെ നിലനില്പിനെത്തന്നെ അപകടത്തിലാക്കുന്ന മനുഷ്യന്റെ കടന്നുകയറ്റങ്ങൾക്കെതിരെ ഇടയ്ക്കിടെ ശക്തമായി പ്രതികരിക്കാനും കിള്ളിയാർ മടിക്കാറില്ല.

കൊച്ചാർ

കിള്ളിയാറിൽ മരുതംകുഴി അണക്കെട്ടിന്റെ തെക്കുകിഴക്കേ മൂലയോടു ചേർന്ന് റോഡിനടിയിലൂടെ ഇടപ്പഴഞ്ഞി റോഡിലേക്കും തുടർന്ന് പത്മ തീർത്ഥം വരെയും പോകുന്ന ഒരു കനാലുണ്ടായിരുന്നു. അതാണ് കൊച്ചാർ. ഇതിന്റെ പ്രാധാന്യം കണക്കിലെടുത്തായിരിക്കണം ചെറുതെങ്കിലും 'ആറ്' എന്ന പേര് ലഭിച്ചത്. ആറിന് 'നദി' എന്നതിനോടൊപ്പം 'ഒഴുകുന്ന ജല'മെന്നും അർത്ഥമുണ്ട്. പ്രധാനമായും കോട്ടയ്ക്കകത്ത് പത്മതീർത്ഥക്കുളത്തിലേക്ക് വെള്ളമെത്തിക്കുന്ന ജലപ്രവാഹമായിരുന്നു ഇത്. കൊച്ചാറിന്റെ ഇടതുകരയിലെ കൊച്ചാറ്റുവരമ്പ് എന്ന വരമ്പാണ് ഇപ്പോൾ ഗതാഗതയോഗ്യമായ കൊച്ചാർ റോഡ്. ഈ റോഡ് നഗരത്തിലെ പ്രധാന ഉപറോഡുകളിലൊന്നാണ്. കൊച്ചാർ റോഡും കൊച്ചാറും ഇടപ്പഴിഞ്ഞി മുതൽ ജഗതിവരെ ഇരുവശത്തുമുള്ള നെൽപ്പാടങ്ങൾക്ക് നടുവിലൂടെ വലിയശാലയിലും കിള്ളിപ്പാലത്തുമെത്തി അവിടെനിന്ന് പവ്വർഹൗസ് റോഡ്, തകരപ്പറമ്പ്, കോട്ടയ്ക്കകം, പത്മനഗർ എന്നീ പ്രദേശങ്ങൾ കടന്ന് വാസുദേവവിലാസം വൈദ്യശാലയുടെ മുന്നിലൂടെ ഉത്ഭവസ്ഥാനത്തുനിന്ന് ആറു കി.മീ. സഞ്ചരിച്ച് ലക്ഷ്യസ്ഥാനത്തെത്തും. കൊച്ചാർ സഞ്ചരിക്കുന്ന വഴിതന്നെയാണ് കൊച്ചാർ റോഡും.

മരുതംകുഴി അണയിൽനിന്ന് ഉദിയന്നൂർദേവിയെ നോക്കിവണങ്ങി തുടങ്ങുന്ന കൊച്ചാറിന്റെ യാത്ര ഇടപ്പഴഞ്ഞി സുബ്രഹ്മണ്യനെയും ജഗതി കൃഷ്ണസ്വാമിയെയും മുടിപ്പുര ദേവിയെയും വലിയശാല ത്രിമൂർത്തികളെയും വണങ്ങി അനുഗ്രഹം വാങ്ങിയാണ് പത്മനാഭന്റെ തിരുനടയിലെ പത്മതീർത്ഥക്കുളത്തിലെ ത്തുന്നത് എന്ന പ്രത്യേകതയുമുണ്ട്.

കിള്ളിയാറ്റിൽനിന്നു കൊച്ചാറിലേക്ക് വെള്ളം കടത്തിവിടുന്ന ഷട്ടർ ഒരു സ്മാരകമായി ഇപ്പോഴുമുണ്ട്. കിള്ളിയാറ്റിലെ ഷട്ടർ അടയ്ക്കുകയും കൊച്ചാറിലേക്കുള്ള ഷട്ടർ തുറക്കുകയും ചെയ്യുമ്പോൾ കിള്ളിയാറ്റിലെ ജലനിരപ്പ് ഉയരുകയും കൊച്ചാറിലേക്ക് ജലം പ്രവഹിക്കുകയും ചെയ്യും. ഷട്ടർ തുറക്കാനുള്ള സൗകര്യത്തിനായി വാതിലിനു മുകളിൽ ഉറപ്പിച്ചിട്ടുള്ള ഇരുമ്പ്ദണ്ഡ് ഒരു സ്റ്റിയറിംഗ് ഉപയോഗിച്ച് തിരിക്കുന്നതോടെ ദണ്ഡുമായി ബന്ധിപ്പിച്ചിട്ടുള്ള വാതിൽ മുകളിലേക്കുയർന്ന് ഷട്ടർ തുറക്കുകയും സ്റ്റിയറിംഗ് വിപരീതദിശയിൽ തിരിക്കുമ്പോൾ ഷട്ടർ അടയുകയും ചെയ്യും. നൂറ്റാണ്ടുകൾ പഴക്കമുള്ള കൊച്ചാറിന്റെ അവശേഷിക്കുന്ന ഓർമ്മയായി ഈ വാതിൽ ഇന്നും നിലനിൽക്കുന്നു. മരുതംകുഴി മുതൽ കിള്ളിപ്പാലം വരെ കിള്ളിയാറും ഈ കൈവഴിയും സമാന്തരമായൊഴുകിയിരുന്നു. ആറ്റിൻകരയിലുള്ള തെങ്ങിൻതോപ്പുകളും വാഴത്തോട്ടങ്ങളും ഹരിതാഭമായ പാടങ്ങളുമൊക്കെ ചേർന്ന് ഈ പ്രദേശം വളരെ മനോഹരമാക്കി. ഈ പ്രദേശത്തെ കൃഷിക്കാർ ജലസേചനത്തിനും കുളിക്കാനുമൊക്കെ ഉപയോഗിച്ചിരുന്നത് ഈ കനാലിലെ വെള്ളമായിരുന്നു.

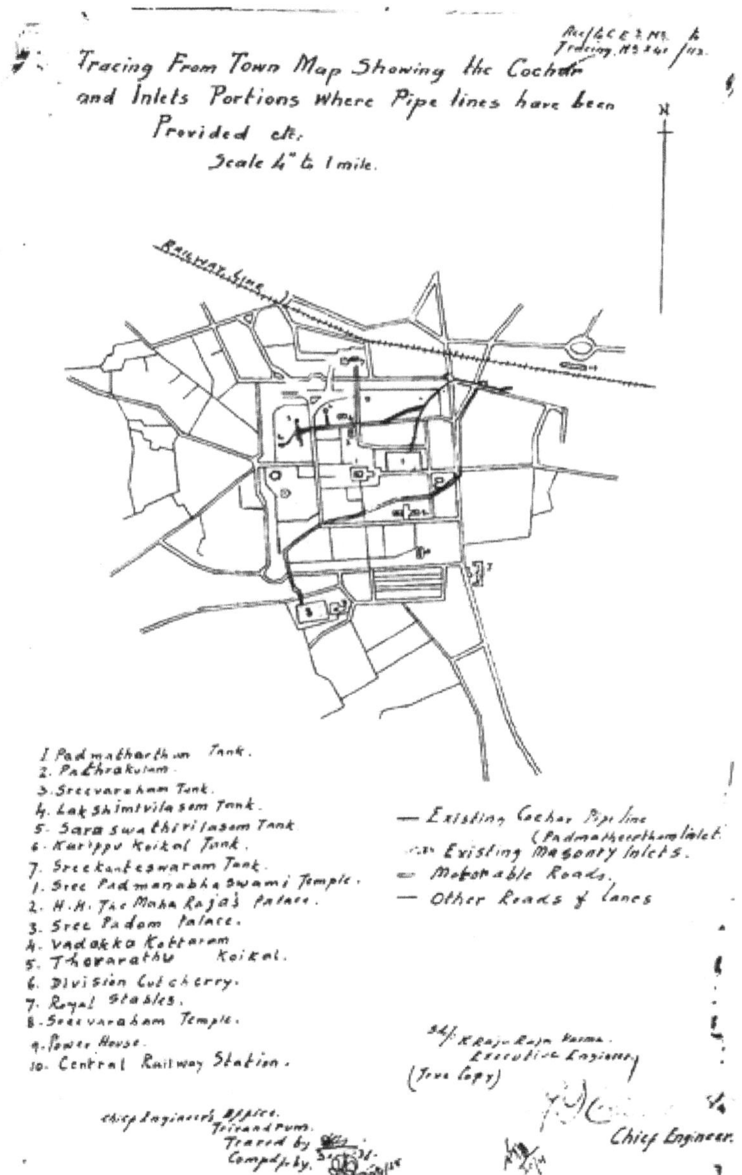

കോട്ടയ്ക്കകത്തും പരിസരത്തുമുള്ള തീർത്ഥങ്ങളിലേക്ക് ശുദ്ധജലമെത്തിക്കുന്ന കൊച്ചാർ. കോട്ടയ്ക്കകത്തും പരിസരത്തുമുള്ള പ്രധാന നിർമ്മിതികളും കാണാം. 1938ൽ തയ്യാറാക്കിയ ഭൂപടം

പത്മനാഭസ്വാമി ക്ഷേത്രത്തിലെ പത്മതീർത്ഥത്തിനു പുറമെ പവ്വർഹൗസ് ജംഗ്ഷനിൽനിന്നും ശ്രീവരാഹം കുളത്തിലേക്കും തകരപ്പറമ്പിൽനിന്നു ശ്രീകണ്ഠേശ്വരം ക്ഷേത്രക്കുളത്തിലേക്കും ജലം എത്തിക്കാനുള്ള ക്രമീകരണവുമുണ്ടായിരുന്നു. മുൻകാലങ്ങളിൽ മുറജപകാലത്ത് പത്മതീർത്ഥത്തിലെ വെള്ളം വറ്റിച്ച് കൊച്ചാറിൽനിന്നുള്ള പുതിയ ജലം നിറയ്ക്കും. ഈ സമയം കാലികളെ കുളിപ്പിച്ചും മനുഷ്യർ തീണ്ടിയും മറ്റും ജലം അശുദ്ധമാകാതിരിക്കാൻ കൊച്ചാറിന് കാവലുണ്ടാവും. സംരക്ഷണത്തിനായി ഇരുവശവും നീണ്ട വേലിക്കല്ലുകൾ നാട്ടി. കമ്പികൊണ്ടുള്ള വേലിയുമുണ്ടായിരുന്നു. 1945ന് ശേഷം ഈ കമ്പിവേലി നശിച്ചുപോയതായി ഇറിഗേഷൻ ഡിപ്പാർട്ടുമെന്റിന്റെ രേഖകളിലുണ്ട്.

ആരോഗ്യസംരക്ഷണ നടപടികളുടെ ഭാഗമായി വെള്ളം മലിനമാക്കുന്നത് തടയാൻ മുറജപക്കാലത്ത് രാവും പകലും കൊച്ചാറിനു പോലീസ് പെട്രോളിംഗ് ഏർപ്പെടുത്തണമെന്ന് 1117ൽ സർക്കാർ ഉത്തരവ് പുറപ്പെടുവിച്ചിട്ടുണ്ട്.[7] മരുതംകുഴി മുതൽ ചെമ്പുപണിപ്പുരവരെ കൊച്ചാറിനിരുവശത്തുമുള്ള കമ്പിവേലി നശിച്ചുപോയതിനാൽ പൊതുജനങ്ങൾ വെള്ളം മലിനപ്പെടുത്തുന്നത് തടയാൻ പോലീസ്പട്രോളിംഗ് ആവശ്യപ്പെട്ടുകൊണ്ടുള്ള ഇറിഗേഷൻ വകുപ്പിന്റെ 10–10–1947 ലെ അപേക്ഷ, മുറജപം സ്പെഷ്യൽ ഓഫീസർ ഇക്കാര്യത്തിൽ പോലീസ് ഇൻസ്പെക്ടർ ജനറലിന് വേണ്ട നിർദ്ദേശം നൽകണമെന്ന ശുപാർശയോടെ 25.02.1113ൽ ഹജൂർക്കച്ചേരി രജിസ്ട്രാർക്ക് അയച്ചതായി കാണുന്നു.[8]

ക്ഷേത്രാവശ്യത്തിലേക്കുവേണ്ട പൂക്കൾക്കായി 'നന്ദാവനം' എന്ന ഒരു പൂന്തോട്ടം പത്മനാഭസ്വാമിക്ഷേത്രത്തിനോടനുബന്ധിച്ച് പരിപാലിച്ചിരുന്നു. ഈ ഉദ്യാനത്തിനും ക്ഷേത്രാവശ്യത്തിനായി പോറ്റിവന്നിരുന്ന പശുക്കൾക്കും മറ്റും വെള്ളം നൽകിയിരുന്നതും ക്ഷേത്രത്തിലേക്കുള്ള നടപ്പാതകളിലുണ്ടായിരുന്ന കൂറ്റൻ കൽത്തൊട്ടികളിൽ പശുക്കൾക്ക് കുടിക്കാനുള്ള വെള്ളം നിറച്ചിരുന്നതും കൊച്ചാറിൽനിന്നാണ്. കൊച്ചാറിലെ ജലം പത്മതീർത്ഥത്തിലേക്ക് എത്തുന്നതിനും അധികജലം പത്മതീർത്ഥത്തിൽനിന്ന് പുറത്തുപോകുന്നതിനും പ്രത്യേകം ജലമാർഗ്ഗങ്ങളുണ്ടായിരുന്നു.

ചരിത്രത്തിന്റെ താളുകളിൽ ഇടമുണ്ടായിരുന്ന പഴയകൊച്ചാർ ഇന്നില്ല. ഇടപ്പഴഞ്ഞിവരെ ഓടകെട്ടി മുകളിൽ കോൺക്രീറ്റ് സ്ലാബ് ഇട്ട് മൂടിയും അവിടെനിന്ന് കോൺക്രീറ്റ് പൈപ്പിട്ടും കൊച്ചാറിന്റെ രൂപം വികലമാക്കുകയാണ് ആദ്യം ചെയ്തത്. പത്മനഗർ ഹൗസിംഗ് കോളനി പൈപ്പിലൂടെയുള്ള ജലമാർഗ്ഗത്തെയും കൈയേറി നശിപ്പിച്ചു. രാജഭരണകാലത്ത് ചെറുകിട ജലസേചനവകുപ്പാണ് കൊച്ചാർ നിർമ്മിച്ചത്.

---

7. ROC No. 5832/41/G/dt 5-11-1941 (പുരാവകുപ്പ്)
8. ROC No 42/22 dt 25-2-1113 (പുരാവകുപ്പ്)

കൊച്ചാറിന്റെ കഷ്ടകാലം 1921ൽ സേതുലക്ഷ്മിഭായിയുടെ ഭരണ കാലത്ത് തുടങ്ങിയെന്നു പറയാം. ഇക്കാലത്താണ് ചെമ്പുപണിപ്പുര (Copper foundary) മുതൽ പഴവങ്ങാടി മെയിൻ റോഡുവരെയുള്ള കൊച്ചാറിന്റെ യാത്ര ഭൂമിക്കടിയിലെ പൈപ്പിലൂടെയാക്കിയത്. വെള്ളം മലിനമാകാതിരിക്കാനും കൊച്ചാർ റോഡിന്റെ വീതികൂടുമെന്നതിനാൽ ചാല റോഡിലെ ഗതാഗതക്കുരുക്ക് കുറയ്ക്കാനും ഈ നടപടി ഉപ കരിക്കുമെന്നാണ് ബന്ധപ്പെട്ട ഫയലിൽ പറയുന്നു. തീരുമാനമെടുക്കുന്ന തിന് മുൻപായി ദിവാൻ രാഘവയ്യ നേരിട്ട് ഫയൽ വരുത്തി പരിശോധിച്ച തായും കാണുന്നു. ഈ വിഷയത്തിൽ തിരുവിതാംകൂർ പി.ഡബ്ല്യൂ.ഡി. ചീഫ് എഞ്ചിനീയർ 1921 മെയ്മാസം 5-ാം തീയതി ചീഫ് സെക്രട്ടറിക്കയച്ച കത്തിൽ 68210 രൂപ ഈ ജോലിക്കുവേണ്ടി മലയാളവർഷം 1097ലെ ബഡ്ജറ്റിൽ ഉൾപ്പെടുത്തി അനുവദിക്കണമെന്ന് അപേക്ഷിച്ചതായും കാണുന്നു.[9]

കിള്ളിയാറിന്റെ വടക്കേക്കരയിലൂടെയാണ് കൊച്ചാർ ഒഴുകിയിരുന്നത്. കൊച്ചാറിനും കിള്ളിയാറിനുമിടയ്ക്കുള്ള താഴ്ന്ന പ്രദേശത്ത് വയലും തെങ്ങിൻതോപ്പുമായിരുന്നു. അവിടെ ചെങ്കല്ലുണ്ടാക്കുന്ന ചൂളകൾ പ്രവർ ത്തിച്ചിരുന്നു. ഇപ്പോൾ കൊച്ചാർ റോഡിന്റെ രണ്ടുകരയിലും വീടുകളാണ്. കൊച്ചാറിന്റെ കാലശേഷവും ഓർമ്മയായി കൊച്ചാർ റോഡ് നില നിൽക്കുന്നു.

രാജഭരണം അവസാനിച്ചതോടെ മുറജപത്തിന്റെയും ലക്ഷദീപ ത്തിന്റെയും പ്രാധാന്യവും ആർഭാടവും നഷ്ടപ്പെട്ടു. കൊച്ചാറും ക്രമേണ അനാഥമായി.

കൊച്ചാറിൽനിന്നും 'പത്മതീർത്ഥ'ത്തിലേക്കും 'കമലനീരാഴി'യിലേക്കും ഉപയോഗിച്ച കലുങ്കുകൾ അറ്റകുറ്റം തീർക്കാൻ 1664 പണം അനുവദി ക്കണമെന്ന് കൊ.വ. 1014-ാം മാണ്ട് നിത്യച്ചെലവ് കണക്കുകളിൽ കാണുന്നു.

മുറജപം

കൊച്ചാറിന്റെ നിർമ്മാണം തന്നെ മുറജപവുമായി ബന്ധപ്പെട്ടാണ്.

മുറജപത്തിന്റെ ഭാഗമായ ജലജപത്തിനും ജപത്തിനെത്തുന്ന നമ്പൂ തിരിമാർക്കു കുളിക്കുന്നതിനും കിള്ളിയാറിൽനിന്ന് കൊച്ചാർവഴി പത്മ തീർത്ഥത്തിലേക്ക് വെള്ളമെത്തിക്കുന്നതിന് കൊ.വ. 924 കുംഭം രണ്ടിന് പദ്ധതി നടപ്പാക്കിയതായി രേഖയുണ്ട്. കൊ.വ.925നാണ് ആദ്യമുറജപം നടന്നത്. അങ്ങനെ നോക്കുമ്പോൾ അനിഴംതിരുനാൾ മാർത്താണ്ഡ വർമ്മയാണ് ഈ പദ്ധതി നടപ്പാക്കിയതെന്ന് മനസ്സിലാക്കാം.

---

9. PWD ചീഫ് എഞ്ചിനീയർ No 612 പ്രകാരം 5-4-1921ൽ ചീഫ് സെക്രട്ടറി ക്കയച്ചത്.

മുറജപം

തിരുവനന്തപുരത്തുകാരുടെ പ്രധാന ആഘോഷങ്ങളാണല്ലോ തിരുവനന്തപുരത്ത് ആറാട്ടും പൂജയെടുപ്പും മുറജപവും തുടർന്നുള്ള ലക്ഷദീപവും. ഇവയെല്ലാം ഒരേസമയം ദൈവീകവും രാജകീയവും ജനകീയവുമാണ്.

മുറ(വേദം)യുടെ ജപമാണ് 'മുറജപം'. പത്മനാഭസ്വാമിക്ഷേത്രത്തിൽ നടക്കുന്ന ഈ അനുഷ്ഠാനത്തിനു തിരുവിതാംകൂറിന്റെയും തിരുവിതാംകൂർ രാജവംശത്തിന്റെയും രാഷ്ട്രീയ, സാമൂഹികചരിത്രത്തിൽ വളരെയധികം പ്രാധാന്യമുണ്ട്.

ഋക്, യജുർ, സാമവേദങ്ങളും വിഷ്ണുസഹസ്രനാമവും ഒരു നിശ്ചിത ക്രമത്തിൽ എട്ട് മുറകളായി അൻപത്തിയാറു ദിവസംകൊണ്ടു ജപിക്കുന്നു. അൻപത്തിയാറുദിവസത്തെ ഏഴ് ആയി വിഭജിക്കും.

രാജ്യവിപുലീകരണത്തിനായി ചെയ്ത യുദ്ധം, വധം എന്നീ പാപങ്ങളുടെ പ്രായശ്ചിത്തമായും രാജ്യത്തിന്റെ ഐശ്വര്യത്തിനായും ചില വൈദികകർമ്മങ്ങൾ ആചരിക്കാൻ മാർത്താണ്ഡവർമ്മ മഹാരാജാവ് നിശ്ചയിച്ചിരുന്നു. രാജ്യഭരണം ഉറപ്പിക്കാനും രാജ്യവിസ്തൃതിക്കും വേണ്ടി നടത്തിയ പാതകങ്ങൾ മൂലമുണ്ടായ പാപത്തെയും പൗരോഹിത്യത്തിന്റെ കാലുഷ്യത്തെയും കുറയ്ക്കാനും ലക്ഷ്യമിട്ടായിരിക്കാം ഈ ചടങ്ങ്. ഇതിനായി മധുര, തിരുനെൽവേലി, മലബാർ എന്നീ പ്രദേശങ്ങളിലെ വൈദികബ്രാഹ്മണരെ വിളിച്ചുവരുത്തി നാലുവേദങ്ങളും ആറു ശാസ്ത്രങ്ങളും തിരഞ്ഞ് പ്രായശ്ചിത്തവിധികൾ കണ്ടുപിടിക്കാൻ ആജ്ഞാപിച്ചു. ക്ഷത്രിയരാജാവായിരുന്ന കാർത്തവീര്യാർജ്ജുനൻ ഇങ്ങനെയൊരു സന്ദർഭത്തിൽ അനുഷ്ഠിച്ചതും വേദവിധി അനുശാസിക്കുന്നതുമായ പ്രതിവിധികൾ മുറജപവും ഭദ്രദീപവുമാണെന്ന് വൈദികർ ഐകകണ്ഠേന വിധിച്ചു. അവസാന ദിവസം ഒരുലക്ഷം ദീപങ്ങൾ കത്തിക്കുവാനും നിർദ്ദേശിച്ചു. പാപപരിഹാരത്തിനു പുറമെ പത്മനാഭന്റെ ചൈതന്യം വർദ്ധിക്കുന്നതിലൂടെ രാജ്യത്തിന്റെ ഭദ്രതയും ലക്ഷ്യമിട്ടിരുന്നു.

മുറജപത്തിനു കാലേകൂട്ടിത്തന്നെ പ്രധാന വ്യക്തികളെ ക്ഷണിച്ചു കൊണ്ട് സന്ദേശമയയ്ക്കും. നേരത്തെതന്നെ രാജാവിന്റെ പ്രതിനിധി ആഴ്‌വാഞ്ചേരി തമ്പ്രാക്കളുടെ ആസ്ഥാനമായ 'ആതവനാട്ട്' എത്തി മുറജപത്തിന് അനുവാദം വാങ്ങുകയും പതിവനുസരിച്ച് തന്റെ സാന്നിദ്ധ്യം കൊണ്ട് അനുഗ്രഹിക്കാൻ ആഴ്‌വാഞ്ചേരി തമ്പ്രാക്കളെത്തുകയും ചെയ്യും. സമസ്തവേദികളിലും ശ്രീപത്മനാഭൻ കഴിഞ്ഞാൽ അടുത്ത സ്ഥാനം തമ്പ്രാക്കൾക്കാണ്. രാജാവും കുടുംബവും ആരാധകരായാണ് എത്തുന്നത്.

'ഈശ്വരഭക്തൻ സേവാമൃതം' എന്ന ഗ്രന്ഥത്തിൽ മുറജപത്തെയും തുടർന്നുള്ള നടപടികളെയുംകുറിച്ചും പ്രതിപാദിച്ചിട്ടുണ്ട്. ''വർഷത്തിൽ രണ്ടു ഭദ്രദീപാടിയന്തിരം നടക്കാറുണ്ട്. 'മകരശീവേലി' എന്നും 'കർക്കിടക ശീവേലി' എന്നും പ്രസിദ്ധിയുള്ള ഈ ശീവേലികൾ പന്ത്രണ്ടെണ്ണം കൂടുമ്പോൾ, അതായത് ആറുവർഷം കൊണ്ട് തീരുന്നതുമാണ്. പതി മൂന്നാമത്തെ ശീവേലി തിരുവിതാംകൂറിനു മുറജപം എന്ന അടിയന്തിരം വിഖ്യാതമായുള്ളതും അമ്പത്താറുദിവസംകൊണ്ട് അവസാനിക്കുന്നതും അവതാരപുരുഷന്മാരുടെ വൈദികങ്ങളായ ജലജപം, വരുണജപം, സഹസ്രനാമജപം മുതലായ ചടങ്ങുകളോടും അൻപത്തിയാറാം ദിവസം 'ലക്ഷദീപം' എന്നു പ്രസിദ്ധിയാർജ്ജിച്ചിട്ടുള്ള ശീവേലിയോടും മഹോ ത്സവമായി ആഘോഷിച്ചുപോരുന്നു.''

മുറജപകാലത്ത് കൊച്ചാർവഴി പത്മതീർത്ഥത്തിൽ ശുദ്ധജലമെത്തി ച്ചിരുന്നത് പ്രധാനമായും ജലജപത്തിനാണ്. വൈകുന്നേരത്തെ തേവാര ത്തിനുശേഷമാണ് ജലജപം. പത്മതീർത്ഥക്കുളത്തിന്റെ നാലുവശവുമുള്ള കൽപ്പടവുകളിൽ മുട്ടോളം വെള്ളത്തിൽനിന്ന് ശത്രുസംഹാരപരമായ 'ഋക്' നൂറ്റിയെട്ടുപ്രാവശ്യം ചൊല്ലുന്നതാണ് ചടങ്ങ്. ഇത് രാജകുടുംബ ത്തിന്റെ ശ്രേയസ്സ് വർദ്ധിപ്പിക്കുമെന്നാണ് വിശ്വാസം. ജപം നടക്കുന്ന സമയം രാജാവ് കുളത്തിനുചുറ്റും പ്രദക്ഷിണം വയ്ക്കും. ജലജപത്തിനു ശേഷം അത്താഴം. അവസാനദിവസം മഹാരാജാവ് ക്ഷേത്രത്തിലെത്തി മുറജപം മംഗളകരമായി കലാശിച്ചതിന്റെ സന്തോഷസൂചകമായി ഒരു കൊമ്പനാനയെ നടയ്ക്കിരുത്തും.

1744 ജൂലൈ 5ന് മാർത്താണ്ഡവർമ്മ ഭദ്രദീപം എന്ന ചടങ്ങോടെ ഈ യജ്ഞം ആരംഭിച്ചു. ആറുകൊല്ലം കഴിഞ്ഞ് 1750ൽ രണ്ടുലക്ഷം രൂപ ചെലവുചെയ്ത് ആദ്യത്തെ മുറജപം നടത്തി. ഇരുപത്തിയഞ്ചു മുറജപങ്ങൾ നടത്താനായിരുന്നു മാർത്താണ്ഡവർമ്മ ആഗ്രഹിച്ചത്. കൊല്ലവർഷം 1123 വരെ മുറജപം ആർഭാടപൂർവ്വം ആഘോഷിച്ചു. ധാടിയും മോടിയും കുറഞ്ഞെങ്കിലും ഈ ആഘോഷം ആറുവർഷത്തിലൊരിക്കിൽ ഇന്നും നടന്നുവരുന്നു. പക്ഷേ, മുറജപവുമായി ബന്ധപ്പെട്ട് നിർമ്മിക്ക പ്പെട്ടതാണെങ്കിലും കാർഷികാവശ്യങ്ങൾക്കും കിള്ളിയാറ്റിലെ വെള്ള പ്പൊക്കം നിയന്ത്രിക്കുന്നതിനും പ്രധാന പങ്കുവഹിക്കുകയും തലസ്ഥാ നത്തെ പ്രധാന തീർത്ഥക്കുളത്തിൽ വെള്ളമെത്തിക്കുകയും ചെയ്തിരുന്ന

കൊച്ചാറിനെ നിത്യവിസ്മൃതിയിലേക്ക് തള്ളിവിട്ടത് എന്തിനാണെന്ന് മനസ്സിലാകുന്നില്ല.

മഹാശിലാസംസ്കാരം

കിള്ളിയാറിന്റെ കരയിൽ മഹാശിലാസംസ്കാരം1 നിലനിന്നിരുന്നതിന്റെ തെളിവുകൾ നമുക്കു ലഭിച്ചിട്ടുണ്ട്. ഇടപ്പഴഞ്ഞി ഏലായുടെ കിഴക്കുഭാഗത്തെ ഉയർന്ന പ്രദേശമായ ശ്രീരംഗം ലെയിനിലുള്ള ഒരദ്ധ്യാപകന്റെ പറമ്പിൽനിന്നു കണ്ടെടുത്ത നന്നങ്ങാടികൾ ഇവിടത്തെ പ്രാചീനസംസ്കാരത്തിന്റെ ശേഷിപ്പുകളാണ്. സുസ്ഥാപിതവും അഭിവൃദ്ധവുമായ ഒരു സമൂഹത്തെയാണ് ഇത് പ്രതിനിധാനം ചെയ്യുന്നത്.

ഈ കാലഘട്ടത്തിൽ മൃതദേഹങ്ങൾ മുഴുവനായോ അസ്ഥികൾ മാത്രമായോ വലിയ മൺകലങ്ങളിലാക്കി കുഴിച്ചിടുന്ന പതിവുണ്ടായിരുന്നു. ഇത്തരം മൺപാത്രങ്ങൾക്ക് നന്നങ്ങാടി, മുതുമക്കത്താഴി, ചാടി എന്നീ പേരുകളാണുണ്ടായിരുന്നത്. മുതു 'പഴയ' എന്നും മുതുമക്കൾ എന്നാൽ പൂർവികർ എന്നും അർത്ഥമുണ്ട്. പൂർവികരെ അടക്കുന്ന താഴിയാണ് മുതുമക്കത്താഴി.

1981ൽ ശ്രീരംഗം ലെയിനിലെ ഒരു വീട്ടിൽ നിലവിലുള്ള കെട്ടിടത്തിന് ചില കൂട്ടിച്ചേർക്കലുകൾക്ക് അടിസ്ഥാനമിടാൻ ഭൂമി കുഴിച്ചപ്പോഴാണ് ആകസ്മികമായി ഈ നന്നങ്ങാടികൾ പ്രത്യക്ഷപ്പെട്ടത്. കെട്ടിടത്തിന്റെ വരാന്തയുടെ ചുവരിന്റെ അടിഭാഗത്താണ് ഇവ ആദ്യം കണ്ടത്. വിവരമറിഞ്ഞ് പുരാവസ്തുവകുപ്പിലെ ഉദ്യോഗസ്ഥന്മാരെത്തിയപ്പോഴേക്കും മണ്ണുമാറ്റൽ തുടങ്ങിയിട്ട് ഒരു മാസത്തോളമായിരുന്നു. തങ്ങൾ കണ്ടെത്തിയ പുരാവസ്തുക്കളെക്കുറിച്ച് വ്യക്തമായ അറിവോ ധാരണയോ ജോലിക്കാർക്കുണ്ടായിരുന്നില്ല. വിലപ്പെട്ട ചരിത്രാവശിഷ്ടങ്ങൾ കുറെയൊക്കെ നഷ്ടപ്പെട്ടുവെന്നു പറയേണ്ടതില്ലല്ലോ!

പുരാവസ്തുവകുപ്പിലെ ദുരന്തകഥാപാത്രമായിരുന്ന അന്തരിച്ച ഡോ. എസ്. പത്മനാഭൻതമ്പിയുടെ നേതൃത്വത്തിലുള്ള സംഘമാണ് 1981 ആഗസ്റ്റ് രണ്ടാംവാരം മുതൽ ഒക്ടോബർ ആദ്യം വരെ തുടർഖനനം നടത്തിയതും ലഭ്യമായ വസ്തുക്കളെ പഠനവിധേയമാക്കിയതും. "The trunch in square shape has yielded about 21 megalith monuments of which 5 were bigger burial jars of which one has a capstone flush with about 18 jars, surrounding the main jar. The stratigraphy revealed completely that of a mass burial alignment of the pottery and the iron implement revealed the greatest collection of magalithism in such a ctiy bred area" എന്നാണ് ഡോ. പത്മനാഭൻതമ്പി രേഖപ്പെടുത്തിയിട്ടുള്ളത്.

ശാസ്തമംഗലത്തുനിന്ന് കണ്ടെടുത്ത നന്നങ്ങാടി

4.2 മീറ്റർ ചതുരത്തിലുള്ളതും 2 മീറ്റർ ആഴത്തിലുമുള്ള കുഴിയിലാണ് നന്നങ്ങാടികൾ നിക്ഷേപിച്ചിരുന്നത്. കുഴിയിലിറങ്ങാൻ പടികളുണ്ടായിരുന്നു. ആദ്യത്തെ നന്നങ്ങാടി കണ്ടെടുത്തത് 1.5 മീറ്റർ താഴ്ചയിൽ നിന്നാണ്. പിന്നീടുള്ളവ കുറച്ചുകൂടി ആഴത്തിലായിരുന്നുവെങ്കിലും ആദ്യത്തേതിൽനിന്നു അധികം അകലത്തിലായിരുന്നില്ല.[10]

ഇരുപത്തിയാറ് വസ്തുക്കളാണ് ഇവിടത്തെ ഖനനത്തെത്തുടർന്ന് ലഭിച്ചത്. ഇതിൽ അഞ്ച് വലിയ മൺകലങ്ങളും പതിനെട്ട് ചെറിയ മൺകലങ്ങളുമുണ്ടായിരന്നു. വലിയ കലങ്ങളുടെ നിറം കറുപ്പോ ചുവപ്പോ ആയിരുന്നു. കൂടാതെ ഒരു റിംഗ് സ്റ്റാന്റ്, ഒരു കപ്പും ബൗളും, രണ്ട് കത്തികൾ എന്നിവയും ലഭിച്ചു. കത്തികൾക്ക് തുരുമ്പെടുത്ത് നശിക്കാറായ അവസ്ഥയായിരുന്നു. പുരാവസ്തുവകുപ്പ് ഉദ്യോഗസ്ഥന്മാരെത്തി മൺകലങ്ങൾ പുറത്തെടുക്കുന്നതിനിടയ്ക്കും ചില കലങ്ങൾ ഉടഞ്ഞുപോയിരുന്നു. അതിനുശേഷം കലങ്ങൾക്കുള്ളിൽ ചകിരിയും അറയ്ക്കപ്പൊടിയും നിറച്ച് പുറംഭാഗം കയർകൊണ്ട് വരിഞ്ഞുകെട്ടിയാണ്

10. ശവസംസ്കാരത്തിനോ മരിച്ചവരുടെ ഓർമ്മ നിലനിർത്തുന്നതിനോ വേണ്ടി കൂറ്റൻകല്ലുകൾകൊണ്ടുണ്ടാക്കിയ സ്തംഭങ്ങളും അറകളുമാണ് മഹാശില. പ്രേതാരാധനയോട് ബന്ധപ്പെട്ടാണ് കേരളത്തിലെ മഹാശിലാനിർമ്മിതികൾ എന്നു വിശ്വസിക്കുന്നു. മൃതദേഹങ്ങൾ വലിയ കലങ്ങളിലാക്കി കുഴിച്ചിടുന്ന പതിവുമുണ്ടായിരുന്നു.

പുറത്തെടുത്തതെന്നു സംഭവത്തിനു ദൃക്സാക്ഷിയായ പരമേശ്വരൻ നായർ സാക്ഷ്യപ്പെടുത്തി.

ഇവിടം ഒരു ശവസംസ്കാരകേന്ദ്രമായിരുന്നുവെന്നും കൂടുതൽ ഖനനത്തിന് സാദ്ധ്യതകളുണ്ടായിരുന്നെങ്കിൽ ശിലായുഗസംസ്കാരത്തിന്റെ വളരെയധികം അവശിഷ്ടങ്ങൾ ഇവിടെനിന്നു ലഭിക്കുമായിരുന്നുവെന്നുമായിരുന്നു പത്മനാഭൻതമ്പിയുടെ അഭിപ്രായം. തിരുവനന്തപുരത്തെ പൂജപ്പുരയിൽ 'ചാടിയറ' എന്നൊരു സ്ഥലമുണ്ട്. മൃതദേഹങ്ങൾ അടക്കം ചെയ്ത 'ചാടികൾ' ഇവിടെനിന്ന് കണ്ടെടുത്തിട്ടുള്ളതിനാലാണ് ഈ പ്രദേശത്തിന് 'ചാടിയറ' എന്ന പേരു ലഭിച്ചത്.

ഉഴുതുണ്ണുന്നവനെ തൊഴുതുണ്ണണം

വാസയോഗ്യമായ ചെറുകുന്നുകളും വൃക്ഷനിബിഡമായ സമതലവും വിശാലവും ഫലഭൂയിഷ്ഠവുമായ നെൽപ്പാടങ്ങളും ഇവയുടെയൊക്കെ ഓരം ചേർന്നൊഴുകുന്ന കിള്ളിയാറും കരമനയാറുമൊക്കെ ചേർന്ന് സമ്പന്നമായ ഒരു ദേശമായിരുന്നു തിരുവനന്തപുരം. ഇവിടത്തെ കൃഷിയിടങ്ങളിൽ കൃഷിചെയ്തും കാലികളെ വളർത്തിയും സമീപത്തെ കുന്നുകളിൽ വസിച്ചിരുന്നവരായിരുന്നു പൂർവികരിൽ ഭൂരിഭാഗവും. വിളവെടുപ്പിനു ശേഷമുള്ള വിശ്രമകാലങ്ങളിൽ കൊയ്ത്തും മെതിയും ഒഴിഞ്ഞ പാടങ്ങളിൽ ഭദ്രകാളിപ്പാട്ടും തമ്പുരാൻപാട്ടും ഊരൂട്ടുത്സവങ്ങളുമൊക്കെയായി സാഹോദര്യത്തോടെ ജീവിച്ചിരുന്ന അക്കാലത്ത് സമൂഹം ജാതികളായും സമുദായങ്ങളായും വേർതിരിക്കപ്പെട്ടിരുന്നില്ല. മതപരമായ സങ്കുചിതചിന്തകളില്ലാത്ത ദ്രാവിഡ ആചാരങ്ങളായിരുന്നു അന്ന് നിലനിന്നിരുന്നത്. നഗരത്തിന്റെ പൂർവകാല കാർഷികവളർച്ചയിൽ കിള്ളിയാറിന് വലിയ പങ്കുണ്ട്.

ക്രിസ്തുവർഷാരംഭത്തിനു മുൻപുള്ള മഹാശിലാസംസ്കാരത്തിന്റെ അടയാളങ്ങൾ സാധാരണമായി കൃഷിയോഗ്യവും ജലസേചനസൗകര്യവുമുള്ള കൃഷിയിടങ്ങളോട് ചേർന്നുള്ള കുന്നുകളിൽനിന്നാണ് ലഭിച്ചിട്ടുള്ളത്. തെക്കേ ഇന്ത്യയിൽ ജലസേചനമുപയോഗിച്ചുള്ള നെൽകൃഷി തുടങ്ങിയത് ഈ കാലഘട്ട ത്തിലാവാമെന്നാണ് നിഗമനം.[11]

പശമണ്ണുള്ള സമതലങ്ങളിൽ ജലസേചനത്തിനായി അണക്കെട്ടുകൾ നിർമ്മിച്ചിരുന്നു. വർഷകാലത്ത് ഉയർന്ന പ്രദേശങ്ങളിലെ അധികവെള്ളം നദിയിലേക്ക് ഒഴുക്കിവിടുന്നതിനും വേനൽക്കാലത്ത് കൃഷിയിടങ്ങളിലേക്ക് വെള്ളമെത്തിക്കുന്നതിനും 'മട'കളെ (നീർച്ചാൽ ശാസ്ത്രീയവും ഫലപ്രദവുമായി ഉപയോഗിച്ചിരുന്നതായി കാണാം. വർഷക്കാലത്തെ വെള്ളപ്പൊക്കവും വേനൽക്കാലത്തെ ജലദൗർലഭ്യവും മടകളുടെ

11. ദി ഇല്ലസ്ട്രേറ്റഡ് ഹിസ്റ്ററി ഓഫ് സൗത്ത് ഇന്ത്യ കെ.എ.നീലകണ്ഠ ശാസ്ത്രി, P.8

മരുതംകുഴി ഏലാ

സഹായത്തോടെ നിയന്ത്രിക്കാൻ സാധിച്ചിരുന്നു. മട അടയ്ക്കാൻ പൂവരശ്ശിൻകുറ്റികൾ നാട്ടി കരിമ്പ് നടുകയായിരുന്നു പതിവെങ്കിലും അതത് സ്ഥലത്തെ ലഭ്യതയനുസരിച്ച് കൈതച്ചെടികളും തെങ്ങോലകളും മുളംകുറ്റിയുമൊക്കെ ഉപയോഗിച്ചുപോന്നു.

കള്ളുകുടിച്ച് മദിച്ച ഉഴവർ കാഞ്ചിമരക്കുറ്റികൾ നാട്ടി കരിമ്പിൻ കമ്പുകൾ കുറുകെവച്ച് വയലുകളിൽ വെള്ളം തേകിയുണ്ടാക്കിയ വരമ്പിന്റെ പുറത്ത് കായൽമീൻ പിടിക്കാൻ കാത്തിരിക്കുന്ന കൊക്കിനെപ്പറ്റി അകനാനൂറിൽ പറയുന്നുണ്ട്.

കാഞ്ഞിരംപാറ, തൊഴുവൻകോട്, ചാമുണ്ഡീക്ഷേത്രത്തിനു പുറകുവശത്തുകൂടി ഒഴുകുന്ന കിള്ളിയാർ, ശാസ്തമംഗലം മഹാദേവക്ഷേത്രത്തിന് കിഴക്കുവശത്തെത്തുന്നത് കാടുവെട്ടിയണ കഴിഞ്ഞാണ്. പുരാതനമായ ഒരു പാലവും ആറിന് കുറുകെയുണ്ട്. ഈ ഭാഗത്ത് ആറിനു നടുവിൽ കാണുന്ന വലിയ ഒരു പാറ ഒരുപക്ഷേ, പഴയ മടയ്ക്ക് ശക്തി പകർന്നിരിക്കാം. ഈ സ്ഥലം ഇന്നും താരതമ്യേന വിജനമാണെന്നു തന്നെ പറയാം. കാടുപിടിച്ചുകിടന്നിരുന്ന പ്രദേശത്തെ കാട് വെട്ടി അണയുണ്ടാക്കിയതുകൊണ്ടായിരിക്കണം കാടുവെട്ടിയണ എന്ന പേരു ലഭിച്ചത്.

മഹാദേവക്ഷേത്രനടയിലൂടെ കിള്ളിയാർ ഒഴുകിയെത്തുന്നത് മരുതംകുഴി അണയിലേക്കാണ്. 'മരുതം' എന്നാൽ, വൃക്ഷങ്ങളും പൂക്കളും നിറഞ്ഞ ഉദ്യാനസമാനമായ പ്രദേശം എന്നും, 'പാടം' എന്നും നദികൾ പരന്നു പ്രവഹിക്കുന്ന സമതലം എന്നും അർത്ഥമുണ്ട്. പാടവും പാടത്തിനടുത്തുള്ള പുരയിടവും എന്ന് ശ്രീകണ്ഠേശ്വരം അർത്ഥം പറയുന്നു.

ഇടപ്പഴിഞ്ഞി ഏലാ

ധാരാളം മരുതമരങ്ങളും ഇവിടെ ഉണ്ടായിരുന്നു. മുകളിൽ പറഞ്ഞ ഏതു വിശേഷണങ്ങളും ഈ പ്രദേശത്തിനു ചേരും. മരുതംകുഴി എന്നാൽ മരുതഭൂമിയിലെ പാടശേഖരം എന്നു കരുതുന്നതാവും ഉത്തമം. മുറജപ ഉത്സവമില്ലാത്ത കാലങ്ങളിൽ ഇടപ്പഴിഞ്ഞി, പാങ്ങോട്, ജഗതി, വലിയ ശാല എന്നിവിടങ്ങളിലെ കൃഷിക്ക് കൊച്ചാർ ഒരനുഗ്രഹമായിരുന്നു. നഗരത്തിലെ പല കുളങ്ങൾക്കും വെള്ളമെത്തിച്ചിരുന്നതും കൊച്ചാർ തന്നെ.

ഇടപ്പഴിഞ്ഞി കഴിഞ്ഞ് പാങ്ങോട് ഭാഗത്തെത്തുമ്പോൾ അവിടെ വീണ്ടും ഒരു അണകൂടിയുണ്ട്. അതാണ് പാങ്ങോട് അണ. ഇവിടെയും ഷട്ടറുകൾ പ്രവർത്തിപ്പിച്ച് ആവശ്യാനുസരണം വെള്ളം കെട്ടിനിറു ത്താനും തുറന്നുവിടാനുമുള്ള സൗകര്യമുണ്ട്.

ജഗതി പിന്നീട് ആറന്നൂർ എത്തുമ്പോഴേക്കും പാറച്ചിറ അണയായി. അണയാകുന്നതിന് മുൻപ് ഇത് ചിറമാത്രമായിരുന്നു. ചിറയിൽ കുറുകെ പലകകൾ സ്ഥാപിച്ച് വെള്ളം കെട്ടിനിറുത്തി ഏലായിലേക്ക് വെട്ടിയി രുന്ന തോട്ടിലേക്ക് വെള്ളം കയറ്റുകയായിരുന്നു ചെയ്തിരുന്നത്. കിള്ളി യാറ്റിലെന്നപോലെ തോടിന്റെ തുടക്കത്തിലും വെള്ളത്തിന്റെ ഗതി ആവശ്യമനുസരിച്ച് നിയന്ത്രിക്കാൻ 'ചീപ്പുകൾ' ഉണ്ടായിരുന്നു. വിശാല മായ ആറന്നൂർ ഏലായുടെ നടുവിലൂടെ, ഏലായുടെ അവസാനം വരെ കൃഷിക്ക് ആവശ്യമുള്ള വെള്ളം ആവശ്യമായ അനുപാതത്തിൽ എത്തിച്ചു കൊടുത്തിരുന്നത് ഈ തോടുവഴിയാണ്.

പാറകൾക്കിടയിലെ ചിറയാണ് 'പാറച്ചിറ'. ആറന്നൂർ ഏലായിലെ നെൽക്കൃഷിക്ക് ജലസേചനത്തിനു വേണ്ടിയായിരുന്നു അലസമായി ഒഴുകിവരുന്ന കിള്ളിയാറിനെ ഇവിടെ തടഞ്ഞുനിറുത്തിയിരുന്നത്. ചിറ യിൽ പലക ഷട്ടറുകൾ ഘടിപ്പിക്കാൻ തൂണുകളുണ്ടാക്കിയിരുന്നു. ആ

തൂണുകൾക്കു മുകളിൽ പിൽക്കാലത്ത് കാൽനടയാത്രക്കാർക്കായി ഒരു പാലമുണ്ടാക്കി. 'തൊട്ടിപ്പാലം' എന്നാണ് ചെറിയ പാലം അറിഞ്ഞിരുന്നത്. തറനിരപ്പിൽനിന്ന് പൊക്കിയുണ്ടാക്കിയ പാലത്തിനു മുകളിലേക്കു കയറാനും ഇറങ്ങാനും ഇരുവശങ്ങളിലും പടികളുണ്ടായിരുന്നു. ചിറ അണക്കെട്ടായി മാറിയതോടെ പലകഷട്ടറുകൾ ഉയർത്താനും താഴ്ത്താനും ഇലക്ട്രിക് മോട്ടോറുകൾ ഘടിപ്പിച്ചു. ആറന്നൂർ ഏലായിലെ നെൽകൃഷി അവസാനിച്ചതോടെ തൊട്ടിപ്പാലത്തിന് സമാന്തരമായി വാഹനഗതാഗതത്തിന് സൗകര്യമുള്ള പുതിയ പാലം നിർമ്മിക്കുകയും വെള്ളം കെട്ടിനിർത്താനുപയോഗിച്ചിരുന്ന ഷട്ടറുകൾ ഇളക്കിമാറ്റുകയും ചെയ്തു. ഈ കടവ് ഇപ്പോൾ പ്രധാനമായും അലക്കുകാർ തുണിയലക്കാനാണ് ഉപയോഗിക്കുന്നത്. പാറച്ചിറ യോടു ചേർന്ന് കിള്ളിയാറ്റിന്റെ കരയിലുണ്ടായിരുന്ന മാടൻകോവിലിൽ ഇപ്പോൾ ഭദ്രകാളിക്കും ക്ഷേത്രം നിർമ്മിച്ചിട്ടുണ്ട്.

ശാസ്ത്രീയജലസേചനം വഴിയുള്ള കൃഷി മഹാശിലായുഗങ്ങളിൽ ഉണ്ടായിരുന്നുവെന്ന് സൂചിപ്പിച്ചുവല്ലോ. കിള്ളിയാറിന്റെ കരയിലുള്ള ശാസ്തമംഗലത്തു നിന്ന് ശിലായുഗകാലത്തെ ശവസംസ്കാരത്തിന്റെ തെളിവുകൾ ലഭിച്ചിട്ടുണ്ട്. ഇവിടത്തെ വയലേലകളിലെ കൃഷിക്കും രണ്ടായിരത്തിൽപരം വർഷങ്ങളുടെ പഴക്കമുണ്ടെന്ന് ഉറപ്പിക്കാം. ഇരുമ്പുകൊണ്ടുള്ള ആയുധങ്ങളും ഉപകരണങ്ങളുമാണ് അക്കാലത്ത് കൃഷി ആവശ്യങ്ങൾക്കായി ഉപയോഗിച്ചിരുന്നത്. കൃഷിയാവശ്യത്തിനും മറ്റുമായി പോറ്റിയിരുന്ന കാലികൾക്ക് മേയാനും രാത്രികാലങ്ങളിൽ അവയെ സംരക്ഷിക്കാനും പൊതുസ്ഥലങ്ങളുണ്ടായിരുന്നു.

'ഉഴുതുണ്ണുന്നവനെ തൊഴുതുണ്ണണം' എന്നായിരുന്നു പഴയ പ്രമാണം. പുരാതനകാലത്തെ കാർഷികവൃത്തിയുടെ പ്രാധാന്യത്തെയാണ് ഈ ചൊല്ല് ഉറപ്പിക്കുന്നത്. വട്ടിനിറച്ച് മാനിറച്ചിയുമായി വേട്ടുവനും കലം നിറയെ തൈരുമായി തൈരുണ്ടാക്കുന്ന തൊഴിൽ ചെയ്യുന്നവർക്കുമൊക്കെ ഉഴവനെ സമീപിക്കുകയല്ലാതെ മറ്റ് മാർഗ്ഗങ്ങളൊന്നുമുണ്ടായിരുന്നില്ലത്രേ. കൂടുതൽ സ്വകാര്യസമ്പത്തും ഭൂസ്വത്തും കൃഷിക്കാർക്ക് തന്നെയായിരുന്നു.

പൂമാലയും കടുക്കാമാലയും ധരിച്ച ഉഴവന്റെ ഇരുമ്പുരുക്കിയൊഴിച്ച് വാർത്തെടുത്തതുപോലെയുള്ള കൈകൾ ഭൂമിയിൽ സ്വർണ്ണം വിളയിച്ചിരുന്നുവെന്നുള്ള പരാമർശങ്ങളും തത്തയെ ചുട്ടുതിന്നുന്ന ആൺകുട്ടികളെയും പൂ വിൽക്കാൻ നടക്കുന്ന പെൺകുട്ടികളെയും, കരിക്കുകുടിച്ച് ചെടിക്കുമ്പോൾ വൈക്കോൽ തുറുവിന്റെ മുകളിൽ കയറി നൊങ്കുപറിക്കാൻ ശ്രമിക്കുന്ന മിടുക്കന്മാരായ കർഷകബാലന്മാരെയും മാങ്ങയുംകൂട്ടി കള്ളും കുടിച്ച് മതിവരാതെ കരിക്കുകുടിക്കുന്നവരെയും കുറിച്ചുള്ള സംഘകാലകൃതികളിലെ രസകരമായ വിവരണങ്ങൾ ചരിത്രകാരനായ ഇളംകുളം കുഞ്ഞൻപിള്ള ഉദ്ധരിച്ചിട്ടുള്ളത് 1500 വർഷം

മുൻപുള്ള മരുതനിലത്തിലെ സാധാരണ ജനങ്ങളുടെ ജീവിതരീതി പരിചയപ്പെടുത്താനാണ്.[12]

ശാസ്തമംഗലത്ത് കിള്ളിയാറ്റിന്റെ കരയിലെ ഒരു നിലത്തിൽ നിന്നും കണ്ടെടുത്ത ശിലാലിഖിതം കൃഷിയുമായി ബന്ധപ്പെട്ടതാണ്.[13]

തണ്ടാൻ മറാംമരൂട്ടി, കണ്ണൻനീലി, മരൂട്ടിച്ചാത്തൻ എന്നിവരിൽ നിന്ന് മരൂട്ടി കുൺറൻ ഭൂമി ഏറ്റെടുത്ത് കൃഷിയോഗ്യമാക്കിയെന്നും ആ സ്ഥലത്തിന് മരൂട്ടിപ്പെറ്റ എന്നു പേരിട്ടുവെന്നുമാണ് ലിഖിതത്തിന്റെ ഉള്ളടക്കം.

ജാതിയില്ലായ്മയായിരുന്നു ദ്രാവിഡസംസ്കാരത്തിന്റെ ജീവൻ എന്നാണ് ചരിത്രകാരന്മാർ രേഖപ്പെടുത്തിയിട്ടുള്ളത്. കൃഷിക്കാരൻ കുറവന്മാരുടെ ഇടയിലേക്ക് മാറിത്താമസിച്ചാൽ അവൻ കുറവനാകും. പാണന്മാരുടെ പ്രവൃത്തിയാണ് ചെയ്യുന്നതെങ്കിൽ പാണനാകും. ചാതുർവർണ്യത്തിന്റെ കടന്നുകയറ്റത്തോടെ ഈ രീതിയ്ക്കു മാറ്റം വന്നു. കടുക്കാമാലയും പൂമാലയും ധരിച്ച് നിലമുഴുതിരുന്ന ഉഴവന്മാരുടെ തൊഴിൽപരമായ മാന്യത നഷ്ടപ്പെടുകയും ചേറിൽ ശാരീരികാദ്ധ്വാനം ചെയ്യുന്ന അവരെ (ചെറുമൻ) താഴ്ന്ന വർഗ്ഗക്കാരായി പരിഗണിക്കുകയും ചെയ്തു.

പുലയസമുദായത്തിൽപ്പെട്ടവരായിരുന്നല്ലോ ഇവിടെ പ്രധാനമായും കർഷകത്തൊഴിലാളികളായുണ്ടായിരുന്നത്. പഴയ ചേരനാട്ടിലെ പ്രബലരായിരുന്ന ഇവർ ചേരമർ എന്നാണ് അറിയപ്പെട്ടിരുന്നത്. പിൽക്കാലത്ത് തിരുവനന്തപുരത്തെ പുലയനാർകോട്ട, നെടുമങ്ങാട്, ഉഴമലയ്ക്കൽ എന്നിവിടങ്ങൾ ഇവരുടെ ശക്തികേന്ദ്രങ്ങളായിരുന്നെങ്കിലും ക്രമേണ ജന്മിമാരുടെ അടിയാളന്മാരായി മാറുന്ന കാഴ്ചയാണ് നാം കണ്ടത്. ഇവരെ പുല (അശുദ്ധി)യുള്ളവരായി മുദ്രകുത്തി സമൂഹം അകറ്റി നിറുത്തി.

കിള്ളിയാറിന്റെ വരദാനങ്ങൾ

പനവൂരിൽനിന്നുത്ഭവിച്ച് നെടുമങ്ങാടിന്റെ തെക്കേ അതിരായ കരകുളത്തെത്തുന്ന കിള്ളിയാർ വഴയിലയെത്തുന്നതോടെ സമതലങ്ങളിലൂടെയുള്ള യാത്രയാരംഭിക്കുന്നു. തുടർന്ന് വിശാലമായ മരുതനിലങ്ങളെ പരിലാളിച്ചുകൊണ്ടാണ് അതിന്റെ സഞ്ചാരം. വഴയില, മണികണ്ഠേശ്വരം, കൊക്കോട്, തൊഴുവൻകോട്, ഇടക്കുളം, കാടുവെട്ടി, കുറുങ്ങോട് കടപ്പത്തല, ഉദിയന്നൂർ, ഇടപ്പഴിഞ്ഞി, ചെറുതലമ്പാട്, ജഗതി, മേലാറന്നൂർ, കീഴാറന്നൂർ, കാലടി തുടങ്ങിയ ചെറുതും വലുതുമായ നിരവധി ഏലാകളിലെ നെൽക്കൃഷിക്കും ആറിന്റെ കരയിലെ കരക്കൃഷിക്കും

12. ഇളംകുളം കുഞ്ഞൻപിള്ളയുടെ തെരഞ്ഞെടുത്ത കൃതികൾ, P.14, 15
13. ട്രാവൻകൂർ ആർക്കിയോളജിക്കൽ സീരീസ് വോള്യം, VII No.54

വേണ്ടുവോളം ജലം നൽകിയശേഷമായിരുന്നു കരമനയാറുമായി ചേരുന്നത്.

ആറും തോടും പരന്നൊഴുകുന്ന നദിയും നിലങ്ങളും തോപ്പുകളും നിറഞ്ഞ പ്രദേശങ്ങളെയാണ് മരുതം എന്നു വിശേഷിപ്പിക്കപ്പെട്ടിരുന്നത്. നഗരത്തിൽ അധികവും മരുതനിലങ്ങളായിരുന്നു. മരുതത്തിൽ താമസിച്ചിരുന്നവർ അവരുടെ പ്രവൃത്തിയുടെ അടിസ്ഥാനത്തിൽ 'ഉഴവർ' (കൃഷിക്കാർ) എന്ന് അറിയപ്പെട്ടിരുന്നു. 'ഊരൻ' അവരുടെ തലവനും.

ഏണിക്കര കഴിഞ്ഞുള്ള വലിയ ഏലായാണ് വഴയില. തിരുവനന്തപുരം ചെങ്കോട്ട റോഡ് ഏലായെ നെടുകെ മുറിച്ചുകൊണ്ടാണ് കടന്നുപോകുന്നത്. അരുവിക്കരനിന്നു നഗരത്തിലെ ശുദ്ധജലവിതരണത്തിനായി വെല്ലിംഗ്ടൺ വാട്ടർവർക്സിലേക്ക് വെള്ളമെത്തിക്കുന്ന വലിയ കുഴലുകളും ഈ ഭാഗത്ത് റോഡിന് സമാന്തരമായുണ്ട്. വഴയിലയിൽ നിന്ന് ഇടത്തേക്ക് തിരിഞ്ഞൊഴുകുന്ന കിള്ളിയാർ ഇന്ദിരാനഗറിന് പുറകിലൂടെ മണികണ്ഠേശ്വരം കൊക്കോട് മണ്ണാമ്മൂല ഭാഗത്തേക്കൊഴുകുന്നു. ഇന്ദിരാനഗർ കടന്ന് മണികണ്ഠേശ്വരത്തേക്കു പോകാൻ ആറിനു കുറുകെ പുതിയ പാലം പണിതിട്ടുണ്ട്. പാലത്തിന് കിഴക്കുവശത്തായി മണികണ്ഠേശ്വരംക്ഷേത്രം. മണ്ണാമ്മൂല, തൊഴുവൻകോട് ഏലാകൾ കടന്ന് കിള്ളിയാർ ശാസ്തമംഗലത്തേക്ക് പ്രവേശിക്കുന്നത് മഹാദേവക്ഷേത്രത്തിന് വടക്കുഭാഗത്തുള്ള കാടുവെട്ടി അണകടന്നാണ്.

മരുതംകുഴി അണകഴിഞ്ഞ് ഒഴുകുന്ന കിള്ളിയാറിന്റെ കിഴക്കുഭാഗത്തായാണ് ഉദിയന്നൂർദേവിക്ഷേത്രവും ഉദിയന്നൂർഏലായും. തിരുവനന്തപുരത്ത് നെൽക്കൃഷിയുള്ള അപൂർവം ഏലാകളിലൊന്നാണിത്. മുടിപ്പുര ഉത്സവത്തോടനുബന്ധിച്ച് മൂന്നുവർഷത്തിലൊരിക്കൽ നടത്തിവരുന്ന ഉലകുടയപ്പെരുമാൾ തമ്പുരാൻ ഊരുട്ടും പാട്ടും ഉദിയന്നൂർ ഏലായിലാണ് നടക്കുന്നത്. ഈ ഏലാ ഇപ്പോഴും പച്ചയണിഞ്ഞു നിൽക്കുന്നതിന്റെ കാരണവും ഇതുതന്നെയായിരിക്കാം. നാട്ടിലെ പ്രധാന ഉത്സവമാണ് ഊരൂട്ടുത്സവം.

മരുതംകുഴിയുമായി ചേർന്നുകിടക്കുന്ന ഏലായാണ് ഇടപ്പഴിഞ്ഞി ഏല. 'പഴനം' എന്ന പദം മരുതനിലത്തിലെ പാടങ്ങളെ സൂചിപ്പിക്കാനായി അകനാനൂറിൽ ഉപയോഗിച്ചിട്ടുണ്ട്. ദ്രാവിഡഭാഷയിലെ പഴനി, പഴനം എന്നീ വാക്കുകളും പഴഞ്ഞിയും ഒന്നുതന്നെ. ഇവയെല്ലാം 'പാടം' എന്ന അർത്ഥത്തിൽ ഉപയോഗിച്ചുപോരുന്നവയുമാണ്. 918ൽ തിരുവനന്തപുരം നഗരത്തിലെ വട്ടിയൂ ർക്കാവ് അധികാരത്തിലെ എലുകകൾ (അതിർത്തികൾ) രേഖപ്പെടുത്തിയിട്ടുള്ളതിൽ ഇടപ്പഴിഞ്ഞി എന്നാണ് കാണുന്നത്. 'ഇട'യും 'പഴനി'യും ചേർന്ന് ഇടപ്പഴനിയായി എന്ന വാദവുമുണ്ട്. ഇവിടം ഇടപ്പഴനി എന്നറിയാൻ തുടങ്ങിയത് സുബ്രഹ്മണ്യക്ഷേത്രത്തിന്റെ ആവിർഭാവത്തെടെയാണെന്നും 'ഇള' (ചെറിയ)യും

പഴനിയും ചേർന്ന് ഇടപ്പഴനിയായ (ചെറിയ പഴനി)താണെന്നും ഇട പ്പഴനി കാലക്രമത്തിൽ ഇടപ്പഴിഞ്ഞി ആയിത്തീർന്നുവെന്നും ബാല സുബ്രഹ്മണ്യസ്വാമി ക്ഷേത്രത്തിന്റെ ചരിത്രം രേഖപ്പെടുത്തിയിട്ടുള്ള അന്തരിച്ച ഭാരതീശ്വരം ദിവാകരൻനായർ അഭിപ്രായപ്പെട്ടിട്ടുണ്ട്. നൂറിൽ പ്പരം വർഷങ്ങൾ പഴക്കമുള്ള പഴയ ഭാഗാധാരങ്ങളിൽ 'ഇടപ്പിഴിഞ്ഞി' എന്നും കാണുന്നു.

'പാലപ്പഴഞ്ഞിയാലെടി എഴുപത്തിഅഞ്ച് പറയും' എന്ന് തിരുവല്ലം ചേപ്പേടിലെ (മൂന്നാം ചെമ്പോല) പാലപ്പഴഞ്ഞിയും നെയ്യാറ്റിൻകര താലൂക്കിലെ മറ്റൊരു ഇടപ്പഴിഞ്ഞിയും പഴനിയൂർക്കോണവുമൊക്കെ നെൽപ്പാടങ്ങളുമായി ബന്ധപ്പെട്ടപേരുകളാണ്. കിള്ളിയാറിനും സമീ പത്തെ ഉയർന്ന പ്രദേശത്തിനും ഇടയിലുള്ള പാടം ഇടപ്പഴിഞ്ഞിയായി എന്നുവേണം കരുതാൻ.

ഇടപ്പഴിഞ്ഞി ഏലായുടെ പഴയപേര് 'കുറുപ്പ്ഏല' എന്നു പഴയ രേഖകളിൽ കാണുന്നു. നാലുവീട്ടിൽ കുറുപ്പന്മാരിൽപ്പെട്ട മുണ്ടനാട്ടു കുറുപ്പന്മാരുടെ ശാഖയായ തെക്കേ പേവറത്തല കുറുപ്പന്മാരായിരുന്നു ഈ പ്രദേശത്തെ പ്രധാന താമസക്കാർ. ഇടപ്പഴിഞ്ഞി ഏലായെ ആദ്യം നെടുകെ മുറിച്ചത് കൊച്ചാറും കൊച്ചാർ റോഡുമാണ്. വഴുതക്കാട്-പാങ്ങോട് റോഡും പാലവും വന്നതോടെ ഏല കുറുകെയും മുറിഞ്ഞു.

ഇടപ്പഴിഞ്ഞി ഏലായും മൂന്നുവർഷത്തിലൊരിക്കൽ തമ്പുരാൻപാട്ടു നടത്തിയിരുന്ന സ്ഥലമാണ്. വയലുകൾ മുഴുവൻ വീടായപ്പോൾ നിക ത്തിയ വയലിൽ അല്പസ്ഥലം ഈ ഉത്സവത്തിനായി മാറ്റിവച്ചിട്ടുണ്ട്. അതോടനുബന്ധിച്ചാണ് ഉലകുടയപ്പെരുമാൾ ശിവപാർവതീക്ഷേത്രം പണിയിച്ചത്. പാങ്ങോടുപാലം കഴിഞ്ഞ് ആറിന്റെ കിഴക്കുവശത്താണ് ശാസ്താക്ഷേത്രവും ചെറുതലമ്പാട് ഏലായും. ഈ ഏല കിഴക്കോട്ട് ചാടിയറവരെയുണ്ട്.

ജഗതി എന്നാൽ ഭൂമി എന്നാണ് അർത്ഥം. ജഗതിക്കു 'ചെയ്തി' എന്നും പ്രയോഗിച്ചു കണ്ടിട്ടുണ്ട്. കിള്ളിയാറ്റിലെ എക്കൽ വീണ ഫല ഭൂയിഷ്ഠമായ ഭൂമിയാണ് ജഗതി. ആറിന്റെ പടിഞ്ഞാറുവശത്താണ് ഏല. കൊച്ചാറും കൊച്ചാർ റോഡും ഈ ഏലായെ രണ്ടായി വിഭജിച്ചു. ജഗതി ഏലായിലെ കൃഷിക്കു വെള്ളം നൽകാൻ കൊച്ചാർ റോഡും വഴുതക്കാട്പൂജപ്പുര റോഡും ചേരുന്നിടത്ത് വലിയൊരു കുളമുണ്ടാ യിരുന്നു 'ജഗതിക്കുളം'. ജഗതിയിൽ കൂപക്കരമഠക്കാരു ടേതായിരുന്ന രണ്ട് ആരാധനാലയങ്ങളാണ് ജഗതി മുടിപ്പുരയും ജഗതി കൃഷ്ണ സ്വാമി കോവിലും. തിരുവനന്തപുരത്തെ പ്രധാന മുടിപ്പുരകളിലൊ ന്നായ ജഗതി മുടിപ്പുരയിലും ആറ്റുകാൽ മുടിപ്പുരയിലേതുപോലെ കണ്ണകി സങ്കല്പത്തിലാണ് ദേവിയുടെ മുടിപ്രതിഷ്ഠ. കൂപക്കരമഠ ത്തിലെ പോറ്റി കൊടുങ്ങല്ലൂരുനിന്നും ദേവിയെ ആവാഹിച്ചുകൊണ്ടു വന്ന് മഠംവക പാടത്ത് പച്ചപ്പന്തലിൽ പ്രതിഷ്ഠിച്ചുവെന്നാണ് ഐതിഹ്യം.

ദേവിയെക്കൂടാതെ ഗണപതിക്കും നാഗർക്കും ഇപ്പോൾ ആരാധനയുണ്ട്. മീനഭരണിയോടനുബന്ധിച്ചുള്ള ഏഴുദിവസത്തെ ഉത്സവമാണ് പ്രധാനം. കൂപക്കരമഠത്തിന്റെ പ്രതാപം അസ്തമിച്ചപ്പോൾ മുടിപ്പുര നാട്ടുകാരുടെയും തുടർന്ന് ട്രസ്റ്റിന്റെയും ഭരണത്തിൻ കീഴിലായി.

കിള്ളിയാറിന്റെ കരയിലെ വലിയ ഏലാകളിലൊന്നായിരുന്നു ആറന്നൂർ ഏല. ആറിനടുത്തുള്ള ഊര് ആയിരിക്കാം 'ആറന്നൂർ'. ഇവിടത്തെ പാടങ്ങൾക്ക് നൂറുമേനി വിളവു നൽകിയിരുന്നത് കിള്ളിയാറ്റിലെ എക്കലും ആറിൽനിന്നു ആവശ്യാനുസരണം കൃത്യമായി ലഭിച്ച ജലസേചനവുമാണ്.

തിരുവനന്തപുരം-കന്യാകുമാരി റോഡു വന്നതോടെ ആറന്നൂർ ഏല രണ്ടായി വിഭജിക്കപ്പെട്ടു. മെയിൻ റോഡിനു തെക്കുള്ളഭാഗം കീഴാറന്നൂരും വടക്കുള്ളത് മേലാറന്നൂരും. കിള്ളിപ്പാലത്തുനിന്ന് ആറിന്റെ കരയിലൂടെയുള്ള ബണ്ട് റോഡ് കാലടിവരെയുണ്ട്. ശ്രീപത്മനാഭസ്വാമി ക്ഷേത്രത്തിലേക്ക് തിരുമല നിന്ന് വെട്ടിയെടുത്ത ഒറ്റക്കല്ല് കൊണ്ടുവന്നത് കരമന ആണ്ടിയിറക്കം വഴിയായിരുന്നു. കിള്ളിയാറ് കടന്നത് എങ്ങനെയാണെന്നു വ്യക്തമല്ല.

ആറ്റുകാൽ ഏലയാണ് ഇന്നും നശിക്കാതെ നിലനിൽക്കുന്ന മറ്റൊരു ഏല. ആറ്റുകാൽ ദേവീക്ഷേത്രവുമായി ബന്ധമുള്ളതുകൊണ്ടാണ് ഈ ഏല ഇന്നും നിലനിൽക്കുന്നത്. ആറ്റുകാൽ എത്തുന്നതോടുകൂടി കിള്ളിയാറിന്റെ യാത്രയും അവസാനിക്കുകയാണല്ലോ.

കാടും മലയും ചേർന്നുനിൽക്കുന്ന നെടുമങ്ങാട് നിന്നു നഗരത്തിലേക്കു കടക്കുമ്പോൾ കിള്ളിയാറിന്റെ തീരത്തെ സ്ഥലങ്ങളുടെയും പഴയ തറവാടുകളുടെയും പുരയിടങ്ങളുടെയും പഴയ പേരുകൾ അവിടത്തെ പുരാതനകാർഷിക പാരമ്പര്യത്തിനു അടിവരയിടുന്നു.

മെച്ചപ്പെട്ട വിളവിനുസഹായിക്കുന്ന മണ്ണാണ് വിള, തോട്ടം എന്നീ പേരുകളിൽ അറിയപ്പെട്ടിരുന്നത്. വിളാകം എന്നാൽ വിളയ്ക്കകം. സമ്പന്നകുടുംബവീടുകളുമായി ചേർന്നുള്ള പുരയിടങ്ങളും വിളാകം തന്നെ. 'അറ' എന്ന വാക്കിനർത്ഥം വയലെന്നും അറയുടെ തലയ്ക്കലുള്ള വീടുകൾ അറത്തലകളുമായി. പഴയകാലത്ത് പ്രധാനവഴികളുമായി ചേർന്നായിരുന്നില്ല കൃഷിക്കാരുടെ വീടുകൾ. കൃഷികൾ നോക്കിനടത്തുന്നതിനു സൗകര്യം പാടങ്ങളുടെ തലയ്ക്കൽ താമസിക്കുന്നതായിരുന്നു. എന്നുമാത്രമല്ല, വയലുകളുടെ പേരുമായി ബന്ധപ്പെട്ടായിരുന്നു കുടുംബത്തിന്റെയോ തറവാട്ടിന്റെയോ പേരുകളും പന്നിയറത്തല, മാവറത്തല, നാരങ്ങറത്തല, പേവറത്തല, പ്ലാവറത്തല എന്നീ പേരുകൾ ഉദാഹരണങ്ങൾ.

പുല്ലുവിളാകം, തൊട്ടിവിളാകം, ആലുവിളാകം, വാറുവിളാകം തുടങ്ങിയ വിളാകങ്ങളും മരച്ചീനിവിള, എള്ളുവിള, വലിയവിള, ചേനവിള

എന്നിങ്ങനെയുള്ള വിളകളുമൊക്കെയായിരുന്നു സാധാരണം. ഭൂമിയുടെ കിടപ്പുമായി ബന്ധപ്പെട്ടുള്ള പേരുകളുണ്ടെന്നുള്ളത് മറന്നുകൊണ്ടല്ല ഇതു പറയുന്നത്. വഴയില, മരുതംകുഴി, ഇടപ്പഴിഞ്ഞി, പാണാംപഴിഞ്ഞി എന്നീ പേരുകളും കൃഷിയിടങ്ങളുമായി ബന്ധപ്പെട്ടവതന്നെ.

കിള്ളിയാറിലെ വെള്ളപ്പൊക്കം

കൊ.വ.1021ൽ സ്വാതിതിരുനാളിന്റെ കാലത്തുണ്ടായ വെള്ളപ്പൊക്കത്തിനുശേഷം ചരിത്രത്തിലൂടെ നാമറിയുന്ന വെള്ളപ്പൊക്കം 1099 (1924)ലെ കുപ്രസിദ്ധമായ വെള്ളപ്പൊക്കമാണ്. പെരിയാറിന്റെ തീരങ്ങളിൽ വൻ ദുരന്തമുണ്ടായി. നാട്ടിലെ ദുരിതങ്ങൾക്ക് കണക്കില്ലാതായി. മഹാരാജാവ് ശ്രീമൂലംതിരുനാൾ രാമവർമ്മ ഈ ദുഃഖത്തിൽ രോഗാതുരനായി. താമസിയാതെ അദ്ദേഹം നാടുനീങ്ങി. കർക്കിടകത്തിലെ ഈ അസാധാരണ വെള്ളപ്പൊക്കത്തെത്തുടർന്ന് ദുരിതനിവാരണത്തിന് ഖജനാവിൽനിന്ന് ദിവാൻ ടി. രാഘവയ്യ ഒരുലക്ഷം രൂപ അനുവദിച്ചു. കഴിഞ്ഞ തലമുറ 99ലെ വെള്ളപ്പൊക്കത്തെ വളരെ ഭീതിയോടെയാണ് ഓർത്തിരുന്നത്. പുതിയ തലമുറയ്ക്ക് ഒരു പഴങ്കഥയും. ഈ വെള്ളപ്പൊക്കത്തിൽ കിള്ളിയാറും അതിന്റെ പങ്കുവഹിച്ചു. കരകുളം പേരൂർക്കട ഭാഗത്തും മരുതംകുഴിയിലും ശാസ്തമംഗലത്തും ജഗതിയിലുമൊക്കെ മനുഷ്യരുടെയും ജന്തുക്കളുടെയും ജീവനഷ്ടമുണ്ടായി. മൺചുമരുകളോടുകൂടിയ അനേകം വീടുകൾ ഇടിഞ്ഞുവീണു. കൃഷി നാമാവശേഷമായി.

1971 ലും 78ലും തിരുവനന്തപുരത്തുണ്ടായ വെള്ളപ്പൊക്കത്തിൽ ധാരാളം നാശനഷ്ടങ്ങളുണ്ടായി. കിള്ളിയാറും കരകവിഞ്ഞൊഴുകി. തന്റെ സ്വതന്ത്രമായ സഞ്ചാരപഥത്തെ കൈയേറി തടസ്സപ്പെടുത്തിയ മനുഷ്യന്റെ അതിക്രമങ്ങളിൽ പ്രതിഷേധിച്ചെന്നോണം കരകളിലാകെ നാശം വിതച്ചു. പലേയിടത്തും കരകൾ തകർന്നു. കൃഷികൾ നശിച്ചു. കാടുവെട്ടിയണയുടെ ഭാഗത്തുണ്ടായിരുന്ന ബണ്ട് പൊട്ടിയതോടെ മഹാദേവർ ക്ഷേത്രത്തിനും മരുതംകുഴി അണയ്ക്കുമിടയിൽ ആറ് ഗതിമാറി തെങ്ങിൻതോപ്പുകൾക്കിടയിലൂടെ അണ ഒഴിവാക്കി ഒഴുകി വീണ്ടും പ്രധാന പ്രവാഹത്തിൽ ചേർന്നു. മഹാദേവർ ക്ഷേത്രത്തിനും അണയ്ക്കുമിടയ്ക്കുള്ള ആറിന് വളവുകൾ അധികമാണ്. ഇതും ഒരു കാരണമാകാം.

ഇതോടെ ആറ്റിൻ തീരത്തെ ഭൂവുടമകൾ തങ്ങളുടെ സ്ഥലങ്ങൾ കുറഞ്ഞവിലയ്ക്ക് വിറ്റുതുടങ്ങി. നദിക്കരയിലെ വെള്ളപ്പൊക്കസാദ്ധ്യത വസ്തുക്കച്ചവടക്കാർ മുതലാക്കി. റിയൽ എസ്റ്റേറ്റ് ബിസിനസ്സുകാരുടെ പുഷ്ക്കര കാലമായിരുന്നു അത്. നദിക്കരയിലെ തെങ്ങിൻതോപ്പുകളും വയലുകളും കുറഞ്ഞവിലയ്ക്ക് വാങ്ങി നികത്തി കരഭൂമിയാക്കി. ചെറിയ ചെറിയ തുണ്ടുകളാക്കി വിറ്റു. അവിടെ മനോഹരങ്ങളായ പുതിയ

കെട്ടിടങ്ങൾ വന്നു. മഴക്കാലത്ത് വെള്ളം കെട്ടിനിൽക്കേണ്ടുന്ന സ്ഥലങ്ങൾ വീടുകൾകൊണ്ട് നിറഞ്ഞു. നദിയുടെ ആഴവും പരപ്പും കുറഞ്ഞു. തന്റെ മാർഗ്ഗത്തിലെ കടന്നുകയറ്റം സഹിക്കാനാവാതെ കലികൊണ്ട ആറ് വീണ്ടും കരയിലേക്ക് പല തവണ ഇരച്ചുകയറി. 1978ലെ വർഷകാലത്ത് വീണ്ടും വെള്ളപ്പൊക്കമുണ്ടായി. ധാരാളം മൃഗങ്ങളും കുടിലുകളും കൃഷിയിടങ്ങളും ഒഴുകിപ്പോയി. കിള്ളിയാറ്റിലെ ജലം ചുറ്റുമുള്ള വയലുകളിലേക്കും റോഡിലേക്കും കയറി. കൊച്ചാർ റോഡ് പൂർണ്ണമായും വെള്ളത്തിലായി. കൊച്ചാറ്റുമുക്ക് പ്രദേശത്ത് കിള്ളിയാറിനോട് ചേർന്നുണ്ടായിരുന്ന മരക്കടയിൽ അട്ടിയിട്ടിരുന്ന കൂറ്റൻ തടികൾ ഒഴുകിപ്പോയി. പഴയാറ്റിൻകുഴി പ്രദേശത്തെ വീടുകൾ വാസയോഗ്യമല്ലാതായി. വഴയില, മണ്ണാമ്മൂല, കാലടി എന്നിവിടങ്ങളിലെ താഴ്ന്ന സ്ഥലങ്ങളെല്ലാം വെള്ളത്തിനടിയിലായി. ഈ വെള്ളപ്പൊക്കം തിരുവനന്തപുരം നഗരത്തെയാകെ ഉലച്ചു.

ഇതുകൊണ്ടൊന്നും പാഠം പഠിക്കുന്നവരായിരുന്നില്ല നമ്മൾ. പ്രകൃതിയെയും നദികളെയും നാം വീണ്ടും ശല്യപ്പെടുത്തിക്കൊണ്ടിരുന്നു. കിള്ളിയാറിന്റെ കരയിൽ പുതിയ നഗറുകളും വീടുകളുടെ ഗാർഡനും വന്നു. 2009ൽ കിള്ളിയാർ വീണ്ടും കലഹിച്ചു. റിവർവ്യൂ ഗാർഡന് സമീപം കരയിലെ ബണ്ട് തകർത്ത് വെള്ളം കുത്തിയൊഴുകി. ചുറ്റുമതിലുകൾ തകർത്തുകൊണ്ട് വീടുകൾക്കുള്ളിലേക്ക് വെള്ളം ഇരച്ചുകയറി. സുരക്ഷിതസ്ഥാനത്തേക്ക് രക്ഷപ്പെടുന്നതിനെക്കുറിച്ച് ആലോചിക്കുന്നതിനു മുൻപ് എട്ടടിയോളം വെള്ളം പൊങ്ങി. ഇരുനിലക്കെട്ടിടങ്ങളുടെ മുകളിലത്തെ നിലകളിൽ ആളുകൾ ഭയത്തോടെ അഭയം തേടി. താഴത്തെ നിലകളിൽ വെള്ളവും. വാഹനങ്ങളൊക്കെ വെള്ളത്തിനടിയിൽപ്പെട്ടു. ഫർണിച്ചറുകൾ ഒഴുകിനടന്നു. ''രാത്രി 12 മണിയോടെ കുത്തിയൊലിച്ച് ജലമെത്തിയതോടെ കല്യാണസദ്യ വെള്ളം കൊണ്ടുപോയി (കല്ലിംഗൽ ഗ്രീൻലാൻഡ് കല്യാണമണ്ഡപത്തിലും പഴകുറ്റി വി.വി.ആഡിറ്റോറിയത്തിലും). ആനാട് മൃഗാശുപത്രി വെള്ളത്തിൽ മുങ്ങി, ഔഷധങ്ങൾ നശിച്ചു. ആനാട് ബാങ്ക് ജംഗ്ഷനു സമീപം മതിലിടിഞ്ഞ് ഓയിൽമില്ലിൽ വെള്ളം കയറി. 12000 ഓളം തേങ്ങകളും മൂന്നു ബാരൽ എണ്ണയും ഒലിച്ചുപോയി. ആനാട് മാർക്കറ്റ് വെള്ളത്തിൽ മുങ്ങി.''[14]

തുടർന്നുള്ള വർഷങ്ങളിലും ഈ സംഭവത്തിന്റെ ഒരു തനിയാവർത്തനം തന്നെയായിരുന്നു പറമ്പുകളിൽ കയറിയ വെള്ളം തിരിച്ച് ആറ്റിലേക്കുതന്നെ ഇറങ്ങാനുള്ള സംവിധാനങ്ങളൊക്കെ കയ്യേറപ്പെട്ടു. കാഞ്ഞിരംപാറ ജംഗ്ഷൻ മുതൽ പുതിയ പാലംവരെയുള്ള 'കരിത്തോട്' ഇന്ന് ഒരു ഓടപോലും അല്ലാതായി. വഴയിലയിലും മണ്ണാമ്മൂലയിലും

---

14. മലയാളമനോരമ ദിനപ്പത്രം 7-9-2015

ശാസ്തമംഗലത്തും ജഗതിയിലുമൊക്കെ കിള്ളിയാറിന്റെ കരകളിലുണ്ടായിരുന്ന പാടങ്ങളും തെങ്ങിൻതോപ്പുകളും വീടുകൾ കൊണ്ട് നിറഞ്ഞുകഴിഞ്ഞു. മനുഷ്യന്റെ അതിരുവിട്ട അതിക്രമം പ്രകൃതിയെ ചൊടിപ്പിക്കുന്നുവെങ്കിൽ സ്വാഭാവികം മാത്രം.

ഇടപ്പഴിഞ്ഞി (പാങ്ങോട്) പാലത്തിനോടു ചേർന്നുള്ള പഴയാറ്റിൻകുഴി പ്രദേശവാസികൾ വെള്ളപ്പൊക്കത്തിന്റെ ദുരിതം സ്ഥിരമായി അനുഭവിക്കുന്നവരാണ്. ഈ സ്ഥലം പണ്ട് ആറിന്റെ ഭാഗമായിരുന്നു എന്നും അങ്ങനെയാണ് പഴയ ആറ്റിൻകുഴിയായതെന്നും കാരണവന്മാർ പറയുന്നു. ജഗതിയിലെയും ഐരാണിമുട്ടത്തെയും കാര്യവും മറ്റൊന്നല്ല.

''കിള്ളിയാറ്റിന്റെ വശഭിത്തി തകർന്നുണ്ടായ വെള്ളപ്പാച്ചിലിൽ അപകടത്തിന്റെ തോത് വർദ്ധിപ്പിച്ചത് ഒഴുകിയെത്തിയ വെള്ളം മണിക്കൂറുകളോളം കെട്ടിനിന്നതുകൊണ്ടാണെന്നാണ് നിഗമനം. പുലർച്ചെ അഞ്ചിന് ആറ്റിന്റെ ഭിത്തി തകർന്ന് വെള്ളം കുത്തിയൊലിച്ചെത്തിയെങ്കിലും അപകടാവസ്ഥ മാറിയത് പതിനൊന്നു മണിയോടെയാണ്. വെള്ളം തിരിച്ചൊഴുകുന്നതിനുള്ള ഏകമാർഗ്ഗമായ കരിത്തോടിലെ കയ്യേറ്റമാണ് അപകടത്തിന്റെ തോത് വർദ്ധിപ്പിച്ചതെന്ന് നാട്ടുകാർ. അഞ്ചാമത്തെ തവണയാണ് കിള്ളിയാറ്റിന്റെ ഭിത്തി മരുതംകുഴി ഭാഗത്ത് പൊട്ടുന്നത്. ഭിത്തിതകർത്തെത്തുന്ന വെള്ളത്തിന് തിരിച്ചിറങ്ങാനുള്ള ഏക മാർഗ്ഗമാണ് കരിത്തോട്. കാഞ്ഞിരംപാറ ജംഗ്ഷനിൽനിന്നാരംഭിച്ച് മരുതംകുഴി പുതിയ പാലത്തിനടിയിലൂടെ കിള്ളിയാറിൽ ചേരുന്നതാണ് ഈ തോട്. തോട്ടിലെ കയ്യേറ്റം കാരണം മഴയൊഴുക്കിന് തടസ്സമുണ്ടാകുന്നതാണ് വെള്ളം തിരിച്ചിറങ്ങാൻ കാലതാമസം നേരിടാൻ കാരണം.

ചിലർ തോടു കയ്യേറി കാർഷെഡ്ഡ് കെട്ടി. മറ്റുചിലർ വീട്ടിലേക്ക് നടപ്പാത പണിതു. ചില സ്ഥലങ്ങളിൽ രണ്ടുമീറ്റർവരെയുള്ള തോട് മറ്റുചില സ്ഥലങ്ങളിലെത്തുമ്പോൾ നൂൽവണ്ണത്തിലാകും. ഇതുകാരണം വെള്ളത്തിന്റെ ഒഴുക്ക് തടസ്സപ്പെടുന്നതാണ് മരുതംകുഴിയെ വെള്ളത്തിൽ മുക്കുന്നത്.''[15]

കരമനയാറിൻതീരത്തെ ശ്രീകോവിലുകൾ

അരുവിക്കര

അരുവിക്കര അണക്കെട്ടിന്റെ തെക്കുപടിഞ്ഞാറായി കരമനയാറിനോടു ചേർന്നുള്ള പാറപ്പുറത്താണ് അരുവിക്കര ശ്രീഭഗവതിക്ഷേത്രം. വൈഷ്ണവി ദേവിക്ക് പ്രാധാന്യമുള്ള സപ്തമാതാക്കളാണ് ഇവിടെത്തെ പ്രധാന പ്രതിഷ്ഠ. അരുവിക്കരഅമ്മമാർ എന്നാണ് ഇവർ അറിയപ്പെട്ടിരുന്നത്. വ്യാസമുനി പ്രതിഷ്ഠിച്ചുവെന്നാണ് വിശ്വാസം.

---

15. മലയാളമനോരമ ദിനപ്പത്രം 9-9-2015

അരുവിക്കര ശ്രീഭഗവതിക്ഷേത്രം

ശ്രീകോവിലിൽ ഗർഭഗൃഹത്തിനു ചുറ്റുമുള്ള മരയഴികൾ ചെമ്പു കൊണ്ട് പൊതിഞ്ഞിരിക്കുന്നു. ഗർഭഗൃഹത്തിന് പത്മനാഭസ്വാമി ക്ഷേത്ര ത്തിലെതെന്ന പോലെ മൂന്ന് വാതിലുകളുണ്ട്. സാധാരണ സപ്തമാതാ ക്ഷേത്രങ്ങളിൽ ഗർഭഗൃഹത്തിനുള്ളിൽ വീരഭദ്രനും ഗണപതിക്കും പ്രതിഷ്ഠയുണ്ടാവും. സപ്തമാതൃക്കളെ കിഴക്ക് ദർശനമായും വീര ഭദ്രനെയും ഗണപതിയെയും വടക്കും തെക്കും ദർശനമായാണ് പ്രതി ഷ്ഠിച്ചിട്ടുള്ളത്. ശ്രീകോവിലിനുമുമ്പിലെ ചതുരാ കൃതിയിലുള്ള മണ്ഡ പവും ശ്രീകോവിലിലേതുപോലെ ചെമ്പ് പൊതിഞ്ഞിട്ടുണ്ട്. ശ്രീകോവി ലിന് ചുറ്റുമുള്ള സ്ഥലം കല്ലുകൾപാകി നിരപ്പാക്കിയിരിക്കുന്നു. ചുറ്റു മതിലിന്റെ കിഴക്കുഭാഗത്തുള്ള വാതിലിനോട് ചേർന്ന് കരമനയാറ്റി ലേക്ക് ഇറങ്ങാൻ പടവുകളുണ്ട്.

തെക്കുപടിഞ്ഞാറായി ഗണപതിക്കും വടക്കുപടിഞ്ഞാറ് നാഗയക്ഷിക്കും പ്രതിഷ്ഠയുണ്ട്. പ്രധാനക്ഷേത്രത്തിൽ നിന്നും അൽപ്പം പൊക്കത്തിലെ പാറമേലുള്ള ഈ രണ്ട് ഉപദേവതമാരുടെയും ദർശനത്തിനായ് പണ്ട് പാറയിൽ കൊത്തിയുണ്ടാക്കിയ പടികളുണ്ടായിരുന്ന സ്ഥാനത്ത് ഇപ്പോൾ പുതിയപടികൾ കെട്ടിയുണ്ടാക്കിയിരിക്കുന്നു.

ആലപ്പുറത്ത് മഠക്കാരുടെതായിരുന്നു ക്ഷേത്രം. തിരുവനന്തപുരം നഗരത്തിനാവശ്യമായ കുടിവെള്ളം ശേഖരിക്കാൻ അരുവിക്കരയിൽ അണക്കെട്ട് നിർമ്മിച്ചപ്പോൾ അമ്മ മഹാറാണി ഈ ക്ഷേത്രം ഏറ്റെടുത്തു. ഇപ്പോൾ ദേവസ്വം ബോർഡിന്റെ കീഴിലാണ്. കരകുളത്തിനടുത്തുള്ള ഏണിക്കരയിലെ മുദിശാസ്താംകോട് ദേവീക്ഷേത്രത്തിലും സപ്തമാ തൃക്കളാണ് പ്രതിഷ്ഠ.

ക്ഷേത്രമതിൽക്കെട്ടിന് പുറത്ത് വടക്ക് പടിഞ്ഞാറായി ശ്രീധർമ്മ ശാസ്താവിന് പ്രത്യേകം ക്ഷേത്രമുണ്ട്. 1979 ഏപ്രിൽമാസം നാലാം തീയതി തന്ത്രി താഴമൺമഠം കണ്ഠരരു ശങ്കരരു പ്രതിഷ്ഠ നടത്തി. കോതംബി മലയിലായിരുന്നു ശാസ്താവിന്റെ മൂലസ്ഥാനം. അണക്കെട്ട് നിർമ്മാണത്തോടെനുബന്ധിച്ച് ശാസ്താവിനെ അരുവിക്കരയിലേക്ക് മാറ്റി പ്രതിഷ്ഠിക്കുക യാണുണ്ടായത്. ശാസ്താവിന്റെ വിഗ്രഹത്തിന് രണ്ടര അടിയോളം പൊക്കംവരും. അണക്കെട്ടിനോട് ചേർന്നുള്ള ഭാഗത്ത് ആറ്റിലെ മീനുകൾക്ക് അരിയും തേങ്ങയും തീറ്റയായി കൊടുക്കുന്നത് ഇവിടത്തെ ഒരു പ്രധാന വഴിപാടാണ്. പാലുണ്ണിയും അരിമ്പാറയും മാറാനാണത്രെ ഈ വഴിപാട്.

ദിവസം രണ്ടുനേരം പൂജയുണ്ട്. വൃശ്ചികമാസത്തിലെ തൃക്കാർ ത്തികയാണ് പ്രധാനവിശേഷം. കരമനയാറിന്റെ പശ്ചാത്തലവും ചുറ്റു മുള്ള പാറകളും മരങ്ങളുമൊക്കെ ചേർന്ന് ക്ഷേത്രാന്തരീക്ഷം ചൈതന്യ വത്താക്കുന്നു. അരുവിക്കരയും പരസരവും വിനോദസഞ്ചാര കേന്ദ്ര മായതോടെ ക്ഷേത്രത്തിൽ ധാരാളം ഭക്തജനങ്ങൾ എത്തുന്നുണ്ട്. കർ ക്കിടകവാവിന് പിതൃതർപ്പണം നടത്താനും ധാരാളംപേർ ഇവിടത്തെ കടവുകളിലെത്തുന്നു.

കുലശേഖരം

കുലശേഖരത്ത് കരമനയാറിന്റെ വടക്കേക്കരയിലെ ഉയർന്നഭാഗ ത്താണ് ശങ്കരനാരായണക്ഷേത്രം 'കുലശേഖരമംഗലം' എന്ന പേരി ലാണ് ഈ സ്ഥലം അറിയപ്പെട്ടിരുന്നത്. വിഷ്ണുസഹസ്രനാമത്തിൽ 'കാല'ശബ്ദം വിഷ്ണുവിന്റെ പര്യായമാണ്. ശേഖരൻ ശിവനാണല്ലോ. കാലം ലോപിച്ച് കുലം ആയതാകാനാണ് വഴി. ശങ്കരനും നാരായണനും ചേർന്ന് കുലശേഖരമായി. മംഗലത്തിനു മംഗളം എന്ന് അർത്ഥമുണ്ട്. അങ്ങനെ മംഗളകാരകനായ ശങ്കരനാരായണന്മാരുടെ ഇരിപ്പിടമാണ് കുലശേഖരമംഗലം. ചേരരാജാവായിരുന്ന കുലശേഖര ആഴ്വാർ ക്ഷേത്ര ങ്ങൾ പണിയിക്കുകയും ക്ഷേത്രമാഹാത്മ്യങ്ങളെക്കുറിച്ച് കാവ്യങ്ങൾ രചിക്കുകയും ചെയ്ത ഭരണാധികാരിയായിരുന്നു. ശങ്കരനാരായണ ക്ഷേത്രം സന്ദർശിച്ച അദ്ദേഹത്തോടുള്ള ആദരസൂചകമായി കുലശേഖരം എന്ന് സ്ഥലത്തിന് പേരിട്ടുവെന്നും മറ്റൊരു അഭിപ്രായമുണ്ട്. ദേശത്തിന്റെ പ്രധാന ആരാധനാ മൂർത്തിയുമായി ബന്ധപ്പെട്ട് സ്ഥലനാമമുണ്ടായി എന്ന് വിശ്വസിക്കാം.

പണ്ട് ക്ഷേത്രത്തിന്റെ വടക്കുഭാഗത്തുകൂടിയായിരുന്നത്രേ കരമന യാർ ഒഴുകിയിരുന്നത്. ദിവസവും നദിയിലൂടെ കടത്ത് കടന്നുവേണ മായിരുന്നു പൂജാരിക്ക് ക്ഷേത്രത്തിലെത്താൻ. ഒരു ദിവസം അസാധാ രണമായി വെള്ളം പൊങ്ങിയതു കാരണം നദിയിൽ വള്ളമിറക്കാൻ കഴിഞ്ഞില്ല. പൂജാരി ക്ഷേത്രത്തിലെ ത്താൻ കഴിയാതെ വിഷമിച്ചു. പൂജ

കുലശേഖരം ശങ്കരനാരായണക്ഷേത്രം

മുടങ്ങും എന്ന സങ്കടത്തോടെ അദ്ദേഹം ഭഗവാനെ ധ്യാനിച്ചു. ദീർഘ മായ ധ്യാനത്തിന് ശേഷം കണ്ണുതുറന്ന പൂജാരി അത്ഭുതപ്പെട്ടു. നദി ഒഴുകികൊണ്ടിരിന്ന സ്ഥലം കരയായി മാറിയിരിക്കുന്നു. വേഗം ക്ഷേത്ര ത്തിലെത്തി പൂജ കഴിഞ്ഞ് പുറത്തിറങ്ങിയ അദ്ദേഹം ക്ഷേത്രത്തിന് തെക്കുഭാഗത്തുകൂടി ഒഴുകുന്ന നദിയും ജലപ്പരപ്പിൽ തേജസ്വികളായ രണ്ട് കുമാരന്മാരെയും അവരുടെ അടുത്ത് ഒരു കാളയെയും മുകളിൽ ഒരു ഗരുഡനെയും കണ്ടുവെന്നാണ് ഐതീഹ്യം.

കിഴക്ക് ദർശനമായാണ് ശങ്കരനാരായണപ്രതിഷ്ഠ. കിഴക്ക് താഴ്ന്ന ഭൂമിയിൽ നിന്നും പടവുകൾ കയറി വേണം ക്ഷേത്രത്തിലെത്താൻ. കിഴക്ക് താഴ്ന്ന ഭൂമി വാസ്തുവിധിപ്രകാരം ശ്രേഷ്ഠമത്രേ. ശങ്കരനാരായ ണന്റെ ശിവലിംഗരൂപത്തിലുള്ള മൂലവിഗ്രഹം കൃഷ്ണശിലയിലാണ് നിർമ്മിച്ചിട്ടുള്ളത്. ഗർഭഗൃഹത്തോടു കൂടിയ മനോഹരമായ വട്ടശ്രീ കോവിൽ കല്ലുകൊണ്ടുള്ളതും കൂര ഓടുമേഞ്ഞതുമാണ്. വലതുവശം ശിവരൂപവും ഇടതുവശം വിഷ്ണുരൂപവുമായുള്ള അർച്ചനാബിംബം പഞ്ചലോഹത്തിലാണ് നിർമ്മിച്ചിട്ടുള്ളത്. ശിവലിംഗത്തിൽ ചാർത്തി യിട്ടുള്ള അങ്കിയിൽ ശങ്കരനാരായണ രൂപമുണ്ട്. ക്ഷേത്രത്തിൽ ശങ്കര നാരായണമൂർത്തിയെ പ്രതിഷ്ഠിച്ചത് ആഞ്ജനേയനാണെന്നാണ് വി ശ്വാസം. രാമേശ്വരത്ത് ശ്രീരാമചന്ദ്രൻ പരമേശ്വരപ്രതിഷ്ഠ നടത്തിയ തിനുശേഷം മാരുതി ഇവിടെയെത്തി ശങ്കര നാരായണപ്രതിഷ്ഠ നടത്തി യത്രേ. ഹനുമാന്റെ സാന്നിദ്ധ്യത്തിന് അടയാളമായി കിഴക്കേനടയുടെ ബലിക്കൽപുരയോടു ചേർന്ന് ഒരു ശിലാപ്രതിമയുണ്ട്. പ്രത്യേകിച്ച് പൂജ യൊന്നുമില്ലെങ്കിലും ഭക്തർ ഇവിടെ ആഞ്ജനേയസ്വാമിയെയും വണ ങ്ങുന്നു.

കാർത്തികതിരുനാൾ മഹാരാജാവിന്റെ കാലത്ത് ശ്രീപത്മനാഭസ്വാമി ക്ഷേത്രത്തിൽ നിർമ്മിച്ച കുലശേഖരമണ്ഡപത്തിനു വേണ്ടി കുലശേഖ രത്തു നിന്നും കല്ലുവെട്ടിയെടുത്തതായി രേഖയുണ്ട്. എട്ടുവീട്ടിൽപിള്ള മാരുടെ വധശ്രമത്തിൽ നിന്ന് രക്ഷനേടാനായി അനിഴംതിരുനാൾ മാർ ത്താണ്ഡവർമ്മ ക്ഷേത്രത്തിൽ ഒളിച്ചു താമസിച്ചിരുന്നതായും പറയ പ്പെടുന്നു. ഈ അവസരത്തിൽ മാർത്താണ്ഡവർമ്മയ്ക്ക് ഉറക്കത്തിൽ ശങ്കരനാരായണന്റെ ദിവ്യദർശനവും ക്ഷേത്രത്തിന്റെ കിഴക്കുവശത്ത് കരമനയാറിന്റെ തീരത്തുള്ള പാലമരച്ചോട്ടിൽ ഭൂമിക്കടിയിൽ ഒരു വലിയ നിധിയുണ്ടെന്ന് അരുളപ്പാടും ലഭിച്ചതായി ഒരു കഥയും പ്രചാരത്തി ലുണ്ട്. മാർത്താണ്ഡവർമ്മ അടുത്തദിവസം തന്നെ നിധി കണ്ടു പിടിച്ചു വെന്നും രാജ്യത്തെ സാമ്പത്തിക ബുദ്ധിമുട്ടുകൾ പരിഹരിക്കാൻ അത് ഉപകരിച്ചുവെന്നും പറയപ്പെടുന്നു. പാല നിന്നിരുന്ന സ്ഥലത്തിന്റെ ഓർമ്മ യ്ക്കായി പാലപ്പിള്ളി എന്നൊരു പുരാതന നായർ തറവാട് അവിടെയുണ്ട്.

ക്ഷേത്രത്തിൽ ശങ്കരൻ അർദ്ധനാരീശ്വരനായും നാരായണൻലക്ഷ്മീ സമേതനായും കുടികൊള്ളുന്നു. ശ്രീകോവിലിനു ചുറ്റും പൂർണ്ണ പ്രദക്ഷിണം നടത്താം. കിഴക്കേനടയിലൂടെ വലിയ ബലിക്കല്ലിന് പ്രദ ക്ഷിണമായാണ് നാലമ്പലത്തിലേക്ക് കടക്കുന്നത്. ഗണപതി, ശാസ്താവ്, നാഗരാജാവ് എന്നിവരാണ് ഉപദേവതകൾ. നാലമ്പലത്തിന് പുറത്ത് കിഴക്കുവശത്തെ പടിയിറങ്ങി വേണം തെക്കുകിഴക്ക് ഭാഗത്തായി പ്രതി ഷ്ഠിച്ചിരിക്കുന്ന നാഗരാജാവിനെ വണങ്ങാൻ.

മുൻകാലങ്ങളിൽ ക്ഷേത്രത്തിൽ നടത്തിയിരുന്ന പത്ത് ദിവസത്തെ ഉത്സവത്തിൽ പള്ളിനായാട്ടും ആറാട്ടുമൊക്കെയുണ്ടായിരുന്നു. കുല ശേഖരത്തെ ആൽത്തറക്കവലയിലാണ് പള്ളിനായാട്ട് നടത്തിയിരുന്നത്. ഈസ്ഥലം വേട്ടക്കളം എന്ന് അറിയപ്പെട്ടിരുന്നു. ഇതിനടുത്തുള്ള പഴയ നായർതറവാടിന്റെ പേര് വേട്ടവിള എന്നാണ്. എണ്ണൂറിൽപ്പരം വർഷത്തെ പഴക്കം ഉണ്ടെന്ന് വിശ്വസിക്കുന്ന ഈ ക്ഷേത്രം കൂപക്കര മഠക്കാരുടേ തായിരുന്നു. പിന്നീട് ഇവിടത്തെ തന്ത്രം കുഴിക്കാട്ട് ഇല്ലക്കാർക്കായി. ഇപ്പോൾ ദേവസ്വം ബോർഡിന്റെ ഭരണത്തിൽ കീഴിലാണ്.

കരമന തളിയിൽ

കരമന ജംഗ്ഷനിൽനിന്ന് കാലടിയിലേക്ക് പോകുന്ന റോഡിനരി കിലായാണ് തളിയിൽ ശിവക്ഷേത്രം. കിഴക്ക് ദർശനമായുള്ള ക്ഷേത്രം കരമനയാറിന്റെ കരയിലാണ്. ക്ഷേത്രത്തിൽനിന്നുള്ള പടിക്കെട്ടിറങ്ങി യാൽ മനോഹരമായ കുളിക്കടവായി. കേരളത്തിന്റെ തെക്കെ അറ്റത്തെ തളിക്ഷേത്രമാണിത്. തിരുവട്ടാർ തളി ഇപ്പോൾ തമിഴ്നാട്ടിലാണല്ലോ.

മഹാദേവനാണ് പ്രധാന ആരാധനാമൂർത്തി. ധ്യാന സങ്കല്പത്തി ലുള്ള വലിയ ശിവലിംഗമാണ് പ്രതിഷ്ഠ. ഗണപതി, കൃഷ്ണൻ, ശാസ്താവ്, ഹനുമാൻ, നാഗരാജാവ് എന്നിവരാണ് ഉപദേവതാസ്ഥാനത്ത്.

കരമന തളിയിൽ മഹാദേവക്ഷേത്രം

കരമന തളിയിൽക്ഷേത്രത്തിന്റെ നടത്തിപ്പിന് 'നീർമ്മണ്ണ' ഗ്രാമത്തിൽ നിന്ന് അഞ്ച് ബ്രാഹ്മണകുടുംബങ്ങളെ ഇവിടെ കൊണ്ടുവന്ന് കുടിയിരുത്തിയ തായി പറയപ്പെടുന്നു. നീർമ്മണ്ണ ഗ്രാമം ഏത് എന്നതിനെക്കുറിച്ച് വ്യക്തതയില്ല. നിരണം ആണെന്നും പത്തനംതിട്ടയിലെ കൊടുമൺ ആണെന്നും അഭിപ്രായങ്ങളുണ്ട്. പണ്ട് തമിഴ് രാജാക്കന്മാരുടെ ആക്രമണത്തെ ഭയന്ന് നിരണം ഗ്രാമത്തിൽനിന്ന് ഇവിടെ വന്ന് കുടിയേറി പാർത്തതാകാനും ഇടയുണ്ട്.

ചതുരാകൃതിയിലുള്ള ശ്രീകോവിലിന്റെ മുമ്പിൽ മുഖമണ്ഡപമില്ല. മഹാദേവനെ നോക്കി കിടക്കുന്ന നന്ദികേശന്റെ സ്ഥാനം ശ്രീകോവിലിന് മുന്നിൽ അൽപ്പം തെക്ക് മാറിയാണ്. നന്ദിക്ക് സാധാരണയിൽ കൂടുതൽ വലുപ്പമുണ്ട്. വലിയശാല കാന്തള്ളൂർക്ഷേത്രത്തിലെ നന്ദി തളിയിൽ ക്ഷേത്രത്തിൽ വന്ന് കിടക്കുക പതിവായിരുന്നെന്നും ഒരിക്കൽ വന്നശേഷം തിരിച്ചുപോയില്ല എന്നും ക്ഷേത്രത്തിന് മുഖമണ്ഡപം ഇല്ലാതിരുന്നതിനാൽ അവിടെയുണ്ടായിരുന്ന ഗണപതിക്കുമുമ്പിൽ ശിവനെ നോക്കിക്കൊണ്ട് കിടന്നുവെന്നുമാണ് ഐതിഹ്യം. ശിവക്ഷേത്രത്തിൽ നന്ദികേശന്റെ സ്ഥാനം സാധാരണയായി ശ്രീകോവിലിന് മുമ്പിലാണല്ലോ. പിൽക്കാലത്ത് ഗണപതിയെ അവിടെനിന്നും മാറ്റി പ്രതിഷ്ഠിച്ചു. ഗണപതിക്കും ശാസ്താവിനും ഇടയ്ക്കാണ് ഇപ്പോൾ നന്ദികേശൻ.

കന്നിമൂലയിലാണ് ശാസ്താ പ്രതിഷ്ഠ. ശ്രീകോവിലിന് തെക്ക് വശത്തായി ശാസ്താവ്. നാലമ്പലത്തിനുള്ളിൽ നാഗർ പ്രതിഷ്ഠയുണ്ടെന്നുള്ളതും പ്രത്യേകതയാണ്. നാലമ്പലത്തിനു പുറത്ത് കൊടിമരത്തിന്

പിന്നിലായി ഹനുമാനും ശ്രീകൃഷ്ണനുമുണ്ട്. കൊടിമരത്തിന്റെ ചോട്ടിലാണ് ബലിക്കല്ല്. ദ്രാവിഡ ശിൽപ്പശൈലിയിൽ പണിയിച്ച ഗോപുരവും ഉയരമുള്ള ചുറ്റമ്പലവുമാണുള്ളത്. എല്ലാ ദിവസവും നൂറ്റിയെട്ട് കലശാഭിഷേകമുണ്ട്. ധനുമാസത്തിലെ തിരുവാതിരയ്ക്കും ശിവരാത്രിക്കും രുദ്രാഭിഷേകവും വിശേഷാൽ പൂജകളുമുണ്ടാവും. മകരമാസം ഇരുപത്തിയെട്ടിന് കൊടിയേറി എട്ടുദിവസത്തെ ഉത്സവമാണ് പതിവ്. ഈ ദിവസങ്ങളിൽ ശ്രീഭൂതബലിയും ഉത്സവബലിയും നടത്തും.

തിരുവല്ലം

കരമനയാറിന്റെയും കിള്ളിയാറിന്റെയും സംഗമഭൂമിയാണ് തിരുവല്ലം. 12–13 നൂറ്റാണ്ടുകളിൽ നിർമ്മിച്ചുവെന്ന് കരുതപ്പെടുന്ന ഈ ക്ഷേത്രം തെക്കേ ഇന്ത്യയിലെ പ്രസിദ്ധമായ പരശുരാമക്ഷേത്രമാണ്. ദക്ഷിണ കാശി എന്നൊരു വിശേഷണംകൂടി ഈ പുരാതനമായ ക്ഷേത്രത്തിനുണ്ട്.

പരശുരാമക്ഷേത്രത്തിൽ ആദ്യകാലത്ത് പരശുരാമ പ്രതിഷ്ഠ ഉണ്ടായിരുന്നില്ല എന്ന ചരിത്രകാരന്മാരുടെ നിഗമനം കൗതുകകരമാണ്. ശിലാനിർമ്മിതമായ ക്ഷേത്രത്തിന്റെ പൂർവ്വകാലത്തെക്കുറിച്ചുള്ള ചില വിവരങ്ങൾ ക്ഷേത്രസമുച്ചയത്തിനകത്തുള്ളത് കണ്ടെത്തിരേഖപ്പെടുത്തിയത് റ്റി.എ. ഗോപിനാഥ റാവുവാണ്. 1224ലെ രേഖയിൽ ''തിരുവല്ലത്തു മാതേവർക്കുന്തിരുക്കണ്ണപ്പന്നു ങ്കണപതിക്കു നമക്കാരത്തിനു'' മെന്നാണ് എഴുത്ത്. 1236ലെ ശിലാരേഖയിൽ മുകുന്ദോത്തമ ദേവസന്നിധിയെക്കുറിച്ചാണ് പരാമർശമുള്ളത്. തിരുവല്ലത്ത് തെക്കേ ചുറ്റുമണ്ഡപത്തിൽ ശ്രീമുകുന്ദോത്തമ പഴാരി തിരുവടിസന്നിധിയിൽ കൂടിയിരുന്നു സഭചെയ്ത തീരുമാനമെന്നാണ് രേഖ. ''തിരുകണ്ണപ്പനും മാതെവൻ തിരുവടിക്കും തിരുവമൃതിന്നു അരിമടൈ അഞ്ചിന്നു നമസ്കാരം അഞ്ചിന്നും....'' എന്ന് 1237ലെ മറ്റൊരു രേഖയിൽ കാണുന്നു. മുകുന്ദൻ മഹാവിഷ്ണുവിനെയും കൃഷ്ണനെയും കുറിക്കുന്നതാണല്ലോ. കണ്ണപ്പൻ കൃഷ്ണനും മാതേവൻ മഹാദേവനുമാണ്. ബ്രഹ്മക്ഷേത്രത്തിന്റെ വടക്കേചുവരിൽ കാണുന്ന വട്ടെഴുത്ത് ലിഖിതത്തിൽ നിന്നു ഇവിടത്തെ പഴക്കമേറിയ പ്രതിഷ്ഠകൾ ശിവനും കൃഷ്ണനുമാണെന്ന് മനസ്സിലാക്കാം. ഒരുപക്ഷേ ബ്രഹ്മാവിന്റെ പ്രതിഷ്ഠക്ക് അതിനേക്കാളും പഴക്കമുണ്ടാകും.

ശങ്കരാചാര്യസ്വാമികൾ തന്റെ മാതാവിന്റെ മരണാനന്തര കർമ്മങ്ങൾക്കായി തിരുവല്ലത്ത് എത്തിയത്രേ. പിതൃകർമ്മത്തിനായി ബ്രഹ്മാവിനെയും ശ്രാദ്ധം ഊട്ടുന്നതിനായി മഹാവിഷ്ണുവിനെയും ഏകോദിഷ്ഠസ്ഥാനം പറ്റുന്നതിനായി ശിവനെയും ധ്യാനിച്ചു പ്രത്യക്ഷപ്പെടുത്തി. ആറ്റുവക്കത്ത് പിണ്ഡം ഒഴുക്കുന്നതിനായി എത്തിയപ്പോൾ പ്രത്യക്ഷപ്പെട്ട മഹാവിഷ്ണുവിനെ ക്ഷേത്രത്തിൽ പ്രതിഷ്ഠിച്ചശേഷം ദാനക്രിയകൾനടത്തി പരശുരാമനെയും ബ്രഹ്മദേവനെയും പ്രതിഷ്ഠിച്ചു

തിരുവല്ലം ക്ഷേത്രം

എന്നാണ് ഐതിഹ്യം. നാലുകൈകളുള്ള പത്മാസനത്തിലിരിക്കുന്ന രൂപത്തിലാണ് ബ്രഹ്മാവിന്റെ പ്രതിഷ്ഠ. പരശുരാമനും ബ്രഹ്മാവിനും വടക്കോട്ടും ശിവന് കിഴക്കോട്ടുമാണ് ദർശനം.

ത്രിമൂർത്തികൾക്ക് പ്രത്യേകം ശ്രീകോവിലുകളും ശിവനും പരശുരാമനും കൊടിമരവുമുണ്ട്. സുബ്രഹ്മണ്യൻ, വേദവ്യാസൻ, മഹിഷാസുരമർദ്ദിനി എന്നിവരെ ചുറ്റമ്പലത്തിനകത്തും പുറത്ത് ഗണപതി, അയ്യപ്പൻ, ശ്രീകൃഷ്ണൻ എന്നിവരെയും പ്രതിഷ്ഠിച്ച് ആരാധിക്കുന്നു.

കേരളത്തിൽ പ്രചാരമുള്ള ഐതിഹ്യമനുസരിച്ച് ജമദഗ്നി മഹർഷിയുടെ അഞ്ചുമക്കളിൽ ഇളയവനാണ് പരശുരാമൻ. കേരളോൽപ്പത്തിയിൽ കന്യാകുമാരി മുതൽ തപ്തിവരെ ഭാർഗവക്ഷേത്രം എന്നാണ് അറിയപ്പെടുന്നത്. ഗോകർണ്ണത്തിൽ നിന്നും കന്യാകുമാരിയിലേക്ക് തന്റെ 'പരശു' (മഴു) വീശിയെറിഞ്ഞുവെന്നും മഴുവിന്റെ സഞ്ചാരപഥത്തിലെ കടൽമാറി കരയായിയെന്നുമാണ് കേരളോൽപ്പത്തിയെക്കുറിച്ചുള്ള കഥ. ഖഡ്ഗം, ബാണം, പരശു, ധനുസ് എന്നിവയാണ് പരശുരാമന്റെ ആയുധങ്ങൾ.

മഹാഭാരതത്തിലും രാമായണത്തിലും പരശുരാമ സാന്നിദ്ധ്യമുണ്ട്. പഞ്ചാബിലെ കാംഗ്രയിലും മഹാരാഷ്ട്രയിലെ ഫെഡോയൻകുന്നിന് മുകളിലും കർണ്ണാടകയിലെ ഹിരൈ നഗളൂരിലും പരശുരാമ ക്ഷേത്രങ്ങളുണ്ട്. കേരളത്തിൽ പയ്യന്നൂരും തിരൂർ തൃക്കണ്ടിയൂരും പരശുരാമന് ഉപദേവതാസ്ഥാനമാണ്. തിരുവല്ലത്തും തൃക്കണ്ടിയൂരും ഏഴിമലയിലും പരശുരാമൻ യാഗം നടത്തിയതായും പറയപ്പെടുന്നു.

എ.ഡി. 10–ാം നൂറ്റാണ്ടുവരെ നിലനിന്നിരുന്ന ആയ് രാജവംശത്തിന്റെ ആദ്യകാലത്തെ വടക്കൻ അതിർത്തി തിരുവല്ലമായിരുന്നു. ആയ് രാജാക്കന്മാരുടെ കാലത്താകാം ശിവക്ഷേത്രം നിർമ്മിച്ചതെന്നും ഇവർ പിഴയായി ഈടാക്കിയിരുന്ന സ്വർണ്ണം ക്ഷേത്രത്തിനു ദാനം നൽകിയിരുന്നുവെന്നും പുരാവൃത്തമുണ്ട്.

പിതൃകർമ്മങ്ങൾക്ക് ഇല്ലം (വീട്) വല്ലം (തിരുവല്ലം) നെല്ലി (തിരുനെല്ലി) എന്നാണ് ചൊല്ല്. ക്ഷേത്രപിണ്ഡം എന്ന പിതൃകർമ്മം ക്ഷേത്രമതിൽക്കെട്ടിനകത്തു നടത്തുന്ന ഏകക്ഷേത്രവും തിരുവല്ലം ക്ഷേത്രം തന്നെ. ഇളയതാണ് ബലികർമ്മങ്ങൾക്ക് കാർമ്മികത്വം വഹിക്കുന്നത്. കർക്കിടക വാവിന് ആയിരക്കണക്കിനാളുകൾ പിതൃകർമ്മത്തിനായി ഇവിടെ എത്താറുണ്ട്.

ത്രിവിക്രമമംഗലം

കരമനായാറിന്റെ കരയിൽ പ്രകൃതിരമണീയമായ കുന്നിൻ പ്രദേശത്ത് പഴക്കംകൊണ്ടും ശില്പകലകളുടെ മികവുകൊണ്ടും ശ്രദ്ധിക്കപ്പെടുന്ന ഒരു പുരാതന ക്ഷേത്രമാണ് ത്രിവിക്രമംഗലം ക്ഷേത്രം. വാമനനായി അവതരിച്ച മഹാവിഷ്ണു മഹാബലിയെ പാതാളത്തിലേക്ക് ചവിട്ടിത്താഴ്ത്തുമ്പോൾ കൈക്കൊണ്ട രൂപമാണ് ത്രിവിക്രമനായി അറിയപ്പെടുന്നത്.

കേരളത്തിലെ വാസ്തുശില്പ പ്രാധാന്യമുള്ള ക്ഷേത്രങ്ങളിലൊന്നാണ് ത്രിവിക്രമമംഗലം ക്ഷേത്രം. പുരാവസ്തുവകുപ്പ് മേധാവിയായിരുന്ന എ.എസ് രാമനാഥയ്യരാണ് ഇവിടത്തെ വാസ്തുശില്പമികവിലേക്ക് സാധാരണക്കാരുടെ ശ്രദ്ധ ക്ഷണിച്ചത്. സോപാനഭിത്തിയിലെ ശില്പങ്ങളിൽ പ്രധാനം രണ്ട് നർത്തകി മാരും പക്കമേളക്കാരായ മറ്റ് നാലുപേരുമാണ്. ശ്രീകോവിലിന്റെ പ്രധാനവാതിലിനു ഇരുവശവും നിൽക്കുന്ന ഒറ്റക്കല്ലിൽ കൊത്തിയ ദ്വാരപാലകരുടെ ശിൽപ്പവും ശില്പ ഭംഗിയാൽ അത്യന്തം ആകർഷണീയമാണ്.

കരമനയാറിന്റെ തീരത്ത് തമലത്തോട് ചേർന്നാണ് ത്രിവിക്രമമംഗലം. പണ്ട് ആറിന്റെ പടിഞ്ഞാറ് ഭാഗത്തുള്ള ഒരു വലിയ പ്രദേശം മുഴുവൻ ഈ പേരിലാണ് അറിയപ്പെട്ടിരുന്നത്. ഇവിടെയും ദേശത്തിന്റെ പേര് ക്ഷേത്രത്തിനുകിട്ടിയോ അതോ ക്ഷേത്രത്തിന്റെ പേര് ദേശം കൈക്കലാക്കിയോ എന്നതിൽ വ്യക്തതയില്ല.

വിഴിഞ്ഞം തുറമുഖത്തുനിന്ന് കരമനയാറുവഴി വഞ്ചികളിൽ ചരക്കുമായി കച്ചവടത്തിനെത്തിയ ചെട്ടികളാകാം ക്ഷേത്രനിർമ്മാണത്തിന് സഹായിച്ചത്. പുത്തൻ വിക്രമൻ എന്ന വീരപ്പചെട്ടിയെപ്പറ്റിയും തകൈമാണിക്യ ചെട്ടിയെപ്പറ്റിയും പരാമർശിക്കുന്ന ലിഖിതങ്ങൾ നമസ്കാര മണ്ഡപത്തിലുണ്ട്. ക്ഷേത്രത്തിന് ഭൂമി ദാനം ചെയ്തുവെന്ന് കരുതുന്ന ഇവർ വിഴിഞ്ഞത്തെ പ്രമുഖരായ വാണിജ്യ ചെട്ടികളായിരുന്നു.

നർത്തകിയും വാദ്യക്കാരും - ത്രിവിക്രമമംഗലം ക്ഷേത്രം

ക്ഷേത്രം നിർമ്മിച്ചത് വിക്രമൻ എന്നു പേരായ വ്യക്തിയാണെന്നാണ് നിഗമനം. വിക്രമനിൽ നിന്ന് വിക്രമമംഗലം എന്നു ക്ഷേത്രത്തിനും ക്ഷേത്രനാമത്തിൽ നിന്ന് നാടിനും പേര് ലഭിച്ചു എന്ന് കണക്കാക്കാം. കൊടിമരവും ബലിക്കല്ലും കെടാവിളക്കും കഴിഞ്ഞുവേണം നാലമ്പലത്തിലേക്ക് കടക്കാൻ ശ്രീകോവിലിന് മുന്നിലുള്ള ഓടുമേഞ്ഞ ചതുരാകൃതിയിലുള്ള മണ്ഡപത്തിന്റെ മച്ചിനെ പതിനാറ് കരിങ്കൽ തൂണുകളാണ് താങ്ങി നിർത്തുന്നത്.

ആറടിയോളം ഉയരമുള്ള ചതുർഭുജവിഗ്രഹമാണ് കിഴക്കുദർശനമായി പ്രതിഷ്ഠിച്ചിരിക്കുന്നത്. വിഷ്ണുവിന്റെ വാമനാവതാര സമയത്തെ ത്രിവിക്രമസങ്കല്പ മാണ് ഇവിടത്തെ പ്രതിഷ്ഠ എന്നു പറഞ്ഞുവല്ലോ അങ്ങനെയുള്ള ത്രിവിക്രമ സങ്കല്പത്തിൽ നിന്നാണ് ത്രിവിക്രമമംഗലം ഉണ്ടായതെന്നും പറയപ്പെടുന്നു. വിഷണുസൂക്തങ്ങളിൽ മഹാവിഷ്ണുവിനെ ത്രിവിക്രമനായാണ് കാണുന്നത് പുരാതനകാലത്തെ ഒരു മഹാക്ഷേത്രമായി കണക്കാക്കാവുന്ന ഈ ക്ഷേത്രത്തിന്റെ മൂന്ന് നിലകളുള്ള ശ്രീകോവിലിന്റെ മേൽക്കൂര ചെമ്പുമേഞ്ഞതും ചുവരുകൾ വെട്ടുകല്ലുകൾ കൊണ്ട് നിർമ്മിച്ചതുമാണ്. ക്ഷേത്രത്തിന്റെ മൂന്നു കവാടങ്ങളുടെ സംവിധാനത്തിലും സവിശേഷതകളുണ്ട്. ഗർഭഗൃഹത്തിന് സമീപത്തുള്ള കവാടത്തിൽ നിന്നാൽ അഭിമുഖമായിതന്നെ ദർശനം ലഭിക്കും. മുഖമണ്ഡപത്തിന് മുമ്പിലെ രണ്ടാമത്തെ വാതിലിലൂടെ ശിരസ്സ്നമിച്ചു വേണം വിഗ്രഹം കണ്ടു വണങ്ങാൻ പുറത്തെ വാതിലിലൂടെ ദർശനം ആഗ്രഹിക്കുന്നവർക്ക് സാഷ്ടാംഗപ്രണാമം തന്നെ നടത്തേണ്ടിവരും.

ഗണപതി, ശാസ്താവ്, ശിവൻ, ദുർഗ്ഗ എന്നിവരാണ് ഉപദേവതാ സ്ഥാനത്തുള്ളത്. ശ്രീപത്മനാഭസ്വാമിക്ഷേത്രവും, ത്രിവിക്രമമംഗലം ക്ഷേത്രവും നിർമ്മിച്ചത് ഒരേ കാലഘട്ടത്തിലാണെന്നും പറയപ്പെടുന്നു. ശ്രീകോവിലിന് മുമ്പിലുള്ള ദ്വാരപാലകന്മാർ 12-ാം നൂറ്റാണ്ടിലെ ശില്പ ശൈലിയിലുള്ളതെന്നു വേണം കരുതാൻ.

ശ്രീകോവിലിനോട് ചേർന്നു സാധാരണയായി ഗണപതിയെ പ്രതിഷ്ഠിക്കാറുള്ള സ്ഥലത്ത് ഗണപതിയെ കൂടാതെ ശാസ്താവിനെയും ശിവനെയും കൂടി പ്രതിഷ്ഠിച്ചിട്ടുണ്ട്. ദുർഗ്ഗാദേവിക്കാകട്ടെ നാലമ്പലത്തിനുപുറത്ത് വടക്കുപടിഞ്ഞാറായാണ് സ്ഥാനം. ദേവിയെസങ്കല്പിച്ച് പീഠത്തെയാണ് പൂജിക്കുന്നത്. നാലമ്പലത്തിനകത്ത് പടിഞ്ഞാറുഭാഗത്ത് ഉണ്ടായിരുന്ന നാഗദൈവങ്ങളെ പുറത്ത് തെക്ക് പടിഞ്ഞാറായി പ്രതിഷ്ഠിച്ചുണ്ട്.

തുരുത്തിപ്പള്ളി, മുട്ടക്കടകം, മഴവഞ്ചേരി, എന്നീ ഇല്ലങ്ങളിൽപ്പെട്ടവർ ഉൾപ്പെട്ട ഒരു സഭയായിരുന്നു ക്ഷേത്രം നടത്തിയിരുന്നത്. കുറച്ചുകാലം കുപക്കരമഠക്കാരുടെ കൈവശമായെങ്കിലും ഇപ്പോൾ തിരുവിതാംകൂർ ദേവസ്വംബോർഡിന്റെ കീഴിലുള്ള ക്ഷേത്രമാണ്.

ക്ഷേത്രത്തിന്റെ കിഴക്ക് ഭാഗത്തുകൂടെ കരമനയാർ വടക്കുനിന്ന് തെക്കോട്ടൊഴുകുന്നു. മറുകരയിലെ മുളങ്കൂട്ടം മഹാവിഷ്ണുവിന്റെ അനുഗ്രഹത്തിനെന്നോണം നദിയിലേക്ക് കുമ്പിട്ട് നിൽക്കുന്ന കാഴ്ച നമ്മെ ആഹ്ലാദിപ്പിക്കും. ഈ പുണ്യദർശനം കൂടിയായാലെ ക്ഷേത്രദർശനം പൂർണ്ണമാവുകയുള്ളു.

കിള്ളിയാറിന്റെ കരയിലെ ആരാധനാലയങ്ങൾ

കുനൂർശാല

കിള്ളിയാറിനു കിഴക്കു പമ്മത്തല ഏലാക്കരയിലുള്ള ഉയർന്ന പ്രദേശത്താണ് കുനൂർശാല ശ്രീധർമ്മശാസ്താക്ഷേത്രം. ശാസ്താവിന്റെ പേരിലാണ് ക്ഷേത്രം അറിയപ്പെടുന്നതെങ്കിലും ഇപ്പോൾ സുബ്രഹ്മണ്യനാണ് പ്രശസ്തി. നാലമ്പലത്തിനകത്ത് ഗർഭഗൃഹത്തോടുകൂടിയ വട്ട ശ്രീകോവിലിൽ വടിവേൽരൂപത്തിലുള്ള ശിലാവിഗ്രഹ പ്രതിഷ്ഠയുണ്ട്. ഇത്തരത്തിലുള്ള പ്രതിഷ്ഠ കേരളത്തിൽ മറ്റൊരിടത്തും ഇല്ല എന്ന് ക്ഷേത്രഭാരവാഹികൾ അവകാശപ്പെടുന്നു. ശ്രീകോവിലിനുള്ളിൽ ഗർഭഗൃഹം ഉയർന്നാണിരിക്കുന്നത്. മുൻപിൽ ചതുരാകൃതിയിലുള്ള മണ്ഡപവുമുണ്ട്. ഇത് ജൈനദേവാലയമായിരുന്നു എന്നു വിശ്വസിക്കുന്നവരുമുണ്ട്.

രണ്ടായിരം വർഷത്തെ പഴക്കമാണ് സ്ഥലവാസികൾ അവകാശപ്പെടുന്നത്. പുരാവസ്തുവകുപ്പ് ആയിരത്തിൽപ്പരം വർഷങ്ങളുടെ പഴക്കം കണക്കാക്കിയിട്ടുണ്ടത്രേ. ക്ഷേത്രത്തിന്റെ നിർമ്മാണശൈലിയിലും

നിർമ്മാണത്തിനുപയോഗിച്ചിരിക്കുന്ന കൽത്തൂണുകളുമാണ് ഇത്തരം ഒരു നിഗമനത്തിലെത്തിക്കുന്നത്. ക്ഷേത്രസങ്കേതത്തിന്റെ ഭാഗമായി കൽമണ്ഡപങ്ങളും ഭജനപ്പുരയും ഊട്ടുപുരയും മറ്റും ഉണ്ടായിരുന്നതിന്റെ അവശിഷ്ടങ്ങൾ ഇപ്പോഴും കാണാം.

നാലമ്പലത്തിനു വെളിയിൽ തെക്കുപടിഞ്ഞാറായി കാനനവാസ നായ ശ്രീധർമ്മശാസ്താവിനെ പ്രതിഷ്ഠിച്ചിട്ടുണ്ട്. ഉയർന്നപീഠത്തി ലാണ് രണ്ടടിയോളം പൊക്കമുള്ള ശിലാവിഗ്രഹപ്രതിഷ്ഠ. ആൽമരം ഉൾപ്പെടെയുള്ള സമീപത്തെ ഭാഗങ്ങൾ ചുവരുകൾ കെട്ടിത്തിരിച്ചിട്ടുണ്ട്. ശാസ്താവിന്റെ ശിലാവിഗ്രഹം പ്രതിഷ്ഠിച്ചത് അടുത്തകാലത്താണ്. രൂപമില്ലാത്ത ശിലയായിരുന്നു ആദ്യകാലങ്ങളിൽ ആരാധിച്ചിരുന്നത്.

ശാസ്താവിന്റെ നേർക്കാഴ്ച മറച്ചുകൊണ്ട് ഒരു കൽത്തൂണ് സ്ഥാപി ച്ചിരിക്കുന്നു. ആറടിയോളം പൊക്കവും ഒരടി വ്യാസവും വരുന്ന വൃത്താ കൃതിയിലുള്ള ഈ ശിലാനിർമ്മിതിയുടെ മുകൾഭാഗം തൊപ്പിക്കുടയുടെ ആകൃതിയിലാണ്. കൊടിമരത്തിനുപകരമായാണ് ഈ തൂണ് സ്ഥാപി ച്ചിരിക്കുന്നതെന്നാണ് വിശ്വാസം. ശാസ്താവിനും സുബ്രഹ്മണ്യനും തുല്യപ്രാധാന്യമുള്ള ആരാധനയാണ് ഇവിടെയുള്ളത്.

എട്ടരയോഗത്തിൽപ്പെട്ട കൂപക്കരമഠക്കാർക്കായിരുന്നു ക്ഷേത്രത്തിന്റെ ഊരാൺമ കാലക്രമത്തിൽ മഠത്തിനു ക്ഷേത്രം നോക്കിനടത്താൻ ആളി ല്ലാതായപ്പോൾ നാട്ടുകാർ ഭരണം ഏറ്റെടുത്തു. 1958ൽ ആറ്റുവാശ്ശേരി, കരകുളം കൃഷ്ണൻ പോറ്റി എന്നിവരുടെ നേതൃത്വത്തിൽ നടന്ന ദേവ പ്രശ്നവിധിപ്രകാരം ദോഷപരിഹാരങ്ങളും പുനരുദ്ധാരണവും നടത്തി. 1993ൽ ക്ഷേത്രഭരണത്തിനായി നാട്ടുകാരുടെ ട്രസ്റ്റ് രൂപവത്ക്കരിച്ചു. ഇതോടെയാണ് സുബ്രഹ്മണ്യന് പ്രാധാന്യം വർദ്ധിച്ചത്.

തൈപ്പൂയക്കാവടിയുത്സവമാണ് ഇവിടത്തെ പ്രധാന ആഘോഷം. അഗ്നിക്കാവടി, വേൽക്കാവടി, പുഷ്പക്കാവടി എന്നിവയിൽ ധാരാളം ഭക്തജനങ്ങൾ പങ്കെടുക്കാറുണ്ട്. ഗണപതി, നാഗരാജാവ്, നാഗയക്ഷി, ഭൂതത്താൻ എന്നീ ഉപദേവതാപ്രതിഷ്ഠകളുമുണ്ട്.

മുദിശാസ്താംകോട്

കരകുളം ആറാംകല്ലിൽ ഏണിക്കരയ്ക്കും വഴയിലയ്ക്കും ഇടയ്ക്ക് കിള്ളിയാറിന്റെ കിഴക്കേക്കരയിലാണ് ഈ ക്ഷേത്രം.ആറിന്റെ അടി ത്തട്ടിൽ നിരന്നുകിടക്കുന്ന ഉരുളൻ കല്ലുകളിൽ തട്ടിത്തെറിച്ച് വിലാസ വതിയായി ഒഴുകുന്ന കിള്ളിയാറിനെയാണ് നാം ഇവിടെകാണുന്നത്. മുദിശാസ്താംകോട് ദേവീക്ഷേത്രത്തിൽ സപ്തമാതാക്കളുടെ പ്രതിഷ്ഠ യാണുള്ളത്. കിള്ളിയാറിന്റെ മനോഹരമായ പശ്ചാത്തലത്തിൽ നില കൊള്ളുന്ന ഈ ക്ഷേത്രത്തിന്റെ ആഗമത്തെക്കുറിച്ചും കാലപ്പഴക്കത്തെ ക്കുറിച്ചും വ്യക്തമായി അറിയാൻ കഴിയുന്നില്ല.

കരകുളത്തെ പ്രശസ്തമായ കുടുംബങ്ങളിലൊന്നായ മാങ്കോട് എന്ന കുടുംബത്തിലെ ഇലങ്കമാണ് ഈ ക്ഷേത്രത്തിന്റെ മൂലസ്ഥാനമെന്നും ഭക്തജനങ്ങളുടെ സൗകര്യാർത്ഥം ദേവി കിള്ളിയാറ്റിന്റെ കരയിലെത്തി കുടികൊള്ളുന്നുവെന്നുമാണ് വിശ്വാസം.

സപ്തമാതാക്കളാണ് ക്ഷേത്രത്തിലെ മുഖ്യപ്രതിഷ്ഠ. ബ്രഹ്മി, മഹേശ്വരി, കൗമാരി, വൈഷ്ണവി, വരാഹി, ഇന്ദ്രാണി, ചാമുണ്ഡി എന്നിവരാണ് സപ്തമാതാക്കൾ. ഒറ്റശിലയിലാണ് ഏഴുവിഗ്രഹങ്ങളും നിർമ്മിച്ചിരിക്കുന്നത്. ദീർഘചതുരത്തിലുള്ള പീഠത്തിലെ ഒരേ അളവിലുള്ള വിഗ്രഹങ്ങൾക്ക് മുക്കാൽ അടിയോളം പൊക്കം വരും.

പരിവാരപ്രതിഷ്ഠയുള്ള ക്ഷേത്രങ്ങളിൽ ദക്ഷിണഭാഗത്തായാണ് സപ്തമാതാക്കളുടെ സ്ഥാനം. പഞ്ചപ്രാകാരസീമയിൽ ഉത്തരാഭിമുഖമായാണ് ഇവരെ പ്രതിഷ്ഠിക്കാറുള്ളത്. ഇങ്ങനെയുള്ള പ്രതിഷ്ഠകളോടു ചേർന്ന് വീരഭദ്രനെയും ഗണപതിയെയും സങ്കല്പിച്ചുള്ള ബലിക്കല്ലുകളുണ്ടാവും.

ക്ഷേത്രത്തിൽ കിഴക്കുദർശനമായാണ് സപ്തമാതാക്കളുടെ പ്രതിഷ്ഠ. ശ്രീകോവിലിനുള്ളിൽ ഇരുവശങ്ങളിലായി ഗണപതിയുടെയും വീരഭദ്രന്റെയും പ്രതിഷ്ഠകൾ കാണാം. ക്ഷേത്രമതിൽക്കെട്ടിന്റെ വായുകോണിൽ ശാസ്താവും കന്നിയിൽ ഗണപതിയും ഉപദൈവങ്ങളായുണ്ട്. മതിൽക്കെട്ടിനു വെളിയിൽ തെക്കുവശത്തായി നാഗർക്കും പൂജയുണ്ട്.

മദ്ധ്യതിരുവിതാംകൂറിൽനിന്നു സ്മാർത്തവിചാരം ചെയ്യപ്പെട്ടു പുറത്താക്കിയ ഗർഭിണിയായ ഒരു ബ്രാഹ്മണസ്ത്രീ അശരണയായി കാളവണ്ടിയിൽ വഴിതെറ്റി മാങ്കോടു വീട്ടിലെത്തിയെന്നും അവർക്ക് അവിടെ ആരാധിച്ചിരുന്ന ദേവിയുടെ അനുഗ്രഹമുണ്ടായിയെന്നും ഒരു കഥ പ്രചാരത്തിലുണ്ട്. ഭക്തജനങ്ങളുടെ സൗകര്യാർത്ഥം മാങ്കോടു വീട്ടിലെ ഇലങ്കത്തിൽനിന്നു ദേവീചൈതന്യം അടുത്തുള്ള കിള്ളിയാറിന്റെ കരയിലെത്തി കുടികൊണ്ടുവെന്ന് നേരത്തേ പറഞ്ഞുവല്ലോ! ക്ഷേത്രത്തിനു പടിഞ്ഞാറുഭാഗത്തായി കിള്ളിയാറ്റിന്റെ കിഴക്കുവശത്തുള്ള കുളിക്കടവിൽ ആറ്റിലേക്ക് ഇറങ്ങിയുള്ള ഒരു പാറമേൽ കാണുന്ന പാദമുദ്ര ദേവി കടവിൽ കുളിക്കാനെത്തിയപ്പോഴുണ്ടായ അടയാളമാണെന്ന് പരക്കെ വിശ്വസിക്കുന്നു.

അടച്ചുറപ്പുള്ള ശ്രീകോവിലിലും ചുറ്റുമതിലുകളുമൊക്കെയുണ്ടാകുന്നതിനു മുൻപ് നമ്മുടെ പല ദേവീദേവന്മാരും തുറസ്സായ സ്ഥലങ്ങളിലാണല്ലോ കുടികൊണ്ടിരുന്നത്. ഇത്തരം സങ്കേതങ്ങൾ 'കാവ്' എന്നാണ് അറിയപ്പെട്ടിരുന്നതെന്ന് നമുക്കറിയാം. ധാരാളം ഭഗവതിക്കാവുകളും അയ്യപ്പൻകാവുകളും നാഗർകാവുകളും നമുക്കുണ്ടായിരുന്നു. ഇന്നുകാണുന്ന ഈ ക്ഷേത്രത്തിലും പണ്ട് മേൽക്കൂരയില്ലാതെ തുറസ്സായ സ്ഥലത്ത്, വെയിലും മഴയുമൊക്കെ കൊണ്ടിരുന്ന വിഗ്രഹത്തെയാണ് പൂജിച്ചിരുന്നത്. വിഗ്രഹത്തിനു ശ്രീകോവിൽ നിർമ്മിച്ചപ്പോഴും

പഴയ സങ്കല്പത്തിനു കോട്ടം വരാതെയുള്ള സംവിധാനങ്ങൾ നാമമാത്രമായെങ്കിലും ചെയ്തിട്ടുണ്ട്. ശ്രീകോവിലിന്റെ മച്ച് മൂന്നുതട്ടുകളായാണ് നിർമ്മിച്ചിട്ടുള്ളത്. ഓരോ തട്ടിലും എട്ടു ചെറിയ ജാലകങ്ങൾ ഉണ്ട്. ആകെ ഇരുപത്തിനാലെണ്ണം. കൂടാതെ മുകളിലെ താഴികക്കുടത്തിന്റെ വശങ്ങളിൽ വെള്ളം അല്പമായി അകത്തേക്കു കടക്കുന്നതിനുള്ള സംവിധാനവുമുണ്ട്.

ക്ഷേത്രം സ്ഥിതിചെയ്യുന്ന സ്ഥലത്തിന്റെ പഴയപേര് മുതുയാത്തംകോട് എന്നായിരുന്നുവെന്ന് പഴമക്കാർ പറയുന്നു. 'മുതു' എന്ന വാക്കിന് മുതുക്കൻ, വൃദ്ധൻ, പൂർവ്വികൻ എന്നും 'യാത'ത്തിന് കഴിഞ്ഞത് എന്നും അർത്ഥവുമുണ്ട്. ഏതെങ്കിലും സിദ്ധന്മാർ വസിച്ചിരുന്ന സ്ഥലമായിരിക്കാം ഇത്.

വഴയില പള്ളി

പേരൂർക്കട കവലയ്ക്കും വഴയിലപാലത്തിനും ഇടയിൽ റോഡിനു പടിഞ്ഞാറുഭാഗത്തായാണ് സെന്റ് ജൂഡ്പള്ളി. വഴയിലയിൽ നാല്പത്തിരണ്ട് സെന്റ് സ്ഥലം വിശ്വാസികൾ വിലയ്ക്കു വാങ്ങി. ഓലമേഞ്ഞ ഒരു താത്ക്കാലിക ആരാധനാലയം തുടങ്ങുകയാണ് ആദ്യം ചെയ്തത്. 1970 ലാണ് തിരുവനന്തപുരം രൂപതയിലെ പീറ്റർ ബർണാഡ് തിരുമേനി ഇവിടെ ഒരു ദേവാലയം നിർമ്മിക്കാൻ അനുമതി നൽകിയത്. 1972 നിർമ്മാണം പൂർത്തിയാവുകയും തിരുസ്വരൂപം ദേവാലയത്തിന്റെ ആനവാതിലിൽ കുരിശുപള്ളിയായി സ്ഥാപിക്കുകയും ചെയ്തു.

1944ൽ പേരൂർക്കടയിലെ ക്രൈസ്തവ വിശ്വാസികളുടെ കൂട്ടായ്മയുടെ ഫലമായി മുളമൂട് പള്ളി എന്നപേരിൽ ഒരു ആരാധനാലയം ഉണ്ടായിരുന്നു. ഇപ്പോഴത്തെ പേരൂർക്കട ബസ്സ്റ്റേഷൻ പ്രവർത്തിക്കുന്ന സ്ഥലത്തായിരുന്നു ഈ പള്ളി. പാളയം പള്ളിയുടെ അധീനതയിൽ പ്രവർത്തിച്ചിരുന്ന മുളമൂട്പള്ളി ഒരു ഓലപ്പുരയിലാണ് പ്രവർത്തിച്ചിരുന്നത്. ഈ ഓലപ്പുര തീപിടിച്ചു നശിച്ചതോടെ പള്ളിയുടെ പ്രവർത്തനവും നിലച്ചു. മുളമൂട് പള്ളിയിൽ ആരാധന നടത്തിയിരുന്നവരാണ് 1949ൽ ആദ്യം തുണ്ടുവയലിലും പിൽക്കാലത്ത് വഴയിലയിലും പള്ളി നിർമ്മിച്ചത്.

2002ൽ വഴയിലയിലെ കുരിശടി നിന്ന സ്ഥലത്ത് പുതിയ ദേവാലയത്തിന്റെ ശിലാസ്ഥാപനം നടന്നു. 2004ൽ നിർമ്മാണം ആരംഭിച്ച പുതിയ പള്ളി 2011ൽ പ്രവർത്തനം ആരംഭിച്ചു. മനോഹരവും വ്യത്യസ്തവുമാണ് ഈ പള്ളിയുടെ നിർമ്മാണം.

തൊഴുവൻകോട്

കിള്ളിയാറിന്റെ കരയിലാണ് തൊഴുവൻകോട് ചാമുണ്ഡീക്ഷേത്രവും. ശാസ്തമംഗലംവട്ടിയൂർക്കാവ് റോഡിൽ കാഞ്ഞിരംപാറ കവലയിൽ നിന്നും കുറച്ചു മാറിയാണു ഈ ക്ഷേത്രം. പ്രധാനമൂർത്തി ചാമുണ്ഡിയാണ്. കിഴക്ക് ദർശനമായി വിഗ്രഹം പ്രതിഷ്ഠിച്ചിരിക്കുന്നു. ഞായർ, ചൊവ്വ,

വെള്ളി ദിവസങ്ങളിൽ മാത്രം നടതുറക്കുന്ന ഈ ക്ഷേത്രത്തിൽ ബ്രാഹ്മണ പൂജയും അബ്രാഹ്മണപൂജയുമുണ്ട്. മോഹനയക്ഷി, കരിങ്കാളി, തമ്പുരാൻ, നവഗ്രഹങ്ങൾ, നാഗർ, ദുർഗ്ഗ എന്നീ ഉപപ്രതിഷ്ഠകളും കാണാം.

എട്ടുവീട്ടിൽപിള്ളമാരിൽ പ്രമുഖനായ കഴക്കൂട്ടത്തു പിള്ളയുടെ ആശ്രിതനായ കളരിപ്പണിക്കർ ആരാധിച്ചിരുന്ന മൂർത്തിയാണ് ഇവിടത്തെ ചാമുണ്ഡേശ്വരി. കഴക്കൂട്ടത്ത് പിള്ളയുടെ കുടുംബക്കാരെ ആയുധവിദ്യ പഠിപ്പിക്കാനെത്തിയ പണിക്കരുടെ ആവശ്യപ്രകാരം അദ്ദേഹത്തിന്റെ പരദേതയായ ചാമുണ്ഡിയെക്കൂടി പിള്ളയുടെ കുടുംബവളപ്പിൽ പ്രതിഷ്ഠിച്ച് ആരാധിക്കാനുള്ള അവസരം നൽകി. പിള്ളമാരും അനിഴം തിരുനാൾ മാർത്താണ്ഡവർമ്മയും തമ്മിലുണ്ടായ ശത്രുതയെത്തുടർന്ന് പിള്ളയുടെ വംശം നശിപ്പിക്കുന്നതിന്റെ ഭാഗമായി രാജാവ് ത്രിമൂർത്തികളെ പ്രസാദിപ്പിക്കുകയും അവരുടെ ആഗ്രഹപ്രകാരം പിള്ളയുടെ വീട്ടിൽ നിന്നു മാറിപ്പോയ ദേവിയെ കിള്ളിയാറിന്റെ കരയിലുള്ള ഒരു കാട്ടിൽ പ്രതിഷ്ഠിക്കുകയും ചെയ്തു എന്നതാണ് ഈ ക്ഷേത്രത്തെക്കുറിച്ചുള്ള ഐതിഹ്യം.

ചാമുണ്ഡീദേവി കുടികൊള്ളുന്ന പ്രധാനശ്രീകോവിലിനകത്ത് യോഗീശ്വരൻ, ഗണപതി, വീരഭദ്രൻ, ഭൈരവൻ എന്നീ മൂർത്തികളുണ്ട്.

സ്ത്രീകൾ ധാരാളമായെത്തുന്ന ഒരു ദേവീക്ഷേത്രമാണിത്. നട തുറക്കുന്ന ദിവസങ്ങളിൽ പൊങ്കാലവഴിപാടും കഞ്ഞിവീഴ്ത്തുമുണ്ട്. ഉഗ്രമൂർത്തിയായ ദേവിക്ക് പണ്ട് ജന്തുബലി നടത്തിയിരുന്നു. ഇപ്പോൾ കുമ്പളങ്ങ വെട്ടിയുള്ള ഗുരുസിയാണുള്ളത്. കോഴിയെ നേർച്ചയായി നല്കുന്നത് ഇവിടത്തെ വിശിഷ്ടമായ വഴിപാടാണ്.

നവഗ്രഹങ്ങളെ തങ്ങളുടെ വാഹനത്തോടൊപ്പമാണ് പ്രതിഷ്ഠിച്ചിരിക്കുന്നത്. ഗ്രഹദോഷത്തിന് ഇവിടത്തെ നവഗ്രഹപൂജ പ്രസിദ്ധമാണ്. നാഗർകാവിൽ വെള്ളിയാഴ്ചദിവസങ്ങളിൽ പുള്ളുവൻപാട്ടുണ്ട്. നട തുറക്കുന്ന ദിവസങ്ങളിൽ ധാരാളം ഭക്തജനങ്ങൾ, പ്രത്യേകിച്ചു സ്ത്രീകൾ ഇവിടെ ദർശനത്തിനായെത്തുന്നു.

ശാസ്തമംഗലം

ശാസ്തമംഗലം കവലയ്ക്ക് വടക്കുകിഴക്കായി പൈപ്പിൻമൂട്ടിലേക്കു പോകുന്ന റോഡിന്റെ വടക്കുവശത്തെ കുന്നിൻപ്രദേശത്താണ് മഹാദേവർക്ഷേത്രം. ഈ പ്രദേശം പണ്ട് ശാസ്തമംഗലം കുന്ന് എന്നാണ് അറിയപ്പെട്ടിരുന്നത്.ക്ഷേത്രത്തിന്റെ കിഴക്കുവശം ചേർന്ന് കിള്ളിയാർ ഒഴുകുന്നു.

തിരുവിതാംകൂർമഹാരാജാക്കന്മാരുടെ പ്രത്യേക ശ്രദ്ധയും ആദരവും ലഭിച്ചിരുന്ന ക്ഷേത്രങ്ങളിലൊന്നായ ശാസ്തമംഗലം മഹാദേവർ ക്ഷേത്രം കൂപക്കര മഠംവകയായിരുന്നു. 904-ാമാണ്ട് അനിഴം തിരുനാൾ മഹാ

ശാസ്തമംഗലം മഹാദേവക്ഷേത്രം

രാജാവ് പാപപരിഹാരാർത്ഥം ഇവിടെ ഭജനമിരുന്നിട്ടുണ്ടെന്നും അദ്ദേഹവും തുടർന്നുള്ള തിരുവിതാംകൂർരാജാക്കന്മാരും ചതുരംഗപ്പടയുടെ അകമ്പടിയോടെ ആണ്ടിലൊരിക്കൽ തിരുസന്നിധിയിൽ എഴുന്നെള്ളിയിരുന്നുവെന്നും ഐതിഹ്യമുണ്ട്. എട്ടുവീട്ടിൽപിള്ളമാരുടെ വധശ്രമത്തിൽനിന്നു രക്ഷപ്പെട്ട് ക്ഷേത്രത്തിൽ അഭയം തേടിയ യുവരാജാവായ മാർത്താണ്ഡവർമ്മയെ മഹാദേവൻ ശത്രുക്കളുടെ കണ്ണിൽനിന്നും മറച്ച് രക്ഷപ്പെടുത്തിയതിന്റെ ഉപകാരസ്മരണയാണ് ഈ എഴുന്നെള്ളത്തെന്നു മറ്റൊരു പുരാവൃത്തവുമുണ്ട്.

ശാസ്തമംഗലം ക്ഷേത്രത്തെക്കുറിച്ചും എഴുന്നെള്ളത്തിനെക്കുറിച്ചും കൊട്ടാരത്തിൽ നിന്ന് ഇവിടെ നടത്തേണ്ട വഴിപാടുകളെക്കുറിച്ചുമുള്ള വിശദവിവരങ്ങൾ കൊട്ടാരം മാന്വലിൽ കാണാം.[16]

രണ്ടടിയോളം പൊക്കമുള്ള ശിവലിംഗമാണ് പ്രതിഷ്ഠ. മൂലപ്രകൃതിയാകുന്ന യോനിയിൽ പരമപൂരുഷനാകുന്ന ലിംഗം സ്ഥിതിചെയ്യുന്നതാണു ശിവലിംഗപ്രതിഷ്ഠ. കിഴക്കു ദർശനം. ശ്രീകോവിലിനു മുന്നിലുള്ള

---

16. കൊട്ടാരം മാന്വൽ, വാല്യം1, ഭാഗം1, പേജ് 155.

''ശാസ്തമംഗലംക്ഷേത്രം: ഇതു കൂപക്കരപോറ്റിയുടെ വക ക്ഷേത്രമാകുന്നു. ഇവിടെ തുലാമാസം ആട്ടത്തിരുനാൾ. ദിവസം കളഭം മുതലായത്. കുംഭമാസം ശിവരാത്രി. ഘൃതധാര.

ശിവരാത്രി പ്രമാണിച്ച് ഘൃതധാര നടത്താൻ പൂവത്തൂർ ആലപ്രത്തു മഠത്തിൽ പോറ്റിയെ കൊട്ടാരത്തിൽനിന്നും ശട്ടംകെട്ടി അയയ്ക്കുന്നത് പതിവാണ്. പോറ്റിക്കു കൊട്ടാരം ആഫീസ്സിൽനിന്നും എഴുത്തു തയ്യാറാക്കി നെടുമങ്ങാട്ടു തഹസീൽദാർക്ക് അയച്ചു, തഹസീൽദാർ മുഖാന്തിരം

മണ്ഡപത്തിൽ നന്ദികേശൻ. മണ്ഡപത്തിന്റെ മച്ചിൽ ബ്രഹ്മാവിന്റെയും അഷ്ടദിക്പാലകരുടെയും മനോഹരദാരുശില്പങ്ങൾ. ഉപദേവതയായി ശ്രീകോവിലിനോട് ചേർന്ന് ഒക്കത്തെ ഗണപതി. ശ്രീകോവിലിനു തെക്കുകിഴക്ക് ദേവന് അഭിമുഖമായി സപ്തമാതാക്കളും കൂടാതെ കിഴക്കു ദർശനമായി ഗണപതിയും പടിഞ്ഞാറു ദർശനമായി വീരഭദ്രനും. പുറത്തുനിന്നു വിഗ്രഹത്തിലേക്കുള്ള നോട്ടം വലിയ ബലിക്കല്ല് മറയ്ക്കുന്നു. ക്ഷേത്രത്തെ ചുറ്റി നാലമ്പലവും പുറത്ത് ചുറ്റുമതിലും. ക്ഷേത്ര നിർമ്മാണമോ പുനരുദ്ധാരണമോ ആരംഭിക്കുന്നതിനു മുന്നോടിയായി വിഘ്നേശ്വരനെ പ്രതിഷ്ഠിച്ച് പ്രീതിപ്പെടുത്താറുണ്ട്. അങ്ങനെ പ്രതിഷ്ഠിക്കുന്ന ദേവചൈതന്യം അവിടെനിന്നു മാറ്റാനാകാത്ത സാഹചര്യമുണ്ടായാൽ ആ പ്രതിഷ്ഠ അവിടെ നിലനിർത്താറാണു പതിവ്. പലപ്പോഴും ഈ പ്രതിഷ്ഠ പ്രധാനദേവന്റെ ശ്രീകോവിലിനോടു ചേർന്നായിരിക്കും. അതാണ് ഒക്കത്തെ ഗണപതി. നാലമ്പലത്തിനു വെളിയിൽ വായുകോണിൽ ശാസ്താവിന് ആലയമുണ്ട്. ഈ സ്ഥാനത്തെക്കുറിച്ച് രണ്ടുപക്ഷമുണ്ട്. സാധാരണയായി കന്നിമൂലയാണല്ലോ ശാസ്താവിന് സ്ഥാനം.

അടുത്തകാലം വരെ ക്ഷേത്രത്തിന്റെ കിഴക്കും വടക്കും ഭാഗങ്ങൾ വിജനമായിരുന്നു. എള്ളുവിള എന്നാണ് ഈ പ്രദേശം അറിയപ്പെട്ടിരുന്നത്. സമീപകാലത്താണ് ഇവിടെ പ്രകൃതിയുടെ സ്വകാര്യതയിൽ കടന്നുകയറി കൂറ്റൻ മനുഷ്യനിർമ്മിതികൾ ആരംഭിച്ചത്. ക്ഷേത്രത്തിന്റെ വടക്കുകിഴക്കുഭാഗത്ത് കിള്ളിയാറിനു കുറുകെയുള്ള കാടുവെട്ടിയണ സ്ഥിതിചെയ്യുന്ന പ്രദേശം ഇന്നും വിജനം തന്നെയാണ്.

സ്വയംഭൂവാണ് വിഗ്രഹം. തന്ത്രിമാർ പ്രതിഷ്ഠിച്ച ദേവനല്ല; മറിച്ച്, ദേവന് തന്ത്രിമാർ ഉണ്ടാവുകയാണ് ചെയ്തത് എന്നാണ് ദൈവജ്ഞന്റെ അഭിപ്രായം. ദേവൻ ഇവിടെ മംഗളകാരകനാണ്. ക്ഷിപ്രകാര്യസാധ്യത്തിന് മഹാദേവനെ ഭജിച്ചാൽമതി എന്നാണ് അനുഭവസ്ഥർ പറയുന്നത്.

ഇവിടത്തെ ശിവചൈതന്യം അതിപുരാതനമാണ്. പണ്ട് ഈ പ്രദേശത്ത് കിള്ളിയാറിന്റെ കരകൾ വൻവൃക്ഷങ്ങളാൽ നിബിഡവും താപസികളുടെ ആവാസം കൊണ്ട് പരിപാവനവുമായിരുന്നുവെന്നും ചൈതന്യവത്തായ(ശിവ) വിഗ്രഹം അവിടെ വളരെക്കാലം ആരാധിച്ചിരുന്നുവെന്നും

എഴുത്തു പോറ്റിക്കു കൊടുപ്പിക്കയും പോറ്റിയെ ശട്ടംകെട്ടി അയപ്പിക്കുകയും ചെയ്യുന്നതാണ് കീഴ്പ്പതിവ്. പോറ്റിക്ക് ഈ വകയ്ക്കു മേനാക്കൂലി ഇനത്തിൽ നിത്യച്ചിലവിൽ അര പണം പതിവേർപ്പെട്ടിട്ടുള്ളതാകുന്നു. ഈ തുകയിൽ പോറ്റിക്ക് അന്നേദിവസം തന്നെ തൃപ്പാപ്പൂർ ക്ഷേത്രത്തിൽ ഘൃതധാര നടത്തുന്നതിനു പോയിവരുന്നതിലേക്കുള്ള മേനാക്കൂലികൂടി ഉൾപ്പെടുമെന്നുള്ളതാണ്. ശാസ്തമംഗലത്തു ക്ഷേത്രത്തിൽ... രൂപ ....ചക്രം ൻ കാശു ചിലവുചെയ്തു ഘൃതധാര നടത്താൻ മുൻകൂട്ടി ദേവസ്വം കമ്മീഷണർക്കു സാധനം അയയ്ക്കുന്ന നടപ്പുണ്ട്.''

കാലക്രമേണ താപസികളുടെ തിരോധാനത്തോടെ വിഗ്രഹം അനാഥമായിയെന്നും കാലപ്രവാഹത്തിനിടയിൽ വിഗ്രഹം സജ്ജനങ്ങൾ കണ്ടെടുക്കുകയും വിധിപ്രകാരം ആചരിക്കുകയും ചെയ്തു എന്നുമാണ് പഴമ. ദേവന്റെ മൂലസ്ഥാനത്തെക്കുറിച്ചുള്ള ദേവപ്രശ്നവും ഇതു സാധൂകരിക്കുന്നു. ''ക്ഷേത്രത്തിന്റെ മീനംരാശി (വടക്കുകിഴക്ക്) ദിശയിൽ ഒരു തീർത്ഥസ്ഥാനം പോലെയുള്ള ഭാഗത്തും (ഇന്നത്തെ ആറാട്ടുകടവ്) മുകളിലുള്ള നന്ദാവനം ഭാഗത്തും ദേവീബന്ധമുള്ള സ്ഥലമാണ്. ഈ ദേവീസാന്നിദ്ധ്യസ്ഥലത്ത് 'തുള്ളൽ' ഉണ്ടായിരുന്നു.

ക്ഷേത്രപൂർവ്വവിഷയം. മീനംരാശി (ആറാട്ടുകടവ്)യിൽ നിന്നാണ് ക്ഷേത്രത്തിലെ ദേവകല ഉത്ഭവിച്ചത്.[17] വീരഭദ്രനും ഭദ്രകാളിക്കും മൂന്നടിയോളം പൊക്കമുള്ള ചുറ്റുമതിലോടുകൂടിയതും മേൽക്കൂരയില്ലാത്തതുമായ ചെറിയ കോവിലാണുള്ളത്. ഇവരെ ഇപ്പോൾ ഒരു പീഠത്തിലാണ് പ്രതിഷ്ഠിച്ചിരിക്കുന്നത്. ഇതിനടുത്ത് വടക്കുകിഴക്കായുണ്ടായിരുന്ന ശാസ്താവിന്റെ പ്രതിഷ്ഠ മാറ്റി പകരം പ്രധാന ക്ഷേത്രത്തിന്റെ നാലമ്പലത്തിനു വെളിയിൽ വായുകോണിൽ പ്രത്യേക ആലയമുണ്ടാക്കി പ്രതിഷ്ഠിച്ചു.

പ്രധാന ശ്രീകോവിലിൽ ശിവചൈതന്യം മാത്രമാണുള്ളതെങ്കിലും ഭക്തജനങ്ങൾക്ക് പൂർണ്ണപ്രദക്ഷിണം അനുവദിച്ചിട്ടുണ്ട്. ശിവക്ഷേത്രത്തിൽ സോമസൂത്രം മുറിച്ചുകടക്കുന്നത് ആചാരവിരുദ്ധമെന്ന വിശ്വാസമുണ്ട്. ശിവലിംഗത്തിൽ അഭിഷേകം ചെയ്യുന്ന അഷ്ടാഭിഷേകദ്രവ്യങ്ങൾ വടക്കുഭാഗത്തെ ഓവിലൂടെയാണ് പുറത്തേക്കു പോകുന്നത്.

വിഗ്രഹത്തിൽനിന്ന് ഉദരഭാഗത്തുള്ള സോമസ്ഥാനം വരെ വരയ്ക്കുന്ന ഋജുരേഖയാണ് സോമസൂത്രം. സൂത്രത്തെ ലംഘിക്കാതെവേണം ശിവക്ഷേത്രങ്ങളിൽ പ്രദക്ഷിണം വയ്ക്കേണ്ടത്. ശ്രീകോവിലിന്റെ വടക്കുഭാഗത്ത് അഭിഷേകജലം ഒഴുകുന്ന ഓവിനു (സോമസൂത്രം) സമീപം വരെ ചുറ്റമ്പുള്ള ബലിക്കല്ലുകൾക്കു പുറത്തുകൂടി പ്രദക്ഷിണമായി വരുകയും വീണ്ടും തിരിച്ച് അതേസ്ഥാനം വരെ അപ്രദക്ഷിണമായി പോവുകയുമാണ് സാധാരണരീതി. ഇവിടെ പ്രദക്ഷിണവും അപ്രദക്ഷിണവും ഒരുമിച്ചു നടക്കുന്നു. സവ്യാപസവ്യമാർഗങ്ങളെന്ന് ഇതിനെ പറയാറുണ്ട്. 'സോമസൂത്രം ന ലംഘയേത്' എന്നാണ് ശിവാഗമങ്ങളിൽ പറഞ്ഞിട്ടുള്ളത്. യോഗമാർഗമനുസരിച്ചുള്ള പ്രാണായാമപ്രക്രിയയാണ് ഈ പ്രദക്ഷിണമെന്നും വിശ്വസിക്കുന്നു.

പൂർണ്ണപ്രദക്ഷിണമുള്ള അത്യപൂർവ്വമായ ശിവക്ഷേത്രമാണ് ശാസ്തമംഗലം മഹാദേവക്ഷേത്രം. പ്രതിഷ്ഠയുടെ പ്രത്യേകതകൊണ്ടും പൂർവാചാരംകൊണ്ടും ഈ ക്ഷേത്രത്തിൽ പൂർണ്ണപ്രദക്ഷിണം നടത്താവുന്നതാണെന്ന് ക്ഷേത്രാധികാരികൾ അവകാശപ്പെടുന്നു. ഇത് പ്രതിഷ്ഠ

17. 20-3-2002ലെ അഷ്ടമംഗല ദേവപ്രശ്നം

നടത്തിയ ആചാര്യന്റെ വൈഭവമായാണ് കരുതുന്നത്. ശീലങ്ങൾ ആചാരങ്ങളും ആചാരങ്ങൾ പ്രമാണങ്ങളും ആകുന്നതും സ്വാഭാവികം.

ശിവരാത്രിദിവസത്തെ വിശേഷാൽപൂജകൾ ഇപ്പോഴും തിരുവിതാംകൂർകൊട്ടാരം വകയാണ്. മുറജപക്കാലത്ത് ഇവിടെ വിശേഷാൽ പൂജകളും വഴിപാടുകളുമുണ്ട്. നാടുവാഴിയുടെ തിരുനാളിനോടനുബന്ധിച്ചും പ്രത്യേകവഴിപാടുകളും ക്ഷേത്രദർശനവും പതിവായിരുന്നു.

പൂവ്വത്തൂർ ആലപ്പുറത്ത് ഊരുമഠത്തിൽ പോറ്റിയാണ് ശിവരാത്രി ദിവസം രാജകുടുംബത്തിനുവേണ്ടി ക്ഷേത്രത്തിൽ ഘൃതധാര നടത്തിയിരുന്നത്. ഈ വിഷയത്തിൽ പോറ്റിക്കും നെടുമങ്ങാട് തഹസിൽദാർക്കും ദേവസ്വം കമ്മീഷണർ അവർകൾക്കും വേണ്ട നടപടികൾക്കായി മുൻകൂട്ടി അറിയിപ്പുകൾ നൽകേണ്ട കത്തുകളുടെ മാതൃകകൾ രേഖപ്പെടുത്തിയിട്ടുണ്ട്.[18]

മണ്ഡലച്ചിറപ്പുമഹോത്സവം, ധനുമാസത്തിലെ തിരുവാതിര, ധ്വജപ്രതിഷ്ഠാദിനാചരണം, ശിവരാത്രി ആട്ടവിശേഷം, മകരസംക്രമദിനത്തിലെ ശാസ്താപൂജ, വീരഭദ്രൻഭദ്രകാളി കോവിൽചിറപ്പ്, ആയില്യപൂജ, പ്രദോഷം തുടങ്ങിയവയാണ് ഈ ക്ഷേത്രത്തിലെ പ്രധാനവിശേഷങ്ങൾ.

മഹാദേവക്ഷേത്രത്തിലെ ആറാട്ടെഴുന്നെള്ളിപ്പ് ശാസ്തമംഗലത്തുകാർക്ക് ആഘോഷമാണ്. എഴുന്നള്ളത്ത് കടന്നുപോകുന്ന വഴികൾ ശുചിയായി അലങ്കരിച്ച് ഗൃഹങ്ങളും സ്ഥാപനങ്ങളും നിറപറയും നിലവിളക്കുമൊരുക്കി മഹാദേവപ്രീതിക്കു ഭക്തിയോടെ കാത്തുനിൽക്കും. ശാസ്തമംഗലം ജംങ്ഷൻ, വെള്ളയമ്പലം, ജവഹർനഗർ, ഗോൾഫ് ലിങ്ക്സ്, പൈപ്പിൻമൂടുവഴി ദേവനെ തിരിച്ച് ക്ഷേത്രത്തിലേക്ക് എഴുന്നള്ളിക്കുന്നു. 2006 ജൂലൈ മാസം രണ്ടാംതീയതി കിഴക്കേനടയിലെ സ്വർണ്ണക്കൊടിമരവും താഴികക്കുടങ്ങളും ദേവന് സമർപ്പിച്ചു. ആനക്കൊട്ടിലും പുനർനിർമ്മിച്ചു.

മഹാദേവക്ഷേത്രത്തിന്റെ കിഴക്കുഭാഗത്തായി കിള്ളിയാറിന്റെ കരയിലുള്ള അതിപുരാതനമായ കാവാണ് 'നന്ദനം'. ഭദ്രകാളിയും വീര

18. കൊട്ടാരം മാന്വൽ, വാല്യം1, പേജ് 66

നമ്പർ... തീയതി...

നെടുമങ്ങാട് തഹസിൽദാർക്ക്

കുംഭമാസം 1ന് ശിവരാത്രി പ്രമാണിച്ച് തൃപ്പാപ്പൂരും ശാസ്തമംഗലത്തും ക്ഷേത്രങ്ങളിൽ ഘൃതധാര അടിയന്തിരം നടത്തേണ്ടത് പൂവ്വത്തൂർ ആലപ്പുറത്തു മഠത്തിൽ മണിയരുനാരായണരു പോറ്റിയുടെ മുറയായിരിക്കുന്നതിനാൽ ആ പോറ്റിയുടെ പേർക്ക് എഴുതിയിട്ടുള്ള എഴുത്ത് ഇതോടയച്ചിരിക്കുന്നു. എഴുത്ത് പോറ്റിയെ ഏല്പിച്ചു രസീതു വാങ്ങിച്ചയച്ചും മേൽപ്പറഞ്ഞ സ്ഥലങ്ങളിൽ ഹാജരാകുന്നതിന്നും വേണ്ട ഏർപ്പാടു ചെയ്തും വിവരം റിപ്പോർട്ടു ചെയ്തുകൊള്ളണം.

കൊട്ടാരം സർവ്വാധികാര്യക്കാർ

നന്ദനം കാവ്

ഭദ്രനും നാഗദൈവങ്ങളുമാണ് ഇപ്പോൾ ഇവിടെയുള്ളത്. ഇവരോടൊപ്പം ഈശാനകോണിൽ ആറാട്ടുകടവിനോടു ചേർന്ന് ശാസ്താവിന്റെ അതി പുരാതനമായ ഒരു വിഗ്രഹവും ഉണ്ടായിരുന്നു. ഇവിടെ പ്രകൃതി ഭൂത കാലസ്മരണകളുണർത്തുന്നതും സുന്ദരവും അന്തരീക്ഷം ശാന്തവും ചൈതന്യവത്തുമായിരുന്നു. ദർശനത്തിനെത്തുന്നവർക്ക് ഒരു ദിവ്യ ചൈതന്യത്തിന്റെ സാന്നിദ്ധ്യം അനുഭവപ്പെടും. അടുത്തകാലത്തു നട ത്തിയ നവനിർമ്മിതികൾ ഇവിടത്തെ പൗരാണികതയും ശാന്തിയും നഷ്ട പ്പെടുത്തിയിരിക്കുന്നു. ഇത്തരം പരിഷ്കാരങ്ങൾ പരിസ്ഥിതിയുമായി ബന്ധപ്പെടുത്തി ഭക്തജനങ്ങൾ മനസ്സിലുറപ്പിച്ച സങ്കല്പങ്ങൾക്ക് കോട്ടം വരുത്താൻ സാധ്യതയുണ്ട്.

അവൈദികപൂജയായിരുന്നു കാവിൽ നിലനിന്നിരുന്നത്. 'കുലാ ചാരം' എന്നു വിശേഷിപ്പിക്കപ്പെടുന്ന 'കൗളാചാര' പ്രകാരമുള്ള ആരാ ധന. മദ്യം, മാംസം, മത്സ്യം, മൈഥുനം, മുദ്ര എന്നീ പഞ്ച'മ' കാരങ്ങളെ അടിസ്ഥാനപ്പെടുത്തിയുള്ള പൂജാസമ്പ്രദായമാണ് 'കൗളം'. ലളിതാ സഹസ്രനാമത്തിൽ 'കൗളമാർഗ്ഗതത്പരസേവിത' എന്നു ദേവിയെ വി ശേഷിപ്പിക്കുന്നുണ്ട്. കൗളത്തെക്കാൾ വലിയ ആചാരമില്ലെന്നാണ് പ്രമാണം. നമ്മുടെ പൂർവ്വപിതാക്കൾ അവർ ഉപയോഗിച്ചിരുന്നതും സാധാരണ ലഭിക്കുന്നതുമായ ദ്രവ്യങ്ങൾതന്നെയാണ് തങ്ങളുടെ ആരാധനാമൂർത്തി കൾക്കും നല്കിയിരുന്നത്. ബലിയും ആട്ടവും പാട്ടുമൊക്കെയായി ആഘോഷമായിട്ടായിരുന്നു അവരുടെ ആരാധന.

ഭദ്രകാളിക്കും വീരഭദ്രനും ഇപ്പോൾ ബലിപൂജയോടുകൂടിയുള്ള ആരാധന (മൃഗബലിയല്ല) വർഷത്തിലൊരിക്കൽ മകരസംക്രാന്തിദിവസമാണ് നടത്തുന്നത്. ഗ്രാമക്ഷേത്രങ്ങളിൽ നിത്യപൂജ പില്ക്കാലത്തുവന്ന പ്രതിഭാസമാണ്. ദേവസന്നിധിയിൽ നടന്നിരുന്ന തുള്ളലും ഭക്തജനങ്ങൾ ഭയഭക്തിബഹുമാനത്തോടെ നോക്കിക്കണ്ടിരുന്ന ഒരു ചടങ്ങു തന്നെയാണ്. ആരാധനാമൂർത്തിക്ക് ഭക്തരുമായുള്ള ആശയവിനിമയത്തിനുള്ള മാദ്ധ്യമമായാണ് അനുഗ്രഹിച്ചുതുള്ളുന്നയാൾ പ്രവർത്തിക്കുന്നത്. പ്രാകൃതമെങ്കിലും ഫലപ്രദമായ ഈ മാർഗ്ഗത്തിലൂടെ ഭക്തരുടെ പ്രശ്നപരിഹാരങ്ങളും ദേവതയ്ക്കുവേണ്ടി ഭക്തർ അനുഷ്ഠിക്കേണ്ടുന്ന കാര്യങ്ങളുമൊക്കെയാണ് വെളിപ്പെടുന്നത്. ഉപാസനാമൂർത്തി അനുഗ്രഹിച്ചു തുള്ളി എന്നു വിശ്വാസം. ഒരുതരം പരകായപ്രവേശമാണിത്. തീവ്രമായ ഭക്തിയും വിശ്വാസവുമാണ് ഇത്തരം പരകായപ്രവേശങ്ങൾക്കു ആധാരമെന്നു തോന്നുന്നു. ഇപ്പോഴും ഇവിടത്തെ പൂജകഴിഞ്ഞ് കുളിച്ചിട്ടേ 'ശാന്തി' പ്രധാന ക്ഷേത്രത്തിൽ കയറുകയുള്ളൂ. പഴയ ശാക്തേയ പൂജാരീതിയോട് സമയമാർഗ്ഗികൾ ഇപ്പോഴും ചെറിയൊരകൽച്ച നില നിർത്തുന്നു. ദേവസ്ഥാനത്തെക്കുറിച്ചുള്ള ദൈവജ്ഞന്റെ പ്രശ്നചിന്തയിലും 'ക്ഷേത്രകല'യുടെ ഉത്ഭവം നന്ദനത്തോടു ചേർന്നുള്ള 'തീർത്ഥ' (കടവ്) ത്തിൽനിന്നാണെന്നു വ്യക്തമാക്കിയിട്ടുണ്ട്.

ഉപേക്ഷിക്കപ്പെട്ട പല പുരാതനവിഗ്രഹങ്ങളും ഈ പരിസരത്തുനിന്നു കണ്ടെടുത്തിട്ടുണ്ട്. അല്പം വടക്കുമാറി ശാക്തേയദേവതകളുടെ സാന്നിദ്ധ്യവും ദേവപ്രശ്നത്തിൽ തെളിയുന്നു. ഇതെല്ലാം കൂട്ടിവായിച്ചാൽ ആദിമവാസികളുടെ വിപുലമായ ഒരാരാധനാകേന്ദ്രം ഇവിടെ നിലനിന്നെന്നും, അതിന്റെ സൂചനകളാണ് ചൈതന്യവത്തായി ഇവിടെ നിലനിൽക്കുന്നതെന്നും മനസ്സിലാക്കാം.

കൂപക്കരമഠത്തിന്റെ അധീനതയിലായിരുന്ന ക്ഷേത്രത്തിന്റെ നടത്തിപ്പിനെക്കുറിച്ച് 1944ൽ സ്ഥലവാസികളിൽനിന്ന് ധാരാളം പരാതികളുണ്ടായി. വരവ്ചെലവു കണക്കുകൾ, ഭക്തർ നടയ്ക്കുവയ്ക്കുന്ന സാധനങ്ങളുടെ ദുരുപയോഗം, 1900ൽ വാറുവിളാകത്തു വീട്ടിൽ കാളിയെന്ന ഭക്ത എല്ലാവർഷവും മേടമാസത്തിലെ പുണർതംനാളിൽ പറനമസ്കാരത്തിനായി അഞ്ചാമടപകുതിയിലെ നാലുവയലുകൾ ക്ഷേത്രത്തിന് സമർപ്പിച്ചതനുസരിച്ചുള്ള വഴിപാടുകൾ നടത്താതിരിക്കുക, ബിംബത്തിൽ ചാർത്താനുള്ള തിരുമുഖം പണയപ്പെടുത്തുക എന്നിവയായിരുന്നു പരാതിയിലെ പ്രധാന ഇനങ്ങൾ.[19]

ശാസ്തമംഗലംവെള്ളയമ്പലം റോഡിൽ കുറുപ്പ് ലെയിനിനു കിഴക്കുള്ള പ്രദേശം പണ്ട് വാറുവിളാകം എന്നാണ് അറിയപ്പെട്ടിരുന്നത്.

---

19. കിരൺ രവീന്ദ്രൻ എഴുതിയ സി.പി.ഗോപാലപ്പണിക്കർ ഒരു ലഘുചരിത്രം. പേജ് 85

അവിടെ ഇപ്പോഴുള്ള വി. വി. ലെയിനിലെ വി.വി. വാറുവിളാകത്തിന്റെ ചുരുക്കപ്പേരാണ്. ഈ കുടുംബത്തിന് ശാസ്തമംഗലത്ത് ധാരാളം ഭൂമി സ്വന്തമായി ഉണ്ടായിരുന്നതായി സെറ്റിൽമെന്റ് രജിസ്റ്ററിൽ കാണുന്നു. ക്ഷേത്രത്തിനു നാലുവയലുകൾ വഴിപാടായി സമർപ്പിച്ച 'കാളി' ഈ കുടുംബത്തിലെ വീട്ടമ്മയാണെന്നുവേണം അനുമാനിക്കാൻ.

ഈ പരാതികളെക്കുറിച്ച് അസിസ്റ്റന്റ് ദേവസ്വം കമ്മീഷണർ നടത്തിയ അന്വേഷണത്തിൽ ആരോപണങ്ങൾ പലതും വാസ്തവമാണെന്നു തെളിഞ്ഞു. വരവുചെലവു കണക്കുകൾ സൂക്ഷിക്കുന്നില്ല എന്നും കാണിക്കയായി സമർപ്പിക്കുന്ന പാത്രങ്ങളും മറ്റും സ്വകാര്യാവശ്യങ്ങൾക്ക് ഉപയോഗിക്കുന്നുവെന്നും ഭക്തജനങ്ങൾ സമർപ്പിച്ച പല വഴിപാടുകളും നടത്തുന്നില്ല എന്നും അന്വേഷണറിപ്പോർട്ടിൽ രേഖപ്പെടുത്തിയിട്ടുണ്ട്. ബിംബത്തിൽ ചാർത്താനുള്ള സ്വർണ്ണ തിരുമുഖം സ്വകാര്യസ്ഥാപനത്തിൽ പണയം വച്ചത് സുരക്ഷയ്ക്കുവേണ്ടിയുള്ള നടപടിയായിരുന്നുവെന്നാണ് ട്രസ്റ്റ് മാനേജർ അറിയിച്ചത്.

1945 ഏപ്രിൽ 18-ാം തീയതി ഗവണ്മെന്റ് സെക്രട്ടറി സി.പി.ഗോപാലപ്പണിക്കരുടെ സാന്നിദ്ധ്യത്തിൽ നടന്ന തെളിവെടുപ്പിൽ മഠത്തിനുവേണ്ടി സദസ്യതിലകൻ ടി.കെ.വേലുപ്പിള്ളയും ഭക്തജനങ്ങൾക്കുവേണ്ടി ശാസ്തമംഗലം എസ്.ഗോവിന്ദപ്പിള്ളയും ഹാജരായി.

ഒത്തുതീർപ്പുവ്യവസ്ഥ എന്ന നിലയിൽ മഠത്തിലെ മൂത്ത പുരുഷ അംഗത്തിന് 18 വയസ്സു തികയുന്നതുവരെ ക്ഷേത്രഭരണം ദേവസ്വം വകുപ്പിനെ മഠത്തിന്റെ ഏജന്റ് എന്ന നിലയിൽ നിയമിക്കാനുള്ള നിർദ്ദേശം കൂപക്കരമഠം അംഗീകരിക്കാത്തതിനെത്തുടർന്ന് സർക്കാർ കൈക്കൊണ്ട തീരുമാനത്തിന്റെ പ്രസക്തഭാഗം ഇതാണ്:

"Government have again perused the records and resolved that in the best interest of the institution the Sasthamangalam Devaswom be assumed Under Section 5(1) of the Hindu Religious Endowment Act and they order accordingly."[20]

അങ്ങനെ ക്ഷേത്രചരിത്രം ഒരു പൂർണ്ണപ്രദക്ഷിണം പൂർത്തിയാക്കി. ഇവിടത്തെ ആദിമവാസികൾ സ്വതന്ത്രമായി ആരാധിച്ചിരുന്ന ക്ഷേത്രഭരണം പല അവകാശക്കൈമാറ്റങ്ങൾക്കും ശേഷം വീണ്ടും ജനപ്രതിനിധികളുടെ കൈയിലെത്തി.

കൊച്ചാർ ഗണപതി

മരുതംകുഴി അണയ്ക്കടുത്ത് റോഡിനരുകിലായി ഒരു ഗണപതി കോവിലുണ്ട്. അധികം കാലപ്പഴക്കമൊന്നുമില്ലാത്ത ഈ ക്ഷേത്രത്തിൽ ദർശനത്തിനായി ധാരാളം ഭക്തജനങ്ങളെത്തുന്നു.

---

20. Order R. Dis 1428/45/Dev.dt Trivandrum 5-12-1945

മരുതംകുഴി അണയോട് ചേർന്നുള്ള കടവിൽ കുളിച്ചുകൊണ്ടിരുന്ന കുട്ടിയുടെ കാല് ഒരു കല്ലിൽ തട്ടി കാലിൽ തട്ടിയ കല്ല് ബാലൻ വെള്ളത്തിൽ മുങ്ങി പുറത്തേയ്ക്കെടുത്തു. അതൊരു ഗണപതി വിഗ്രഹമായിരുന്നു. കടവിലെ ലോറി സ്റ്റാൻഡിൽ സ്ഥിരമായി വാഹനങ്ങൾ കഴുകിക്കൊണ്ടിരുന്ന മണിയനും മാണിക്യനും ചേർന്ന് ആ വിഗ്രഹം കുട്ടികളിൽ നിന്ന് വാങ്ങി റോഡിന് മറുവശം മരുതംകുഴി സ്കൂളിന്റെ മതിലിനോടു ചേർന്ന് പുറത്തേക്ക് തള്ളിനിന്നിരുന്ന പാറയിൽ സ്ഥാപിച്ചു. ഒരു ചെറിയ വിളക്കുവച്ച് ദിവസവും ദീപം തെളിയിക്കാനും തുടങ്ങി. ചിട്ടപ്രകാരമുള്ള പൂജകളൊന്നുമില്ലാതിരുന്നെങ്കിലും വിളക്കുവെയ്പ് തുടർന്നു. ഇതിനിടയിൽ വിഗ്രഹം മോഷ്ടിക്കപ്പെട്ടു. സമീപവാസികളുടെ ഉത്സാഹത്തിൽ തമിഴ്നാട്ടിലെ മൈലാടിയിൽ നിന്ന് ഒരടിയോളം പൊക്കമുള്ള പുതിയ ഗണപതി വിഗ്രഹം കൊണ്ടുവന്ന് പാറമേൽ പ്രതിഷ്ഠിച്ചു. ക്രമേണ ആരാധനയ്ക്ക് കൂടുതൽ ആളുകളെത്തി. പായസനൈവേദ്യവും പ്രതിഷ്ഠയ്ക്ക് താത്ക്കാലിക മേൽക്കൂരയുമൊക്കെയായി.

ഇരുപതു വർഷം അങ്ങനെ കടന്നുപോയി. ഇതിനിടെ ആറ്റുകടവിൽ മണൽ കോരിക്കൊണ്ടിരുന്നവർക്ക് ഒരു ശിവലിംഗം കൂടി ലഭിച്ചു. ഗണപതിക്കടുത്തായി ശിവലിംഗവും സ്ഥാപിച്ചു.

2014ൽ ഭക്തരുടെ ശ്രമഫലമായി നടത്തിയ ദേവപ്രശ്ന വിധിയനുസരിച്ച് വിഗ്രഹം വിധിയാംവണ്ണം പ്രതിഷ്ഠിച്ചു. വളരെ വേഗം കൊച്ചാർ ഗണപതി ഭക്തജനങ്ങളുടെ ശ്രദ്ധ പിടിച്ചുപറ്റി. നിവേദ്യങ്ങളും തുടങ്ങി. പ്രതിഷ്ഠകൾക്ക് സ്ഥിരം മേൽക്കൂരയായി. കർക്കിടക വാവുബലിയോടനുബന്ധിച്ച് ധാരാളം പേർ ഇവിടത്തെ കടവിൽ പിതൃതർപ്പണത്തിനായി എത്താറുണ്ട്. നാട്ടുകാരുടെ കമ്മിറ്റിയാണ് ക്ഷേത്രനടത്തിപ്പിന്റെ മേൽനോട്ടം വഹിക്കുന്നത്.

ഉദിയന്നൂർ

മരുതംകുഴിയിൽ കിള്ളിയാറിന്റെ മറുകരയിലാണ് ഉദിയന്നൂർ ദേവീക്ഷേത്രം. ശാസ്തമംഗലംവട്ടിയൂർക്കാവ് റോഡിൽ കിള്ളിയാറിന് കുറുകെയുള്ള പാലം കടന്നു വേണം ക്ഷേത്രത്തിലെത്താൻ. ക്ഷേത്രത്തിന്റെ പഴക്കം, പ്രതിഷ്ഠാകാലം എന്നിവ കൃത്യമായി നിർണ്ണയിക്കുന്നതിനു സഹായകമായ രേഖകളൊന്നും ലഭ്യമല്ല. എങ്കിലും ക്രിസ്തുവർഷം 1800–ാമാണ്ടാണ് ഇവിടെ മുടിപ്പുര നിലവിൽ വന്നതെന്ന് കരുതപ്പെടുന്നു.

ഒരു പെരുമഴക്കാലത്ത് കിള്ളിയാറ്റിലൂടെ ഒഴുകിവന്ന 'മുടി'[21] ഒരു ബാലൻ ആറ്റിൽ ചാടി അത്ഭുതകരമായി കൈക്കലാക്കി. വട്ടിയൂർക്കോണം കുടുംബത്തിൽ ഉദിയന്നൂർതറവാട്ടിലെ നീലകണ്ഠൻ ആയിരുന്നു ആ സാഹസികബാലൻ.

21. ഭഗവതിയുടെ മരത്തിൽ നിർമ്മിച്ച ശിരോലങ്കാരം.

ഉദിയന്നൂർ മുടിപ്പുര

മരുതംകുഴിയിൽ കേശവപുരത്ത് ആശാൻ എന്ന് അറിയപ്പെട്ടിരുന്ന പള്ളിച്ചന്ദ്രവീട്ടിൽ മാധവൻപിള്ളയുടെ ശിഷ്യനായിരുന്നു നീലകണ്ഠൻ. അമ്മയോടൊപ്പം പള്ളിച്ചന്ദ്രവീട്ടിൽ താമസിച്ചായിരുന്നു വിദ്യാഭ്യാസം ചെയ്തിരുന്നത്. ആറ്റിൽനിന്നുകിട്ടിയ മുടിയുമായി വീട്ടിലെത്തിയ ബാലൻ പ്ലാവിന്റെ തടികൊണ്ടുണ്ടാക്കിയ ഒരു കാൽപ്പെട്ടിയിൽ അലക്കിയ മുണ്ടും പട്ടും വിരിച്ച് അതിന്മേൽ മുടിവച്ച് തെറ്റിപ്പൂവു കൊണ്ട് അർച്ചന നടത്തി. അമ്മയുണ്ടാക്കിയ അട നിവേദ്യമായി നല്കി. ഈ അടയാണ് പിൽക്കാലത്തു പ്രസിദ്ധമായ ഉദിയന്നൂർ അടയായത്.

വൈകാതെ വീട്ടിനുള്ളിൽ തന്നെ ഒരു കല്ലറകെട്ടി, മുടി അതിനുള്ളിൽ പ്രതിഷ്ഠിച്ചു. മുടിവച്ചുപൂജിച്ചിരുന്ന ആരാധനാലയങ്ങൾ മുടിപ്പുര എന്നപേരിലാണ് അറിയപ്പെട്ടിരുന്നത്. അങ്ങനെ ഉദിയന്നൂർവീട് 'ഉദിയന്നൂർമുടിപ്പുര'യായി. അതോടെ നീലകണ്ഠനും അമ്മയും തങ്ങളുടെ കുടുംബഗൃഹമായ വട്ടിയൂർക്കോണത്തേക്കു താമസം മാറി.

ഇന്നു നാം കാണുന്ന ക്ഷേത്രത്തിന്റെ സ്ഥാനത്ത് തട്ടുംനിരയുമായി, മരക്കഴുക്കോലിട്ട് ഓലകെട്ടിയ, നാല്പതടിയോളം വരുന്ന ഓലപ്പുരയാണുണ്ടായിരുന്നത്. പള്ളിയറയും ഒരു തളവും വടക്കുകിഴക്കായി ചാവടിയും, വടക്കു പടിഞ്ഞാറേ മൂലയിൽ ഉരൽക്കളവും വച്ചുപൂട്ടുപുരയും മണ്ണുകൊണ്ടുണ്ടാക്കി മുകളിൽ ഓലവച്ച പഴയ മനക്കയ്യാലയും ഒക്കെ ചേർന്നതായിരുന്നു മുടിപ്പുര.[22]

നീലകണ്ഠൻ, നീലകണ്ഠപരമഹംസൻ എന്ന പേരിൽ മഹാസിദ്ധനും യോഗീശ്വരനുമായി പിന്നീട് അറിയപ്പെട്ടു. മുടിപ്പുരയുടെ

22. ശ്രീ ഉദിയന്നൂർ ദേവിക്ഷേത്രം. ക്ഷേത്രോല്പത്തിയും ചരിത്രവും. പ്രൊഫ. ജി.കെ. ബാലചന്ദ്രൻ നായർ

പിന്നിലായി ഉണ്ടായിരുന്ന തെക്കത് പിൽക്കാലത്ത് യോഗീശ്വരൻകോവിലായി. യോഗീശ്വരന്റെ കാലശേഷം അദ്ദേഹത്തിന്റെ കുടുംബാംഗങ്ങൾ കുറച്ചുകാലം പൂജചെയ്തുപോന്നു. ക്രമേണ പള്ളിച്ചന്ദ്രക്കാരുടെ വകയായിരുന്ന ക്ഷേത്രഭൂമി ക്ഷേത്രമിരിപ്പു മുടിപ്പുരവിളാകമായി മാറി.

മുടി പ്രതിഷ്ഠിച്ചിരുന്ന പള്ളിയറയിൽ നാല് പീഠങ്ങളുണ്ടായിരുന്നു. അതിലൊന്നായ ദേവീപീഠത്തിൽ കണ്ണാടി, കലമാൻകൊമ്പ്, ശൂലം, നന്ദകംവാൾ, വെങ്കലത്തിൽ തീർത്ത ചെറിയ ദേവീവിഗ്രഹം എന്നിവ വച്ചിരുന്നു. മുടിപ്പുര ക്രമേണ ഒരു പൊതു ആരാധനാകേന്ദ്രമായി മാറുകയാണുണ്ടായത്.

1956ൽ ക്ഷേത്രം പുനരുദ്ധരിക്കാനുള്ള നടപടികൾ ആരംഭിച്ചു. പുതിയ ശ്രീകോവിൽ നിർമ്മിച്ചു. പ്രതിഷ്ഠാസ്ഥാനത്തിന് അടിയിലുണ്ടായിരുന്ന കുമ്മായക്കെട്ടുള്ള കല്ലറ നിലനിർത്തി മൂലസ്ഥാനത്തിന് മാറ്റംവരാതെ അതിനുമുകളിലാണ് ഇപ്പോഴത്തെ ശിലാവിഗ്രഹപ്രതിഷ്ഠ. നാവായിക്കുളം അപ്പു ആചാരി യാണ് വിഗ്രഹശില്പി.

1958 ഏപ്രിൽ മാസം 25-ാം തീയതി വെള്ളിയാഴ്ച പുണർതം നക്ഷത്രത്തിൽ ബ്രഹ്മശ്രീ കൃഷ്ണൻപോറ്റിയുടെ കാർമ്മികത്വത്തിൽ പുതിയ ശ്രീകോവിലിൽ വിഗ്രഹപ്രതിഷ്ഠ നടത്തി. ശ്രീകോവിലിനുള്ളിൽ സപ്തമാതാക്കളിൽപ്പെട്ട ഇന്ദ്രാണി, വൈഷ്ണവി, വരാഹി എന്നിവരുടെ സങ്കല്പപ്രതിഷ്ഠകളുമുണ്ട്. ദേവിയുടെ രണ്ടടിപ്പൊക്കമുള്ള ശിലാവിഗ്രഹം വടക്കുദർശനമായി പ്രതിഷ്ഠിച്ചിരിക്കുന്നു. വടക്കു ദർശനമായുള്ള പ്രതിഷ്ഠകൾ സാധാരണ രൗദ്രപ്രധാനമാണ്.

ചതുർബാഹുവാണ് ദേവി. ഉയർത്തിപ്പിടിച്ചിരിക്കുന്ന കൈകളിൽ ശംഖും ചക്രവും താഴേക്കുള്ള കൈകളിൽ നന്ദകവും ശൂലവും ധരിച്ചു നില്ക്കുന്ന അവസ്ഥയിലാണ്. നന്ദകവും ശൂലവും ഭദ്രകാളീ സങ്കല്പമാണ്. പക്ഷേ, ശംഖും ചക്രവും മുഖത്തെ സൗമ്യഭാവവും ദുർഗ്ഗയുടെ ലക്ഷണവും. വിഗ്രഹത്തിൽ ശൈവ വൈഷ്ണവ ശാക്തേയഭാവങ്ങൾ ഒന്നുപോലെ സമ്മേളിച്ചിരിക്കുന്നു. പുരാതനമായ ഭദ്രകാളീ ക്ഷേത്രമാണെങ്കിലും വിഗ്രഹത്തിൽ ഭദ്രയുടെയും ദുർഗ്ഗയുടെയും സങ്കല്പങ്ങൾ പരസ്പരം ചേർന്നുനില്ക്കുന്നു.

നാലമ്പലത്തിന്റെ കന്നിമൂലയിൽ ഗണപതി. ചുറ്റുമതിലിനുള്ളിൽ യോഗീശ്വരൻ, ധർമ്മശാസ്താവ്, മാടൻതമ്പുരാൻ, നാഗർ എന്നീ ഉപദേവതാപ്രതിഷ്ഠകളുണ്ട്. 1975ലായിരുന്നു പ്രതിഷ്ഠ. ഉപദേവതകളിൽ പ്രധാനം യോഗീശ്വരൻ. യോഗീശ്വരന്റെ ഉപദേവാലയത്തിനുള്ളിൽത്തന്നെയാണ് ഉലകുടയപ്പെരുമാൾതമ്പുരാന്റെ സാങ്കല്പികപീഠവും. ശാസ്താവ് ശബരിമല അയ്യപ്പന്റെ രൂപത്തിലാണ്. ശിവാംശമാണ് മാടൻതമ്പുരാൻ.[23]

23. ശിവാംശമായാണ് മാടനെ കരുതുന്നതെങ്കിലും മഹാനടൻ എന്നോ ഗിരിനാഥനെന്നോ വ്യാഖ്യാനിക്കാവുന്ന മാടൻ അവൈദികമായ ഒരു ശിവ സങ്കല്പം തന്നെയാണ്.

പഞ്ചനാഗങ്ങളെ പടിഞ്ഞാറു ദർശനമായി പ്രതിഷ്ഠിച്ചിരിക്കുന്നു. വഴിപാടുകൾ കുരുതിപൂജ, കളമെഴുത്തും പാട്ടും ഉദിയന്നൂർ അട.

മുൻകാലത്ത് ജന്തുബലിയോടുകൂടി കുരുതി നടന്നിരുന്നു. പിന്നെ കുമ്പളങ്ങയാണ് കുരുതിക്ക് ഉപയോഗിച്ചിരുന്നത്. ഇപ്പോൾ ചടങ്ങുകൾക്ക് മാറ്റം വന്നിട്ടുണ്ട്. റീജന്റ് മഹാറാണിയുടെ കാലത്ത് തിരുവിതാംകൂറിലെ ക്ഷേത്രങ്ങളിൽ ജന്തുബലി നിരോധിച്ചതിനു ശേഷം മാംസത്തിന്റെ പ്രതീകമായി അരിപ്പൊടിയും മഞ്ഞൾപ്പൊടിയും കുറുക്കു ചുണ്ണാമ്പും ചേർത്തുണ്ടാക്കിയ 'നിണം' തർപ്പിക്കുകയാണു ചെയ്യുന്നത്.

അലങ്കരിച്ച തിടമ്പ്, ചെണ്ട, നാഗസ്വരം, തിമില, മുരശ് എന്നിവയുടെ അകമ്പടിയോടെ ശ്രീകോവിലിനു ചുറ്റും പ്രദക്ഷിണം വച്ച് തിരിച്ചു ശ്രീകോവിലിൽ കയറുന്നതാണ് ചിറപ്പ്. പ്രദക്ഷിണസമയത്ത് ക്ഷേത്രത്തിനുള്ളിൽനിന്നു ശൂലവും നന്ദകവാളും എടുത്ത് അലങ്കരിച്ച് ക്ഷേത്രപ്രതിനിധി മുന്നിലായി ഉണ്ടാവും. ഏറ്റവും മുൻപിൽ പാണിവിളക്ക് പിടിച്ച് ഒരാളുണ്ടാവും.

ജ്യോത്സ്യൻ ഉണ്ണിക്കൃഷ്ണപ്പണിക്കരുടെ പ്രശ്നവിധിയനുസരിച്ച് ദുർഗ്ഗാദേവിക്ക് നാലമ്പലത്തിനകത്ത് വടക്കുപടിഞ്ഞാറ് പ്രത്യേകം ആലയം പണിത് കിഴക്കു ദർശനമായി പ്രതിഷ്ഠിച്ചു.

പ്രധാനക്ഷേത്രത്തിനു വടക്കുഭാഗത്തായാണ് നാഗർകാവ്. എല്ലാ മാസത്തിലെയും ആയില്യംനാളിൽ ഇവിടെ വിശേഷാൽപൂജകൾ നടക്കുന്നു. നൂറും പാലുമാണ് പ്രധാനനിവേദ്യം. പാൽ, മഞ്ഞൾപ്പൊടി, മലർപ്പൊടി, നെയ്യ്, പഴം, കൽക്കണ്ടം, മുന്തിരിപ്പഴം, കരിക്ക് എന്നിവ ചേർത്താണ് ഈ നിവേദ്യം തയ്യാറാക്കുന്നത്. കളമിട്ട് നൂറും പാലും നടത്തുന്നത് വിശിഷ്ടമായാണ് കരുതുന്നത്. നാഗദേവതകൾക്ക് അഭിമുഖമായുള്ള മണ്ഡപത്തിൽ അരിപ്പൊടി, മഞ്ഞൾപ്പൊടി എന്നിവകൊണ്ട് കളമിട്ട് മേൽശാന്തിയുടെ നേതൃത്വത്തിൽ വൈദികവിധിപ്രകാരം നാഗർപൂജ നടത്തും.

കളമെഴുത്തും പാട്ടും

ഉദിയന്നൂർ ദേവീക്ഷേത്രത്തിലെ ഒരു പ്രധാനവഴിപാടാണ് പ്രതിഷ്ഠാദിനമായ മേടമാസത്തിലെ പുണർതംനക്ഷത്രത്തിലെ കളമെഴുത്തും പാട്ടും.

പരദേവതയെ തൃപ്തിപ്പെടുത്താൻ പൂർവികമായി നടത്തിവന്നിരുന്ന ഒരാചാരമാണ് കളമെഴുത്തും പാട്ടും. ദേവീദേവന്മാരുടെ രൂപങ്ങൾ വർണ്ണപ്പൊടികൾകൊണ്ട് നിലത്തു വരയ്ക്കുന്നു. വരച്ചുപൂർത്തിയാക്കിയ കളങ്ങളെ കളംവരപ്പുകാരനും സംഘവും സ്തുതിച്ചുപാടുന്നു. ഇതാണ് ചടങ്ങുകളുടെ സാമാന്യസ്വഭാവം. രൂപനിർണയത്തിലും വർണ്ണസൂക്ഷ്മതയിലും കാണുന്ന തികവാണ് കളമെഴുത്തിന്റെ ചാരുത. രക്ഷാധികാരികളായ

ദേവീദേവന്മാരെ സ്തുതിക്കാനുപയോഗിക്കുന്ന സാമ്യകല്പനകളാണ് കളമെഴുത്തുപാട്ടിന്റെ ലാവണ്യം. സോപാനസംഗീതത്തിന്റെ നൈസർ ഗികതയാണ് പാട്ടിന്റെ അസാധാരണത്വം.

കളമെഴുത്തിനുപയോഗിക്കുന്ന വർണ്ണപ്പൊടികൾ നാട്ടിൽ സുലഭ മായി ലഭിക്കുന്നവയാണ്. ഉമിക്കരി പൊടിച്ചുണക്കിയതാണ് കറുത്ത പൊടി. ഉണക്കലരി പൊടിച്ച് വെള്ളനിറം ഉണ്ടാക്കും. മഞ്ഞയ്ക്ക് മഞ്ഞൾ പ്പൊടി. വാകയില പൊടിച്ച് പച്ചപ്പൊടി. ചെമന്നപൊടി മഞ്ഞൾപ്പൊടിയും ചുണ്ണാമ്പും ചേർത്തുണ്ടാക്കും. നാല്, എട്ട്, പതിനാറ്, മുപ്പത്തിരണ്ട്, അറുപത്തിനാല് എന്നീ ക്രമത്തിലുള്ള ആയുധമേന്തിയ തൃക്കൈക ളോടുകൂടിയ ദേവതാരൂപങ്ങളെയാണ് വരയ്ക്കുന്നത്. സാധാരണ കളം കുറുപ്പുമാരാണ് കളമെഴുതുന്നത്. ഭദ്രകാളി, ശാസ്താവ്, വേട്ടയ്ക്കരൻ, ക്ഷേത്രപാലൻ, ദുർഗ്ഗ, നാഗം എന്നിവരുടെ രൂപങ്ങളാണ് പ്രധാനമായും കളമെഴുത്തിന്റെ വിഷയം.

കളം വരച്ചുകഴിഞ്ഞാൽ കളത്തിന്റെ നാലുപാടും നിലവിളക്ക് കൊളുത്തിവയ്ക്കുന്നതോടെ ദേവീദേവന്മാരുടെ സാന്നിദ്ധ്യം കളത്തിൽ കൈവരുമെന്നാണ് വിശ്വാസം. നിവേദ്യവും ഗണപതിസ്തുതിയും കഴി ഞ്ഞാൽ കളത്തിൽ പ്രത്യക്ഷപ്പെടുന്ന ദേവീദേവന്മാരെ സ്തുതിച്ചു പാടലാണ്.

കളമെഴുത്തുപാട്ടിന്റെ എല്ലാ ചടങ്ങുകളിലും പഞ്ചവാദ്യം ഒഴിച്ചു കൂടാൻ പാടില്ലാത്തതാണ്. ഗണപതീസ്തുതിയും സരസ്വതി സ്തുതിയും കഴിഞ്ഞ് ദുർഗ്ഗ, ഭദ്രകാളീ എന്നീ മൂർത്തികളെ സങ്കല്പിച്ചുള്ള പാട്ട് തുടങ്ങും. ഭദ്രകാളിയുടെ അവതാരവും ദാരുകാസുരവധവുമാണ് വിസ്ത രിച്ചുപാടുന്നത്. കളംപാട്ടു കഴിഞ്ഞാൽ കളംപൂജ. പൂജകഴിഞ്ഞാൽ കള മഴിക്കും. കളമഴിച്ചുകിട്ടുന്ന വർണ്ണപ്പൊടികളാണ് ഭക്തർക്കുള്ള പ്രസാദം.

ഉദിയന്നൂർക്ഷേത്രത്തിൽ ശ്രീകോവിലിനു മുൻപിലുള്ള തളത്തി ലാണ് കളം വരയ്ക്കുന്നത്. പതിനാറു കൈകളും അതിൽ ആയുധങ്ങളും ധരിച്ച് വേതാളാരൂഢയായി രൗദ്രഭാവത്തിലുള്ള ഭദ്രകാളീരൂപമാണ് ഇവിടെ വരയ്ക്കുന്നത്. ഒരുക്കങ്ങൾക്കുശേഷം ഗണപതി സ്തുതിയും കഴിഞ്ഞ് ഉച്ചപ്പാട്ട് തുടങ്ങും. ഭദ്രകാളിക്കൊപ്പം ദുർഗ്ഗാസ്തുതിയും ഉണ്ടാവും. രാത്രി പത്തുമണിക്ക് ചിറപ്പുകഴിഞ്ഞ് പാട്ട് തുടരും. പ്രഭാത ത്തിൽ ദാരുകവധംപാട്ട് അവസാനിക്കുന്നതോടെ മേൽശാന്തി കളം പൂജ നടത്തി കളമഴിക്കും. ഇവിടെ കളമെഴുത്തും പാട്ടും നടത്തിവരു ന്നത് നെയ്യാറ്റിൻകര ശങ്കരപ്പിള്ളയാണ്.

വൈക്കം മഹാദേവർക്ഷേത്രത്തിൽ പന്ത്രണ്ടുകൊല്ലത്തിലൊരിക്കൽ കൊടുങ്ങല്ലൂർ ഭഗവതിക്കുവേണ്ടി നടത്തുന്ന 'വടക്കുപുറത്തുപാട്ടും' വടക്കേമലബാറിലെ ഉദിനൂർ ഗ്രാമത്തിലെ ക്ഷേത്രപാലൻകളവും അതി പ്രശസ്തങ്ങളാണ്.

ഊരൂട്ട് ഉത്സവം

ശ്രീഉദിയന്നൂർ ദേവീക്ഷേത്രത്തിൽ മൂന്നുവർഷത്തിലൊരിക്കൽ മീനം-മേടം മാസങ്ങളിൽ ഊരൂട്ട് ഉത്സവം നടത്താറുണ്ട്. ക്ഷേത്രത്തിന്റെ തെക്കു കിഴക്കുഭാഗത്തുള്ള വയലിലാണ് ഉത്സവം. ഇവിടെ നാട്ടുകാരുടെ സഹകരണത്തോടെയുള്ള ഉത്സവം വളരെ ആഘോഷത്തോടെ നടക്കുന്നു.

ശ്രീബാലസുബ്രഹ്മണ്യസ്വാമി

ശാസ്തമംഗലത്ത് ഇടപ്പഴിഞ്ഞിയിൽ ദേവസേനാപതിസങ്കല്പത്തിൽ ആയുധധാരിയായി യുദ്ധസന്നദ്ധതയോടെ ബാലസുബ്രഹ്മണ്യൻ കുടികൊള്ളുന്നു.

ക്ഷേത്രം പുരാതനമെങ്കിലും പൂർവചരിത്രത്തിലേക്കു വെളിച്ചം വീശുന്ന രേഖകളൊന്നും ലഭ്യമല്ല. ഐതിഹ്യങ്ങളും പഴമകളുമാണ് ആശ്രയം. ശാസ്തമംഗലത്തിന്റെ തെക്കേ അതിരായ കിള്ളിയാറിനും കൊച്ചാറിനുമിടയിലാണ് ക്ഷേത്രം.

കൂപക്കരമഠം വകയായിരുന്നു ക്ഷേത്രമെന്നും ജഗതിയിലെ മഠത്തിൽ നിന്നു വിഗ്രഹം ആനപ്പുറത്തെഴുന്നള്ളിച്ച് ഇടപ്പഴിഞ്ഞി കൊച്ചാർ റോഡിലൂടെ ബാലസുബ്രഹ്മണ്യസ്വാമിക്ഷേത്രത്തിലും അവിടെനിന്ന് മഹാദേവർക്ഷേത്രത്തിലേക്കും ആനയിക്കാറുണ്ടായിരുന്നുവെന്നും ക്ഷേത്രചരിത്രമെഴുതിയ ദിവാകരൻനായർ രേഖപ്പെടുത്തിയിട്ടുണ്ട്.

ക്ഷേത്രോത്പത്തിയെക്കുറിച്ചു ദേവപ്രശ്നത്തിൽ തെളിഞ്ഞത് ഇങ്ങനെ. രാമായണപാരായണം നടന്നുകൊണ്ടിരുന്ന ഒരു ഭക്തന്റെ വീട്ടിൽ തേജസ്വിയായ ഒരു ബാലൻ കടന്നുവന്നു. കുട്ടിയിൽ അസാധാരണത്വം ദർശിച്ച ഗൃഹനാഥൻ കുട്ടിയുടെ പേരും വീടും അന്വേഷിച്ചു. ഗൃഹനാഥനോട് ബാലൻ തന്നെ പിന്തുടരാൻ ആവശ്യപ്പെട്ടു. ഇന്ന് ക്ഷേത്രം നില്ക്കുന്ന ഭാഗത്തെത്തിയപ്പോൾ ബാലൻ അപ്രത്യക്ഷനായി. സംഭവത്തിൽ അത്ഭുതപരതന്ത്രനായ ഗൃഹനാഥൻ ഉച്ചത്തിൽ പരാശക്തിയെ വിളിച്ചു പ്രാർത്ഥിച്ചു. അപ്പോൾ തെക്കുനിന്ന് ശാസ്താവും (പാങ്ങോട്) വടക്കുകിഴക്കുനിന്ന് ദേവിയും (ഉദിയന്നൂർ) പ്രച്ഛന്ന വേഷത്തിൽ അവിടെയെത്തി. ഭക്തനിൽനിന്നു കാര്യം മനസ്സിലാക്കിയ അവർ ''കുമാരാരാമം'' എന്ന് ഉറക്കെ വിളിച്ച് ''ഇവിടെ നീ ബാലമുരുകനായി വാഴുക'' എന്നു നിർദ്ദേശിച്ചു. അങ്ങനെ ഇവിടെ കുമാരാരാമമായി. ചരിത്രം മറഞ്ഞു നിൽക്കുന്നിടത്ത് ഇത്തരം പ്രശ്നവിധികളാണ് ആശ്രയം.

മറ്റു പല ക്ഷേത്രങ്ങളെയും പോലെ ഈ ക്ഷേത്രവും ക്ഷേത്രചൈതന്യവും വൃദ്ധിക്ഷയങ്ങൾക്കു വിധേയമായിട്ടുണ്ട്. ഇവിടത്തെ ക്ഷേത്രം വളരെക്കാലം ജീർണ്ണിച്ച് ആരാധനയില്ലാത്ത, ആരാലും ശ്രദ്ധിക്കപ്പെടാതെ മറഞ്ഞുകിടന്നു. എൺപതു വർഷങ്ങൾക്കു മുൻപ് ഈ ക്ഷേത്രത്തിന് പുനർജന്മമുണ്ടായി.

ശാസ്തമംഗലത്ത് പട്ടാണിക്കുന്നിൽ താമസിച്ചിരുന്ന ക്യാപ്റ്റൻ ശങ്കുണ്ണിനായർ പാങ്ങോട് പട്ടാളക്യാമ്പിൽനിന്നു വിജനമായ കൊച്ചാർ റോഡിലൂടെ വീട്ടിലേക്കു മടങ്ങുന്നവഴി പല തവണ പാതയ്ക്കു കുറുകെ ഒരു ബാലൻ സമീപത്തുള്ള കുറ്റിക്കാട്ടിലേക്കു മറയുന്നതു കാണാനിടയായി. ഒരു ദിവസം ആ ബാലനെ പിന്തുടർന്ന ക്യാപ്റ്റൻ ആ പ്രദേശം മുഴുവൻ തിരഞ്ഞിട്ടും ആ കുട്ടിയെ കണ്ടുകിട്ടിയില്ല. അദ്ദേഹം അവിടെ കണ്ടത് തകർന്ന ഒരു ക്ഷേത്രത്തിന്റെ അവശിഷ്ടങ്ങളും സുബ്രഹ്മണ്യ വിഗ്രഹവുമാണ്. തുടർന്ന് ശങ്കുണ്ണിനായരുടെ നേതൃത്വത്തിലാണ് ഇന്നു കാണുന്ന ക്ഷേത്രം നിർമ്മിച്ചത്. മുൻപുണ്ടായിരുന്ന ക്ഷേത്രത്തിന്റെ പഴക്കം കണക്കാക്കാൻ രേഖകളൊന്നുമില്ല. അടുത്തകാലത്ത് നടന്ന ദേവപ്രശ്നത്തിൽ ക്ഷേത്രത്തിന് നാനൂറ്റി അൻപതുവർഷത്തെ പഴക്കമുണ്ടെന്നു തെളിഞ്ഞതായിപ്പറയുന്നു.

ക്ഷേത്രത്തിലെ പൂജാദികർമ്മങ്ങൾക്കും മറ്റു നിത്യനിദാന നടത്തിപ്പിനും ഉടമസ്ഥരായിരുന്ന കൂപക്കരമഠക്കാർ പേവറത്തല തെക്കേവീട്ടിൽ കേശവക്കുറുപ്പ് എന്ന കരപ്രമാണിയെ ചുമതലപ്പെടുത്തി. കുറച്ചുകാലത്തിനുശേഷം അദ്ദേഹം ആ ചുമതല രാമൻപിള്ള എന്ന മറ്റൊരു പ്രമാണിക്കു കൈമാറി. രാമൻപിള്ളയിൽനിന്നു ക്ഷേത്രത്തിന്റെ ചുമതല ശ്രീരംഗം ലെയിനിൽ താമസിച്ചിരുന്ന ഫയർ സർവ്വീസ് ഉദ്യോഗസ്ഥനായ ബാലകൃഷ്ണപിള്ള സ്വാമിയുടെ കൈകളിലെത്തി. രാമൻപിള്ളയുടെ മകളുടെ ഭർത്താവായിരുന്നു ബാലകൃഷ്ണപിള്ള. ഈ ക്ഷേത്രത്തെപ്പറ്റി ചിന്തിക്കുമ്പോൾ നാട്ടുകാർ ആദ്യം ഓർക്കുന്നത് ഇദ്ദേഹത്തെയാണ്. ക്ഷേത്രത്തിന്റെ നടത്തിപ്പ് തന്റെ ജീവിതാവസാനംവരെ സ്വാമി ഭക്തിയോടെയും തികഞ്ഞ അർപ്പണബോധത്തോടെയും നിർവഹിച്ചു.

1984ൽ ഇവിടെ വിപുലമായ പുനരുദ്ധാരണപ്രവർത്തനങ്ങൾ നടന്നു. ഏപ്രിൽമാസത്തോടെ പഴയ ശ്രീകോവിൽ പൊളിച്ച് വിഗ്രഹം ബാലാലയത്തിലേക്കു മാറ്റി. ശ്രീകോവിലിന്റെ കല്ലിടൽ കർമ്മം 1984 മെയ് മാസം 25-ാം തീയതി ചെങ്കോട്ടുകോണം മഠാധിപതിയായിരുന്ന സ്വാമി സത്യാനന്ദ സരസ്വതി നിർവ്വഹിച്ചു. അടുത്തുള്ള മഹാഗണപതിയുടെ പുതിയ ശ്രീകോവിലിന്റെ ശിലാസ്ഥാപനം ശാസ്തമംഗലം ശ്രീരാമകൃഷ്ണ മിഷൻ ആശുപത്രിയിലെ ആർ.എം.ഒ.ആയിരുന്ന ഡോ. കൊച്ചു കേശവൻനായർ നിർവഹിച്ചു.

ആദ്യഘട്ടപുനർനിർമ്മാണത്തിന്റെ സമയത്ത് പ്രതിഷ്ഠയ്ക്കുവേണ്ടിയുള്ള ഗണപതിവിഗ്രഹത്തിനായുള്ള അന്വേഷണത്തിനിടയിൽ ശങ്കുണ്ണി മേനോനും കൂട്ടരും എത്തിയത് ശാസ്തമംഗലത്ത് ഭാരതീശ്വരത്തിൽ ഡോ. കെ. പരമേശ്വരക്കുറുപ്പിന്റെ അടുത്തായിരുന്നു. അവിടെ അവർക്കു നിരാശപ്പെടേണ്ടിവന്നില്ല. താൻ നിത്യപൂജയ്ക്ക് ഉപയോഗിച്ചിരുന്ന ഒരു ചെറിയ ഗണപതിവിഗ്രഹം ഡോ. നൽകിയത് ക്ഷേത്രത്തിൽ പ്രതിഷ്ഠിച്ചു. ആ വിഗ്രഹം തന്നെയാണ് ഇപ്പോഴും പൂജിക്കുന്നത്. പുതിയ

ശ്രീകോവിൽ പണിതപ്പോൾ പഴയ വിഗ്രഹം തന്നെയാണ് പ്രതിഷ്ഠി ക്കേണ്ടതെന്ന് പ്രശ്നവശാൽ തെളിഞ്ഞു.[24]

1985 മാർച്ചുമാസം 25-ാം തീയതി നാഗരാജപ്രതിഷ്ഠ നടത്തി. തൃശ്ശൂർ മാള പാമ്പുമ്മേക്കാട് ശ്രീധരൻ നമ്പൂതിരിയാണ് പ്രതിഷ്ഠ നടത്തിയത്. പഴയ വിഗ്രഹത്തിന് അംഗഭംഗം വന്നതിനാൽ പുതിയ ശ്രീകോവിലിൽ പുതിയ വിഗ്രഹമാണു പ്രതിഷ്ഠിച്ചത്.

ഇപ്പോഴത്തെ ക്ഷേത്രത്തിന്റെ രൂപകല്പന നടത്തിയത് പ്രശസ്ത ശില്പി കലാശാല രാമചന്ദ്രനാണ്. പഴയകാലത്ത് ക്ഷേത്രത്തിനുള്ളിൽ അഗ്നിമൂലയിലെ ഉയർന്ന തിണ്ണയുടെ തെക്കുഭാഗത്തായി ശ്രീ. അയ്യ പ്പന്റെ പടം വച്ച് പൂജിച്ചിരുന്നു. ഇവിടെവച്ചായിരുന്നു ശബരിമലയ്ക്കു പോകുന്നവർ കെട്ടു നിറച്ചിരുന്നത്. ഇപ്പോൾ നാലമ്പലത്തിനു വെളി യിൽ അയ്യപ്പന് പ്രത്യേകമായ ആലയമുണ്ട്.

കൃഷ്ണശിലയിൽ നിർമ്മിച്ച വേൽധാരിയായ ബാലസുബ്രഹ്മണ്യ വിഗ്രഹം കിഴക്ക് ദർശനമായാണ് പ്രതിഷ്ഠിച്ചിരിക്കുന്നത്. രണ്ടരയടി യോളം പൊക്കമുണ്ട്. നില്ക്കുന്ന അവസ്ഥയിലാണ്. ദർശനത്തിനെത്തുന്ന ഭക്തർ കോമളവിഗ്രഹത്തിനു മുന്നിൽ കൂപ്പുകൈകളുമായി നിന്നുപോകും.

ഈ ക്ഷേത്രത്തിന്റെ പുനരുദ്ധാരണത്തിലും പുനഃപ്രതിഷ്ഠയിലും ചരിത്രകാരൻ ഡോ. എ.ജി.മേനോൻ വഹിച്ച പങ്ക് വലുതാണ്. തൃപ്പൂണി ത്തുറ സ്വദേശിയായിരുന്ന എ.ജി.മേനോൻ ശാസ്തമംഗലത്തെ തന്റെ വളർത്തമ്മയായിട്ടാണ് കണ്ടിരുന്നത്.

ക്ഷേത്രത്തിലെ പ്രധാന ആഘോഷം മകരമാസത്തിലെ തൈപ്പൂയ ക്കാവടിമഹോത്സവമാണ്. വൃശ്ചികം ഒന്നുമുതൽ നാല്പത്തിയൊന്നു ദിവസം ഭാഗവതപാരായണവും വിശേഷവഴിപാടുകളും നടന്നുവരുന്നു. കർക്കടകമാസത്തിൽ രാമായണപാരായണവും ഉണ്ടാവും.

പാങ്ങോട് ശാസ്താക്ഷേത്രം

പാങ്ങോട്പാലം കഴിഞ്ഞ് ഒഴുകുന്ന കിള്ളിയാറിന്റെ ഇടത്തേക്കര യിലാണ് പാങ്ങോട് ശാസ്താക്ഷേത്രം. കുതിരപ്പുറത്തെ ശാസ്താവാണ് ഇവിടത്തെ പ്രതിഷ്ഠ. തിരുവിതാംകൂർ ദേവസ്വംബോർഡിന്റെ കീഴി ലുള്ള ഏകകുതിരശാസ്താവിന്റെ ക്ഷേത്രമാണ് ഇത്. ശ്രീകോവിലിന് മേൽക്കൂരയില്ല. പഴയകാലത്തുണ്ടായിരുന്ന ശാസ്താവിന്റെ 'കാവ്' എന്ന സങ്കല്പത്തിൽപ്പെട്ട ആരാധനാലയമാണ് ഇവിടം.

ഇപ്പോഴുള്ള ക്ഷേത്രം ശ്രീമൂലംതിരുനാൾ പണികഴിപ്പിച്ചതാണ്. മഹാരാജാവ് പാങ്ങാട്ടെ പട്ടാളക്യാമ്പ് ഇടയ്ക്കിടെ പരിശോധിക്കുന്ന

24. 'തിരുവനന്തപുരം ഇടപ്പഴനി ശ്രീകുമാരാരാമം ശ്രീ ബാലസുബ്രഹ്മണ്യ ക്ഷേത്രം'. ഭാരതീശ്വരം ദിവാകരൻനായർ.

പതിവുണ്ടായിരുന്നു. ഒരിക്കൽ പട്ടാളക്യാമ്പിലേക്കു പൊയ്ക്കൊണ്ടിരുന്ന മഹാരാജാവിന്റെ രഥത്തിലെ കുതിരകൾ പാങ്ങോടു പാലത്തിനടുത്തുവച്ച് മുന്നോട്ടുപോകാൻ തയ്യാറാകാതെ പിണങ്ങിനില്ക്കുകയും വളരെയധികം യത്നിച്ചിട്ടും കുതിരകൾ മുൻപോട്ടു പോകാൻ തയ്യാറാകാതിരിക്കുകയും ചെയ്തതിനെത്തുടർന്ന് ശ്രീമൂലംതിരുനാൾ കൊട്ടാരം ജ്യോത്സ്യനെ വിളിച്ച് പ്രശ്നം വയ്പിച്ചു. പ്രശ്നവശാൽ സമീപത്ത് ശാസ്താവിന്റെ സാന്നിദ്ധ്യമുണ്ടെന്നു മനസ്സിലാക്കിയ രാജാവ് ആ പ്രദേശത്തുണ്ടാ യിരുന്ന കാടു വെട്ടിത്തെളിച്ചപ്പോൾ ഇടിഞ്ഞുപൊളിഞ്ഞ ഒരു ശാസ്താക്ഷേത്രം കണ്ടെത്തുകയും അവിടെ പുതിയ ക്ഷേത്രം പണിയിക്കുകയും ചെയ്തു. പൊളിഞ്ഞ ക്ഷേത്രത്തിനിടയിൽ നിന്നു കണ്ടെടുത്ത പൊള്ളശാസ്താവിന്റെ വിഗ്രഹത്തിനു പകരം ഒറ്റക്കല്ലിൽ അശ്വാരൂഢനായ ശാസ്താവിന്റെ വിഗ്രഹം പണിയിച്ചു പ്രതിഷ്ഠിച്ചു. കൂപക്കരമഠം വകയായിരുന്നു ക്ഷേത്രത്തിന്റെ ഭരണം. ഇപ്പോൾ ദേവസ്വം ബോർഡിന്റെ കീഴിലാണ്.

കാന്തളൂർ മഹാദേവക്ഷേത്രം

കിള്ളിയാറ്റിന്റെ പടിഞ്ഞാറേക്കരയിൽ ശിവനും ബ്രാഹ്മാവിനും വിഷ്ണുവിനും പ്രത്യേക ശ്രീകോവിലുകളിൽ പ്രതിഷ്ഠയുണ്ടായിരുന്നു ചരിത്രപ്രസിദ്ധവും പുരാതനവുമായ ക്ഷേത്രം കാന്തളൂർ 'മഹാദേവക്ഷേത്ര'മെന്നാണ് അറിയപ്പെടുന്നത്. 'മൂന്റുകോയിൽ' എന്നാണ് അനന്തപുരവർണ്ണനം പറയുന്നത്. ശിവൻതന്നെയാണ് പ്രധാന ആരാധനാമൂർത്തി. വിഷ്ണുവിനെയും ശിവനെയും കിഴക്കുദർശനമായി പ്രതിഷ്ഠിച്ചിരിക്കുന്നു. ശിവനും വിഷ്ണുവിനും കൊടിമരമുണ്ടെങ്കിലും സാധാരണ ശിവക്ഷേത്രങ്ങളിൽ ശിവന് അഭിമുഖമായി പ്രതിഷ്ഠിക്കാറുള്ള 'നന്ദി' ഇവിടെ കാണാനില്ല എന്നതും ഇവിടത്തെ പ്രത്യേകതയാണ്. കരമന തളിക്ഷേത്രത്തിൽ പ്രതിഷ്ഠിച്ചിട്ടുള്ള, വളരുകയും സ്ഥാനം മാറുകയും ചെയ്യുന്നു എന്നു പറയപ്പെടുന്ന നന്ദി ഇവിടത്തേതാണെന്നാണ് വിശ്വാസം. മറ്റു ക്ഷേത്രങ്ങളിൽനിന്നു വേറിട്ട ഒരാചാരം ഇവിടെയുണ്ട്. അത്താഴ ശീവേലിക്ക് വിളക്ക് പുറകെയെന്നതാണ് അത്.

ഈ ക്ഷേത്രത്തിനോടുചേർന്നുള്ള കാന്തളൂർചാല ഒരു വിദ്യാഭ്യാസ കേന്ദ്രം എന്നതിനുപുറമെ സൈനികകേന്ദ്രവുമായിരുന്നുവെന്നും ഇവിടെ വച്ചുണ്ടായ ഒരു യുദ്ധത്തിൽ മൂന്നു രാജാക്കന്മാർ വധിക്കപ്പെട്ടുവെന്നും അതേത്തുടർന്ന് അവരുടെ രാജ്ഞിമാരും രാജാക്കന്മാരുടെ ചിതയിൽ ചാടി സതി അനുഷ്ഠിച്ചുവെന്നും ആ ചിതയുടെ സ്ഥാനങ്ങളിലാണ് മൂന്ന് പ്രതിഷ്ഠകളുണ്ടായതെന്നുമുള്ള ഒരു പുരാവൃത്തം പ്രചാരത്തിലുണ്ട്.

പിൽക്കാലത്ത് ഈ ക്ഷേത്രം എട്ടുവീട്ടിൽപിള്ളമാരുടെ താവളമായി മാറിയതായും തിരുവിതാംകൂർരാജകുടുംബവുമായുള്ള കലഹത്തെത്തുടർന്ന് രാജകുടുംബത്തിന്റെ നാശത്തിനായി ഇവിടെ ശ്മശാനശിവനെ പ്രതിഷ്ഠിച്ചു പൂജിച്ചതായും മറ്റൊരു പഴങ്കഥയുമുണ്ട്.

മാർത്താണ്ഡവർമ്മ മഹാരാജാവ് ദോഷപരിഹാരത്തിനായി വെങ്കിടേശ്വര പെരുമാളിനെ പുനഃപ്രതിഷ്ഠിച്ചു. വളരെ നാളുകൾക്കുശേഷം എ.ഡി. 2000ത്തിൽ ഉത്രാടം തിരുനാൾ മാർത്താണ്ഡവർമ്മയും കാർത്തിക തിരുനാൾ ലക്ഷ്മിഭായിത്തമ്പുരാട്ടിയും ഇവിടെ ദർശനത്തിനെത്തി.

നാലമ്പലത്തിനുപുറത്ത് ഗണപതി, ശാസ്താവ്, മുരുകൻ, ദേവി, കൃഷ്ണൻ, ഭൂതത്താൻ, വിഷക്സേനൻ, അയ്യപ്പൻ എന്നീ ഉപദേവതാ പ്രതിഷ്ഠകളുണ്ട്. നാഗർക്കും പ്രത്യേകസ്ഥാനമുണ്ട്. പഴയ ത്രിമൂർത്തി ക്ഷേത്രത്തിൽ (മൂന്റുകോയിൽ) രണ്ട് ശ്രീകോവിലുകളിലും ഇപ്പോൾ ശിവപ്രതിഷ്ഠ തന്നെയാണുള്ളത്. നടുവിലെ ശ്രീകോവിലിലെ ശിവനു മുൻപിലുള്ള മണ്ഡപത്തിൽ നന്ദിയുമുണ്ട്. പ്രധാനപ്രതിഷ്ഠക്കെന്ന പോലെ ഇവിടെയും വിഗ്രഹത്തിൽ ധാര നടത്താറുണ്ട്.

മൂന്നു പ്രതിഷ്ഠകൾക്കും ഒരുമിച്ചുള്ള പ്രദക്ഷിണമാണ് ഇവിടത്തെ ആചാരം. ശ്രീകോവിലുകൾ തമ്മിൽ വേർതിരിക്കപ്പെട്ടില്ലെങ്കിലും ക്ഷേത്ര മുറ്റത്തുനിന്ന് അകത്തേക്ക് കടക്കാൻ മൂന്നു നടകളുണ്ട്. നടുവിലുള്ള താരതമ്യേന ചെറിയ ശ്രീകോവിലിനു മുൻപിലുള്ള പ്രവേശനകവാടം മറ്റുള്ളവയിൽനിന്നു ചെറുതാണ്. ശിവാലയങ്ങൾക്ക് ചെമ്പുമേഞ്ഞ വട്ടശ്രീകോവിലും വിഷ്ണുവിനു കേരളീയശൈലിയിലുള്ള രണ്ടുനില ചെമ്പ് മേൽക്കൂരയോടുകൂടിയ ചതുരശ്രീകോവിലുമാണുള്ളത്. മൂന്ന് ശ്രീകോവിലുകൾക്കു മുൻപിലും കൽത്തൂണുകളോടുകൂടിയ മനോഹരമായ മണ്ഡപങ്ങളുണ്ട്. ഈ മണ്ഡപങ്ങളുടെ മച്ചിലുള്ള സീലിങ്ങുകളിൽ തടിയിലെ കൊത്തുപണികൾ അതീവ ഹൃദ്യമാണ്. കിഴക്കുവശത്ത് നാലമ്പലത്തോടു ചേർന്ന് പുരാതനശൈലിയിലുള്ള കൊത്തുപണികളുള്ള കൽത്തൂണുകൾ കാണാം. ഈ ആരാധനാലയത്തിന്റെ പൗരാണികത വെളിപ്പെടുത്തുന്ന മനോഹരമായ നിർമ്മിതികളാണ് ഇവിടെയുള്ളത്.

അലങ്കാരപ്രിയനായ മഹാവിഷ്ണുവിന്റെ ചതുരശ്രീകോവിലിന്റെ പുറംചുമരുകളിൽ നിരവധി മനോഹരശില്പങ്ങളുണ്ട്. മുമ്പിലുള്ള ലക്ഷണമൊത്ത മണ്ഡപത്തിലെ മച്ചിന്റെ ഉൾഭാഗത്ത് ഒറ്റക്കല്ലിൽ ചങ്ങല പോലെ കൊത്തിയെടുത്തിരിക്കുന്ന നാഗരൂപം ശിൽപ്പവേലകളിലെ അത്ഭുതമെന്നു പറയാതെ തരമില്ല.

കിഴക്കുദർശനമായുള്ള ക്ഷേത്രത്തിന്റെ പ്രധാന പ്രതിഷ്ഠകളെല്ലാം കിഴക്ക് ദർശനമായിത്തന്നെയാണ്. പ്രധാന ശിവക്ഷേത്രത്തിന്റെ സോപാനത്തിന് അല്പം തെക്കുമാറി ഒക്കത്തെഗണപതിയും വിഷ്ണു ക്ഷേത്രത്തിനടുത്തായി ദക്ഷിണാമൂർത്തിയുമുണ്ട്. ധനുമാസത്തിൽ തിരുവാതിര മുതൽ പത്തുദിവസമാണ് ഇവിടത്തെ ഉത്സവം.

കിള്ളിപ്പാലം സെന്റ് ജൂഡ് ദേവാലയം

കിള്ളിയാറിന്റെ തീരത്ത് കിള്ളിപാലം സബ് രജിസ്റ്റർ കച്ചേരിയുടെ പുറകിലായി പരിവർത്തിത ക്രിസ്ത്യാനികൾ സ്ഥാപിച്ച ഓലകൊണ്ടുള്ള

ഒരു കുരിശുപള്ളിയുണ്ടായിരുന്നു. ഒരു വലിയ വെള്ളപ്പൊക്കത്തിൽ കിള്ളിയാറിലെ വെള്ളം പരിസരത്താകെ നാശനഷ്ടങ്ങൾ വരുത്തിയ കൂട്ടത്തിൽ പള്ളിയും ഒലിച്ചുപോയി.

1970ൽ പാളയം സെന്റ് ജോസഫ്സ് പള്ളിയിലെ വികാരിയായിരുന്ന ഫാ. അൽഫോൺസ് ഏഴു സെന്റ് സ്ഥലം വിലയ്ക്കുവാങ്ങി കിള്ളിപ്പാലത്ത് ഒരു കുരിശ്ശടിയുടെ പണിതുടങ്ങി. പീറ്റർ ബർണാഡ് പെരേരയാണ് തറക്കല്ലിട്ടത്. സെന്റ് ജൂഡിന്റെ ആറടി വലുപ്പത്തിലുള്ള രൂപം പ്രതിഷ്ഠിച്ചുകൊണ്ട് ഒരു വർഷത്തിനുള്ളിൽ കുരിശ്ശടിയുടെ പണി പൂർത്തിയാക്കി.

ഈ ദേവാലയത്തിന്റെ നവീകരണം 2004ൽ ആരംഭിക്കുകയും 2006ൽ പൂർത്തിയാക്കുകയും ചെയ്തു. നവീകരിച്ച ദേവാലയത്തിന്റെ ആശീർവാദം സൂസപാക്യം തിരുമേനിയാണ് നിർവഹിച്ചത്.

തിരുവനന്തപുരം ലത്തീൻ അതിരൂപതയുടെ രണ്ടാമത്തെ വലിയ തീർത്ഥാടനകേന്ദ്രമാണ് കിള്ളിയാറിന്റെ തീരത്തെ ഈ പള്ളി.

ആറ്റുകാൽ

ശബരിമലയിൽ പത്തിനും അൻപതിനും ഇടയ്ക്കുള്ള സ്ത്രീകൾക്ക് പ്രവേശനമില്ല. പക്ഷേ, പൊങ്കാലദിവസം സ്ത്രീകൾക്കുമാത്രം പ്രവേശനമുള്ള 'സ്ത്രീകളുടെ ശബരിമല' എന്നപേരിൽ പ്രസിദ്ധമായ ഒരു ക്ഷേത്രമുണ്ട്. അതാണ് ആറ്റുകാൽ ദേവിക്ഷേത്രം. ആറ്റുകാൽപൊങ്കാല സ്ത്രീകളുടെ ആഘോഷമാണ്. തിരുവനന്തപുരം അന്ന് അക്ഷരാർത്ഥത്തിൽ ഭക്തിയുടെ ലഹരിയിൽ ആണ്ടുപോകുന്നു.

തിരുവിതാംകൂർ രാജാക്കന്മാരുടെ കുലദൈവമായ ശ്രീപത്മനാഭസ്വാമി ക്ഷേത്രത്തിൽ നിന്ന് മൂന്നുകിലോമീറ്റർ തെക്കുകിഴക്കു മാറിയാണ് ആറ്റുകാൽ ദേവീക്ഷേത്രം. കിള്ളിയാറ്റിന്റെ അവസാനഭാഗത്ത് (കാൽ) ഉള്ള ക്ഷേത്രമായതുകൊണ്ടാണ് ഈ പ്രദേശത്തിന് ആറ്റുകാൽ എന്ന പേരു ലഭിച്ചതെന്ന് വിശ്വസിക്കുന്നു.

കൊടുങ്ങല്ലൂർ ദേവിയാണ് ആറ്റുകാലമ്മ എന്ന വിശ്വാസമുണ്ട്. കണ്ണകി കൊടുങ്ങല്ലൂരെത്തിയത് ആറ്റുകാൽവഴിയെന്നാണ് ഐതിഹ്യം. യാത്രാമദ്ധ്യേ കിള്ളിയാറിന്റെ തീരത്തെത്തിയ കണ്ണകിയെ മുല്ലുവീട്ടിൽ കാരണവർ നദി കടത്തിവിട്ടു. കാരണവർ നദി കടത്തിവിട്ടത് കണ്ണകിയെയല്ല, ബാലികയെയാണെന്നും ബാലിക ദേവിയായിരുന്നു വേറൊരു പക്ഷവുമുണ്ട്. കണ്ണകിയായാലും ബാലികയായാലും ആറ്റുകാലമ്മയുടെ ശക്തിവിശേഷത്തിൽ ഭക്തജനങ്ങൾക്കു രണ്ടുപക്ഷമില്ല. ദാരുനിർമ്മിതമായ ഭദ്രകാളീ പ്രതിഷ്ഠയാണ് ഇവിടെ. കാരണവർക്കുണ്ടായ സ്വപ്നദർശനത്തെത്തുടർന്നാണ് പ്രതിഷ്ഠ. വടക്കുദർശനം. തന്ത്രം കുഴിക്കാട്ടില്ലത്തിന്. ഗണപതി, നാഗരാജാവ്, മാടൻതമ്പുരാൻ എന്നീ ഉപദേവതാ പ്രതിഷ്ഠകൾ. മുൻവശത്ത് തമിഴ്ശൈലിയിലുള്ള അലങ്കാരഗോപുരം.

ആറ്റുകാൽദേവീക്ഷേത്രം

കുംഭമാസത്തിലെ പൂരംനാളിലാണ് പ്രസിദ്ധമായ ആറ്റുകാൽ പൊങ്കാല. പൊങ്കാലനിവേദ്യം അർപ്പിക്കാനുള്ള അവകാശം സ്ത്രീകൾക്കുമാത്രമാണ്.

പൊങ്കാലയ്ക്ക് തലേദിവസം തന്നെ എല്ലാ തയ്യാറെടുപ്പുകളുമായി ദൂരെ സ്ഥലങ്ങളിൽനിന്നുപോലും സ്ത്രീകളെത്തി ക്ഷേത്രപ്പറമ്പിലും പരിസരത്തും അടുപ്പുകൂട്ടി കാത്തിരിക്കുന്നു. പൊങ്കാല അടുപ്പ് ഒരുക്കാൻ സ്ഥലത്തിനായി തലേദിവസം തുടങ്ങുന്ന ഭക്തജനങ്ങളുടെ പ്രവാഹം പൊങ്കാലദിവസം രാവിലെ പൊങ്കാല അടുപ്പു കത്തിക്കുന്നതുവരെ തുടരും. തിരുവനന്തപുരം നഗരം മുഴുവൻ അക്ഷരാർത്ഥത്തിൽ പൊങ്കാലക്കാരെക്കൊണ്ട് നിറയും. ക്ഷേത്രത്തിനു ചുറ്റുമായി കിലോമീറ്റർ കണക്കിനു ചുറ്റളവിൽ പൊങ്കാലയടുപ്പുകളുണ്ടാവും.

ആദ്യം പണ്ടാരയടുപ്പിനു തീ കത്തിച്ച വിവരം ക്ഷേത്രത്തിൽനിന്ന് ഉച്ചഭാഷണിയിലൂടെ അറിയിപ്പുണ്ടാവുന്നതിനെത്തുടർന്ന് ലക്ഷണക്കണക്കിന് പൊങ്കാലയടുപ്പുകൾക്ക് തീ തെളിയുകയായി. ഉച്ച കഴിയുന്നതോടെ മുഹൂർത്തസമയത്ത് പൊങ്കാലനിവേദ്യം നടത്തും. ക്ഷേത്രത്തിൽ നിവേദ്യം കഴിഞ്ഞാൽ അവിടെനിന്നുള്ള തീർത്ഥം പൂജാരിമാർ പുറത്തുള്ള പൊങ്കാലകളിൽ തളിക്കുന്നതോടെ ആ പൊങ്കാലകളും ദേവിക്ക് സമർപ്പിക്കപ്പെടുന്നു. തീർത്ഥം കൈമാറിക്കൈമാറി എല്ലാ സ്ഥലത്തുമെത്തുന്നതോടെ പൊങ്കാലയുടെ അവസാനമായി. ഉണക്കലരിയും ശർക്കരയും ചേർത്ത കടുംപായസമാണ് പൊങ്കാലയിലെ പ്രധാന നിവേദ്യം.

കുംഭമാസത്തെ കാർത്തികദിവസം പച്ചോലപ്പന്തൽ കെട്ടി പത്താം ദിവസം കുരുതിതർപ്പണത്തോടെ ഉത്സവം സമാപിക്കും. ഒൻപതാം ദിവസം പൊങ്കാല. അന്ന് സന്ധ്യാസമയത്താണ് ബാലന്മാരെ ചൂരൽ കുത്തുന്നത്. ഉത്സവത്തിന്റെ മൂന്നാം ദിവസം പന്ത്രണ്ടുവയസ്സിനു താഴെയുള്ള ആൺകുട്ടികളെ നടയിൽ പള്ളിപ്പലകയിൽ പണം വച്ച് ക്ഷേത്രത്തിനു സമർപ്പിക്കുന്ന ചടങ്ങുണ്ട്. ഉത്സവത്തിന്റെ അവസാനം വരെ കുട്ടികൾ വ്രതമെടുത്ത് ദേവീദാസന്മാരായി ക്ഷേത്രത്തിൽത്തന്നെ താമസിക്കും. ഇവർ മഹിഷാസുരമർദ്ദിനിയുടെ ഭടന്മാരെന്നാണു

സങ്കല്പം. ഒന്നാം ദിവസം മൂന്നു നമസ്കാരത്തിൽ തുടങ്ങി അഞ്ച്, ഏഴ്, എട്ട്, ഒൻപത് എന്നീ ക്രമത്തിൽ ആറ് ദിവസങ്ങൾ കൊണ്ട് ആയിരത്തിയെട്ടു നമസ്കാരം പൂർത്തിയാക്കണം. ദിനംപ്രതി അഞ്ചു കുളിയും ഉച്ചയ്ക്ക് സദ്യയും രാത്രി അവലും പഴവും ആഹാരം. ആയിരത്തോളം ബാലന്മാർ കുത്തിയോട്ടത്തിൽ പങ്കെടുക്കാൻ എത്താറുണ്ട്.

ആറ്റുകാൽ ദേവീക്ഷേത്രത്തിൽ കൊടിയും കൊടിമരവുമില്ല എന്നൊരു പ്രത്യേകതയുണ്ട്. സാധാരണക്ഷേത്രങ്ങളിൽ ഉത്സവത്തിന്റെ ആരംഭം കുറിച്ചുകൊണ്ട് കൊടിയേറുന്ന ചടങ്ങുണ്ട്. പക്ഷേ, ഇവിടെ കൊടിയേറ്റത്തിനു പകരം കാപ്പുകെട്ടൽ എന്ന ചടങ്ങാണുള്ളത്.

കാപ്പുകെട്ടിന് മുന്നോടിയായി തോറ്റംപാട്ട് ആരംഭിക്കുന്നു. ക്ഷേത്രത്തിനു മുൻവശം താത്ക്കാലികമായി കെട്ടിയുണ്ടാക്കുന്ന പച്ചോലപ്പന്തലിൽ നടത്തുന്ന പാട്ടിന്റെ ഇതിവൃത്തം കണ്ണകീചരിതമാണ്. ശ്രീകോവിലിൽനിന്ന് തെളിച്ചദീപം പാട്ടുപുരയിലെ വിളക്കിൽ പകരുന്നതോടെ തോറ്റംപാട്ട് ആരംഭിക്കും. കൊടുങ്ങല്ലൂരിൽ നിന്ന് ദേവിയെ ആവാഹിച്ചു കൊണ്ടുവന്ന് പച്ചപ്പന്തലിൽ കുടിയിരുത്തുന്നു എന്നാണു സങ്കല്പം. കൊടുങ്ങല്ലൂരമ്മയെ ആവാഹിച്ചു കൊണ്ടുവരുന്നതുമുതൽ പാണ്ഡ്യരാജാവിന്റെ നിഗ്രഹം വരെയുള്ള ഭാഗങ്ങൾ പൊങ്കാലയ്ക്കു മുൻപായി പാടിത്തീർക്കും. ഓരോ ദിവസത്തെ പാട്ടിനും ക്ഷേത്രത്തിലെ ചടങ്ങുകൾക്കും തമ്മിൽ ബന്ധമുണ്ട്.

തോറ്റംപാട്ട്

തെക്കൻകേരളത്തിലെ ഭദ്രകാളീക്ഷേത്രങ്ങളിൽ നടത്തിവരുന്ന ഒരനുഷ്ഠാനമാണ് തോറ്റംപാട്ട്. കൈത്താളം തട്ടി പാടുന്ന പാട്ട് വായ്മൊഴിയായാണ് സൂക്ഷിച്ചിട്ടുള്ളത്. ദേവിയുടെ കല്യാണത്തിനുള്ള ഒരുക്കങ്ങളാണ് രണ്ടാംദിവസത്തെ പാട്ട്. മൂന്നാംദിവസം കല്യാണം. കോവലൻ ചിലമ്പ് വിൽക്കാൻ പോകുന്നത് നാലാംദിവസവും കോവലനെ ചതിയിൽപ്പെടുത്തുന്നത് അഞ്ചാംദിവസവും. കോവലന്റെ വധവും പുനർജനിയും സ്വർണ്ണപ്പണിക്കാരന്റെയും പാണ്ഡ്യരാജാവിന്റെയും വധവും യഥാക്രമം മറ്റു ദിവസങ്ങളിലും പാടുന്നു. കൊടുങ്ങല്ലൂരിൽ നിന്നു ദേവിയെ ആവാഹിച്ചുകൊണ്ടുവരുന്ന ഭാഗം പാടുന്നതോടെ കാപ്പുകെട്ട് ആരംഭിക്കും. പഞ്ചലോഹത്തിൽ നിർമ്മിച്ച കാപ്പുകളിൽ ഒന്ന് മേൽശാന്തിയുടെ വലതുകൈയിലും മറ്റേത് ദേവിയുടെ ഉടവാളിലും കെട്ടുന്നതാണ് കാപ്പുകെട്ടൽ ചടങ്ങ്. ആറ്റുകാൽ നെടിവിളാകം വീട്ടുകാരാണ് മേൽശാന്തിക്ക് കാപ്പു കൈമാറുന്നത്. പത്താം ദിവസത്തെ ഉത്സവത്തിനുശേഷം മേൽശാന്തി കാപ്പ് തിരികെ ഏല്പിക്കും.

പൊങ്കാലനിവേദ്യം സ്വീകരിച്ചശേഷം ദേവി വൈകുന്നേരം പുറത്തെഴുന്നള്ളുമ്പോൾ കുത്തിയോട്ടക്കാർ ദേവിക്ക് അകമ്പടി സേവിക്കും. മണക്കാട് ശാസ്താക്ഷേത്രത്തിൽ ദർശനം നടത്തി തിരിച്ചെത്തുന്ന ദേവിക്ക് നരബലി നല്കി എന്ന സങ്കല്പത്തിൽ അവിടെവച്ച് ചൂരൽ

ഊരുന്നതാണ് ചടങ്ങ്. തന്റെ സഹോദരനായി കരുതുന്ന ശാസ്താവിന്റെ ക്ഷേത്രത്തിൽ ദേവിക്ക് ഇറക്കിപ്പൂജയുണ്ട്.

താലപ്പൊലിയും വിളക്കുകെട്ടും

ബാലികമാരുടെ താലപ്പൊലിനേർച്ചയും പ്രധാന വഴിപാടാണ്. പുതു വസ്ത്രങ്ങളും കഴുത്തിൽ പൂമാലയും തലയിൽ പുഷ്പകിരീടവും ധരിച്ച് പൂത്താലത്തിൽ കമുകിൻപൂക്കുല, പട്ട്, അരി, ചെപ്പ്, കണ്ണാടി, പഴം എന്നിവ ഏന്തി അമ്മമാരോടൊപ്പം താലപ്പൊലിസമർപ്പണത്തിനായെത്തുന്ന ബാലികമാരുടെ കാഴ്ച ആരെയും ആകർഷിക്കും. കോപാകാരം പൂണ്ട ദേവിയെ ശാന്തയാക്കാൻ ബാലികമാർ അണിഞ്ഞൊരുങ്ങി ആഘോഷ പൂർവം സ്വീകരിക്കുന്നു എന്നതാണ് താലപ്പൊലിയുടെ ഐതിഹ്യം.

ക്ഷേത്രത്തിലെ ഉത്സവവുമായി ബന്ധപ്പെട്ട മറ്റൊരു അനുഷ്ഠാനമാണ് വിളക്കുകെട്ട്. നിരപരാധിയായ തന്റെ ഭർത്താവിനെ ചതിച്ചുകൊന്ന തിന് പ്രതികാരമായി മധുരരാജാവിനെയും നഗരിയെയും തന്റെ കോപാ ഗ്നിയിൽ ദഹിപ്പിച്ചിട്ടും കലിയടങ്ങാത്ത കണ്ണകിയുടെ കോപം ശമിപ്പി ക്കാൻ ഭക്തർ വിളക്കുകെട്ടി നൃത്തം ചെയ്യുന്നു. നേർച്ചയായാണ് ഭക്തർ വിളക്കുകെട്ട് നടത്തുന്നത്. പാരമ്പര്യ കലാകാരന്മാരാണ് വിളക്കുകെട്ട് ഒരുക്കുന്നത്. വാഴത്തട, കുരുത്തോല, രാമച്ചം, വർണ്ണക്കടലാസുകൾ ഇവ പ്രധാനമായും ഉപയോഗിക്കുന്നു. വ്രതശുദ്ധിയോടെ വിളക്കെടുത്ത് ചെണ്ടമേളത്തിന്റെ അകമ്പടിയോടെ നഗരംചുറ്റി ക്ഷേത്രത്തിൽ പ്രവേ ശിക്കും.

ഒരുകാലത്ത് തിരുവനന്തപുരത്തിന്റെ മാത്രം ഉത്സവമായിരുന്ന ആറ്റുകാൽ ദേവീക്ഷേത്രത്തിലെ ഉത്സവത്തിൽ പങ്കെടുക്കാനും പൊങ്കാല യിടാനും ജാതിവ്യത്യാസങ്ങളില്ലാതെ വിദൂരസ്ഥലങ്ങളിൽ നിന്നു പോലും ധാരാളം സ്ത്രീകൾ സംഘങ്ങളായി എത്തുന്നു. സർവമംഗള ങ്ങളും നൽകുന്നവളായും സർവ ആഗ്രഹങ്ങളെയും സാധിപ്പിക്കുന്ന വളായും മൂന്നു കണ്ണുകളോടും സ്വർണ്ണവർണ്ണത്തോടും കൂടിയവളും ജനലക്ഷങ്ങൾക്ക് ശരണ്യയുമായി കിള്ളിയാറ്റിന്റെ തീരത്ത് ആറ്റുകാലമ്മ കുടികൊള്ളുന്നു.

ഉലകുടയപെരുമാൾ തമ്പുരാൻ

ഊരുകാർ നടത്തുന്ന ഊട്ടും പാട്ടുമാണ് 'ഊരൂട്ടും പാട്ടും' എന്ന റിയപ്പെടുന്നത്. നമ്മുടെ പുരാതനമായ ആഘോഷങ്ങളെല്ലാം തന്നെ മതപരമായ അനുഷ്ഠാനങ്ങളുമായി ബന്ധപ്പെട്ടവയാണ്. വർണ്ണവ്യത്യാസ ങ്ങൾ സാമൂഹികജീവിതത്തിൽ വേരോടുന്നതിനു മുൻപ് തൊഴിലധി ഷ്ഠിതമായ വർഗ്ഗീകരണമാണ് നിലനിന്നിരുന്നത്. അത്തരം ഒരു കാല ഘട്ടത്തിന്റെ ഓർമ്മപ്പെടുത്തലായി ഈ ഉത്സവത്തെ കണക്കാക്കാം. ജാതിമതഭേദമെന്യേ നായരും പാണനും തണ്ടാനും പുലയനും കാണിയും ഊരാളിയുമൊക്കെച്ചേർന്ന്, ഈ അനുഷ്ഠാനത്തെ മോടിയാക്കാൻ

ഇന്നും ഒരുമയോടെ ഉത്സാഹിക്കുന്നു. ''ഉലകുടയപെരുമാൾ വാഴും കാലം പലകുടിയില്ല ധരിത്രിയിൽ'' എന്ന് കുഞ്ചൻനമ്പ്യാർ പാടിയിട്ടുമുണ്ട്. വിലപിടിയാത്ത ജനങ്ങളും സ്ഥലമില്ലാത്ത ഗൃഹങ്ങളും പോത്തില്ലാത്ത കൃഷിക്കാരനും എള്ളും പൊന്നും നെല്ലും പണവും ഇല്ലാത്ത സ്ഥലങ്ങളുമൊന്നുമില്ലാത്ത കാലത്തെ നമ്പ്യാർ പരിചയപ്പെടുത്തുന്നു.

കൊല്ലവർഷം 5-ാമാണ്ട്[25] കന്നിമാസത്തിൽ പാണ്ഡ്യരാജവംശത്തിൽ ജനിച്ച് പതിനാറാം വയസ്സിൽ രാജ്യഭാരമേറ്റ് പതിനേഴുവർഷം അസാധാരണവൈഭവത്തോടെ രാജ്യം ഭരിച്ച ഉലകുടയപെരുമാളാണ് ഈ കഥയിലെ നായകൻ. ഒരു വീരഗാഥ എന്നതിനുപരി പ്രതികാരത്തിന്റെ കഥ കൂടിയാണിത്; ഭഗവാൻ ഭക്തനോടൊപ്പമാണെന്ന സന്ദേശവും. ഉലകുടയപെരുമാൾതമ്പുരാൻപാട്ടെന്നാണ് ഈ അനുഷ്ഠാനം അറിയപ്പെടുന്നത്.

ബിംബപ്രതിഷ്ഠ ഇല്ലെന്നുള്ളതാണ് തമ്പുരാൻക്ഷേത്രങ്ങളുടെ മുഖ്യസവിശേഷത. പീഠത്തിൽ ഉടവാൾവച്ച് സങ്കല്പപൂജ നടത്തും. മന്ത്രതന്ത്രങ്ങൾക്ക് ഇവിടെ സ്ഥാനമില്ല.

തിരുവനന്തപുരത്തുകാർക്ക് ഊരൂട്ട് ഉത്സവം ഒരു പ്രധാന ആഘോഷമായിരുന്നു. കാലികമായ മാറ്റങ്ങളോടെ ഉത്സവം ഇന്നും തുടരുന്നു. മൂന്നുവർഷത്തിലൊരിക്കൽ, കൊയ്ത്തുകഴിഞ്ഞ് ഉണങ്ങിക്കിടക്കുന്ന പാടങ്ങളിലാണ് ഉത്സവം. ഉദിയന്നൂർ മുടിപ്പുരയിലെ ഒരു പ്രധാന ഉത്സവമാണ് ഊരൂട്ടും തമ്പുരാൻപാട്ടും. ക്ഷേത്രത്തിന്റെ തെക്കുകിഴക്കുഭാഗത്തുള്ള ഏലായിലാണ് ചടങ്ങുകൾ നടത്തുന്നത്. മൂന്നുവർഷത്തിലൊരിക്കൽ മീനംമേടം മാസങ്ങളിലാണ് ഉദിയന്നൂർക്ഷേത്രത്തിൽ ഈ ഉത്സവം കൊണ്ടാടുന്നത്. എട്ടുദിവസം നീണ്ടുനിൽക്കുന്ന ഉത്സവത്തിന് പ്ടാക ജ്യോത്സ്യൻ ദിവസം കുറിക്കും. പാടത്ത് താൽക്കാലികപ്പന്തൽ കെട്ടി അതിനകത്താണ് പ്രതിഷ്ഠയും പാട്ടും. അധിഷ്ഠാനദേവത ഉലകുടയപ്പെരുമാൾ തമ്പുരാനാണ്. ദേവീ സപ്തകന്യകമാർ, അഷ്ടനാഗങ്ങൾ എന്നിവരുടെയും സാങ്കല്പികസാന്നിദ്ധ്യമുണ്ട്. ഉലകുടയപെരുമാളിന്റെ ജീവിതകഥയാണ് തമ്പുരാൻ പാട്ടിന്റെ ക്രമം.

തമ്പുരാന്റെ കഥ

പാണ്ഡ്യരാജ്യം ഭരിച്ചിരുന്ന നീതിമാനായ രാജാവായിരുന്നു തമ്പുരാൻ. എല്ലാ ഗുണങ്ങളും ഒത്തിണങ്ങിയ ഒരു ഭരണാധികാരിയായിരുന്നു അദ്ദേഹം. മരണാനന്തരം അമാനുഷഭാവങ്ങൾ പ്രാപിച്ച രാജാവിനെ

25. തമ്പുരാന്റെ ജനനം കൊല്ലവർഷം അഞ്ചാമാണ്ടല്ല, അഞ്ഞൂറാമാണ്ടാണെന്ന് ഡോ. തിക്കുറിശ്ശി ഗംഗാധരൻ. പാട്ടിലെ ''കേളിപേറുമയ്യാമാണ്ട് കന്നിമാസം പത്തുതന്നിൽ'' എന്ന വരിയിൽ 'മയ്യാമാണ്ട്' അഞ്ഞൂറാമാണ്ടാണെന്ന് അഭിപ്രായപ്പെട്ടിട്ടുണ്ട് ഉലകുടയപ്പെരുമാൾ പാട്ടുകഥ, തിക്കുറിശ്ശി ഗംഗാധരൻ. പേജ് 64.

പടപ്പുറപ്പാട് - കുതിരപ്പട

ദൈവികത്വം കൽപ്പിച്ച് ആരാധിക്കാൻ തുടങ്ങിയെന്നാണ് വിശ്വാസം. തമ്പുരാൻക്ഷേത്രങ്ങൾ പഴയ തെക്കൻ തിരുവിതാംകൂർഭാഗത്ത് ധാരാള മായുണ്ട്. ഊരൂട്ടമ്പലം എന്ന പേരിലാണ് അവ അറിയപ്പെട്ടിരുന്നത്. ഊരുകാർ ഊട്ടും പാട്ടും നടത്തുന്ന സ്ഥലം എന്നർത്ഥം. ഈ അമ്പല ങ്ങളിലെ ആരാധനാമൂർത്തിയാണ് തമ്പുരാൻ. തിരുവനന്തപുരം ജില്ല യുൾപ്പെടെയുള്ള വടക്കൻഭാഗങ്ങളിലും ഇത്തരം ക്ഷേത്രങ്ങളുണ്ട്. തിരുവനന്തപുരത്തും പരിസരങ്ങളിലുമയി പതിനൊന്ന് തമ്പുരാൻ ക്ഷേത്രങ്ങളുണ്ടെന്ന് തിക്കുറിശ്ശി ഗംഗാധരൻ പറയുന്നു. ഉലകുടയപെരുമാൾ ദേവസ്വം, തേലിഭാഗം, മുടവൻമുകൾ, ഉലകുടയപെരുമാൾ തമ്പുരാൻ കോവിൽഇടപ്പഴഞ്ഞി, തച്ചപ്പള്ളി ഊരൂട്ടുമണ്ഡപം ദേവിക്ഷേത്രംവേങ്ങോട്, ഊരൂട്ടുപറമ്പ് ഉലകുടയപെരുമാൾ തമ്പുരാൻക്ഷേത്രംഅരശുമൂട്, വിള യിൽ തമ്പുരാൻക്ഷേത്രംമേനംകുളം, കുഞ്ചുവീട്ടി ൽ തമ്പുരാൻ ക്ഷേത്രം പാങ്ങപ്പാറ, കണ്ണോട്ടു കോണം തമ്പുരാൻക്ഷേത്രംകൊച്ചുള്ളൂർ, കൗമന ദേവി തമ്പുരാൻക്ഷേത്രം ശ്രീകാര്യം, തെക്കേവീട് തമ്പുരാൻ ക്ഷേത്രം ചെങ്കള്ളൂർ, പുഞ്ചക്കരി തമ്പുരാൻക്ഷേത്രം തിരുവല്ലം. ഉദിയന്നൂർദേവീ ക്ഷേത്രം (ഉപദേവത)തിരുവനന്തപുരം എന്നിവയാണ് അവ.

തമ്പുരാൻപാട്ട് അഥവാ ഉലകുടയപെരുമാൾ പാട്ടിൽ വൈകത്താ യരുടെ പള്ളിക്കെട്ടുകഥ, തിരുപ്പൂത്തുകഥ, ഭജനമിരുന്ന കഥ, ഗർഭമുണ്ടായ കഥ, ബാലൻ ജനിച്ച കഥ, എഴുത്തുപയറ്റും പഠിച്ച കഥ, കടലിൽപ്പോര്, മുടിവെച്ച കഥ, മതിലിടിച്ച കഥ, വാളുവാങ്ങിയ കഥ, പടനടപ്പ്, പാലം

കെട്ട്, മതിരപ്പോര്, രണ്ടാംപോര്, ദുഃഖക്കൂറ് ഇങ്ങനെ അനേകം ഭാഗങ്ങളുണ്ട്.[26] കഥ പുരാതനമെങ്കിലും പാട്ടിന് പഴക്കം കാണുന്നില്ല എന്നാണ് ഉള്ളൂർ 'സാഹിത്യചരിത്ര'ത്തിൽ സൂചിപ്പിച്ചിരിക്കുന്നത്.

വൈഗരാജാവ് ആദിശേഖരപ്പെരുമാളും മധുരമന്നനും തമ്മിലുള്ള യുദ്ധമാണ് കഥയുടെ തുടക്കം. രാജാവും നാലു സഹോദരന്മാരും യുദ്ധത്തിൽ വധിക്കപ്പെട്ടു. രക്ഷപ്പെട്ടത് സഹോദരി മലയമ്മ മാത്രം. തന്റെ അഞ്ചുസഹോദരന്മാരുടെ പെരിയഴകൻ, പെരുമാൾ, മുകിൽപ്പെരുമാൾ, മുടിവിളങ്കും പെരുമാൾ, വരോദയപ്പെരുമാൾ, മധുരവീരപ്പെരുമാൾ[27] എന്നിവരുടെ വധത്തിനു പകരംവീട്ടാനായി മലയമ്മ വൈഗ ഭഗവതിയെ ഭജിച്ചു. ഭഗവതിയുടെയും പിതാവ് ശിവന്റെയും അനുഗ്രഹത്താൽ കൊല്ലവർഷം അഞ്ചാമാണ്ട് ഉത്രം നക്ഷത്രത്തിൽ ശ്രീ. ഉലകുടയതമ്പുരാൻ വൈകരാജ്ഞിയുടെ പുത്രനായി ജനിച്ചു. ഭദ്രകാളിയെ പ്രീതിപ്പെടുത്തി നന്ദകം വാൾ, മാല, കിരീടം എന്നിവ കൈക്കലാക്കിയ തമ്പുരാൻ പ്രായപൂർത്തിയായപ്പോൾ പ്രതികാരത്തിനായി മധുരദേശത്തോട് യുദ്ധത്തിന് പുറപ്പെട്ടു. ആദ്യയുദ്ധത്തിൽ ജയിച്ചെങ്കിലും രണ്ടാം യുദ്ധത്തിൽ ശിവന്റെ അനുഗ്രഹമുണ്ടായിരുന്ന മധുരരാജാവിനോട് തോറ്റ തമ്പുരാൻ പരാജയംമൂലമുണ്ടായ അപമാനം സഹിക്കാനാവാതെ ശിവക്ഷേത്രത്തിലെത്തി ആത്മഹത്യ ചെയ്യുന്നു. അങ്ങനെ ശിവനിൽ വിലയം പ്രാപിച്ച പെരുമാളിനെ ഭഗവാൻ അനുഗ്രഹിച്ച് നിത്യദേവനായി വാഴിച്ചു.

ഉത്സവത്തിന്റെ ചട്ടവട്ടങ്ങൾ

ഒന്നാംദിവസം ഉത്സവസ്ഥലത്തെത്തി പറമ്പുണർത്തി മുക്കമ്പാലത്തടി കൊണ്ട് പന്തൽക്കാൽ നാട്ടും. കാൽനാട്ടൽകർമ്മത്തിനുശേഷം ഓല, മുള, കവുങ്ങ് ഇവകൊണ്ട് കണക്കനുസരിച്ച് പന്തൽ നിർമ്മിക്കുന്നു.

ഉത്സവത്തിന് രണ്ടോ മൂന്നോ ദിവസം മുൻപ് ജ്യോത്സ്യൻ നിശ്ചയിക്കുന്ന മുഹൂർത്തത്തിൽ കൊടിമരത്തിനുള്ള കമുകിന് കാപ്പുകെട്ടുന്നു. ഒന്നാംദിവസം രാവിലെ പിടാകക്കാർ വാദ്യാഘോഷങ്ങളുടെ അകമ്പടിയോടും ആരവത്തോടും കാപ്പുകെട്ടിയ കമുകുമുറിച്ച് ഉത്സവപ്പറമ്പിൽ എത്തിച്ച് കൊടിമരം നാട്ടും. രാത്രി ശിവനെ സങ്കല്പിച്ച് പീഠവും ദേവിയെ സങ്കല്പിച്ച് വാളും ക്ഷേത്രത്തിൽ നിന്നെഴുന്നെള്ളിച്ച് പന്തലിൽ പ്രതിഷ്ഠിക്കും. രണ്ടാംദിവസം രാവിലത്തെ കുരുതി കഴിഞ്ഞാണ് തമ്പുരാനെ പന്തലിൽ പ്രതിഷ്ഠിക്കുന്നത്.

പ്രധാന ചടങ്ങുകൾ ഊരൂട്ടുപാട്ട്, തമ്പുരാൻപാട്ട്, പടുക്കപൂജ, ചിറപ്പ്, പൊങ്കാല, പടയണി, കമ്പം കത്തിക്കൽ എന്നിവയാണ്.

---

26. കേരളസാഹിത്യചരിത്രം. ഉള്ളൂർ എസ്. പരമേശ്വരയ്യർ. പേജ് 235.

27. ഉലകുടയപ്പെരുമാൾ പാട്ടുകഥ, തിക്കുറിശ്ശി ഗംഗാധരൻ, പേജ് 63

പടയണിയും പടപ്പുറപ്പാടും

ഉത്സവത്തിന്റെ ഏറ്റവും രസകരവും ആവേശകരവും ആകർഷണീയവുമായ ചടങ്ങുകളാണ് പടയണി, പടപ്പുറപ്പാട്, കമ്പംകത്തിക്കൽ എന്നിവ. ഇത് തമ്പുരാനും മധുരരാജാവും തമ്മിലുള്ള യുദ്ധത്തിന്റെ പുനരാവിഷ്കാരമാണ്. ഭക്തജനപങ്കാളിത്തം ഏറ്റവും കൂടുതലുള്ളതും ഏഴാം ദിവസം രാത്രിയിലുള്ള ഈ ചടങ്ങുകൾക്കാണ്. ശിവന്റെ ഭൂതഗണങ്ങൾ, വേടപ്പട, ഭൂതപ്പട, അഷ്ടദിക്പാലകർ എന്നിവരാണ് പടയാളികൾ. പടയിൽ വേഷമിടുന്നതും പങ്കെടുക്കുന്നതും വ്രതശുദ്ധിയോടെ വേണം. മധുരമന്നനുമായുള്ള യുദ്ധത്തിനാണ് പുറപ്പാട്. തമ്പുരാന്റെ പടയെ അനുസ്മരിപ്പിക്കുന്നവയാണ് ആനപ്പടയും കുതിരപ്പടയും. ഓലമെടഞ്ഞു ആനയുടെയും കുതിരയുടെയും രൂപങ്ങളുണ്ടാക്കി അരയിലുറപ്പിച്ച് ആളുകൾക്കിടയിലൂടെ കുതറിയോടുന്ന ഇവരുടെ പ്രകടനം കൗതുകകരം തന്നെയാണ്. അർദ്ധരാത്രിയോടെ പടപ്പുറപ്പാടായി. കമുകും ഓലയും വൈക്കോലുമൊക്കെക്കൊണ്ട് സമീപത്തെ ഏലാകളിൽ അവിടവിടെയായി നേർച്ചക്കമ്പം കെട്ടിയിട്ടുണ്ടാവും. മധുരരാജാവിന്റെ കോട്ടകളെയാണ് കമ്പം പ്രതിനിധാനം ചെയ്യുന്നത്. അൻപതടിയോളം പൊക്കമുള്ള കമുക് കുഴിച്ചുനിറുത്തി അതിൽ വൈക്കോലും ഓലയും കൈതയോലയുമൊക്കെ പൊതിഞ്ഞാണ് കമ്പം കെട്ടുന്നത്. മുകളിൽ പഴക്കുലയും കരിക്കിൻകുലയുമൊക്കെ വച്ചുകെട്ടിയിട്ടുണ്ടാവും. പാണ്ടിപ്പടയാളികളിലൊരാൾ അതീവ മെയ്‌വഴക്കത്തോടെ കമ്പത്തിന്റെ മുകളിലേക്ക് അനായാസം വലിഞ്ഞുകയറും. സാധാരണയായി മുകളിൽനിന്ന് ഒരു കയർ ഇതിലേക്കായി തൂക്കി ഇട്ടിട്ടുണ്ടാവും. കമ്പം കത്തിക്കുന്ന പടയാളികൾക്കു പ്രോത്സാഹനമായി മുകളിൽ കയറിയ ആൾ അവിടെ വച്ചിരിക്കുന്ന വാഴപ്പഴം എടുത്ത് ചുറ്റും കൂടിനിൽക്കുന്നവർക്ക് എറിഞ്ഞുകൊടുക്കും. ഇയാൾ താഴെ ഇറങ്ങുന്നതോടെ കമ്പം കത്തിക്കാനുള്ള ശ്രമം തുടങ്ങും.

കമ്പം കത്തിക്കൽ

കമ്പം കത്തിക്കാനെത്തുന്ന തമ്പുരാന്റെ പടയാളികളെ മുളവടികളുമായെത്തുന്ന മധുരരാജാവിന്റെ പടയാളികൾ തടയും. അങ്ങനെ ഓരോ കമ്പത്തിന്റെയും ചുവട്ടിൽ ഒരു യുദ്ധത്തിന്റെ പ്രതീതി ജനിപ്പിക്കും. ഇരുകൈകളിലും കത്തിച്ചുപിടിച്ച ചൂട്ടുകറ്റകളുമായി യോദ്ധാവിന്റെ ഉറച്ചതും താളാത്മകവുമായ ചുവടുകളോടെ കമ്പത്തിനുചുറ്റും കത്തിക്കാൻ തക്കം പാത്ത് കറങ്ങുന്ന പാണ്ടിപ്പടയിലെ ആനപ്പടയാളികളുടെയും കുതിരപ്പടയാളികളുടെയും പ്രകടനം കൗതുകകരവും കലാത്മകവുമാണ്. കത്തുന്ന ചൂട്ടുകറ്റകൾ കമ്പത്തിന്റെ മുകൾഭാഗത്തേക്കെറിഞ്ഞ് തീ കത്തിക്കാനാവും ആദ്യശ്രമം. അൽപ്പനേരത്തെ ചെറുത്തുനിൽപ്പിനുശേഷം മധുരപ്പട പിൻവാങ്ങുന്നതോടെ കമ്പത്തിന് തീപിടിപ്പിച്ചശേഷം അടുത്ത സ്ഥലത്തേക്ക് പടയോട്ടം തുടരും. മാനം മുട്ടെ തീനാളങ്ങൾ ഉയർത്തിക്കൊണ്ട് കമ്പം കത്തിയടങ്ങും. മധുരാപുരി കത്തുന്നുവെന്നാണ് സങ്കല്പം.

കമ്പം

നേരം പുലരുന്നതോടെ എല്ലാ കമ്പവും കത്തിച്ചുതീർക്കണം. ഏറ്റവും ഒടുവിൽ കത്തിക്കുന്നത് ഉത്സവപ്പറമ്പിൽ നിറുത്തിയിരിക്കുന്ന ദേവീ കമ്പവും തമ്പുരാൻകമ്പവുമാണ്. ആദ്യം പാണ്ടിത്താവളങ്ങൾ തകർത്തു വിജയിക്കുന്ന തമ്പുരാൻ അവസാനയുദ്ധത്തിൽ പരാജയപ്പെട്ട് ആത്മ ഹത്യ ചെയ്യുന്നു. എട്ടാം ദിവസം രാവിലെ കുരുതി, കൊടിയിറക്ക്, തിരിച്ചെഴുന്നള്ളിപ്പ് എന്നീ ചടങ്ങുകളോടെ ഉത്സവം അവസാനിക്കും.

കരക്കാരുടെ ഉത്സവം

ഉദിയന്നൂർ ഊരൂട്ട് ഉത്സവം കഴിഞ്ഞാൽ അടുത്തവർഷം ഇടപ്പഴഞ്ഞി ഏലായിൽ മീനംമേടം മാസത്തിൽ ഉത്സവത്തിന് കൊടിയേറും. ഇവിടെ ഏലാ മുഴുവൻ നികന്നതോടെ ഉലകുടയതമ്പുരാൻ ശ്രീപാർവതീക്ഷേത്ര ത്തിന് തെക്കുവശത്തുള്ള പരിമിതമായ സ്ഥലത്താണ് ഉത്സവം നടത്തു ന്നത്. കൊയ്ത്ത് കഴിഞ്ഞ് വിശാലമായ പാടത്തിന് നടുക്ക് പണ്ട് നടത്തി യിരുന്ന ആഘോഷങ്ങളുടെ പ്രൗഢി ഇപ്പോൾ നഷ്ടപ്പെട്ടുവെന്നുതന്നെ പറയാം.

ഉദിയന്നൂർ ഉത്സവത്തിന് ദിവസം കുറിക്കുന്ന പ്ടാക ജ്യോത്സ്യൻ തന്നെയാണ് ഇവിടെയും ദിവസം കുറിക്കുന്നത്. കൂവളശ്ശേരി ചന്ദ്രന്റെ നേതൃത്വത്തിലാണ് പാട്ട്. കിഴക്കുംഭാഗക്കാരും വടക്കുംഭാഗക്കാരും ചേർന്ന് കൊടിമരം കൊണ്ടുവരും. ഇവർ തമ്മിൽ കൊടിമരം അങ്ങോട്ടും

ഇങ്ങോട്ടും വടംവലിയുടെ മാതൃകയിൽ വലിച്ച് മത്സരം അഭിനയിക്കും. കൊടിമരത്തിൽ കെട്ടാനുള്ള കൊടി കൊണ്ടുവരാനുള്ള അവകാശം പാണനാണ് ഒരുമുറം നെല്ലാണ് കൂലി. വെട്ടിയൊരുക്കിന്റെ അവകാശം തണ്ടാനും. ആനപ്പടയുടെയും കുതിരപ്പടയുടെയും വേഷം കെട്ടുന്നതും ഇവർതന്നെ. വച്ചൊരുക്ക് കണിയാനും അകത്തെ പൂജ മാവറത്തല കുടുംബക്കാരുമാണ്.

ഇടപ്പഴിഞ്ഞി, പാങ്ങോട്, ചെറുതലമ്പാട് എന്നീ മൂന്നു കരക്കാരുടേതാണ് ഉത്സവം. ഇടപ്പഴിഞ്ഞി, വഴുതക്കാട് റോഡിന്റെ തെക്കുവശത്തുള്ള ഇലഞ്ഞിമൂട്ടിൽ വീടിനോടനുബന്ധിച്ചുള്ള തെക്കതിലാണ് വാളും പീഠവും വച്ച് പൂജിക്കുന്നത്. പണ്ട് മാവറത്തല തറവാട്ടുകാരായിരുന്നു ഈ തെക്കത് സംരക്ഷിച്ചിരുന്നതെന്നും അവരിൽനിന്ന് തെക്കതിന്റെ സംരക്ഷണാവകാശം ഇലഞ്ഞിമൂട്ടിൽതമ്പിമാർക്ക് ലഭിച്ചുവെന്നും പറയപ്പെടുന്നു. ഇതിനെല്ലാം മുമ്പ് തെക്കത് നാട്ടുകാരുടെ വകയായിരുന്നുവെന്നും അഭിപ്രായമുണ്ട്. എല്ലാ മലയാളമാസവും ഒന്നാംതീയതി തെക്കതിൽ പൂജയുണ്ട്.

പാടത്ത് കൊട്ടാരമാതൃകയിൽ ഇരുനിലയിൽ ഓലയും മുളയും കെട്ടിയുണ്ടാക്കിയ പന്തലിലാണ് തെക്കതിൽനിന്നും എഴുന്നള്ളിച്ചു കൊണ്ടുവരുന്ന പീഠവും വാളും പ്രതിഷ്ഠിക്കുന്നത്. സപ്തമാതൃക്കളെയും അഷ്ടനാഗങ്ങളെയും പന്തലിൽ കുടിയിരുത്തും. ഉദിയന്നൂരും മറ്റ് ചില സ്ഥലങ്ങളിലും വളച്ചുകെട്ടിയ ഒറ്റനില പന്തലാണ്.

പാട്ടുകഴിഞ്ഞ് അവസാനദിവസം കമ്പം കത്തിക്കുന്നതിന് മുൻപായി ശ്രീരംഗം ലെയിൻ, പാങ്ങോട്, ചെറുതലമ്പാട്, പാലോട്ടുകോണം എന്നീ നാലു ദിക്കുകളിലും ദിക്ബലി നടത്തും. യുദ്ധത്തിന്റെ പ്രായശ്ചിത്തമായി പടയെ അനുഗമിക്കുന്ന നാലു കുതിരകളെയും നാലു ദിക്കിലായി ബലികഴിച്ചശേഷം കൂടെയുണ്ടായിരുന്ന ആനമാത്രമേ ക്ഷേത്രത്തിലേക്ക് മടങ്ങുകയുള്ളൂ. കുതിരവേഷം കെട്ടിയെത്തുന്ന പടയാളിയുടെ പൊയ്ക്കുതിരയുടെ തലയറുക്കലാണ് ചടങ്ങ്. കുമ്പളങ്ങ മുറിച്ചും അരിമാവും ചുണ്ണാമ്പും ചേർത്ത് നിണമുണ്ടാക്കിയുമാണ് ബലി നടത്തുന്നത്. ബലിക്കുശേഷമാണ് കമ്പം കത്തിക്കൽ.

കരക്കാർ തമ്മിലുള്ള മൂപ്പിളമ തർക്കം കൈയാങ്കളിയിലെത്തിയതോടെ പതിനഞ്ചുവർഷത്തോളം ഇവിടെ ഉത്സവം മുടങ്ങിയെന്നും തെക്കത് ഇടിഞ്ഞ് പൂജയില്ലാതെ ജീർണ്ണാവസ്ഥയിലായെന്നും പഴമക്കാർ പറയുന്നു. 1976ൽ കുടിപ്പക മൂത്ത് ചിലർ ദിക്കുബലിക്ക് മുൻപ് കമ്പങ്ങൾ കത്തിച്ചെന്നും അവരിലൊരാളിന്റെ വീടുതന്നെ കത്തിപ്പോയിയെന്നും മറ്റു ചിലരുടെ കുടുംബങ്ങളിൽ ദാരുണമായ ദുരന്തങ്ങൾ ഉണ്ടായിയെന്നും നാട്ടുകാർ.

ഭദ്രകാളിയുടെ സഹോദരസ്ഥാനീയനാണ് തമ്പുരാൻ. ശിവന്റെ തൃക്കണ്ണിൽനിന്നാണ് ഭദ്രകാളിയുടെ ഉത്ഭവം. ഉലകുടയപ്പെരുമാൾ

രാജ്ഞിക്ക് ശിവൻ അനുഗ്രഹിച്ചു നൽകിയ പ്രസാദവും. ദേവാംശം പ്രാപിച്ച തമ്പുരാനെ ഊട്ടും പാട്ടും നടത്തി പ്രസാദിപ്പിക്കുന്നതിലൂടെ സമസ്ത ഐശ്വര്യങ്ങളും കൈവരുമെന്നാണ് വിശ്വാസം.

മധുരയിൽ നിന്ന് ഇരുപത്തിയേഴു കിലോമീറ്റർ അകലെ വൈകയാറ്റിന്റെ കരയിൽ അതിപുരാതനമായ ഒരു ഭദ്രകാളിക്ഷേത്രമുണ്ട്. 'രണഭദ്രകാളി'. ചുമരുകളും മേൽക്കൂരയും കരിങ്കല്ലുകൊണ്ട് തീർത്തതാണ് ഈ ക്ഷേത്രം. തമ്പുരാൻ ഈ ക്ഷേത്രത്തിലാണ് ഭദ്രകാളിയെ പൂജിച്ചിരുന്നതെന്നാണ് വിശ്വാസം.

സാമൂഹികപ്രസക്തി

ഭക്തിക്കും വിനോദത്തിനും ഉപരി ജാതിഭേദങ്ങളും ഉച്ചനീചത്വങ്ങളും മറന്ന് ഒരു കരയിലെ എല്ലാ വിഭാഗം ജനങ്ങളുടെയും സഹകരണവും സഹവർത്തിത്വവും പങ്കാളിത്തവും ഉറപ്പുവരുത്തുന്ന സാമൂഹികപ്രസക്തിയുള്ള ഊരുകാരുടെ ഈ ഉത്സവം, ഒരു പ്രദേശത്തിന്റെ വ്യവസ്ഥാപിതമായ സാമൂഹികഘടനയെ ശക്തമാക്കുക എന്നൊരു കർമ്മം കൂടി നിർവ്വഹിക്കുന്നു.

പന്തൽപണിക്കെത്തുന്ന തച്ചനും പുരകെട്ടാനുള്ള ചെറുവള്ളിക്കെട്ടുണ്ടാക്കുന്ന പുലയനും വച്ചൊരുക്കും ഊട്ടും നടത്തുന്ന കണിയാനും വെട്ടിയൊരുക്കും ആനപ്പടയായും കുതിരപ്പടയായും വേഷം കെട്ടുന്ന തണ്ടാനും കൊടിമരത്തിൽ കെട്ടാൻ കൊടിയുമായെത്തുന്ന പാണനും കമ്പം കെട്ടുന്ന ഊരാളിയും പൂജ ചെയ്യുന്ന നായരും കൊടിമരം ചുമക്കുന്ന ചെറുപ്പക്കാരും താലപ്പൊലി ഏന്തുന്ന കന്യകമാരും വ്രതം നോറ്റ് പടയ്ക്കിറങ്ങുന്ന ഭക്തന്മാരും ഒക്കെ ചേർന്ന് ഒരു നാട്ടിന്റെ ആവേശം മുഴുവനും ഈ ഉത്സവത്തിലേക്ക് ആവാഹിക്കുന്നു.

പൂർവ്വികർ തുടങ്ങിവച്ച വീരാരാധനയുടെ പ്രതീകങ്ങളായ തമ്പുരാൻക്ഷേത്രങ്ങൾക്ക് ചരിത്രപരമായ പ്രാധാന്യമുണ്ട്. തിരുവിതാംകൂറിലെ നായർപടയെ യുദ്ധകാലത്ത് ഉത്തേജിപ്പിക്കുവാൻ ഉലകുടയപ്പെരുമാളിന്റെ പാട്ടും തോറ്റവും അനുഷ്ഠാനങ്ങളും പ്രയോജനപ്പെടുത്തിയിരുന്നു. യുദ്ധത്തിൽ മരിക്കുന്ന യോദ്ധാവിന് ശിവലോകം പ്രാപിക്കാൻ കഴിയുമെന്ന സന്ദേശമാണ് പാട്ട് പ്രചരിപ്പിക്കുന്നത്. തിരുവനന്തപുരം ജില്ലയിലാണ് ഏറ്റവും കൂടുതൽ തമ്പുരാൻകോവിലുകൾ. ചിറയിൻകീഴ്, നെടുമങ്ങാട്, മടത്തറ എന്നിവിടങ്ങളിലാണ് പാട്ടുകാർ ഏറെയും ഉള്ളത്.

ഉലകുടയപ്പെരുമാൾ തമ്പുരാന്റെ കഥയ്ക്ക് ഏകരൂപമാണെങ്കിലും പാട്ടിലും അനുഷ്ഠാനത്തിലും ചില പ്രാദേശികമായ പാഠഭേദങ്ങൾ കടന്നുകൂടിയിട്ടുണ്ട്. വർഷങ്ങളായി ഇത് കൈകാര്യം ചെയ്തുവരുന്ന കലാകാരന്മാരുടെയും കർമ്മികളുടെയും മനോധർമ്മം ഇത്തരം അനുഷ്ഠാനങ്ങളിൽ കടന്നുകൂടുക സ്വാഭാവികം മാത്രം.

നഗരഹൃദയത്തിലൂടെ

പുത്തൻചന്ത

പുത്തൻചന്ത എന്നാൽ പുതിയ ചന്ത എന്നാണല്ലോ വിവക്ഷ. ഒരു വ്യാപാരകേന്ദ്രത്തിന്റെ പേരിൽ സ്ഥലനാമമുണ്ടാവുക സ്വാഭാവികം. ഒരു ചന്തയുടെ പേരിൽ തലസ്ഥാനനഗരിയുടെ ഹൃദയഭാഗം മുഴുവൻ അറിയപ്പെടുന്നുവെന്നതാണ് ഇവിടത്തെ പ്രത്യേകത. ചന്തയ്ക്ക് പുത്തൻ ചന്ത എന്ന പേരു ലഭിക്കണമെങ്കിൽ ഒരു പഴയ ചന്ത തീർച്ചയായും ഉണ്ടാവണം. അനന്തപുരവർണനത്തിൽ ഒരു പഴയങ്ങാടിയെക്കുറിച്ച് വർണനയുള്ള കാര്യം പുസ്തകത്തിന്റെ തുടക്കത്തിൽ സൂചിപ്പിച്ചിട്ടുണ്ടല്ലോ. ആ അങ്ങാടി കുബേരരാജധാനിക്കൊപ്പം വളർന്ന് വികസിച്ചതാണെന്നാണ് കവിഭാഷ്യം. പത്മനാഭസ്വാമിക്ഷേത്രത്തിന്റെ വടക്കു കിഴക്കായിരുന്നു അങ്ങാടിയുടെ സ്ഥാനം. പഴയ അങ്ങാടി ക്രമേണ പഴവങ്ങാടിയായി. ക്ഷേത്രത്തിന്റെ വടക്ക് ഭാഗത്തായി മേലേപഴവങ്ങാടി യുമുണ്ടായിരുന്നു. ശ്രീചിത്ര പുവർഹോം സ്ഥിതിചെയ്യുന്ന സ്ഥലമാണി വിടം. പഴയ അങ്ങാടിയുടെ തുടർച്ചയാവാം പത്മനാഭസ്വാമിക്ഷേത്ര ത്തിന്റെ തെക്ക് കിഴക്കായുള്ള ഇന്നത്തെ ചാലക്കമ്പോളം. പിൽക്കാലത്ത് ജനങ്ങളുടെ ദൈനംദിന ക്രയവിക്രയങ്ങൾക്ക് പുതിയ ഒരു ചന്ത കൂടി വേണമെന്ന് മനസിലാക്കി നടപടികൾ കൈക്കൊണ്ടത് റാണി പാർവതി ബായിയാണ് (990-1004). അങ്ങനെയാണ് വഞ്ചിയൂർ അധികാരത്തിൽ ഒരു പുത്തൻചന്ത തുടങ്ങിയത്. ഇന്നത്തെ പി.എം.ജി. ഓഫീസുമുതൽ തമ്പാനൂർവരെയുള്ള ആരാധനാലയങ്ങളും സ്ഥാപനങ്ങളുമൊക്കെ പുത്തൻച്ചന്ത എന്ന പേരിനൊപ്പമാണ് അക്കാലത്ത് അറിഞ്ഞിരുന്നത്.

പുത്തൻചന്ത മംഗ്ലാവ്

തിരുവനന്തപുരത്ത് പോസ്റ്റ്മാസ്റ്റർ ജനറലിന്റെ ഓഫീസ് പ്രവർത്തി ക്കുന്ന സ്ഥലം ഇപ്പോഴും നാട്ടുകാർക്ക് ഓൾഡ് എഞ്ചിനീയറിങ്ങ് കോളേ ജാണ്. നാഷണൽ ഹൈവേയിലൂടെയും എം.സി.റോഡിലൂടെയും തിരു വനന്തപുരം നഗരത്തിലേക്ക് വരുന്നവർക്ക് കേശവദാസപുരം കഴിഞ്ഞാൽ അടുത്ത പ്രധാന കവലയാണവിടം. ഓൾഡ് എഞ്ചിനീയറിങ്ങ് കോളേജ്

പുത്തൻചന്ത മംഗ്ലാവ്

എന്ന പ്രയോഗം കൊണ്ടുതന്നെ അവിടെ ഒരു എഞ്ചിനീയറിങ്ങ് കോളേജ് പ്രവർത്തിച്ചിരുന്നുവെന്ന് വ്യക്തം.

പുത്തൻചന്ത മംഗ്ലാവ് ആദ്യം തിരുവിതാംകൂർ ചീഫ് എഞ്ചിനീയറുടെ ഓഫീസും വാസസ്ഥലവുമായിരുന്നു. എഞ്ചിനീയർ ലഫ്ടനന്റ് ഹോഴ്സലിയാണ് ഈ ബംഗ്ലാവ് പണിയിച്ചത്. ഹോർസലി കെട്ടിടം വിൽക്കാൻ തയ്യാറായപ്പോൾ അത് എഞ്ചിനീയറിങ്ങ് പണിക്ക് വരുന്നവർക്കുവേണ്ടി വാങ്ങി സൂക്ഷിക്കുന്നത് നന്നായിരിക്കുമെന്ന് അന്നത്തെ റസിഡന്റ് തിരുവിതാംകൂർസർക്കാരിനെ അറിയിച്ചു. ആയിരം രൂപയായിരുന്നു കെട്ടിടത്തിന് നിശ്ചയിച്ച വില. വിലയായി ഖജനാവിൽ നിന്ന് ആയിരം രൂപ നൽകി പുത്തൻചന്ത മംഗ്ലാവ് വാങ്ങി സൂക്ഷിക്കാൻ ദിവാൻ പേഷ്കാർ ജനാർദന വെങ്കിട്ടരായർക്ക് നിർദേശം നൽകിക്കൊണ്ട് 1018 കർക്കിടകം 17ന് നീട്ട് പുറപ്പെടുവിച്ചു.

1939 ജൂലൈ 3ന് ചിത്തിരതിരുനാൾ മഹാരാജാവ് തിരുവിതാംകൂറിൽ ഒരു എഞ്ചിനീയറിങ്ങ് കോളേജിന് തുടക്കം കുറിച്ചു. പുത്തൻചന്ത മംഗ്ലാവിലായിരുന്നു കോളേജ് തുടങ്ങിയത്. എഞ്ചിനീയറിങ്ങ് ഡിഗ്രിക്കും ഡിപ്ലോമയ്ക്കും കോഴ്സുകൾ തുടങ്ങി. മേജർ റ്റി.എച്ച്. മാത്യുമാൻ ആയിരുന്നു ആദ്യത്തെ പ്രിൻസിപ്പൽ. രണ്ടാം ലോക മഹായുദ്ധകാലത്ത് ബ്രിട്ടീഷുകാർക്ക് വേണ്ടിയുള്ള യുദ്ധോപകരണ നിർമ്മാണശാലയായും ഇവിടം പ്രവർത്തിച്ചിട്ടുണ്ട്. 1961ൽ എഞ്ചിനീയറിങ്ങ് കോളേജ് കുളത്തൂരേക്ക് മാറ്റി.

പുത്തൻചന്ത ഹനുമാൻ

19-ാം നൂറ്റാണ്ടിന്റെ തുടക്കത്തിൽ രാജകൊട്ടാരത്തിന്റെയും രാജാവിന്റെയും സുരക്ഷയ്ക്കായാണ് തിരുവനന്തപുരത്ത് നായർ പട്ടാളമെത്തിയത്.

പുത്തൻചന്തയിൽ കച്ചേരിപ്പണി തുടങ്ങുന്നതുവരെ അവിടെയായിരുന്നു അവർ താവളമടിച്ചിരുന്നത്. തങ്ങളുടെ ആരാധനയ്ക്കായി ഒപ്പം കൊണ്ടു വന്നിരുന്ന ഹനുമാന്റെ വിഗ്രഹത്തെ ഇന്നു കാണുന്ന സ്ഥലത്ത് പ്രതി ഷ്ഠിച്ചത് പട്ടാളത്തിൽ ഉണ്ടായിരുന്ന ഉത്തരേന്ത്യക്കാർ ആയിരുന്നു. ഇടക്കാലത്ത് പൂജനടത്താൻ ആളില്ലാതെ വന്നപ്പോൾ ആ ദൗത്യം താല്ക്കാലികമായി ഏറ്റെടുത്തത് കുതിരപ്പട്ടാളത്തിൽ ഉണ്ടായിരുന്ന ഒരു പഠാണിയാണ്. ഹനുമാൻസ്വാമിയെ ഇവിടെ നിന്ന് മാറ്റാൻ പല തവണ ശ്രമങ്ങളുണ്ടായെങ്കിലും അതൊന്നും നടന്നില്ല.

പട്ടാളപ്പാളയം പാങ്ങോട്ടേക്ക് മാറ്റിയപ്പോൾ തങ്ങളുടെ ആരാധനാ മൂർത്തിയെയും കൂടെ കൊണ്ടുപോകാൻ പട്ടാളക്കാർ ഒരു ശ്രമം നടത്തി യെങ്കിലും മൂലസ്ഥാനം വിട്ടുപോകാൻ ഹനുമാൻ തയാറായില്ല. പാങ്ങോട്ട് ഹനുമാന്റെ പ്രതിഷ്ഠ ഉറച്ചില്ല. പൂജാരിക്കും പട്ടാളമേധാവിക്കുമൊക്കെ വിവിധ അസുഖങ്ങളായി. ഭയന്ന പട്ടാളക്കാർ ഹനുമാനെ പൂർവസ്ഥല ത്തെത്തിച്ച് തടിതപ്പി. അങ്ങനെ അവരുടെ പ്രശ്നം തീർന്നു. ഇതോടെ ഹനുമാന്റെ പ്രശസ്തിയും ദിവ്യത്വവും നാട്ടുകാരുടെ ഇടയിലും വർ ദ്ധിച്ചു. വികാസ്ഭവന്റെ നിർമ്മാണത്തോടനുബന്ധിച്ച് ഹനുമാൻ കോവി ലിലുണ്ടായിരുന്ന അരയാൽവൃക്ഷം ലേലം ചെയ്ത് വിറ്റു. ലേലംകൊണ്ട യാൾ മരംമുറിക്കാനെത്തിയപ്പോൾ പതിവില്ലാതെ ആ പ്രദേശത്ത് ധാരാളം കുരങ്ങന്മാർ. കളി ആഞ്ജനേയനോടുവേണ്ട എന്ന് നിശ്ചയിച്ച് ലേലം കൊണ്ടയാൾ മടങ്ങി. അതുമാത്രമല്ല, ബന്ധപ്പെട്ട അധികാരികൾ ദുർ നിമിത്തങ്ങൾ കാണാനും തുടങ്ങി. പുത്തൻചന്ത മൈതാനത്തിൽ ശിവൻ, ഹനുമാൻ പ്രതിഷ്ഠകൾക്ക് ചുറ്റും ചുവരുകെട്ടി തുലാം പണിത് ചെങ്കല്ലുനിരത്തി കുമ്മായമിട്ടതായി 1022ലെ രേഖയുണ്ട്. സ്ഥാനമാറ്റ ങ്ങൾക്കൊന്നും വഴങ്ങിക്കൊടുക്കാത്ത ആഞ്ജനേയസ്വാമി ഇപ്പോഴും അവിടെത്തന്നെയുണ്ട് പ്രതാപിയായി.

പുത്തൻചന്ത പൊലീസ് സ്റ്റേഷൻ

നഗരത്തിലെ പ്രധാന പൊലീസ് സ്റ്റേഷൻ മുൻകാലത്ത് അറിഞ്ഞി രുന്നത് പുത്തൻചന്ത പൊലീസ് സ്റ്റേഷൻ എന്നായിരുന്നു. ഇതാകട്ടെ ഇന്നത്തെ ആയുർവേദ കോളേജിലും. പൊലീസ് സ്റ്റേഷൻ മാറ്റിയെങ്കിലും ആ ഭാഗമെല്ലാം പുത്തൻചന്തയായി അറിയപ്പെട്ടു.

പാളയം

നഗരമദ്ധ്യത്തിലെ തിരക്കേറിയ കച്ചവടകേന്ദ്രമാണ് പാളയം. പട്ടാള പ്പാളയമാണ് പാളയമായത്. പാളയമെന്ന തമിഴ്വാക്കിന് പട്ടാളം എന്നും അർത്ഥമുണ്ട്. പാളയത്ത് പട്ടാളമെത്തിയതിനെപ്പറ്റി നേരത്തേ പറഞ്ഞി ട്ടുണ്ട്. പാളയത്ത് പട്ടാളം ഓഫീസറന്മാർ താമസിച്ചിരുന്നത് ഇന്നത്തെ 'മസ്ക്കറ്റ്' ഹോട്ടലിലാണ്. രക്ഷാകവചം എന്നാണ് മസ്ക്കറ്റ് എന്ന

വാക്കിനർത്ഥം. കന്റോൺമെന്റ് ഹൗസും പട്ടാളക്കാരുടെ താമസസ്ഥലമായിരുന്നു. ഇന്നത്തെ എക്സ് സർവ്വീസ്മെൻ വർക്ക് ഷോപ്പായിരുന്നു പഴയ ആംസ്ഡിപ്പോ. പട്ടാളക്കാരുടെ പരിശീലനത്തിനായി നാല് മൈതാനങ്ങളാണ് പാളയത്തുണ്ടായിരുന്നത്. അവയിൽ അവശേഷിക്കുന്ന രണ്ട് മൈതാനങ്ങൾ യൂണിവേഴ്സിറ്റി സ്റ്റേഡിയവും ചന്ദ്രശേഖരൻനായർ സ്റ്റേഡിയവുമാണ്. ബാക്കി രണ്ടെണ്ണം വികാസ്ഭവനും ലെജിസ്ലേറ്റീവ് കോംപ്ലക്സും കയ്യേറി. യൂണിവേഴ്സിറ്റി സ്റ്റേഡിയം കോത്ത് മൈതാനം എന്നാണ് അറിയപ്പെട്ടിരുന്നത്. കോത്ത് എന്നാൽ കവാത്ത് എന്ന് അർത്ഥം. ഇവയെക്കൂടാതെ സർവകലാശാലാ ആസ്ഥാനം, എം.എൽ.എ. കോട്ടേഴ്സ്, നിയമസഭാമന്ദിരം, ഹനുമാൻക്ഷേത്രം എന്നിവയൊക്കെ സ്ഥിതി ചെയ്യുന്ന സ്ഥലവും പട്ടാളത്തിന്റെ അധീനതയിലായിരുന്നു. ലായം ഉണ്ടായിരുന്ന സ്ഥലവും നിയമസഭാ കോംപ്ലക്സിന്റെ ഭാഗമായി.

യുദ്ധസ്മാരകം

മതസൗഹാർദ്ദത്തിന്റെ പ്രതീകങ്ങളായി പരക്കെ അറിയപ്പെടുന്ന പാളയം ജുമാമസ്ജിദും സെന്റ്തോമസ് കത്തീഡ്രലും പാളയം ഗണപതിക്ഷേത്രവും നിർമ്മിക്കപ്പെട്ടത് പട്ടാളക്കാരുടെ ആരാധനയ്ക്കാണ്. പാളയത്തെ 'പഞ്ചാപ്പുര' പട്ടാളത്തിലെ ഷിയ വിഭാഗത്തിൽപ്പെട്ട മുസ്ലീങ്ങളുടേതായിരുന്നു. പട്ടാളക്കാരുടെ വ്യായാമശാലയിലെ ആരാധനാമൂർത്തിയായിരുന്നു ഹനുമാൻസ്വാമി. പാളയത്തെ യുദ്ധസ്മാരകം ഒന്നാം ലോക മഹായുദ്ധത്തിൽ ജീവൻ വെടിഞ്ഞ പട്ടാളക്കാരുടെ സ്മാരകമാണ്. രക്തസാക്ഷിമണ്ഡപം പാളയത്തു വന്നതോടെ യുദ്ധസ്മാരകം അപ്രധാനമായി

കണ്ണീമാറ മാർക്കറ്റ്

പാളയം ഇന്ന് അറിയപ്പെടുന്നത് പാളയം ചന്തയുടെ പേരിലാണ്. പട്ടാളപ്പാളയമൊക്കെ ഇന്ന് ചരിത്രത്തിന്റെ ഭാഗം മാത്രം. പുത്തൻചന്തപ്പാളയത്ത് നല്ല സജ്ജീകരണങ്ങളോടെ ഒരു ചന്ത തുടങ്ങുന്നതിനെക്കുറിച്ചുള്ള നീട്ട് പുറപ്പെടുവിച്ചത് രണ്ട് നൂറ്റാണ്ടുകൾക്ക് മുൻപ് കൊ.വ. 992ലാണ്.

''പുത്തൻചന്ത പാളയത്തിൽ അങ്ങാടിയിൽ ചരക്കുകൾ കൊണ്ടുവന്ന് വിൽക്കുന്നതിന് ഒരു പതിവും ചട്ടവും വച്ചിട്ടില്ലാത്തതിനാൽ

കച്ചവടക്കാർക്കു ചരക്കുകൾ കൊണ്ടുവന്ന് വിൽക്കുന്നതിന് അവർക്ക് ലാഭമില്ലെന്നും വച്ചുകച്ചവടങ്ങൾക്കു നടപ്പില്ലാതെയും അവിടെപ്പാർക്കുന്ന ധ്വരമാർക്കും കുംബിനി ശിപായികൾക്കും വേണ്ടുന്ന വസ്തു വകകൾ വിലയ്ക്ക് വാങ്ങിപ്പാൻ കിട്ടാതെയും തീർന്നിരിക്കുന്നു എന്നും പുത്തൻചന്ത നന്ദാവനത്തിനും വെട്ടുവഴിക്കും വടക്കുവശത്ത് ഒരു ചന്ത നേമിച്ചു തിങ്കളാഴ്ചതോറും ചന്തകൂടി നടപ്പാക്കത്തക്കവണ്ണം വിളംബരവും പ്രസിദ്ധപ്പെടുത്തി.'' (992ലെ നീട്ട്).

പാളയത്ത് ഇന്ന് കാണുന്ന ചന്ത കണ്ണിമാറ മാർക്കറ്റ് എന്നാണ് അറിയപ്പെടുന്നത്. മദ്രാസ് ഗവർണറായിരുന്ന കണ്ണിമാറ പ്രഭുവിന്റെ ഓർമ്മയ്ക്കായാണ് അദ്ദേഹത്തിന്റെ പേര് ചന്തയ്ക്ക് നൽകിയത്.

അയ്യൻകാളി ഹാൾ

ഒന്നേകാൽ നൂറ്റാണ്ടിന് മുൻപ് നിർമ്മിച്ച പാളയത്തെ വിക്ടോറിയാ ജൂബിലി ടൗൺഹാൾ ഇന്ന് അറിയപ്പെടുന്നത് അയ്യൻകാളിഹാൾ എന്ന പുതിയ പേരിലാണ്. വിക്ടോറിയ രാജ്ഞിയുടെ സുവർണജൂബിലി ആഘോഷത്തിന്റെ ഭാഗമായാണ് ഈ ടൗൺഹാൾ നിർമ്മിച്ചത്. 1896 ജനുവരി 26ന് ശ്രീമൂലംതിരുനാൾ ഉദ്ഘാടനം ചെയ്തു. 35000 രൂപയും ഒരേക്കർ സ്ഥലവുമാണ് സർക്കാർ ഈ ആവശ്യത്തിലേക്ക് നൽകിയത്. തിരുവിതാംകൂറിലെ ആദ്യനിയമസഭാ മന്ദിരവും ഇതുതന്നെ. ജന

അയ്യൻകാളി ഹാൾ

പ്രതിനിധികളുടെ എണ്ണം വർദ്ധിച്ചപ്പോൾ നിയസഭാ സമ്മേളനം സെക്രട്ടേറിയറ്റിലേക്കു മാറ്റി.

ആയില്യംതിരുനാളിന്റെ കാലത്ത് നിർമ്മിച്ച യൂണിവേഴ്സിറ്റി കോളേജ് കെട്ടിടവും 1900ൽശ്രീമൂലം തിരുനാൾ വിക്ടോറിയ രാജ്ഞിയുടെ വജ്ര ജൂബിലി ആഘോഷത്തിന്റെ ഭാഗമായി നിർമ്മിച്ച പബ്ലിക് ലൈബ്രറി കെട്ടിടവും1888ൽ മൂലം തിരുനാൾ മഹാരാജാവ് സ്കൂൾ ഓഫ് ആർട്സ് ആയി തുടങ്ങി 1976ൽ കോളേജ് ഓഫ് ഫൈൻ ആർട്സ് ആയ കലാപഠന കേന്ദ്രത്തിന്റെ കെട്ടിടവും 1942ൽ പ്രവർത്തനമാരംഭിച്ച യൂണിവേഴ്സിറ്റി ലൈബ്രറി മന്ദിരവും യൂണിവേഴ്സിറ്റി ആസ്ഥാനമന്ദിരവുമെല്ലാം പാളയം എന്ന പ്രദേശത്തിന്റെ അഭിമാനമാണ്. പബ്ലിക് ലൈബ്രറിയുടെ മുൻപിലുള്ള മഹാകവി ഉള്ളൂരിന്റെ അനാകർഷകമായ പ്രതിമ 1981ൽ ഇന്ത്യൻ പ്രസിഡന്റായിരുന്ന നീലം സഞ്ജീവറെഡ്ഡി അനാച്ഛാദനം ചെയ്തു.

മഹാരാജാ ഫ്രീസ്കൂളും യൂണിവേഴ്സിറ്റി കോളേജും

സ്വാതിതിരുനാൾ മഹാരാജാവ് തിരുവനന്തപുരത്ത് തുടങ്ങിയ ഹിസ് ഹൈനസ് മഹാരാജാസ് ഫ്രീ സ്കൂളാണ് തിരുവിതാംകൂറിൽ ഇംഗ്ലീഷ് വിദ്യാഭ്യാസത്തിന് തുടക്കം കുറിച്ചതെന്ന് മുമ്പ് സൂചിപ്പിച്ചല്ലോ. തിരുവനന്തപുരത്തെ യൂണിവേഴ്സിറ്റി കോളേജിന്റെ തുടക്കവും ഈ സ്കൂളിൽ നിന്നുതന്നെ. നഗരത്തിന്റെ അടയാളങ്ങളിൽ ഒന്നായി മാറിയ ഈ വിദ്യാലയത്തിന്റെ കഴിഞ്ഞ കാലത്തേക്ക് ഒന്ന് തിരിഞ്ഞുനോക്കാം.

1834ൽ തിരുവനന്തപുരത്ത് ഇന്ന് ആയുർവ്വേദ കോളേജ് സ്ഥിതി ചെയ്യുന്നിടത്തെ ഒരു പഴയ കെട്ടിടത്തിൽ ആരംഭിച്ച സ്കൂൾ സർക്കാർ സഹായത്തോടുകൂടി തുടങ്ങിയതാണ്. ഒരു വർഷത്തിനുശേഷം ഈ സ്കൂൾ സർക്കാർ പൂർണ്ണമായി ഏറ്റെടുത്തു. മഹാരാജാസ് ഫ്രീസ്കൂൾ എന്നറിയപ്പെട്ട സ്കൂളിന്റെ ആദ്യ ഹെഡ്മാസ്റ്റർ റോബർട്ട് എന്ന സായിപ്പായിരുന്നു. സ്കൂളിന്റെ പ്രവർത്തനങ്ങൾക്ക് കൂടുതൽ സൗകര്യം വേണ്ടിവന്നപ്പോൾ ഇന്ന് യൂണിവേഴ്സിറ്റി കോളേജ് സ്ഥിതിചെയ്യുന്ന സ്ഥലത്ത് പുതിയ കെട്ടിടം കെട്ടി അവിടേക്ക് മാറ്റി സ്ഥാപിച്ചു. ഈ സ്കൂൾ 1863–64 കാലംവരെ ഫ്രീസ്കൂളായി തുടർന്നു. ഉന്നതവിദ്യാഭ്യാസത്തിന്റെ പ്രസക്തിയെക്കുറിച്ച് ബോധവാനായിരുന്ന ആയില്യം തിരുനാൾ സ്കൂളുമായി ബന്ധപ്പെടുത്തി തന്നെ ഉന്നതവിദ്യാഭ്യാസത്തിനായി ഒരു കോളേജ് തുടങ്ങുവാൻ നിശ്ചയിച്ചു. ടി.മാധവറാവുവായിരുന്നു അപ്പോൾ ദിവാൻ. 1866ലാണ് ഹിസ് ഹൈനസ് മഹാരാജാസ് കോളേജിന്റെ തുടക്കം. കുറേക്കാലം സ്കൂളും കോളേജും ഒരുമിച്ച് പ്രവർത്തിച്ചു. 1869 സെപ്റ്റംബർ 30ന് ആയില്യം തിരുനാൾ പുതിയ കോളേജ് മന്ദിരത്തിന് തറക്കല്ലിട്ടു. ശിലാസ്ഥാപനകർമ്മത്തിന് ശേഷം കൊട്ടാരത്തിൽ മടങ്ങിയെത്തിയ അദ്ദേഹം തന്റെ സ്യാലനോട് ''ശരി, തമ്പി, ഞാൻ ഇപ്പോൾ അരാജകത്വത്തിന്റെ ശിലാസ്ഥാപനം നടത്തിയിരിക്കുന്നു'' എന്ന് പറഞ്ഞതായി

യൂണിവേഴ്സിറ്റി കോളേജ്

വിശാഖം തിരുനാളിന്റെ ചെറുമകൻ എ.ജെ.തമ്പിയെ ഉദ്ധരിച്ചുകൊണ്ട് റോബിൻ ജെഫ്രി രേഖപ്പെടുത്തിയിട്ടുണ്ട്. റോഡിനു കിഴക്കുവശമുള്ള കെട്ടിടങ്ങൾ ജേക്കബ്സ് എന്ന ഇംഗ്ലീഷുകാരനാണ് രൂപകല്പന ചെയ്തത്. പ്രധാന കെട്ടിടത്തിന്റെ നിർമ്മാണച്ചുമതല ബാർട്ടണായിരുന്നു. ഫിസിക്സ്, മാത്തമാറ്റിക്സ് ബ്ലോക്കുകളുടെ നിർമ്മാണം പില്ക്കാലത്താണ് നടന്നത്.

മഹാരാജാസ് കോളേജ്ഹൈസ്ക്കൂൾ പ്രിൻസിപ്പാളായി 1866 നിയമിച്ച ജോൺ റോസ് ആണ് ഹൈസ്ക്കൂൾ പുനഃസംഘടിപ്പിച്ചത്. രണ്ട് കൊല്ലത്തിനുശേഷം റോബർട്ട് ഹാർവിയും റോസിനൊപ്പം ചേർന്നു. രണ്ടുപേരും എഡിൻബറോ ബിരുദധാരികളായിരുന്നു. തുടർന്നുള്ള ഇരുപതുവർഷം തിരുവിതാംകൂറിലെ വിദ്യാഭ്യാസരംഗം കൈകാര്യം ചെയ്തിരുന്നത് ഇവർ രണ്ടുപേരുമാണ്. സി.വി.രാമൻപിള്ള സ്വന്തം വസതിക്ക് 'റോസ്കോട്ട്' എന്ന പേരും പ്രൊഫ.മനോന്മണീയം സുന്ദരംപിള്ള സ്വന്തം സ്ഥലത്തിന് 'ഹാർവിപുരം' എന്ന പേരും നൽകി ഈ ഗുരുക്കന്മാരെ ആദരിച്ചു.

യൂണിവേഴ്സിറ്റി കോളേജിൽ കാണുന്ന രണ്ട് നില കെട്ടിടം 1870ൽ നിർമ്മിച്ചതാണ്. സ്വീകരണഹാളും മുകളിലേക്കുള്ള കോവണികളുമൊക്കെ ഇതിൽ പെടും. 1919 സ്കൂൾ, കോളേജ് പരിസരത്ത് നിന്ന് മാറ്റിയതോടെ സ്കൂളിന് വേണ്ടി ഉപയോഗിച്ചിരുന്ന കെട്ടിടങ്ങൾ കോളേജിന്റെ ഭാഗമായി മാറി.

മഹാരാജാസ് കോളേജ് ആദ്യം മദ്രാസ് യൂണിവേഴ്സിറ്റിയുമായാണ് അഫിലിയേറ്റ് ചെയ്തിരുന്നത്. മാത്തമാറ്റിക്സ്, കെമിസ്ട്രി, ചരിത്രം, ഫിസിക്സ്, സംസ്കൃതം, ദ്രാവിഡഭാഷകൾ എന്നീ വിഷയങ്ങളിൽ ബി.എ.കോഴ്സുകൾ ആരംഭിച്ചു. 1914ൽ ഇംഗ്ലീഷിലും ചരിത്രത്തിലും

ഓണേഴ്സ് കോഴ്സുകൾ തുടങ്ങി. 1923 ആയപ്പോഴേക്ക് കോളേജിൽ കുട്ടികളുടെ എണ്ണം 837 ആയി. 192425 അദ്ധ്യയനവർഷം ആർട്സ്, സയൻസ് എന്നീ വിഭാഗങ്ങളായി കോളേജ് രണ്ടായി വിഭജിച്ചു. മഹാരാജാസ് ആർട്സ് കോളേജ് തൈക്കാട്ടേക്ക് മാറ്റി. സയൻസ് കോളേജ് അവിടെത്തന്നെ തുടർന്നു. 1937ൽ തിരുവിതാംകൂർ സർവകലാശാല രൂപംകൊണ്ടു. രണ്ട് കോളേജുകളും അവിടത്തെ കോഴ്സുകളും തിരുവിതാംകൂർ സർവ്വകലാശാലയുടെ ഭാഗമായി മാറി. 1942ൽ ആർട്സ് സയൻസ് കോളേജുകൾ വീണ്ടും ഒരുമിച്ചായി.

1942 മുതൽ 1957 വരെ തിരുവിതാംകൂർ യൂണിവേഴ്സിറ്റിയുടെ ആസ്ഥാനം യൂണിവേഴ്സിറ്റി കോളേജായിരുന്നു. 1957ൽ തിരുവിതാംകൂർ യൂണിവേഴ്സിറ്റി കേരള യൂണിവേഴ്സിറ്റിയായതോടെ യൂണിവേഴ്സിറ്റി കോളേജ് കേരള സർവ്വകലാശാലയുടെ കീഴിലായി.

പുത്തൻകച്ചേരി

തിരുവിതാംകൂറിന്റെ ഭരണസിരാകേന്ദ്രമായ ഹജൂർകച്ചേരി പ്രവർത്തിച്ചിരുന്നത്. കൊല്ലത്തായിരുന്നു. ഭരണസൗകര്യങ്ങൾക്കായി കച്ചേരി തിരുവനന്തപുരത്തേക്ക് മാറ്റിയത് സ്വാതിതിരുനാളാണ്. കോട്ടയ്ക്കകത്ത് കുതിരകളെപ്പാർപ്പിച്ചിരുന്ന സ്ഥലം അറ്റകുറ്റപ്പണികൾ നടത്തി അവിടെ കച്ചേരി സ്ഥാപിച്ചു. ഇതുസംബന്ധിച്ച് കൊ.വ. 1008ൻ സ്വാതിതിരുനാൾ ഒരു നീട്ട് പുറപ്പെടുവിച്ചിട്ടുണ്ട്. നാൽപ്പതു വർഷം കോട്ടയ്ക്കകത്ത് പ്രവർത്തിച്ച ഹജൂർ കച്ചേരി ഇന്നത്തെ സെക്രട്ടറിയേറ്റിന് സമീപമുണ്ടായിരുന്ന ആനക്കച്ചേരിയിലേക്ക് മാറ്റിസ്ഥാപിച്ചത് ഉത്രംതിരുനാളാണ്. കച്ചേരി മന്ദിരത്തിന്റെ മുഖപ്പിൽ തുമ്പിക്കൈകളുയർത്തി നിൽക്കുന്ന

ആനക്കച്ചേരി

ഹജൂർ കച്ചേരി

ആനകളുടെ നടുവിൽ ശംഖുമുദ്രയോടുകൂടിയ ചിഹ്നമാണ് ഈ കച്ചേരിയെ ആനക്കച്ചേരിയാക്കിയത്. ആയില്യംതിരുനാളിന്റെ കാലത്ത് ദിവാനായിരുന്ന ടി. മാധവറാവുവിന്റെയും ചീഫ് എഞ്ചിനീയറായിരുന്ന ബാർട്ടൻസായിപ്പിന്റെയും നേതൃത്വത്തിലാണ് ആധുനികസൗകര്യങ്ങളോടുകൂടിയ ഇന്നത്തെ സെക്രട്ടറിയേറ്റ് മന്ദിരം നിർമ്മിച്ചത്. 1869 ജൂലൈ 8ന് കെട്ടിടത്തിന്റെ പണിപൂർത്തിയാക്കി ആഗസ്റ്റ് 23ന് പ്രവർത്തനമാരംഭിച്ചു. ഗ്രീക്ക് വാസ്തു ശില്പ ശൈലിയിലുള്ള അതിപുരാതനമായ ഈ മന്ദിരം പണിയാനുള്ള ഇഷ്ടികകൾ ചുട്ടെടുത്തിരുന്നത് തൊട്ടടുത്തുള്ള ചെങ്കൽചൂളയിലായിരുന്നു. ഇവിടം പിന്നീട് രാജാജിനഗർ ആയി. ചട്ടമ്പിസ്വാമികൾ ചെറുപ്പകാലത്ത് സെക്രട്ടറിയേറ്റ് കെട്ടിടം പണിക്ക് ചുടുകട്ട ചുമക്കുന്ന ജോലി ചെയ്തിട്ടുണ്ടത്രേ.

പുത്തൻചന്തയിൽ ആധുനികസൗകര്യങ്ങളുള്ള ഒരു ഹജൂർകച്ചേരി സ്ഥാപിക്കുന്നതിനുള്ള സ്ഥലം കണ്ടുപിടിച്ചത് ബാർട്ടൺ സായിപ്പാണ്. വഞ്ചിയൂർ അധികാരത്തിൽ 2836-ാം നമ്പർ സർവേയിൽപ്പെട്ടതായിരുന്നു സ്ഥലം. 61903 പണത്തിന് സർക്കാർ ഈ സ്ഥലം വിലയ്ക്കു വാങ്ങി. തിരുവനന്തപുരം സെക്രട്ടേറിയറ്റ് മന്ദിരം നിലനിൽക്കുന്ന നാഗഞ്ചേരി മനക്കാരുടേതായിരുന്നുവെന്ന് അടുത്തകാലത്ത് ഒരു പത്രവാർത്ത കണ്ടു. പതിന്നാലുക്ഷേത്രങ്ങളും എട്ടുമനകളും ഇവരുടെ ഉടമസ്ഥതയിലുണ്ടായിരുന്നു. മാർത്താണ്ഡവർമ്മ മഹാരാജാവിന്റെ കാലത്ത് മുറജപത്തിന്റെ കാർമ്മികത്വം വഹിച്ചിരുന്നത് പെരുമ്പാവൂർ നാഗഞ്ചേരി മനക്കാരത്രേ.

ഹജൂർകച്ചേരി മന്ദിരനിർമ്മാണത്തിന് ദിവാൻ രാമറാവുവിന്റെ പ്രത്യേക മേൽനോട്ടവുമുണ്ടായിരുന്നു. 1865 ഡിസംബർ 7ാം തീയതി

ശനിയാഴ്ച ആയില്യം തിരുനാൾ മഹാരാജാവ് പുത്തൻചന്ത ഹജൂർ കച്ചേരിയുടെ നിർമ്മാണത്തിന് തറക്കല്ലിട്ടു. നാലുവർഷംകൊണ്ട് പണി പൂർത്തിയായി. കെട്ടിടം നിർമ്മിച്ച് ചുറ്റും ഇരുമ്പ് അഴികളും ഗേറ്റും സ്ഥാപിക്കുന്നതിന് 976015½ പണം ചെലവായി എന്നാണ് കണക്ക്. രണ്ട് നിലകളിൽ ആദ്യനിലയുടെ മച്ച് തടികൊണ്ടാണ് നിർമ്മിച്ചിട്ടുള്ളത്. മൂന്നു ബ്ലോക്കുകളായി തിരിച്ചിട്ടുള്ള കച്ചേരിമന്ദിരത്തിന്റെ നടുവിലത്തെ രണ്ടു നിലകളുള്ള ബ്ലോക്കിലാണ് ഡർബാർഹാൾ. ആനക്കൊട്ടിൽ കടന്നാൽ ഡർബാർ ഹാളിലെത്താം. ഡർബാർഹാളിന്റെ പ്രധാന വാതിലിനുമുകളിലായി ഇങ്ങനെ എഴുതിയിരിക്കുന്നു. This building was completed in the year 1869 AD in the reign of His Highness Ramavarma Maharaja of Travancore H.K.G.C.S.T. When His Highness Ramavarma FMV was First Price C.A.BILLARD Esquire. M.G.S. British Resident Sri. T.Madhava Rao. K.C.S. Dewan W.C.BARTON, Esquire MICE (Chief Engineer).

മഹാരാജാവ് തന്റെ മന്ത്രിസഭയിലെ അംഗങ്ങളുമായി മാസത്തിലൊരിക്കൽ കാര്യവിചാരം നടത്തിയിരുന്നത് ഡർബാർഹാളിൽ വച്ചാണ്. ചിത്തിരതിരുനാളിന്റെ കിരീടധാരണചടങ്ങുകൾ നടന്നതും ഇവിടെ വച്ചുതന്നെ. മനോഹരമായ ഡർബാർഹാളിന് ഇരുവശത്തുമായി 20 വാതിലുകളുണ്ട്. റീജന്റ് സേതുലക്ഷ്മിഭായിയുടെ കാലംവരെ തിരുവിതാംകൂർ ഹൈക്കോടതിയും പുത്തൻ കച്ചേരിമന്ദിരത്തിലാണ് പ്രവർത്തിച്ചിരുന്നത്. 1933 ഡിസംബർ 13ന് അന്നത്തെ വൈസ്രോയിയായിരുന്ന വെല്ലിങ്ങ്ടൺപ്രഭു പുതിയ അസംബ്ലി മന്ദിരത്തിന് തറക്കല്ലിട്ടു. മൂന്നു വർഷങ്ങൾക്കുശേഷം 1939 ഫെബ്രുവരി 6-ാം തീയതി ദിവാനായിരുന്ന സി.പി.രാമസ്വാമിഅയ്യർ അസംബ്ലിമന്ദിരം ഉദ്ഘാടനം ചെയ്തു.

1949ലാണ് ഹജൂർ കച്ചേരിയെന്നും പുത്തൻ കച്ചേരിയെന്നുമുള്ള പേരുകൾക്കു പകരം ഗവൺമെന്റ് സെക്രട്ടേറിയറ്റ് എന്ന നാമം ഉറച്ചത്. അപ്പോഴേക്കും തിരുക്കൊച്ചിസംയോജനം നിലവിൽ വന്നു കഴിഞ്ഞിരുന്നു. മൂന്നു ബ്ലോക്കുകളുള്ള സെക്രട്ടേറിയറ്റ് മന്ദിരത്തിന്റെ നടുവിലുള്ള ബ്ലോക്കാണ് ഏറ്റവും പഴക്കമേറിയത്. ഇവിടെയുള്ള ഡർബാർഹാൾ ഇന്ന് സംസ്ഥാനഭരണവുമായി ബന്ധപ്പെട്ട നിരവധി സുപ്രധാന സമ്മേളനങ്ങൾക്ക് സാക്ഷ്യം വഹിക്കുന്നു. പഴയ പുത്തൻകച്ചേരി മന്ദിരത്തിന്റെ വടക്കും തെക്കും ഭാഗങ്ങളിലായി ഇപ്പോൾ പുതിയ മന്ദിരങ്ങളുണ്ട്. സൗത്ത്ബ്ലോക്ക് 1961ൽ പട്ടംതാണുപിള്ള ഉദ്ഘാടനം ചെയ്തു. 1971, 74, 82 എന്നീ വർഷങ്ങളിൽ പുതിയ നിർമ്മിതികൾ സെക്രട്ടേറിയറ്റ് സമുച്ചയത്തിലുണ്ടായി.

തിരുവിതാംകൂറിലെ ഉദ്യോഗ ദുഷ്പ്രഭുത്വത്തിനെതിരെ ജനകീയ സമരം നടത്തി വിജയിക്കുകയും ബ്രിട്ടീഷുകാർക്കെതിരെ പ്രതിരോധം സൃഷ്ടിച്ചെങ്കിലും പരാജയപ്പെട്ടപ്പോൾ ആത്മത്യാഗം ചെയ്യേണ്ടിവരുകയും

ചെയ്ത വേലുത്തമ്പി ദളവയുടെയും ആധുനികതിരുവിതാംകൂറിന്റെ ശിൽപ്പികളിൽ ഒരാളായ ടി.മാധവറാവുവിന്റെയും പ്രതിമകൾ സെക്രട്ടേറിയറ്റിന് മുൻപിലുണ്ട്.

ഹജൂർകച്ചേരിയിലെ ഉദ്യോഗസ്ഥസംവിധാനത്തിൽ പുതുതായി ആളുകളെ നിയമിച്ചിരുന്നത് ഏറ്റവും താണ തസ്തികകളിലുള്ള ക്ലാർക്കുമാരെയാണ്. ഇങ്ങനെ നിയമിക്കപ്പെട്ടവരിൽ ബി.എൽ.ബിരുദമുള്ളവർക്ക് ക്രമേണ മജിസ്ട്രേറ്റായി കയറ്റംകിട്ടും. പിന്നെ അസിസ്റ്റന്റ് പേഷ്ക്കാരായും പേഷ്ക്കാരായും നിയമനം ലഭിക്കും. അന്ന് സെക്രട്ടറിയുടെ ശമ്പളം 450750 രൂപയും ഹൈക്കോടതി ജഡ്ജിയുടെ ശമ്പളം 900 രൂപയും ദിവാന്മാർക്ക് 2000 വും 2500 രൂപയുമായിരുന്നു. പക്ഷേ സർ.സി.പി.ക്ക് ശമ്പളമായി 5000 രൂപ നിശ്ചയിച്ചു.

പുത്തൻചന്ത അച്ചുകൂടം

1839ൽ പുത്തൻചന്തയിൽ ഒരു അച്ചുകൂടം സ്ഥാപിച്ചത് സ്വാതി തിരുനാളിന്റെ ഭരണകാലത്താണ്. അദ്ദേഹം ഈ വിഷയത്തിൽ പ്രത്യേകം താല്പര്യം കാണിച്ചു. തിരുവിതാംകൂറിലെ ആദ്യത്തെ അച്ചുകൂടവും ഇതുതന്നെ. ആ അച്ചുകൂടം വളർന്നാണ് ഇന്നത്തെ ഗവൺമെന്റ് പ്രസ് ആയത്. 1838 മുതൽ 40 വരെയുള്ള കാലയളവിൽ ഈ ആവശ്യത്തിനായി 24399 രൂപ അനുവദിച്ചതായി രേഖയുണ്ട്. 1912ൽ സി.വി.രാമൻപിള്ള ഇവിടെ പ്രസ് സൂപ്രണ്ടായി ജോലി ചെയ്തിട്ടുണ്ട്.

ചെങ്കൽച്ചൂള

നഗരഹൃദയത്തോട് ചേർന്ന് കിടന്നിരുന്ന വിസ്തൃതമായ പാടമാണ് പിന്നീട് ചെങ്കൽച്ചൂളയായി മാറിയത്. നിർമ്മാണ ആവശ്യങ്ങൾക്കുള്ള ചുടുകട്ടകൾ ചുട്ടെടുക്കുന്ന ചൂളയാണ് ചെങ്കൽചൂള. സെക്രട്ടേറിയറ്റിന്റെയും മറ്റ് സർക്കാർ സ്ഥാപനങ്ങളുടെയും നിർമ്മാണത്തിന് വേണ്ട ചെങ്കല്ലുകൾ നിർമ്മിച്ചിരുന്നത് ഇവിടെയാണ്. തൈക്കാട് ശാസ്താ ക്ഷേത്രം വകയായിരുന്നു ഈ സ്ഥലം. സെക്രട്ടേറിയറ്റ് മന്ദിരത്തിന്റെ നിർമ്മാണപ്രവർത്തനങ്ങളിൽ ഏർപ്പെട്ടിരുന്ന തൊഴിലാളികൾ ഇവിടെ താമസിച്ചു. ശ്രീപത്മനാഭസ്വാമിക്ഷേത്രത്തിലെ ഗോപുരനിർമ്മാണത്തിനായി ചെങ്കല്ലുകൾ ഉണ്ടാക്കിയിരുന്നത് പുത്തൻകോട്ടയിലാണ്. 941ൽ പുത്തൻകോട്ടയിൽനിന്ന് പത്മനാഭസ്വാമിക്ഷേത്രത്തിലേക്ക് ചെങ്കൽ ചുമന്ന് കൊണ്ടുവന്നതിന് 1640 പണം ചെലവായതായി മതിലകം രേഖയുണ്ട്.

പുത്തൻചന്ത സുബ്രഹ്മണ്യസ്വാമിക്ഷേത്രം

ഇന്നത്തെ ഹൗസിങ്ങ്ബോർഡ് ജംഗ്ഷനിലാണ് ഈ ക്ഷേത്രം. മുഖ്യ പ്രതിഷ്ഠ സുബ്രഹ്മണ്യൻ. അയ്യപ്പനും പ്രത്യേക ശ്രീകോവിലിൽ

പ്രതിഷ്ഠയുണ്ട്. 983 വൈകാശി 19ന് തമ്പിവേലായുധൻ ചെമ്പകരാമ (വേലുത്തമ്പിദളവ)ന്റെ ഉത്സാഹത്തിലാണ് സുബ്രഹ്മണ്യക്ഷേത്ര പ്രതിഷ്ഠ നടത്തിയത്. പുത്തൻചന്ത നന്ദാവനത്തിൽ സുബ്രഹ്മണ്യസ്വാമിക്ഷേത്ര നിർമ്മാണം കൊ.വ.979ൽ തുടങ്ങി 983ൽ പൂർത്തിയായതായി മതിലകം രേഖയുണ്ട്. ശബരിമല തീപിടിച്ച് നശിച്ചതിനുശേഷം ഡോ. പി.വേലായുധൻപിള്ളയുടെ നേതൃത്വത്തിൽ അയ്യപ്പന്റെ ഒരു പഞ്ചലോഹവിഗ്രഹവുമായി നാടാകെ പര്യടനം നടത്തി. ആ വിഗ്രഹമാണ് പിന്നീട് സുബ്രഹ്മണ്യക്ഷേത്രത്തിൽ പ്രതിഷ്ഠിച്ചത്.

അക്കൗണ്ടന്റ്ജനറൽ ഓഫീസ്

സെക്രട്ടേറിയറ്റിന് സമീപത്തായി ഇന്നത്തെ അക്കൗണ്ടന്റ് ജനറൽ ഓഫീസ് സ്ഥിതിചെയ്യുന്ന സ്ഥലത്ത് ഓടുമേഞ്ഞ ഒരു ഇരുനിലക്കെട്ടിടമുണ്ടായിരുന്നു. ലോകോളേജ് ആദ്യകാലത്ത് പ്രവർത്തിച്ചിരുന്നത് ഇവിടെയാണ്. ആ കെട്ടിടത്തിലാണ് പിന്നീട് അക്കൗണ്ടന്റ് ജനറലിന്റെ ഓഫീസ് ആദ്യംപ്രവർത്തനം തുടങ്ങിയത്. വളപ്പിലെ വടക്കുഭാഗത്തുള്ള ഒന്നര ഏക്കർ സ്ഥലം സ്വാതന്ത്ര്യസമരസേനാനി ഡോ.ചെമ്പകരാമൻ പിള്ളയുടെ ഭാര്യാസഹോദരി ഗോമതി അമ്മാളിന്റേതായിരുന്നു. സെന്റ് ജോസഫ് സ്കൂളും കുറേക്കാലം ഇവിടെ പ്രവർത്തിച്ചിട്ടുണ്ട്. ഏജീസ് ഓഫീസിന്റെ പരിസരത്ത് ഉണ്ടായിരുന്ന സ്വദേശാഭിമാനി രാമകൃഷ്ണ പിള്ളയുടെ പ്രതിമ ഇപ്പോൾ പാളയം ജംഗ്ഷനിലേക്ക് മാറ്റി സ്ഥാപിച്ചിട്ടുണ്ട്.

വഞ്ചിയൂർ

തിരുവനന്തപുരം നഗരത്തിന്റെ പഴയ പേര് വഞ്ചിയൂർ എന്നായിരുന്നു. 'വഞ്ചി' എന്ന പദത്തോട് 'ഊര്' ചേരുമ്പോൾ വഞ്ചിയൂരായി. അങ്ങനെയുണ്ടായ വഞ്ചിയൂരിൽ ശ്രീപത്മനാഭസ്വാമിക്ഷേത്രം സ്ഥാപിതമായതോടെ ക്ഷേത്രവും പരിസരവും തിരുവനന്തപുരമായി. വഞ്ചിയൂർ എന്ന സ്ഥലനാമത്തിന്റെ ആഗമത്തെക്കുറിച്ച് സ്ഥലനാമ ചരിത്രകാരനായ വി.വി.കെ. വാലത്ത് പറയുന്നുണ്ട്. അതെന്താണെന്ന് നോക്കാം.

''കൊടുങ്ങല്ലൂരെ ആദിചേര തലസ്ഥാനമായ വഞ്ചിക്ക് കൊല്ലവുമായി ഉണ്ടായ ബന്ധം മൂലമാണ് രണ്ടാം ചേര സാമ്രാജ്യകാലത്ത് വേണാട് രാജാക്കന്മാരുടെ തലസ്ഥാനമായ കൊല്ലത്തിന് 'തെൻവഞ്ചി' എന്ന പേരുണ്ടായത്. എ.ഡി. 1469 ലെ തിരുക്കണം കുടി ക്ഷേത്രത്തിലെ മണിയിൽ കൊത്തിയിരിക്കുന്ന ലിഖിതത്തിലാണ് കൊല്ലത്തെ തെൻവഞ്ചി എന്ന് വിശേഷിപ്പിച്ചിട്ടുള്ളത്. മഹോദയപുരം കുലശേഖരന്മാരുടെ വംശപരമ്പരയാണ് വഞ്ചി എന്ന മൂലസ്ഥലനാമത്തെ അവിടെനിന്ന് തെക്ക് കൊല്ലത്തേക്കും പിന്നീട് തിരുവനന്തപുരത്തേക്കും (പത്മനാഭസ്വാമി ക്ഷേത്രത്തിന്റെ സ്ഥാപനത്തിനുശേഷം) പറിച്ചുനട്ടതെന്ന്

ഈ വസ്തുത തെളിയിക്കുന്നു. അതുകൊണ്ടാണ് തിരുവനന്തപുരം എന്ന നാമം ജനിക്കുന്നതിന് മുൻപ് ആ സ്ഥലത്തിന് വഞ്ചിയൂർ എന്ന പേരുണ്ടായതും തിരുവനന്തപുരം കോർപ്പറേഷനിൽ വഞ്ചിയൂർ വില്ലേജിന്റെ പേര് ഇന്നും നിലനിൽക്കുന്നതും.''

സംഘകാല ചേരന്മാരുമായി രക്തബന്ധമുണ്ടായിരുന്ന അതിയമാന്മാരിൽനിന്നാണ് വേണാട് രാജവംശം ഉണ്ടായതെന്നും ചേരന്മാരുടെ തലസ്ഥാനങ്ങൾ വഞ്ചിയൂരുകളായി അറിയപ്പെട്ടുവെന്നുമാണ് പ്രബലമായ വിശ്വാസം. പത്മനാഭസ്വാമി ക്ഷേത്രഗോപുരത്തിന്റെ മുകൾവശത്തിന് വഞ്ചിയുടെ ആകൃതി നൽകിയിരിക്കുന്നത് വഞ്ചിവംശത്തിന്റെ പ്രതീകമായിട്ടാണെന്ന് കരുതുന്നു. തിരുവിതാംകൂർ രാജാക്കന്മാർ 'വഞ്ചിപാലകുലശേഖര' എന്ന ബിരുദം ഉപയോഗിച്ചിരുന്നുവെന്നും ഓർമ്മിക്കാം.

വി.നാഗമയ്യ തയ്യാറാക്കിയ 1904ലെ തിരുവിതാംകൂർ സർവേ ആന്റ് സെറ്റിൽമെന്റ് രജിസ്റ്ററിൽ വഞ്ചിയൂർ വില്ലേജിന്റെ എലുകകൾ ഇങ്ങനെ രേഖപ്പെടുത്തിയിരിക്കുന്നു. വടക്ക് മഠത്തുവിളാകം തെക്ക് മുട്ടത്തറ പടിഞ്ഞാറ് കടകംപള്ളിയും പാൽക്കുളങ്ങരയും കിഴക്ക് ചെങ്ങഴിശ്ശേരിയും ഐരാണിമുട്ടവും. വഞ്ചിയൂർ അധികാരത്തിലെ ഭൂമിയിലാണ് സെക്രട്ടേറിയറ്റ് മന്ദിരം നിർമ്മിച്ചത്.

തമ്പാനൂർ, പഴവങ്ങാടി, വഞ്ചിയൂർ, പാറ്റൂർ, കണ്ണമ്മൂല എന്നീ പ്രദേശങ്ങൾ കടന്ന് ആക്കുളത്തെത്തുന്ന ആമയിഴഞ്ചാൻതോടിന്റെ ഇരുവശങ്ങളിലും വിശാലമായ നെൽപ്പാടങ്ങളായിരുന്നു. തിരുവനന്തപുരത്തെ എട്ട് പ്രധാന ഏലാകളിൽ ഒന്നായിരുന്നല്ലോ വഞ്ചിയൂർ ഏല. ധാരാളം നെല്ല് വിളയിച്ചിരുന്ന വഞ്ചിയൂർ ഏലായ്ക്ക് അനുഗ്രഹമായിരുന്ന വഞ്ചിയൂർക്കുളം ഇന്നില്ല. അവിടെയാണ് ശ്രീശങ്കര സംസ്കൃത സർവകലാശാലയുടെ പ്രാദേശികകേന്ദ്രം.

പഴയ വഞ്ചിയൂരിന്റെ പല ഭാഗങ്ങളും മുൾച്ചെടികളും വൻവൃക്ഷങ്ങളും വളർന്നുനിൽക്കുന്ന കാടായിരുന്നു. വഞ്ചിയൂരിലെ ഭൂപ്രകൃതിയെക്കുറിച്ച് രാമരാജാബഹദൂറിൽ 6-ാം അദ്ധ്യായത്തിൽ സി.വി.രാമൻപിള്ളയുടെ സ്വതസിദ്ധമായ ശൈലിയിലുള്ള വിവരണമുണ്ട്. അതിന്റെ ചുരുക്കം പറയാം. വഞ്ചിയൂർപാടത്തിൻ പൂർവ്വോത്തരഭാഗത്തുള്ള ചെറുകുന്നുകൾ അകാലമൃത്യുവടഞ്ഞവരുടെ ശവകുടീരങ്ങൾ നിറഞ്ഞ ഭൂമിയായിരുന്നു. പാടത്തിന്റെ പടിഞ്ഞാറേ കരയിലുണ്ടായിരുന്നത്, ഒരു തെക്കൻ പ്രഭുവിന്റെ ഭവനമാണ്. കാടിന്റെ അതിരുകളിൽ അദ്ദേഹത്തിന്റെ ആശ്രിതരായ ചെട്ടികളും ചാന്നാന്മാരും കുടിലുകൾ കെട്ടി താമസിച്ചിരുന്നു. വനത്തിന്റെ കിഴക്കേ ഖണ്ഡത്തിലായിരുന്നു പുത്തൻകച്ചേരി. പൗരജനങ്ങളാൽ വർജ്ജിക്കപ്പെട്ട ഈ കാട്ടിൽ കള്ളന്മാർക്കുമാത്രം പരിചയമുള്ള ഊടുവഴികളും ദുഷ്ടമൃഗങ്ങളുമാണുണ്ടായിരുന്നത്. പെരിഞ്ചക്കോടന്റെ വിഹാരഭൂമിയായിരുന്നു ഈ കാട്.

ക്ഷേത്രസംരക്ഷണവും കൊട്ടാരസംരക്ഷണവുമായി തിരുവിതാംകൂർ രാജകുടുംബത്തോട് വിധേയത്തം കാണിച്ചിരുന്ന പലരും പതിനെട്ടാം നൂറ്റാണ്ടിൽ തലസ്ഥാനം തിരുവനന്തപുരത്തേക്ക് മാറ്റിയതോടെ വഞ്ചിയൂരിൽ താമസിച്ചിരുന്നു. എട്ടരയോഗത്തിലെ ആറ് പോറ്റിമഠങ്ങളിൽ ഒന്നാണ് അത്തിയറമഠം. അത്തിയറയ്ക്ക് രണ്ട് ശാഖകളുണ്ട് ഒന്ന് വഞ്ചിയൂർ അത്തിയറയും മറ്റൊന്ന് കൊല്ലൂർ അത്തിയറയും. ഉമയമ്മറാണി പത്മനാഭസ്വാമിക്ഷേത്രത്തിലെ തന്ത്രം തരണനല്ലൂർ കുടുംബത്തിലെ നെടുമ്പള്ളി ശാഖയെ ഏൽപ്പിക്കുന്നതിന് മുൻപ് തന്ത്രം ഊഴം വ്യവസ്ഥയിൽ അത്തിയറയിലെ ഈ രണ്ട് ശാഖകൾക്കായിരുന്നു. ഋഷിമംഗലം കുളത്തിന്റെ കരയിലെ ശ്രീകൃഷ്ണസ്വാമി ക്ഷേത്രം വഞ്ചിയൂർ അത്തിയറക്കാരുടെ വകയാണ്. കുളം ഋഷിമംഗലത്തിന് അനുഗ്രഹമായി ഇന്നുമുണ്ട്.

വഞ്ചിയൂർ തോടിന്റെ കരയിലെ പൊലീസ് സ്റ്റേഷനെതിരെയുള്ള 'പൂമുഖത്ത് അമ്മവീട്' പണ്ട് രാജകുടുംബത്തിന്റേതായിരുന്നുവത്രേ. അവിടെ മഹാരാജാവ് പൂജിച്ചിരുന്ന ഒരു ഗണപതി വിഗ്രഹം ഇന്നും പൂജിക്കുന്നുണ്ട്. ആനക്കുഴി എന്ന ആനകളെ കുളിപ്പിച്ചിരുന്ന കുളം റെയിൽവേ ദീർഘിപ്പിക്കുന്നതിന്റെ ഭാഗമായി നികത്തി. ഉപ്പിടാമൂട് എന്ന പേരിന് കാരണം ഇവിടെയുണ്ടായിരുന്ന 'ഉൾപ്പിടാക' അമ്മവീടാണ്. ശ്രീമൂലം തിരുനാൾ വഞ്ചിയൂര് സ്കൂൾ തുടങ്ങിയത് വഞ്ചിയൂർ കുളം നികത്തിയായിരുന്നല്ലോ. ഇരുപത്തിഅഞ്ച് വർഷം അവിടെ പ്രവർത്തിച്ച സ്കൂൾ 1943ൽ തമ്പാനൂരിലേക്ക് മാറ്റി. ശ്രീമൂലവിലാസം സ്കൂളെന്ന പേര് എസ്.എം.വി. സ്കൂളായി ചുരുങ്ങിയിട്ടു നാളേറെയായി. വഞ്ചിയൂർ സ്കൂൾ പ്രവർത്തിച്ചിരുന്നിടത്താണ് ഇന്നത്തെ ജില്ലാ കോടതി.

തമ്പാനൂർ

തമ്പാന്റെ ഊരാണ് തമ്പാനൂരായത്. ആരാണി തമ്പാൻ? സ്വാതി തിരുനാൾ മഹാരാജാവിന്റെ പള്ളിയറ വിചാരിപ്പുകാരനായിരുന്നു കുഞ്ചുണ്ണിത്തമ്പാൻ. ഇരയിമ്മൻതമ്പിയുടെ മകൾ കുട്ടിക്കുഞ്ഞുതമ്പുരാട്ടിയുടെ ഭർത്താവായിരുന്നത്രേ ചേർത്തല നടുവിലെ കോവിലകത്തെ ഈ തമ്പാൻ. കൊ.വ. 1012ലെ ഹജൂര് തിരട്ടുകളില് തമ്പാന്റെ കടം വീട്ടുവകയ്ക്ക് 2250 പണം നല്കിയതായി കാണുന്നു. രാജാവിന്റെ ഉപദേശകരിൽ ഒരാളുമായ ഇദ്ദേഹത്തിന് സഞ്ചരിക്കാൻ പല്ലക്കും പല്ലക്ക് ചുമക്കുന്നവർക്ക് ചുമട്ടുകൂലിയുമൊക്കെ സർക്കാർ അനുവദിച്ചിരുന്നു. അങ്ങനെയെങ്കിൽ ''വെള്ളക്കോട്ടിൽ തമ്പാനൂരിൽ തലൈത്തോടുനിലം'' എന്ന് കൊല്ലൂർമഠം ചെപ്പേടിലെ കുറിപ്പിൽ പറയുന്ന തമ്പാനൂർ ഏത് എന്ന ചോദ്യം ഉത്തരം കിട്ടാതെ നിൽക്കുന്നു. കൊല്ലൂർമഠം ചെപ്പേടിന്റെ കാലം 12-ാം നൂറ്റാണ്ടാണ്. കാർത്തിക തിരുനാൾ ജീവിച്ചിരുന്നത് 18-ാം നൂറ്റാണ്ടിലും. തമ്പാനൂരിൽ റെയിൽവേ സ്റ്റേഷൻ വരുന്നതിന് മുൻപ്

ആ പ്രദേശത്തെ ഏലാകളിലെ ജലസേചനത്തിനായി സാമാന്യം ഒരു വലിയ തോടുണ്ടായിരുന്നു എന്നതും കൂട്ടി വായിക്കണം. ഈ തോടിനോട് ചേർന്നുള്ള സ്ഥലങ്ങളായിരുന്നു കിള്ളിപ്പാലവും പുത്തൻചന്തയും വഞ്ചിയൂരുമൊക്കെ.

വഞ്ചിയൂർ ഇന്ന് തിരുവനന്തപുരം കോർപ്പറേഷന്റെ ഭാഗമാണ്. പണ്ട് തമ്പാനൂർ, വഞ്ചിയൂർ, ജഗതി, പുത്തരിക്കം തുടങ്ങിയ സ്ഥലങ്ങൾ വിശാലമായ ഏലാകളായിരുന്നു. 921ൽ പാങ്ങോട് ചിറയിൽനിന്ന് ആറു വെട്ടി തെർപ്പക്കുളത്തിൽ കൊണ്ടുവിടുന്നതിന് തമ്പാനൂർ ഏലായിൽ ആറ്റുവരമ്പ് കോരിപ്പിടിച്ചതിന്റെ ചെലവ് കണക്ക് മതിലകം രേഖയിലുണ്ട്.

തിരുവനന്തപുരത്തെ ഇന്നത്തെ കാരണവന്മാർക്ക് സുപരിചിതമായിരുന്നു തമ്പാനൂരെ മാഞ്ഞാലിക്കുളം. പുതിയ തലമുറ മാഞ്ഞാലിക്കുളം റോഡ് അറിയുമായിരിക്കും. വാവൽഞാലിക്കുളം എന്നായിരുന്നു കുളത്തിന്റെ പഴയ പേര്. കുളത്തിന്റെ കരയിലെ വൃക്ഷങ്ങളിൽ ധാരാളം വാവലുകൾ ഉായിരുന്നു. പിൽക്കാലത്ത് കുളം നികത്തി കളിക്കളമാക്കി. ഒരു ചെറുമഴയത്തുപോലും തമ്പാനൂരിലെ വെള്ളക്കെട്ട് കാണുമ്പോൾ കുളം നികത്തിയത് തെറ്റായ നടപടിയാണെന്ന് ആർക്കും തോന്നും.

കൊല്ലംചാക്ക റെയിൽപ്പാതയുടെ പണി 1904ൽ ആരംഭിച്ച് 1913ൽ പൂർത്തിയായി. റെയിൽപ്പാത തമ്പാനൂർ വരെയെത്താൻ പിന്നെയും വൈകി. 1931ൽ തമ്പാനൂരിലേക്ക് ട്രെയിനുകളെത്താനുള്ള ഒരുക്കങ്ങളായി. അപ്പോൾ റീജന്റ് സേതുലക്ഷ്മിഭായിയുടെ ഭരണമായിരുന്നു. റെയിൽവേ സ്റ്റേഷന് എതിർവശത്തായാണ് കെ.എസ്.ആർ.ടി.സി. ബസ് സ്റ്റാന്റ്. ഇതോടെ വയലും ചതുപ്പുനിലങ്ങളും തോടും കുളവുമൊക്കെയായിക്കിടന്നിരുന്ന തമ്പാനൂർ നഗരത്തിലെ ഏറ്റവും തിരക്കേറിയ പ്രദേശമായി. പുതിയ സിനിമാകൊട്ടകകൾ ഉണ്ടായി. തിരുവനന്തപുരത്തേക്ക് റോഡ് മാർഗവും ട്രെയിനിലൂടെയും വരുന്ന യാത്രക്കാർക്കായി ഭക്ഷണശാലകളും ലോഡ്ജുകളുമുണ്ടായി.

ചെറുതെങ്കിലും യാത്രക്കാർക്ക് ആശ്വാസം നൽകിയിരുന്ന ഒരു സത്രം റെയിൽവേ സ്റ്റേഷനോട് ചേർന്നുണ്ടായിരുന്നു. സി.പി.സത്രം എന്നറിയപ്പെട്ടിരുന്ന സചിവോത്തമസത്രം. ഒരുകാലത്ത് തിരുവനന്തപുരത്തെ രാഷ്ട്രീയ സാമൂഹിക പ്രവർത്തകരുടെ കേന്ദ്രമായിരുന്നു ഈ സത്രം. തിരുവിതാംകൂറിലെ പല രാഷ്ട്രീയ സംഭവവികാസങ്ങളുടെയും അവലോകനവും ചർച്ചയുമൊക്കെ നടന്ന സത്രമാണിത്. ദിവാനായിരുന്ന സി.പി.രാമസ്വാമി അയ്യരുടെ ഷഷ്ടിപൂർത്തി ആഘോഷങ്ങളുടെ ഭാഗമായി അദ്ദേഹത്തിന്റെ ഒരു പ്രതിമ സത്രത്തിൽ സ്ഥാപിച്ചിരുന്നു. ഉത്തരവാദഭരണ പ്രക്ഷോഭങ്ങളുടെ ഭാഗമായി ഈ പ്രതിമ തകർക്കപ്പെട്ടു. തിരുവിതാംകൂറിലെ സി.പി.യുടെ ഭരണം വർത്തമാനകാലത്തിലും ഓർമ്മിക്കപ്പെടുന്നുവെന്നതാണ് അദ്ദേഹത്തിനുള്ള അംഗീകാരം. ഒരിക്കൽ

മദ്രാസിൽവച്ച് സർ സി.പി.യെ സന്ദർശിച്ച വൈക്കം ചന്ദ്രശേഖരൻ നായരോട് ''തിരുവിതാംകൂറുകാരോട് എനിക്ക് പ്രത്യേക സ്നേഹമാണ് അവർ എന്നെ ഓർക്കും ഒരു ഇരുപത് വർഷം കഴിഞ്ഞ്''എന്ന് പറഞ്ഞതായി പട്ടം രാമചന്ദ്രൻനായർ രേഖപ്പെടുത്തിക്കാണുന്നു.

റെയിൽവേ സ്റ്റേഷന് എതിർവശത്തായി സ്വാതന്ത്ര്യസമരസേനാനി പൊന്നറ ശ്രീധറിന്റെ ഓർമ്മയ്ക്കായി നിർമ്മിച്ച ഒരു പാർക്ക്. ഇതും കുളം നികത്തിയാണ് നിർമ്മിച്ചത്. വെയർഹൗസിങ്ങ് കോർപ്പറേഷന്റെ ആസ്ഥാനവും ഇന്നു കാണുന്ന ലോറികളുടെ പാർക്കിങ്ങ് സ്ഥലവും ഉണ്ടാക്കിയത് വാണിയംകുളം നികത്തിയാണ്. തിരുവനന്തപുരം റെയിൽവേ സ്റ്റേഷനും റെയിൽപ്പാളങ്ങളും ബസ് സ്റ്റേഷനുമൊക്കെ നിർമ്മിച്ചതും വയൽ നികത്തിത്തന്നെ. തമ്പാനൂർ ഏലയായിരുന്നു തിരുവനന്തപുരത്തെ ഏറ്റവും വിസ്തൃതമായ ഏല. തമ്പാനൂർ ഏലായ്ക്ക് ചുറ്റുമായിരുന്നു വലിയശാല കാന്തള്ളൂർ മഹാദേവക്ഷേത്രവും പഴവങ്ങാടിയും തൈക്കാടും. പത്മനാഭസ്വാമി ക്ഷേത്രത്തിലെ പൂജയ്ക്ക് ആവശ്യമായ പൂക്കൾക്കുവേണ്ടിയുള്ള നന്ദാവനങ്ങളായിരുന്നു ഏലാക്കരയിൽ. ഇപ്പോഴത്തെ ശാന്തിനഗറിലും ഗാന്ധാരിയമ്മൻകോവിലിന്റെ പരിസരത്തുമായിരുന്നു ഈ നന്ദാവനങ്ങൾ. തമ്പാനൂരിലും പരിസരത്തുമായി ധാരാളം ക്ഷേത്രങ്ങളുണ്ട്.

പൂജപ്പുര

തിരുവനന്തപുരത്തെ പ്രധാന ആഘോഷങ്ങളിലൊന്നാണ് നവരാത്രി മഹോത്സവം. രാജഭരണകാലത്ത് തിരുവിതാംകൂറിന്റെ ഔദ്യോഗിക ചടങ്ങായിരുന്നു ഇത്. പത്മനാഭസ്വാമിക്ഷേത്രത്തിലെ ആറാട്ടുപോലെ തന്നെ നവരാത്രി പൂജയുമായി ബന്ധപ്പെട്ട ആഘോഷങ്ങളും നാട്ടുകാർക്ക് പ്രിയപ്പെട്ടതാണ്. നവരാത്രികാലത്ത് പത്മനാഭപുരത്തുനിന്നും ശുചീന്ദ്രത്തുനിന്നും കുമാരകോവിലിൽനിന്നും എഴുന്നള്ളിച്ച് കൊണ്ടുവരുന്ന ഉത്സവവിഗ്രഹങ്ങൾ തിരികെ കൊണ്ടുപോകുമ്പോൾ ഇറക്കി പൂജ നടത്തുന്ന സ്ഥലമാണ് പൂജപ്പുരയിലെ സരസ്വതീമണ്ഡപം. ഈ മണ്ഡപമായിരിക്കാം പ്രദേശത്തിന് പൂജപ്പുര എന്ന പേര് നേടിക്കൊടുത്തത്.

അനിഴം തിരുനാൾ മാർത്താണ്ഡവർമ്മയുടെ കാലത്ത് നവരാത്രി മഹോത്സവം ആരംഭിച്ചുവെന്നാണ് വിശ്വാസം. കൊ.വ.972ലെ ഉത്സവത്തിന്റെ വേദി കാർത്തിക തിരുനാൾ മഹാരാജാവ് തിരുവനന്തപുരത്തേക്ക് മാറ്റി. അന്ന് തലസ്ഥാനം പത്മനാഭപുരം തന്നെയായിരുന്നു. പത്മനാഭപുരത്ത് നിന്ന് ആനപ്പുറത്താണ് സരസ്വതീവിഗ്രഹം കൊണ്ടുവരുന്നത്. ഇതോടൊപ്പം അവിടെ പൂജിച്ചുവച്ചിട്ടുള്ള പള്ളിവാൾ രാജപ്രതിനിധിയെ ഏൽപ്പിക്കും. വരുന്ന വഴിയിൽ നെയ്യാറിൽ വിഗ്രഹങ്ങൾ ആറാടിക്കാറുണ്ട്. തിരുവനന്തപുരത്തെത്തുന്ന ഉത്സവവിഗ്രഹങ്ങളെ രാജാവ് നേരിട്ടെത്തി സ്വീകരിക്കുകയും പള്ളിവാൾ ഏറ്റുവാങ്ങി ദേവിയെ

സരസ്വതീമണ്ഡപം

നവരാത്രി മണ്ഡപത്തിലേക്ക് ആനയിക്കുകയും വേണം. മുന്നൂറ്റിനങ്കയെ ചെന്തിട്ടകോവിലിലും കുമാരസ്വാമിയെ ആര്യശാല ക്ഷേത്രത്തിലും എഴുന്നള്ളിച്ചിരുത്തും. ഇരുപതോളം നെറ്റിപ്പട്ടം കെട്ടിയ ആനകൾ മുന്നൂറോളം കുതിര, ആയുധധാരികളായ സൈനികർ, ബാൻഡുമേളം, പ്രധാന ഉദ്യോഗസ്ഥർ എന്നിവരുടെ അകമ്പടിയോടെ ആറു വെള്ള ക്കുതിരകളെ പൂട്ടിയ രഥത്തിലായിരുന്നു രാജാവിന്റെ എഴുന്നള്ളത്ത്. വൈകുന്നേരം ആറുമണിയോടെ ഘോഷയാത്ര പൂജപ്പുരമണ്ഡപത്തി ലെത്തും. ഇന്ന് ചടങ്ങുകളൊക്കെ നാമമാത്രമായിരിക്കുന്നു.

നിരന്തരമായി യുദ്ധങ്ങൾ നടന്നിരുന്ന മാർത്താണ്ഡവർമ്മ മഹാ രാജാവിന്റെ കാലത്ത് നായർപട ആയുധപൂജ നടത്തിയിരുന്ന സ്ഥല മാണ് പൂജപ്പുര. സ്വാതിതിരുനാളാണ് ഇവിടെ ഒരു മണ്ഡപം നിർമ്മി ച്ചത്. ക്ഷേത്രസങ്കല്പത്തിന്റെ കണക്കനുസരിച്ച് നിർമ്മിച്ച മണ്ഡപം ദക്ഷിണേന്ത്യൻ വാസ്തുവിദ്യയെയാണ് അനുകരിച്ചിരിക്കുന്നത്. കൽ ത്തൂണുകളിലെ അലങ്കാരപ്പണികൾ കൂടാതെ വിവിധ രൂപങ്ങളും കൊത്തി വച്ചിട്ടുണ്ട്. ഒരു കൊച്ചു ശ്രീകോവിലും അതിനെചുറ്റിയുള്ള ചുറ്റമ്പലവു മാണുള്ളത്. വിജയദശമിമണ്ഡപം എന്നും ഈ മണ്ഡപം അറിയപ്പെടുന്നു. സ്വാതിതിരുനാൾ കോട്ടയ്ക്കകത്തുായിരുന്ന ചൊക്കട്ടാമണ്ഡപം (നൃത്ത മണ്ഡപം) പൊളിച്ചുകൊുവന്ന് ഇവിടെ സ്ഥാപിക്കുകയായിരുന്നു. ചൈനീസ് വാസ്തുവിദ്യ അനുസരിച്ച് നിർമ്മിച്ചതാണ് പൂജപ്പുരയിലെ നൃത്തമണ്ഡപം. ഗുരു ഗോപിനാഥിന്റെ നേതൃത്വത്തിലായിരുന്നു ഇവിടെ നൃത്തപരിപാടികൾ നടന്നിരുന്നത്.

1841ൽ വിജയവിലാസം എന്ന പേരിൽ ഒരു കൊട്ടാരവും പൂജപ്പുര യിൽ നിർമ്മിച്ചു. വിഗ്രഹങ്ങൾക്ക് അകമ്പടിയായി വന്നിരുന്ന രാജാവും

സെൻട്രൽ ജയിൽ

പരിവാരങ്ങളും എഴുന്നള്ളത്തിനുശേഷം വിശ്രമിച്ചിരുന്നത് ഈ കൊട്ടാരത്തിലാണ്. സ്വാതിതിരുനാൾ രാജാവായിരുന്നപ്പോൾ അനുജനായ ഉത്രം തിരുനാൾ ഈ കൊട്ടാരത്തിൽ താമസിച്ചിരുന്നു.

അഞ്ചാമട, ആറാമട വില്ലേജുകളിൽ ഉൾപ്പെട്ടു കിടക്കുന്ന സ്ഥലമാണ് പൂജപ്പുര. വർഷകാലത്തെ വെള്ളപ്പൊക്കം നിയന്ത്രിക്കാൻ ഇവിടെനിന്ന് കരമനയാറ്റിലേക്ക് ആറ് മടകൾ വെട്ടിയിരുന്നു. അരയല്ലൂർ, അണ്ണൂർ, കൊങ്കളം, മുടവൻമുകൾ, തമലം, ത്രിവിക്രമമംഗലം എന്നിവിടങ്ങളിലായാണ് ആറാമട. ഇവയൊക്കെ പിന്നെ സ്ഥലപ്പേരുകളായി. അഞ്ചാമടയുടെ തെക്കെ അതിരാണ് ആറാമട. പൂജപ്പുര ജയിൽ അഞ്ചാമടയിൽപ്പെട്ടതാണ്.

വിജയവിലാസം കൊട്ടാരം

പൂജപ്പുരയിലെ ചുമടുതാങ്ങി, ശ്രീമൂലം തിരുനാളിന്റെ ഷഷ്ഠിപൂർത്തി സ്മാരകം

പൂജപ്പുരയുടെ ഒരു ഭാഗം ചാടിയറ എന്നും അറിയപ്പെടുന്നു. മൃത ദേഹാവശിഷ്ടങ്ങൾ ചാടി (നന്നങ്ങാടി)യിൽ നിക്ഷേപിച്ച് കുഴിച്ചിടുന്നത് മഹാശിലാകാലത്തെ ഏർപ്പാടാണ്. ഇവിടത്തെ സംസ്കാരത്തിന്റെ പഴക്കവും ഇതിൽ നിന്നു മനസ്സിലാക്കാം.

കേരളത്തിലെ വലിയ ജയിലുകളിലൊന്ന് പൂജപ്പുരയിലാണ്. കോട്ടയ്ക്കകത്ത് നായർ പട്ടാളത്തിന്റെ ഭാഗമായി ഉണ്ടായിരുന്ന ജയിൽ പൂജപ്പുരയിലേക്ക് മാറ്റി സ്ഥാപിക്കുകയായിരുന്നു. 1886–87 കാലയളവിലായിരുന്നു ഈ മാറ്റം. കോട്ടയ്ക്കകത്ത് ജയിലായിരുന്നിടത്ത് ഇപ്പോൾ സെൻട്രൽ ആർക്കൈവ്സ് പ്രവർത്തിക്കുന്നു. സെൻട്രൽ ജയിലിനഭിമുഖമായാണ് കുട്ടികളുടെ ദുർഗുണപരിഹാര പാഠശാല. ആക്റ്റിങ് റസിഡന്റായിരുന്ന ഹാനിംഗ്ടന്റെ നിർദ്ദേശപ്രകാരം ദിവാൻ ശേഷയ്യശാസ്ത്രിയുടെ കാലത്താണ് തിരുവനന്തപുരത്ത് സെൻട്രൽ ജയിലും കൂടാതെ ജില്ലകൾതോറും ഓരോ ജയിലും സ്ഥാപിച്ചത്. വിശാഖം തിരുനാൾ തന്റെ ഭാര്യയായ അരുമന അമ്മച്ചിക്ക് വേണ്ടി നിർമ്മിച്ച വീട് ഇന്നത്തെ റെയിൽവേ ഹൗസിങ്ങ് കോളനിക്കുള്ളിലാണ്. സ്വാതിതിരുനാളിന്റെ വിശ്രമകേന്ദ്രമായിരുന്ന കുന്നിന്മേൽ ബംഗ്ലാവ് ഇന്നില്ല.

സരസ്വതി മണ്ഡപത്തിന് വടക്ക്മാറി ചാടിയറ ഏലാക്കരയിലാണ് നടുതല ഭഗവതിക്ഷേത്രം. വേണാടു രാജാക്കന്മാരുടെ വീരസൈനികരിൽ പ്രമുഖരായ നടുതല നായർവീട്ടിലെ കാരണവന്മാർ കുശക്കോട്ട് മഹാദേവക്ഷേത്രത്തിൽനിന്നും ആവാഹിച്ചുകൊണ്ടുവന്ന ദുർഗ്ഗാദേവിയാണ് ഇവിടുത്തെ പ്രതിഷ്ഠ. പൂജപ്പുര തിരുമല റോഡിൽ അൽപ്പം വടക്ക് മാറിയാണ് ചെങ്കള്ളൂർ മഹാദേവക്ഷേത്രം. ശിവൻ പ്രധാന ആരാധനാമൂർത്തിയായുള്ള ഈ ക്ഷേത്രത്തിന് നൂറ്റാണ്ടുകളുടെ പഴക്കമുണ്ട്. തിരുവിതാംകൂർ മഹാരാജാക്കന്മാർ വിശ്രമത്തിനെത്തിയിരുന്ന മുടവൻമുകൾ

കൊട്ടാരം കരമനയാറിന്റെ കരയിലാണ്. രാജാവാഴ്ചക്കാലത്ത് വിദേശീയരായ സന്ദർശകരും ഈ കൊട്ടാരത്തിൽ താമസിച്ചിരുന്നു. തിരുവിതാംകൂർ രാജാക്കന്മാരുടെ അസ്ഥിത്തറകൾ സ്ഥാപിച്ച കാലത്ത് പൂജപ്പുര രാജധാനിക്ക് പുറത്തായിരുന്നു.

കേശവദാസപുരം

തിരുവനന്തപുരത്ത് നാഷണൽ ഹൈവേയും എം.സി.റോഡും തമ്മിൽ പിരിയുന്നിടമാണ് കേശവദാസപുരം കവല. കേശവദാസപുരത്തിന്റെ പഴയപേര് 'കറ്റച്ചക്കോണം' എന്നായിരുന്നു. കൽത്തച്ചന്മാർ താമസിച്ചിരുന്ന സ്ഥലം. പത്മനാഭസ്വാമിക്ഷേത്രത്തിന്റെ പതിനെട്ടാം നൂറ്റാണ്ടിലെ നവീകരണത്തിനായി തമിഴ്നാട്ടിലെ കോട്ടാർ, തിരുനെൽവേലി എന്നിവിടങ്ങളിൽനിന്നും കൊണ്ടുവന്ന് പാർപ്പിച്ചവരായിരുന്നു ഈ കൽപ്പണിക്കാർ. പിൽക്കാലത്ത് ഇവർ റോഡുവക്കിലിരുന്ന് അരകല്ലുകളും ആട്ടുകല്ലുകളും വിൽപ്പനയ്ക്കായി ഉണ്ടാക്കിയിരുന്ന കാഴ്ച നമ്മുടെ കാരണവന്മാർക്ക് പരിചിതമായിരുന്നു.

കറ്റച്ചക്കോണത്തിന് അതിന്റെ പുരാതനമായ നാമം നഷ്ടമായത് മഹാത്മാഗാന്ധി കോളേജിന്റെ വരവോടെയാണ്. നായർ സർവ്വീസ് സൊസൈറ്റിയുടെ ആദ്യത്തെ കലാലയം തുടങ്ങിയത് പെരുന്താന്നിയിലെ വടശ്ശേരി അമ്മ വീട്ടിലായിരുന്നു. ആറ് ഏക്കർ തെങ്ങിൻപുരയിടവും അതിലുണ്ടായിരുന്ന നാലുകെട്ടുകളും മറ്റ് നിർമ്മിതികളും ആണ്ടിൽ രണ്ടായിരം രൂപ പാട്ടത്തിനും വാടകയ്ക്കുമായാണ് എൻ.എസ്.എസിന് ലഭിച്ചത്. 1948 ജൂണിൽ അന്നത്തെ ജനകീയ മന്ത്രിസഭയിലെ മുഖ്യമന്ത്രി പട്ടം താണുപിള്ള പെരുന്താന്നിയിലെ കോളേജ് ഉദ്ഘാടനം ചെയ്തു. ശ്രീമൂലം തിരുനാളിന്റെ പൗത്രിയുടെ പുത്രൻ വടശ്ശേരി ശ്രീ വേലായുധൻതമ്പിയായിരുന്നു സ്ഥലത്തിന്റെ ഉടമസ്ഥൻ. പിൽക്കാലത്ത് വടശ്ശേരി അമ്മവീടു വക കെട്ടിടങ്ങളും വസ്തുക്കളും അവർ നായർ സർവ്വീസ് സൊസൈറ്റിക്ക് ദാനം ചെയ്യുകയായിരുന്നല്ലോ.

1948 ആഗസ്റ്റ് 22ന് ഗവർണർ ജനറലായിരുന്ന സി.രാജഗോപാലാചാരി കേശവദാസപുരത്ത് മഹാത്മാഗാന്ധി കോളേജ് മന്ദിരത്തിന് തറക്കല്ലിട്ടു. 1958 ഏപ്രിൽ 24ന് അന്നത്തെ പ്രധാനമന്ത്രി ജവഹർലാൽ നെഹ്റുവാണ് കോളേജിന്റെ പ്രധാന കെട്ടിടം ഉദ്ഘാടനം ചെയ്തത്. മഹാത്മാഗാന്ധിക്ക് ഇന്ത്യയിലുണ്ടായ ആദ്യസ്മാരകങ്ങളിലൊന്നാണ് എം.ജി.കോളേജ്. ഇരുപത് ലക്ഷം രൂപയാണ് മഹാത്മാഗാന്ധി കോളേജിന്റെ നിർമ്മാണത്തിന് ചെലവായത്. പെരുന്താന്നിയിലെ കെട്ടിടത്തിൽ പിന്നീട് എൻ.എസ്.എസ്. വിമൻസ് കോളേജ് തുടങ്ങി.

രാജാ കേശവദാസനെ മലയാളിക്ക് പരിചയപ്പെടുത്തേണ്ട കാര്യമില്ല. തിരുവിതാംകൂറിൽ ദിവാൻജിമാർ പലരുണ്ടായിരുന്നെങ്കിലും വലിയ ദിവാൻജി ഒരാളെ ഉണ്ടായിരുന്നുള്ളൂ. രാജാകേശവദാസൻ. മോണിങ്ങ്ടൺ പ്രഭുവാണ് ഇദ്ദേഹത്തിന് 'രാജാ' എന്ന ബിരുദം നൽകിയത്.

തിരുവിതാംകൂർ ആക്രമിക്കാനെത്തിയ ടിപ്പുവിനെ തടയാനുള്ള ചുമ തല രാജാകേശവദാസനായിരുന്നു. തിരുവനന്തപുരത്തെ വ്യാപാര കേന്ദ്രങ്ങളുടെ നിർമ്മാണം, പൂന്തുറ തുറമുഖത്തിന്റെ വികസനം, വിഴിഞ്ഞം തുറമുഖവികസനം, കരമനയാറിനു കുറുകെ നിർമ്മിച്ച പാലം, പത്മ നാഭസ്വാമി ക്ഷേത്രത്തിലെ ഗോപുരനിർമ്മാണത്തിന്റെ പൂർത്തീകരണം, സപ്തസ്വരങ്ങൾ പുറപ്പെടുവിക്കുന്ന കൽത്തൂണുകൾ ഉൾപ്പെടെയുള്ള കുലശേഖരമണ്ഡപത്തിന്റെ നിർമ്മാണം എന്നിങ്ങനെ തിരുവനന്ത പുരത്തുകാർ എന്നും ഓർത്തിരിക്കാൻ ഒരുകൂട്ടം വികസനപ്രവർത്തന ങ്ങൾ അദ്ദേഹം നടത്തിയിട്ടുണ്ട്. ചാലക്കമ്പോളം കാണുന്നവർ തീർച്ച യായും ഈ ദിവാനെ ഓർക്കണം. രാമവർമ്മ മഹാരാജാവിന്റെ ശക്തിയും ബുദ്ധിയുമായിരുന്ന വലിയ ദിവാൻജിയുടെ അന്ത്യം ദാരുണമായിരുന്നു. 54-ാം വയസിൽ പത്മനാഭസ്വാമി ക്ഷേത്രത്തിലെ പ്രസാദത്തിൽ വിഷം കലർത്തിക്കൊടുത്ത് കൊന്നുവെന്നാണ് ചരിത്രകാരന്മാരുടെ കണ്ടെ ത്തൽ. ദുർബലനായ ബാലരാമവർമ്മയായിരുന്നു അപ്പോൾ രാജ്യം ഭരിച്ചിരുന്നത്. ക്രിസ്തുവർഷം 1800ൽ തിരുവിതാംകൂർ റസിഡന്റായി രുന്ന കേണൽ മെക്കാളെ ജനരോഷം ആളിക്കത്തിച്ച രാജാകേശവ ദാസന്റെ മരണത്തെക്കുറിച്ച് അന്വേഷണം നടത്തി സമ്പ്രാതി കുഞ്ചു നീലൻ പിള്ളയെയും മറ്റും അറസ്റ്റ് ചെയ്തെങ്കിലും തെളിവുകളുടെ അഭാവത്തിൽ വിട്ടയച്ചു. 'ദിവാൻവെറ്റി' എന്ന വില്ലടിച്ചാൻപാട്ട് രാജാ കേശവദാസന്റെ കഥ പറയുന്നു. പഴയകാലത്തെ ഒരു ജനകീയ കലാ രൂപമായിരുന്നല്ലോ വില്ലടിച്ചാൻപാട്ട്.

എം.സി.റോഡിൽ കേശവദാസപുരം കഴിഞ്ഞാണ് നാലാഞ്ചിറ. ഇവയ്ക്ക് രണ്ടിനുമിടയിൽ പരുത്തിപ്പാറ. ഹൈവേയില് കേശവദാസപുര ത്തിന്റെ അടുത്ത കവല ഉള്ളൂരും. കറ്റച്ചക്കോണത്തിന്റെ പേര് രാജാ കേശവദാസപുരം എന്നാക്കണമെന്ന് അന്നത്തെ സർക്കാരിനോട് ആവശ്യപ്പെട്ടത് മന്നത്തു പത്മനാഭനായിരുന്നു. സി.കേശവനായിരുന്നു അന്നത്തെ മുഖ്യമന്ത്രി.

പേട്ട

തിരുമധുരപേട്ട കാലം ചെന്നപ്പോൾ വെറും പേട്ടയായി. വണ്ടി ത്താവളം, പതിവായി കൂടുന്ന ചന്ത, കച്ചവടസ്ഥലം എന്നൊക്കെയാണ് പേട്ട എന്ന വാക്കിന്റെ അർത്ഥങ്ങൾ. കൊല്ലം, തിരുവനന്തപുരം റെയിൽവേ ലൈൻ ചാക്കവരെയെ ഉണ്ടായിരുന്നുള്ളൂ. ചാക്കയിലിറങ്ങുന്ന റെയിൽ യാത്രക്കാർ കിഴക്കേക്കോട്ടയിലേക്ക് യാത്ര ചെയ്തിരുന്നത് പേട്ട വഴി യാണ്. 1824ൽ വെട്ടിയ ചാക്കത്തോടും പേട്ടയുടെ പ്രാധാന്യം വർദ്ധി പ്പിച്ചു. യൂറേഷ്യക്കാരും ഈഴവരുമായിരുന്നു മുൻകാലങ്ങളിൽ പേട്ട യിലെ പ്രധാന താമസക്കാർ. എസ്.എൻ.ഡി.പി.ക്ക് നേതൃത്വം നൽകിയ ഡോ.പൽപ്പു പേട്ടയിലെ തച്ചക്കുടി കുടുംബത്തിലെ അംഗമാണ്. 1028ൽ

യോഗം രജിസ്റ്റർ ചെയ്തു. തിരുവിതാംകൂറിലെ പിന്നോക്കക്കാരിൽ ആദ്യ ബിരുദധാരി എന്ന ബഹുമതി ഇദ്ദേഹത്തിനാണ്. 'മലയാളി മെമ്മോറിയൽ' പ്രക്ഷോഭണത്തിന് ബാരിസ്റ്റർ ജി.പി.പിള്ളയോടൊപ്പം നിൽക്കുകയും 1896ൽ ഈഴവ മെമ്മോറിയൽ സമർപ്പിക്കുകയും ചെയ്തു. ഡോ.പൽപ്പുവിന്റെ പോരാട്ടങ്ങൾക്ക് വിവേകാനന്ദസ്വാമിയുടെ പിൻ തുണയുണ്ടായിരുന്നു. പേട്ട പിൽക്കാലത്ത് അറിയപ്പെട്ടത് കേരളകൗമുദി യുടെ ആസ്ഥാനമായാണ്. കെ.സുകുമാരൻ പത്രാധിപരായതോടെ പേട്ട രാഷ്ട്രീയമായും ശ്രദ്ധാകേന്ദ്രമായി മാറി.

സി.പി. രാമസ്വാമി അയ്യരുടെ സ്വതന്ത്രതിരുവിതാംകൂറ് പ്രസ്താ വനയോടെ സ്റ്റേറ്റ് കോൺഗ്രസ്സ് സമരം ശക്തിപ്പെടുത്തി. ഇതോടനുബന്ധിച്ച് 1947 ജൂൺ 13ന് പേട്ടയിൽ കളത്തിൽ വേലായുധൻനായരും സി.നാരാ യണ പിള്ളയുമൊക്കെ പങ്കെടുത്ത യോഗം കലക്കാൻ സി.പി. കുപ്ര സിദ്ധമായ അഞ്ചുരൂപ പൊലീസിനെ (സിംസൺപട) ഇറക്കി. തുടർ ന്നുണ്ടായ വെടിവയ്പ്പിൽ വിദ്യാർത്ഥിയായ രാജേന്ദ്രൻ ഉൾപ്പെടെ മൂന്നു പേർ മരണമടഞ്ഞു. അന്നത്തെ സമ്മേളനം നടന്ന മൈതാനത്തിന് രാജേന്ദ്രന്റെ സ്മരണക്കായി രാജേന്ദ്രമൈതാനം എന്ന് പേരിട്ടു.

1940ലാണ് കേരളകൗമുദി ദിനപത്രം ആരംഭിച്ചത്. സ്വാതന്ത്ര്യസമര സേനാനി സി.വി.കുഞ്ഞിരാമൻ മുഖ്യ പത്രാധിപരും കെ.സുകുമാരൻ എഡിറ്ററുമായിട്ടായിരുന്നു തുടക്കം. കേരളത്തിലെ രാഷ്ട്രീയ സാമൂഹിക സാംസ്കാരികരംഗത്ത് നിർണ്ണായകമായ സ്വാധീനം കേരളകൗമുദി ദിനപത്രത്തിനുണ്ടായിരുന്നു. തൂലിക പടവാളാക്കിയ എഴുത്തുകാര നായിരുന്നു കൗമുദിയുടെ പത്രാധിപരായിരുന്ന കെ.ബാലകൃഷ്ണൻ. വാരികയിലെ അദ്ദേഹത്തിന്റെ തകർപ്പൻ മുഖപ്രസംഗങ്ങൾ അക്കാലത്ത് വളരെ ശ്രദ്ധിക്കപ്പെട്ടിരുന്നു.

പതിനേഴാം നൂറ്റാണ്ടിന്റെ അവസാനകാലത്താണ് തിരുമധുരപേട്ട യിൽ വിശുദ്ധ അന്നയുടെ പേരിലുള്ള പള്ളി സ്ഥാപിച്ചത്. തിരുവിതാം കൂർ രാജാക്കന്മാരുടെ അനുഗ്രഹാശിസ്സുകൾ ഈ പള്ളിക്ക് ഉണ്ടായി രുന്നു. വിദേശിയരായ പട്ടാളക്കാർ, റെയിൽവേ ജീവനക്കാർ, കച്ചവട ത്തിനായി തിരുവിതാംകൂറിലെത്തിയവർ, കൊച്ചിയിൽനിന്ന് വന്ന്, വള്ളം നിർമ്മിക്കുന്ന തൊഴിലിൽ ഏർപ്പെട്ടവർ എന്നിങ്ങനെ ധാരാളം പേർ ചാക്കയിൽ താമസമാക്കി. വിവിധ തൊഴിലുകളുമായി ബന്ധപ്പെട്ട് ചാക്ക യിലെത്തിയ യൂറോപ്യൻമാർ തദ്ദേശവാസികളായ സ്ത്രീകളെ വിവാഹം കഴിച്ച് സ്ഥിരതാമസമാക്കി. അതോടെ ആംഗ്ലോഇന്ത്യൻ എന്ന പുതിയ സമുദായം രൂപംകൊണ്ടു. ചട്ടക്കാരിൽ ചിലർ ഇംഗ്ലീഷ് പഠിക്കുന്നതിലും പഠിപ്പിക്കുന്നതിലും തൽപ്പരരായിരുന്നു. പേട്ടയിലുണ്ടായിരുന്ന ഒരു ചട്ടക്കാരനിൽ നിന്നാണ് ഡോ. പൽപ്പു ഇംഗ്ലീഷ് പഠിച്ചതത്രേ. തിരു വനന്തപുരം ജില്ലയിലെ തീരപ്രദേശങ്ങളിൽനിന്നും ധാരാളം കത്തോ ലിക്കാ കുടുംബങ്ങൾ കുട്ടികളുടെ വിദ്യാഭ്യാസം, തൊഴിൽ, കച്ചവടം

ശ്രീവരാഹം ക്ഷേത്രക്കുളം

എന്നീ ആവശ്യങ്ങൾക്കായി പേട്ടയിൽ സ്ഥിരതാമസമാക്കിയിട്ടുണ്ട്. ഹൈന്ദവ കുടുംബങ്ങളിൽ നിന്ന് മതം മാറിയവരുമുണ്ട്.

ശ്രീവരാഹം

ശ്രീപത്മനാഭസ്വാമി ക്ഷേത്രത്തിന് അരമൈൽ തെക്ക് കോട്ടയ്ക്ക് വെളിയിലുള്ള ഒരു മഹാക്ഷേത്രമാണ് ശ്രീവരാഹമൂർത്തിയുടെ പ്രതിഷ്ഠ യുള്ള ശ്രീവരാഹ ക്ഷേത്രം. ക്ഷേത്രത്തിലെ ആരാധനാമൂർത്തിയായ വരാഹത്തിന്റെ പേരിലാണ് ഈ സ്ഥലം അറിയപ്പെടുന്നത്.

പന്ത്രണ്ടാം നൂറ്റാണ്ടിലെ 'സ്യാനന്ദൂരപുരാണസമുച്ചയം' എന്ന സംസ്കൃത കാവ്യത്തിൽ തിരുവനന്തപുരത്തെ വരാഹമൂർത്തിയെയും വരാഹതീർത്ഥത്തെയും വർണിച്ചിട്ടുണ്ട്. പതിമൂന്നാം നൂറ്റാണ്ടിലേതെന്ന് വിശ്വസിക്കുന്ന അനന്തപുരവർണ്ണനം എന്ന മണിപ്രവാള കാവ്യത്തിലും ക്ഷേത്രത്തെയും തീർത്ഥത്തെയും കുറിച്ച് പരാമർശിച്ചുകാണുന്നു.

''വരാഹതീർത്ഥമാടിത്തന്നരികേ കാണലാം
മഹൽ വരാഹപ്രതിമാം രൂപം''

അനന്തപുരവർണനത്തിന്റെ കാലത്ത് തിരുവനന്തപുരത്ത് ഇന്നുള്ള കോട്ട ഉണ്ടായിരിക്കാൻ ഇടയില്ല. ഈ കാവ്യത്തിലെ ഇരുപത് മുതൽ ഇരുപത്തിഏഴ് വരെയുള്ള ശ്ലോകങ്ങളിൽ ശ്രീവരാഹത്തിന് തൊട്ടു പടിഞ്ഞാറുള്ള നടക്കാവിന്റെ അത്യാകർഷകമായ വർണനയുമുണ്ട്.

സാധാരണ വരാഹമൂർത്തി ക്ഷേത്രങ്ങളിലെ പ്രതിഷ്ഠ ഭൂമിദേവിയെ മോചിപ്പിച്ച വരാഹമൂർത്തി സങ്കല്പത്തിലായിരിക്കും. പക്ഷേ ശ്രീവരാഹം

ക്ഷേത്രത്തിൽ ശ്രീദേവി സന്നിഹിതനായ വരാഹമൂർത്തിയെയാണ് പ്രതിഷ്ഠിച്ച് പൂജിക്കുന്നത്. വരാഹമൂർത്തിയുടെ വാമഭാഗത്തായി ദേവിയുടെ സ്ഥാനം. ആദ്യകാലത്ത് ക്ഷേത്രത്തിന്റെ ദർശനം കിഴക്കോട്ടായിരുന്നു എന്നും പടിഞ്ഞാറ് ദർശനം വന്നത് പിൽക്കാലത്താണെന്നും വിശ്വസിക്കുന്നു. തിരുവിതാംകൂർ രാജാക്കന്മാരുടെ പ്രത്യേക ആദരവിനും ശ്രദ്ധയ്ക്കും ഈ ക്ഷേത്രം പാത്രമായിരുന്നുവെന്ന് കാണാം. 1749ൽ മാർത്താണ്ഡവർമ്മ മഹാരാജാവ് ക്ഷേത്രത്തിലെ നാലമ്പലം പുതുക്കിപ്പണിയിച്ചു. പത്മനാഭസ്വാമിക്ഷേത്രത്തിലെ ആറാട്ടിന് ഉത്സവവിഗ്രഹത്തെ അനുഗമിക്കുന്ന ദേവീദേവന്മാരുടെ കൂട്ടത്തിൽ ശ്രീവരാഹത്തെ ഉത്സവവിഗ്രഹത്തെയും ഉൾപ്പെടുത്തിയിരുന്നു. സ്വാതിതിരുനാളിന്റെ കാലത്താണ് ശ്രീകോവിലിന് ചെമ്പ് മേഞ്ഞത്. ആനക്കൊട്ടിലുകൾ രാജഭരണകാലത്ത് നിർമ്മിക്കപ്പെട്ടവയാണ്. കാർത്തിക തിരുനാളിന്റെ കാലത്ത് വിശ്വസ്തരായ നായർ പടയാളികളെ താമസിപ്പിച്ചിരുന്ന സ്ഥലങ്ങളിൽ ഒന്നാണ് ശ്രീവരാഹം. പുള്ളിപ്പട്ടാളം എന്നാണ് ഈ സൈന്യം അറിഞ്ഞിരുന്നത്. കുഞ്ചുക്കൂട്ടം എന്നായിരുന്നു രാജാവിന്റെ സുരക്ഷാസൈന്യത്തിന്റെ പേര്.

വളരെ വിശാലമാണ് ശ്രീവരാഹം ക്ഷേത്രക്കുളം. മുറജപത്തിൽ പങ്കെടുക്കാനെത്തിയിരുന്ന നമ്പൂതിരിമാരിൽ പലരും ശ്രീവരാഹം കുളത്തിലാണ് കുളിക്കാനെത്തിയിരുന്നത്. ഇവർക്ക് തേച്ചുകളിക്കാനുണ്ടാക്കിയ എണ്ണപ്പുരയ്ക്ക് മുപ്പത് കോൽ നീളവും പന്ത്രണ്ട് കോൽ വീതിയുമുണ്ടായിരുന്നു. കൂടാതെ അറുപത് ദണ്ഡ് നീളത്തിൽ ഒരു ചായ്പ്പ് നിർമ്മിച്ചിരുന്നതായും മതിലകം രേഖകളിൽ കാണാം. മുറജപത്തിന് കൊച്ചാറിൽ നിന്നുമാണ് വെള്ളമെത്തിച്ചിരുന്നത്. കുളം ശുദ്ധീകരിക്കുന്നതിന്റെ ഭാഗമായി മലിനജലം പാർവതീ പുത്തനാറിലേക്ക് ഒഴുക്കിവിടാനുള്ള സംവിധാനമുണ്ടായിരുന്നു. നെല്ലമൺ അധികാരത്തിൽ ശ്രീവരാഹം ക്ഷേത്രത്തിലെ നാലമ്പലം നമസ്കാരമണ്ഡപം ബലിക്കൽപ്പുര മുതലായവ അറ്റകുറ്റപ്പണി നടത്തി ചോർച്ച തടയുന്നതിനും നാനാവിധമായിക്കിടക്കുന്ന കുളം വെട്ടി നന്നാക്കി ചളി കോരി കൽപ്പടവുകളും കെട്ടി നന്നാക്കുന്നതിനും 17627 1/2 പണം അനുവദിച്ചതായി 1012ലെ രേഖ പറയുന്നു. കുഞ്ചൻ നമ്പ്യാരും ഉണ്ണായിവാര്യരും രാമപുരത്തു വാര്യരുമൊക്കെ തിരുവനന്തപുരത്ത് താമസിച്ചിരുന്നപ്പോൾ ഈ കുളത്തിൽ കുളിച്ചവരാണ്. രാജസ്ഥാനത്തിന്റെ അപ്രീതിക്ക് പാത്രമായ ശ്രീവരാഹം പോറ്റിയുടെ വീട് കുളംതോണ്ടിയാണ് ശ്രീവരാഹം തീർത്ഥത്തിന്റെ വിസ്തൃതി വർദ്ധിപ്പിച്ചതത്രേ. പത്മനാഭ സ്വാമി ക്ഷേത്രത്തിന്റെ നടത്തിപ്പിനായുള്ള എട്ടരയോഗത്തിൽപ്പെട്ട നെയ്തശ്ശേരി മനയുടെ ആസ്ഥാനം ശ്രീവരാഹമായിരുന്നു. ക്ഷേത്രത്തിലെ ദൈനംദിന കാര്യങ്ങളുടെ നടത്തിപ്പിനും ക്ഷേത്രത്തിലെ ഗണപതി ഹോമത്തിന് ഉണക്കത്തേങ്ങ ശേഖരിച്ച് നൽകുന്നതിനും ചുമതലക്കാരായ കുന്നാണ്ടൻ മഠവും ശ്രീവരാഹത്തായിരുന്നു.

ശ്രീവരാഹത്തുള്ള കല്ലമ്പള്ളി അമ്മ വീട്ടിൽ നിന്നാണ് രാജാ കേശവദാസൻ വിവാഹം കഴിച്ചത്. അദ്ദേഹം ന്യായവിചാരണ നടത്തിയിരുന്നത് ശ്രീവരാഹം ക്ഷേത്രത്തിനടുത്തുള്ള 'ന്യായക്കോട്ട്' വീട്ടിൽ വച്ചായിരുന്നു. ശ്രീവരാഹത്തിന് കിഴക്കുള്ള പ്രദേശത്താണ് നഗരത്തിലെ പഴക്കമുള്ള അഗ്രഹാരങ്ങളിൽ ഒന്നായ രാമവർമ്മപുരം. ശ്രീപത്മനാഭസ്വാമി ക്ഷേത്രത്തിന്റെ ചുറ്റുമുള്ള പ്രദേശങ്ങൾ കാർത്തിക തിരുനാൾ രാമവർമ്മ മഹാരാജാവിന്റെ കാലം മുതൽ ബ്രാഹ്മണസമുദായക്കാരുടെ വസതികൾ കൊണ്ട് നിറഞ്ഞു. അഗ്രഹാരങ്ങൾ എന്നാണ് ഈ വസതികൾ അറിഞ്ഞിരുന്നത്. ഇങ്ങനെയുള്ള താമസക്കാരിൽ അധികവും ക്ഷേത്രജോലികൾക്കായി തിരുനെൽവേലി പ്രദേശങ്ങളിൽ നിന്നെത്തിയ തമിഴ് ബ്രാഹ്മണരായിരുന്നു.

''തിരുവനന്തപുരത്തിന്റെ 'മൈലാപ്പൂർ' എന്ന് വിശേഷിപ്പിക്കപ്പെട്ടിരുന്ന ശ്രീവരാഹം സംഗീത പ്രേമികളുടെ ഒരു കേന്ദ്രമായിരുന്നു. ആർ. മഹാദേവ അയ്യർ എന്നൊരു പ്രതിഭാധനൻ അവിടെ ജീവിച്ചിരുന്നു. പതിനേഴാം വയസ്സിൽ ബിരുദധാരിയായി സർക്കാർ സർവ്വീസിൽ പ്രവേശിച്ച അദ്ദേഹം സ്വഭാവദാർഢ്യവും പ്രതിഭാബലവുംകൊണ്ട് ചീഫ് സെക്രട്ടറി പദവിയിലെത്തി. ശ്രീമൂലം തിരുനാൾ മഹാരാജാവിന്റെയും ദിവാൻമാരായ പി.രാജഗോപാലാചാരിയുടെയും സർ മന്നത്തു കൃഷ്ണൻ നായരുടെയും സ്നേഹഭാജനമായിരുന്ന മഹാദേവ അയ്യർക്ക് 'റാവു ബഹദൂർ' പദവിയും നൽകപ്പെട്ടു. ചീഫ് സെക്രട്ടറി പദവിയിലിരിക്കെ 1920ൽ അദ്ദേഹം ആകസ്മികമായി അന്തരിച്ചു. ''തിരുവിതാംകൂർ റവന്യൂ മാന്വൽ തയ്യാറാക്കിയത് മഹാദേവ അയ്യരാണ്. അദ്ദേഹം പണികഴിപ്പിച്ച പേഷ്ക്കാർമഠം (പുത്തൻമഠം) ശ്രീവരാഹത്തെ ഏറ്റവും പ്രശസ്തമായ പൈതൃകമന്ദിരമാണ്'' എന്ന് ചീഫ് സെക്രട്ടറിയായിരുന്ന സി.പി. നായർ ഓർമ്മിക്കുന്നു. രാമവർമ്മപുരം അഗ്രഹാരത്തിലെ വേദം വാദ്ധ്യാരുടെ മകനായ നാരായണപട്ടർ പതിനെട്ടാം നൂറ്റാണ്ടിലെ പ്രശസ്തനായ ചിത്രകാരനായിരുന്നു.

പേരൂർക്കട

ചെങ്കോട്ടയിൽ നിന്ന് തിരുവനന്തപുരത്തേക്ക് വരുന്നവർക്ക് നഗരത്തിലേക്കുള്ള പ്രധാന പ്രവേശന കവാടമായിരുന്നു പേരൂർക്കട. വേണാടിന്റെ ശാഖയായിരുന്ന പേരകത്തായ്വഴിയുടെ തെക്കൻ അതിര് എന്ന നിലയിലും ഈ പ്രദേശത്തിന് ചരിത്രപരമായ പ്രാധാന്യമുണ്ട്. പേരകം പിടിച്ചടക്കാനെത്തിയ മാർത്താണ്ഡവർമ്മയുടെ സൈന്യത്തോട് ഏറ്റുമുട്ടി പേരകത്തിന് പരാജയപ്പെടേണ്ടിവന്നതും ഇവിടെവച്ചാണെന്ന് പറയപ്പെടുന്നു. പേരൂർക്കട കവലയുടെ പഴയ പേര് മരുതുംമൂട് എന്നായിരുന്നു. കവലയിൽ പടർന്ന് പന്തലിച്ചുനിന്നിരുന്ന ഒരു മരുത് മരമായിരുന്നു ഈ പേരിന് നിദാനം. പുളിമൂട്, പോങ്ങുംമൂട്, അയണിമൂട് എന്നിങ്ങനെയുള്ള സ്ഥലനാമങ്ങൾപോലെ.

പേരൂർ കൃഷ്ണസ്വാമി ക്ഷേത്രത്തിന്റെ ചുറ്റുവട്ടമായിരുന്നു പേരൂർ എന്ന പേരിൽ അറിയപ്പെട്ടിരുന്നത്. എട്ടുവീട്ടിൽ പിള്ളമാരും മാർത്താണ്ഡ വർമ്മയും തമ്മിലുള്ള ശത്രുതയും തുടർന്നുള്ള പകപോക്കൽ ശ്രമവും അതിന്റെ പരിഹാരകർമ്മങ്ങളും ഈ ക്ഷേത്രത്തിന്റെ ഐതിഹ്യത്തിൽ കാണാം.

പഴയ പേരൂർ ഇപ്പോൾ 'അമ്പലംമുക്ക്' എന്ന പേരിലാണ് അറിയപ്പെടുന്നത്. ചെറിയ മൺപാതകളും ഒറ്റയടിപ്പാതകളും കാടും പടർപ്പുമൊക്കെയായി കിടന്നിരുന്ന പ്രദേശം പുരോഗമിക്കാൻ തുടങ്ങിയത് തിരുവനന്തപുരം ചെങ്കോട്ട റോഡ് വെട്ടിയതോടെയാണ്. ശ്രീമൂലം തിരുനാളിന്റെ കാലത്തായിരുന്നു ഈ റോഡ് നിർമ്മിച്ചത്. അന്ന് പുത്തൻ ചന്ത കഴിഞ്ഞാൽ അടുത്ത ചന്ത നെടുമങ്ങാടായിരുന്നു. മരുതുംമൂടിലും ഒരു ചന്ത വന്നതോടെ ഈ പ്രദേശത്തിന്റെ കച്ചവട പ്രാധാന്യം വർദ്ധിച്ചു. റോഡുകൾ മെച്ചപ്പെട്ടു. ബസ് സർവ്വീസ് നാമമാത്രമായെങ്കിലും തുടങ്ങി. എട്ട് സീറ്റുകളുള്ള തുറന്ന ബസ് ആദ്യം നെടുമങ്ങാടുവരെയാണ് സർവ്വീസ് നടത്തിയിരുന്നത്. മരുതുംമൂടിൽ ബസ് സ്റ്റോപ്പും അഞ്ചലാഫീസും വന്നു. അങ്ങനെ ഈ പ്രദേശം പുരോഗമിക്കാൻ തുടങ്ങി. പഴയ പേരൂരിനെക്കാൾ പ്രസിദ്ധി മരുതുംമൂടിനായി. അങ്ങനെയാവണം പേരൂർ എന്ന പേര് മരുതുംമൂടിന് ചാർത്തിക്കിട്ടിയത്. കട എന്നാൽ പീടിക, കച്ചവസ്ഥലം, നാലു ദിക്കിൽ നിന്നുമുള്ളവർ ഒത്തുചേരുന്ന സ്ഥലം എന്നൊക്കെ അർത്ഥമുണ്ട്. ഈ നാനാർത്ഥങ്ങളിൽ ഏതു വേണമെങ്കിലും പേരൂരിനൊപ്പം ചേർക്കാം. പേരൂരെ ചന്തയാവാം പേരൂർക്കട എന്ന പേരിന്റെ പുറകിൽ.

പാറക്കെട്ടുകളും വൻവൃക്ഷങ്ങളും ചെറുകുന്നുകളും നെൽപ്പാടങ്ങളുമൊക്കെ നിറഞ്ഞ പ്രദേശമായിരുന്നു മരുതുംമൂട്. പ്രധാന വീഥിയോട് ചേർന്നുള്ള അടുപ്പു കൂട്ടാൻ പാറയും ഊന്നാംപാറയും പിൽക്കാലത്ത് ഹാർവിപുരമായ ഊന്നാംപാറയോട് ചേർന്നുള്ള കുന്നും ഊളന്മാരുടെ കേന്ദ്രമായിരുന്ന സമീപത്തെ ഊളൻപാറയും വഴയില ഏലായുമൊക്കെ ചേർന്നതായിരുന്നു ഇവിടം. പാണ്ഡവരുടെ വനവാസ കാലത്ത് ആഹാരം പാകം ചെയ്യാൻ ഭീമസേനൻ അടുപ്പുകൂട്ടിയ അടുപ്പുകൂട്ടാൻ പാറയും അതിനോടുചേർന്ന പാറകളുമൊക്കെ ചേർന്ന് കല്ലുമല എന്നാണ് അറിയപ്പെട്ടിരുന്നത്. ശ്രീപത്മനാഭസ്വാമി ക്ഷേത്രത്തിലേക്ക് ഇവിടെനിന്ന് കരിങ്കല്ല് കൊണ്ടുപോയിട്ടുണ്ട് എന്നതും ഈ കല്ലുമലയുടെ പ്രസിദ്ധിയുടെ ഭാഗമാണ്.

നെടുമങ്ങാട് നിന്നും നഗരത്തിലേക്ക് ചരക്കുകൾ കൊണ്ടുവന്നിരുന്നത് കാളവണ്ടികളിലായിരുന്നു. പത്ത് ഇരുപത് വണ്ടികളുൾപ്പെട്ട സംഘമായാണ് വരവ്. വഴിയിലുണ്ടായിരുന്ന തസ്കരശല്യമാവാം ഇങ്ങനെ സംഘം ചേർന്ന് വരുന്നതിന് കാരണമായത്. ഈ വണ്ടിക്കാർക്കും വണ്ടിക്കാളകൾക്കും ഒരു പ്രധാന വിശ്രമകേന്ദ്രം മരുതുംമൂടായിരുന്നു.

രാത്രികാലങ്ങളിൽ കാളകൾക്കും വണ്ടിക്കാർക്കും വിശ്രമിക്കാനായി വണ്ടിപ്പേട്ടയും വണ്ടിപ്പുരയുമൊക്കെ ഇവിടെയുണ്ടായിരുന്നു.

പേരൂർക്കടക്കാർക്ക് എന്നും അഭിമാനിക്കാവുന്ന രണ്ട് വ്യക്തികളാണ്. പ്രൊഫ. പി.സുന്ദരംപിള്ളയും അദ്ദേഹത്തിന്റെ മകനും പ്രസിദ്ധനുമായ പി.എസ്.നടരാജപിള്ള എന്ന നടരാജപെരുമാൾ പിള്ളയും. ചെട്ടികളും ഈഴവരുമായിരുന്നു ഇവിടത്തെ പ്രധാന താമസക്കാർ. വെള്ളാളപ്പിള്ള വിഭാഗത്തിൽപ്പെട്ട സുന്ദരംപിള്ളയും താമസിക്കാൻ തിരഞ്ഞെടുത്ത സ്ഥലം ഇവിടംതന്നെ. യുവരാജാവായ അശ്വതി തിരുനാളിന്റെ അദ്ധ്യാപകനായിരുന്നു ഇദ്ദേഹം. അദ്ദേഹത്തിന് ഗുരുദക്ഷിണയായി ലഭിച്ചത് മരുതംമൂട്ടിലെ തൊണ്ണൂറ് ഏക്കർ സ്ഥലമാണ്. ഊന്നാംപാറയ്ക്കടുത്തുള്ള കുന്നിൽ സുന്ദരംപിള്ള വീടുവച്ച് താമസിച്ചു. തന്റെ വീടും അതേ ചുറ്റിയുള്ള ഭൂമിക്കും അദ്ദേഹം 'ഹാർവിപുരം' എന്ന് പേരിട്ടു. സ്വന്തം ഗുരുനാഥനായ റോബർട്ട് ഹാർവിയോടുള്ള ആദരസൂചകമായാണ് ഈ നാമകരണം. സ്വാമി വിവേകാനന്ദനേയും ചട്ടമ്പിസ്വാമിയെയും നേരിൽക്കാണാനും ആശയവിനിമയം നടത്താനും അദ്ദേഹത്തിന് അവസരം ലഭിച്ചിട്ടുണ്ട്.

സ്വാതന്ത്ര്യസമര സേനാനിയും മുൻ തിരുവിതാംകൂർ മന്ത്രിയുമായിരുന്ന പി.എസ്. നടരാജപിള്ള സ്വാതന്ത്ര്യസമരത്തിൽ പങ്കെടുത്തതിന് ശിക്ഷയായി സി.പി.രാമസ്വാമി അയ്യർ അദ്ദേഹത്തിന്റെ സ്വത്തുവകകൾ കണ്ടുകെട്ടി. പിൽക്കാലത്ത് തിരുവിതാംകൂർ മന്ത്രിസഭയിലെ അംഗമായിരുന്നിട്ടും നഷ്ടപ്പെട്ട തന്റെ സ്വത്തുക്കൾ തിരിച്ചെടുക്കാൻ അദ്ദേഹം ശ്രമിച്ചില്ല. മകന്റെ ജാതകത്തിലെ ദാരിദ്ര്യയോഗം ജ്യോതിഷി കൂടിയായ സുന്ദരംപിള്ളയെ വല്ലാതെ അലട്ടിയിരുന്നു. ഇത് മനസ്സിലാക്കിയ ശ്രീമൂലം തിരുനാൾ നടരാജപിള്ളയ്ക്ക് ആജീവനാന്തം ഇരുപത് രൂപ നിരക്കിൽ പെൻഷൻ അനുവദിച്ചു. നടരാജപിള്ളയാണ് പേരൂർക്കടയിൽ തന്റെ അച്ഛന്റെ ഓർമ്മയ്ക്കായി സുന്ദരവിലാസം മലയാളം സ്കൂൾ ആരംഭിച്ചത്.

മരുതുംമൂട്ടിൽ ചരക്കുവണ്ടികളെത്തിയിരുന്നത് സാധാരണയായി രാത്രികാലങ്ങളിലായിരുന്നു. കാളകളും വണ്ടിക്കാരും അവരോടൊപ്പമുള്ളവർക്ക് ആഹാരമൊരുക്കി പുലരുവോളം ഉണർന്നിരിക്കുന്ന കുറേ ആളുകളും ചായക്കടകളും എല്ലാം ചേർന്ന് രാത്രികാലങ്ങളിൽ ഈ കവലയെ സജീവമാക്കിയിരുന്നു. ഇപ്പോഴും തിരുവനന്തപുരത്ത് പേരൂർക്കടപോലെ രാത്രിയും പകലും ഒരുപോലെ സജീവമായ കവലകൾ അധികമുണ്ടെന്ന് തോന്നുന്നില്ല. വെള്ളയമ്പലം, മണ്ണന്തല, എ.കെ.ജി.നഗർ, നെടുമങ്ങാട്, വട്ടിയൂർക്കാവ്, ശാസ്തമംഗലം, മണ്ണാമ്മൂല എന്നിവിടങ്ങളിൽ നിന്നുവരുന്ന റോഡുകൾ സംഗമിക്കുന്ന സ്ഥലമാണ് ഈ കവല. പഴയ പേരൂർക്കടയിലേക്ക് തിരിഞ്ഞുനോക്കിയാൽ സ്ഥലം ചട്ടമ്പിമാരുടെ ഒരു നിര തന്നെ കാണാം. അപ്പാവു ചട്ടമ്പി, കൊച്ചുമ്മിണി ചട്ടമ്പി, മാഡൂ ചട്ടമ്പി, കാന്താരിക്കുട്ടൻ എന്നിങ്ങനെ നിരവധി പേർ.

ഒരു ചുരുങ്ങിയ പരിധിക്കുള്ളിൽ ഇത്രയും സ്കൂളുകളും ലൈബ്രറികളും ആരാധനാലയങ്ങളുമുള്ള വേറൊരു ദേശം ഈ നഗരപരിധിക്കുള്ളിൽ ഉണ്ടോ എന്ന് സംശയമാണ്.

''അന്തിയായാൽ ഇത്തിരി മോന്തി പിന്നെ ഉന്തിത്തള്ളി മറിഞ്ഞ് തെറിവിളിച്ച് അടിപിടി കൂടി അതിൽ സൗഖ്യം കണ്ട് തുള്ളിയും മുള്ളിയും കൂരകളിലേക്ക് പോകുന്നവർ ഒന്നിക്കുന്നത് മരുതുംമൂട്ടിൽ തന്നെയായിരുന്നു.'' പേരൂർക്കടയുടെ ചരിത്രമെഴുതിയ കല്ലുവിള സുകുമാരന്റെ നിരീക്ഷണമാണിത്. പക്ഷേ ഇന്ന് കാലം മാറി. അൽപ്പം തിരക്കേറുമെങ്കിലും തിരുവനന്തപുരത്തെ മറ്റേത് കവലയെയും പോലെ പരിഷ്കൃതമാണ് ഇന്ന് പേരൂർക്കടയും.

ഒരു പൊതുയോഗമെങ്കിലുമില്ലാത്ത വൈകുന്നേരങ്ങൾ പേരൂർക്കടയ്ക്ക് പരിചിതമല്ല. ഒരു സാധാരണ പൊതുയോഗത്തിനുള്ള ആൾക്കൂട്ടം ഏതുനേരവും ഇവിടെയുണ്ടാവും എന്നതാണ് പ്രത്യേകത. പഴവങ്ങാടി കഴിഞ്ഞാൽ നഗരത്തിൽ ഏറ്റവും കൂടുതൽ പൊതുയോഗങ്ങൾ നടക്കുന്ന സ്ഥലം പേരൂർക്കടയാണ്. തിരഞ്ഞെടുപ്പു പ്രചരണങ്ങളോടനുബന്ധിച്ച് കൊട്ടിക്കലാശങ്ങളുടെ ചൂടും ചൂരും അറിയണമെങ്കിൽ പേരൂർക്കടയിലേക്ക് വരണം.

നന്തൻകോട്

മ്യൂസിയം വളപ്പ് മുതൽ കുറവൻകോണംവരെയുള്ള സ്ഥലങ്ങൾ 'നന്ദാവനംകോട്' എന്നാണ് അറിയപ്പെട്ടിരുന്നത്. നന്ദാവനംകോട് കാലക്രമത്തിൽ നന്ദനംകോടായും പിന്നെ നന്തൻകോടായും അറിയാൻ തുടങ്ങി. പാളയത്തിനും കുറവൻകോണത്തിനും പ്ലാമൂട്ടിനും വെള്ളയമ്പലത്തിനുമിടയിലാണ് ഇന്നത്തെ നന്തൻകോട്.

പാടങ്ങളും അതിനോട് ചേർന്നുള്ള പുരയിടങ്ങളും ചിറകളുമൊക്കെ ചേർന്നതായിരുന്നു പഴയ നന്തൻകോട്. ഇന്നത്തെ ദേവസ്വം ബോർഡ് ജംഗ്ഷൻമുതൽ കുറവൻകോണം വരെയുള്ള പ്രദേശങ്ങൾ വിശാലമായ നെൽവയലുകളായിരുന്നു. മ്യൂസിയത്തിന്റെ വടക്കേ അതിരിനോട് ചേർന്ന് കിടന്നിരുന്ന വയലാണ് ആമത്തറ വയൽ. തിരുവിതാംകൂർ രാജകൊട്ടാരത്തിലേക്ക് അമൃതേത്തിന് ആവശ്യമായ നെല്ലരി കൃഷി ചെയ്തിരുന്ന അമൃതേത്തു വയലാണ് ആമത്തറ വയലായത്. ഇന്ന് പാടങ്ങളൊക്കെ പറമ്പും പറമ്പുകളിൽ നിറച്ച് വീടുകളുമായി.

ഭാഷാ ഇൻസ്റ്റിറ്റ്യൂട്ടിന്റെ ആസ്ഥാനമായ നളന്ദ നിലകൊള്ളുന്നത് ഒരു ഉയർന്ന പ്രദേശത്താണ്. ഈ ചെറുകുന്നിന്റെ താഴ്വാരത്ത് തിരുവനന്തപുരത്തെ അറിയപ്പെടുന്ന ഒരു ചിറയുണ്ട്. ചാരാച്ചിറ. ചിറയുടെ പടിഞ്ഞാറ് ഭാഗത്തുകൂടെയുള്ള വഴി രണ്ടായി പിരിഞ്ഞ് ഒന്ന് നന്തംകോട് ജംഗ്ഷനിലേക്കും മറ്റൊന്ന് നാഷണൽ ഹൈവേയിലേക്കും പോകുന്നു. പാരമ്പര്യമായി മഴയെ ആശ്രയിച്ചുള്ള കൃഷിയായിരുന്നു നമ്മുടെ നാട്ടിലുണ്ടായിരുന്നത്. ചാരാച്ചിറയിൽ നിന്നായിരുന്നു ചിറയ്ക്ക്

ചുറ്റുമുണ്ടായിരുന്ന വയലുകളിലേക്ക് കൃഷിയാവശ്യത്തിന് വെള്ളം ലഭിച്ചിരുന്നത്. വർഷകാലത്ത് ലഭിക്കുന്ന വെള്ളം ഈ ചിറയിൽ കെട്ടി നിർത്തി ആവശ്യാനുസരണം വയലുകളിലേക്ക് തിരിച്ചുവിട്ടിരുന്നു.

നന്തൻകോടിനെ പോലെ തന്നെ ചാരാച്ചിറയും കാലപ്രവാഹത്തിനിടയിൽ ചാരായച്ചിറ, ചാരൻച്ചിറ എന്നീ പേരുകളിലും അറിഞ്ഞിരുന്നു. ചാരാച്ചിറയുടെ ആദിരൂപം ചാരൽച്ചിറ എന്നാണ്. നമ്മുടെ നാട്ടിൽ സാധാരണയായ ഒരിപ്പു, ഇരിപ്പു കൃഷികളെപ്പോലെതന്നെ മറ്റൊരു കൃഷിസമ്പ്രദായമാണ് 'ചാരൽ' കൃഷി എന്ന് വി.വി.കെ.വാലത്ത് പറയുന്നു. ചെറുമഴയ്ക്ക് ചാറൽമഴ, ചാറ്റൽമഴ എന്നീ പേരുകൾ കൂടിയുണ്ട്. ചാറൽ മഴയെ ആശ്രയിച്ചുനടത്തിയിരുന്ന കൃഷിയാണ് ചാരൽ കൃഷി. അമത്തറയിലെയും കുറവൻകോണത്തെയും വയലുകളിലെ ചാരൽകൃഷിക്കു വെള്ളം നൽകി സഹായിച്ചിരുന്ന ചിറയുടെ പേര് ചാരൽച്ചിറ എന്നായി. ഇന്ന് കന്യാകുമാരി ജില്ലയിലായ നാഞ്ചനാട്ടും മലയാളക്കരയിലുമുള്ള നിലങ്ങളിൽ ചാരൽപൂവിലേക്ക് കൃഷിയിറക്കുന്നതിന് മുഹൂർത്തം കുറിച്ച വിവരം 1013 ലെ നീട്ടിലുണ്ട്.

ഒരു റവന്യൂ ഉദ്യോഗസ്ഥനുണ്ടായ പ്രമാദമായ കൈപിഴയാണ് ചാരച്ചിറയെ ചാരായച്ചിറയാക്കിയത് എന്നറിയുന്നത് രസാവഹം തന്നെ. 1894 സെപ്റ്റംബർ 11ന് പുറത്തിറങ്ങിയ തിരുവിതാംകൂർ ഗസറ്റിലെ ഒരു വിജ്ഞാപനത്തിൽ 'ചാരായച്ചിറ' എന്നാണ് ഈ ചിറയെ രേഖപ്പെടുത്തിയിട്ടുള്ളത്. 1917 ലെ ഒരു രേഖയിലും ചാരായച്ചിറ എന്നുതന്നെയാണ് പരാമർശിച്ചിട്ടുള്ളത്. ചാരായച്ചിറ എന്ന് പതിഞ്ഞുകിട്ടിയ പേരിനെ അന്വർത്ഥമാക്കിക്കൊണ്ട് മദ്യനിരോധനകാലത്ത് വ്യാജവാറ്റുകാരുടെ ഒരു രഹസ്യസങ്കേതമായി ഇവിടം മാറി. വ്യാജവാറ്റുകാർ ചാരായച്ചിറയെ കുപ്പികളിലാക്കിയ ചാരായം ഒളിച്ചുവയ്ക്കാനുള്ള താവളമാക്കി. അതുകൊണ്ടും ചാരൽച്ചിറയുടെ ദുഷ്പേര് തീർന്നില്ല. ചാരൽച്ചിറയെയും നന്തൻകോട് ജംഗ്ഷനെയും തമ്മിൽ ബന്ധിപ്പിക്കുന്ന വാട്സ് ലൈനിന് രസികന്മാരാരോ വാട്ടീസ് ലൈൻ എന്ന പേരിട്ട് വിളിക്കാൻ തുടങ്ങി. 19251929 ൽ ദിവാനായിരുന്ന വാട്ട്സ് സായിപ്പിന്റെ സഹോദരി മിസ്. വാട്ട്സ് ഇവിടെ താമസിച്ചിരുന്നതിനാലാണ് ഇടവഴിക്ക് വാട്ട്സ് ലൈൻ എന്ന പേര് ലഭിച്ചത്. പിന്നെയെപ്പോഴോ ചാരായച്ചിറ ചാരൽച്ചിറയായി മാറി.

രാജകൊട്ടാരത്തിലെ പ്രസവശുശ്രൂഷകൾക്കു ചുമതലപ്പെട്ടവരായിരുന്നു തിരുവനന്തപുരത്ത് പല ഭാഗത്തുമുണ്ടായിരുന്ന പിള്ളവീടുകാർ. നന്തൻകോട്ടും ഒരു പിള്ളവീട് ഉണ്ടായിരുന്നു. മുഖ്യമന്ത്രിയുടെ ഔദ്യോഗിക വസതിയായ ക്ലിഫ് ഹൗസ്, അതിന് സമീപമുള്ള മറ്റ് ചില മന്ത്രിമന്ദിരങ്ങൾ, ദേവസ്വംബോർഡ് ഓഫീസ് എന്നിവയും നന്തൻകോട്ടെ ശ്രദ്ധാകേന്ദ്രങ്ങളാണ്.

വിസ്മൃതിയിൽപ്പോയ മുടപുരം

ഭരണപരമായ സൗകര്യങ്ങൾക്കായി ദേശത്തെ താലൂക്കുകളായും 'പകുതി' കളായും 'മുറി'കളായും വിഭജിച്ചിരുന്നു. താലൂക്കിന്റെ ഒരു ഭാഗമായി രുന്നു പകുതി. മുറിയാകട്ടെ പകുതിയുടെ അംശവും. തിരുവനന്തപുരം അഞ്ചാമട പകുതിയിൽപ്പെട്ട 'മുടപുരംമുറി'യാണ് ഇന്ന് ശാസ്തമംഗലം വില്ലേജായി അറിയപ്പെടുന്നത്. കിള്ളിയാർ, പുതിച്ചക്കോണം, ചെങ്ങഴി ശ്ശേരി എന്നിവയായിരുന്നു. എലുകകൾ (അതിര്). കാടുവെട്ടി, മരുതം കുഴി, പാങ്ങോട്, കുണ്ടാംകടവ്, വള്ളക്കടവ് എന്നിവയാണ് അഞ്ചാമട എന്ന പേരിന് ആസ്പദമായ അഞ്ച് മടകൾ. മുടപുരം മുറിയിലെ ചില വിശേഷങ്ങളാണ് ഇവിടെ കുറിക്കുന്നത്.

ശാസ്തമംഗലവും ശാസ്താവും

സ്ഥലനാമങ്ങൾ പലപ്പോഴും ഒരുനാടിന്റെ പൂർവ്വകാലത്തിലേക്ക് തുറന്നു വയ്ക്കുന്ന വാതായനങ്ങളാകാറുണ്ട്.

'ശാസ്തമംഗലം' എന്ന സ്ഥലനാമത്തെക്കുറിച്ചുള്ള അന്വേഷണം എത്തിച്ചേരുന്നത് ശാസ്താവിലാണ്. ശാസ്തമംഗലത്തിന്റെ ചരിത്രം അന്വേഷിക്കുന്നവർ ശാസ്താവിന്റെ ചരിത്രവും കൂടി അറിഞ്ഞിരിക്കണം.

ക്രിസ്തുവർഷാരംഭം മുതൽക്കുതന്നെ കേരളത്തിൽ ശാസ്താരാ ധനയുണ്ടായിരുന്നുവെന്ന് തെളിഞ്ഞിട്ടുണ്ട്. പരശുരാമൻ ശാസ്താവിനെ ആരാധിച്ചിരുന്നുവെന്നും ദേശരക്ഷയ്ക്കായി 108 ശാസ്താക്ഷേത്രങ്ങൾ സ്ഥാപിച്ചുവെന്നുമുള്ള പ്രസിദ്ധമായ ഐതിഹ്യം വിശ്വസിക്കാമെങ്കിൽ ത്രേതായുഗത്തിൽ തന്നെ ശാസ്താരാധനയുണ്ടായിരുന്നുവെന്ന് വിശ്വസി ക്കണം. നാല്-അഞ്ച് നൂറ്റാണ്ടുകളിലെ ചിലപ്പതികാരത്തിൽ അയ്യനാർ ചാത്തനെക്കുറിച്ച് വർണ്ണിച്ചിട്ടുണ്ട്.

കന്യാകുമാരിജില്ലയിലെ ഗുഹാനാഥക്ഷേത്രത്തിലെ അയ്യപ്പൻ ശാസ്താവ് എന്ന ഉപപ്രതിഷ്ഠയെപ്പറ്റി 12-ാം നൂറ്റാണ്ടിലെ ചോള ലിഖിതം പറയുന്നു. തമിഴ്നാട്ടിലും കേരളത്തിലും ഗ്രാമദേവത എന്ന നിലയിൽ

വ്യാപകമായി ശാസ്താവിനെ ആരാധിച്ചിരുന്നു. ചാത്താനും മധുര മീനാക്ഷിയുമായിരുന്നു പാണ്ഡ്യരാജാക്കന്മാരുടെ കുലദൈവങ്ങൾ.

പാണ്ഡ്യരാജ്യത്ത് അയ്യൻ, അയ്യനാർ എന്നീ പേരുകളിലും ശാസ്താവ് അറിയപ്പെട്ടിരുന്നു. ആര്യൻ, നല്ല ചേകവൻ, പൂങ്കടൽവർണ്ണൻ, പുഷ്കലാ മണവാളൻ, തിരുമുടിസേവകൻ എന്നീ പേരുകളുമുണ്ടായിരുന്നു. ആർക്കാട്, കടലൂർ, വിഴുപുറം പ്രദേശങ്ങളിൽ നൂറുകണക്കിനു അയ്യനാർ ക്ഷേത്രങ്ങൾ ഇപ്പോഴും കാണാം. വന്നിയ സമുദായത്തിൽപ്പെട്ടവർ അവരുടെ കുലദൈവമായാണ് അയ്യനാരെ കാണുന്നത്. കേരളത്തിൽ അയ്യപ്പനെന്നും മണികണ്ഠനെന്നും രണ്ടു പേരുകൾ കൂടി ശാസ്താവിനുണ്ട്. ഭൂതനാഥോപാഖ്യാനത്തിൽ ഭൂതനാഥൻ, ധർമ്മശാസ്താവ്, ആര്യപിതാവ് എന്നീ പേരുകളാണ് കാണുന്നത്.

ഈ വിഷയത്തെക്കുറിച്ച് മഹാകവി ഉള്ളൂരിന്റെ അഭിപ്രായത്തിന്റെ ചുരുക്കം കുറുമള്ളൂർ നാരായണപിള്ള ഉദ്ധരിച്ചിരിക്കുന്നത് ശ്രദ്ധേയമാണ്:

''അയ്യനാർ എന്നും ചാത്തനെന്നും മാചാത്തനെന്നും മറ്റുമുള്ള പേരുകളിൽ ദ്രാവിഡർക്ക് തമിഴ് നാട്ടിൽ പണ്ടുപണ്ടേ ഒരു ഗ്രാമദേവതയുണ്ടായിരുന്നു. ഈ ദൈവത്തിന് ആര്യൻ എന്നുകൂടി പേരുണ്ടായിരുന്നു. ആര്യന്മാർ കേരളത്തിൽ വന്നപ്പോൾ ആ മൂർത്തിയെയും വന്ദിച്ചുതുടങ്ങി. പ്രസ്തുത ദേവതയെ പുരാണങ്ങളിൽ ഹരിഹരപുത്രനാക്കി പ്രതിപാദിച്ചു. എന്നാൽ ദ്രാവിഡരാകട്ടെ, ആ മൂർത്തിയെ പാണ്ഡ്യരാജാവിന്റെ പരിചാരകനായി ജീവിതം നയിച്ച യുദ്ധവീരനായിട്ടാണ് വർണ്ണിച്ചത്.''[1]

ചേരചോളപാണ്ഡ്യന്മാർ ദക്ഷിണപഥം ഭരിച്ചിരുന്ന സഹോദരന്മാരായ രാജാക്കന്മാരായിരുന്നുവെന്നും ചേരരാജാക്കന്മാരായിരുന്നു വളരെക്കാലം കേരളം ഭരിച്ചതെന്നും പി. ശങ്കുണ്ണിമേനോൻ തിരുവിതാംകൂർ ചരിത്രത്തിൽ രേഖപ്പെടുത്തിയിട്ടുണ്ട്. പണ്ടുമുതൽക്കുതന്നെ പാണ്ഡ്യനാടും തിരുവിതാംകൂറിന്റെ കിഴക്കൻപ്രദേശങ്ങളും തമ്മിൽ ബന്ധമുണ്ടായിരുന്നു. തെക്കൻ തിരുവിതാംകൂറിന്റെ പല പ്രദേശങ്ങളും പാണ്ഡ്യരാജാക്കന്മാരുടെ ഭരണത്തിൻകീഴിലുമായിരുന്നു. ആയ് രാജാക്കന്മാരുടെ തലസ്ഥാനമായിരുന്ന വിഴിഞ്ഞം, 'മാറഞ്ചടയൻ' എന്ന പാണ്ഡ്യരാജാവ് എട്ടാം നൂറ്റാണ്ടിൽ പിടിച്ചെടുത്തതായി കേരളചരിത്രത്തിൽ എ. ശ്രീധരമേനോൻ രേഖപ്പെടുത്തിയിട്ടുണ്ട്.[2]

പാണ്ഡ്യരാജാക്കന്മാരുടെ പ്രതാപം നഷ്ടപ്പെട്ടതോടെ രാജാക്കന്മാരുടെ ഭീഷണി ഭയന്ന് അവർ തിരുവിതാംകൂറിലെത്തി. മധുരയിൽ നിന്ന് പുറപ്പെട്ട പാണ്ഡ്യരാജാക്കന്മാർ തെങ്കാശി, അച്ചൻകോവിൽ,

1. ശ്രീഭൂതനാഥ സർവ്വസ്വം, കുറുമള്ളൂർ നാരായണപിള്ള, പേജ് 186.
2. ശ്രീധരമേനോൻ, കേരളചരിത്രം, പേജ് 118.

ചെങ്കോട്ട, കോന്നി എന്നീ സ്ഥലങ്ങളിൽ മാറിമാറി താമസിച്ചു. അച്ചൻ എന്ന പദം ശാസ്താവിനെ സൂചിപ്പിക്കുന്ന നാമമാണ്. അച്ചൻകോവിലിൽ നിന്ന് കോന്നിയിലേക്ക് ഒരു കാട്ടുപാതയുമുണ്ട്. ഇവരാണ് പിന്നീട് പന്തള ത്തെത്തിയതും പന്തളം രാജകുടുംബമായി അറിയപ്പെട്ടതും (AD 1170). പന്തളം, പൂഞ്ഞാർ രാജവംശങ്ങൾ പാണ്ഡ്യരാജവംശത്തിന്റെ രണ്ടു വ്യത്യസ്ത ശാഖകളാണെന്നുള്ളതിൽ സംശയമില്ലെന്ന് ഇളംകുളം കുഞ്ഞൻപിള്ള 'കേരളചരിത്രത്തിന്റെ ഇരുളടഞ്ഞ ഏടുകളി'ൽ പറയു ന്നുണ്ട്.

അച്ചൻകോവിലിലെ ഉപപ്രതിഷ്ഠകളായ കറുപ്പസ്വാമിയും കറുപ്പായി അമ്മയും തമിഴ്നാട്ടിലെ കല്ലാർസമുദായത്തിലെ പ്രധാന ദേവതകളാണ്. ഇവിടെ കറുപ്പസ്വാമിക്കും മലദൈവങ്ങൾക്കും 'കറുപ്പൻ പൂശാരികൾ' എന്ന പാണ്ടിപ്പിള്ളമാരുടെ പൂജയായിരുന്നു. ആര്യൻകാവ് ധർമ്മശാസ്താ ക്ഷേത്രത്തിലെ ഉത്സവത്തോടനുബന്ധിച്ച് അപൂർവമായൊരു ചടങ്ങുണ്ട് 'തൃക്കൈകല്യാണം'. തമിഴ്നാട്ടുകാർ പെൺവീട്ടുകാരും കേരളീയർ ആൺവീട്ടുകാരുമാണ്. കല്യാണത്തിന്റെ തലേന്നാൾ 'പാണ്ഡ്യൻമുടിപ്പ്' എന്നൊരു പതിവുണ്ട്. വധുവിന് പണം കൊടുക്കുന്നതാണ് ചടങ്ങ്. ഇവ യൊക്കെ ശാസ്താവിന്റെ തമിഴ്മലയാള ബന്ധത്തിന് അടിവരയിടുന്നു.

തമിഴ്നാടുമായി ചേർന്ന കുളത്തൂപ്പുഴ, ആര്യൻകാവ്, അച്ചൻകോവിൽ, കാന്തമല, ശബരിമല എന്നീ ശാസ്താക്ഷേത്രങ്ങളാണ് പ്രസിദ്ധമാ യുള്ളത്. ഇവിടെ യഥാക്രമം ബാലൻ, കുമാരൻ, ഗൃഹസ്ഥാശ്രമി, വാന പ്രസ്ഥം, സന്ന്യാസം എന്നീ ഭാവങ്ങളിലാണ് ശാസ്താവ്[3] കുടികൊള്ളു ന്നത്. കാന്തമലയാണ് പൊന്നമ്പലമേട് എന്ന് പറയപ്പെടുന്നു.

---

3. ശബരിമല അയ്യപ്പൻ - ശബരിമല അയ്യപ്പൻ കാൽമുട്ടുകൾ പട്ടകൊണ്ട് ബന്ധിച്ചും വലംകൈയിൽ ചിൻമുദ്രയും ഇടംകൈയിൽ അഭയമുദ്രയു മായി ഇരിക്കുന്ന യുവയോഗിയാണ്. പഞ്ചലോഹനിർമ്മിതമാണ് ശബരി മലയിലെ അയ്യപ്പപ്രതിഷ്ഠ.

ഭഗവാൻ ശ്രീപരമേശ്വരന് വിഷ്ണുമായയിലുണ്ടായ അഭിലാഷപര്യവസാന മാണ് ഹരിഹരപുത്രന്റെ ഉൽപ്പത്തിക്ക് നിദാനമായി പറയുന്ന ഐതിഹ്യം. ശൈവവൈഷ്ണവ വിശ്വാസികളെ തമ്മിൽ യോജിപ്പിക്കാനുണ്ടാക്കിയ ഒരു കഥയാണ് ഹരിഹരപുത്രന്റേത് എന്നൊരു പക്ഷവുമുണ്ട്.

മോഹിനിയുടെ ഇടത്തെ തുട പിളർന്നുണ്ടായ ഹരിഹരപുത്രന്റെ അവ താരം രാജ്യത്തിനും രാജാവിനും വേണ്ടി പ്രവർത്തിച്ച് തന്റെ അവതാരോ ദ്ദേശ്യം പൂർത്തിയാക്കിയശേഷം ധർമ്മശാസ്താവിൽ വിലയം പ്രാപിച്ച തായാണ് വിശ്വാസം.

കൊള്ളക്കാരനായ ഉദയനൻ ശബരിമലക്ഷേത്രം കൊള്ളചെയ്ത് നശിപ്പി ക്കുകയും പന്തളം കൊട്ടാരം കൊള്ളയടിച്ച് രാജകുമാരിയെ അപഹരിച്ചു കൊണ്ടുപോകുകയും ചെയ്തു. ശബരിമല ശാന്തിക്കാരന്റെ മകനായ 'ചേന്നൻ' (ജയന്തൻ) രാജകുമാരിയെ രക്ഷിച്ചു. അവർ പിന്നെ വിവാഹി തരായി. ക്ഷേത്ര പുനർനിർമ്മിതിയായിരുന്നു ആ ദമ്പതികളുടെ ജീവിത

ഇനി നമുക്കു ശാസ്താവും ശാസ്തമംഗലവും തമ്മിലുള്ള ബന്ധം പരിശോധിക്കാം.

ശാസ്തമംഗലത്തിന്റെ പഴയപേര് 'ചാത്തമംഗലം' ആയിരുന്നുവെന്ന് പുരാരേഖകൾ പറയുന്നു. തിരുവനന്തപുരത്തിന്റെ പരിധിയിൽപ്പെട്ട ശാസ്തമംഗലത്തെ ഒരു പാടത്തിനരികിൽ നിന്നു കണ്ടെടുത്ത വട്ടെഴുത്തിലുള്ള ശിലാലിഖിതത്തിൽ 'തിരുച്ചാത്തമംഗലം' എന്നാണ് രേഖപ്പെടുത്തിയിട്ടുള്ളത്. 1930ൽ എ.എസ്.രാമനാഥയ്യർ പ്രസിദ്ധപ്പെടുത്തിയ പുരാലിഖിതത്തിലെ ലിപിരീതിയനുസരിച്ച് ഈ ശിലാരേഖ പന്ത്രണ്ടോ പതിമൂന്നോ നൂറ്റാണ്ടിലേതെന്ന് അനുമാനിക്കപ്പെടുന്നു.[4] ഈ ലിഖിതം കണ്ടെടുത്തത് ശാസ്തമംഗലം മഹാദേവക്ഷേത്രത്തിനടുത്തുനിന്നാണെന്ന് തിരുവിതാംകൂറിലെ ക്ഷേത്രങ്ങൾ എന്ന ഗ്രന്ഥത്തിൽ അഭിപ്രായപ്പെട്ടിട്ടുണ്ട്.

ശാസ്താവിനെ ആദിമവാസികൾ 'ചാത്താൻ' എന്നാണ് വിളിച്ചിരുന്നത്. ഈ വിഷയത്തിൽ മഹാകവി ഉള്ളൂരിന്റെ നിഗമനം മുൻപ് സൂചിപ്പിച്ചിട്ടുണ്ടല്ലോ. 'ചൂഡാമണി' എന്ന പ്രാക്തനമായ തമിഴ് നിഘണ്ടുവിൽ മഹാശാസ്താവിനെ 'മാ ചാത്തൻ' എന്നാണ് രേഖപ്പെടുത്തിയിട്ടുള്ളത്. ദേശത്തിന്റെ രക്ഷകരായ ദൈവങ്ങളുടെ പേരിൽ ഒരു പ്രദേശം അറിയപ്പെടുന്നത് സാധാരണയാണ്. തിരുവനന്തപുരം, പത്മനാഭപുരം,

---

ലക്ഷ്യം. മാതാപിതാക്കൾ അവരുടെ പുത്രനെ യോഗ്യനാക്കി വളർത്താൻ പന്തളരാജാവിനെ ഏൽപ്പിക്കുന്നു. രോഗശമനത്തിനായി രാജ്ഞിക്ക് പുലിപ്പാൽ എത്തിച്ചുകൊടുത്തശേഷം അയ്യപ്പൻ ക്ഷേത്രപുനരുദ്ധാരണത്തിനു വേണ്ടിയുള്ള തയ്യാറെടുപ്പിന്റെ ഭാഗമായി പല പ്രബലന്മാരുമായും ചങ്ങാത്തത്തിലാകുന്നതോടൊപ്പം തണ്ണീർമുക്കത്തെ ഈഴവപ്രമാണിയായ ചീരപ്പൻചിറ മൂപ്പനുമായി സഖ്യമുണ്ടാക്കുന്നു. മൂപ്പന്റെ മകൾ തന്നിൽ അനുരക്തയായെങ്കിലും അയ്യപ്പൻ ഒഴിഞ്ഞുമാറി. സുഹൃത്തുക്കളുടെ സഹായത്തോടെ കൊള്ളക്കാരെ അമർച്ചചെയ്ത് പിതാവിനെക്കൊണ്ട് ശബരിമലക്ഷേത്രത്തിൽ പുനഃപ്രതിഷ്ഠ നടത്തിക്കുകയും വൈകാതെ സ്വയം ക്ഷേത്രചൈതന്യത്തിൽ വിലയം പ്രാപിക്കുകയും ചെയ്തു. ഇതാണ് അയ്യപ്പനെക്കുറിച്ചുള്ള വിശ്വസനീയമായ ഐതിഹ്യം.

പന്തളം രാജാക്കന്മാരുടെ കേരളത്തിലെ ചരിത്രത്തിന് 850ൽ താഴെ വർഷങ്ങളുടെ പഴക്കമേയുള്ളൂ. അതിനെക്കാൾ പഴക്കമുള്ള തിരുവിതാംകൂറിന്റെ ചരിത്രത്തിലെങ്ങും മറവപ്പടയെ തോൽപ്പിച്ച് നാടുകടത്തിയ വില്ലാളിവീരനായ പന്തളരാജാവിന്റെ സേനാനായകനെക്കുറിച്ച് സൂചനകൾ കാണുന്നില്ല. ശബരിമലശാസ്താവിന്റെ കഥകളെക്കുറിച്ച് സവിസ്തരം പ്രതിപാദിക്കുന്ന ഏക ഗ്രന്ഥം ഒരുപക്ഷേ 'ഭൂതനാഥോപാഖ്യാന'(സംസ്കൃതം)മാണ്.

ഒരുകാലത്ത് തമിഴ്നാടിന്റെ ഭാഗമായിരുന്ന നമ്മുടെ ദേശത്തും ശാസ്താവെന്ന കാവൽദൈവത്തിന്റെ ശക്തമായ സാന്നിദ്ധ്യം ഉണ്ടായിരുന്നുവെന്നതിന് രണ്ടുപക്ഷമില്ല.

3. TAS Vol VII, No. 54

അച്ചൻകോവിൽ, ത്രിവിക്രമമംഗലം, കാളിഘട്ടം (കൽക്കട്ട) എന്നിങ്ങനെ ഉദാഹരണങ്ങൾ എത്രവേണമെങ്കിലുമുണ്ട്.

ശാസ്തമംഗലം മഹാദേവക്ഷേത്രത്തിനോടനുബന്ധിച്ച് കിള്ളിയാറിന്റെ കരയിൽ ഇന്നുകാണുന്ന 'നന്ദനം' കാവിന്റെ പഴയ പേര് 'ചാത്തൻ കാവ്' എന്നായിരുന്നുവെന്നും ശാസ്താവായിരുന്നു ഇവിടത്തെ മൂല പ്രതിഷ്ഠയെന്നും ഒരഭിപ്രായമുണ്ട്.[5] സമീപ പൂർവത്തിൽ ഇവിടെ ശാസ്താവിനു പുറമെ ഭൂതത്താനും ഭൂതമ്മയ്ക്കും നാഗദൈവങ്ങൾക്കും ആരാധനയുണ്ടായിരുന്നു. ഈ കാവിനോടുചേർന്ന് കാടുപിടിച്ചുകിടക്കുന്ന ഭാഗത്ത് ചാമുണ്ഡി, തമ്പുരാൻ തുടങ്ങിയ ശാക്തേയദേവതകളുടെ സാന്നിദ്ധ്യവുമുണ്ടായിരുന്നുവെന്ന് തെളിഞ്ഞിട്ടുണ്ട്. ഒരു ഗണപതിവിഗ്രഹമുൾപ്പെടെ ഉപേക്ഷിക്കപ്പെട്ട ചില വിഗ്രഹങ്ങളും ഇവിടെ നിന്നും കണ്ടെടുത്തിട്ടുണ്ട്. തുള്ളലും കുരുതിയുമുൾപ്പെടെയുള്ള അവൈദിക പൂജകളായിരുന്നു ഇവിടെ നടന്നിരുന്നത്. വിശേഷദിവസങ്ങളിൽ മാത്രമേ പൂജയുണ്ടായിരുന്നുള്ളു.

കൗളാചാരസമ്പ്രദായമനുസരിച്ച് ആരാധന നടത്തിയിരുന്ന വിപുലമായ ഒരു ആദിമ ആരാധനാകേന്ദ്രം ഇവിടെയുണ്ടായിരുന്നുവെന്നു വേണം വിശ്വസിക്കാൻ. പ്രകൃതിക്ഷോഭമോ ഗോത്രനാശമോ സമാനമായ മറ്റു കാരണങ്ങളോ കൊണ്ട് ആരാധനസ്ഥലത്തിന് നാശമോ ക്ഷയമോ സംഭവിച്ചിരിക്കാം. ഇന്നുകാണുന്ന നന്ദനം കാവിൽ വടക്കു കിഴക്കായി ആറാട്ടുകടവിനോടുചേർന്ന് ഭദ്രകാളിക്കും വീരഭദ്രനും സമീപത്തായി ശാസ്താവിന്റെ ശിലാപ്രതിഷ്ഠയുണ്ടായിരുന്നു. നിർമ്മാണശൈലിയും ശിലയുടെ സ്വഭാവവും വിഗ്രഹത്തിന്റെ പൗരാണികത വെളിപ്പെടുത്തിയിരുന്നു. ഉപദേവതാസങ്കൽപ്പത്തിലുള്ള ശാസ്താവിന്റെ സ്ഥാനം സാധാരണ തെക്കുപടിഞ്ഞാറ് ഭാഗത്താണ് വേണ്ടത്. പക്ഷേ, ഇവിടെയാകട്ടെ പ്രതിഷ്ഠ ഈശാനു (വടക്കുകിഴക്ക്)കോണിലും. ഈ ചൈതന്യമായിരിക്കണം അടുത്തകാലത്ത് ക്ഷേത്രമതിൽക്കെട്ടിനകത്തേക്കു മാറ്റിസ്ഥാപിച്ചത്. പഴയ വിഗ്രഹം സമീപത്തുള്ള ക്ഷേത്രക്കടവിൽ നിമഞ്ജനം ചെയ്തു. അത് താന്ത്രികവിധി. പക്ഷേ, സ്ഥലനാമത്തിന്റെ സ്മാരകമാണ് ജലസമാധിയായതെങ്കിൽ അതൊരു തീരാനഷ്ടം തന്നെ.

കിള്ളിയാറിന്റെ മറുകരയിൽ ഇടപ്പഴിഞ്ഞിയിലും ഒരു പഴയ ശാസ്താക്ഷേത്രമുണ്ട്. കൂപക്കരമഠത്തിന്റെ വകയായിരുന്നു ഈ ക്ഷേത്രം. അമ്പും വില്ലുമേന്തി കുതിരപ്പുറത്തിരിക്കുന്ന ഒറ്റക്കല്ലിൽ തീർത്ത ശാസ്താവാണ് പ്രതിഷ്ഠ. ഭാഗികമായി പൊള്ളയായ (പൊള്ള ശാസ്താവ്) പഴയ വിഗ്രഹം, കാടുപിടിച്ചുകിടന്നിരുന്നിടത്തുനിന്നും കണ്ടെടുക്കുകയായിരുന്നു. ഇവിടെ ശ്രീകോവിലിന് മേൽക്കൂരയില്ല. പഴയ കാവിന്റെ സങ്കല്പമാണ്.

5. തിരുവിതാംകൂറിലെ ക്ഷേത്രങ്ങൾ, പേജ് 342.

വീരഭദ്രനും ഭദ്രകാളിയും - നന്ദനം കാവ്

പ്രദേശത്തെ ശാസ്താസാന്നിദ്ധ്യത്തിന്റെ മറ്റൊരു ഉദാഹരണമാണ് ഈ ക്ഷേത്രം.

എള്ളുപാടം കൊയ്ത ചാത്തയ്ക്ക് മൺകുടം കിട്ടിയെന്നും ആ മൺകുടത്തിനകത്ത് വിഗ്രഹമുണ്ടായിരുന്നുവെന്നും ചാത്തയ്ക്കു കിട്ടിയ മൺകുടമാണ് (ചാത്തമൺകുടം) ചാത്തമംഗലമായിയെന്ന് സ്ഥലനാമത്തെക്കുറിച്ച് ഒരു കഥയുണ്ട്.

കേരളത്തിലെ മിക്ക സ്വയംഭൂക്ഷേത്രങ്ങളിലും ചെറുമിയുടെ വാൾ ശിലയിൽതട്ടി ചോരപൊടിഞ്ഞ് ദേവസാന്നിദ്ധ്യം കണ്ടെത്തിയെന്ന കഥകളുണ്ട്. കർണാടകത്തിലെ പല ക്ഷേത്രങ്ങളോടനുബന്ധിച്ചും കേരളത്തിൽ തിരുമുല്ലപ്പള്ളി ശിവക്ഷേത്രം, പാലക്കാട് ആറാംകുന്നത്തു കാവ് ദുർഗ്ഗാക്ഷേത്രം എന്നിങ്ങനെ ധാരാളം ക്ഷേത്രങ്ങളുമായി ബന്ധപ്പെട്ടും ഇത്തരം കഥകളുണ്ട്. മൺകലത്തിന്റെ കഥയും. സ്വയംഭൂവിഗ്രഹം എന്ന വിശ്വാസത്തിൽ ശാസ്തമംഗലം മഹാദേവർ ക്ഷേത്രത്തെയും കൂട്ടത്തിൽപ്പെടുത്തി എന്നു കരുതാവുന്നതാണ്.

സ്ഥലനാമത്തിന്റെ നിരുക്തിയിൽ ഭാഷാചരിത്രവികസനത്തിന്റെ വഴിയേ സഞ്ചരിച്ചാൽ മലയാളഭാഷ പ്രചാരത്തിൽ വരുന്നതിനു മുൻപു തന്നെ 'ചാത്തമംഗലം' എന്നപേരിൽ ഇവിടം അറിയപ്പെട്ടിരുന്നുവെന്നും, ചാത്തൻ, ശാസ്താവ് എന്നറിയപ്പെടുന്ന ആരാധനാമൂർത്തിയാണെന്നും നമുക്ക് മനസ്സിലാക്കാം. 9-ാം നൂറ്റാണ്ടിലെ മാമ്പള്ളി ചെപ്പേടിൽ "ഗോവിന്ദൻ കോത ചാത്തമംഗലത്താൽ" എന്ന പരാമർശം അയിരൂരിലെ ശാസ്തമംഗലത്തെക്കുറിച്ചാണെന്നു വരാം.

പണ്ടേക്കുപണ്ടേ ദേശത്തിന്റെ രക്ഷകനായി സങ്കല്പിച്ച് ശാസ്താവിനെ പൂജിച്ചിരുന്നുവെന്നും അങ്ങനെ ശാസ്താവിന്റെ അനുഗ്രഹത്തിനു പാത്രമായ സ്ഥലമാണിതെന്നും വേണം കരുതാൻ.

നിലവിലുള്ള മഹാദേവക്ഷേത്രത്തിന് അഞ്ഞൂറുവർഷത്തെ പഴക്കം മാത്രമാണ് കണക്കാക്കിയിട്ടുള്ളത്. ആദിയിൽ ശാസ്തമംഗലത്ത് കിള്ളിയാറിന്റെ കരയിലെ ആരാധനാകേന്ദ്രത്തിൽ പ്രാധാന്യത്തോടെ നിലനിന്നിരുന്ന ശാസ്താരാധനയ്ക്ക് ലോപം സംഭവിക്കുകയും ശൈവാരാധന പ്രബലമായതോടെ കൂട്ടത്തിലുണ്ടായിരുന്ന ആദിദൈവമായ ശിവന് പ്രത്യേകം ആലയമുണ്ടാക്കി സംരക്ഷിക്കുകയും ചെയ്തു എന്ന നിഗമനത്തിനാണ് കൂടുതൽ പ്രസക്തി. ചുറ്റമ്പലത്തിന് പുറത്തായിരുന്ന ശാസ്താവിനു വർത്തമാനകാലത്ത് വീണ്ടും പ്രാധാന്യം വർദ്ധിച്ചതോടെ ക്ഷേത്രമതിൽക്കെട്ടിനകത്ത് അയ്യപ്പനെന്ന സങ്കല്പത്തിൽ പ്രത്യേകം ആലയം ലഭിച്ചതും നാം കണ്ടു.

ശാസ്തമംഗലം ശാസനത്തിലെ 'തിരുച്ചാത്തമംഗലം' എന്ന രേഖപ്പെടുത്തലിലെ 'തിരു' പ്രയോഗത്തിന് പരിശുദ്ധമായ, പുണ്യമുള്ള എന്നീ അർത്ഥങ്ങളാണുള്ളത്. 'ശ്രീ' എന്ന സംസ്കൃതശബ്ദത്തിന്റെ തത്ഭവവുമാണത്. 'മംഗല'ത്തിന് ഭാഗ്യം, അനുഗ്രഹം എന്നീ അർത്ഥങ്ങളുണ്ട്. പുണ്യമുള്ള ശാസ്താവിന്റെ അനുഗ്രഹമുള്ള സ്ഥലം 'ശാസ്തമംഗലം'.

ശാസ്തമംഗലം എഴുന്നള്ളത്ത്

തിരുവനന്തപുരത്തെ പ്രശസ്തമായ മഹാദേവക്ഷേത്രങ്ങളിലൊന്നായ ശാസ്തമംഗലം മഹാദേവക്ഷേത്രത്തോട് നാടുവാണിരുന്ന മഹാരാജാക്കന്മാർക്ക് പ്രത്യേക ആദരവും വിശ്വാസവുമുണ്ടായിരുന്നതിന് തെളിവാണ് ആണ്ടുതോറും നടത്തിവന്നിരുന്ന ശാസ്തമംഗലം എഴുന്നള്ളത്ത്. ഇതിന്റെ ഉത്ഭവത്തെക്കുറിച്ച് ചരിത്രരേഖകളൊന്നും ലഭ്യമല്ല. പ്രചാരത്തിലുള്ള ഐതിഹ്യങ്ങളാകട്ടെ പലതാണുതാനും. ചരിത്രം മറഞ്ഞുനിൽക്കുന്നിടത്ത് ഐതിഹ്യങ്ങളിലും പുരാവൃത്തങ്ങളിലും പഴങ്കഥകളിലുമാണല്ലോ പ്രതീക്ഷ. പക്ഷേ, അവയ്ക്കും ഇവിടെ ഏകത്വമില്ല. പ്രചാരത്തിലുള്ള കഥകൾ തള്ളിക്കളയേണ്ടതുമില്ല. അവയൊക്കെ ക്ഷേത്രവുമായി ബന്ധപ്പെട്ട് വിവിധ കാലഘട്ടങ്ങളിൽ നടന്ന സംഭവമാകാം.

ശ്രീപത്മനാഭസ്വാമിക്ഷേത്രത്തിലെ ദൈനംദിന കാര്യങ്ങൾ ഉൾപ്പെടെ നയപരമായ തീരുമാനങ്ങൾ കൈക്കൊള്ളാൻ അധികാരമുള്ള ഭരണസമിതിയാണ് എട്ടരയോഗം. ദേവസ്വംഭരണത്തിനായി കൊല്ലവർഷം 225 (1050) ൽ രൂപീകരിക്കപ്പെട്ട ഈ സഭ വോട്ടവകാശമുള്ള എട്ട് പോറ്റിബ്രാഹ്മണരും വോട്ടവകാശമില്ലാത്ത അര അംഗത്വം മാത്രമുള്ള മഹാരാജാവും കുടിച്ചേർന്ന ഒരു സംഘമായിരുന്നു. തിരുവിതാംകൂറിലെ

പ്രമുഖ പ്രഭുകുടുംബങ്ങളിൽപ്പെട്ട എട്ടുവീട്ടിൽ പിള്ളമാരുടെ പിന്തുണ യുമുണ്ടായിരുന്നു ഈ പോറ്റിമാർക്ക്. രാജാവിന് യാതൊരു തരത്തി ലുള്ള അധികാരവും ദേവസ്വത്തിൽ ഉണ്ടായിരുന്നില്ല. ആഘോഷങ്ങളിൽ സാന്നിദ്ധ്യം ആവശ്യപ്പെടുമ്പോൾ പങ്കെടുക്കുകമാത്രമാണ് രാജാവ് ചെയ്തിരുന്നത്.[6]

ആദിത്യവർമ്മ മഹാരാജാവിന്റെ കാലത്ത് എട്ടരയോഗവും രാജ സ്ഥാനവും തമ്മിലുള്ള തർക്കം കാരണം കൊല്ലവർഷം 848 മുതൽ 853 വരെ ക്ഷേത്രം പൂട്ടിയിട്ടു. ഈ സമയം ക്ഷേത്രം തുറക്കാൻ രാജാ ധികാരം ഉപയോഗിക്കാതിരുന്നത് എട്ടരയോഗത്തിന് ക്ഷേത്രത്തിലുണ്ടാ യിരുന്ന അധികാരത്തിനു തെളിവായി ചില ചരിത്രകാരന്മാർ വ്യാഖ്യാനിച്ചിട്ടുണ്ട്.

പ്രഭുക്കന്മാരെന്ന നിലയിൽ എട്ടുവീടർക്ക് വേണ്ടത്ര ജനപിന്തുണയും അർത്ഥവും കളരികളുടെ പിന്തുണയോടെയുള്ള സൈനികശക്തിയും ഉണ്ടായിരുന്നു. അക്കാലത്ത് സ്വന്തമായി വേണ്ടത്ര സൈനികബലമില്ലാത്ത രാജാക്കന്മാരെ പരസ്യമായി വെല്ലുവിളിക്കാൻ അവർക്ക് ശേഷിയുണ്ടാ യിരുന്നുവെന്നതും ഓർക്കണം.

ഈ ഒരവസ്ഥയിലാണ് മാർത്താണ്ഡവർമ്മ കുലശേഖരപ്പെരുമാൾ (1729-1758) പിൽക്കാലത്ത് തിരുവിതാംകൂർ എന്നറിയപ്പെട്ട തൃപ്പാപ്പൂർ സ്വരൂപത്തിന്റെ ഭരണമേറ്റത്. ഈ കാലഘട്ടത്തിൽ രാജ്യഭരണം പ്രശ്ന ഭരിതവും അവ്യവസ്ഥിതവുമായിരുന്നുവെങ്കിലും ക്രമേണ മാർത്താണ്ഡ വർമ്മ രാജഭരണത്തിനെതിരെ കലാപമുയർത്തിയ നാടുവാഴിത്തശക്തി കളെ തകർക്കുകയും രാജാധികാരം ഉറപ്പിക്കുകയും ചെയ്തു. ചരിത്ര കാരനായ ശ്രീധരമേനോന്റെ വാക്കുകൾ കടമെടുത്താൽ 'ചോരയു ടെയും ഇരുമ്പിന്റെയും ഒരു നയം' അദ്ദേഹം കൈക്കൊണ്ടു. രാജാധി കാരവും പരമ്പരാഗതമായി അനുഭവിച്ചുവന്നിരുന്ന മാമൂലുകളുടെ സംരക്ഷണവും തമ്മിൽ നിരന്തരം നടന്നുവന്നിരുന്ന സംഘട്ടനത്തിന്റെ രക്തരൂക്ഷിതവും ദയനീയവുമായ അന്ത്യമായിരുന്നു മാർത്താണ്ഡവർമ്മ യുടെ കാലത്തുണ്ടായത്.

വേണാട്ട് രാജാക്കന്മാരിൽ ശക്തിശാലിയും ബുദ്ധിമാനുമായ രാജാ വായിരുന്നു മാർത്താണ്ഡവർമ്മ. കന്യാകുമാരിമുതൽ കൊച്ചിവരെ രാജ്യം വിപുലീകരിച്ചതോടൊപ്പം കെട്ടുറപ്പുള്ള ഭരണസംവിധാനവും രാജ സ്ഥാനത്തിന് സ്വന്തം സേനയുമുണ്ടായി.

പക്ഷേ, ഒരു ദേശത്തിന്റെ ഭാഗധേയങ്ങൾക്ക് തലമുറകൾ കാവൽ നിന്ന എട്ടുവീടരുടെ വംശാവലി ഉന്മൂലനം ചെയ്യാൻ അവരുടെ സ്ത്രീ കളെ തുറകയറ്റുകയും കുട്ടികളെ വധിക്കുകയും ചെയ്ത നടപടി സമൂഹ മനസ്സാക്ഷി അംഗീകരിച്ചിട്ടില്ല എന്നതിനു തെളിവാണ് രക്തസാക്ഷി കളായ നായകന്മാരായി എട്ടുവീടർ ഇന്നും സ്മരിക്കപ്പെടുന്നത്. ശത്രു

---

6. തിരുവിതാംകൂർ ചരിത്രം, പി. ശങ്കുണ്ണിമേനോൻ, പേജ്. 84.

നിഗ്രഹം രാജധർമ്മം തന്നെയാണ്. പക്ഷേ, ഇവിടെ നിഗ്രഹിക്കപ്പെട്ടത് രാജ്യാധികാരം കൈമാറി നൽകി അനുഗ്രഹിച്ച സ്വന്തം അമ്മാവന്റെ മക്കളും മറ്റ് മാടമ്പിമാരും ആയതിനാൽ ഈ ഗണത്തിൽപ്പെടുമോ എന്നതാണ് സംശയം.

രാജ്യാധികാരം നിലനിർത്താനും രാജ്യം വിസ്തൃതമാക്കാനും വേണ്ടി ശത്രുനിഗ്രഹം നടത്തിയ മാർത്താണ്ഡർമ്മ തന്റെ പാപങ്ങൾക്കു പരിഹാരമായി അനേകം വഴിപാടുകളും പൂജകളും നടത്തി. 925-ാമാണ്ടിലെ തൃപ്പടിദാനവും തുടർന്നുള്ള മുറജപവും ലക്ഷദീപവും ഇതിൽ പ്രധാനമാണ്. ഇതിനുപുറമേ പുരോഹിതന്മാർ നിർദ്ദേശിച്ച പരിഹാരകർമ്മങ്ങളിൽ ഒന്നാണ് ശാസ്തമംഗലം മഹാദേവർ ക്ഷേത്രത്തിലെ ഏഴു ദിവസത്തെ ഭജനം പാർക്കൽ എന്നു പറയപ്പെടുന്നു. രാജാവിന് പ്രായശ്ചിത്ത നടപടികൾ നിർദ്ദേശിക്കാൻ ചുമതലയുണ്ടായി രുന്ന കൂപക്കര മഠക്കാരുടെ വകയായിരുന്നു ഈ ക്ഷേത്രം. രാജാവ് ഭജനമിരുന്നതിന്റെ തുടർച്ചയാണ് ആണ്ടുതോറുമുള്ള 'ശാസ്തമംഗലത്ത് എഴുന്നള്ളത്ത്' എന്ന് വിശ്വസിക്കുന്നവരുമുണ്ട്.

കുട്ടിയായിരുന്നപ്പോൾത്തന്നെ മാർത്താണ്ഡവർമ്മയുടെ കഴിവും ബുദ്ധിശക്തിയും ബോദ്ധ്യപ്പെട്ട രാമവർമ്മ മഹാരാജാവ് മാടമ്പിമാരെയും നിഷേധികളായ പ്രഭുക്കന്മാരെയും നിലയ്ക്കു നിർത്താൻ ഉദ്യോഗസ്ഥന്മാരോടാലോചിച്ച് വേണ്ട നടപടികൾ കൈക്കൊള്ളാൻ രാജകുമാരന് അനുവാദം നൽകി. രാജകുമാരന് കേവലം പതിന്നാലു വയസ്സ് മാത്രമായിരുന്നു പ്രായം.

ഇതോടെ യോഗക്കാരും മാടമ്പിമാരും പിള്ളമാരും മാർത്താണ്ഡവർമ്മയുടെ ബദ്ധശത്രുക്കളായി. രാജ്യാവകാശത്തിന്റെ പേരിൽ രാമവർമ്മ മഹാരാജാവിന്റെ മക്കളായ തമ്പിരാമൻ രാമന്റെയും തമ്പിരാമൻ ആദിച്ചന്റെയും പിന്തുണ ലഭിച്ചതോടെ ഇവരുടെ ശക്തി വർദ്ധിച്ചു. ക്രമേണ ഇവർ മാർത്താണ്ഡവർമ്മരാജകുമാരനെ ഇല്ലായ്മ ചെയ്യാനുള്ള പദ്ധതികൾ ആവിഷ്കരിച്ചു.

ഈ സാഹചര്യത്തിൽ രാജകുമാരന് പലപ്പോഴും പല സ്ഥലങ്ങളിൽ മാറി മറി താമസിക്കുകയും വേഷപ്രച്ഛന്നനായി നടക്കുകയും വേണ്ടി വന്നു. പല സന്ദർഭങ്ങളിലും എതിരാളികളുടെ കെണിയിൽ കുടുങ്ങിയെങ്കിലും ദൈവാധീനം കൊണ്ടും അവസരോചിതമായ തീരുമാനങ്ങൾ കൊണ്ടും അത്ഭുതകരമായി രക്ഷപ്പെട്ടു. ഇംഗ്ലണ്ടിലെ ചാൾസ് രണ്ടാമനെപ്പോലെ ഈ രാജകുമാരനും വേഷപ്രച്ഛന്നനായി ചുറ്റിത്തിരിയുകയും മരക്കൊമ്പുകളിലും കുടിലുകളിലും കുറ്റിക്കാടുകളിലും കിടന്നുറങ്ങുകയും ചെയ്തിട്ടുണ്ട് എന്ന് ശങ്കുണ്ണിമേനോൻ തിരുവിതാംകൂർ ചരിത്രത്തിൽ അഭിപ്രായപ്പെടുന്നു.[7]

---

7. തിരുവിതാംകൂർ ചരിത്രം, ശങ്കുണ്ണിമേനോൻ, പേജ് 93 to page 296

മാർത്താണ്ഡവർമ്മയ്ക്കു നേരെ നടന്ന വധശ്രമങ്ങളെ ചരിത്രം രേഖപ്പെടുത്തിയിട്ടുണ്ട്. എ.ഡി. 1728ൽ റാണിയുമൊപ്പം ആറ്റിങ്ങലേക്കു പോകുന്നവഴി 'ചാലക്കോട്' വച്ച് രാമനാമഠത്തിൽ പിള്ളയുടെ നേതൃത്വത്തിൽ വധശ്രമം നടന്നു. ഇവർക്ക് അകമ്പടിസേവിച്ചിരുന്ന കിളിമാനൂർ കോയിക്കൽ തമ്പുരാന്റെ ധീരമായ ഇടപെടൽ മൂലം അപകടം ഒഴിവായി. പക്ഷേ, തമ്പുരാന്റെ വിലപ്പെട്ട ജീവൻ നഷ്ടപ്പെട്ടു.

യുവരാജാവിന് ശത്രുക്കളുടെ കണ്ണിൽപ്പെടാതെ കഴിയാൻ ഉചിതമെന്നു വിശ്വസിച്ചിരുന്ന വനപ്രദേശമായിരുന്നു കള്ളിയങ്കാട്. ഈ പ്രദേശത്തെക്കുറിച്ച് സി.വി.രാമൻപിള്ളയുടെ മനോഹരമായ കാനനവർണ്ണനയുണ്ട്.[8]

പക്ഷേ, കള്ളിയങ്കാട് ക്ഷേത്രത്തിൽ കൊച്ചുതമ്പുരാന്റെ സാന്നിദ്ധ്യം അറിഞ്ഞ ശത്രുക്കൾ ക്ഷേത്രം വളഞ്ഞു. യുവരാജാവിനുവേണ്ടി സ്വന്തം ജീവൻ ബലിനൽകാനുള്ള ശാന്തിക്കാരന്റെ സന്നദ്ധതയും തന്ത്രവും അദ്ദേഹത്തിന്റെ ജീവൻ രക്ഷിച്ചു. ക്ഷേത്രത്തിലൊളിച്ച കുമാരനെ തന്റെ വേഷങ്ങൾ അണിയിച്ച് ഉരുളിയിൽ നിവേദ്യച്ചോറുമായി സന്ധ്യയോടെ ക്ഷേത്രത്തിന് പുറത്തേക്കു വിടുകയും പുറത്തിറങ്ങി ആൾക്കാരുടെ നടുവിലൂടെ മന്ത്രം ജപിച്ചുകൊണ്ട് നടന്നുപോകാൻ നിർദ്ദേശിക്കുകയും ചെയ്തു. രാജകുമാരൻ പുറത്തിറങ്ങിയതോടെ അദ്ദേഹത്തിന്റെ വസ്ത്രങ്ങൾ അണിഞ്ഞിരുന്ന ശാന്തിക്കാരൻ പുറത്തേക്ക് ഒളിഞ്ഞുനോക്കിക്കൊണ്ട് അങ്ങോട്ടുമിങ്ങോട്ടും നടന്നു. മാടമ്പിമാർ അകത്തുകടന്ന് ശാന്തിക്കാരനെ വകവരുത്തി. അങ്ങനെ അത്തവണയും മാർത്താണ്ഡവർമ്മ രക്ഷപ്പെട്ടു.

സ്യാലന്മാരും പിള്ളമാരും ഒരു നിഴൽപോലെ കിരീടാവകാശിയുടെ ജീവനുവേണ്ടി പിന്തുടർന്നപ്പോൾ രാജ്യാധികാരത്തിലേക്കുള്ള പാതയിൽ യുവരാജാവ് പലപ്പോഴും മരണത്തെ മുഖാമുഖം കണ്ടെങ്കിലും പ്രാണരക്ഷാർത്ഥമുള്ള പലായനത്തിൽ തൊട്ടുപുറകെയുള്ള ശത്രുക്കളിൽ നിന്ന് അതിശയകരമായി രക്ഷപ്പെട്ടു. ഒരിക്കൽ പത്മനാഭപുരത്തുനിന്നും തിരുവനന്തപുരത്തേക്കുള്ള യാത്രാമദ്ധ്യേ വേഷപ്രച്ഛന്നനായിരുന്ന യുവരാജാവിനെ പിള്ളമാരുടെ ആൾക്കാർ തിരിച്ചറിഞ്ഞ് പിറകേ കൂടി.

8. ''വനപ്രദേശം എന്നു പറഞ്ഞതുകൊണ്ട് 'ഝില്ലീഝങ്കാരനാദമണ്ഡിതം' ആയും 'സിംഹവ്യാഘ്രശല്യാദിമൃഗഗണനിഷേവിതം' ആയും ഉള്ള ഒരു 'ഘോരവിപിനം' എന്നു വായനക്കാർ വിചാരിച്ചുപോകരുത്. ചെറുതായ വൃക്ഷങ്ങളും മുൾച്ചെടികളും നിറഞ്ഞ്, ജനസഞ്ചാരം അപൂർവ്വമായി മാത്രം ഉള്ളതായ ഒരു ചെറുപ്രദേശമെന്നേ ഗ്രഹിക്കാനുള്ളൂ. നെടുതായി വളർന്നു നിൽക്കുന്ന കരിമ്പനക്കൂട്ടങ്ങൾ വല്ല വനദേവതയുടെയും ഘോഷയാത്രയിൽ പിടിക്കപ്പെട്ട പച്ചക്കുടകൾപോലെ കാണ്മാനുണ്ടായിരുന്നു. അന്യവൃക്ഷങ്ങളെയും ചെടികളെയും ആ വനത്തിൽ വാഴിച്ചുകൂടെന്നുള്ള മാത്സര്യം കൊണ്ടെന്നു തോന്നിക്കുംവണ്ണം കള്ളിയെന്നുള്ള ഒരുവക മുൾച്ചെടി ഉൾമദത്തോടുകൂടി കരിമ്പന മുതലായ ഓരോ തരുക്കളെയും വളഞ്ഞ് തിക്കിത്തിരക്കി നിരോധിച്ചുനിന്നിരുന്നു.'' (സി.വി.രാമൻപിള്ള, മാർത്താണ്ഡവർമ്മ, പേജ് 57.)

അമ്മച്ചിപ്ലാവ്

ശത്രുനീക്കം മനസ്സിലാക്കിയ യുവരാജാവ് ശത്രുക്കൾക്ക് പിടികൊടുക്കാതെ ഓടിരക്ഷപ്പെട്ട കഥ ശങ്കുണ്ണിമേനോൻ തിരുവിതാംകൂർ ചരിത്രത്തിൽ വിവരിച്ചിട്ടുണ്ട്. ഇതേക്കുറിച്ച് സി.വി. രാമൻപിള്ളയുടെ രസകരവും പ്രസക്തവുമായ വിവരണം ഇവിടെ ചേർക്കുന്നു.

''കുറച്ചുകഴിഞ്ഞപ്പോൾ രണ്ടുപേരും ക്ഷീണിച്ചുതുടങ്ങി. എങ്കിലും ജീവിതത്തിലുള്ള ആഗ്രഹം കൊണ്ട് പക്ഷിവേഗത്തെ വെല്ലുന്ന ശീഘ്രഗതിയോടുകൂടി വൃക്ഷങ്ങളും പാറകളും ചുറ്റി, കുന്നുകളും കുഴികളും സമഭൂമികളും കടന്ന്, വേൽക്കാരുടെ മുമ്പിൽനിന്നു മറഞ്ഞു. അസ്ത്രങ്ങൾപോലെ പാഞ്ഞുപോകും വഴിയിൽ മുമ്പിൽ വളരെ അകലെയായിട്ട് ഒരു ചാന്നാൻ നിന്ന് ചില ആംഗ്യങ്ങൾ കാട്ടുന്നതു കാണുകയുണ്ടായി. അവൻ നിന്നിരുന്നതിനു സമീപത്ത് വാർദ്ധക്യം കൊണ്ട് കാതൽ എല്ലാം ചാവി വീണു ദ്രവിച്ചും ഇലകൾ കൊഴിഞ്ഞും ഉള്ള ഒരു പ്ലാവു നിന്നിരുന്നു. ഇടിവീണും മറ്റു ഹേതുക്കളാലും കൊമ്പുകൾ എല്ലാം നശിച്ചുപോയിരിക്കുന്നു. ചെറുതായ ഒരു മുറിയോളം വിസ്താരമുള്ള പോട് ഈ വൃക്ഷശിഷ്ടത്തിൽ ഉള്ളതിനെ, വായുവേഗത്തോട് തന്റെ സമീപത്ത് എത്തിയ ബ്രാഹ്മണന്, ചാന്നാൻ കാണിച്ചുകൊടുത്തതിനെ കണ്ട് അവന്റെ ആംഗ്യങ്ങളുടെ താത്പര്യത്തെ മനസ്സിലാക്കീട്ട്, കാൽക്ഷണം കൊണ്ട് അദ്ദേഹവും ശിഷ്യനും അതിനകത്തു കടന്നു.''[9]

9. സി.വി.രാമൻപിള്ള, മാർത്താണ്ഡവർമ്മ, പേജ് 65, 66.

ഒരു മാതാവിനെപ്പോലെ സ്വന്തം ഉദരത്തിൽ കുമാരനെ ഒളിപ്പിച്ച് ജീവൻ രക്ഷിച്ച പ്ലാവ് പിന്നീട് 'അമ്മച്ചിപ്ലാവ്' എന്നറിയപ്പെട്ടു. കാല മേൽപ്പിച്ച ജീർണ്ണതകൾക്കു വശംവദയായെങ്കിലും മഹത്തായ ഒരു ചരിത്രസംഭവത്തിന്റെ സ്മാരകമായി ഈ പ്ലാവ് ഇന്നും നിലനിൽക്കുന്നു.

ഭ്രാന്തൻ ചാന്നാൻ പ്ലാവ് കാണിച്ചുകൊടുത്തുവെങ്കിലും പോടിന കത്ത് കയറിയിരിക്കാൻ നിർദ്ദേശിച്ചത് ഒരു ബാലനായിരുന്നുവെന്നും അത് സാക്ഷാൽ ഉണ്ണികൃഷ്ണനായിരുന്നുവെന്നുമാണ് ഐതിഹ്യം. അശ്വതിതിരുനാൾ ഗൗരിലക്ഷ്മീഭായി തന്റെ 'തുളസീഹാരം' എന്ന പുസ്തകത്തിൽ ഈ സംഭവത്തെക്കുറിച്ചും നെയ്യാറ്റിൻകര ക്ഷേത്രോൽ പ്പത്തിയെക്കുറിച്ചും വിശദമായി വിവരിക്കുന്നു.

നെയ്യാറ്റിൻകരെ നിന്നും ശത്രുക്കളെ കബളിപ്പിച്ച് മാർത്താണ്ഡർമ്മ രക്ഷപ്പെട്ട് തിരുവനന്തപുരത്തേക്ക് യാത്രതുടർന്നെങ്കിലും പിള്ളമാർ പുറകെതന്നെയുണ്ടായിരുന്നു. അപകടം മനസ്സിലാക്കിയ അദ്ദേഹം ശാസ്തമംഗലത്തെ മഹാദേവർ ക്ഷേത്രത്തിൽ അഭയം തേടി. ക്ഷേത്രത്തിൽ വടക്കുപടിഞ്ഞാറേ ഭാഗത്തായിരുന്നു ക്ഷേത്രം ഉടമകളായ കൂപക്കര മഠക്കാരില് ചിലർ ക്ഷേത്രനടത്തിപ്പിനായി താമസിച്ചിരുന്നത്. ക്ഷേത്ര ത്തിനകത്തുപെട്ട യുവരാജാവ് മഹാദേവനോട് ജീവനുവേണ്ടി പ്രാർ ത്ഥിച്ചുവെന്നും പിന്തുടർന്നെത്തിയ പിള്ളമാരിൽനിന്ന് കുമാരനെ മറച്ച് അദ്ദേഹത്തെ രക്ഷിച്ചുവെന്നുമുള്ള ഐതിഹ്യവും പ്രചാരത്തിലുണ്ട്.

ഈ വിഷയത്തിൽ കൂപക്കരമഠത്തിലെ വർത്തമാനകാലത്തിന്റെ പ്രതിനിധിയായ 'സഞ്ജയ്'ന് തന്റെ പൂർവികരിൽ നിന്ന് പകർന്നു കിട്ടിയ അറിവ് വേറൊന്നാണ്.[10]

''അക്കാലത്ത് യോഗക്കാരും പിള്ളമാരും തമ്മിലുള്ള ബന്ധം വളരെ ദൃഢമായിരുന്നു. ഇരുകൂട്ടരും പരസ്പരം സഹായിക്കുകയും സഹകരി ക്കുകയും വിശ്വസിക്കുകയും ചെയ്തിരുന്നുവെന്നു മാത്രമല്ല, പരസ്പരം അംഗീകരിക്കുകയും ബഹുമാനിക്കുകയും ചെയ്തിരുന്നു. യുവരാജാ വിനെ പിന്തുടർന്നെത്തിയ പിള്ളമാർ ക്ഷേത്രത്തിലൊളിച്ച മാർത്താണ്ഡ വർമ്മയെ വകവരുത്താനുള്ള തയ്യാറെടുപ്പു നടത്തി. ഇവിടെവച്ച് യുവ രാജാവിനെ വധിക്കുന്നത് ക്ഷേത്രത്തിനും പുരോഹിതരായ തങ്ങൾക്കും തീരാക്കളങ്കമാവുമെന്ന് മഠക്കാർക്ക് തോന്നിയതിനാൽ പിള്ളമാരോട് അവരുടെ ഉദ്യമത്തിൽനിന്ന് പിന്മാറാൻ ആവശ്യപ്പെട്ടു. തങ്ങൾക്ക് ലഭിച്ച സുവർണ്ണാവസരം പാഴാക്കാൻ ആദ്യമൊന്നും പിള്ളമാർ തയ്യാറായില്ല. എങ്കിലും ക്രമേണ ക്ഷേത്രാധികാരികളുടെ നിർബന്ധത്തിനു വഴങ്ങുന്നു. ക്ഷേത്രത്തിനും ക്ഷേത്രചൈതന്യത്തിനും പുരോഹിതർക്കും ദുഷ്കീർത്തി ഉണ്ടാക്കാൻ പിള്ളമാരും ആഗ്രഹിച്ചില്ല. അവർ മറ്റൊരവസരത്തിനായി പിൻവാങ്ങി. ഇതേത്തുടർന്ന് കൊട്ടാരത്തിൽനിന്നും പടയാളികൾ

10. അഭിമുഖം, സഞ്ജയ് (കൂപക്കരമഠം)

എത്തുകയും അവരോടൊപ്പം യുവരാജാവ് സുരക്ഷിതനായി മടങ്ങുകയും ചെയ്തു.''5

തുടർന്ന് മാർത്താണ്ഡവർമ്മ മഠക്കാരെ നന്ദി അറിയിക്കുകയും പ്രത്യുപകാരമായി ഇഷ്ടമുള്ള പാരിതോഷികം ആവശ്യപ്പെടാൻ ആഗ്രഹം പ്രകടിപ്പിക്കുകയും ചെയ്തു. അളവറ്റ ഭൂസ്വത്തുക്കളുടെ ഉടമസ്ഥരും പ്രഭുസ്ഥാനീയരുമായ കൂപക്കരമഠക്കാർ നാടുവാഴിയാകേണ്ട യുവ രാജാവിന്റെ ജീവന് പ്രതിഫലം വാങ്ങാൻ കൂട്ടാക്കിയില്ല. പകരം ഈ സംഭവത്തിന്റെ ഓർമ്മയ്ക്കും ക്ഷേത്രത്തിന്റെ യശസ്സിനുമായി വർഷ ത്തിലൊരിക്കൽ സപരിവാരം അദ്ദേഹം ക്ഷേത്രദർശനം നടത്തണമെന്ന ആഗ്രഹം പ്രകടിപ്പിച്ചു. മാർത്താണ്ഡവർമ്മ അത് അംഗീകരിച്ചു എന്നു പറയേണ്ടതില്ലല്ലോ.

ക്ഷേത്രസന്ദർശനത്തോടൊപ്പം കൂപക്കരമഠംപോറ്റിയുടെ ഭവനം സന്ദർശിച്ച് പോറ്റിയുടെ ഉപചാരം അംഗീകരിക്കുന്നതും ദക്ഷിണയും മറ്റ് സമ്മാനങ്ങളും നൽകുന്നതും ഒരു പ്രധാന ചടങ്ങാണ്. ഈ ആചാരം മഠക്കാരോടുള്ള പ്രത്യേക പരിഗണനയായി കണക്കാക്കാം.

ശാസ്തമംഗലം എഴുന്നള്ളത്തിന്റെ ഉത്ഭവത്തെക്കുറിച്ച് നാട്ടിലെ അടുക്കളസദസ്സുകളിൽ സ്ത്രീകൾ അടക്കം പറഞ്ഞ് രസിച്ചിരുന്ന ഒരു കഥകൂടിയുണ്ട്. കെ. സുരേന്ദ്രന്റെ 'ജ്വാല' എന്ന നോവലിൽ ഈ കഥ പറയുന്നുണ്ട്. അതെന്താണെന്നു നോക്കാം.

''ആചാരപ്രസിദ്ധമായ ശാസ്തമംഗലത്ത് എഴുന്നള്ളത്ത്. മഹാ രാജാവ് തന്റെ എല്ലാ പ്രൗഢിയോടും കൂടി ശാസ്തമംഗലത്ത് കൂപക്കര പോറ്റിയുടെ മഠത്തിൽ എഴുന്നള്ളി ചെല്ലുന്നു. പണ്ടേക്കുപണ്ടേയുള്ള ഈ ആചാരത്തിന്റെ തുടക്കത്തെക്കുറിച്ച് പ്രചരിക്കുന്ന പല കഥകളിൽ ഒന്ന് അർത്ഥഗർഭമാണ്. പണ്ടുപണ്ടൊരു മഹാരാജാവ് പോറ്റിവീട്ടിലെ ഒരന്തർജനത്തിൽ കൗതുകം തോന്നിയിട്ട്, താൻ അങ്ങോട്ട് എഴുന്ന ള്ളാൻ ഉദ്ദേശിക്കുന്നതായി പോറ്റിയെ അറിയിച്ചു. ''തിരുവായ്ക്ക് എതിർ വായുണ്ടോ?'' പോറ്റി സമ്മതം മൂളി. എന്നല്ല, ചതുർവ്വിധവിഭവങ്ങളോടു കൂടി രാജാവിനെ സൽക്കരിക്കുകയും ചെയ്തു. പാൽപായസം പിച്ചളക്കിണ്ണ ത്തിലും വെള്ളിക്കിണ്ണത്തിലും സ്വർണ്ണക്കിണ്ണത്തിലും പ്രത്യേകം പ്രത്യേകം പകർന്നുവച്ചിരുന്നു. രാജാവ് ഓരോന്നും രുചിച്ചുനോക്കിയിട്ടു ചോദിച്ചു:

''ഇതെല്ലാം ഒന്നുതന്നല്ലോ. പിന്നെന്തിനു പ്രത്യേകം പ്രത്യേകം പാത്രത്തിൽ?''

''എല്ലാം ഒന്നുതന്നെ തിരുമേനീ. പാത്രത്തിന്റെ വ്യത്യാസമേയുള്ളൂ.'' പോറ്റി വിനയപൂർവ്വം അറിയിച്ചു.

രാജാവിനു താത്പര്യം മനസ്സിലായി. ഒരു പുതിയ വെളിച്ചത്തോടെ അദ്ദേഹം തിരികെ പോരുകയും ചെയ്തു. അതിനുശേഷവും ആണ്ടു തോറും അതേദിവസം തന്നെ രാജാവു പഴയ അനുഭവത്തിന്റെ സ്മരണ യ്ക്കായി പോറ്റിയെ സന്ദർശിച്ചുകൊണ്ടിരുന്നു. ആ പതിവാണത്രേ പിന്നെ ഒരാചാരമായിത്തീർന്നത്.

''എഴുന്നള്ളത്തു കൺമുമ്പിലായി. എല്ലാറ്റിലും മുമ്പേ ആനപ്പുറത്തിരിക്കുന്ന ദുന്ദുഭിക്കാർ, അതിനു പിറകെ ആനയും അമ്പാരിയും പിന്നെ കുതിരപ്പട്ടാളവും കാലാൾപ്പടയും. ഇടയ്ക്കു നാലു കുതിരയെ കെട്ടിയ വണ്ടിയിൽ രാജകീയവേഷത്തിൽ കിരീടധാരിയായി സമസ്തപ്രൗഢിയോടും കൂടെ മഹാരാജാവും.''

എല്ലാ ഐതിഹ്യങ്ങളിലും പുരാവൃത്തങ്ങളിലും കഥാപുരുഷൻ നാടുവാണിരുന്ന തമ്പുരാൻ തന്നെയാണ്. ഭയഭക്തിബഹുമാനത്തോടെ കൂപ്പുകൈകളുമായി ഈ രാജകീയ ആഘോഷത്തിനു ദൃക്സാക്ഷികളായ കാരണവന്മാരിൽ ചിലർ ഇന്ന് ജീവിച്ചിരിപ്പുണ്ട്. കാരണമെന്തായാലും പൊന്നുതിരുമേനിയുടെ എഴുന്നള്ളത്ത് എല്ലാ വർഷവും ഇവർക്കൊരാഘോഷമായിരുന്നു.

ശാസ്തമംഗലം എഴുന്നള്ളത്ത് ഒരു പ്രായശ്ചിത്തത്തിന്റെ ആവർത്തനമായിരുന്നോ? അതല്ല ഉപകാരസ്മരണയുടെ ആഘോഷമായിരുന്നോ? എഴുന്നള്ളത്തിന്റെ ഔപചാരികത്വവും ആഘോഷസ്വഭാവവും കണക്കിലെടുക്കുമ്പോൾ ഇതൊരു ഉപകാരസ്മരണയുടെ ആഘോഷമായി കരുതേണ്ടിയിരിക്കുന്നു.

എഴുന്നെള്ളത്ത് ചരിത്രരേഖകളിൽ

ശാസ്തമംഗലത്തിന്റെ പൂർവകാലപ്രൗഢിയിൽ പ്രസിദ്ധമായ 'ശാസ്തമംഗലത്തെഴുന്നെള്ളത്തി'ന്റെ പങ്ക് വലുതാണ്. നാടുവാഴുന്ന തമ്പുരാൻ രാജകീയ ആഡംബരത്തോടും ആഘോഷത്തോടും സപരിവാരം ക്ഷേത്ര

ശാസ്തമംഗലം എഴുന്നള്ളത്ത്

രഥവും കുതിരകളും

ദർശനത്തിനെത്തുകയും ബന്ധപ്പെട്ട തന്ത്രികുടുംബത്തിന്റെ അതിഥിയാവുകയും ചെയ്യുന്ന മറ്റൊരു ചടങ്ങ് ഇല്ലെന്നുതന്നെ പറയാം. ശ്രീ പത്മനാഭസ്വാമി ക്ഷേത്രവും ശംഖുമുഖം ക്ഷേത്രവുമാണ് മഹാരാജാവ് പരിവാരത്തോടെ എഴുന്നെള്ളിയിരുന്ന മറ്റ് രണ്ട് ക്ഷേത്രങ്ങൾ.

വലിയതമ്പുരാൻ തിരുമനസ്സിലെ ആട്ടത്തിരുനാൾ തിരുവിതാംകൂറിന് ഒരാഘോഷമായിരുന്നു. അതതുകാലം നാടുവാഴുന്ന മഹാരാജാവ് തിരുമനസ്സിലെ ജന്മനക്ഷത്രത്തെ ആധാരമാക്കി കൊണ്ടാടുന്ന ഒരാഘോഷമാണിത്. ആ ദിവസം രാജ്യത്ത് പൊതു ഒഴിവ് പ്രഖ്യാപിച്ചിരുന്നു. ആട്ടത്തിരുനാളിനോടനുബന്ധിച്ചാണ് ശാസ്തമംഗലത്ത് എഴുന്നെള്ളത്ത്. തിരുനാൾ കഴിഞ്ഞുള്ള തിങ്കളാഴ്ചയാണ് പതിവ്.

ആട്ടത്തിരുനാൾ അടിയന്തിരത്തിന്റെ തലേദിവസം കോട്ടയ്ക്കകത്തുള്ള ലവിഹാളിൽ വച്ച് പ്രധാനപ്പെട്ട എല്ലാ ഉദ്യോഗസ്ഥന്മാരുടെയും കൂടിക്കാഴ്ച നടക്കും. പ്രശസ്തരായ പൗരന്മാർക്ക് അവരുടെ വിശിഷ്ട സേവനം കണക്കിലെടുത്ത് ചെമ്പകരാമൻ, റാവുത്തർ, അനന്തപത്മനാഭൻ, മാണിക്യം, കൊച്ചുപണിക്കർ, തമ്പി, തങ്കച്ചി തുടങ്ങിയ പ്രത്യേക ബഹുമതികളും കൽപ്പിച്ചുനൽകിയിരുന്ന വിവരം മുൻപ് സൂചിപ്പിച്ചിട്ടുണ്ട്. പൂജ, ഈശ്വരസേവ, സർവാണിസദ്യ, ക്ഷേത്രദർശനം തുടങ്ങിയ ചടങ്ങുകളും ഇതോടൊപ്പം ഉണ്ടായിരുന്നു.

ശാസ്തമംഗലത്തെഴുന്നെള്ളത്തുമായി ബന്ധപ്പെട്ട് കണ്ടെടുത്ത ഏറ്റവും പഴയരേഖ 1003-ാമാണ്ടത്തെ എഴുന്നള്ളത്തിന്റേതാണ്. 1017-ാം വർഷം മുതൽ ചിത്തിരതിരുനാൾ മഹാരാജാവിന്റെ കാലംവരെ എല്ലാ

വർഷവും തുടർച്ചയായി എഴുന്നള്ളത്ത് നടന്നതിന്റെ രേഖകളുണ്ട്. രാജകീയരഥത്തിലുള്ള എഴുന്നെള്ളത്ത് തുടങ്ങിയത് 1017-ാമാണ്ട് ചിങ്ങ മാസം 12 മുതലാണെന്നു കാണുന്നു. ഈ ആവശ്യത്തിലേക്കായി 1016-ാ മാണ്ടിൽ സ്വാതിതിരുനാൾ പുതിയ രഥം പണിയിച്ചതായും മിക്കവാറും ശാസ്തമംഗലം എഴുന്നെള്ളത്ത് രഥത്തിലായിരുന്നുവെന്നും കൊട്ടാരം മാന്വലിൽ പരാമർശിച്ചിട്ടുണ്ട്.

മദ്രാസുകാരനായ വീരസ്വാമി നായിഡുവായിരുന്നു രഥനിർമ്മാണ ത്തിന് മേൽനോട്ടം വഹിച്ചത്.[11] മഹാരാജാവിന്റെ രാജസദസ്സിലെ ഒരംഗം എന്ന നിലയിൽ ഇവിടെ താമസിച്ചിരുന്ന അദ്ദേഹത്തിന് അപ്പീൽകോടതി യിലെ നാലാം ജഡ്ജിയായി നിയമനം ലഭിച്ചു. അതോടൊപ്പം കുതിര കളെപ്പറ്റി നല്ല അറിവുണ്ടായിരുന്ന നായിഡുവിന് മഹാരാജാവിന്റെ കുതിരകളുടെ മേൽനോട്ടവും അനുവദിച്ചുകൊടുത്തു. ആഘോഷവേള കളിൽ മഹാരാജാവിന് ഉപയോഗിക്കാൻ അതിമനോഹരവും ഏറെ അലംകൃതവുമായ രഥം നിർമ്മിച്ച കലാകാരന്മാരുടെ കൈവിരുതും പ്രതിഭയും യൂറോപ്യൻ എഞ്ചിനീയർമാരുടെപോലും പ്രശംസയ്ക്കു പാത്രമായി. പിൽക്കാലത്ത് രാജകീയ എഴുന്നെള്ളത്തുകൾക്കെല്ലാം ഉപയോഗിച്ചിരുന്നത് ഈ രഥമാണ്. സ്വാതിതിരുനാൾ മുതൽ ശ്രീചിത്തിര തിരുനാൾവരെയുള്ള മഹാരാജാക്കന്മാരെ വഹിക്കാൻ ഭാഗ്യമുണ്ടായ കമനീയമായ ഈ രഥം, ഗതകാലസ്മരണകളയവിറക്കിക്കൊണ്ട് കാഴ്ച ക്കാർക്ക് കൗതുകമായി, തിരുവനന്തപുരം കാഴ്ചബംഗ്ലാവിലെ ശ്രീചിത്ര ആർട്ട് ഗ്യാലറിയിൽ ഇപ്പോഴുമുണ്ട്. രാജകീയ എഴുന്നള്ളത്തുകളു ടെയും ആഘോഷങ്ങളുടെയും എത്രയെത്ര അനുഭവങ്ങളാണ് ഈ രഥത്തിന് നമ്മോടു പറയാനുണ്ടാവുക.

രാജാവ് എഴുന്നള്ളുന്ന റോഡുകളും പരിസരവും ശുചിയാക്കി, മുൻകൂട്ടി പൊലീസ് ബന്തവസ്സാക്കി, എഴുന്നള്ളത്തിന് യാതൊരു പ്രതി ബന്ധവുമുണ്ടാകാത്ത രീതിയിൽ വേണ്ട മുൻകരുതലുകളുണ്ടാവും. എഴുന്നള്ളത്തിനിടയിൽ നടത്തേണ്ട കാണിക്ക, നടയ്ക്കുവയ്പ് എന്നി വയ്ക്ക് അതതു സ്ഥലങ്ങളിൽ മുൻകൂർ ചട്ടം കെട്ടാനുള്ള ചുമതല നിത്യച്ചെലവ് കാര്യക്കാർക്കാണ്. എഴുന്നള്ളത്തിന് അകമ്പടിസേവിച്ചു പോകേണ്ട ആനകൾ, കുതിരകൾ, രാജചിഹ്നങ്ങൾ, അവ വഹിക്കേണ്ട ആൾക്കാർ, എഴുന്നള്ളത്തിനുള്ള വാഹനം എന്നിവ ചട്ടംകെട്ടി അയപ്പി ക്കാനുള്ള ചുമതലയും കാര്യക്കാർക്കുതന്നെ. കൊട്ടാരം സംബന്ധിച്ച ചെലവുകൾ 'നിത്യചെലവ്' മുഖാന്തരം നടത്താനായിരുന്നു വ്യവസ്ഥ യെങ്കിലും 1804-ാമാണ്ടിനുശേഷം ചെലവിന്റെ ഭൂരിഭാഗവും കൊട്ടാര ത്തിൽ നിന്നുതന്നെ വഹിച്ചു.

എഴുന്നള്ളത്ത് കടന്നുപോകുന്ന പ്രധാന സ്ഥാപനങ്ങളും കടകമ്പോള ങ്ങളുമൊക്കെ അലങ്കരിച്ചിരുന്നു. ആയുർവേദ കോളേജ്, അഞ്ചൽ സൂപ്ര ണ്ടിന്റെ ഓഫീസ്, മ്യൂസിയം തുടങ്ങിയ സ്ഥാപനങ്ങളുടെ കവാടങ്ങൾ

---

11. തിരുവിതാംകൂർ ചരിത്രം പി. 132 ശങ്കുണ്ണിമേനോൻ പേജ് 361

മഹാരാജാവ് എഴുന്നള്ളിയിരുന്ന ശാസ്തമംഗലം മാളിക

അലങ്കരിക്കുന്നതിനായി പ്രതിവർഷം ഒന്നു മുതൽ അഞ്ചുവരെ രൂപ ചെലവിനത്തിൽ അനുവദിച്ചിരുന്നതായി കാണുന്നു. കൊളിജിയറ്റ് ഹോസ്റ്റലിന്റെ മുൻവശം അലങ്കരിക്കാൻ മൂന്നു രൂപ അനുവദിക്കണമെന്ന് പബ്ലിക് ഇൻസ്ട്രക്ഷൻ ഡയറക്ടർ കൊല്ലവർഷം 1108ൽ ചീഫ് സെക്രട്ടറിക്കയച്ച അപേക്ഷ പുരാവസ്തുവകുപ്പിന്റെ രേഖകളിലുണ്ട്.[12]

തിരുമനസ്സ് എഴുന്നള്ളി കോട്ടയ്ക്കു പുറത്തെത്തിയാൽ ഉടനെയും തിരികെ എഴുന്നള്ളുന്ന സമയത്തും പഴവങ്ങാടി ഗണപതിക്ക് ആറ് തേങ്ങ വീതം കൊടുത്തയച്ച് അടിപ്പിക്കാനും, തിരിച്ചെഴുന്നള്ളുമ്പോൾ വേണമെങ്കിൽ ഉപയോഗിക്കാൻ പാകത്തിന് തീവെട്ടിയും എണ്ണയും തയ്യാറാക്കിവയ്ക്കാനും കൊട്ടാരം സർവാധികാര്യക്കാരുടെ ഉത്തരവുണ്ട്. ക്ഷേത്രദർശനസമയത്ത് മഹാരാജാവ് എഴുന്നള്ളിയ രഥം ശാസ്തമംഗലം കവലയുടെ വടക്കുകിഴക്കുഭാഗത്തുള്ള രഥപ്പുരക്കുന്നിൽ സൂക്ഷിക്കും.

എഴുന്നള്ളത്ത്ദിവസത്തെ നടപടിക്രമങ്ങൾ കൊട്ടാരം മാന്വലിൽ വിശദമായി പ്രതിപാദിച്ചിട്ടുണ്ട്.[13]

കരുവേലപ്പുര മാളികത്താഴെനിന്നും പുറപ്പെട്ട്, കിഴക്കേക്കോട്ട വാതിൽ കടന്നു, വടക്കോട്ടു തിരിഞ്ഞു, മെയിൻ റോഡു വഴി, പബ്ലിക് ആഫീസ്, മ്യൂസിയം, നക്ഷത്രബംഗ്ലാവ് എന്നീ സ്ഥലങ്ങൾ കടന്ന് വെള്ളയമ്പലം സ്ക്വയറിലേക്കും അവിടെനിന്നും നേരെ കിഴക്കോട്ടുള്ള റോഡിൽക്കൂടി ശാസ്തമംഗലത്തേക്കുമാണ് എഴുന്നള്ളത്തിന്റെ മാർഗ്ഗം.

---

12. കത്ത് നം.1732.20111932 (പുരാരേഖാവകുപ്പ്)
13. കൊട്ടാരം മാന്വൽ വാല്യം 1 ഭാഗം 1 പേജ് 319

പട്ടാളം, ബാന്റുകൾ എന്നിവ ഉൾപ്പെട്ട എല്ലാ രാജചിഹ്നങ്ങളും വെള്ളയമ്പലം സ്ക്വയർവരെ മാത്രമേ ഉണ്ടായിരിക്കയുള്ളൂ. അവിടെ നിന്നും ശാസ്തമംഗലത്തേക്കു എഴുന്നള്ളത്തിനു മുൻപും പിൻപും തുറുപ്പുകാർ മാത്രം അകമ്പടി സേവിച്ചുപോകുന്നതാണ്. എഴുന്നള്ള ത്തോട് അനുഗമിക്കുന്നതിന് അനുവദിച്ചിട്ടുള്ള കൊട്ടാരം ഓഫീസർമാരും എഴുന്നള്ളത്തിന്റെ പിന്നാലെ ഉണ്ടായിരിക്കും. എന്നാൽ അകമ്പടി സേവിച്ചുപോകുന്ന കൊട്ടാരത്തിലെ ജീവനക്കാരായ പട്ടക്കാർ, ഹരി ക്കാർ, വേൽക്കാർ, ബാണക്കൊടിക്കാർ ഉൾപ്പെട്ടവരും പുലിത്തുകൽ പ്പെട്ടകം, അമ്പാരി ആന ഉൾപ്പെട്ട രാജചിഹ്നങ്ങളും വെള്ളയമ്പലം സ്ക്വയറിൽ നിൽക്കുകയും, തിരുമനസ്സുകൊണ്ടു ശാസ്തമംഗലത്തേക്ക് എഴുന്നള്ളിയ ശേഷം തിരികെ പോരുകയും ചെയ്യേണ്ടതാകുന്നു.

ശാസ്തമംഗലത്തു ക്ഷേത്രത്തിൽ കല്പിച്ച് എഴുന്നള്ളുന്നതാക യാൽ മുൻകൂട്ടി അകത്തെ പ്രവൃത്തിവിചാരിപ്പുകാരും അകത്തെ പ്രവൃത്തിക്കാർ, ഉടവാളെടുപ്പുകാർ ഉൾപ്പെട്ടവരും അവിടെ പോറ്റിയുടെ മഠത്തിൽ ചെന്നു നിൽക്കയും എഴുന്നള്ളത്തോടൊന്നിച്ച് സേവിച്ചു പോകയും ചെയ്യണം. കല്പിച്ചു ക്ഷേത്രത്തിൽ എഴുന്നള്ളുന്ന അവസര ത്തിൽ ചാർത്തുവാനുള്ള കസവുപരിവട്ടം ഉൾപ്പെട്ടവ വാലറ്റു മഠത്തിൽ മുൻകൂട്ടി തയ്യാറാക്കിയിരിക്കേണ്ടതാണ്. അമൃതേത്തുമഠപ്പള്ളിക്കാർ മുൻകൂട്ടി മഠത്തിൽ ഹാജരായി അമൃതേത്തിനുള്ള പലഹാരങ്ങൾ മുത ലായത് ഉണ്ടാക്കിവയ്ക്കണം. ക്ഷേത്രത്തിൽ നടത്തേണ്ട കാണിക്ക ഉൾപ്പെട്ടവയും പോറ്റിക്കു കൊടുക്കേണ്ട സമ്മാനം ഉൾപ്പെട്ട ചരക്കു വകകളും നിത്യച്ചിലവിൽനിന്നും സ്ഥലത്തു ഹാജരാക്കേണ്ടതാണ്. തിരുമനസ്സുകൊണ്ട് ശാസ്തമംഗലത്തു ക്ഷേത്രത്തിൽ എത്തുമ്പോഴും തിരികെ അവിടെനിന്നും എഴുന്നള്ളുമ്പോഴും ആചാരം ചെയ്യുന്നതിനു കീഴ്പതിവനുസരിച്ചു പട്ടാളക്കാർ ശാസ്തമംഗലത്തു ഹാജരായിരിക്കയും യഥാവസരങ്ങളിൽ ആചാരം ചെയ്കയും ചെയ്യണം. എഴുന്നള്ളത്തവ സരത്തിൽ സ്റ്റേറ്റിലെ ഉദ്യോഗസ്ഥന്മാർ വെള്ളയമ്പലം സ്ക്വയറിൽ ഹാജ രായി നിൽക്കയും എഴുന്നള്ളത്തു കഴിഞ്ഞു പിരിയുകയും ചെയ്യേണ്ടതാണ്.

"തിരുമനസ്സുകൊണ്ട് വൈകിട്ടു ഉദ്ദേശ്യം നാല് മണിയോടുകൂടി യാണ് ശാസ്തമംഗലത്തേക്കു എഴുന്നള്ളുന്നത്. ശ്രീകൃഷ്ണവിലാസത്ത് എഴുന്നള്ളി അവിടെവച്ചു തിരുമനസ്സുകൊണ്ടു രാജോചിതമായ അല ങ്കരണങ്ങൾ ചാർത്തുന്നു. അവിടെനിന്നും കാൽനടയായി കരുവേല പ്പുര മാളികത്താഴെ എത്തി അവിടെ റോഡിൽ നിറുത്തീട്ടുള്ള നാല് കുതിരപൂട്ടിയ സാറട്ടുവണ്ടിയിൽ കൽപ്പിച്ച് എഴുന്നള്ളുന്നു. ഈ അവ സരത്തിൽ പട്ടാളക്കാർ ആചാരം ചെയ്യുന്നതാണ്. അതിനെ അംഗീ കരിച്ചശേഷം സകല ആഡംബരങ്ങളോടുകൂടി എഴുന്നള്ളത്തു പുറ പ്പെടുന്നു. വെള്ളയമ്പലം വരെ ഈ എഴുന്നള്ളത്തു തുടരുന്നു. അവിടെ വച്ചു തിരുമനസ്സുകൊണ്ട് ഇരട്ടക്കുതിര സാറട്ടുവണ്ടിയിൽ ശാസ്തമംഗല ത്തേക്കു എഴുന്നള്ളുന്നു. ശാസ്തമംഗലത്ത് എഴുന്നള്ളുമ്പോഴും അവിടെ

ഹാജരുള്ള പട്ടാളക്കാർ ആചാരം ചെയ്യുന്നതാണ്. ശാസ്തമംഗലത്തു കൂപക്കരപ്പോറ്റിയുടെ മാളികയിൽ എഴുന്നള്ളി അവിടെവച്ചു കസവു പരിവട്ടവും പച്ചപ്പുര മണിമാലയും ചാർത്തിയശേഷം ശിവക്ഷേത്രത്തിലേക്കു എഴുന്നള്ളുന്നതാണ്. ശിവദർശനവും കാണിക്ക നടയ്ക്കുവയ്പും കഴിച്ചശേഷം തിരികെ മഠത്തിൽ എഴുന്നള്ളി കൂപക്കരപ്പോറ്റിയുടെ ഉപചാരം അംഗീകരിച്ചശേഷം മാളികപ്പുറത്തു വീണ്ടും എഴുന്നള്ളി പൂർവസ്ഥിതിയിൽ അലങ്കാരങ്ങൾ ചാർത്തി കൂപക്കരപ്പോറ്റിക്കും ആ പോറ്റിയുടെ അനുചരന്മാർക്കും ചന്ദനക്കര മുതലായതു കീഴ്പ്പതിവിൻപടി സമ്മാനിക്കുന്നതാണ്. അതുകഴിഞ്ഞു കൽപ്പിച്ച് വണ്ടിയിൽ കയറിയിരുന്നു തിരികെ കോട്ടയ്ക്കകത്ത് എഴുന്നള്ളുന്നു. തിരികെ കരുവേലപ്പുര മാളികത്താഴെ കൂടി അകത്തെഴുന്നള്ളുമ്പോൾ തിരുമേനിയിൽ കരിങ്കിടാ ഉഴിച്ചിൽ നടക്കുന്നതും തിരുമനസ്സുകൊണ്ടു മാളികയിൽ റോഡരുകിലുള്ള വരാന്തയിൽ എഴുന്നള്ളുന്നതുമാണ്. അവിടെവച്ച് കൽപ്പിച്ചു പിടിപ്പണം വാരി സ്വയം തിരുമുടിയിൽ ഉഴിഞ്ഞു താഴെ എറിഞ്ഞശേഷം തിരികെ ശ്രീകൃഷ്ണ വിലാസത്തേക്ക് എഴുന്നള്ളുന്നു.''[14] അങ്ങനെയാണ് ശാസ്തമംഗലം എഴുന്നള്ളത്തിന്റെ ചടങ്ങുകൾ അവസാനിക്കുന്നത്.

ശാസ്തമംഗലത്തെ പൂർവികർ

ഒരു പ്രദേശത്തെ ജനങ്ങളുടെ സംസ്കാരവും ജീവിതശൈലിയും രൂപപ്പെടുത്തുന്നതിൽ അവരുടെ തൊഴിലിനും പിന്തുടർന്നിരുന്ന വിശ്വാസങ്ങൾക്കും ആരാധനാസമ്പ്രദായങ്ങൾക്കും പ്രധാന പങ്കുണ്ട്. ശാസ്തമംഗലത്തെ പൂർവികരെയും അവരുടെ ആരാധനാക്രമത്തിലുണ്ടായ വികാസപരിണാമങ്ങളെയും ഇനി പരിശോധിക്കാം.

ആര്യേതരരായ പൂർവ്വികരെയെല്ലാം നാം ദ്രാവിഡരായാണ് കണക്കാക്കി വരുന്നത്. ജീവിച്ചിരുന്നവരുടെ ആത്മാക്കളെയാണ് അവർ ആരാധിച്ചിരുന്നത്. ശത്രുനിഗ്രഹം നടത്തി വിജയശ്രീലാളിതരായ ധീരന്മാരുടെ മരണാനന്തരം അവരുടെ ആത്മാക്കൾ ആരാധനാപാത്രങ്ങളായി മാറി. ചില പ്രത്യേക വൃക്ഷങ്ങളിൽ മരണമടഞ്ഞവരുടെ ആത്മാക്കൾ കുടികൊള്ളുന്നുവെന്നും അവയുടെ ക്ഷോഭം മഹാമാരികൾക്കിടയാക്കുമെന്നും ഭയന്നു.

ആത്മാക്കളുടെ സാന്നിദ്ധ്യം സങ്കല്പിക്കുകയോ അവ പ്രത്യക്ഷപ്പെട്ടുവെന്ന് വിശ്വസിക്കുകയോ ചെയ്യുന്ന സ്ഥലത്ത് അടയാളത്തിനായി കല്ലുകൾ സ്ഥാപിച്ചു. ബലിമൃഗങ്ങളെ ഹാരമണിയിച്ച് ദീപമുഴിഞ്ഞ് സദ്യയും നൽകി ആദരവോടെയാണ് ഇത്തരം കല്ലുകളുടെ മുമ്പിലേക്ക് ആനയിച്ചിരുന്നത്. തുടർന്ന് ബലിനടത്തി ആത്മാവിന് രക്തം നൽകി തൃപ്തിപ്പെടുത്തിയശേഷം ഭക്തരുടെ ശരീരത്തിലും വസ്ത്രങ്ങളിലും വളർത്തു

14. കൊട്ടാരം മാന്വൽ വാല്യം 1 ഭാഗം 1 പേജ് 333

മൃഗങ്ങളുടെ പുറത്തും രക്തംപുരട്ടുന്നത് ദിവ്യമായി കണ്ടിരുന്നു. ആദിമ ആരാധനാലയങ്ങൾ തുറസ്സായ സ്ഥലങ്ങളിലും വൃക്ഷച്ചുവടുകളിലുമായിരുന്നല്ലോ. ബലിയും ആട്ടവും പാട്ടും മദ്യവും മാംസവും വാദ്യമേളങ്ങളുമായി ആഘോഷപൂർവമായിരുന്നു ആരാധന. തിരഞ്ഞെടുത്ത ചില പ്രത്യേക ദിവസങ്ങളിലായിരിക്കും ഇത്. കാലക്രമത്തിൽ കല്ലുകൾ ആത്മാക്കളുടെ പ്രതീകങ്ങളും ആരാധനാമൂർത്തികളുമായി പരിണമിച്ചു. അതിലവർ രൂപങ്ങൾ കൊത്തിയുണ്ടാക്കി. ക്രമേണ അവിടെ ക്ഷേത്രങ്ങൾ രൂപപ്പെട്ടു. അരൂപികളായ ശക്തികളെ ആരാധിച്ചിരുന്നവർക്ക് ക്രമേണ കാണാനും തൊട്ടറിയാനും കഴിയുന്ന ആരാധനാമൂർത്തികളുണ്ടായി.

നമ്മുടെ ആദിമ ദൈവങ്ങൾക്കുണ്ടായ പരിണാമത്തെക്കുറിച്ച് പഠനം നടത്തിയ Wilberth Edore Elmoreന്റെ നിഗമനത്തിന്റെ ചുരുക്കും ഇങ്ങനെയാണ്. ''ആദിമവാസികൾ പൊതുവെ ഗ്രാമദൈവങ്ങളെയാണ് ആരാധിച്ചിരുന്നത്. ഇത് നിലനിർത്തുക എന്നത് ഗോത്രത്തലവന്മാരുടെയും നാടുവാഴികളുടെയും ആവശ്യമായിരുന്നതിനാൽ ക്ഷേത്രനിർമ്മാണത്തിലും സംരക്ഷണത്തിലും നടത്തിപ്പിലും അവർ താത്പര്യം കാണിച്ചു. ഭരണാധിപന്മാരുടെയും ഗോത്രങ്ങളുടെയും നാശവും പുതിയ ജനവിഭാഗങ്ങളുടെ വരവും ക്ഷേത്രഭരണം വീണ്ടും സാധാരണക്കാരുടെ കൈയിലേക്കെത്താനിടയായി. കൂടാതെ പ്രകൃതിക്ഷോഭം ഉൾപ്പെടെയുള്ള കാരണങ്ങളാൽ പല ആരാധനാലയങ്ങൾക്കും പലവട്ടം നാശവും വീണ്ടും ഉദ്ധാരണവും ഉണ്ടായി. ചിലതിന് ഈ പ്രക്രിയക്കിടയിൽ സ്ഥാനചലനവുമുണ്ടായി.''

ശാസ്തമംഗലത്തെ പുരാതന ക്ഷേത്രമായ മഹാദേവക്ഷേത്രവും താഴെ കിള്ളിയാറിന്റെ കരയിലുള്ള പഴയ കാവും പല വൃദ്ധിക്ഷയങ്ങൾക്കും ശേഷമാണ് നിലവിലുള്ള അവസ്ഥയിലെത്തിയത്. ക്ഷേത്രത്തിന്റെ പൂർവത്തെക്കുറിച്ചുള്ള ദേവപ്രശ്നത്തിൽ തെളിഞ്ഞത് ഇപ്രകാരമാണ്:

''താപസികളുടെ ആവാസം കൊണ്ട് പുരാതനമായ ഒരു പ്രദേശമാണ് ഇവിടമെന്നു കാണുന്നു; കാടുപിടിച്ച് ജലസമ്പർക്കത്തോടെ കിടന്നതുമാണ്. ഋഷിവര്യന്മാരുടെ ഹൃദ്കമലത്തിൽ ആവിർഭവിച്ച ദേവനാണ്. ആ നിലയ്ക്ക് സ്വയംഭൂവെന്നുതന്നെ പറയാം. അവരുടെ തിരോധാനത്താൽ നിശ്ശേഷ്ടഭാവത്തിൽ വളരെനാൾ കിടന്നു. കാലക്രമത്തിൽ പുണ്യമുള്ള ആളിന് കണ്ടറിവാൻ ഇടവന്നു. അതോടെ ആലയമുണ്ടാക്കി താന്ത്രികവിധിപ്രകാരം പ്രതിഷ്ഠ നടത്തി ആചരിച്ചു പോന്നുവെന്നർത്ഥം... ഒരു മഹാ ബ്രാഹ്മണകുടുംബത്തിന്റെ അധീനതയിലാണ് ക്ഷേത്രം നിലനിന്നുപോന്നിരുന്നത്. അവർക്ക് രാജസഹായവും അധികാരങ്ങളുമുണ്ടായിരുന്നു. ക്ഷേത്രത്തോടു ചേർന്നുള്ള ബ്രാഹ്മണാധിവാസങ്ങളെല്ലാം നാമാവശേഷമായി.[15]

---

15. ശാസ്തമംഗലം മഹാദേവക്ഷേത്രത്തിൽ 2-03-2002ൽ നടത്തിയ ദേവപ്രശ്നം ദൈവജ്ഞൻ തലയോലപ്പറമ്പ് പരമേശ്വരമേനോൻ.

പരിണാമവിഷയത്തിൽ മുകളിൽപ്പറഞ്ഞ ചരിത്രപരവും ജ്യോതിഷ പരവുമായ കണ്ടെത്തലുകൾ പരസ്പരം യോജിക്കുന്നവയാണ്.

പൂർവ്വികരുടെ തിരോധാനത്തെത്തുടർന്ന് നിശ്ശേഷ്ടമായ മഹാദേവ വിഗ്രഹത്തെ പുണ്യാത്മാക്കൾ കണ്ടെടുത്ത് ആരാധിച്ചതും, ഇടപ്പഴി ഞ്ഞിയിലെ തകർന്നടിഞ്ഞ ക്ഷേത്രാവശിഷ്ടങ്ങളും സുബ്രഹ്മണ്യവിഗ്ര ഹവും ഭക്തജനങ്ങൾ കണ്ടെടുത്തതും പാങ്ങോട് കാട്ടിനുള്ളിൽ നിന്നും ശ്രീമൂലം തിരുനാളിന്റെ ശ്രമഫലമായി ശാസ്താവിനെ കണ്ടെടുത്ത് പുനഃസ്ഥാപിച്ചതും ഈ വിശ്വാസങ്ങൾക്ക് അടിവരയിടുന്നു. ആദിമ ആരാധനാലയങ്ങൾക്കും ആരാധനാസമ്പ്രദായങ്ങൾക്കും ചരിത്രപര മായി ഉണ്ടായ മാറ്റങ്ങൾ തന്നെയാണ് ശാസ്തമംഗലത്തെ ആരാധനാ ലയങ്ങൾക്കും സംഭവിച്ചത്. കാലഗതിക്കനുസരിച്ച് മാറ്റങ്ങൾ ഇവിടത്തെ ക്ഷേത്രസങ്കല്പങ്ങൾക്കും ഉണ്ടായി.

എ.ഡി.9-ാം നൂറ്റാണ്ടോടെയാണ് ആരാധനാലയങ്ങൾക്ക് പ്രകടമായ മാറ്റം സംഭവിച്ചത്. ആൽത്തറയിലും കാവുകളിലും ചെറിയ ഗുഹകളി ലുമൊക്കെ വച്ചാരാധിച്ചിരുന്ന ദൈവങ്ങൾക്ക് കല്ലും മരവും കൊണ്ടുള്ള ആലയങ്ങളുണ്ടായി. ശ്രീകോവിലിനും ദാരുശിൽപ്പങ്ങൾക്കും പ്രാമുഖ്യം നൽകിയുള്ള നിർമ്മിതികളായിരുന്നു കേരളീയശൈലി. വിഴിഞ്ഞത്തെ ഭഗവതിക്ഷേത്രം ദ്രാവിഡസങ്കല്പത്തിലുള്ള കേരളത്തിലെ ഏറ്റവും പഴക്കമുള്ള ക്ഷേത്രനിർമ്മിതിയാണ്.

വിഗ്രഹങ്ങൾ, ആറാട്ടുകൾ, ഉത്സവങ്ങൾ, കെട്ടുകാഴ്ചകൾ, രഥോ ത്സവങ്ങൾ, താലപ്പൊലി എന്നിവ ബുദ്ധമതത്തിന്റെ സംഭാവനകളാണ്. ബ്രാഹ്മണരുടെ വരവോടെ ക്ഷേത്രങ്ങൾ അവരുടെ വരുതിയിലായി. ക്ഷേത്രങ്ങളുടെ പുതിയ അവകാശികൾ ബുദ്ധികൊണ്ടും സമ്പത്തു കൊണ്ടും ശക്തരായിരുന്നു. അവർ ക്ഷേത്രഭരണവും പൂജാവിധികളും ചിട്ടപ്പെടുത്തി. ഭക്തർക്കും ദൈവങ്ങൾക്കും പെരുമാറ്റച്ചട്ടങ്ങളുണ്ടാക്കി. ക്ഷേത്രങ്ങളിൽ നിത്യാരാധനയും അതിനുപരി ഉത്സവങ്ങളും എഴുന്നള്ള ത്തുകളും കലാപരിപാടികളുമൊക്കെയായി ക്ഷേത്രാന്തരീക്ഷം ആഘോഷ പൂർണ്ണമാക്കി. ആരാധനാലയങ്ങൾക്ക് മതിൽക്കെട്ടുകളുണ്ടായി. ദേവ ന്മാരിൽ ചിലരെ ക്ഷേത്രവളപ്പിനകത്തും മറ്റുചിലരെ പുറത്തുമാക്കി. ജാതിരഹിതമായിരുന്ന സമുദായത്തിൽ ജാതിസമ്പ്രദായം തിരുകിക്കയറ്റി. ഭരണാധികാരികളുടെ ദീർഘായുസ്സിനും മംഗളത്തിനും വേണ്ടി വൈദിക വിധിപ്രകാരമുള്ള യാഗാദികർമ്മങ്ങൾ നടത്തി അവരെ വശത്താക്കി.

ശാസ്തമംഗലത്തും പരിസരത്തും ബുദ്ധജൈനമതങ്ങളുടെ ശക്ത മായ സാന്നിദ്ധ്യം ഉണ്ടായിരുന്നതായി കാണുന്നില്ല. ഇവിടത്തെ പൂർവ്വാരാ ധനാസമ്പ്രദായത്തിലും ജീവിതരീതിയിലും സ്വാധീനം ചെലുത്താൻ ശ്രമിച്ചത് ബ്രാഹ്മണരാണ്. പക്ഷേ ഇവരുടെ ഇടപെടലുകൾക്ക് കാര്യ മായ ഫലമുണ്ടായില്ലെന്നതിന് തെളിവുകളാണ് കിള്ളിയാറിന്റെ തീരത്ത്

ഇന്നും പ്രാമുഖ്യത്തോടെ ആരാധിക്കപ്പെടുന്ന ശിവനും ഭദ്രയും ചാമുണ്ഡിയും സുബ്രഹ്മണ്യനും ശാസ്താവും പഴയകുടുംബങ്ങളിൽ വച്ചാരാധിക്കുന്ന ഭദ്രയും തമ്പുരാനും. കൊയ്ത്തുകഴിഞ്ഞ ഏലകളിൽ മൂന്നു വർഷത്തിലൊരിക്കൽ കൊണ്ടാടുന്ന ഊരൂട്ടും തമ്പുരാൻപാട്ടും ഭദ്രകാളിപ്പാട്ടുമെല്ലാം ഇവിടത്തെ ആദിമ ആരാധനാമൂർത്തികളോട് ഇന്നും ജനങ്ങൾക്കുള്ള ഭക്തിയും ആദരവും വെളിവാക്കുന്നു.

ആരാധനാമൂർത്തികൾ

ശിവനും കാളിയും ദുർഗ്ഗയും അവരുടെ തുടർച്ചയായ ഭദ്രകാളി, ശാസ്താവ്, സുബ്രഹ്മണ്യൻ, ഗണപതി, വീരഭദ്രൻ എന്നിവരുമാണ് ശാസ്തമംഗലത്തെ പുരാതനമായ ആരാധനാമൂർത്തികൾ.

ശിവൻ, കാളി, ദുർഗ്ഗ എന്നിവരെ ആദിമദൈവങ്ങളായാണ് കണക്കാക്കിവരുന്നത്. ഇവരുടെ സ്വാധീനം ഭക്തജനങ്ങളിൽ ഇന്നും ശക്തമായിത്തന്നെ തുടരുന്നു. പുരാണങ്ങളിലെ ദേവനായ ശിവന്റെ പത്നിമാരായ കാളി, ദുർഗ്ഗ എന്നീ ദേവതകളുടെ വിവിധ ഭാവങ്ങളാണ് ദ്രാവിഡ ദേവതകൾ എന്നു കാണാം.[16]

ശിവൻ

കൊമ്പുകളുള്ള ശിരോലങ്കാരമണിഞ്ഞ് മൃഗങ്ങളാൽ ചുറ്റപ്പെട്ട് പത്മാസനത്തിലിരിക്കുന്ന ഒരു മൂർത്തിയുടെ കളിമൺമുദ്ര മോഹൻജദാരോയിലെ ഖനനങ്ങളിൽ നിന്നു ലഭിച്ചിട്ടുണ്ട്. ഭാരതീയകലയിൽ ദൈവത്തിന് മനുഷ്യരൂപം നൽകി പ്രതിനിധാനം ചെയ്തതിന്റെ ആദ്യത്തെ ഉദാഹരണം ഇതാണ്.[17] 'പശുപതി' (കാലികളുടെ ദൈവം) എന്ന വിശേഷണമാണ് ചരിത്രകാരന്മാർ ഇതിനു നൽകിയിട്ടുള്ളത്. നന്ദിയാണല്ലോ ശിവന്റെ വാഹനം. ശിവാരാധന ഹിന്ദുനദീതടസംസ്കാരത്തിനു മുൻപു തന്നെയുണ്ടായിരുന്നുവെന്നതിനു തെളിവാണ് ഈ കണ്ടെത്തൽ. സൈന്ധവ സംസ്കാരത്തിൽ ശൈവാരാധനയുടെ അംശങ്ങൾ കലർന്നിരുന്നുവെന്ന് തെളിയിക്കപ്പെട്ടിട്ടുണ്ട്. കാലാന്തരത്തിൽ പുതിയ മേച്ചിൽപ്പുറങ്ങൾ തേടി

16. Siva worship is a marked illutsration of the adoption of aborginal Gods. Siva is a God of puranas. He apppears to be the deferred chief. His wife Parvati is more tsrikingly aboriginal than Siva himself. She appears in many different forms. As Kali she is a blood thirtsy wearing necklace of skulls and dancing on the bodies of her fallen enemies. Another name commonly given her is Durga the Goddess of Dravidian are commonly said to be incarnation of Kali or Durga and so the wives of Siva. (Dravidian Gods in Modern Hinduism By Wilberth Edore Elmore. - p.8)

17. ഭാരതീയകല നൂറ്റാണ്ടുകളിലൂടെ, ഡോ. എ.ജി. മേനോൻ, p1

പുറപ്പെട്ട ഇവരോടൊപ്പം ശൈവാരാധനയും തെക്കേ ഇന്ത്യയിലെത്തിയെന്നു കരുതാം. സോമനാഥക്ഷേത്രം മുതൽ ചിദംബരം വരെയുള്ള ശിവപ്രതിഷ്ഠകൾ ഇതിനു തെളിവാണ്. വേദങ്ങളിൽ ശിവനു 'രുദ്രൻ' എന്ന പേരാണുള്ളത്. സംഘകാലത്തെ പ്രധാന ദേവൻ ശിവനായിരുന്നു. സംഘത്തിന്റെ അദ്ധ്യക്ഷസ്ഥാനമായിരുന്നു ഈ ദേവന്.

8-ാം ദശകത്തിൽ കുലശേഖരന്മാരാണ് കേരളത്തിൽ പുതിയ രീതിയിലുള്ള ക്ഷേത്രനിർമ്മാണം പ്രോത്സാഹിപ്പിച്ചത്. കുലശേഖര ഭരണത്തിന്റെ ആദ്യകാലങ്ങളിൽ നിർമ്മിച്ചതാണ് പ്രസിദ്ധമായ തിരുവഞ്ചിക്കുളം ശിവക്ഷേത്രം. കണ്ടിയൂർ ക്ഷേത്രം നിർമ്മിച്ചത് എ.ഡി. 823ലാണ്.

ഇപ്പോൾ തിരുവനന്തപുരം നഗരമായി അറിയപ്പെടുന്ന പ്രദേശങ്ങളിലും പണ്ടുമുതൽ ധാരാളം ശിവക്ഷേത്രങ്ങളുള്ളതായി കാണുന്നു. ശ്രീകണ്ഠേശ്വരം ക്ഷേത്രം (പഴയതും പുതിയതും), വലിയശാല, തളിയൽ (കരമന), കുശക്കോട് (തിരുമല), ചെങ്കള്ളൂർ, ഗൗരീശപട്ടം, ശാസ്തമംഗലം ശിവക്ഷേത്രങ്ങളാണ് അവയിൽ പ്രമുഖം.

ഭദ്രകാളി

ശിവക്ഷേത്രങ്ങൾക്കു പുറമെ കാളീക്ഷേത്രങ്ങളും ഭദ്രകാളിക്ഷേത്രങ്ങളും തിരുവനന്തപുരത്ത് നിരവധിയാണ്. തിരുവനന്തപുരത്ത് കാണുന്ന ഉച്ചിനി മഹാകാളി കോവിലുകൾ ഉജ്ജൈനിയിലെ മഹാകാളി സങ്കല്പത്തിലുള്ളതാണ്.

ശിവന്റെ ഭാര്യയായും ദുർഗ്ഗയുടെ അവതാരമായ ശക്തിയായും പല സങ്കല്പങ്ങളിൽ കാളിയെ ആരാധിച്ചുവരുന്നു. തലയോട്ടിമാല ധരിച്ച് കൈകളിൽ വിവിധതരത്തിലുള്ള ആയുധങ്ങളുമായി ശത്രുസംഹാരത്തിനുശേഷം ശത്രുവിന്റെ മൃതദേഹത്തിൽ താണ്ഡവം നടത്തുന്ന ദേവിയുടെ രൂപമാണ് സാധാരണ കാണുന്നത്. ഭക്തർക്കു കാളി ആദിശക്തിയായ അമ്മദൈവമാണ്. ദേവിക്ക് മൃഗബലിയാണ് പ്രിയം. കൽക്കട്ടയിലെ പ്രസിദ്ധമായ കാളിഘട്ടിൽ പോത്തിനെയും ആടുകളെയും ഇപ്പോഴും ദേവിക്ക് ബലിനൽകാറുണ്ട്. ബലിമൃഗത്തിന്റെ മാംസം പ്രസാദമായി നൽകും. കേരളത്തിൽ ജന്തുബലി നിരോധിച്ചതോടെ ബലിവഴിപാട് സാങ്കല്പികമായാണ് അനുഷ്ഠിക്കുന്നത്. കൊടുങ്ങല്ലൂർ ദേവീക്ഷേത്രത്തിൽ കാവുതീണ്ടലിന്റെ ഭാഗമായി കോഴിയെ വെട്ടിയിരുന്നതിന് പകരമായി ഇപ്പോൾ കോഴിയെ ജീവനോടെ പറപ്പിക്കുകയാണ് പതിവ്.

കേരളത്തിൽ പൊതുവെ ഭദ്രകാളിക്ഷേത്രങ്ങളാണുള്ളത്. ശിവന്റെ മാനസപുത്രിയാണ് ഈ ദേവത. ദാരികവധത്തിനായി അവതരിച്ച ഭദ്രകാളി യുദ്ധദേവതയാണ്. യുദ്ധങ്ങളിലെ വിജയത്തിനായി ഭദ്രകാളിയെ പ്രത്യേകം പൂജിച്ചിരുന്നു. പഴയ തറവാടുകളോടനുബന്ധിച്ചുള്ള ഭദ്രകാളിക്ഷേത്രങ്ങൾ തിരുവിതാംകൂർ ഭാഗത്ത് മുടിപ്പുരകൾ എന്നാണ് അറിയപ്പെടുന്നത്. കളമെഴുത്തും പാട്ടും നിലത്തിൽപ്പോരും പരണേറ്റും

ദാരികവധവുമൊക്കെ ഭദ്രകാളിക്ഷേത്രങ്ങളിലെ പ്രധാന അനുഷ്ഠാനങ്ങളാണ്.

ശാസ്തമംഗലത്ത് ഭദ്രകാളിയെ ആരാധിക്കുന്നത് മഹാദേവക്ഷേത്രത്തിനോടു ചേർന്നുള്ള നന്ദനം കാവിലും കിള്ളിയാറിന്റെ കിഴക്കേകരയിലുള്ള ഉദിയന്നൂർ മുടിപ്പുരയിലും ഇടപ്പഴിഞ്ഞിയിലെ ശിവപാർവ്വതീക്ഷേത്രത്തിലുമാണ്. കാഞ്ഞിരംപാറയിലുള്ള തൊഴുവൻകോട് ദേവീക്ഷേത്രത്തിൽ ചാമുണ്ഡിയാണ് ആരാധനാമൂർത്തി. പേരൂർക്കട ശ്രീകൃഷ്ണസ്വാമി ക്ഷേത്രം സ്ഥിതിചെയ്യുന്ന സ്ഥലം പണ്ട് ഒരു ഭദ്രകാളിക്കാവായിരുന്നു. കൂടാതെ ഇലങ്കമൺ തെക്കേ പേവറത്തല മടച്ചാണ്ടം തുടങ്ങിയ ഇവിടത്തെ പല പുരാതന തറവാടുകളിലും ഭദ്രകാളിയെ ആരാധിച്ചിരുന്നതായി കാണാം.

വീരഭദ്രൻ

മഹാദേവക്ഷേത്രത്തിൽ ഭദ്രകാളിക്ക് സമീപത്തായി വീരഭദ്രന്റെ പ്രതിഷ്ഠയുമുണ്ട്. പീഠത്തിനു ഭൂനിരപ്പിൽനിന്നും ഇഞ്ചുകൾ മാത്രമേ പൊക്കമുള്ളൂ. ദക്ഷവധത്തിനായി സൃഷ്ടിച്ച ശിവപുത്രൻ എന്ന സ്ഥാനമാണ് പുരാണങ്ങളിൽ വീരഭദ്രനുള്ളത്. ശിവന്റെ ജടയിൽ നിന്നാണ് ജനനം.

കേരളത്തിലെ ക്ഷേത്രങ്ങളിൽ ശിവാംശമായ വീരഭദ്രന്റെ സ്ഥാനം അപ്രധാനമെങ്കിലും തമിഴ്നാട്ടിലും കർണാടകത്തിലും ആന്ധ്രയിലും മഹാരാഷ്ട്രയിലും ഈ മൂർത്തിക്ക് പ്രത്യേകം ക്ഷേത്രങ്ങളുണ്ട്. കേരളത്തിൽ കൊല്ലത്ത് അഷ്ടമുടിയിൽ ഒരു വീരഭദ്രക്ഷേത്രമുണ്ട്. കർണാടകയിലെ തിണ്ടലു ബഗലൂരു (Thindalu Begaluru) എന്ന ബൃഹത്തായ വീരഭദ്രക്ഷേത്രത്തിന് ആയിരത്തിൽപ്പരം വർഷങ്ങളുടെ പഴക്കമുണ്ട്.

സുബ്രഹ്മണ്യൻ

തമിഴിന്റെ സ്വാധീനമുള്ള ദേശങ്ങളിലാണ് സുബ്രഹ്മണ്യനെ പ്രധാനമായും ആരാധിക്കുന്നത്. തമിഴർക്ക് മുരുകനാണ് 'കടവുൾ'. സ്കന്ദൻ, കുമാരൻ, കാർത്തികേയൻ, വടിവേലൻ, സെന്തിൽ, അറുമുഖൻ എന്നീ പേരുകളിലും ഈ ദേവൻ അറിയപ്പെടുന്നു. ക്രിസ്തുവർഷാരംഭത്തിലേതെന്നു വിശ്വസിക്കപ്പെടുന്ന സംഘകാലകൃതികളിൽ മുരുകനെക്കുറിച്ച് പരാമർശമുണ്ട്. കുറിഞ്ചി(മലമ്പ്രദേശം)യിൽ ജീവിച്ചിരുന്ന കുറവരുടെ ദൈവമായാണ് മുരുകൻ അറിയപ്പെടുന്നത്. ഈ കാലഘട്ടത്തിൽ ശിവൻ കഴിഞ്ഞാൽ ഏറ്റവും കൂടുതൽ ആരാധിക്കപ്പെട്ടിരുന്ന ദേവനും മുരുകനാണ്. മലമുകളിൽ മാത്രമല്ല, ജലാശയങ്ങൾക്കരികിലും സുബ്രഹ്മണ്യക്ഷേത്രങ്ങൾ ഉണ്ടായിരുന്നതായി കാണുന്നു. മുരുകൻ കോവിലുകൾ 'കോട്ടം' എന്നപേരിലാണ് അറിയപ്പെട്ടിരുന്നത്.

തിരുനെൽവേലിയിലെ ആദിച്ചനല്ലൂരിൽ നടത്തിയ ഖനനങ്ങളിൽ വേലായുധന്റെ പ്രധാന ആയുധമായ ഇരുമ്പ് ശൂലങ്ങൾക്കു പുറമെ

ഇരുമ്പുകൊണ്ടുള്ള കൊടിയുടെ അടിഭാഗവും മുരുകന്റെ വാഹനമായ മയിലിനെ (wild fowl) പ്രതിനിധീകരിക്കുന്ന ഭാഗങ്ങളും കണ്ടുകിട്ടിയതായി ചരിത്രാന്വേഷകനായ കെ.എ. നീലകണ്ഠശാസ്ത്രി രേഖപ്പെടുത്തിയിട്ടുണ്ട്.[18] മഹാശിലായുഗകാലത്തിന് മുൻപുള്ളതായി കരുതപ്പെടുന്ന ഈ ചരിത്രാവശിഷ്ടങ്ങൾ മുരുകാരാധനയുടെ കാലപ്പഴക്കത്തിലേക്ക് വെളിച്ചം വീശുന്നു.

തെക്കെ ഇന്ത്യ, ശ്രീലങ്ക, ഇൻഡൊനേഷ്യ, സിംഗപ്പൂർ തുടങ്ങിയ തമിഴ് സംസ്കാരമുള്ള പ്രദേശങ്ങളിലും മുരുകനെ ആരാധിച്ചുവരുന്നു. മലേഷ്യയിൽ സെൻഗൂർ (Sengur) ബാട്ടുനദിയുടെ കരയിലുള്ള ബാട്ടു ഗുഹകളിലെ ക്ഷേത്രമാണ് ഇന്ത്യക്ക് പുറത്തുള്ള സുബ്രഹ്മണ്യക്ഷേത്രങ്ങളിൽ പ്രധാനം. ബാട്ടുഗുഹകൾക്ക് സമീപം 140 അടി പൊക്കമുള്ള മുരുകന്റെ പ്രതിമ ലോകത്തിലെ ഏറ്റവും പൊക്കം കൂടിയ സുബ്രഹ്മണ്യ പ്രതിമയാണ്.

സംഘകാലകൃതികളിൽ തമിഴ്നാട്ടിലെ ആറ് പ്രമുഖ മുരുകൻ കോവിലുകളെക്കുറിച്ച് സൂചിപ്പിച്ചിട്ടുണ്ട്. സ്വാമിമലൈ മുരുകൻകോവിൽ, തിരുത്തണി, പഴനി, പഴമുതിർച്ചോല, തിരുപ്പുറം കുൻറം, തിരുച്ചന്തൂർ എന്നിവയാണ് അവ.

ശിവന്റെയും പാർവതിയുടെയും പുത്രനാണ് പുരാണങ്ങളിലെ കാർത്തികേയൻ. ഭാര്യമാർ വള്ളിയും ഇന്ദ്രപുത്രി ദേവസേനയും. ദേവസൈന്യത്തിന്റെ സേനാപതികൂടിയാണല്ലോ കാർത്തികേയൻ.

കേരളത്തിൽ ഈ ദേവൻ സുബ്രഹ്മണ്യനായാണ് അറിയപ്പെടുന്നത്. ബാലാവസ്ഥയിലും കൗമാരാവസ്ഥയിലുമുള്ള ദേവനെയാണ് പ്രധാനമായും ആരാധിക്കുന്നത്. കേരളത്തിലെ പ്രധാന സുബ്രഹ്മണ്യക്ഷേത്രങ്ങൾ പയ്യന്നൂർ, പന്മന, ഹരിപ്പാട്, ഉള്ളൂർ എന്നിവയാണ്.

ശാസ്തമംഗലത്ത് ഇടപ്പഴിഞ്ഞിയിൽ ആയുധധാരിയും യുദ്ധസന്നദ്ധനുമായ ദേവസേനാപതിയുടെ സങ്കല്പത്തിലാണ് പ്രതിഷ്ഠ.

നാഗർ

കാവിന്റെ തെക്കുപടിഞ്ഞാറ് ഭാഗത്തെ ആൽച്ചുവട്ടിലാണ് സാധാരണയായി നാഗദേവതകളുടെ സ്ഥാനം. നാഗങ്ങളുടെ സാന്നിദ്ധ്യം ശക്തമായിരുന്ന ഭൂപ്രദേശങ്ങളിലെല്ലാം അവിടത്തെ പുരാതന സംസ്കാരത്തിന്റെ ഭാഗമായി നാഗാരാധനയുണ്ടായിരുന്നതായി കാണാം. ഹിന്ദു, ജൈന, ബുദ്ധമതങ്ങൾ നാഗാരാധനയ്ക്ക് പ്രത്യേകം പ്രാധാന്യം നൽകിയിരുന്നു. അജന്താഗുഹയിൽ നാഗരാജാവിന്റെയും റാണിയുടെയും ശിൽപമുണ്ട്.

---

18. കെ.എ.നീലകണ്ഠശാസ്ത്രി ദി ഇല്ലസ്ട്രേറ്റഡ് ഹിസ്റ്ററി ഓഫ് സൗത്ത് ഇന്ത്യ -p8

കേരളത്തിൽ നാഗാരാധന പരക്കെയുണ്ടായിരുന്നു. കാവുകളിലാണ് നാഗദേവതകളെ പ്രതിഷ്ഠിച്ചിരുന്നത്. അവൈദിക സമൂഹങ്ങളാണ് ആദ്യകാല നാഗാരാധകർ. നമ്പൂതിരിമാർ പിൽക്കാലത്ത് അത് ഉൾക്കൊണ്ടു. വീടുകളുടെ തെക്കുപടിഞ്ഞാറോ കിഴക്കുവടക്കോ മൂലകളിൽ കാവുകൾ സംരക്ഷിച്ച് അവിടെ സർപ്പദൈവങ്ങളെ കുടിയിരുത്തി. നാഗരാജാവും നാഗയക്ഷിയും നാഗകന്യയുമായിരുന്നു സങ്കല്പം. കേരളത്തിലെ പ്രമുഖ സർപ്പാരാധനാകേന്ദ്രങ്ങൾ തൃശൂർ മാളയിലെ പാമ്പിൻമേക്കാടും ഹരിപ്പാട്ടെ മണ്ണാറശ്ശാലയും മാവേലിക്കര താലൂക്കിലെ വെട്ടിക്കോട്ടുമാണ്. പാമ്പിൻമേക്കാട്ടും മണ്ണാറശ്ശാലയിലും വാസുകിയാണ് പ്രതിഷ്ഠ. വെട്ടിക്കോട്ട് അനന്തനും. കേരളത്തിലെ ആദ്യ നാഗക്ഷേത്രം ആദിമൂലം വെട്ടിക്കോട് ശ്രീ നാഗരാജസ്വാമിക്ഷേത്രമാണെന്ന് പറയപ്പെടുന്നു. നൂറുംപാലുമൂട്ടും കളം വരച്ചുള്ള സർപ്പംതുള്ളലും പുള്ളുവൻപാട്ടുമൊക്കെ അബ്രാഹ്മണരുടെ നാഗാരാധന രീതികളാണ്. സർപ്പബലിയും പിതൃപൂജയുമാണ് ബ്രാഹ്മണശൈലി. ശൈവമതക്കാർക്കാണ് നാഗാരാധനയോട് കൂടുതൽ അടുപ്പം. വൈഷ്ണവർ അനന്തനെയാണ് നാഗരാജാവായി കാണുന്നത്. ചിതൽപ്പുറ്റുകളെയും നാഗസങ്കല്പത്തിൽ ആരാധിക്കുന്ന പാരമ്പര്യവും നമുക്കുണ്ട്. ശാസ്തമംഗലത്തെ എല്ലാ ആരാധനാലയങ്ങളിലും നാഗപൂജയുണ്ട്.

മാടൻതമ്പുരാൻ

ശാസ്തമംഗലത്തെ പഴയ ആരാധനാലയങ്ങളിൽ ഒന്നാണ് പണിക്കേഴ്സ് ലെയിനിലെ മാടൻകോവിൽ. പഴയ കുറുങ്ങോട്ട് ഏലായുടെ കരയിലാണ് കോവിൽ. വൻവൃക്ഷങ്ങളും വയലുകളും കുളങ്ങളും ചതുപ്പുമൊക്കയായി വിജനമായിരുന്ന ഈ പ്രദേശത്ത് ഇവിടത്തെ കൃഷിയിടങ്ങളിൽ പണിയെടുത്തിരുന്ന പുലയസമുദായത്തിൽപ്പെട്ട ഏതാനും കുടുംബങ്ങളാണ് താമസിച്ചിരുന്നത്.

ആദിദ്രാവിഡ, ശൈവ, ശാക്തേയ വിശ്വാസങ്ങളുടെ പ്രതീകവും ശൈവ ശാക്തേയ ആചാരങ്ങളിലധിഷ്ഠിതവുമായ മാടൻകോവിലുകൾ ഒരു കാലത്ത് തിരുവനന്തപുരത്ത് സാധാരണയായിരുന്നു. ചങ്ങലമാടൻ, ചുടലമാടൻ, പന്നിമാടൻ എന്നിങ്ങനെ പല സങ്കല്പങ്ങളിലായിരുന്നു ഈ മൂർത്തിയെ ആരാധിച്ചിരുന്നത്. കരമനയാറിന്റെ തീരത്തുള്ള കാഞ്ചീപുരം മാടനും വെട്ടിമുറിച്ചകോട്ടയിൽനിന്നും മണക്കാട്ടേക്കു പോകുന്ന ഭാഗത്തുള്ള അഗ്നിമാടനും പത്മനാഭ തിയേറ്ററിന്റെ പിൻഭാഗത്ത് ആരാച്ചാരന്മാർ ആരാധന നടത്തിയിരുന്ന മുറിപ്പാലത്തടിമാടനും പുത്തൻകോട്ട ശ്മശാനത്തിന്റെ പ്രവേശനകവാടത്തിനരികിലുള്ള മാടനും പരക്കെ അറിയപ്പെടുന്നവയാണ്. സംഹാരമൂർത്തിയായ ശിവന്റെ അംശമാണ് മാടനെന്ന് സങ്കല്പം. ഭർതൃസഹായം കൂടാതെ ഒരു സന്താനം

വേണമെന്ന ശ്രീപാർവതിയുടെ അഭീഷ്ടം പരമശിവൻ സാധിച്ചുകൊടുത്തുവെന്നതാണ് തമോഗുണപ്രധാനിയായ മാടന്റെ ഉൽപ്പത്തിയെക്കുറിച്ചുള്ള കഥകളിലൊന്ന്.

കുറുങ്ങോട്ട് ഏലായിലെ കർഷകത്തൊഴിലാളികളായ പുലയരുടെ ആരാധനാമൂർത്തിയായിരുന്നു ഇവിടത്തെ മാടൻ. വിജനമായ ഈ പ്രദേശത്ത് രണ്ടു പാറകളും അവയ്ക്കരികിലായി ഒരു പാലമരവുമുണ്ടായിരുന്നു. ഈ പാലമരത്തിൽ ഉറപ്പിച്ച വിളക്കാണ് ആദ്യകാലങ്ങളിൽ കത്തിച്ചിരുന്നത്. രണ്ടുപാറകളിൽ ചെറുത് ഇപ്പോഴും കാണുന്നുണ്ട്. ഈ പാറയിൽ മാടന്റെ സാന്നിദ്ധ്യമുണ്ടെന്നാണ് വിശ്വാസം. പുലയ വിഭാഗത്തിൽപ്പെട്ട ഗോവിന്ദൻ പൂജാരി വളരെക്കാലം ഇവിടെ കൃത്യമായി പൂജ നടത്തിയിരുന്നു. എസ്.എൻ.പണിക്കർ ഈ സ്ഥലം ഉൾപ്പെടെയുള്ള പ്രദേശം വിലയ്ക്കുവാങ്ങിയതോടെ അവിടെയുണ്ടായിരുന്നവർക്ക് ഒഴിഞ്ഞുപോകേണ്ടിവന്നുവെങ്കിലും ഗോവിന്ദൻപൂജാരിതന്നെ വളരെക്കാലം ഇവിടത്തെ ക്ഷേത്രകാര്യങ്ങൾ നോക്കിപ്പോന്നു. പണിക്കർക്ക് ദൈവകാര്യങ്ങളിൽ താല്പര്യമില്ലായിരുന്നുവെങ്കിലും കുടുംബക്കാർ മാടൻതമ്പുരാന്റെ കാര്യത്തിൽ ശ്രദ്ധിക്കാൻ തുടങ്ങി. ചൊവ്വയും വെള്ളിയും വിളക്കുവയ്ക്കുന്ന ചുമതല അവർ ഏറ്റെടുത്തു. മറ്റുദിവസങ്ങളിലെ കാര്യങ്ങൾ പഴയപടി തുടർന്നു.

ക്രമേണ വൃക്ഷച്ചുവട്ടിലെ ആരാധനയുടെ ചിട്ടകൾക്ക് ചില മാറ്റങ്ങൾ വന്നു. മഴക്കാലത്ത് വിളക്ക് നനയാതിരിക്കാൻ തടികൊണ്ട് ആർച്ച് മാതൃകയിലുള്ള ഒരു ഷീൽഡ് ഉണ്ടായി. ഇതിനിടയ്ക്ക് പാലമരം വീണു. തുടർന്ന് ഈ ആരാധനാകേന്ദ്രം കാവ് എന്ന രീതിയിൽനിന്ന് ക്ഷേത്രസങ്കല്പത്തിലേക്കു മാറി. 1990ൽ ഇവിടെ പാറയ്ക്കും വിളക്കിനും മേൽക്കൂരയുണ്ടായി. നാട്ടുകാരുടെ ഉത്സാഹത്തിൽ കോവിലിന്റെ നടത്തിപ്പിന് കമ്മിറ്റികളുണ്ടായി. മേൽക്കൂര പണിയാനായി പ്രശ്നം വച്ചപ്പോൾ ഇവിടെ അന്നപൂർണ്ണേശ്വരിയുടെ സാന്നിദ്ധ്യം ഉള്ളതായി വെളിപ്പെട്ടു. വിഘ്നേശ്വരനെയും ആരാധിക്കാൻ തുടങ്ങി ശിവരാത്രി ദിവസങ്ങളിൽ പ്രത്യേകം ആഘോഷങ്ങളുമുണ്ടായി.

അടുത്തുകാലത്തു നടത്തിയ ദേവപ്രശ്നത്തിൽ ഇവിടെ ശൈവസാന്നിദ്ധ്യമാണ് പ്രമുഖമായിട്ടുള്ളതെന്ന് കാണുകയും അവിടെ നിലനിൽക്കുന്ന പാറമേൽ ശിവചൈതന്യത്തെ പ്രാമുഖ്യത്തോടെ കുടിയിരുത്തണമെന്ന് ഇവിടത്തെ ഭക്തജനങ്ങൾ തീരുമാനിക്കുകയുമുണ്ടായി. മാടൻ ശ്രീഭൂതമാണെന്നും അതല്ല അന്തിമഹാകാളനാണെന്നും ഇതൊന്നുമല്ല ഭൈരവനാണെന്നും പക്ഷങ്ങളുണ്ട്.

ആൽത്തറ യക്ഷിയമ്മ

വെള്ളയമ്പലത്തുനിന്ന് വഴുതക്കാട്ടേക്കു പോകുന്ന റോഡിൽ 150 മീറ്റർ ദൂരത്തായി റോഡിന്റെ കിഴക്കുവശത്ത് ഒരു ആൽത്തറ കാണാം.

അതാണ് യക്ഷിയമ്മ ആൽത്തറ. ദേവിയുടെ സങ്കല്പത്തിലുള്ള പ്രതിഷ്ഠ യാണ് ഇവിടെ. വെള്ളികൊണ്ടുള്ള മുഖമാണ് പ്രതിഷ്ഠ. ആലിന്റെ ഇരുവശത്തായി കിഴക്ക് ദർശനമായി ദുർഗ്ഗാസങ്കല്പത്തിലും പടിഞ്ഞാറ് ദർശനമായി യക്ഷിയമ്മയുടെയും പ്രതിഷ്ഠയുണ്ട്. ഒൻപത് തലമുറ പിറ കോട്ട് എണ്ണിയാലുള്ള പഴക്കം ഈ ക്ഷേത്രത്തിനുണ്ടെന്ന് പറയപ്പെടുന്നു.

ദ്രാവിഡമതത്തിലെ രക്തപാനികളായ പ്രകൃതിദേവതകളായിരുന്നു യക്ഷികൾ എന്ന് വിശ്വസിക്കപ്പെടുന്നു. "സ്ഥലദേവതകൾ, പരദേവത കൾ, പ്രകൃതിശക്തികൾ എന്നിവ ദ്രാവിഡരുടെ സൃഷ്ടികളാണ്. ഇവ യിൽ ഏറ്റവും പ്രധാനവും ജനപ്രീതി നേടിയതുമായ യക്ഷയക്ഷിണികൾ സ്വതന്ത്രജീവിതത്തിന്റെയും സമൃദ്ധിയുടെയും ദേവതകളായി ആരാധി ക്കപ്പെട്ടു. കായ്കനികൊണ്ട് സമൃദ്ധമായ വൃക്ഷലതാദികളുടെ സംര ക്ഷണമൂർത്തിയായിത്തീർന്നു ഇവർ. യക്ഷിണികൾ ക്രമേണ ജീവദ്രവ ത്തിന്റെ അധിഷ്ഠാനദേവതകളായി പരിഗണിക്കപ്പെടാൻ തുടങ്ങി. യക്ഷയക്ഷിണികളെ അങ്ങനെ അവർ സസ്യലതാദികളുടെയും പക്ഷി മൃഗാദികളുടെയും അധിഷ്ഠാനമൂർത്തിയാക്കിത്തീർത്തു."[19]

ആൽച്ചുവട്ടിലാണ് പ്രതിഷ്ഠ. അടുത്തകാലത്ത് ആലിന്റെ കൊമ്പു കൾക്കിടയിലൂടെ വൃക്ഷത്തിന് കോട്ടംതട്ടാതെ മേൽക്കൂര പണിത് നാലു വശവും കമ്പിഗ്രില്ലുകൾ സ്ഥാപിച്ച് ശ്രീകോവിൽ നിർമ്മിച്ചിട്ടുണ്ട്. മണ്ഡല കാലത്താണ് പ്രധാന ഉത്സവം. പടിഞ്ഞാറ് ദർശനമായി വായുകോണിൽ ശിവനും കന്നിയിൽ ഗണപതിയും. ആൽത്തറയ്ക്ക് ഇന്ന് ഒരമ്പലത്തിന്റെ രൂപവും ഭാവവും കൈവന്നിരിക്കുന്നു.

പുരാതനമായ ആൽമരത്തിന്റെ ചുവട്ടിൽ ദേവി സ്വയം അവതരിച്ച് അധിവസിച്ചുവെന്നാണ് പഴമക്കാരുടെ വിശ്വാസം. അൻപതുകളിൽ പ്പോലും ഈ പ്രദേശം വിജനമായിരുന്നു. ആൽത്തറയിൽ ആദ്യം യക്ഷി യമ്മ സങ്കല്പം മാത്രമാണുണ്ടായിരുന്നത്. യക്ഷിക്കഥകളിന്മേലുള്ള അന്ധമായ വിശ്വാസം കൊണ്ടാവാം രാത്രികാലങ്ങളിൽ ഇതുവഴി നട ക്കാൻ ആരും ധൈര്യപ്പെട്ടിരുന്നില്ല. നിലാവുള്ള രാത്രികളിൽ വില സുന്നവളായും അസമയത്ത് ഭക്തർക്ക് വഴികാട്ടിയായും ആശ്രയിക്കുന്ന വർക്ക് അഭയം നൽകുന്നവളായും ദേവി തന്റെ സാന്നിദ്ധ്യം അറിയിച്ചു കൊണ്ടിരുന്നു. അത്തരത്തിലുള്ള നിരവധി കഥകൾ നാട്ടുകാർക്ക് ഇന്നും പറയാനുണ്ട്.

ഇവിടെ നിഷ്ഠയോടെയുള്ള വിളക്കുവയ്പ് തുടങ്ങിയത് അൻപതു വർഷം മുമ്പാണ്. അതിനുമുൻപ് കൃത്യമായ പൂജകളോ ആരാധനാസമ്പ്ര ദായങ്ങളോ ഉണ്ടായിരുന്നില്ല. ആലിലയിൽ മഞ്ഞളരച്ച പ്രസാദം ഭക്തർക്കു നൽകുന്ന ഒരു മുത്തിയമ്മയെ പഴയ തലമുറക്കാർ ഓർക്കുന്നു. 'മഞ്ചണ' എന്നാണ് ഈ പ്രസാദത്തെ വിശേഷിപ്പിച്ചിരുന്നത്.

---

19. ഭാരതീയകല നൂറ്റാണ്ടുകളിലൂടെ - ഡോ.എ.ജി.മേനോൻ p 23

യക്ഷിയമ്മ ആൽത്തറ

ആൽത്തറയുടെ തെക്കുഭാഗത്തായി വൈക്കം സ്വദേശിയായ ഗോവിന്ദ പ്പിള്ളയുടെ ചായക്കടയുണ്ടായിരുന്നു. യക്ഷിയമ്മയുടെ വാസമുള്ള ആൽത്തറയ്ക്കു സമീപം ചായക്കട തുടങ്ങാൻ ധൈര്യം കാണിച്ച ഗോവിന്ദപ്പിള്ളയെ പ്രദേശവാസികൾ അത്ഭുതത്തോടെ നോക്കിക്കണ്ടു. ഇദ്ദേഹം ഇവിടെ ഒരു വിളക്ക് ഉണ്ടാക്കിവച്ച് ദിവസവും ദീപം തെളിയി ക്കാൻ തുടങ്ങി. ആണ്ടിൽ ഒരിക്കൽ ചിറപ്പും നടത്തി.വളരെക്കാലം നിഷ്ഠയോടെ ഈ കർമ്മം തുടർന്നു. ചായക്കടയ്ക്കടുത്തായി വെല്ലിങ് ടൺ വാട്ടർവർക്സിന്റെ നിർമ്മാണം തുടങ്ങിയതോടെ ബന്ധപ്പെട്ട തൊഴിലാളികൾ ആഹാരം കഴിക്കാനെത്തിയിരുന്നത് ഈ ചായക്കടയി ലാണ്. ക്രമേണ ഗോവിന്ദപ്പിള്ളയുടെ കച്ചവടം അഭിവൃദ്ധി പ്രാപിച്ചു. ആൽത്തറദേവിയോടുള്ള അദ്ദേഹത്തിന്റെ ഭക്തിയും ഏറിവന്നു.

ഒരിക്കൽ ഇതുവഴി കുതിരപ്പുറത്ത് എഴുന്നള്ളിയ തിരുവിതാംകൂർ മഹാരാജാവിന്റെ കുതിര ആൽത്തറയ്ക്കു മുമ്പിലെത്തിയപ്പോൾ മുന്നോട്ടു നടക്കാൻ കൂട്ടാക്കിയില്ല. പ്രശ്നവശാൽ ആൽത്തറദേവിക്ക് ഒരുദിവസ ത്തേക്ക് പൂജയ്ക്കുള്ള വകനൽകണമെന്ന് കണ്ടതിനെത്തുടർന്ന് വർഷ ത്തിലൊരിക്കൽ കൊട്ടാരത്തിൽ നിന്ന് ഒരു ദിവസത്തെ പൂജയ്ക്ക് വേണ്ട ഏർപ്പാടുകളുണ്ടാക്കി എന്നു പറയപ്പെടുന്നു.

ചൊവ്വയും വെള്ളിയും ഈ ആൽത്തറയിൽ ദേവീ ദർശനത്തിനെ ത്തുന്നത് വിശിഷ്ടമായി കരുതുന്നു. തുടർച്ചയായി ആറുമാസം ചൊവ്വയും വെള്ളിയും ക്ഷേത്രത്തിലെത്തി പ്രാർത്ഥിച്ചാൽ ഉദ്ദിഷ്ടകാര്യലബ്ധി

നിശ്ചയം. ദോഷപരിഹാരങ്ങൾക്കായി നാരങ്ങവിളക്കും രാഹുകാല പൂജയും വിശേഷം. അവിവാഹിതകളായ പെൺകുട്ടികൾക്ക് ഇഷ്ട ജീവിതപങ്കാളിയെ ലഭിക്കാൻ ആൽത്തറദേവിയെ ഭജിക്കുന്നത് ഫല പ്രദമെന്ന വിശ്വാസവും പരക്കെയുണ്ട്. ഇവിടുത്തെ വലിയപടുക്ക വഴിപാടും വിശേഷപ്പെട്ടതാണ്.

വിജനമായിരുന്നു ഈ പ്രദേശം. ഇന്ന് തിരക്കേറിയ ജനപഥമാണ് മുൻപിലെ റോഡിലൂടെ വല്ലപ്പോഴും ചരക്കുകയറ്റി കടന്നുപോകുന്ന കാള വണ്ടികളും രാജസേവകർ പാങ്ങോട് പട്ടാളക്യാമ്പിലേക്ക് പൊയ്ക്കൊ ണ്ടിരുന്ന, ആൽത്തറയ്ക്ക് തെക്കുഭാഗത്തുകൂടെയുള്ള ഊടുവഴിയും വളർന്നു പന്തലിച്ച് നിൽക്കുന്ന വൻവൃക്ഷങ്ങളും അവയ്ക്കിടയിൽ തലയെടുപ്പോടെ നിന്ന ആൽമരവുമൊക്കെ ചേർന്നുണ്ടായിരുന്ന വന്യ ഭംഗി ഇന്നില്ല. മൂന്നോ നാലോ വീടുകളുണ്ടായിരുന്നിടത്ത് അനേകം വീടുകളും ഫ്ളാറ്റുകളുമായി. പാതകൾ വിശാലമായി. ചൊവ്വയും വെള്ളിയും വിളക്കുവച്ചിരുന്നിടത്ത് നിത്യപൂജയായി. നാട്ടുകാർ ഭയപ്പാടോടെ മാത്രം കടന്നുപോയിരുന്ന ക്ഷേത്രപരിസരം സന്ധ്യാനേരങ്ങളിൽ ഭക്തജന ങ്ങളെക്കൊണ്ട് നിറഞ്ഞു. ക്ഷേത്രഭരണത്തിന് ട്രസ്റ്റുണ്ടായി.

ശാസ്തമംഗലം; ചുറ്റുവട്ടങ്ങൾ

വിശാലമായ നാൽക്കവലയ്ക്ക് അടയാളവും അലങ്കാരവുമായ ഒരാൽ മരം. തണലും ശുദ്ധവായുവും നൽകി തലയെടുപ്പോടെ നിൽക്കുന്ന ഈ കൂറ്റൻ വൃക്ഷമാണ് ശാസ്തമംഗലം ജംഗ്ഷനെ മറ്റ് നാലുംകൂടിയ കവലകളിൽനിന്ന് വ്യത്യസ്തമാക്കുന്നത്. പഴമക്കാർക്ക് ഇത് ശാസ്ത മംഗലം 'മുക്ക്' ആയിരുന്നു. വർഷത്തിലൊരിക്കൽ രാജകീയ ഘോഷ യാത്ര കടന്നുപോയിരുന്ന പ്രധാന കവലയായതുകൊണ്ടാകാം ഇവിടം ഇത്രയും പ്രൗഢവും വിസ്താരവുമുള്ള കവലയായി പണ്ടുമുതലേ നിലനിന്നത്. അമ്പലംമുക്ക് ശ്രീകൃഷ്ണസ്വാമിക്ഷേത്രത്തിൽനിന്ന് ദേവനെ പുറത്തെഴുന്നള്ളിക്കുന്ന ഗജവീരന്മാരുടെ അകമ്പടിയോടെ യുള്ള ആറാട്ടു കടന്നുപോയിരുന്ന വഴിയിലെ പ്രധാന കവലയും ഇതു തന്നെയായിരുന്നു. വെള്ളയമ്പലത്തുനിന്നും പേരൂർക്കടയിൽനിന്നും മരുതംകുഴിയിൽനിന്നും ഇടപ്പഴിഞ്ഞിയിൽനിന്നും വരുന്ന റോഡുകൾ ഇവിടെ സംഗമിക്കുന്നു. ട്രാൻസ്പോർട്ട് ഡിപ്പാർട്ടുമെന്റിന്റെ ഈ ദിശ യിലുള്ള ബസ് സർവ്വീസ് ആദ്യകാലങ്ങളിൽ ശാസ്തമംഗലം ജംഗ്ഷൻ വരയേ ഉണ്ടായിരുന്നുള്ളൂ. നഗരം ഇവിടെ അവസാനിച്ച പ്രതീതിയായി രുന്നു. ശാസ്തമംഗലത്തുനിന്ന് അരുവിക്കരവരെ രണ്ടുമണിക്കൂറിലൊരി ക്കൽ ആർ.കെ.വി. എന്നറിയപ്പെട്ടിരുന്ന പ്രൈവറ്റ് ബസ് സർവ്വീസ് നടത്തി യിരുന്നു. ഈ കവലയുടെ ഇന്നത്തെ പേര് ബി. വിജയകുമാർ സ്ക്വയർ എന്നാണ്. സ്ക്വയറിനുപകരം സർക്കിൾ ആയിരുന്നെങ്കിൽ നന്നായിരു ന്നേനേ എന്ന് തോന്നിയിട്ടുണ്ട്. മുൻ എം.എൽ.എ. വിജയകുമാർ ശാസ്ത മംഗലം കുന്നിൽവീട്ടുകാരനാണ് (വാഴത്തോട്ടം). വെള്ളയമ്പലം-

സ്ഥാണുവിലാസം ബംഗ്ലാവ്

ശാസ്തമംഗലം റോഡിന്റെയും ശാസ്തമംഗലം ജംഗ്ഷന്റെയും മുഖം മിനുക്കുന്നതിൽ വിജയകുമാറിന്റെ പരിശ്രമമുണ്ട്. രാഷ്ട്രീയ സാമൂഹിക രംഗങ്ങളിൽ ഉന്നതസ്ഥാനത്തെത്തേണ്ടിയിരുന്ന ഇദ്ദേഹത്തിന്റെ വിയോഗം അകാലത്തിലായിരുന്നു.

ജംഗ്ഷനോടുചേർന്ന് തെക്കുകിഴക്ക് ഭാഗത്തുള്ള വീട് സദസ്യതിലകൻ വേലുപ്പിള്ളയുടേതായിരുന്നു. അദ്ദേഹം കുറേക്കാലം ഈ വീട്ടിൽ താമസിച്ചിട്ടുണ്ട്. കണ്ടള ഭാസ്കരൻ നായർ ഇദ്ദേഹത്തിന്റെ ജാമാതാവാണ്. കൊല്ലവർഷം ആയിരത്തി ഒരുനൂറ്റി പതിനൊന്നിൽ ആട്ടത്തിരുനാൾ ദർബാർ നടന്ന അവസരത്തിൽ ചിത്തിരതിരുനാൾ മഹാരാജാവ് ടി.കെ.വേലുപ്പിള്ളയ്ക്ക് കൽപ്പിച്ചുനൽകിയ ബഹുമതിയാണ് 'സദസ്യതിലകൻ'. അന്നത്തെ ലെജിസ്ലേറ്റീവ് കൗൺസിൽ ഡെപ്യൂട്ടി പ്രസിഡന്റായിരുന്ന വേലുപ്പിള്ള, തിരുവിതാംകൂർ സ്റ്റേറ്റ് മാന്വലിന്റെ കർത്താവ്, നിയമസഭാസാമാജികൻ, വാഗ്മി, അഭിഭാഷകൻ എന്നീ നിലകളിൽ അറിയപ്പെട്ടിരുന്നു. പ്രസിദ്ധ സാഹിത്യകാരനായ മാധവൻനായർ (മാലി) പ്രസിദ്ധ പാർലമെന്റേറിയനായ വി.പി.നായർ എന്നിവർ പുത്രന്മാരാണ്.

ശാസ്തമംഗലം ജംഗ്ഷന്റെ വടക്കുപടിഞ്ഞാറുഭാഗത്തെ ലോട്ടസ് വില്ലയാണ് എഞ്ചിനീയർ തമ്പുരാൻ എന്നറിയപ്പെട്ടിരുന്ന കെ.രാജരാജ വർമ്മയുടെ വീട്. ഇദ്ദേഹം അമ്മമഹാറാണിയുടെ സഹോദരിയുടെ മകനും രാജാരവിവർമ്മയുടെ അനന്തിരവനുമാണ്. തമ്പുരാനുശേഷം

ശാസ്തമംഗലം ജംഗ്ഷൻ

ഇവിടെ താമസിച്ചിരുന്നത് അദ്ദേഹത്തിന്റെ ജാമാതാവും ജി. പരമേശ്വരൻപിള്ളയുടെ മകനുമായ വേലായുധൻനായരാണ്. ഫൈനാൻസ് സെക്രട്ടറിയായിരുന്നു ഇദ്ദേഹം.

കവലയുടെ തെക്കുപടിഞ്ഞാറ് ബസ് സ്റ്റോപ്പിനു പുറകിലായാണ് 'തുളസീഭവനം'. ശാസ്തമംഗലത്ത് വിദ്യാഭ്യാസ, ആദ്ധ്യാത്മിക, ആതുരസേവാരംഗത്ത് വളരെയധികം സംഭാവന നൽകിയിട്ടുള്ള ഡോ. രാമൻതമ്പി താമസിച്ചിരുന്നത് ഈ വീട്ടിലാണ്. ശ്രീരാമകൃഷ്ണാശ്രമം, ആശുപത്രി, രാജാകേശവദാസ് എൻ.എസ്.എസ്. ഹൈസ്കൂൾ എന്നിവയുടെ ആരംഭകാല പ്രവർത്തനങ്ങൾക്ക് ഇദ്ദേഹം സജീവ നേതൃത്വം നൽകി. ഡോ. രാമൻതമ്പി ഗുരുവായി വരിച്ച സന്ന്യാസിശ്രേഷ്ഠൻ നിർമ്മലാനന്ദസ്വാമിയുടെ ഓർമ്മയ്ക്കാണ് വീടിനു 'തുളസീഭവനം' എന്നു പേരിട്ടത്. പൂർവ്വാശ്രമത്തിൽ നിർമ്മലാനന്ദസ്വാമിയുടെ പേര് 'തുളസീചരൺ ദത്ത്' എന്നായിരുന്നു.

ശാസ്തമംഗലം ജംഗ്ഷന്റെ വടക്കുകിഴക്കേ റോഡിനോടു ചേർന്നുള്ള സ്ഥലമാണ് 'രഥപ്പുരക്കുന്ന്'. ശാസ്തമംഗലം എഴുന്നള്ളത്തിനെത്തുന്ന തിരുവിതാംകൂർ മഹാരാജക്കന്മാരുടെ രഥം സൂക്ഷിച്ചിരുന്ന സ്ഥലമായതുകൊണ്ടാണ് ഇങ്ങനെയൊരു പേരു ലഭിച്ചത്. 1938ൽ കേണൽ ഗോദവർമ്മരാജ ആദ്യം ട്രിവാൻഡ്രം ടെന്നീസ് ക്ലബ്ബ് തുടങ്ങിയത് ഇവിടെയാണ്. അങ്ങനെ പന്തുകളം എന്ന പേരിലും ഇവിടം അറിയപ്പെട്ടിരുന്നു. പിന്നീട് 1952ൽ ടി.ടി.സി. കൂടുതൽ സൗകര്യമുള്ള കവടിയാറിലേക്കു മാറി. ടെന്നീസ് കളിക്കാരെത്തിയതോടെ ഇവിടെ താമസിച്ചിരുന്ന പ്രൊഫ. ആനന്ദവല്ലിയമ്മ റോഡിനെതിരെയുള്ള വീട്ടിലേക്ക് താമസം മാറി. വടശ്ശേരി അമ്മവീട്ടുകാരുടേതായിരുന്നു ഈ സ്ഥലം.

ഇന്ന് രഥപ്പുരക്കുന്ന് നിറയെ വീടുകളാണ്. ശ്രീരംഗം ലെയിനിനോടു ചേർന്നുള്ള സ്ഥാണുവിലാസം വീട് തിരുവിതാംകൂർ ഹൈക്കോടതിയിൽ ജഡ്ജിയായിരുന്ന പപ്പുപിള്ളയുടേതാണ്. പാറശ്ശാലയ്ക്കടുത്തുള്ള പരശുവയ്ക്കൽ ആണ് ഇദ്ദേഹത്തിന്റെ സ്വദേശം. പേഷ്ക്കാരായിരുന്ന കേശവപിള്ളയുടെ സഹോദരിയാണ് ഇദ്ദേഹത്തിന്റെ ഭാര്യ. മകൻ സ്ഥാണുനായർ. മകളുടെ ഭർത്താവ് പ്രസിദ്ധനായ ഡോ. കൊച്ചുരാമൻ പിള്ള. പ്രസിദ്ധ സാഹിത്യകാരി മാധവിക്കുട്ടി കുറച്ചുകാലം ഈ വീട്ടിൽ താമസിച്ചിട്ടുണ്ട്. വീടിനെക്കുറിച്ചും മാധവിക്കുട്ടിയെക്കുറിച്ചും ഹാസ്യസാഹിത്യകാരൻ സുകുമാർ മാതൃഭൂമി 'നഗരം' പതിപ്പിൽ എഴുതിയത് രസകരമായതിനാൽ ഇവിടെ ചേർക്കുന്നു: ''തിരുവനന്തപുരത്തെ ശാസ്തമംഗലത്തെ മെയിൻറോഡിൽ അതിപുരാതനമായ ഒരു കണ്ണാടി ബംഗ്ലാവുണ്ട്. 'പപ്പുപിള്ള ജഡ്ജിയദ്ദേം' താമസിച്ചിരുന്ന മണിമാളിക. ആദ്യനോട്ടത്തിൽ ഒരു 'ഭാർഗ്ഗവിനിലയ'മാണെന്നേ തോന്നുവൊള്ളൂ. ഗേറ്റിനിരുവശത്തും രണ്ട് സിംഹപ്രതിമകളാണ് കാവൽ. ആരുമങ്ങനെ അവിടെ താമസിക്കുകയും പെരുമാറുകയും ചെയ്യുന്നതായി കണ്ടിട്ടില്ല. മരുതംകുഴിയിൽ താമസക്കാരനായ എന്റെ നിത്യേനയുള്ള പദയാത്ര ഈ കെട്ടിടത്തിനു മുന്നിലൂടെയായിരുന്നു. 1985ൽ ഒരു വൈകുന്നേരം അങ്ങനെ നടന്നുവരവേ ഭാർഗവീനിലയത്തിന്റെ മുകൾനിലയിലെ കണ്ണാടിജാലകത്തിലൂടെ ഒരു പെൺകുരൽ ''ഹേ കഷായം!''. അത് അവരായിരുന്നു, മാധവിക്കുട്ടി. ഓഫീസ് വിട്ടു പോകുകയായിരിക്കും. തിടുക്കമില്ലെങ്കിൽ വരാം. അവരവിടെ താമസിച്ചിട്ട് രണ്ടോ മൂന്നോ ദിവസമേ ആയിരുന്നുള്ളൂ.'' പപ്പുപിള്ള ജഡ്ജിയുടെ സഹോദരനാണ് റ്റി.ജി.പിള്ള. ഇന്ന് കോർഡിയലിന്റെ ഫ്ളാറ്റ് സ്ഥിതിചെയ്യുന്ന സ്ഥലത്തുണ്ടായിരുന്ന 'നാലുകെട്ട്' എന്ന വീട് റ്റി.ജി.പിള്ളയുടേതായിരുന്നു. പഴയ ഇടപ്പഴിഞ്ഞി കോർപ്പറേഷൻ വാർഡിൽ കൗൺസിലർ സ്ഥാനത്തേക്ക് മത്സരിച്ചെങ്കിലും ശങ്കർ റോഡിൽ താമസിച്ചിരുന്ന രഘുനാഥൻ തമ്പിയോട് പരാജയപ്പെട്ടു.

ശ്രീരാമകൃഷ്ണ ആശ്രമത്തിനെതിർവശത്തുള്ള 'ബിന്ദു' എന്ന വീട്ടിൽ താമസിച്ചിരുന്നത് പ്രസിദ്ധനായ എം.കെ.കെ.നായർ IAS (Rtd.) ആണ്. ഇന്ത്യൻ അഡ്മിനിസ്ട്രേറ്റീവ് സർവീസിലെ പ്രഗത്ഭനായ ഉദ്യോഗസ്ഥൻ, മാനേജ്മെന്റ് വിദഗ്ദ്ധൻ, സ്വാതന്ത്ര്യാനന്തരഭാരതത്തിലെ വ്യവസായവികസനത്തിന്റെ മുഖ്യശിൽപ്പികളിലൊരാൾ, കലകളുടെയും കലാകാരന്മാരുടെയും ഉന്നമനത്തിനുവേണ്ടി നിസ്വാർത്ഥപ്രവർത്തനം നടത്തിയ കലാസ്നേഹി, സാഹിത്യകാരൻ എന്നിങ്ങനെയുള്ള ബഹുമുഖ വ്യക്തിത്വത്തിന്റെ ഉടമയായിരുന്നു എം.കെ.കെ. നായർ.

കേരളീയ കലകളെയും കലാകാരന്മാരെയും ലോകത്തിന്റെ ശ്രദ്ധയിൽ കൊണ്ടുവരാൻ അദ്ദേഹം നടത്തിയ പരിശ്രമങ്ങൾ വലുതാണ്. എം.കെ.കെ.നായരുടെ പേരിൽ കൃത്രിമമായി ചുമത്തപ്പെട്ട കേസ്, തൊഴിൽമാനേജ്മെന്റ് രംഗത്തെ ഒരു അതികായന്റെയും സേവനം രാജ്യത്തിനു നഷ്ടമാക്കി.

എം.കെ.കെ.നായർ ശാസ്തമംഗലത്ത് നിർമ്മിച്ച വീട്ടിലായിരുന്നു ദീർഘകാലത്തെ വിശ്രമജീവിതം. 'ആരോടും പരിഭവമില്ലാതെ' 1987 സെപ്തംബർ 27ന് എം.കെ.കെ. നായർ അന്തരിച്ചു. തിരുവനന്തപുരം നഗരം വികാരനിർഭരമായ ഒരു യാത്രയയപ്പാണ് അദ്ദേഹത്തിനു നൽകിയത്. ഭാര്യ സൗദാമിനി അമ്മ.

ശാസ്തമംഗലത്തുനിന്ന് പേരൂർക്കട പോകുന്ന വഴിയിൽ ഇടതുവശത്തായി സി.പി.ജി. ലെയിൻ. സി.പി.ഗോപാലപ്പണിക്കരുടെ ഓർമ്മയ്ക്കാണ് സി.പി.ജി. ലെയിൻ. മംഗലം ലെയിനിനോടു ചേർന്ന് മെയിൻ റോഡിന് സമാന്തരമായുള്ള വഴിയാണ് ഇത്. 1948-49ലാണ് ഗോപാലപ്പണിക്കർ ശാസ്തമംഗലത്ത് താമസത്തിനെത്തിയത്. കുടുംബാംഗങ്ങളിൽ നല്ലൊരുഭാഗം ശാസ്തമംഗലത്ത് സ്ഥിരതാമസമാക്കുകയും ചെയ്തു. അമ്പലപ്പുഴ കക്കാഴത്ത് പെരുമ്പറമ്പ് വീട്ടിൽ മാധവി അമ്മയുടെ മകനായി 1896ൽ ഗോപാലപ്പണിക്കർ ജനിച്ചു. തിരുവനന്തപുരം സിറ്റി കോർപ്പറേഷൻ കമ്മീഷണർ, സ്റ്റേറ്റ് ട്രാൻസ്പോർട്ട് ഡിപ്പാർട്ടുമെന്റിന്റെ മേധാവി, ഫുഡ് പ്രൊഡക്ഷൻ കമ്മീഷണർ, ലാന്റ് റവന്യൂ കമ്മീഷണർ എന്നീ തസ്തികകളിൽ സേവനമനുഷ്ഠിച്ചിട്ടുണ്ട്. പ്രശസ്തരായ നാല് ദിവാന്മാരോടൊപ്പം പ്രവർത്തിക്കാനുള്ള അവസരവും ഇദ്ദേഹത്തിന് ലഭിച്ചു. ചിറ്റല്ലൂർ സി.കെ.കൃഷ്ണപിള്ളയുടെ മകൾ ഭഗവതിഅമ്മയെ വിവാഹം കഴിച്ചു.

പത്മഭൂഷൻ ഡോ. ജി. മാധവൻനായർ താമസിക്കുന്നത് പേരൂർക്കട ജില്ലാ സഹകരണ ബാങ്കിന്റെ എതിർവശത്താണ് (ദേവകിസ്മൃതി). ഐ.എസ്.ആർ.ഒ. മുൻ ചെയർമാൻ, ശാസ്ത്രസാങ്കേതിക വിഷയങ്ങളിൽ പ്രധാനമന്ത്രിയുടെ മുൻ ഉപദേശകൻ. രാജ്യത്തിനുവേണ്ടി സാങ്കേതിക രംഗത്ത് പ്രശസ്ത സേവനം നടത്തിയിട്ടുള്ള ശാസ്ത്രജ്ഞൻ എന്നിങ്ങനെയാണ് അദ്ദേഹം അറിയപ്പെടുന്നത്. നെയ്യാറ്റിൻകര കല്ലുവിളാകത്ത് വീട്ടിൽ ആർ. ഗോപാലൻനായരുടെയും സരോജിനി അമ്മയുടെയും മകനായി 1943ൽ മാധവൻനായർ ജനിച്ചു. ബഹിരാകാശ പേടകമായ ഇൻസാറ്റ് മൂന്ന്, ജി.എസ്.എൽ.വി. എന്നിവയുടെ വിക്ഷേപണം, ക്രയോജനിക് എഞ്ചിന്റെ വികസനം തുടങ്ങിയ പദ്ധതികൾ വിജയകരമായി നടപ്പാക്കി. ചന്ദ്രയാൻ ദൗത്യത്തിന്റെ ശിൽപ്പി എന്ന നിലയിലും ഡോ. മാധവൻനായർ ശ്രദ്ധേയനാണ്.

ശാസ്തമംഗലത്ത് ഒരു വൈദ്യശാലയേ ഉണ്ടായിരുന്നുള്ളൂ. പി.കെ. വൈദ്യൻ എന്ന ചുരുക്കപ്പേരിൽ അറിഞ്ഞിരുന്ന പി. കുഞ്ഞികൃഷ്ണൻ വൈദ്യന്റെ കൽപദ്രുമം വൈദ്യശാല. ആയുർവേദ ചികിത്സയുണ്ടായിരുന്നെങ്കിലും വിഷവൈദ്യമായിരുന്നു പ്രധാനം. വിഷചികിത്സയ്ക്കായി വിദൂരദേശങ്ങളിൽ നിന്നുപോലും ആളുകൾ ഇവിടെ എത്തിയിരുന്നു. പാരമ്പര്യവൈദ്യനായിരുന്ന പി.കെ.വൈദ്യന്റെ അച്ഛനും അമ്മാവനും വൈദ്യന്മാരായിരുന്നു. അമ്മാവനായ അയത്തി നീലകണ്ഠൻ വൈദ്യനായിരുന്നു ഗുരു. അമ്മാവന്റെ ഉപദേശപ്രകാരമാണ് വൈദ്യൻ

തിരുവനന്തപുരത്തെത്തുന്നത്. ആദ്യം ഇടപ്പഴിഞ്ഞിയിലാണ് കൽപ്പദ്രുമം വൈദ്യശാല തുടങ്ങിയതെങ്കിലും താമസിയാതെ ശാസ്തമംഗലത്ത് സ്ഥലം വാങ്ങി വീടുവച്ച് താമസവും വൈദ്യശാലയും തുടങ്ങി. വൈദ്യന്റെ പ്രവർത്തനങ്ങൾ വിഷചികിത്സയിൽ ഒതുങ്ങിനിന്നില്ല. വാർഡിലെ കോർപ്പറേഷൻ കൗൺസിലർ, അയ്യപ്പസേവാസംഘത്തിന്റെ ട്രഷറർ, എസ്.എൻ.ഡി.പി. യൂണിയന്റെ തിരുവനന്തപുരം ജില്ലാ സെക്രട്ടറി എന്നീ നിലകളിൽ പൊതുപ്രവർത്തനം നടത്തി. ആയുർവേദമണ്ഡലം എന്ന സംഘടനയിലും സജീവമായി പ്രവർത്തിച്ചു. ശാസ്തമംഗലത്ത് വൈദ്യശാലയുടെ പേരുകൊത്തിയ ആർച്ച് വൈദ്യന്റെ ഓർമ്മയായി ഇപ്പോഴുമുണ്ട്. അലോപ്പതിയും ആയുർവേദവും പഠിച്ച മകൻ ഡോ. കെ. സുഭാഷ് അച്ഛന്റെ വഴിയാണ് തിരഞ്ഞെടുത്തത്. അദ്ദേഹം ഇടപ്പഴിഞ്ഞിയിൽ 'കൽപ്പദ്രുമം' വൈദ്യശാല തുടർന്നു നടത്തുന്നു. വൈദ്യസംബന്ധമായ ധാരാളം പുസ്തകങ്ങളും എഴുതിയിട്ടുണ്ട്.

ഹരിപ്പാട് കൊട്ടാരത്തിലെ രാജരാജവർമ്മകോയിത്തമ്പുരാന്റെ പുത്രനായി മാവേലിക്കര എടശ്ശേരിപാട്ടവീട്ടിൽ ഉണ്ണിത്താൻ ജനിച്ചു. 1948 മാർച്ച് 24ാം തീയതി തിരുവിതാംകൂറിലെ ആദ്യത്തെ ജനകീയ മന്ത്രിസഭ അധികാരമേറ്റപ്പോൾ പ്രധാന മന്ത്രിയായ പട്ടംതാണുപിള്ളയ്ക്ക് അധികാരം കൈമാറിയത് അന്നത്തെ ദിവാനായിരുന്ന പി.ജി.എൻ. ഉണ്ണിത്താനായിരുന്നു. 1947 ആഗസ്റ്റ് 19-ാം തീയതി സി.പി.രാമസ്വാമി അയ്യർ ദിവാൻ പദമൊഴിഞ്ഞതോടെ ഇദ്ദേഹം ഒഫിഷ്യേറ്റിംഗ് ദിവാനായി. മഹാരാജാവിന്റെ എ.ഡി.സി., എക്സൈസ് കമ്മീഷണർ, ഗവണ്മെന്റ് സെക്രട്ടറി എന്നീ പദവികളിലും കഴിവുതെളിയിച്ചിട്ടുണ്ട്. ഉണ്ണിത്താന്റെ ഔദ്യോഗികരംഗത്തെ മികവ് കണക്കിലെടുത്ത് മഹാരാജാവ് 'രാജ്യസേവാപ്രവീണ' എന്ന ബഹുമതി നൽകി ആദരിച്ചു.

വെള്ളയമ്പലം

നഗരത്തിൽനിന്ന് വരുന്നവർക്ക് കവടിയാറിലേക്കും വഴുതക്കാട്ടേക്കും ശാസ്തമംഗലത്തേക്കുമുള്ള പ്രവേശനകവാടമാണ് വെള്ളയമ്പലം ജംഗ്ഷൻ. ഇവിടെനിന്ന് കിഴക്കോട്ടുള്ള റോഡ് ശാസ്തമംഗലം ജംഗ്ഷനിലേക്കും വടക്കുദിശയിലേക്കുള്ളത് കവടിയാറിലേക്കും തെക്കുഭാഗത്തേക്കുള്ള റോഡ് വഴുതക്കാട്ടേക്കും പോകുന്നു. ഒരുകാലത്ത് കൊട്ടാരങ്ങളുടെയും ഭരണാധിപന്മാരുടെയും സാന്നിദ്ധ്യം കൊണ്ടും രാജകീയാഘോഷങ്ങളുടെ പ്രധാന വേദിയായും അറിയപ്പെട്ടിരുന്ന രാജവീഥിയിലെ ഈ പ്രധാന കവല ഇന്നറിയപ്പെടുന്നത് അധഃകൃതവർഗ്ഗത്തിന്റെ ഉന്നമനത്തിനുവേണ്ടി നിരന്തരം സമരം ചെയ്ത അയ്യൻകാളിയുടെ പ്രതിമയുടെ പേരിലാണ്. അയ്യൻകാളി സ്ക്വയർ.

വെള്ളയമ്പലം ജംഗ്ഷനിൽ ഡയമണ്ട് ഹില്ലിനോടുചേർന്ന് വെള്ളക്കല്ലുകൾകൊണ്ട് പണിത രണ്ടു മുറികളുള്ള ഒരു നിർമ്മിതിയുണ്ടായിരുന്നു-

അയ്യങ്കാളി പ്രതിമ

വെള്ളയമ്പലം. ഇത് ഒരു വഴിയമ്പല മായിരുന്നുവെന്നാണ് പറയപ്പെടുന്നത്. അക്കാലത്ത് ജംഗ്ഷനും റോഡു മൊന്നും ഇത്രയും വിശാലമായിരു ന്നില്ല. ഇന്ന് അയ്യങ്കാളിയുടെ പ്രതിമ നിൽക്കുന്ന ട്രാഫിക് ഐലന്റിനോടു ചേർന്ന് കിഴക്കുഭാഗത്തായിരുന്നു ഈ മണ്ഡപത്തിന്റെ സ്ഥാനം. പണ്ട് തിരു വിതാംകൂറിൽ ധാരാളം വഴിയമ്പല ങ്ങളും ചുമടുതാങ്ങികളുമുണ്ടായിരുന്നു.

നൂറ്റാണ്ടുകൾക്കുമുമ്പ് കാലഹര ണപ്പെട്ടുപോയ ജൈനസംസ്കാര ത്തിന്റെ ഓർമ്മയെ ഉണർത്തുന്ന ഒരു പ്രാചീന സ്ഥലമാവാം വെള്ളയമ്പല മെന്ന് സ്ഥലനാമചരിത്രകാരനായ വി.വി. കെ. വാലത്ത് അഭിപ്രായപ്പെടുന്നു.

''വെള്ളയമ്പലം ഇന്ന് തിരുവനന്ത പുരം കോർപ്പറേഷനിലെ പ്രസിദ്ധ മായ സ്ഥലപ്പേരാണ്. ഒരു വെള്ളമൂർ ത്തികോയിലിന്റെ പരാമർശം ചിലപ്പതി കാരത്തിൽ കാണുന്നു. തിരുവനന്ത പുരത്തെ വെള്ളയമ്പലം, അവിടെ ആദ്യമുണ്ടായിരുന്ന ജൈന വെള്ള മൂർത്തികോയിലിന്റെ പരിണാമരൂപ മത്രേ. തമിഴ്നാട്ടിലെ ശിലാരേഖകളിൽ വെള്ളമൂർത്തികോവിലിന്റെ പരാമർശ മുണ്ട്. നെടുമങ്ങാട് താലൂക്കിലെ വെള്ളൂർക്കോണം ഒരു വെള്ളയമ്പല ത്തിന്റെ ഓർമ്മയെ ജനിപ്പിക്കുന്നു.'' [20]

തിരുവിതാംകൂറിൽ പ്രത്യേകിച്ച് തെക്കൻതിരുവിതാംകൂറിൽ ധാരാളം ഗോസായിമാർ വരാറുണ്ടായിരുന്നു. അവർക്ക് താമസിക്കാനും ആഹാരം പാകംചെയ്യാനും ഗോസായി ക്ഷേത്ര ങ്ങളുണ്ടാക്കിയിരുന്നു. അതത് പ്രദേശങ്ങളിലെ തഹസിൽദാർമാർക്കാണ് മേൽനോട്ടം.

---

20. കേരളത്തിലെ സ്ഥലനാമ ചരിത്രങ്ങൾ, വി.വി.കെ വാലത്ത് പേജ്.17-18

ഡയമണ്ട് ഹിൽ ബംഗ്ലാവ്

അമ്പലമെന്ന് കൊട്ടാരത്തെയും പഴംതമിഴിൽ വിശേഷിപ്പിച്ചിരുന്നുവെന്നും വെള്ളയമ്പലത്ത് പണ്ട് ഒരു രാജകൊട്ടാരമുണ്ടായിരുന്നെന്നും വാദിക്കുന്നവരുണ്ടെന്നും കൊല്ലത്തെ വെള്ളയിട്ടമ്പലവും കായംകുളത്തെ ഓലകെട്ടിയ അമ്പലവുമെല്ലാം രാജാക്കന്മാർ താമസിച്ച പാർപ്പിടങ്ങളാണെന്നും ഡോ. എം.ജി.ശശിഭൂഷൺ പറയുന്നു. വട്ടിയൂർക്കാവ് അധികാരത്തിൽ പെട്ടതായിരുന്നു വെള്ളയമ്പലം.

ഇവിടെയുണ്ടായിരുന്ന വെളുത്ത അമ്പലവുമായി ബന്ധപ്പെട്ടാണ് വെള്ളയമ്പലം എന്ന സ്ഥലനാമമുണ്ടായത്. അത് ഒരു വഴിയമ്പലമായിരുന്നുവെന്ന് കരുതുന്നതാണ് യുക്തി. വി.വി.കെ.വാലത്തിന്റെ നിഗമനങ്ങൾക്ക് ചരിത്രവുമായി ബന്ധം കാണുന്നില്ല. വെള്ളയമ്പലം വളരെക്കാലം തകർന്ന നിലയിൽ കിടന്നു. കവടിയാർ കൊട്ടാരം നിർമ്മിച്ചതോടെ ഈ കവല രാജവീഥിയിലെ പ്രധാന കവലയായി. തകർന്ന വെള്ളയമ്പലം പൂർണ്ണമായി പൊളിച്ചുനീക്കി. വഞ്ചിയൂർ അധികാരത്തിലും ഒരു 'ചെറിയ വെള്ളയമ്പലം' ഉണ്ടായിരുന്നതായി രേഖയുണ്ട്.[21]

ചരിത്രപ്രസിദ്ധമായ ശാസ്തമംഗലം എഴുന്നള്ളത്തിനോടനുബന്ധിച്ച് നാട്ടുകാരും തിരുവിതാംകൂറിലെ ഉദ്യോഗസ്ഥ, അനുദ്യോഗസ്ഥ പ്രമാണിമാരും ചേർന്ന് മഹാരാജാവിനെ സ്വീകരിച്ചിരുന്നത് വെള്ളയമ്പലത്തു വച്ചാണ്. തിരുവിതാംകൂറിലെ പ്രധാന ഉദ്യോഗസ്ഥർ അവരുടെ ഔദ്യോഗികവേഷത്തിൽ വേണം ഹാജരാകാൻ. വെള്ളയമ്പലം വരെ നാലു കുതിരകളെ കെട്ടിയ രഥത്തിൽ എഴുന്നള്ളുന്ന തിരുമേനി അവിടെനിന്ന് രണ്ടു കുതിരകളെ കെട്ടിയ വണ്ടിയിലേക്ക് മാറും. എഴുന്നള്ളത്തുമായി ബന്ധപ്പെട്ട സൗകര്യങ്ങൾക്കുവേണ്ടിയാണ് ഇത്രയും വിശാലമായ ഒരു കവല ഇവിടെ ഉണ്ടായതെന്നുവേണം വിചാരിക്കാൻ. ഇന്ന് ബിഷപ് പാലസ് സ്ഥിതിചെയ്യുന്ന വലിയ പറമ്പ് എഴുന്നള്ളത്തിന്റെ ഒരുക്കങ്ങൾക്കായി ഉപയോഗിച്ചിരുന്നു. എഴുന്നള്ളത്തു കാണാൻ വഴിയോരത്തും

21. മതിലകം രേഖകൾ, എസ്. ഉമാമഹേശ്വരി

ഡയമണ്ട് ഹില്ലിനു മുകളിലുമൊക്കെ ധാരാളം ആളുകൾ കാത്തു നിൽക്കുന്നുണ്ടാവും. വെള്ളയമ്പലം കൊട്ടാരം കോമ്പൗണ്ടിൽ മ്യൂസിയം വെള്ളയമ്പലം റോഡിന് അഭിമുഖമായി ഒരുക്കുന്ന രാജമുദ്ര പതിപ്പിച്ച താൽക്കാലികവേദിയിൽ കൊട്ടാരത്തിലെ അമ്മച്ചിമാർക്കും മറ്റു സ്ത്രീകൾക്കും എഴുന്നള്ളത്തുകാണാൻ സൗകര്യമൊരുക്കിയിരുന്നു. ശാസ്തമംഗലം എഴുന്നള്ളത്തിനെക്കുറിച്ച് മുൻപ് വിശദമായി വിവരിച്ചിട്ടുണ്ടല്ലോ. കവടിയാർ കൊട്ടാരം വന്നതോടെ ഈ കവലയുടെയും ബന്ധപ്പെട്ട റോഡുകളുടെയും പ്രൗഢി വർദ്ധിച്ചു.

കവലയോടുചേർന്ന് കിഴക്കുഭാഗത്തായി കാണുന്ന ഉയർന്ന പ്രദേശമാണ് പഴയ വെള്ളയമ്പലം കുന്ന്. ഇത് പിന്നെ ഡയമണ്ട് ഹിൽ ആയി. നാണുപിള്ള ദിവാൻജിയുടേതായിരുന്നു സ്ഥലം. 1827ൽ തമിഴ്നാട്ടിലെ നെല്ലൂരിൽ ജനിച്ച നാണുപിള്ള ആയില്യം തിരുനാളിന്റെ ഭരണകാലത്ത് 1877 മുതൽ 1880 വരെ ദിവാനായിരുന്നു. ദിവാൻപദവിയിൽ നിന്ന് പിരിഞ്ഞശേഷം അദ്ദേഹം വിശ്രമജീവിതം നയിച്ചിരുന്നത് ഇവിടെയാണ്. ദിവാൻ പണികഴിപ്പിച്ച ഡയമണ്ട് ഹിൽ ബംഗ്ലാവ് ഇന്നില്ല. ഇവിടെവച്ചായിരുന്നു അദ്ദേഹത്തിന്റെ ആകസ്മികമരണവും. പിൽക്കാലത്ത് ചീഫ് ജസ്റ്റിസായിരുന്ന മന്നത്ത് കൃഷ്ണൻനായർ ഇവിടെ താമസിച്ചിട്ടുണ്ട്.

വെള്ളയമ്പലം കൊട്ടാരം

പിൽക്കാലത്ത് കെൽട്രോണിന്റെ ഓഫീസായി മാറിയ വെള്ളയമ്പലം കൊട്ടാരത്തിൽ ശ്രീമൂലം തിരുനാൾ യുവരാജാവായിരുന്നപ്പോൾ താമസിച്ചിരുന്നതായി പറയപ്പെടുന്നു. സി.പി. രാമസ്വാമി അയ്യർ മഹാരാജാവിന്റെ പൊളിറ്റിക്കൽ സെക്രട്ടറിയായിരുന്ന കാലത്ത് ഈ കൊട്ടാരത്തിൽ താമസിച്ചിട്ടുണ്ട്. വെള്ളയമ്പലം കൊട്ടാരം, ഇളയരാജാക്കന്മാർ താമസിച്ചിരുന്നതാണെന്നും അതല്ല, രാജാക്കന്മാർ നാടുനീങ്ങുമ്പോൾ അനന്തരാവകാശികൾ പുലതീരുന്നതുവരെ താൽക്കാലികമായി താമസിച്ചിരുന്നതാണെന്നും പഴമക്കാർ പറയുന്നു. ഉത്രംതിരുനാൾ നാടുനീങ്ങിയപ്പോൾ ആയില്യം തിരുനാളും അദ്ദേഹം നാടുനീങ്ങിയപ്പോൾ വിശാഖം തിരുനാളും പുലതീരുന്നതുവരെ ഇവിടെ താമസിച്ചുവെന്നും പറയുന്നവരുണ്ട്.

വെള്ളയമ്പലം കൊട്ടാരത്തിന്റെ കിഴക്കുവശത്തെ റോഡിനുമപ്പുറം ഇലങ്കം വീടിന് വടക്കുവശത്തായി കൊട്ടാരം കുളം എന്നറിയപ്പെട്ടിരുന്ന കൽപ്പടവുകളും കുളിപ്പുരയുമുള്ള വിശാലമായ കുളത്തിൽ കൊട്ടാരത്തിൽ കാലാകാലങ്ങളിൽ തങ്ങിയിരുന്ന രാജകുടുംബാംഗങ്ങൾ കുളിച്ചിരുന്നു. ശ്രീമൂലം തിരുനാൾ വെള്ളയമ്പലം കൊട്ടാരത്തിൽ താമസിച്ചിരുന്നപ്പോൾ വാദ്യമേളങ്ങളോടെ ഈ കുളത്തിൽ നീരാട്ടിനെത്താറുണ്ടായിരുന്നത്രേ. കുളത്തിലേക്കെത്താനായി കൊട്ടാരത്തിന് കിഴക്കുവശത്ത് റോഡിന് അഭിമുഖമായും റോഡിനെതിർവശത്ത് കുളക്കരയിലും ഓരോ

കൊട്ടിയമ്പലങ്ങളുണ്ടായിരുന്നു. ഈ കുളം ഉൾപ്പെട്ട സ്ഥലം പ്രൊഫ. രവീന്ദ്രൻനായർ 1958ൽ വിലയ്ക്കുവാങ്ങി. അതിന്റെ കരയിൽ വീടുവച്ച് കുറച്ചുകാലം താമസിച്ചു. കുളമുണ്ടായിരുന്നിടത്താണ് ഇപ്പോൾ 'കോർ' എന്ന ബിസിനസ് സ്ഥാപനം പ്രവർത്തിക്കുന്നത്. 1970ലാണ് കുളം നികത്തിയത്.

ആൽത്തറയിലെ യക്ഷിയമ്മയോട് നാട്ടുകാർക്കെന്നും ഭയവും ഭക്തിയുമായിരുന്നു. പകൽസമയങ്ങളിൽ ചാലയിൽനിന്ന് നെടുമങ്ങാട്ടേക്കും തിരിച്ചും ചരക്കുകൾ കൊണ്ടുപൊയ്ക്കൊണ്ടിരുന്ന കാളവണ്ടികൾമാത്രമായിരുന്നു പ്രധാനമായും ഈ റോഡിലൂടെ കടന്നുപൊയ്ക്കൊണ്ടിരുന്നത്. വണ്ടികൾ ഇവിടെ നിറുത്തി അമ്മയ്ക്ക് നാണയങ്ങൾ കാണിക്കയായി ഇടുമായിരുന്നു. രാത്രികാലങ്ങളിൽ ആൽച്ചുവട്ടിലിരുന്ന് തന്റെ കാലുകൾ ആലിന്റെ വേരുകൾപോലെ റോഡിനു കുറുകെ നീട്ടിവച്ച് വഴിയാത്രക്കാരെ ഭയപ്പെടുത്തിയും ചിലപ്പോൾ വഴിതെറ്റിവരുന്ന വഴിയാത്രക്കാർക്കു സാധുവൃദ്ധയുടെ രൂപം പൂണ്ട് വഴിപറഞ്ഞുകൊടുക്കുകയും ചെയ്യുന്ന യക്ഷിയമ്മയെക്കുറിച്ചുള്ള കഥകൾ ഇവിടത്തെ പുരാവൃത്തങ്ങളിലുണ്ട്.

ഈ പ്രദേശത്തെപ്പറ്റി ടി.എൻ.ഗോപിനാഥൻനായർ രേഖപ്പെടുത്തിയിരിക്കുന്നത് ഇങ്ങനെ: ''ഇന്ന് വാട്ടർവർക്സ് നിൽക്കുന്ന സ്ഥാനത്ത് പുള്ളിപ്പുലികൾ പോലും പതുങ്ങിക്കിടക്കുന്ന ഇല്ലിക്കുന്നുകളും അവയ്ക്കിടയിലൂടെ നക്ഷത്രബംഗ്ലാവിലേക്ക് വളഞ്ഞും പുളഞ്ഞും ഇഴഞ്ഞിരുന്ന വിജനമായ ഒറ്റയടിപ്പാതകളും എല്ലാം എന്റെ ബാല്യം കണ്ട വഴുതക്കാടിന്റെ സമ്പത്താണ്.''

ആൽത്തറയും അതിനോടുചേർന്ന് കിഴക്കോട്ടുള്ള റോഡും കഴിഞ്ഞാൽ റാവുമാരുടെ കോളനിയാണ്. ആദ്യത്തെ വീടായ 'സീതാകോട്ടേജി'ൽ റാവുകുടുംബത്തിലെ ഇപ്പോഴത്തെ കാരണവർ മാധവറാവുവാണ് താമസം. പഴയകാലത്ത് പട്ടാളക്കാരുടെ തവണപ്പുരയായി ഈ വീട് ഉപയോഗിച്ചിരുന്നു. സിവിൽ സപ്ലൈസിന്റെ പെട്രോൾപമ്പ് കഴിഞ്ഞ് മുകളിലേക്കുള്ള റോഡാണ് ഉദാരശിരോമണി റോഡ്. ദിവാൻ രാമറാവുവിന്റെ മകൻ പത്മനാഭറാവുവാണ് 'ഉദാരശിരോമണി'. ഇവിടത്തെ റസിഡന്റ്സ് അസോസിയേഷനും ഇദ്ദേഹത്തിന്റെ പേരിലാണ് അറിയപ്പെടുന്നത്. ഇപ്പോഴത്തെ പൊലീസ് ഹെഡ് ക്വാർട്ടേഴ്സിൽ ആദ്യം കാണുന്ന യൂറോപ്യൻ ശൈലിയിലുള്ള വീട്, പത്മനാഭറാവു പണിയിച്ചതാണ്. 'ബങ്ക് ഹൗസ്' എന്നാണ് ഈ കെട്ടിടം അറിയപ്പെട്ടിരുന്നത്. ഉദാരശിരോമണി ഈ വീട് വിറ്റുകിട്ടിയ തുക ഉപയോഗിച്ച് എസ്.എം.വി. സ്കൂളിലെ കുട്ടികൾക്ക് ഉച്ചഭക്ഷണം നൽകാനായി ഒരു എൻഡോവ്മെന്റ് ഏർപ്പെടുത്തി. ഐജി ഓഫീസിനുവേണ്ടി സർക്കാർ ഈ കെട്ടിടം ഏറ്റെടുത്തു. ഈ കോമ്പൗണ്ടിലുള്ള മറ്റൊരു പുരാതനമായ വീട് ശ്രീമൂലം തിരുനാളിന്റെ മകൻ വേലായുധൻതമ്പി പണിയിച്ച 'ദിൽക്കുഷ്' ആണ്. പിൽക്കാലത്ത് ഈ വീട് വേലായുധൻതമ്പിയുടെ

ബന്ധുക്കൾ വിൽക്കാൻ ശ്രമിച്ചപ്പോൾ ഹിന്ദുമത മഹിളാ അസോസിയേഷനോടും മറ്റ് സമാന സംഘടനകളോടും വീടുവാങ്ങാൻ സി.പി. ശിപാർശ ചെയ്തെങ്കിലും അവർക്കാർക്കും അതിനുവേണ്ട പണം കണ്ടെത്താൻ കഴിഞ്ഞില്ല. ഒടുവിൽ സർക്കാർതന്നെ കെട്ടിടം വില കൊടുത്തു വാങ്ങി.

ശ്രീമൂലംതിരുനാളിന്റെ കാലത്ത് കൊട്ടാരം മാനേജരായിരുന്ന ശങ്കരൻതമ്പിയുടെ മകൻ മാധവൻതമ്പിക്കുവേണ്ടി നിർമ്മിച്ചതാണ് ഇപ്പോൾ തിരുവനന്തപുരം വികസന അതോറിട്ടി പ്രവർത്തിക്കുന്ന കെട്ടിടം.

ബിഷപ്പ് ഹൗസ്

വെള്ളയമ്പലം സ്ക്വയറിന്റെ വടക്കുകിഴക്കേ മൂലയിലാണ് 1937ൽ സ്ഥാപിച്ച തിരുവനന്തപുരം ലത്തീൻ കത്തോലിക്ക അതിരൂപതയുടെ ആസ്ഥാനമായ ബിഷപ്പ് ഹൗസ്.

1938ൽ ബിഷപ്പ് അഭിവന്ദ്യ വിൻസെന്റ് ഡൊരേരയാണ് ബിഷപ് പാലസ് നിർമ്മിക്കുന്നതിനുള്ള ശ്രമം തുടങ്ങിയത്. ഇതിനുള്ള അപേക്ഷകൾ തിരുവനന്തപുരം മുനിസിപ്പാലിറ്റിക്കും സർക്കാരിനും സമർപ്പിച്ചു. ബിഷപ്പ്, വികാരിജനറൽ, പ്രോക്യുറേറ്റർ, സെക്രട്ടറി, അഞ്ച് പുരോഹിതന്മാർ എന്നിവരുടെ സ്ഥിരമായ ഉപയോഗത്തിനും അതിഥിമുറി, ഓഫീസ് അതിനോടനുബന്ധിച്ച് ഒരു കൗൺസിൽ ഹാൾ എന്നിവയുൾപ്പെട്ട ഒരു കെട്ടിടം നിർമ്മിക്കാനായിരുന്നു ഉദ്ദേശ്യം. കൊട്ടാരങ്ങളുടെയും ഗസ്റ്റ്ഹൗസിന്റെയും സാന്നിദ്ധ്യം കൊണ്ട് വെള്ളയമ്പലം മുതൽ കവടിയാർവരെയുള്ള സ്ഥലങ്ങൾ അതീവ പ്രാധാന്യമുള്ള പ്രദേശങ്ങളായിരുന്നു. വെള്ളയമ്പലം കവടിയാർ കൊട്ടാരങ്ങളും ഗസ്റ്റ്ഹൗസും മൻമോഹൻ ബംഗ്ലാവുമൊക്കെ ഈ പ്രദേശത്തായിരുന്നല്ലോ. ഇവിടത്തെ നിർമ്മാണപ്രവർത്തനങ്ങൾക്കുള്ള അനുമതി നൽകേണ്ടത് ടൗൺ പ്ലാനിംഗ് വിഭാഗമാണ്. ഇത്രയും തന്ത്രപ്രധാനമായ സ്ഥലത്ത് ഒരു പൊതുസ്ഥാപനം അനുവദിക്കണമോ എന്ന കാര്യത്തിൽ ഉദ്യോഗസ്ഥന്മാർക്കുണ്ടായിരുന്ന ആശയക്കുഴപ്പം കെട്ടിടനിർമ്മാണത്തിനുള്ള അനുമതിയുടെ നടപടികൾ വൈകിപ്പിച്ചു. 7.2.1938ൽ ഈ വിഷയത്തിൽ ബിഷപ്പ് വീണ്ടും മുനിസിപ്പാലിറ്റിക്ക് കത്തയച്ചു. ഇതോടെ അന്നത്തെ മുനിസിപ്പൽ പ്രസിഡന്റായിരുന്ന ജി.എൻ.തമ്പി ഈ വിഷയത്തിൽ വ്യക്തത ആവശ്യപ്പെട്ടുകൊണ്ട് ചീഫ് സെക്രട്ടറിയെ സമീപിച്ചു.

കവടിയാർ പ്രദേശത്തിന്റെ പ്രാധാന്യം കണക്കിലെടുത്ത് വെള്ളയമ്പലം കൊട്ടാരത്തിനും ഗസ്റ്റ്ഹൗസിനും സമീപത്തായി ഒരു പൊതുസ്ഥാപനം വരുന്നത് ഗസ്റ്റ് ഹൗസിന്റെ തുടർവികസനത്തിനും പ്രൗഢിക്കും കവടിയാർ കൊട്ടാരത്തിലേക്കുള്ള പ്രവേശനത്തിനും തടസ്സമാകുമെന്നതിനാൽ ഗസ്റ്റ്ഹൗസു മുതൽ ശാസ്തമംഗലം റോഡുവരെയുള്ള സ്ഥലം ഭാവിയിലെ വികസനത്തിനായി സർക്കാർ അക്വയർ ചെയ്യണമെന്നും ബിഷപ്പിന് മന്ദിരം നിർമ്മിക്കാൻ സമുദായാംഗങ്ങൾക്ക് വന്നുപോകാൻ

ബിഷപ്പ് ഹൗസ്

സൗകര്യമുള്ള മറ്റേതെങ്കിലും സ്ഥലം കണ്ടുപിടിച്ച് നൽകേണ്ടതാണെന്നും, ഇതിനായി സാൽവേഷൻ ആർമിയുടെ കുറച്ച് സ്ഥലം പരിഗണിക്കാവുന്നതാണെന്നും പി.ഡബ്ല്യൂ.ഡി. എക്സിക്യൂട്ടീവ് എഞ്ചിനീയർ രാജരാജവർമ ചീഫ് എഞ്ചിനീയർക്ക് റിപ്പോർട്ടു സമർപ്പിച്ചു. കവടിയാറിലെ ബാക്കിയുള്ള സ്ഥലങ്ങൾ സർക്കാർ ഏറ്റെടുത്ത് പ്രത്യേക ആവശ്യങ്ങൾക്ക് മാത്രമായി ഉപയോഗിക്കണമെന്നും അദ്ദേഹം കൂട്ടിച്ചേർത്തു.

ചീഫ് എഞ്ചിനീയർ ഡിവിഷനൽ ഓഫീസറുടെ റിപ്പോർട്ടിനൊപ്പം തന്റെ അഭിപ്രായങ്ങളും ഉൾപ്പെടുത്തിക്കൊണ്ട് ദിവാൻ സി.പി.രാമസ്വാമി അയ്യർക്ക് കത്തെഴുതി.[22] വെള്ളയമ്പലം സ്ക്വയറിന്റെ വടക്കുകിഴക്കേ മൂലയിൽ കെട്ടിടം നിർമ്മിക്കുന്നതിന് ബിഷപ്പ് ആഗ്രഹം പ്രകടിപ്പിച്ചിട്ടുണ്ടെന്നും സാൽവേഷൻ ആർമിയുടെ ഉടമസ്ഥതയിൽ കവടിയാർ അവന്യൂവിലുള്ള ജോൺസൻ ഹാൾ കുറച്ചുകൂടി ഗസ്റ്റ്ഹൗസിനടുത്തായതിനാൽ ബിഷപ്പ്ഹൗസിനെ സെമി പബ്ലിക് വിഭാഗത്തിൽപ്പെടുത്തി അനുമതി നിഷേധിക്കാനാവില്ലെന്നും അദ്ദേഹം അഭിപ്രായപ്പെട്ടു. കെട്ടിട നിർമ്മാണത്തിന്റെ ഡിസൈൻ തൃപ്തികരമാണ്. ഡയറക്ടർ ഓഫ് ടൗൺ പ്ലാനിംഗ് എന്ന നിലയിൽ ഈ പ്രദേശത്തെ റോഡരുകിലുള്ള ഏതൊരു നിർമ്മാണപ്രവർത്തനങ്ങൾക്കും അനുവാദം നൽകാനുള്ള ബാദ്ധ്യത തനിക്കുള്ളതിനാൽ ഈ കെട്ടിടത്തിന്റെ നിർമ്മാണം തടയണമെങ്കിൽ പ്രസ്തുത സ്ഥലം ഗവണ്മെന്റ് അക്വയർ ചെയ്യുകയും ബിഷപ്പിന് കെട്ടിട നിർമ്മാണത്തിന് വേണ്ട സ്ഥലം വേറെ കണ്ടെത്തുകയും വേണമെന്ന അഭിപ്രായത്തോടൊപ്പം തുടർനടപടികൾക്ക് നിർദ്ദേശവും അഭ്യർത്ഥിച്ചുകൊണ്ടുള്ളതായിരുന്നു അദ്ദേഹത്തിന്റെ കത്ത്.

---

22. Do.No. 2798 dt. 30-06-1938 (പുരാവസ്തുക്കുറിപ്പ്)

തുടർചർച്ചകൾക്കുശേഷം ബിഷപ്പ് ഹൗസിന്റെ നിർമ്മാണത്തിന് ചില നിബന്ധനകൾക്ക് വിധേയമായി സർക്കാർ നൽകിയ അനുമതി യുടെ നക്കൽ (No.47/38/cs) പുരാവസ്തു വകുപ്പിന്റെ രേഖകളിലുണ്ട്.[23]

കവടിയാറും മരച്ചീനിവിളയും

വെള്ളയമ്പലം കവലയിൽനിന്ന് കൊന്നമരങ്ങൾ വരിവരിയായി അണിനിരക്കുന്ന വടക്കോട്ടുള്ള രാജവീഥി വീതികൂട്ടി മനോഹരമാക്കിയത് ചിത്തിരതിരുനാൾ മഹാരാജാവാണ്. വെള്ളയമ്പലവും കവടിയാറു മൊക്കെ വളരെ വിജനമായ പ്രദേശങ്ങളായിരുന്നു. റോഡരുകിൽ പഴയ കാലത്തുണ്ടായിരുന്ന കെട്ടിടങ്ങൾ ഗസ്റ്റ് ഹൗസ്, മൻമോഹൻ ബംഗ്ലാവ്, കേശവപിള്ള പേഷ്കാരുടെ വസതി, വാഴവിള അമ്മുക്കുട്ടി അമ്മയുടെ 'അംബുജവിലാസം' എന്ന് പേരുള്ള വസതി, കവടിയാർ കൊട്ടാരം എന്നിവയായിരുന്നു. ബിഷപ്പ് പാലസും അനുബന്ധിച്ചുള്ള പള്ളിയും പിൽക്കാല നിർമ്മിതികളാണ്.

രാജ്ഭവൻ പണ്ട് സർക്കാർ ഗസ്റ്റ് ഹൗസ് ആയിരുന്നു. തലസ്ഥാന നഗരിയിൽ ആദ്യമായി വൈദ്യുതി എത്തിയത് ഈ മന്ദിരത്തിലാണ്. ഗസ്റ്റ് ഹൗസ് കഴിഞ്ഞാൽ മൻമോഹൻബംഗ്ലാവ്. മനോമോഹനം എന്നാ ണർത്ഥം. ശ്രീമൂലംതിരുനാൾ പണികഴിപ്പിച്ച ഈ കൊട്ടാരം ഇപ്പോൾ മന്ത്രിമന്ദിരങ്ങളിലൊന്നാണ്. തിരുക്കൊച്ചി മന്ത്രിയായിരുന്ന പി. എസ്. നടരാജപിള്ള ഇവിടെ താമസിച്ചിരുന്നു. കവടിയാർ കൊട്ടാരം പുതുക്കി പ്പണിഞ്ഞുകൊണ്ടിരുന്ന അവസരത്തിൽ ഇളയരാജാവായിരുന്ന ഉത്രാടം തിരുനാൾ കുറച്ചുകാലം ഇവിടെ താമസിച്ചിട്ടുണ്ട്.

ഇന്ന് ചീഫ് സെക്രട്ടറിക്കുവേണ്ടിയുള്ള കെട്ടിടം നിർമ്മിച്ച സ്ഥലത്ത് കേശവപിള്ള പേഷ്കാരുടെ വീടായിരുന്നുവെന്നും ഇന്നത്തെ ജവഹർ നഗർ ഉൾപ്പെട്ട അറുപത് ഏക്കർ സ്ഥലം കേശവപിള്ള വിലയ്ക്കുവാങ്ങി

---

23. Draft

No. 47/38/cs Trivandrum

7-7-1938

My dear Sir,

With reference to your Do.No.2795 dt 30-6-38 regarding the grant of permission to the Bishop of Trivandrum to contsruct a building near Vellayambalam Square I am to inform you that permission may be granted on the following conditions:

(a) There should be no church now or heareafter on the premises

(b) The contsruction should conform to plans and designs to be settled by the PWD and the building should not be more than two stories high.

I am, EC

sd/-

മൻമോഹൻ ബംഗ്ലാവ്

സ്വന്തമാക്കിയതാണെന്നും അദ്ദേഹത്തിൽനിന്ന് മരച്ചീനികൃഷിക്കുവേണ്ടി സർക്കാർ ഏറ്റെടുത്തുവെന്നും അഡ്വ. അയ്യപ്പൻപിള്ള പറയുന്നു. റ്റി.റ്റി. സി.യുടെ വശംചേർന്ന് പെട്രോൾപമ്പിനടുത്തിരിക്കുന്ന 'അംബുജ വിലാസം' എന്ന പഴയ ഓടിട്ട വീട് വാഴവിള അമ്മുക്കുട്ടി അമ്മയുടേതായിരുന്നുവെന്നും ഇതായിരുന്നു ഈ പ്രദേശത്തെ ആദ്യത്തെ നിർമ്മിതിയെന്നും അദ്ദേഹം സാക്ഷ്യപ്പെടുത്തുന്നു.

''തിരുവിതാംകൂറിലേക്ക് ദത്തെടുത്ത റാണിമാർക്ക് താമസിക്കാനാണ് പൂജപ്പുരയിലും കവടിയാറും കൊട്ടാരങ്ങൾ നിർമ്മിച്ചത്. ഇളയ റാണി സേതു പാർവ്വതിഭായിക്കായിരുന്നു കവടിയാർ കൊട്ടാരം. ഹൈക്കോടതി ജഡ്ജിയായിരുന്ന വേദാദ്രിശ മുതലിയാരുടെ ഭാര്യ ഗൗരിയുടെ കൈവശത്തിലിരുന്ന സ്ഥലം വിലയ്ക്കുവാങ്ങിയാണ് ശ്രീമൂലം തിരുനാൾ കൊട്ടാരം നിർമ്മിച്ചത്. ആദ്യം അവിടെയുണ്ടായിരുന്ന കെട്ടിടത്തിൽ ചില കൂട്ടിച്ചേർക്കലുകൾ നടത്തുക മാത്രമാണ് ചെയ്തത്. തുടർന്ന് പഴയ നിർമ്മിതിയുടെ ഭൂരിഭാഗവും പൊളിച്ചു മാറ്റി ഇന്നു കാണുന്ന കൊട്ടാരം നിർമ്മിച്ചത് ചിത്തിരതിരുനാളാണ്.'' കാവടിയാന്മാർ എന്നൊരു വിഭാഗം ഇവിടെ താമസിച്ചിരുന്നതിനാലാണ് ഈ പ്രദേശത്തിന് കവടിയാർ എന്ന പേരുണ്ടായത്.

വെള്ളയമ്പലത്തുനിന്ന് കവടിയാറിലേക്കു പോകുന്ന വഴിയുടെ വലതുഭാഗത്ത് ജവഹർനഗർ. ആദ്യകാലത്ത് ഗസ്റ്റ് ഹൗസ് ഗാർഡൻ എന്നാണ് ഈ പ്രദേശം അറിയപ്പെട്ടിരുന്നത്. ഇവിടെയുണ്ടായിരുന്ന സർക്കാർ ഗസ്റ്റ് ഹൗസുമായി ബന്ധപ്പെട്ടാണ് ഈ പേര്. ഗസ്റ്റ് ഹൗസ് പിന്നെ ഗവർണ്ണറുടെ ഔദ്യോഗികവസതിയായ രാജഭവനും. ഗസ്റ്റ് ഹൗസ് ഗാർഡൻ മരച്ചീനികൃഷിക്കും ഗവേഷണത്തിനും ഏറ്റെടുത്തതോടെ മരച്ചീനിവിളയുമായി. കേരളീയരുടെ ഇഷ്ടവിഭവങ്ങളിലൊന്നായ

മഹാറാണി സേതുപാർവതീഭായിയുടെ കുതിരസവാരി. പശ്ചാത്തലത്തിൽ കവടിയാർ കൊട്ടാരം

മരച്ചീനിയുടെ സ്വദേശം ബ്രസീലാണല്ലോ. പോർട്ടുഗീസുകാർ തിരുവിതാംകൂറിന് പരിചയപ്പെടുത്തിയ മരച്ചീനികൃഷി പ്രോത്സാഹിപ്പിച്ചത് വിശാഖം തിരുനാളാണ്. മരച്ചീനിയുടെ പ്രചാരത്തോടെ തിരുവിതാംകൂറിലെ ഭക്ഷ്യദൗർലഭ്യം ഒരളവുവരെ പരിഹരിക്കാൻ കഴിഞ്ഞു. ലണ്ടനിലെ റോയൽ ക്യൂ ബൊട്ടാണിക്കൽ ഗാർഡനിൽനിന്നു കൊണ്ടുവന്ന മരച്ചീനിക്കമ്പുകൾ പരീക്ഷണാടിസ്ഥാനത്തിൽ കോട്ടയ്ക്കകത്തെ വടക്കേ കൊട്ടാരത്തിൽ നട്ടുപിടിപ്പിച്ചുകൊണ്ട് അദ്ദേഹം മരച്ചീനി കൃഷിയിൽ ആദ്യപരീക്ഷണം നടത്തി. രാജാവിന്റെ വൈകുന്നേരത്തെ ചായയ്ക്കൊപ്പം പുഴുങ്ങിയ മരച്ചീനിയും ഉൾപ്പെടുത്തിയിരുന്നു. മരച്ചീനി പാചകം ചെയ്യേണ്ട വിധത്തെപ്പറ്റി പ്രത്യേകം ഗസറ്റ് വിജ്ഞാപനം ഇറക്കിയിരുന്നു. പരീക്ഷണാടിസ്ഥാനത്തിൽ മരച്ചീനികൃഷിക്കുവേണ്ട നടപടികൾ കൈക്കൊണ്ടത് സി.പി. രാമസ്വാമി അയ്യരാണ്. രണ്ടാം ലോകമഹായുദ്ധകാലത്തെ ഭക്ഷ്യക്ഷാമം നേരിടാൻ മരച്ചീനിയെ സി.പി. ഒരു പ്രതിവിധിയായി കണ്ടു.

തിരുവനന്തപുരത്തെ ആദ്യത്തെ ഹൗസിംഗ് കോളനി രൂപംകൊണ്ടത് മരച്ചീനിവിളയിലാണ്. അങ്ങനെ മരച്ചീനിവിള 'ജവഹർനഗർ' ആയി. ഇതോടെ പ്രസിദ്ധരായ ഐ.എ.എസ്.കാരുൾപ്പെടെ പല പ്രമുഖന്മാരും ഇവിടെ താമസത്തിനെത്തി. ഇവരിൽ പ്രമുഖർ കേന്ദ്രമന്ത്രിയായിരുന്ന എസ്.കൃഷ്ണകുമാർ ഐ.എ.എസ്., എസ്.പത്മകുമാർ ഐ.എ.എസ്., കരസേനയിലെ ഉപമേധാവിയായിരുന്ന ലഫ്റ്റനന്റ് ജനറൽ സുശീൽ കുമാർപിള്ള, തിക്കുറിശ്ശി സുകുമാരൻനായർ എന്നിവരാണ്. പ്രശംസനീയമായ സൈനികസേവനത്തിന് 1959ൽ പരമവിശിഷ്ട സേവാമെഡൽ നൽകി രാജ്യം സുശീൽകുമാർപിള്ളയെ ആദരിച്ചു.

വിളകളും വിളാകങ്ങളും കുന്നുകളും മൂലകളുമൊക്കെ നഗറുകളായി. കാലം മാറിക്കൊണ്ടിരിക്കുന്നു നഗരവും.

■

ഗ്രന്ഥസൂചി

1. Changanassery Parameswaran Pillai
and The Socio Political Evolution of
Modern Travancore-Dr. K.R. Ushakumari
2. Drivadian Gods in Modern Hinduism-Wilberth Edore Elmore
3. History of Padmanabhaswami
Temple Till 1758-Dr. A.G. Menon
4. History of Travancore-P. Sankunny Menon
5. KERAPEX Souvenir - 1995
6. Memoir of the Survey of the Travancore - and Cochin States
Vol I & II - Lieutenants Ward and Conner
7. Swami Vivekananda - His life and legacy-Swami Tapsayananda
8. The Illutsrated History of South India-K.A. Neelakanta Satsri
9. Travancore State Manual-V. Nagamayya - Vol 1
10. Travancore State Manual-T.K. Velupillai
11. Travancore Archeological series Vol VII
12. The Palace Manual
13. The Story of Integration of the Indian States-V.P. Menon

1. അനന്തപുരവർണ്ണനം
2. മയൂരസന്ദേശം - വ്യാഖ്യാനം എ.ആർ. രാജരാജവർമ്മ
3. ചരിത്ര രശ്മികൾ - കേരള സംസ്ഥാന ആർക്കൈവ്സ്
4. കേരളചരിത്രം - എ. ശ്രീധരമേനോൻ
5. നായർ മേധാവിത്വത്തിന്റെ പതനം - റോബിൻ ജെഫ്രി

6. കേരളചരിത്രത്തിന്റെ അടിസ്ഥാനരേഖകൾ - ഡോ. പുതുശ്ശേരി രാമചന്ദ്രൻ
7. കേരളസാഹിത്യ ചരിത്രം - ഉള്ളൂർ എസ്. പരമേശ്വരയ്യർ
8. ഇളംകുളം കുഞ്ഞൻപിള്ളയുടെ തിരഞ്ഞെടുത്ത കൃതികൾ- എഡിറ്റർ എൻ.സാം
9. തിരുവനന്തപുരത്തിന്റെ ഇതിഹാസസംപട്ടം - ജി. രാമചന്ദ്രൻ നായർ
10. മാർത്താണ്ഡവർമ്മ - സി.വി. രാമൻപിള്ള
11. രാമരാജാബഹദൂർ - സി.വി. രാമൻപിള്ള
12. സമ്പൂർണ്ണ മലയാള സാഹിത്യചരിത്രം - എഡിറ്റർ: പ്രൊഫ. പന്മന രാമചന്ദ്രൻനായർ
13. അറിയപ്പെടാത്ത അനന്തപുരി - ഡോ.എം.ജി. ശശിഭൂഷൺ
14. ദേശചരിത്രം കേരളീയക്ഷേത്രങ്ങളിലൂടെ - ഡോ.എം.ജി. ശശിഭൂഷൺ
15. ഉണ്ണായി വാരിയരുടെ നളചരിതം ആട്ടക്കഥ (കൈരളീ വ്യാഖ്യാനം) - പ്രൊഫ. പന്മന രാമചന്ദ്രൻനായർ
16. ശ്രീപത്മനാഭസ്വാമി ക്ഷേത്രം - അശ്വതി തിരുനാൾ ഗൗരി ലക്ഷ്മിഭായി
17. പട്ടും പരിവട്ടവും - പ്രതാപ് കിഴക്കേമഠം
18. ഇരയിമ്മൻതമ്പി - കവിയും കാലവും-ഡോ.ആർ.പി. രാജ
19. സർ സി.പി. തിരുവിതാംകൂർ ചരിത്രത്തിൽ - പ്രൊഫ. എ. ശ്രീധരമേനോൻ
20. കേരളത്തിലെ സ്ഥലചരിത്രങ്ങൾ - തിരുവനന്തപുരം ജില്ല വി.വി.കെ.വാലത്ത്
21. മതിലകം രേഖകൾ - എസ്.ഉമാ മഹേശ്വരി
22. സ്ഥലനാമചരിത്രം - തിരുവനന്തപുരം ജില്ലഹരികട്ടേൽ
23. ഉലകുടയപെരുമാൾ പാട്ടുകഥ - ഡോ. തിക്കുറിശ്ശി ഗംഗാധരൻ
24. കുഞ്ചൻനമ്പ്യാരുടെ തുള്ളൽക്കഥകൾ - പി.കെ. ശിവശങ്കരപ്പിള്ള (സംശോധിത സംസ്കരണം)
25. ജ്വാല - കെ.സുരേന്ദ്രൻ
26. എന്റെ ജീവിതകാലസ്മരണകൾ - മന്നത്ത് പത്മനാഭൻ
27. ക്ഷേത്രവിജ്ഞാനകോശം - പി.ജി.രാജേന്ദ്രൻ
28. സംസ്മൃതി - ഡോ.കെ. രാജശേഖരൻനായർ

29. സ്വാമി വിവേകാനന്ദനും കേരളവും - രാജീവ് ഇരിഞ്ഞാലക്കുട
30. ശ്രീഭൂതനാഥസർവ്വസ്വം - വിദ്വാൻ കുറുമള്ളൂർ നാരായണപിള്ള
31. പേരൂർക്കടയുടെ ചരിത്രം - കല്ലുവിള സുകുമാരൻ
32. മനുഷ്യരാശിയുടെ വെളിച്ചങ്ങൾ - ഹരിശ്രീ ക്ലാസിക്സ്
33. തിരുവനന്തപുരം ലത്തീൻ അതിരൂപത - ചരിത്രത്താളുകളിലൂടെ വാല്യം 1
34. ദേവീപ്രസാദം സ്മരണിക 2010 - എഡിറ്റർ എം. രാജ്കുമാർ (ഉദിയന്നൂർ ദേവീക്ഷേത്രം)

ലേഖനങ്ങൾ

1. Karamana River-A Multi-dimensional Study- Dr.Achyuth sankar S.Nair.
2. തിരുവനന്തപുരത്തിന്റെ ഇതിഹാസം (അവതാരിക) - പ്രൊഫ. എസ്. ഗുപ്തൻനായർ
3. സ്വാമി തപസ്യാനന്ദ - സ്വാമി ത്യാഗാനന്ദ (പ്രബുദ്ധ കേരളം)
4. നഗരപ്പഴമ - മലയിൻകീഴ് ഗോപാലകൃഷ്ണൻ
5. തിരുവനന്തപുരം എട്ട് നൂറ്റാണ്ടിന് മുൻപ് - കെ. ശിവശങ്കരൻനായർ (പ്രാചീനകേരളം)

അഭിമുഖം

5. അഡ്വ.കെ.അയ്യപ്പൻപിള്ള
6. മലയിൻകീഴ് ഗോപാലകൃഷ്ണൻ
7. എം. രാജ്കുമാർ ശാസ്തമംഗലം
8. ഗോപൻ ശാസ്തമംഗംലം
9. ദേവപാലന്നായർ, പൂജപ്പുര